நீவா நதி
(நாவல்)

கவிப்பித்தன்

நியூ செஞ்சுரி புக் ஹவுஸ் (பி) லிட்.,
41–B, சிட்கோ இண்டஸ்டிரியல் எஸ்டேட்,
அம்பத்தூர், சென்னை– 600 098.
☎ : 26241288, 26258410, 26251968

Language : Tamil
Neevaa Nathi
Author : **Kavipithan**
First Edition : December, 2014
Copyright : Author
No. of pages : vi + 502 = 508
Publisher :
New Century Book House Pvt. Ltd.,
41-B, SIDCO Industrial Estate,
Ambattur, Chennai - 600 098.
Tamilnadu State, India.
Email: info@ncbh.in
Online: www.ncbhpublisher.com

ISBN: 978-81-2342-809-3
Code No. A 3155

₹ 385/-

Branches

Ambattur (H.O.) 26241288, 26258410, 26251968, 26359906 **Spencer Plaza (Chennai)** 28490027 **Trichy** 0431-2700885 **Tanjore** 04362-231371 **Tirunelveli** 0462-2323990 **Madurai** 0452-2344106, 2350271 **Dindigul** 0451-2432172 **Coimbatore** 0422-2380554 **Salem** 0427-2450817 **Hosur** 04344-245726 **Ooty** 0423-2441743 **Vellore** 0416-2234495 **Villupuram** 04146-227800 **Pondicherry** 0413-2280101 **Thiruvannamalai** 04175-223449

நீவா நதி

(நாவல்)

ஆசிரியர்: கவிப்பித்தன்
முதல் பதிப்பு: டிசம்பர், 2014

அச்சிட்டோர் : *பாவை பிரிண்டர்ஸ் (பி) லிமிடெட்.,*
16 (142), ஜானி ஜான் கான் ரோடு, இராயப்பேட்டை, சென்னை - 14
☎ : 044 - 28482441, 28482973

களவுபோன தலைமுறைகள்

அன்பிற்கினிய நண்பர்களே... வணக்கம்.

ஏழாண்டுகளுக்கு முன்னால் 'மணல்செரா' என்கிற பெயரில் இந்தக் கதையை ஒரு சிறுகதையாக நான் எழுதியபோது, இதைச் சிறுகதைக்குள் அடக்க என்னால் முடியவே இல்லை. மிகுந்த சிரமத்துடன் சற்றே பெரிய சிறுகதையாக எழுதி அதை நண்பர் பாகவெளி கோ. ஆண்டி அவர்களிடம் வாசிக்கத் தந்தேன்.

அதைப் படித்துவிட்டு "ஒரு பெரிய வரலாற்றை இப்படிச் சிறுகதைக்குள் அடக்கி விட்டீர்களே கவிஞர்!" என்று அவர் சொன்னது என்னைச் சற்று யோசிக்க வைத்தது.

நண்பர் பூங்குயில் சிவக்குமார் "இந்தக் கதையை நாவலாக எழுதுங்க கவி" என்றார்.

அதற்குப்பிறகுதான் நாவல் என்கிற கோணத்தில் இந்தக் கதையை யோசிக்க ஆரம்பித்தேன். ஏழு ஆண்டுகளுக்கு முன்னால் 'மணல்செரா' என்கிற பெயரிலேயே நான் எழுத ஆரம்பித்தபோது, எனக்குள் பல அடுக்குகளாய் படிந்து போயிருந்த எனது பால்ய கால நினைவுகள் ஊற்றுக்களைப்போலப் பீறிட்டுக் கொண்டு வெளியே வந்தன.

எனக்குள் நினைவுகளாக மட்டுமே இருந்த எத்தனையோ நினைவுகளை மீண்டும் நான் அசை போடத் தொடங்கியபோது, எத்தனை உன்னதமான

வாழ்க்கையை, வாழ்வின் அசலான தருணங்களை இழந்துவிட்டோம் என்ற உண்மை என்னைக் கவலையில் ஆழ்த்தியது.

எனது அப்பனும், பாட்டனும், முப்பாட்டனும் நீவா நதி என்கிற பொன்னை ஆற்றில் நுரைத்து ஓடிய வெள்ளத்தோடும், அதில் துள்ளிக்குதித்த மீன்களோடும் வாழ்ந்த வாழ்க்கையை எங்கள் தலைமுறை இன்று களவு கொடுத்துவிட்டு, அந்தக் களவைப் பற்றிய கவலைகூட இல்லாமல் வாழ்ந்து கொண்டிருக்கிறது.

இளநீரைப்போலத் தெளிந்த, சுவையான தண்ணீர் எங்களின் பொன்னை ஆற்றிலும், பாலாற்றிலும் ஓடிய நிலைமாறி இன்று தோல் தொழிற்சாலைகளின் கழிவு நீரால் கருப்பாய், பழுப்பாய், சிவப்பாய் நாளுக்கொரு நிறத்தில் ஓடிக்கொண்டிருக்கிறது.

தொழில் வளர்ச்சி, பொருளாதார வளர்ச்சி என்கிற பெயரில் எங்களின் மண், எங்களின் சோறு, எங்களின் ஆரோக்கியம், எங்களின் வளம், எங்களின் வாழ்வு எல்லாமே கொள்ளை போய்விட்டன.

காவிரி நீர் விவகாரமும், முல்லைப் பெரியாறு அணை சிக்கலும் பரபரப்புச் செய்திகளாக தினம் தினம் பேசப் படுகிற சூழலில் பொன்னை ஆற்றில் ஆந்திர அரசு அணைகட்டி எங்களின் எதிர் காலத்தையே சூன்ய மாக்கிய உண்மை, பெட்டிச் செய்தியாகக்கூட வெளியே வராமல் முடங்கிப் போய்விட்டதை நாங்கள் யாரிடம் சொல்லி அழுவது?

பெரிய தொழில் நகரமாக எங்களின் ஊர்கள் மாறி வருவதாக மார்தட்டிக்கொள்ளும் எங்களது தலை வர்கள், பெயர் தெரியாத எத்தனையோ வியாதிகளால் எங்கள் மக்கள் சாவதை மட்டும் காண மறுத்துக் கண்களை இறுக மூடிக்கொண்டு போகிறார்கள்.

இந்தக் கதை முழுவதும் என்னோடு வாழ்கிற, வாழ்ந்த பல கதாபாத்திரங்கள் அசலாக உலவுகின்றன. எனது மண்ணின் ஏக்கத்தை, மாளாத தாகத்தோடு கைகளை விரித்து மல்லாந்து படுத்துக்கிடக்கிற பொன்னை ஆற்றின்

தொண்டை வறண்டுபோன சோகத்தை, அண்டை மாநிலத்தின் துரோகத்தை, சொந்த மாநிலத்தின் வஞ்சகத்தை இதில் அசலாகப் பதிவு செய்திருக்கிறேன்.

இந்த நாவலை நேரம் கிடைக்கிறபோது மட்டுமே எழுதி, பல்வேறு காரணங்களால் நேரம் ஒதுக்க முடியாமல் போனதால், ஏழு ஆண்டுகளாக முடிக்க முடியாமல் இருந்த என்னை, நேர வரையறையோடு முடித்துத்தரச் சொல்லி நெருக்குதல் தந்து நாவலை முடிக்க உதவிய பதிப்பகத்திற்கு நன்றி சொல்லியே தீரவேண்டும்.

இடையிடையே கைப்பேசி மூலம் என்னை உற்சாகப் படுத்தி, 'மணல்செரா'வை 'நீவாநதி' எனப் பெயர் மாற்றம் செய்யச் சொன்ன தோழர் கமலாலயன், பார்க்கிறபோதெல்லாம் என் எழுத்துக்களை அசலாய் பாராட்டுகிற தோழர் ச.ஆறுமுகம், உற்சாகப்படுத்திய கவிஞர் முகில், கவிஞர் முல்லைவாசன், இரவும் பகலுமாய் இதைத் தட்டச்சு செய்த மக்கள் புதுமுரசு இதழின் பக்க வடிவமைப்பாளர் திரு.கோ.பழனி, தட்டச்சில் அவருக்கு உதவிய செல்வி ப.லாவண்யா, பிழைத்திருத்தம் செய்து உதவிய நண்பர். மு.பாண்டு ரங்கன் ஆகியோருக்கும் நெஞ்சார்ந்த நன்றியைக் காணிக்கையாக்குகிறேன்.

எனது துணைவியார் மஞ்சுளா, மகள்கள் ஓவியா, சிந்து, மகன் நிலவழகன், எனது பெற்றோர், உடன் பிறந்தோர், எனது கிராமத்து மக்கள் யாவருக்கும் என் அன்பு கலந்த நன்றிகளை நான் படைக்க வேண்டும்.

பல இரவுகளில் தூக்கத்தைத் தொலைத்துவிட்டு, இதை எழுதித் தீரவேண்டியது எனது கடமை என்கிற வெறி யோடு எழுதியிருக்கிறேன்.

பல சொல்லாடல்களையும், வழக்கிலிருந்து ஒழிந்து போன சொற்களையும், உபயோகத்திலிருந்து மறைந்து போன பொருட்களின் பெயர்களையும் எழுதும்போது திணறி இருக்கிறேன். அவற்றில் பல எழுத்துப் பிழை களும் வந்திருக்கலாம். அகராதியில் இடம் பெறாமலே

போன - எனது மக்களின் பல வார்த்தைகளை இதில் எழுதிய மனநிறைவோடு இந்த நூலை உங்கள் முன் வைக்கிறேன்.

இனி உங்கள் விருப்பம்போல இந்த மனிதர்களோடு பேசுங்கள். சில நாட்களாவது இவர்களோடு சேர்ந்து உலவுங்கள். முடிந்தால் ஆறுதலான பெருமூச்சை இவர்களுக்காக வெளியே விடுங்கள்.

நன்றி!

பிரியங்களுடன்
கவிப்பித்தன்

தென்றல் இல்லம்,
வசூர் அஞ்சல், வழி,
பொன்னை,
வேலூர் மாவட்டம் - 632 514.
பேச : 94434 30158
மின்னஞ்சல்: kavipithan71@gmail.com

1

வண்ணார ஆனந்தன் ஒவ்வொரு வீட்டு வாசலிலும் நின்று உரக்கக் குரல் கொடுத்துக்கொண்டே நடந்தான்.

"ஆத்துல காவாத் திருப்ப நாளிக்குக் காத்தால ஊட்டுக்கு ஒரு ஆளு வரணுமாம் சாமியோ."

திறந்திருந்த வீடு, கதவு சாத்தியிருந்த வீடு என எல்லா வீட்டு வாசல்களிலும் நின்று ஒரே மாதிரியான குரலில் கத்திக்கொண்டே நகர்ந்த ஆனந்தன், சத்தியம்மா கோயில் முக்கில் நின்று இடதுபுறச்சந்தில் திரும்பிய போது இரவு எட்டு மணி இருக்கும்.

எங்கும் இருட்டுப் போர்த்தியிருக்க, வீடுகளுக் குள்ளிருந்து மெல்லிய கீற்றுகளாகச் சிதறிய சிம்னி விளக்குகளின் வெளிச்சம் காற்றோடு சேர்ந்து இப்படியும் அப்படியுமாய் நடனம் ஆடிக் கொண் டிருந்தது.

ஊரின் கடைசி இடதுபுறச் சந்திலிருந்த சின்னராஜி ரெட்டியார், கோபால் ரெட்டியார், முனிசாமி ரெட்டியார் வீடுகளின் முன்பும் நின்று உரக்கக் குரல் கொடுத்துவிட்டு, கையிலிருந்த மூங்கில் தடியை தரையில் 'தட்... தட்... தட்' என்று தட்டிக்கொண்டே திரும்பினான் ஆனந்தன். அவன் இடதுகையில்

பிடித்திருந்த ராந்தல் விளக்கின் மங்கலான ஒளியில் அவனது கால்களின் நிழல் பூதாகாரமாய்ப் பக்கவாட்டில் நீண்டது. மகா பாரதக் கதையில் வரும் பீமனின் கால்களைப்போலப் பருத்தும், நீண்டும் விரிந்த தனது கால்களின் நிழலைப் பார்த்துச் சிரித்துக் கொண்ட ஆனந்தன், ராந்தலை கால்களுக்கு முன்புறமாய் நீட்டிப் பிடித்தான்.

கண் இமைக்கிற நேரத்தில் அவனுக்குப் பின்புறமாய் மிக நீளமாக நீண்டது நிழல். அதைத் திரும்பிப் பார்த்துவிட்டு, மனசுக்குள் லேசாய் பயம் முளைக்க, சற்று வேகமாய்த் தடியைத் தட்டிக்கொண்டு பஜனைக் கோயிலை நோக்கி நடக்கத் தொடங்கினான்.

ஆனந்தன் சொன்ன செய்தியைக் கேட்டபின் சிலர் தலையில் முக்காடு போட்டுக்கொண்டும், வேட்டியையும், புடவையையும் போர்த்திக் கொண்டும் திண்ணைகளில் குந்தியிருந்தனர். அவர்களில் இரண்டொருவர் அவனோடு பேச்சு கொடுத்தனர். அவர்களுக்குப் பதில் சொல்லிக்கொண்டே ஊரின் மேற்கில், ஊரைப் பார்த்தபடி, முக்கால் இருட்டில் அமைதியாய் உட்கார்ந்து இருந்த பஜனைக் கோயிலை அடைந்தான்.

கோயிலுக்குள் மாட்டியிருந்த பெரிய ராமர் படத்துக்குக் கீழே நின்றிருந்த கருடகம்பத்தில் மெலிதாய் சுடர்விட்டு எரிந்து கொண்டிருந்தது திருவிளக்கு. ராந்தலை கோயில் வாசலில் வைத்துவிட்டு, தடியை தரையில் ஊன்றி, இடுப்பைச் சாய்த்துக் கொண்டு, இரண்டு கைகளையும் குவித்து 'முருகா' என்று ஒரு கும்பிடு போட்டான்.

ராந்தலையும், தடியையும் எடுத்துக்கொண்டு சத்ருகன் சின்னசாமி ரெட்டியாரின் வீட்டைப் பார்த்து நடந்தான்.

கோயிலிலிருந்து பத்தடி தூரத்தில் வடக்கும் தெற்குமாய் நீண்டு, கிழக்குப் பார்த்துக் குந்தியிருந்தது ரெட்டியாரின் கூரை வீடு. நான்கு உத்திரம் வைத்து, மூன்று அறைகள் பிரித்துக் கட்டிய மஞ்சுப்புல் கூரை வீடு. ஊரில் எல்லாரும் இரண்டு உத்திரம் வைத்து ஒரு அறையோ, இரண்டு அறையோ மட்டுமே பிரித்து வீடு கட்டினால், சின்னசாமி ரெட்டியார் மட்டும்தான் நான்கு உத்திரம் வைத்து வீடு கட்டினார்.

கவிப்பித்தன் / 3

ஊரே குளிரில் நனைந்திருக்கச் சின்னசாமி ரெட்டியார் மட்டும், திறந்த மார்போடு தெருத் திண்ணையில் குந்தியிருந்தார்.

"இன்னா ஆனந்தா... எல்லா ஊட்லயும் சொல்ட்டியா?" என்று கேட்டார் ஆர்வத்தோடு.

"சொல்லிட்டேங் ரெட்டியாரே" என்றான் ஆனந்தன் பவ்யமாக.

"செரி... நீ கெளம்பு... காத்தாலிக்கி பாக்கலாங்" என்றார்.

சரியென்று தலையாட்டிய ஆனந்தன் தன் வீடிருந்த புளியந்தோப்பை நோக்கி, தடியைத் தட்டிக்கொண்டே நடக்கத் தொடங்கினான்.

சின்னசாமி ரெட்டியார் எழுந்து வீட்டினுள் போனார். நிறைமாத கர்ப்பிணியாய் இருந்த அவரது மனைவி பூங்காவனம் அடுப்பங்கரைக்குப் பக்கத்தில் உட்கார்ந்து களியைப் பிட்டுக் குழம்பில் புரட்டி விழுங்கிக்கொண்டிருந்தாள். கருவாட்டுக் குழம்பின் மணம் வீடெங்கும் பரவியிருந்தது. அவர் ஏற்கெனவே இரண்டு உருண்டை களியை விழுங்கியிருந்தார். குழம்பின் வாசனை நாக்கில் எச்சிலைச் சுரக்க, மீண்டும் ஒருமுறை சாப்பிடலாமா என நினைத்தார். ஆனால் வயிற்றில்தான் இடமில்லை. எச்சிலைக் கூட்டி விழுங்கிவிட்டுப் பூங்காவனத்தைப் பார்த்தார்.

உட்கார முடியாமல் உட்கார்ந்திருந்தாள் பூங்காவனம். குனிந்து சாப்பிட முடியாததால் மடியிலேயே வெங்கலக் கிண்ணத்தை வைத்துக்கொண்டு நிமிர்ந்தவாறே சாப்பிட்டுக் கொண்டிருந்தாள்.

இது ஐந்தாவது பிரசவம். வரிசையாக நான்கும் பெண் குழந்தைகளாகப் பிறந்ததால் ரெட்டியாருக்குள்ளிருந்த தீராத ஏக்கம் மேலும் மேலும் கூடிக்கொண்டே இருந்தது.

"அஞ்சாவதா ஆம்பளைப்புள்ள பொறந்து அரசாளப் போறாண்டா" என்று அவரின் அம்மா சாலம்மா சொல்லிக் கொண் டிருந்தாள். அந்த நம்பிக்கை தான் அவருக்கும் தெம்பை தந்து கொண்டிருந்தது.

நான்கு பெண் பிள்ளைகளில் மூன்றாவது பெண் குழந்தை பிறந்ததுமே இறந்து போனது. மீதி மூன்றும் இப்போது உள் அறையில் பழுப்பும், மஞ்சளுமாய்க் கிடந்த கோரைப்பாயில்,

தெற்கில் தலைவைத்து வரிசையாகப் படுத்து உறங்கிக் கொண் டிருந்தனர்.

பெரியவள் காமாட்சிக்கு பன்னிரெண்டு வயது. அடுத்த இரண்டு ஆண்டு இடைவெளியில் பிறந்தவள் அடுத்த பெண் ராணி. மூன்றாவது குழந்தை இறந்த பிறகு நான்கு ஆண்டுகள் கழித்துப் பிறந்தவள் கடைக்குட்டி லட்சுமி. பெரியவள் காமாட்சி மீது ரெட்டியாருக்குக் கொள்ளைப் பிரியம். பூங்காவனம் மாதிரியே அழகு. மண் நோகாத நடை. வேலையிலும் கெட்டி. மற்ற பிள்ளைகளும்கூட அழகுதான். அவர்கள் மூவரும் ஒருவரை யொருவர் கட்டிப் பிடித்தபடி தூங்குகிற அழகைப் பார்த்தவாறே நடுவீட்டின் எரவானத்தில் சொருகி வைத்திருந்த மணல் செராவைத் தேடினார்.

“ஏமே... இங்க மணல் செராவ செருவி வெச்சிருந்தனே... எங்க?” என்று மனைவியைக் கேட்டார்.

“உள்ள ஈசான மூலில செருவி வெச்சிக்கீறம் பாரு” என்றாள் பூங்காவனம்.

உள் அறைக்குள் நுழைந்து மேற்கூரையில் மூங்கில் கழிகளுக்கு இடையில் சொருகி வைத்திருந்த மணல் செராவை எடுத்து தூசு தட்டினார். அதன் மீது படிந்திருந்த ஒட்டடைகளை வாயால் ஊதினார். ஒரு வருடத்துக்குப் பிறகு இப்போது அதற்கு வேலை வந்திருக்கிறது. போன ஐப்பசியில் தண்ணீர் திருப்பிய பின் நீண்ட உறக்கத்தில் இருக்கிறது அந்த மணல் செரா.

நெல் குத்தும் இயந்திரத்தில் அரிசியைப் பிரிக்கிற இரும்பு சல்லடை அது. இயந்திரத்தில் உழைத்துத் தேய்ந்தபின் கழற்றிப் போடுகிற அந்தச் சல்லடைதான் ஓடுகிற தண்ணீரிலிருந்து மணலை வாரியெடுக்கத் தோதாய் இருக்கும்.

மிகுந்த வாஞ்சையுடன் அந்த மணல் செராவைத் தடவிப் பார்த்த ரெட்டியார் மீண்டும் அதை அங்கேயே சொருகி வைத்து விட்டு, வெளியே வந்து மாட்டுத் தொழுவத்துக்குப் போனார். மூலையில் இருந்த வைக்கோலை வாரி மாடுகளுக்கு முன்னால் போட்டுவிட்டு திரும்பிவந்து, நடு அறையில் போட்டிருந்த கயிற்றுக் கட்டிலில் உட்கார்ந்து ‘முருகா’ என்று மெலிதாய் கூறியபடி மல்லாந்து படுத்தார்.

சற்று நேரம் கழித்து உள்ளே நுழைந்த சாலம்மா உள் அறைக்குள் போய்ப் பேத்திகளுக்கு அருகில் வலதுபுறத்தில் படுத்துக் கொண்டாள். இவ்வளவு நேரம் பக்கத்தில் இருக்கிற குப்பாரெட்டியாரின் அம்மா கூனியோடு ஊர்க்கதைகளைப் பேசிவிட்டு வந்திருப்பாள்.

களி, குழம்பு குண்டான்களை மூடிவிட்டு, சிம்னி விளக்கை ஊதி அணைத்துவிட்டு உள்ளறையில் மாடத்தில் எரிந்து கொண் டிருந்த காமாட்சியம்மன் விளக்கின் திரியை சன்னமாய் எரிய விட்டு ஒரு நூல் சேலையைப் போர்த்திக் கொண்டு பிள்ளை களுக்குப் பக்கத்தில் ஒருக்களித்துப் படுத்துக்கொண்டாள் பூங்காவனம்.

சின்னசாமி ரெட்டியாரின் மனசு அலைபாய்ந்தது. நீவா நதி என்கிற பொன்னை ஆற்றில் நான்கு நாட்களாக வெள்ளம் ஓடிக் கொண்டிருக்கிறது. இந்த முறை கட்டுக்கடங்காத வெள்ளம். அதன் ஆவேசம் குறையட்டும் என்று ஊரே காத்திருந்தது.

பொன்னை ஆற்றில் வெள்ளம் வருகிறதென்றால் சுற்றுப்பட்டு ஊர்கள் எல்லாமே சோம்பல் முறித்து எழுந்து கொள்ளும். ஆந்திர பிரதேசத்தில் பெய்கிற மழை பெரும் வெள்ளமாக உருமாறி பலமனேரி காட்டைக் கடந்து, சித்தூரைத் தாண்டி தெங்கால் கிராமத்துக்கு முன்னால் தமிழ்நாட்டு எல்லைக்குள் நுழைவதற்கு முன்பே சின்னசாமி ரெட்டியாருக்குச் செய்தி தெரிந்துவிடும்.

"ராத்திரிக்குள்ள வெள்ளக்காரங் காவாய்ல வெள்ளம் திரும்பிடும்பா... காலங்காத்தால சீக்கிரமாப் போனா நம்மூரு ஏரிக் காவாய்ல கட்டித் திருப்பிடலாங்... மூணு, நாலு நாளிக்கு உடாமப் போயி தண்ணீய திருப்பினா ஏரி ரொம்பி கோடி போய்டும். தாயக் கட்டைங்களைத் தூக்கி மாடத்துல போட்டுட்டு ஆத்துக்கு வாங்கடா பசங்களா" என்றபடி பரபரப்பாக ஊருக்குள் அலைவார் சின்னசாமி ரெட்டியார்.

சம்பந்திகள், பங்காளிகள், சிறுசுகள், பெருசுகள் எல்லோரிடமும் உற்சாகமாகச் சொல்லிக்கொண்டு திரிவார். ஒரு இடத்தில் நிற்கமாட்டார். முன்னிரவில் வீடு வீடாக ஊர்த்தகவல் சொல்ல வண்ணார ஆனந்தனையும் அனுப்புவார்.

பெரிய ஊர், சின்ன ஊர், நடுவூர், கீழாண்டூர் என ஏரிக்குப் பாத்தியப்பட்ட எல்லா ஊர்களுக்கும் அந்தந்த ஊர் நாட்டாண் மைகள் மூலம் தகவல் கொடுத்து, வீட்டுக்கொரு ஆள் ஆற்றுக்கு வர ஏற்பாடு செய்துவிடுவார்.

ஏரி நிரம்பி, விதை விட்டு, நடவு முடிகிறவரை சின்ன சாமியைப் போலவே சம்சாரி வீட்டு ஆண்களுக்கும், பெண்களுக்கும், சிறுசுகளுக்கும், கிழடுகளுக்கும் ஓய்வு ஒழிசலே கிடைக்காது.

ஆற்றில் வெள்ளம் வருகிற செய்தி கிடைக்கிற ஒவ்வொரு முறையும் சின்னசாமிக்கு இருப்பு கொள்ளாது. கன்று ஈனத் தவிக்கிற பசுவைப் போலத் தவியாய்த் தவிப்பார்.

கடந்த காலங்களில் ஆற்றில் தண்ணீர் திருப்பிய பழைய நினைவுகளெல்லாம் மனசுக்குள் அடுக்கடுக்காய் அணிவகுத்து இரவுகளில் அவரைத் தூங்கவிடாது. கட்டிலில் ஒருக்களித்தும், மல்லாந்தும், கால்களை நீட்டியும், குத்துக்காலிட்டும்... எப்படிப் படுத்தாலும் உறக்கம் மட்டும் நெருங்காமல் சர்க்கஸ் காட்டும்.

அந்த அவஸ்தைதான் இப்போதும் சின்னசாமியை மொய்த்துக் கொண்டிருந்தது. பழகிய சஞ்சலம்தான் என்றாலும் அவரால் இப்போது கட்டிலில் உடலைக் கிடத்த முடியவில்லை.

எழுந்து உட்கார்ந்தார். பதினோரு மணி இருக்கும். எழுந்து உள் அறையில் நுழைந்தார். மனைவி, குழந்தைகள், தாயார் சாலம்மாள் எல்லோரும் நல்ல உறக்கத்தில் இருக்க, அங்கே சுவரோரம் வரிசை வரிசையாய் அடுக்கப்பட்டிருந்த கருமை நிறப் பானைகள் கண்ணில் பட்டன.

விதை நெல் இருந்த பானைகளை இறக்கி, ஒரு பிடி நெல்லை கையில் அள்ளி விரல்களால் நெருடிப் பார்த்துவிட்டு மீண்டும் பானையிலேயே போட்டார். இரண்டு நெல்மணிகளை மட்டும் எடுத்து வாயில் போட்டுக் கொறித்தார்.

அவரது அம்மா சாலம்மா அதைப் பார்த்தால் சும்மா விடமாட்டாள். "விளக்கு வெச்சப்பறம் நெல்ல கொறிக்கக்கூடாதுறா நைனா... உங்கம்மாள கொறி, உங்கப்பன கொறின்னு நெல்லு சாபம் உடும்டா" என்று பதறுவாள்.

பானைகளைப் பழையமாதிரியே அடுக்கிவிட்டு மீண்டும் கட்டிலில் வந்து உட்கார்ந்தார். உட்கார முடியவில்லை. வெள்ளம்

இப்போது மட்டுப்பட்டிருக்குமா? என்கிற எண்ணம் வந்ததும், கட்டிலில் கிடந்த துப்பட்டியை எடுத்து மேலே போர்த்திக் கொண்டு அணைக்கட்டை நோக்கி குறுக்கில் கழனிக்காடு வழியாக நடக்கத் தொடங்கினார்.

சில்லென்று குளிர்காற்று முகத்தில் வீசியது. ஐப்பசி, கார்த்திகை மாதத்துக்கே உரிய பனிக்காற்று. துப்பட்டியை நன்றாக இழுத்து உடலை மூடிக்கொண்டார். குளிருக்கு அடக்கமான துப்பட்டி. போன வாரம் தான் ஊரில் ஏலம் போட்ட வியாபாரியிடமிருந்து வாங்கினார். அவர் வீட்டில் இருக்கிற ஒரே துப்பட்டி அதுதான். ஊரிலேயே அன்றைக்கு மொத்தம் நான்கு பேர்தான் ஏலத்தில் துப்பட்டி எடுத்தனர். துப்பட்டி வாங்கிப் போர்த்திக்கொள்கிற அளவுக்கு வசதியோ, மனசோ எல்லோருக்கும் இல்லை.

ஒரு மைல் தூரத்தில் இருந்த அணைக்கட்டுக்கு இருட்டிலும் வேக வேகமாய் நடந்து போன சின்னசாமி அணையில் மதகுகள் வழியாகச் சுழன்று சுழன்று கீழ்க்கால்வாயில் ஓடும் வெள்ளத்தை ஆசை தீரப் பார்த்தார். அணையின் மீது இப்போது வெள்ளம் புரளாததால், அணை இருட்டில் நீளமாக... செம்மண்ணால் கோடு போட்டது போல் தெரிந்தது. வெள்ளைக்காரன் கட்டிய அணை. மதியம் வரை அணையின் மீது வேகமாய்ப் புரண்டு பெரிய ஆற்றில் ஓடிக்கொண்டிருந்த வெள்ளம் இப்போது சற்று மட்டுப் பட்டிருந்தது. வெள்ளம் குறையத் தொடங்கிய பின்னர்தான் ஏரிக்கால்வாயில் தண்ணீர் திருப்ப எல்லோருக்கும் தகவல் சொல்லி அனுப்பினார். மதியத்தைவிட இப்போது இன்னும் சற்று ஆவேசம் தணிந்து ஓடிக்கொண்டிருந்தது வெள்ளம்.

அந்த வெள்ளம் கட்டித் திருப்ப தோதாய் இருக்கும் எனத் திருப்தியாய் தலையாட்டிக் கொண்ட சின்னசாமி அதே கழனிக்காடு வழியாக நிதானமாய் ஊர் நோக்கி நடந்தார். அறுவடை முடிந்து, கரம்பாய் கிடந்த வயல்கள் இருட்டில் 'அக்கடா' எனப் படுத்துக் கிடந்தன. பகலில் மாடுகளும், கன்றுகளும் துள்ளித் திரியும்.

மேட்டிலும் பள்ளத்திலும் தட்டுத்தடுமாறி நடந்து வீட்டின் பின்புறம் போய்ப் பானையில் நீர் அள்ளிக் கால்களைக் கழுவிவிட்டு நடுநிசியில் கட்டிலில் படுத்தவர், அரைகுறையாகத் தூக்கத்திற்குள் விழுந்தார்.

விழிப்பும், கனவுமாய் இரவு கழிந்து, கீழ் வானத்தில் லேசான வெளிச்சம் வந்தபோது வெள்ளைப்புள்ளி கருஞ்சேவல் புளிய மரக்கிளையிலிருந்து கூவத் தொடங்கியது. அதிகாலை நான்கு மணியிருக்கலாம். அந்தச் சத்தம் கேட்டதும் கட்டிலிலிருந்து குதித்து எழுந்தார் சின்னசாமி. மாட்டுத் தொழுவத்துக்குள் நுழைந்தார். படுத்து அசைபோட்டுக்கொண்டிருந்த காளைகள் அவரைக் கண்டதும் கழுத்து மணிகள் குலுங்க சடாரென்று எழுந்து நின்றன.

இரண்டு கைகளாலும் வைக்கோலை வாரி மாடுகளின் முன்னால் போட்டுவிட்டு, இரண்டு காளைகளின் கழுத்துகளையும் செல்லமாய்த் தடவிக்கொடுத்துவிட்டு ஏரிப்பக்கம் நடக்கத் தொடங்கினார். ஏரிக்கரையில் வளர்ந்திருந்த பீவேலம் முட்புதர் களுக்கிடையில் வேட்டியைத் தூக்கி பட்டாபட்டி டவுசரை இறக்கிவிட்டு குத்துக்கால் போட்டு உட்கார்ந்தார்.

ஏரியின் தாக்குப் பள்ளத்தில் தேங்கியிருந்த தண்ணீர் பின்னிரவு நிலவொளியில் தகதகத்துக் கொண்டிருந்தது. ஊர் ஆண்களின் மலம் கழுவவும், ஆடு மாடுகளின் தாகம் தணிக்கவும் இப்போது அதுதான் உதவுகிறது.

இந்த அய்ப்பசியில் ஊரில் பெய்த மழைக்குத் தாக்குப் பள்ளம்தான் நிரம்பியது. வரும் கார்த்திகை மாத மழையில் கால் ஏரியோ, அரை ஏரியோ தாண்டலாம். அதுவரை காத்திருக்க வைக்காமல் இப்போதே ஆற்றில் வெள்ளம் வந்துவிட்டது. ஆற்றுக்கால்வாயைத் திருப்பி விட்டால் நான்கைந்து நாட்களில் இந்த ஏரி மொத்தமும் நிரம்பி கடல்போலத் தளும்பித் தளும்பி அழகு காட்டும்.

அந்த நினைப்பே அவரைச் சந்தோச நடைபோட வைத்தது. வேலம் செடியிலிருந்து கவனமாய் ஒரு குச்சியை ஒடித்து, ஊசி ஊசியாய் நீட்டியிருந்த வெண்ணிற முட்களைப் பிய்த்தெறிந்து விட்டு, குச்சியைப் பல்லால் கடித்து மென்று, கரகரவெனப் பல் தேய்த்தபடி திரும்பிய சின்னசாமி, புழக்கடைப் பானைத் தண்ணீரில் முகம் கழுவி, வாயைக் கொப்பளித்துத் துப்பிவிட்டு வீட்டினுள் நுழைந்தார்.

மாடத்திலிருந்த திருநீர் கட்டியை எடுத்து வலது கையின் நான்கு விரல்களில் உரசி நெற்றியில் பட்டையாக இழுத்தார். வெளியே வந்து வள்ளிமலையை நோக்கி கை தூக்கிக் கும்பிட்டார்.

தூரத்தில் நிழலுருவமாய்ப் படுத்திருந்தது வள்ளிமலை.

"நல்லமாரியா ஏரிய ரொப்பி... வெள்ளாமைக்கி தொண நிக்கணும்டா எங்கப்பா முருகா" என்று கன்னத்தில் போட்டுக் கொண்டார்.

உள்ளறையில் ஆணியில் மாட்டி வைத்திருந்த பைஜாமா போன்ற கழுத்தில்லாத வெள்ளை நிறச் சட்டையைத் தலை வழியாகக் கைகளை நுழைத்து மாட்டிக்கொண்டார். புடவையைத் தூக்கி இடுப்பில் சொருகிக்கொண்டு வாசலில் சாணம் தெளித்துக் கொண்டிருந்த பூங்காவனம், கைகளை அலம்பிக்கொண்டு உள்ளே வந்து, ராத்திரி களியில் உப்புப் போட்டுக் கரைத்து பித்தளை சொம்பில் ஊற்றி சின்னசாமியிடம் நீட்டினாள். கடித்துக் கொள்ள ஒரு வெங்காயத்தை உரித்துக் கொடுத்தாள். அதை உறிஞ்சி குடித்துவிட்டு, செராவையும், மண்வெட்டியையும் எடுத்துக் கொண்டு பஜனைகோயில் அருகில் வந்து நின்றபோது பளபளவென விடியத் தொடங்கியது.

கால்மணி நேரத்துக்குள் அங்கே இருபது ஆண்கள் வந்து சேர்ந்துவிட்டனர். எல்லோர் கைகளிலும் மணல் செரா, மண்வெட்டி. சிலர் கத்தியும் வைத்திருந்தனர். வீடுகளில் சும்மா கிடந்த காலியான யூரியா, பாஸ்பேட் மருந்து பைகள் நூறுக்குமேல் சேகரித்துச் சுற்றி மூன்று பேர் அதை ஆளுக்குக் கொஞ்சம் தலைச்சுமையாய் வைத்துக்கொண்டனர். நான்கைந்து கோணி ஊசிகளும், தைக்கச் சணலும் எடுத்துக்கொண்டனர்.

உற்சாகமாய் பொன்னையை நோக்கி திமுதிமுவென நகர்ந்தது அந்தப் பட்டாளம். இங்கிருந்து மூன்று மைல் தூரம். கீழ் ரோட்டில் ஒரே ஒரு பேருந்து ஏழு மணிக்கு வரும். அதை எதிர்பார்க்காமல், பேச்சும், சிரிப்புமாய் ஓட்டமும், நடையுமாய்ச் சாலையில் இறங்கியது கூட்டம். புளியந்தோப்பு, பெரியஊர், சின்னஊர் ஆண்களும் இடையில் வந்து சேர்ந்து கொண்டனர்.

வாசல் தெளித்துப் பெருக்கிக் கொண்டிருந்த பொன்னை பெண்கள் நிமிர்ந்து கண்கள் விரிய அவர்களைப் பார்க்க, பேருந்து நின்று திரும்பும் இடத்தைத் தாண்டி பொன்னை சுடுகாட்டை நோக்கி நகர்ந்தது கூட்டம். காய்ந்த மாலைகளும், பாடை மூங்கில்களுமாய்க் கிடந்த சுடுகாட்டைக் கடந்து ஆற்றை

அடைந்தபோது, நுங்கும் நுரையுமாகச் செம்பழுப்பு நிறத்தண்ணீரை சுழற்றிச் சுழற்றி வித்தை காட்டியபடி, அவர்களின் ஏரிக்குத் தண்ணீர் செல்லும் மேடான கால்வாயைப் புறக்கணித்துவிட்டு ஆற்றில் நேராய் ஓடிக்கொண்டிருந்தது வெள்ளம்.

அதைப் பார்த்ததும் சுறுசுறுவெனக் கோபம் ஏறியது அவர்களுக்கு. திமிறிக்கொண்டு ஓடும் மதர்த்த காளையை அடக்க முண்டாசு கட்டித் தயாராகும் காளையர்களைப்போல ஆற்றை அடக்கத் தயாரானது அந்தக்கூட்டம்.

ஆற்றில் இறங்க எல்லோருக்கும் முன்பாகத் தயாரானார் சின்னசாமி ரெட்டியார்.

2

சின்னசாமி ரெட்டியார் தனது பைஜாமா சட்டையைத் தலை வழியாக உரித்துக் கீழே போட்டார். வேட்டியை அவிழ்த்தார். சட்டையையும், வேட்டியையும் ஒன்றாகச் சுற்றி ஆற்றின் கரையில் வைத்து அதன்மீது ஒரு கல்லை வைத்தார். துண்டைத் தலையில் சுற்றி முண்டாசு கட்டினார்.

கருமை நிறத்தில், பாறாங்கல் போன்று பளபளத்தது அவரது தேகம். நாற்பது வயதில் இருபது வயது இளவட்டம் போலத் திண்ணென்று இருந்தது உடம்பு. பட்டாப்பட்டி டவுசரோடு ஆற்றைப்பார்த்துக் கையெடுத்துக் கும்பிட்டு ஆற்றில் இறங்கி நின்றார். முழங்கால் அளவுக்குச் சலசலவென ஓடிய வெள்ளம் அவரைத் தள்ளப் பார்த்தது. லங்கோடு, கோவணம் அணிந்திருந்தவர்கள் வேட்டியை அவிழ்த்துச் சுற்றிக் கரையில் வைத்தனர். உள்ளே எதுவும் அணியாதவர்கள் வேட்டியை தொடை வழியாக நுழைத்து இடுப்பில் முறுக்கித் தார்பாய்ச்சிக் கட்டிக்கொண்டனர். எல்லோரும் ஆற்று நீரைப் பார்த்துக் கையெடுத்துக் கும்பிட்டனர்.

“கோணிப்பைகள புடிச்சி சரசரன்னு மணல ரொப்புங்கபா” என்றபடி மேலே ஏறிவந்தார் சின்னசாமி. கொண்டு போயிருந்த மருந்து பைகளை

விரித்து இரண்டிரண்டு பேர்களாகப் பிடித்துக்கொள்ள, மணல் செராவால் கரையிலிருந்த ஈர மணலை வாரி வாரி பைகளில் நிரப்பினர்.

மணல் நிரப்பி நிற்க வைக்கப்பட்ட பைகளைக் கோணி ஊசியால் குத்தி சணல் கயிற்றால் தைத்துக் கீழே படுக்க வைத்தனர். சுமார் ஒரு மணி நேரத்தில் இருநூறுக்கும் மேலான மூட்டைகள் மணலை விழுங்கி உப்பிக்கொண்டு கிடந்தன. கூட்டம் கூட்டமாகச் செத்துபோய் வயிறு உப்பி மிதக்கிற தவளைகளைப்போல இருந்தன அந்த மூட்டைகள்.

கால் மைல் அகலத்துக்கு ஹோவென வெள்ளையும், செம்மண் நிறமுமாய் அவர்களைச் சட்டையே செய்யாமல் தன் பாதையில் ஓடிக்கொண்டிருந்த ஆற்றின் கிழக்குக் கரையோரம் அவர்களது ஏரிக் கால்வாயை ஒட்டி கொஞ்சம்பேர் சலக் சலக் எனத் தண்ணீரில் இறங்கி நின்றனர். கால்களில் முட்டிக்கொண்டு ஓடிய வெள்ளம் அவர்களின் பாதங்களின் கீழிருந்த மணலைப் பறித்துக்கொண்டு ஓடி, அவர்களைக் குப்புறத் தள்ளப்பார்த்தது. சிரித்துக்கொண்டு கால்களை மாற்றி வைத்தனர்.

அவர்களின் ஏரிக்கான கால்வாயை ஒட்டி, ஆற்றின் குறுக்கில் ஒரு மணல் மூட்டையை இழுத்துத் தண்ணீரில் இறக்கினார் சின்னசாமி. இறக்கிய வேகத்திலேயே மூட்டையைப் புரட்டி, தன்னோடு இழுத்துக்கொண்டு போனது வெள்ளம்.

“ரெட்டியாரே புடி... புடி...” என்று பதட்டமாகக் கத்தினார் குப்பா ரெட்டியார்.

“போவட்டும் உட்ரா பங்காளி... ஏதோ கங்காதேவி ஆசப்பட்டு இஸ்துகினு போறா” என்றார் அவர் பதட்டப்படாமல்.

“ஒரு பத்துப்பேரு இப்டி வந்து தண்ணில வர்சியா நில்லுங்கப்பா” என்றார் சின்னசாமி. திபுதிபுவெனப் பத்துப் பனிரெண்டு பேர் வெள்ளத்தில் இறங்கி வரிசையாக நின்றனர். ஆவேசமாக வந்த வெள்ளம் அவர்களின் கால்களுக்கிடையில் நுழைந்து பழையபடி அதன் போக்கிலேயே ஓடியது.

“நல்லா அணச்சி நில்லுங்க” என்றார் சின்னசாமி. கால்களைச் சேர்த்து நெருக்கமாக நின்றனர். ஒருவரின் இடுப்பை ஒருவர்

பற்றிக்கொண்டனர். அப்போது தண்ணீர் அவர்களின் கால்களில் மோதித் திணறித் தயங்கி சுழன்றது.

"இப்போ சட்டு சட்டுன்னு மூட்டைங்களைத் தூக்கி இவங்க பின்னால உடுங்கப்பா" என்றார் ரெட்டியார்.

பத்து பேர் மூட்டைகளை ஒவ்வொன்றாக இழுத்து, ஆற்றில் இறக்கி, அதை அணிவகுத்து நின்றவர்களுக்குப் பின்புறம் தண்ணீரில் போட்டு அதன் மீது ஏறி மிதித்தனர்.

சடசடவென்று மூட்டைகள் விழ விழ... தற்காலிக அணை போன்ற ஒரு தடுப்பு பத்தடி தூரத்துக்கு உருவானது. குறுக்கில் நின்றவர்கள் விலகிக்கொள்ள மூட்டைகளை அணைத்தபடி நீள வாக்கில் இன்னொரு வரிசையில் மூட்டைகளைக் கண்ணிமைக்கும் நேரத்தில் இறக்கினர். ஆவேசமாக ஓடிவந்த வெள்ளம் மூட்டைகளில் மோதித் திகைத்து வலுவிழந்து, சற்றே கழுத்தை ஒடித்துத் திருப்பி மூட்டைகளை உரசியபடி ஓடியது.

மீண்டும் அதேபோல் அடுத்த பத்தடி தூரத்துக்கு ஆட்கள் நிற்க, அவர்களை ஒட்டி மூட்டைகள் இறங்க, ஒரு தடுப்புச் சுவர் போல ஆற்றில் நீண்டது. குறுக்கே நேராகக் கட்டினால் வெள்ளம் அதைப் புரட்டித்தள்ளிவிடும் என்பதால், முன்னோக்கியாவாறு சாய்வாகக் கட்ட வேண்டும் என்பது அனுபவம் தந்த பாடம்.

ஒருபுறம் மண்ணால் மூட்டைகள் நிரப்புவதும், மறுபுறம் அதை ஆற்றில் இறக்குவதும் நடக்க, சின்னசாமியோடு சேர்ந்து பத்திருபதுபேர் மணல் செராவை தண்ணீரில் நுழைத்து தண்ணீரோடு சேர்த்து மணலை இழுத்து மூட்டைகளோடு அணைத்து விட்டனர். செராவின் துளைகளில் தண்ணீர் வெளியேறிவிட, மணல் எளிதாய் திரண்டு மூட்டைகளுக்கு இணையாய்க் கரைபோல் சேர்ந்தது.

ஆற்றின் குறுக்கே தடுப்பு நீள நீள, ஏரிக்கால்வாயில் திரும்பத் தொடங்கிய தண்ணீரின் அளவும் கொஞ்சம் கொஞ்சமாய்க் கூடத் தொடங்கியது. சுமார் இருபதடி தூரத்துக்குக் கனமான தடுப்பு நீண்டு, கால்வாயில் கணிசமாக வெள்ளம் ஓடத்தொடங்கியபோது கீழாண்டூர் ஆட்கள் மண்வெட்டி, செரா, கோணிப்பை சகிதம் அங்கே வந்தனர்.

“கீயாண்டூர்காரங்க காவாத் திருப்ப வந்துட்டாங்க பாருங்கடா” என்று சின்னசாமி நக்கலாகச் சொல்ல, “இன்னாபா சம்மந்திகளே... வெடிகாலம்பறதான வரச்சொன்னம், பொய்து வெடியறதுக்குள்ள அப்டி இன்னா அவசரம்? இப்டி அர்த்த ராத்திரியில வந்துட்டீங்களே” என்றார் முத்தப்ப ரெட்டியார் கிண்டலாக.

“இந்தாடீ மாமாவ்... உங்கூர்க்காரங்க எத்தினி மணிக்கு வந்து காவாத்திருப்பனாலும் எங்க சித்தேரி பெரண்டாத்தாண்டி உங்கூருக்குத் தண்ணி” என்றார் கீழாண்டூர் சகாதேவ முதலியார்.

“வாடி எம் பொண்டாட்டி... யேய்.. அதனாலதாண்டா மாமா உங்கூருகாரனுங்க சூத்த நிமித்திகினு திரியிறீங்க... நாங்க பொய்து வெடிஞ்சும் வெடியாம ஆதாபாதையா ஓடியாந்து காவாயத் திருப்பறோங்... நீங்க சூரியம் மொளிச்சி சூத்துல குத்துறவரிக்கும் தூங்கிப்புட்டு, பாதிக் காவாத் திருப்பனப் பெறகு வர்ரீங்க... உட்டமுன்னா வண்ணாம்போற நேரத்துக்குக்கூட வர்வீங்கடி யோவ்” என்றார் வெள்ளக்கண்ணு ரெட்டியார்.

“நல்லா சொல்லு பங்காளி... ஒரு வர்சம்மனா கீயாண்டூர் காரனுங்க மொதல்ல வந்து காவாய்ல காலவெச்சி கீறானுங்களா” என்றார் சின்னதுரை.

“இன்னா ரெட்டியாரே... இன்னா...? குள்ளாக்கண்ட மாறி துள்றானுங்க உங்க பசங்க. இன்னா துள்னாலும் மொதத் தண்ணி கீயாண்டூருக்குதாங் ரெட்டியாரே” என்றார் கீழாண்டூர் நடுத்தெரு சீனிவாச கவுண்டர்.

“அதான்யா உங்குளுக்குக் கருடகம்பமாட்டம் நட்டுக்குது. பசூர்காரன் காவாத்திருப்பனா... ஒப்புக்குவந்து மம்டிய ஆட்டி புட்டு டேக்கா குடுத்துட்டுப் போய்டறீங்க” என்றார் சின்னசாமி ரெட்டியார்.

“ரெட்டியாருக்குகூடக் கோவம் வர்துறா பசங்களா... கடகடன்னு வேலயிலா எறங்குங்கடா” என்று சிரித்தார் சபாபதி முதலியார்.

கீழாண்டூர் ஆட்களும் இப்போது சேர்ந்துகொள்ள ஆறு அல்லோலகல்லோலப்பட்டது. மணல் மூட்டைகள் விழ விழ

ஏரிக்கால்வாயில் தண்ணீர் பெருகியது. ஆற்றில் தண்ணீர் வேகமாக ஓடிவந்த இடங்களில் மணலைக் குத்திக் கிளறி ரகளைச் செய்தது. ஆற்றின் கரையில் இருந்த கடல்பால் செடிகளை வெட்டி கட்டு கட்டாகக் கட்டி அதைத் தண்ணீரில் அமிழ்த்தி அதன் மீது மணல் மூட்டைகளைப் போட்டனர். கரையோரமிருந்த களிமண்ணைப் புற்களோடு சேர்த்துப் பலகை பலகைகளாக மண்வெட்டியால் வெட்டி எடுத்துவந்து மூட்டைகளின் முன்புறம் அணைத்து சேர்த்துக் கட்டினர். தர்பைப்புல், ஆவாரச்செடி எனக் கண்ணில் பட்ட செடிகளையெல்லாம் வெட்டி எடுத்துவந்து தண்ணீரின் வேகத்துக்கு ஈடுகொடுத்துக் கட்டினர்.

ஒருபுறம் கால்களும், கைகளும் வேகமாக வேலையைச் செய்தாலும் மறுபுறம் வாய்களும் ஓயாமல் பேசிக்கொண்டிருந்தன.

"இன்னா வெள்ள ரெட்டியாரே... போனவாரம் மாடு புடிக்கப் போன ஊர்ல... உன்ன கட்டிவெச்சி வெளாசினாங்களாமே" என்று முத்தப்ப முதலியார் வாயைக் கிளறினார்.

"யோவ் மொய்லியாரே... யார... என்னையா? உங் கததாங் ஊர் ஊரா நாறுது... நாளு நாளிக்கி முன்னால உங்கூரு சேரியிலிருந்து கோவணம்கூட இல்லாம அம்மணக் கட்டயா கொள்ளி மோட்டுக்கு ஓடினதா பேசிக்கினாங்களே" என்றார் வெள்ள ரெட்டியார்.

கூட்டம் பெருங்குரலெடுத்துச் சிரித்தது. மாடு பிடித்த கதை, மீன் பிடித்த கதை, வைப்பாட்டிகள் கதை, வாழ்ந்த கதை, செத்த கதை என ஓயாமல் கதை கதையாய்ப் பேசின வாய்கள்.

பத்துப் பதினோரு மணிக்கெல்லாம் ஆற்றில் முப்பது முப்பத்தைந்து அடி தூரத்துக்குக் கனமான தடுப்புக் கரை உருவெடுத்து, ஏரிக்கால்வாயை நிறைத்துக்கொண்டு தண்ணீர் ஓடியது.

"காவாய்ல இதே அளவு தண்ணி நிக்காம போனா போதும்பா... கட்னது போதும்... எவனாவது கட்ட ஓட்ச்சி உட்றப் போறான், கட்டுமேல முள்ளு மண்டய வெட்டியாந்து போடுங்க" என்றார் சின்னசாமி ரெட்டியார்.

பத்துப் பேருக்குமேல் கத்திகளோடு ஆற்றங்கரையில் செழித்திருந்த பீவேலி முள் மண்டைகளை வெட்டித் தண்ணீருக்கு மேலாகத் தலையில் முள் படாமல் கவனமாகத் தூக்கி வந்தனர். மணல் மூட்டைகளின் மீது அவற்றை அடர்த்தியாகப் போட்டனர்.

"களம்பலாம்பா... எல்லாரும் நாளிக்கிக் காத்தாலயே வந்துருங்க... கீயாண்டூர்காரங்களே... நாளிக்கினா வெடிகாலம் பறவே வாங்கப்பா..." என்றார் சின்னசாமி.

எல்லோரும் ஆற்றிலேயே கை கால் முகம் கழுவிக் கொண்டனர். சின்னசாமியோடு சிலர் ஆற்றிலேயே மூழ்கிக் குளித்தனர். சிலர் உடலை மட்டும் கழுவிக்கொண்டனர். தலைக்குக் குளித்தால் புதுத்தண்ணி ஜலதோசம் பிடிக்கும் என்று சிலருக்குப் பயம்.

துண்டுகளால் உடலைத் துடைத்து, கரையிலிருந்த வேட்டி, லுங்கிகளைக் கட்டிக் கொண்டனர். சிலர் ஏரிக்கால்வாயின் கரை ஓரமாகவே தண்ணீரைப் பார்த்தபடி நடக்க, சிலர் குறுக்காக நுழைந்து பொன்னை பேருந்து நிலையம் வந்து ஊருக்குப் போகும் சாலையில் இறங்கினர்.

சின்னசாமியும், குப்பா ரெட்டியாரும் அவருடன் வேறு சிலரும் கால்வாய் ஓரமாகவே நடந்து கீரைசாத்து பெரிய ஏரியை அடைந்தனர். கால்வாயின் சில இடங்களில் தண்ணீர் தமதம எனக் குதித்தும், சில இடங்களில் அமைதியாய், மெதுவாய் நகர்ந்த படியும் போவதை ஆசைதீரப் பார்த்தபடியே நடந்து வந்ததில் இரண்டு மைல் தூரம் நடந்ததே தெரியவில்லை.

ஏற்கெனவே ஏரியில் இருந்த கொஞ்சம் மழைநீரோடு ஆற்று நீரும் சேர சேர... ஏரியின் நீர்ப்பரப்பு மெதுவாக உயரத் தொடங்கியது.

"ரெண்டு நாள்ல, பெரிய ஏரி ரொம்பிடிச்சின்னா, அப்பறம் ஒரு நாளுல சித்தேரி ரொம்பிடும். மூணு நாள்ல இது கோடி பெரண்டிடிச்சின்னா நம்மூரு ஏரி ரெண்டு நாள்ல ரொம்பிடும். இன்னொரு நாலஞ்சி நாளைக்கி காவாத்திருப்ப எல்லாரும் வந்தாதான் இந்த வாட்டி கஞ்சி. ஊர்ல எல்லார்க்கும் உடாம இதச்

சொல்லிகினே கீணும்டா மச்சாங்" என்றார் சின்னசாமி வேலு கவுண்டரிடம்.

சின்னசாமியின் அப்பன், பாட்டன் காலத்தில் பொன்னை ஆற்றில் வருடம் தவறாமல் அளவு கடந்த வெள்ளம் வரும். சில ஆண்டுகளில் வருடத்துக்கு இரண்டு மூன்று முறைகூட வெள்ளம் வந்துவிடும்.

இந்த நீவா நதி என்கிற பொன்னை ஆற்றில் பெருகி வரும் வெள்ளம் நேராய் ஓடிப் பாலாற்றில் கலந்து... பாலாற்று வெள்ளத் தோடு வெள்ளமாய் ஓடிக் கடலில் கலந்து பாழாய்ப் போவதைக் கண்ட வெள்ளைக்காரன் அந்த வெள்ளம் வீணாவதற்குப் பதில் ஊருக்கு உதவட்டுமே என்று பொன்னையிலிருந்து மூன்று மைல் தூரம் தள்ளி இருக்கும் இவர்களின் ஊர் எல்லையில் ஆற்றின் குறுக்கே அணை கட்டினான்.

அணைக்கு இருபுறமும் பல மைல் தூரத்துக்கு இரண்டு கால்வாய்களை வெட்டி, கால்வாயில் ஓடும் தண்ணீர் ஏரிகளுக்குப் போக ஆங்காங்கே மதகுகளும் வைத்தான்.

கிழக்குக் கால்வாய் அணைக்கட்டில் தொடங்கிக் கொண்ட குப்பம், குமணந்தாங்கல், ஏகாம்பரநல்லூர், லாலாப்பேட்டை, வாணாபாடி, பெருங்காஞ்சி, சோளிங்கர் என நூற்றுக்கும் மேற்பட்ட ஏரிகளை நிரப்பியது.

மேற்குக் கால்வாயும் மேல்பாடி, வெப்பாலை, வீரந்தாங்கல், விண்ணம்பள்ளி எனக் கிட்டத்தட்ட நூறு ஏரிகளை நிரப்பியது.

ஆற்றில் வெள்ளம் கரைபுரண்டு வரும்போது மட்டும் தண்ணீர் அணையைத் தாண்டிக் குதிக்கும். அந்தத் தண்ணீர் பெரிய ஆற்றில் ஓடி திருவலம் அடுத்த புளியங்கண்ணுக்குப் பக்கத்தில் பாலாற்றில் கலந்துவிடும்.

வெள்ளம் வரும்போது இரண்டு கால்வாயின் மதகுகளும் முழுதாய் திறக்கப்பட்டு அதில் ஓடும் தண்ணீர் ஏரிகளின் அகன்ற வயிறுகளை நிரப்பும். வெள்ளைக்காரன் கட்டியதால் அவற்றுக்கு வெள்ளைக்காரன் கால்வாய் என்றே பெயர் வந்துவிட்டது.

அணை கட்டிய பிறகு எல்லா ஏரிகளும் ஆண்டுதோறும் தவறாமல் நிரம்பியதால் வருடந்தவறாமல் முப்போகம் அறுவடை நடந்தது.

அணை கட்டியபோதே அணைக்கட்டு அருகிலேயே அலுவலகமும், ஓய்வு பங்களாவும் கட்டி நிர்வாகம் பார்த்த வெள்ளைக்கார துரைமார்கள் மதகுகளைத் திறந்து முறையாக ஏரிகளுக்குத் தண்ணீர் நிரப்ப லஸ்கர்களையும் நியமித்தனர்.

பானையில் தண்ணீர் ஊற்றி நிரப்புவதைப்போல மதகுகளைத் திறந்துவிட்டு நூற்றுக்கணக்கான ஏரிகளை எளிதாக நிரப்பிய வெள்ளைக்காரன், அணைக்கு அருகிலேயே உள்ள இந்தக் கீரைச்சாத்து, வசூர் ஏரிகளுக்கு மட்டும் தீராத தலைவலியை உருவாக்கி விட்டான்.

அணைக்குச் சற்று முன்னதாகவே இந்த ஏரிகள் இருந்து விட்டதால் அணையிலிருந்து போகும் கால்வாயிலிருந்து அவற்றிற்குத் தண்ணீர் விட முடியாமல் போனது. அதற்காக அணைக்கு மூன்று மைல் முன்னதாகப் பொன்னைக்கு அருகி லிருந்து சிறிய கால்வாய்களை வெட்டிக் கொண்டுவந்து கீரைச்சாத்து பெரிய ஏரியில் இணைத்த வெள்ளைக்கார துரை மார்கள் பெரிய ஏரி நிரம்பி, அதனுடன் இணைந்த சித்தேரியும் நிரம்பி கோடி போனால், அந்த உபரி நீர் வசூர் ஏரிக்குப்போய்ச் சேர்வதற்கு வழி செய்து வைத்தான்.

கால்வாய்கள் வெட்டப்பட்ட காலத்தில் ஆற்று வெள்ளம் தானாகவே இந்த ஏரிக்கால்வாயிலும் ஓடி இந்த ஏரிகளை நிரப்பியது. காலப்போக்கில் ஆற்றில் தொடர்ந்து வெள்ளம் ஓடி ஓடி ஆற்றின் மணல் அடித்துச் செல்லப்பட்டு ஆறு பள்ளமாகி, கால்வாய் மேடாகிவிட்டது. அதனால் ஆற்று வெள்ளம் கால் வாயைக் கண்டுகொள்ளாமல் ஆற்றோடு நேராகப் போனது. அதனால் தான் இந்த ஏரிகளில் வெள்ளாமைக்குரிய ஊர்க்காரர்கள் இப்படி ஒன்றாய்க் கூடி, நேராய் ஓடும் வெள்ளத்தை ஏரிக்கால்வாயில் திருப்ப, ஆற்றின் குறுக்கே தற்காலிகத் தடைகளைக் கட்டி மல்லுகட்டத் தொடங்கினர்.

கீரைச்சாத்து ஏரி நிரம்பி வழிந்தால் மட்டுமே வசூர் ஏரிக்குத் தண்ணீர். அதனால் முதலில் கீழாண்டூர் மக்கள்தான் ஆற்றுக்குப்

போய்த் தண்ணீரைத் திருப்புவார்கள். ஏரி நிரம்பும் தருவாயில் அவர்கள் கால்வாய்க்குப் போவதை நிறுத்திவிட்டு, நாற்றுவிடத் தொடங்கிவிடுவார்கள்.

அந்த நேரம் இந்த ஊர் மக்கள் ஆற்றுக்குப் போனால்தான் தொடர்ந்து கால்வாயில் வெள்ளம் வரும். அது கீரைச்சாத்து ஏரியை நிரப்பி, வசூர் ஏரிக்குள் நுழையும். வசூர் ஏரி நிரம்பும் வரை இவர்கள் தொடர்ந்து கால்வாயைத் திருப்ப வேண்டும்.

எழுதப்படாத சட்டமாக, காலங்காலமாக நிகழ்ந்து வந்த இந்த நடைமுறை இடையில் அவ்வப்போது சற்று சுணங்கும்.

'எப்படியும் நம்மூரு ஏரி ரொம்பினாத்தான் அவங்க ஏரிக்குத் தண்ணி... நாம போவலன்னாலும் வசூர்க்காரன் போயே தீரணும். அவனுங்க போவட்டும்' என்று கீழாண்டூர்காரர்கள் சில நேரங்களில் குசும்பு செய்வார்கள்.

'கீரைச்சாத்து ஏரி கோடி போனால்தான் நமக்குத் தண்ணி... மொதல்ல அவனுங்க போவட்டும். அப்பறம் நாம போவலாம்' என வசூர்க்காரர்கள் சும்மா இருப்பார்கள்.

இப்படி ஒரு வாரம் வரை ஆற்று வெள்ளம் வீணாகப் போகும். வெள்ளம் குறையத்தொடங்கியபின் அடித்துப் பிடித்துக் கொண்டு இரண்டு ஏரிக்காரர்களும் ஆற்றுக்கு ஓடுவார்கள்.

சின்னசாமி ரெட்டியாருக்கு நினைவு தெரிந்த நாளிலிருந்து அவரின் அப்பா சத்ருகன் ரெட்டியார்தான் ஆற்றில் தண்ணீர் திருப்புவதற்குப் போக முதலில் நிற்பார். அவருடைய நாட்டாண்மை பதவியைவிட, அவரின் ரத்தத்தில் ஓடிய சம்சாரித்தனம் அவரை முன்னே இழுக்கும். சின்னசாமி வளர்ந்த பிறகு அவரும் அப்பாவுடன் ஆற்றுக்குப் போவார்.

"ரெட்டியாருக்குத் தப்பாம பொறந்து கீறாண்டா அவரு புள்ள" என்று சத்ருகன் ரெட்டியாரிடம் ஊர்க்காரர்கள் பெரு மிதமாகக் கூறுவார்கள்.

சத்ருகன் ரெட்டியார் காலமான பிறகு ஊர் நாட்டாண்மைப் பொறுப்பு சின்னசாமி ரெட்டியாரிடமே வந்தது. அவரைவிட வயதில் பெரியவர்கள் பலர் ஊரில் இருந்தாலும் சின்ன வயதிலேயே

ஊரைக் கட்டிக்காக்கிற பொறுப்பு சின்னசாமி ரெட்டியாரிடம் வந்து விட்டது. அவரும் ஊர் வேலைகளில் முதல் ஆளாய் நிற்பார். உறக்கம், தண்ணீர் இல்லாமல் அலைவார்.

ஏரி நிரம்பினால்தான் சம்சாரிக்கு வேலை. ஏரியை நம்பித்தான் அத்தனை உயிர்களும் வாழ்ந்தன. அதை முழுவதுமாய் உணர்ந்து கொண்டிருந்தார் சின்னசாமி ரெட்டியார். அதனால்தான் ஆற்றில் தண்ணீர் திருப்புவதென்றால் முதல் ஆளாக நிற்கிறார்.

கீரைச்சாத்து சித்தேரியிலிருந்து ஜீவமரம் வழியாகக் கழனிக்காட்டில் இறங்கிய சின்னசாமி, குப்பா ரெட்டியாருடன் கரைக்குக் கீழாகவே நடந்து வீட்டுக்கு வந்து சேர்ந்தபோது உச்சிப் பொழுதாகியிருந்தது.

மாட்டுத்தொழுவம், ஆட்டுத்தொழுவம் பெருக்கி சாணியை வாரி குப்பையில் கொட்டிவிட்டு, தலையை விரித்துச் சீப்பால் வாரிக்கொண்டு வீட்டு நடையில் உட்கார்ந்திருந்தாள் பூங்கா வனம். மணல் செரா, மண்வெட்டியை மாட்டுத் தொழுவத்தில் எரவானத்தில் சொருகிய சின்னசாமி, புழக்கடைப்பக்கம் போய், பானையில் கை கால் முகம் கழுவி துண்டால் துடைத்துக்கொண்டு வந்தார். சட்டையைத் தலைக்கு மேலாக உரித்து ஆணியில் மாட்டினார். பூங்காவனம் கூழ் கரைத்துச் சொம்பில் ஊற்றிக் கொடுத்தாள். நார்த்தங்காய் ஊறுகாய் கடித்துக்கொண்டு கூழை புர் புர்ரென உறிஞ்சிக் குடித்தார். இன்னொரு சொம்பு கூழ் ஊற்றி உறிஞ்சிவிட்டு, தண்ணீர் வாங்கி வாய் கொப்பளித்துக் கொண்டார்.

“மாடுங்கள எங்கமே கட்டிவெச்சிக் கீறிங்க?” என்றார்.

“நீள் தொட்டியாண்ட கட்டி வெச்சிக்கிறோம் பாரு” என்றாள் அவள்.

துண்டை உதறித் தோளில் போட்டுக்கொண்டு, காட்டுப்பக்கம் போனார். நீள் தொட்டி அருகே ‘கூட்டம்’ அடித்து நீளக்கயிறில் கட்டப்பட்ட மாடுகளை அவிழ்த்து சற்றுத் தூரம் ஓட்டிக்கொண்டு போய் மேயவிட்டார். வட்டத்துக்குள் மேய்ந்த மாடுகள் இப்போது கொம்புகளில் இருந்த குப்பிகள் குலுங்க உற்சாகமாய்க் காட்டுப் பக்கம் நகர்ந்து காரை முட்செடிகளுக்கிடையில் வளர்ந்திருந்த பாளை புற்களை மேயத் தொடங்கின.

அங்கிருந்த எட்டிமரத்தடியில் துண்டை விரித்துப்படுத்த சின்னசாமி அப்படியே கண்ணயர்ந்தார்.

மேற்கில் சூரியன் இறங்கத் தொடங்கியபோது வீடு நோக்கி திரும்பிய மாடுகள் சின்னசாமியை நக்கி எழுப்பின. அவர்கள் வீடு வந்து சேர்ந்தபோது கேழ்வரகு மாவு, அரிசி நொய் களியும், கத்தரிக்காய் காரக்குழம்பும் தயாராய் இருந்தன. இரண்டு உருண்டை களியைப் பிட்டுக் குழம்பில் தொட்டு விழுங்கியவர் காற்றாடத் தெருத் திண்ணையில் சற்று நேரம் உட்கார்ந்துவிட்டு பின்னர் எழுந்து உள்ளே படுக்கப் போனார்.

கட்டிலில் படுத்த ரெட்டியார் இரவு முழுவதும் அடித்துப் போட்டதைப்போல அயர்ந்து தூங்கினார். இடையில் சிறுநீர் கழிக்கக்கூட எழவில்லை. அப்படி ஒரு தூக்கம். மறுநாள் விடியலில் எழுந்து ஏரிப்பக்கம் போய்வந்து செராவையும், மண்வெட்டியையும் எடுத்துக்கொண்டு கோயிலருகே வந்தார். ஆட்கள் சேர்ந்ததும் கேலியும் கிண்டலுமாய்ப் பொன்னையை நோக்கி நடந்தனர்.

உற்சாகமாய் ஊர்க்கதைகளைப் பேசியவாறே ஆற்றை அடைந்தவர்களுக்கு அங்கே ஒரு பேரதிர்ச்சி காத்துக்கொண் டிருந்தது.

3

ஏற்கெனவே இப்படிப் பலமுறை நடந்திருக்கிறது என்றாலும் இப்போது எல்லோருக்குமே அது அதிர்ச்சியாகத்தான் இருந்தது.

நேற்று ஆற்றின் குறுக்கே கட்டி தண்ணீர் திருப்பி விட்டு வந்தபின் மாலையில்கூட ஊர்க்காரர்கள் சிலர் இங்கே வந்து பார்த்துவிட்டுப் போனார்கள். மாடு களுக்குப் புண்ணாக்கு வாங்க பொன்னைக்கு வந்த பெரிய ஊர் குமாரசாமி ரெட்டியார்கூட நேற்று மாலை ஒரு எட்டு பார்த்துவிட்டு வரலாம் என ஆற்றுக்கு வந்து பார்த்திருக்கிறார்.

அலுங்காமல் குலுங்காமல் படுத்துக்கிடந்தது கட்டு. ஒரு முரட்டுக் குழந்தையைப் போல ஆரவாரமாக ஏரிக் கால்வாயில் ஓடிக்கொண்டிருந்திருக்கிறது தண்ணீர்.

கீரைச்சாத்து பெரிய ஏரி நேற்று மாலைக்குள் பாதி ஏரியை எட்டி இருந்தது. விடிவதற்குள் முக்கால் ஏரியைப் பிடித்துவிடும் என்று பேசிக்கொண்டனர்.

ஆனால் இன்று காலையில் ஆற்றுக்குப் போனால் அவர்களின் கணக்குகளை எல்லாம் பொய்யாக்கி விட்டு கட்டுகளை உடைத்துக்கொண்டு ஆற்றில் நேராக ஓடிக்கொண்டிருக்கிறது வெள்ளம்.

“ரெட்டியாரே நேத்து மத்தியானம் பலமநேரி காட்ல செம மயன்னு அங்க மாடு புடிக்கப்போன எம்மச்சாங் ராத்திரி வந்து சொன்னாங்” என்றார் வெள்ளைக்கண்ணு ரெட்டியார்.

நேற்று அங்கே பெய்த மழைக்கு இரவு இங்கே ஆற்றில் வெள்ளம் ஏற, கட்டுக்களை உடைத்துக்கொண்டு ஓடிக்கொண் டிருந்த ஆற்றைப்பார்த்து ‘உச்’ கொட்டினார் சின்னசாமி.

“ம்ம்.... கங்காதேவிக்குக் கோவம் வந்தா எவன்ந்தா இன்னா பண்ண முடியும்...? இன்னிக்கி இன்னும் கொஞ்சம் பலமாப் போடுங்க கட்ட” என்றார் சத்தமாக.

கால்வாய் ஓரம் மட்டும் நான்கைந்தடி தூரம் கட்டு இருந்து, மீதி மூட்டைகளும் மரமட்டைகளும் ஆற்றோடு போய்விட ஏரிக்கால்வாயில் கால்வாசி தண்ணீர்தான் போய்க்கொண்டிருந்தது.

சுறுசுறுப்பாக எல்லோரும் வேலையில் இறங்கினார்கள். இரண்டு வரிசைக்குப் பதில் மூன்று வரிசை மணல் மூட்டைகளைப் போட்டனர். மூட்டைகளின்மீது மணலையும், மண், புற்கழி களையும் சேர்த்துப் பலமாய் அணைத்து விட்டனர்.

சூரியன் உச்சியில் நின்று நேராய்க் காய்ந்தபோது வேலையை முடித்துத் திருப்தியாய் கரை ஏறியது கூட்டம்.

“டேய் பங்காளி... உச்சி வேளயாயிடிச்சி... வயிறு கவாங் கவாங்னுது... போயி மார்கண்ட நாயுடு ஓட்டல்ல நாலு இட்லி துண்ணுட்டு போலாண்டா” என்றார் குப்பனிடம் சின்னசாமி.

“ரெட்டியார... இட்லி துண்ணாம காவாத்திருப்பறது பூர்த்தி ஆவுமா? நாம போல்னா நாயுடு நமக்காகச் சுட்டு வச்ச இட்லி தோச இன்னா ஆவறது?” என்றார் குப்பன்.

வந்தவர்களில் பாதிப்பேருக்குமேல் திபுதிபுவென மார் கண்டேய நாயுடு ஓட்டலை நோக்கி நடந்தனர்.

வழக்கமாகக் கால்வாய் திருப்ப இவர்கள் வரும் நாட்களில் நாயுடு ஓட்டலில் நுழைந்து இட்லி, தோசையை ஒரு கை பார்ப் பார்கள். அதற்காகவே வேட்டியில் காசுகளை முடிந்து வைத் திருப்பார்கள்.

கால்வாய் திருப்ப இவர்கள் வருவது தெரிந்துவிட்டாலே மார்கண்டேய நாயுடு உற்சாகம் ஆகிவிடுவார்.

அந்தச் சுற்று வட்டாரத்திலேயே அவர் ஓட்டல்தான் பிரபல மானது. காலையில் இட்லி, பட்டாணி குருமா, கோழிக்கறிக் குழம்பு, மதியம் தோசை, கறி சேர்வா, மாலை டீ, போண்டாவோடு கடை முடிந்துவிடும். இரவு எதுவும் கிடைக்காது. அவருக்குப் போட்டியாகப் பக்தன் முதலியார் ஒரு ஓட்டல் தொடங்கிக் கொஞ்ச நாட்களாக நடத்திவந்தாலும் நாயுடு கடையில்தான் கூட்டம் கூடும்.

தினசரி வேலூரிலிருந்து அவர் ஓட்டலுக்குத் தினத்தந்தி செய்தித்தாள் வரும். சுற்று வட்டாரத்தில் அரைகுறையாய்ப் படித்த கொஞ்சம் பேர் நாட்டு நடப்புகளைத் தெரிந்துகொள்ள அவர் கடைக்குத்தான் போயாக வேண்டும். கடையில் ரேடியோ ஒன்றும் எப்போதும் பேசிக்கொண்டும், பாடிக்கொண்டும் இருக்கும்.

நேரு இறந்து போனது, இந்திராகாந்தி பிரதமரானது, இந்தியா சீனா சண்டை நடந்தது, பாகிஸ்தான் தோற்றது எல்லாமே அவரால்தான் அந்த வட்டாரத்திற்கு விலாவாரியாகத் தெரிந்தது.

கால்வாய் திருப்ப சனங்கள் வருவது தெரிந்தாலே இரண்டு படி அரிசியை அதிகமாக ஊற வைக்கச் சொல்வார் நாயுடு.

ஆற்றிலிருந்து திரும்பிய சின்னசாமியும் குப்பனும் கடைக்குள் நுழைந்தபோது பத்துக்கும் மேற்பட்டோர் தட்டில் இருந்த இட்லி களை வேகவேகமாக விழுங்கிக்கொண்டிருந்தனர். அவர்களில் பெரியஊர், நடுவூர், கீழாண்டூர்காரர்கள் எல்லாருமே இருந்தனர்.

விளைநிலத்தில் இறங்கிய மாடுகள் கண்டமேனிக்கு அவசர அவசரமாகப் பயிர்களைக் கடித்து வயிற்றுக்குள்ளே தள்ளும். எந்த நேரத்தில் எவன் வந்து அடித்து விரட்டுவானோ என்கிற பயத்தோடு கதிர்களையும், பயிர்களையும், புற்களையும் நாக்கை நீட்டித் துழாவி இழுத்துச் சுழற்றி விழுங்கும்.

நினைத்தது போலவே எவரேனும் முதுகில் நான்கு விளாசு விளாசி விரட்டிய பின்னர் மரநிழலிலோ, தொழுவத்திலோ படுத்து வாயில் நுரை தள்ளத்தள்ள வயிற்றுக்குள் திணித்துவைத்ததை வாய்க்குக் கொண்டு வந்து நிதானமாக வாயோரங்களில் உமிழ்நீர் நூல் நூலாய் வழிய வழிய கண்களில் நீர்த்திரையிட்டு மின்ன நிதானமாய் அசைபோடும்.

அந்த மாடுகளோடு போட்டிபோடுவதைப்போல அங்கே இட்லிகளை மென்றும், மெல்லாமலும் அவசர அவசரமாய் உள்ளே தள்ளிக்கொண்டிருந்தவர்களைப் பார்த்ததும் சின்னசாமிக்குச் சிரிப்பு வந்தது.

"பாக்காதத பாத்த பலானவன் மாதிரி இன்னாத்துக்குடா இப்டி லபக்கு லபக்குன்னு மீங்கிரிங்கோ... உங்க கையில கீறத எவம் புடிங்கிக்கப் போறாங்...? மொல்லமாதாந் துண்ணுங்கடா" என்றார் சின்னசாமி சிரித்துக்கொண்டே.

உண்மையிலேயே அது பார்க்காமல் பார்த்த பலகாரம் தான். வருடத்தில் தீபாவளி, தமிழ் வருடப்பிறப்பு, யுகாதி என மூன்று நாட்கள் தவிர மற்ற நாட்களில் இட்லியோ, தோசையோ அவர் களுக்குக் கிடைக்காத பொருள்தான். அப்படி ஆசைப்பட்டால் அதற்காக இங்குதான் வரவேண்டும். இருக்கிற வேலைகளை விட்டு அதற்காக இவ்வளவு தூரம் வரமுடியுமா?

கடலை எண்ணெய் செக்கு ஆட, மாட்டுக்குப் புண்ணாக்கு வாங்க, பயிருக்குப் பொட்டாஸ், யூரியா உரம் வாங்க, கலப்பைக்குக் கார் வாங்க என்று எப்போதாவது இங்கே வந்தால்தான் உண்டு. அப்போதும் கையில் மிச்சமாகக் காசு இருக்க வேண்டும்.

"யோவ்... மாமா... மொல்லமா துண்ணுகினு இங்கே குட்த்தனம் கீற்துக்கு இங்க இன்னா விருந்துக்கா வந்து கீறம்" என்றான் முருக ரெட்டியார் மகன் முத்தப்பன்.

"நீ குட்தனம் இருக்காட்டி போற... துண்ணு ஆச்சினா எட்த்த காலி பண்றா" என்றார் குப்பன். முத்தப்பன் எழுந்து இடம் விட்டதும் அங்கே உட்கார்ந்த சின்னசாமி பத்து இட்லிகளையும் பட்டாணி குருமாவையும் ஆசை தீர தின்றார். வயிறு புடைக்கத் தண்ணீர் குடித்தார்.

"நாய்டு... ஒரு இருவத்தஞ்சி இட்லிய பொட்லம் கட்டிக்குடு" என்றார் ஏப்பம் விட்டபடியே.

"பூங்காவனம் வாயோட வயித்தோட கீறாளேடா பங்காளி... அதுக்கு வாய்க்கு ருசியா இன்னாத்த வாங்கிக்கொடுக்கறம்? அப்டியே பொட்ட புள்ளிங்களும் ஆளுக்கு ரெண்டு இட்லிய துண்ணட்டும்" என்றார் குப்பா ரெட்டியாரிடம் சின்னசாமி.

மந்தாரை இலையில் நாயுடு கட்டிக்கொடுத்த இட்லியை வாங்கித் தோள் துண்டில் முடிந்தபின் முதுகில் தொங்கவிட்டு முனையை முன்புறம் கைகளில் பிடித்துக்கொண்டு நடக்கத் தொடங்கினார். அவருக்குப்பின்னால் ஊர்க்காரரர்கள் ஓட்டலுக்கு வந்து தின்பதும் ஏப்பம் விட்டபடி கிளம்புவதுமாக இருந்தனர்.

அன்றிலிருந்து மூன்றாவது நாள் மாலை சித்தேரி நிரம்பி கோடிக்குச் சமமாய்த் தளும்பி நின்றது.

"ரெட்டியாரே இன்னிக்கி ராத்திரி முன்நேரத்திலியே சித்தேரி கோடி கழட்டிக்கும்" என்றார் குப்பா ரெட்டியார்.

எதிர்பார்த்தது போலவே இரவு சித்தேரி வழியத் தொடங்கி, அவர்கள் ஏரிக்குத் தண்ணீர் வரத்தொடங்கியதும், மறுநாள் காலையில் புது உற்சாகம் தொற்றிக்கொண்டது எல்லோருக்கும்.

"பங்காளி... இன்னிக்கும், நாளிக்கும் காவாய்க்கி போனா போதும்டா... ஒரு பெரிய வேல முடிஞ்சா மாறிதான்" என்றார்.

மறுநாள் ஆற்றுக்குப் போனபோது ஆற்றில் வெள்ளம் குறையத் தொடங்கி இருந்தது. எல்லோருக்கும் லேசான கவலை தொற்றிக் கொண்டது.

"ஏரிக்காவாய்ல தண்ணி பெரல்றமாறி போவணும்டா இன்னிக்கி... அப்பதான் சீக்கிரமா நம்மூரு ஏரி கோடி போவும். ஆத்துல தண்ணி கொறையுது. ஏமாந்தம்னா... பாதி ஏரியில ஆறு பல்ல காட்டிபுடும். கட்ட நீட்டி போடணம்டா... ஆத்துல போற தண்ணிய மொத்தமும் திருப்பிடணும்டா" என்றார் சின்னசாமி.

ஆற்றில் பரவலாக ஓடிய வெள்ளம் குறைந்து அங்கங்கே இடையிடையே மணல் தெரியும் அளவுக்கு வெள்ளம் குறைந் திருந்தது. அதே அளவு தண்ணீர்கூட நாளை இரவு வரை வந்தால் போதும். ஏரி நிரம்பிவிடும். ஆனால் எப்படியும் இன்னும் நான்கைந்து நாட்களுக்காவது கொஞ்சம் தண்ணீராவது ஆற்றில் வந்து கொண்டிருக்கும்.

கீழாண்டூர் ஆட்கள் இரண்டு நாளோடு ஆற்றுக்கு வருவது நின்றுவிட, இந்த ஊர் ஆட்கள் மட்டும் சுமார் முப்பது பேர்கள் வரை ஆற்றில் இறங்கி வெள்ளம் அறுத்துக்கொண்டு போன இடங்களில் மூட்டைகளைப் போட்டும், இன்னும் சற்று நீளத்திற்குக் குறுக்கில் கட்டியும் பரபரப்பாய் தண்ணீர் திருப்பினர்.

பெரிய ஆற்றின் பாதித் தூரத்திற்குத் தடுப்பு நீண்டது. வெள்ளம் குறைந்திருந்ததால் தண்ணீரின் எதிர்ப்பும் குறைவாகவே இருக்க, எளிதாகவே மூட்டைகளை இறக்கி மணலையும் வாரி அணைத்தனர்.

ஆற்றுக்குள் தடுப்பு நீள நீள ஆற்றில் ஓடும் தண்ணீருக்குள்ளிருந்தே செராவால் மணலை வாரி, தண்ணீர் சொட்ட, சொட்ட பைகளில் நிரப்பித் தைத்தனர், மூட்டைகளைக் குறுக்கில் கிடத்தினர்.

ஏரிக் கால்வாய் கொள்ளாத அளவிற்குத் தண்ணீர் திரும்பியது. அதைப் பார்க்கப் பார்க்க சின்னசாமி ரெட்டியாருக்கு ஆனந்தமாக இருந்தது. திருப்தியாக எல்லோரும் கிளம்பி, நாயுடு ஓட்டலுக்குள் நுழைந்து இட்லி, தோசைகளைத் துவம்சம் செய்துகொண்டிருந்த போது, சுப்பா ரெட்டியார் அங்கே ஓடி வந்தார்.

"ரெட்டியாரே... போடகல்சியில காவா பெரண்டு தண்ணி ஆத்துக்குப் போகுதாம்" என்று பதட்டமாகச் சொன்னார்.

"அடக்கடவுளே... எல்லாம் வாங்கடா" என்றார் பரபரப்பாக.

இட்லிகளை அரைகுறையாய் விழுங்கி விட்டு செரா, மண் வெட்டிகளோடு ஓடினர். அங்கிருந்து அரை மைல் தூரத்தில் இருந்த 'போடகல்சி' என்று சொல்லப்பட்ட வடிகால்வாய்க்கு அவர்கள் போனபோது அந்த ஒரு ஆள் உயர வடிகால்வாயின்மீது தண்ணீர் லேசாகப் புரண்டு கொண்டிருந்தது. அதன் மேற்கு ஓரமாக நான்கடி அகலத்துக்கு மேலே கரை உடைக்கப்பட்டுத் தண்ணீர் அதன் வழியாகவும் வெளியே குதித்துக்கொண்டிருந்தது.

கால்வாயில் வெள்ளம் அதிகமாக வருகிறபோது, ஏரிக்குச் சேதாரம் ஏற்பட்டு, கரை உடைந்தால் தண்ணீர் வீணாகிப் பெரும் சேதம் ஏற்படும் என்பதால் உபரிநீர் வெளியேறக் கட்டப்பட்டது அந்தப் போடகல்சி வடிகால்வாய். கால்வாயில் தண்ணீர் பெருகுகிறபோது, கால்வாய்க்குக்கீழே சுரக்கும் ஊற்று நீரும் பெருகும். அதனால் அதைச் சுற்றியுள்ள நிலங்களில் தண்ணீர் தேங்கி விடும். சீக்கிரத்தில் உழவு தொடங்க முடியாது. வெள்ளம் குறைந்து கால்வாயில் தண்ணீர் குறையும்வரை காத்திருக்க வேண்டும். அதற்கு மாதக்கணக்கில் கூட ஆகும். அதனால் அங்கிருக்கும் நிலத்துக்குச் சொந்தக்காரர்கள் யாருக்கும் தெரியாமல்

கால்வாயின் ஒரு பகுதியை இரவோடு இரவாக உடைத்து விடுவார்கள்.

அதனால் தண்ணீர் திருப்பும் இந்த ஊர் மக்கள் கடும் கோபம் கொண்டு, காட்டுக்கத்தல் கத்துவார்கள். ஆனால் உடைத்தவர்கள் யாரையும் கையும் களவுமாகப் பிடிக்க முடியாததால் வசை பாடுவதோடு வேறொன்றும் செய்ய முடியாமல், உடைத்த கரையை மணல் மூட்டைகளைப் போட்டுக் கட்டுவார்கள் இவர்கள். இது ஒவ்வொரு முறையும் நடப்பதுதான்.

"திருட்டுத் தேவடியாப் பசங்க... வயித்துக்குச் சோத்த துன்றானுங்களா... பீயத் துன்றானுங்ளா... துன்ற சோத்துல மண்ணப் போட்ற தாயோளிங்க... பெத்த ஆத்தா கிட்டயே போற பேமானிங்கதாங் இந்த மாதிரி வேலயச் செய்வானுங்க... எவ்ளோ தெய்ரியமிருந்தா பட்டப்பகல்லியே இந்த வேலயச் செய்வானுங்க?" என்று ஆளாளுக்குக் கத்தியவாறு, மிச்சமிருந்த பைகளில் மண்ணை நிரப்பி, உடைந்த இடத்தில் அவற்றைப் போட்டு மிதித்தனர். நீளமாய்க் கட்டப்பட்டிருந்த தடுப்புச் சுவற்றின்மீது லேசாக வழிந்துகொண்டிருந்தது வெள்ளம், உடைசல் அடைக்கப்பட்டபின் அதிகமாய் வழிந்து, அணைமீது குதிப்பது போலக் குதித்து வெளியேறியது.

"காவாய்ல, ஜாஸ்தியா திருப்ன தண்ணிலாம் இப்டி இங்கயே கோடி பூட்ச்சினா... நம்ப ஏரிக்கோடி எப்ப போறது? இன்னும் மூட்டைய ரொப்புங்க" என்றார் சின்னசாமி.

மீண்டும் மூட்டைகள் நிரப்பப்பட்டு, கல்லும் காரையும் போட்டுக் கட்டப்பட்ட தடுப்பணையின்மீது வரிசையாக அவைகளைப்போட்டு மிதித்தனர். இப்போது தடுப்பணையின் உயரம் இரண்டடிகூட, கால்வாயில் நிறைமாத கர்பிணியைப் போலத் தளும்பிக் கொண்டு நகர்ந்தது தண்ணீர். அதைப்பார்த்ததும் மனைவி பூங்காவனத்தின் நினைப்பு வந்தது சின்னசாமிக்கு. இரண்டொரு நாளில் பிரசவம் ஆகிவிடும் என்று நாயுடு கிழவி நேற்று சொன்னதும் நினைவுக்கு வந்தது.

வெளியே வழிந்த நீர் நின்றதும், தடுப்பணையின் அடியில் ஊற்றெடுத்த நீரில் மீன்கள் நெருக்கிக்கொண்டு ஏறுவதைக் குப்பா ரெட்டியார் கவனித்தார்.

"ரெட்டியாரே... போறவங்க போவட்டுங்... இரு... நாம எறங்கி மீனு புட்ச்சிகினு போவலாம்" என்றார் குப்பா ரெட்டியார் சின்னசாமியிடம்.

மீன் பிடிப்பதில் குப்பா ரெட்டியார் அந்த வட்டாரத்திலேயே பேர் வாங்கியவர்.

ஆற்றில் வெள்ளம் வந்து, ஏரி நிரம்பிவிட்டால் ஊரே விதை நெல்லோடும், மண்வெட்டி, கலப்பையோடும் அலைந்தால், குப்பன் மீன் வலையோடு அலைவார்.

அணைக்கட்டின் பெரிய பெரிய மதகுகளிலிருந்து பெரிய ஆற்றில் வழியும் நீரில் குரவையும், உலுவையும், வெளிச்சி மீனும் ஏறும். இரவில் சிங்க வலை பிடித்து மீன்களை வாரிக்கொண்டு வருவார் குப்பன்.

ஏரி நிரம்பி கோடி போனால், அங்கே புரளும் தண்ணீரின் குறுக்கே கூட்டம் அடித்து, தூரி வலையைக் கட்டிவைத்து, விராலும், குரவையும் மூங்கில் புட்டி நிரம்ப வாரி விடுவார்.

இரவில் மீனோடு மீனாகக் கிடந்தாலும், பகலில் நாற்றுவிட, ஏர் உழ, பறம்படிக்க என விவசாயத்தையும் ஒரு கை பார்ப்பார்.

குப்பனும், சின்னசாமியும், சுப்பா ரெட்டியாரும் தண்ணீரில் இறங்கினர். சின்னசாமியும், சுப்பா ரெட்டியும் வேட்டியை விரித்துக் காரை போட்ட தரையோடு சேர்த்துப்பிடித்துக்கொள்ளக் குப்பன் தடுப்பின் சுவரோரம் போய் வழிந்த நீரில் எதிர்நீச்சல் போட்டு ஏறிக்கொண்டிருந்த குரவை, உலுவை, குள்ளாக்கண்டை மீன்களைக் கைகளில் சேர்த்துப்பிடித்து வாரி வாரிக் கரையில் வீசினார்.

அவரைக் கண்டதும் பின்னோக்கி இறங்கிய மீன்கள் அங்கே விரித்துப்பிடித்த வேட்டியில் பாய, வேட்டியைத் தூக்கியவர்கள் கரைக்குக் கொண்டுவந்து கொட்டினர்.

ஒரு மணி நேரத்தில் மூன்று பேர் குடும்பங்களுக்கும் குழம்புக்குப் போதுமான மீன்கள் கிடைத்துவிட்டன. அங்கேயே ஓரமாக உட்கார்ந்து மூன்று பங்குகள் போட்டபின் அதை மணலில் புரட்டி, கல்லில் தேய்த்து, தலை, குடல் கிள்ளி எறிந்துவிட்டு, அலசி, தோள் துண்டில் கட்டிக்கொண்டு வீட்டுக்குத் திரும்பினர்.

ஐந்தாவது நாள் காலையில் ஆற்றுக்குப் போய்விட்டு, அப்படியே போடகல்சியையும் பார்த்துவிட்டுத் திருப்தியாகத் திரும்பி ஏரிக்குப்போனபோது ஏரி தளும்பிக் கொண்டிருந்தது. அன்று இரவே ஏரி கோடி புரளும் என்பது உறுதியாகி விட்டதால் விதைப்புக்கான ஏற்பாடுகளில் இறங்கினர்.

சின்னசாமிக்கு ஏரியின்கீழ் வடவாண்டை மேட்டில் ஒரு காணி நிலம் இருக்கிறது. அது பூர்வீக நிலம். அவரது பாட்டனுக்கு இருந்த இரண்டு காணியில் அவரது அப்பா சத்ருகனுக்கு ஒரு காணியும், சித்தப்பா கோவிந்தசாமிக்கு ஒரு காணியும் பாகம் பிரிந்தது.

அதேபோல ஊருக்குச் சற்றுத் தள்ளி வடக்குப்பார்த்தான் கிணற்றுப் பாசனத்தில் முக்கால் காணியும், அதையொட்டிக் காட்டில் மானாவாரி நிலம் ஒரு காணியும் இருக்கிறது.

ஏரி நிரம்பிவிட்டால் கழனிக்காட்டில் நெல் நடவு, அதே நேரம் கிணற்றுப் பாசனத்தில் கேழ்வரகு நடவு. ஏரியின்கீழ் இரண்டு போகம் நெல் விளைந்தால், கிணற்றுப் பாசனத்தில் கம்பு, கேழ்வரகு என இரண்டு போகம் விளையும். மானாவரியில் ஆனி ஆடியில் பெய்கிற மழையில் உழுது வேர்க்கடலை போட்டால் மழைத் தண்ணீரிலேயே விளைந்து புரட்டாசி, ஐப்பசியில் வீடுகளில் கடலை செக்கு ஆடிவிடுவார்கள். கார்த்திகை பண்டிகைக்குக் காராமணி, கடலைப்பருப்பு வடைக்கும், வருடம் முழுவதும் குழம்பு தாளிப்புக்கும் எண்ணெய்க்குப் பஞ்சமிருக்காது.

வேர்க்கடலையோடு சேர்த்து விதைத்த துவரையும், காராமணியும், மொச்சையும் காய்ந்து விட்டால் வீடுகளில் குழம்பில் கருவாடுடன் சேர்த்து மொச்சையும், காராமணியும் மிதிபடும்.

பச்சையாய் அவித்தும், குழம்பு காய்ச்சியும் தின்றது போக, காய்ந்த மொச்சையும், காராமணியும், துவரையும் செம்மண் கட்டி உலர்த்தி வைத்தால் வருடம் முழுவதும் குழம்புக்குப் பஞ்சமிருக்காது. துவரையை உடைத்தால் பருப்பு சாம்பாருக்கும், கீரைக்கும் கடைய தோதாய் அமைந்துவிடும்.

வீட்டுக்குள் நுழைந்த சின்னசாமி, நடுவீட்டில் முருங்கைக் கீரையை உருவிக்கொண்டிருந்த மனைவியிடம் போய் உட்கார்ந்தார். வயிறு பெருத்து, கால்களில் வீக்கம் கூடிப்போய்ச் சினைப்பசுவைப்

போல் புஸ் புஸ் என்று மூச்சு விட்டுக்கொண்டிருந்த பூங்காவனம், ரெட்டியாரை வாஞ்சையோடு பார்த்தாள்.

“ஏமே... எப்டியும் இன்னிக்கு ராத்திரிக்கு கோடி பெரளும்... நாளிக்கிக் காத்தாலயே நெல்லு ஊற வெச்சிரு. நாளன்னிக்கி வெதய உட்ரலாங்... நானு ஏரிப்பக்கங் போய்ப் பார்த்திட்டு வர்றேன்” என்றார் சின்னசாமி.

“செரி... செரி... ரவ நேரம் இப்டி உக்காரு... உங்கொம்மா களி களர்ராங்க... கீர கடஞ்சதும் ஒரேடியா களிய துண்ட்டு அப்றமா போவ” என்றாள்.

பெரியவள் காமாட்சி புறக்கடையில் சாமான்களைக் கழுவிக் கொண்டிருந்தாள். அடுத்தவள் அடுப்பு ஊதிக்கொண்டிருந்தாள். சின்னவள் தெருவில் எகிறிக்கொண்டிருந்தாள். அவளுக்கு எப்போதும் ஆட்டம்தான்.

சாலம்மா அடுப்பில் வெந்துகொண்டிருந்த அரிசி நொய்யில் கேழ்வரகு மாவைக் கொட்டி அந்த உலையில் களிக்கொம்பை வைத்தாள். அடுத்த அடுப்பில் துவரம்பருப்பு வெந்துகொண் டிருந்தது. அதைப் பதம் பார்த்தவள் பூங்காவனம் உருவிக் கொடுத்த முருங்கைக் கீரையை அந்தப் பருப்புச் சட்டியில் கொட்டி, கரண்டியால் கிளறி மூடினாள்.

ஐந்தாவது நிமிடத்தில் பருப்புச் சட்டியை இறக்கி, பருப்பு கடையும் கல் சட்டியில் ஊற்றி உப்புப்போட்டு மத்தால் கடைந்தாள். சூரியன் மேற்கில் இறங்கிக் கொண்டிருந்தான். பூங்காவனம் எழுந்து நடு வீட்டில் காமாட்சியம்மன் விளக்கில் இலுப்பை எண்ணையை ஊற்றி ஏற்றினாள். கண்கள் மூடி கையெடுத்துக் கும்பிட்டாள்.

கடைந்த கீரையில் போதுமான அளவு தண்ணீர் விட்டுக் கலக்கி மத்திலேயே ஒரு துளி எடுத்து வாயில் விட்டு உப்பு சரிபார்த்த சாலம்மாள், கீரை வெந்த சட்டியைத் தண்ணியை விட்டு அலசி கீரையில் ஊற்றிவிட்டு அதை அடுப்பில் வைத்து எண்ணையை ஊற்றிக் காய்ந்தபின், ஒரு உருண்டை வடகத்தைப் புட்டு எண்ணையில் போட்டாள். அதிலிருந்த கடுகு பொரிந்து வடகத்தின் வாசனை வீட்டையே கிறங்க வைக்க, கீரையை அதில்

ஊற்றி கரண்டியால் கிளறி மூடினாள். சின்னசாமிக்கு அந்த வாசனையே பசியைக் கிளற, எச்சிலைக் கூட்டி விழுங்கினார்.

அடுத்து களி உலையை இறக்கி, அதிலிருந்த மாவில் மேலேயே கொஞ்சமாக ஒரு கிண்ணத்தில் எடுத்து வைத்துவிட்டு சட்டியை சுவரோரம் வைத்து காலால் இடுக்கிக்கொண்டு கொம்பால் கிளறினாள். களி இளக்கமாக இருந்ததால் எடுத்து வைத்த மாவை மீண்டும் அதில் கொட்டிக் கிளறினாள். பின்னர் அன்னக் குத்தியால் அள்ளி, மரத்தட்டில் போட்டு, கைகளால் உருண்டை அடித்தாள். ஆட்டுத்தலை அளவுக்கு உருண்டையை உருட்டி, முதல் உருண்டையை அகன்ற பேசன் அலுமினியப் பாத்திரத்தில் போட்டுவிட்டு, இரண்டாவது உருண்டையை உருட்டி சின்ன சாமியின் வெங்கலக் கிண்ணத்தில் போட்டாள்.

சின்னசாமி சொம்பில் தண்ணீரை எடுத்துக்கொண்டு வெளியே போய் வாசலில் கைகளைக் கழுவிக்கொண்டு வந்து உட்கார்ந்தார்.

களியைப்பிட்டு முருங்கைக் கீரையில் முக்கிப்புரட்டி விழுங்கினார். வடகம் தாளித்த கீரையின் ருசி தொண்டையில் நின்று இறங்கியது.

"கொய்ந்திங்களக் கூப்ட்டு களி போடுமே, நீயும் சூடா இர்க்கும்போதே துண்ணுமே" என்றார் மனைவியிடம் ரெட்டியார்.

அடுப்பருகில் உட்கார்ந்திருந்த இரண்டாவது மகள் மற்றவர்களைக் கூப்பிட வெளியே போனாள். சாப்பிட்டு முடித்து, கை கழுவி, துண்டில் துடைத்தபடியே எழுந்து ஏரிக்குப் போனார் சின்னசாமி. நிறைமாத கர்ப்பிணியைப் போலத் தளும்பிக் கொண்டிருந்த ஏரியைப் பார்த்ததும் அந்தத் தண்ணீரில் பூங்காவனத்தின் முகம்தான் தெரிந்தது சின்னசாமிக்கு.

கோடிப் பரப்புக்கு இணையாய் விரிந்து பரந்து கிடந்தது தண்ணீர். இன்னும் இரண்டு விரற்கடை தண்ணீர் ஏறினால் புரட்டிக் கொள்ளும். காற்றில் மிதந்து வந்த அலைகள் கோடியில் முட்டி முட்டித் தளும்பிக் கொண்டிருந்தது.

தண்ணீரின் மேற்பரப்பில் வண்டல்கள் சேர்ந்து சேர்ந்து கோடியை ஒட்டி பழுப்பும், சாம்பலுமாய்ப் பெரிய கரும்பழுப்பு நிறத் துப்பட்டியை விரித்துப் போர்த்தியதுபோலப் பரவி அலைக்கு ஏற்ப ஆடிக்கொண்டிருந்தது.

வீட்டுக்குத் திரும்பியவர் தெருத்திண்ணையில் உட்கார்ந்து கொஞ்சநேரம் குப்பா ரெட்டியுடன் பேசிக் கொண்டிருந்தார். பின்னர் எழுந்து மாட்டுத்தொழுவத்துக்குப் போய்விட்டு, பின்னர் வேலி பக்கம் போய்ச் சிறுநீர் கழித்துவிட்டு வந்து கட்டிலில் படுத்தார்.

அவர் நல்ல உறக்கத்தில் ஆழ்ந்து கிடந்தபோது, யாரோ தட்டி உசுப்பியதால் தூக்கங்கலைந்து சட்டென்று எழுந்து உட்கார்ந்தார்.

“டே நைனா... பூங்காவனத்துக்கு நோவு வந்திரிச்சி... புளிந்தோப்புக்குப் போயி நாய்டு கெய்வியக் கூப்டுகினு வாடா” என்றபடி சாலம்மாள் எதிரில் நின்றிருந்தாள். வீட்டின் உள்ளே சிம்னி விளக்கு எரிந்து கொண்டிருக்க, பூங்காவனம் கால்களை நீட்டியபடி, சுவற்றில் சாய்ந்து பற்களைக் கடித்துக்கொண்டு உட்கார்ந்திருந்தாள். தலையிலிருந்த கனகாம்பரம் பூவிற்கு இணையாக அவளது முகமும் வாடியிருந்தது.

துப்பட்டியை எடுத்து உடல்மீது சுற்றிக்கொண்டு, தடிக் கொம்பை தட்டியவாறு ஓட்டமும் நடையுமாகப் புளியந்தோப்பை நோக்கி நடந்தார். எங்கும் தார் இருட்டு, பூச்சிகளின் சத்தம்கூட இன்றி நிசப்தமாய் இருந்தது பாட்டை. கதவைத்தட்டி தூக்கத்தி லிருந்த நாயுடு கிழவியை எழுப்பி, விசயத்தைச் சொல்லிக் கூட்டிக் கொண்டு வீட்டுக்கு வந்தபோது எதிர்வீட்டு வெள்ளைக்கண்ணனின் மனைவி இருசம்மாள், குப்பா ரெட்டியாரின் வீட்டுக்காரி மகேஸ்வரி எல்லோரும் சன்னமான குரலில் பேசிக்கொண்டு பூங்காவனத்தைச் சுற்றி உட்கார்ந்திருந்தனர்.

நாயுடு கிழவி பூங்காவனத்தின் வயிற்றில் கை வைத்து அழுத்திப் பார்த்தாள். அடி வயிற்றில் அரையில் தடவிப் பார்த்தாள்.

“குடிக்கச் சுடு தண்ணி வெச்சிக் குடுங்க” என்றாள்.

சாலம்மாள் அடுப்பைப் பற்றவைத்து தண்ணீரைக் காய்ச்சி ஆற்றி சொம்பில் ஊற்றிக்கொடுத்தாள். இளஞ்சூட்டிலிருந்த தண்ணீரை முனகலோடு குடித்தாள் பூங்காவனம்.

நேரம் கூடிக்கொண்டே போனது. மீண்டும் வயிற்றில் கை வைத்து ஆராய்ந்தாள் கிழவி.

“தல திரும்பல போலக்கீதே... அஞ்சாவது... எதுக்கும் குமணந் தாங்கலு போயி நர்சம்மாள கூப்டுகினு வந்துரு ரெட்டியாரே” என்றாள்.

எல்லோரையும் ஒரே நேரத்தில் குபீரெனப் பயம் பற்றிக் கொண்டது. அந்த ஊரில் நாயுடு கிழவி கை வைத்தால் எப்பேற் பட்ட பிரசவமும் சாதாரணமாய் நடந்துவிடும். ஊரிலிருந்த முக்கால்வாசிப் பேருக்கு மேல் அவள் கை வைத்துப் பார்த்து பிறந்தவர்கள்தான்.

"தல திரும்பிட்ச்சி... பனிக்கொடம் ஒடஞ்சிட்ச்சி... இப்ப ஆய்டும்" என்று அவள் சொல்லிக் கொண்டிருக்கும்போதே குழந்தையின் அழுகுரல் கேட்டுவிடும்.

இப்போது அவளே நர்சம்மாவை கூட்டி வரச் சொன்னதால் எல்லோர் நெஞ்சிலும் திடீரெனப் பெரிய பாறாங்கல்லைத் தூக்கி வைத்தது போலப் பாரம் கூடிவிட்டது.

"நல்லபடியா ஆவும்... போயி நர்ச கூப்டுகினு வர்சொல்லு ரெட்டியார" என்றாள்.

"முருகா... நல்லபடியா தாய் வேற... புள்ள வேறயா ஆவணும்... நீதான் காப்பத்தணும்" என்று வேண்டிக்கொண்டு முருகப்ப ரெட்டியாரின் வீட்டுக்குப் போனார் சின்னசாமி. அவர் வீட்டுக்கு மூன்றாவது வீடு முருகப்பனின் வீடு. அந்த ஊரிலேயே அவரிடம் மட்டும்தான் சைக்கிள் இருக்கிறது. அதை ஓட்டத் தெரிந்தவரும் அவர் ஒருவர் மட்டும்தான்.

கிணற்றுப் பாசனத்தில் கத்தரியும், வெண்டையும் போட்டிருந் தார் முருகப்ப ரெட்டியார். அதைப் பறித்துக் கூடையில் நிரப்பிச் சைக்கிளில் கட்டி, ஊர் ஊராக விற்பார். அதற்காகவே சைக்கிள் வாங்கி, மிதிக்கக் கற்றுக்கொண்டார்.

விஷயத்தைச் சொன்னதும் சைக்கிளைத் தள்ளி ஏறி உட்கார்ந்த முருகப்பன், "ரெட்டியார, தோ ஒரு காமணி நேரத்துல கூட்டுகினு வந்துட்றேன்" என்று கூறிக்கொண்டே சைக்கிளை மிதிக்கத் தொடங்கினார்.

இருட்டில் காற்றைக் கிழித்துக்கொண்டு பறந்தது சைக்கிள். அங்கிருந்து ரெண்டு மைல் தூரம் குமணந்தாங்கல். அரசு செவிலியரான அந்த அம்மாள் குமணந்தாங்கலில்தான் குடி யிருந்தாள். அந்த வட்டாரத்திலேயே அவள்தான் சனங்களுக்குக் காய்ச்சல், பேதி, சளி எல்லாவற்றிற்கும் மருந்து கொடுப்பாள். பிரசவம் பார்ப்பதில் கை தேர்ந்தவள். அரசாங்கம் அதற்காகவே அவளுக்குப் பயிற்சி கொடுத்து வைத்திருந்தது.

பின்னிரவு நிலவொளியின் மங்களான வெளிச்சத்தில் தகதகத்தது வெள்ளைக்காரன் கால்வாய். நல்ல வேளையாக வெள்ளம் குறைந்திருந்தது. வேட்டியை இறுக்கி இடுப்பில் சுற்றிக்கட்டி சைக்கிளைத்தூக்கி தோள்மீது வைத்துக்கொண்டு கால்வாயில் இறங்கினார். முட்டிக்கும் கீழே ஓடிய வெள்ளம் ஆளை அசைத்துப் பார்த்தது. சமாளித்து நடந்து கரையேறியதும் சைக்கிளை இறக்கி தள்ளிக்கொண்டு பேருந்து சாலைக்கு வந்ததும் ஏறி மிதிக்கத் தொடங்கினார். சாலையின் இருபுறமும் வரிசையாக இருந்த புளிய மரங்கள் நிழலுருவங்களாக நின்றிருந்தன. சாலையோரச் செடி களில் உட்கார்ந்து ஓயாமல் 'ஒய்ங்'கென்று கத்திக்கொண்டிருந்த இரவு பூச்சிகளின் சத்தம் மனசை சில்லிட வைத்தது.

நர்சம்மாவை எழுப்பி, விசயத்தைச் சொன்னதும், முகத்தை மட்டும் கழுவிக்கொண்டு, செருப்பு அணிந்துகொண்டு சைக்கிள் கேரியரில் ஏறி உட்கார்ந்தாள்.

கத்தரிக்காய் கூடை வைத்து ஓட்டிய முருகப்பனுக்கு அவளை உட்கார வைத்து சைக்கிளை மிதிப்பதில் ஆரம்பத்தில் சிக்கல் எதுவும் எழவில்லை. சத்திரம், பள்ளேரி தாண்டி முதலாவது ஆற்றுக் கலங்களைக் கடந்து மேடேறியபோது சைக்கிளின் முன் சக்கரம் தலைக்குமேல் தூக்கியது.

நர்சம்மாளுக்குப் பாரியான உடம்பு. சைக்கிள் முன்நோக்கி மேட்டில் ஏறவும், பின் பாரம் தாங்காமல் முன் சக்கரம் தூக்கவும், தடுமாறி சைக்கிள் சாய, சமாளித்துக் காலைத் தரையில் ஊன்றினார் முருகப்பன்.

அதற்குள் பொத்தெனக் கீழே விழுந்த நர்சம்மாள், "செத்தேன்டா கடவுளே" என்று அலறினாள்.

சைக்கிளை அப்படியே கீழே சாய்த்துவிட்டு எகிறி குதித்த முருகப்பன், நர்சம்மாளைக் கை கொடுத்துத் தூக்கி விட்டார்.

"நர்சம்மா... அடி கிடி பட்டுடுச்சா... இந்தச் சனியம் புடிச்ச மோட்ல இப்படிதாங்... எப்ப மூட்ட ஏத்திகினு போனாலும் கவுந்துடும்" என்றார்.

"இன்னாப்பா... என்ன மூட்டைனு சொல்றியா?" என்றாள் நர்சம்மாள் முனகலோடு. கை கால்களை உதறினாள்.

“அய்யய்யோ… உன்ன இல்ல நர்சம்மா… காய் மூட்டய ஏத்திகினு விக்கப் போவனே அதச்சொன்னேன்”

“செரி செரி… சைக்கிள தூக்குப்பா… அங்க நோவுல துடிக்கிறவள மொதல்ல போய்ப்பார்க்கலாம்” என்றாள் நர்சம்மா.

நல்லவேளையாக நர்சுக்கு அடி எதுவும் படவில்லை. முழங்கைகளில் லேசான சிராய்ப்புதான்.

மேட்டில் சைக்கிளை தள்ளிக்கொண்டு வந்து, பின்னர் நர்சை உட்கார வைத்து ஏறி மிதித்து வெள்ளைக்காரன் கால்வாயில் இறங்கி, தண்ணீரில் சைக்கிளைத் தள்ளிக்கொண்டு மெதுவாய் அவர் முன்னே நடக்க, ஒரு கையில் சைக்கிளைப் பிடித்தபடியும், மறுகையில் சேலையைத் தூக்கிப்பிடித்தபடியும் நர்சு பின்னால் நடந்து வந்தாள். தண்ணீரில் நடக்க முடியாமல் திணறினாள். ஒருவழியாக அவர்கள் சின்னசாமியின் வீட்டுக்கு வந்தபோது அதிகாலை நேரக் குளிர்காற்று உசு உசுவென்று வீசத் தொடங்கி யிருந்தது.

நர்சம்மாளைப் பார்த்ததும் சின்னசாமிக்குத் தைரியம் வந்துவிட்டது. வீட்டுக்குள் போன நர்சம்மாள் பூங்காவனத்தின் வயிற்றில் கைகளை வைத்து அழுத்திப் பார்த்தாள். கையைப் பிடித்து நாடி பார்த்தாள். கண்ணின் கீழ் ரப்பைகளை இழுத்துப் பார்த்தாள். மீண்டும் வயிற்றில் தடவிப் பார்த்தாள்.

“பயப்பட வேணாம்… தல திரும்பிட்சி… கொஞ்ச நேரத்துல ஆய்டும்” என்றாள்.

அதைக் கேட்டதும் எல்லோர் முகத்திலும் ஒரு புது வெளிச்சம் முளைக்க, அதே நேரம் வெளியேயும் கொஞ்சம் கொஞ்சமாக வெளிச்சம் தெரியத் தொடங்கியது. சின்னசாமி வெளித் திண்ணையில் வந்து உட்கார்ந்தார். ஏரிப்பக்கமிருந்து லேசான இரைச்சல் கேட்டது. உற்றுக் கவனித்தார். லேசான சத்தம்தான்.

கோடி புரளத் தொடங்கியிருக்கும். கோடியிலிருந்து தண்ணீர் வழிந்து கீழே விழும் சத்தம் அது. சற்று நேரத்தில் சத்தம் கூடியது. ‘தமதம’ எனப் புது ஓசை ஒரே சீராகக் கேட்கத் தொடங்கியது.

அந்த ஓசைதான் சின்னசாமிக்கு எப்போதும் கிறங்க வைக்கும் சங்கீதம். ஏரி வழிந்து குதித்து ஓடும் ஓசை. இயற்கை வாசிக்கும் மங்கள ராகம். மனைவியின் முனகலை மறந்து அந்த ஓசையில்

லயித்து அவர் தன்னை மறந்தபோது, வீட்டுக்குள்ளிருந்து குழந்தை அலறும் சத்தம் கேட்டது.

அந்த சத்தத்தைக் கேட்டதும் புல்லரித்தது சின்னசாமிக்கு. தலை மீதிருந்த பெரும் பாரத்தைச் சடக்கென்று யாராவது தூக்கிக் கொண்டால் தலைமயிர்கள் திடீரெனக் காற்றில் நடனமாட தலையில் புது ரத்தம் பாய்வது போன்ற உணர்வு பொங்குமே அப்படி ஒரு உணர்வு பொங்கியது அவருக்குள்.

சட்டென்று திண்ணையிலிருந்து குதித்தவர், வீட்டுப்பக்கம் போகக் கால்களை ஒரு அடி எடுத்து வைத்தார். சட்டென்று ஒரு தயக்கம்.

இந்த நேரத்தில் ஆம்பளை அங்கே போகலாமா...? என்ற எண்ணம் உரைக்க, திரும்பி வள்ளிமலையைப் பார்த்து ஒரு கும்பிடு போட்டுவிட்டுத் திண்ணையில் ஏறி குந்தினார்.

பிறந்தது ஆண்பிள்ளையா, பெண் பிள்ளையா என்கிற கேள்வி அவருக்குள் எழுந்ததும் அவரால் திண்ணையில் உட்கார முடியவில்லை. கீழே இறங்கி வீட்டுப்பக்கம் மீண்டும் கால்களை வைத்தார். மீண்டும் தயக்கம். மீண்டும் வள்ளிமலையைப் பார்த்து ஒரு கும்பிடு போட்டார்.

"எப்பா... வெள்ளிமல முருகா... எங்காலுக்கு ஒன்னு, எங்க வம்சம் வெளங்க... எனுக்குக் கொள்ளி வைக்க... இதுனா ஆம்பள புள்ளியா இருக்கட்டும்டா கடவுளே" என்று மனசுக்குள் உருகினார்.

மீண்டும் திண்ணையில் குந்தினார். உட்கார முடியவில்லை. கால்பாதங்களில் ஒரு நமநமப்பு. குந்து புறங்கள் முள்மீது இருப்பதைப்போன்ற உறுத்தல். சட்டென்று கிழே குதித்து நின்றார்.

"டே நைனா... வாயத் தறடா" என்றபடியே அவரை நோக்கி வந்த சாலம்மா, அவர் திகைத்து நிற்க, ஒரு சிறிய வெல்லக்கட்டியை அவரின் வாய்க்குள் திணித்தாள்.

உப்பும், இனிப்புமாய் வெல்லம் அவர் நாக்கில் கரைய, சட்டென்று முகம் மலர... தாயைப் பார்த்தார்.

"நைனா... நம்பக் கொடி வெளங்க... மவராசங் பொறந்துட்டான்டா... நாஞ் சொன்ன மாதிரியே அஞ்சாவதா பொறந்த இவங் அரசாளப் போறான்டா" என்றாள்.

குப்பென்று முகம், கை கால்களில் வேர்த்து விட்டது சின்ன சாமிக்கு. ஒரு புது ரத்தம் தலையிலிருந்து கால்வரை விர்ரென்று பாய்ந்தது. புதிய ஆனந்தம் உடலெங்கும் பரவ, மூச்சு முட்டியது.

சட்டென்று வள்ளிமலையை நோக்கி கை கூப்பிய சின்னசாமி கன்னத்தில் போட்டுக் கொண்டார்.

"அட்த்த வர்சம் கொயந்த தோள்ல காவடிய வெச்சி தூக்கினு வர்றன்டா முருகா" என்று நெகிழ்ந்தார்.

ஏரிப்பக்கமிருந்து 'தம தம தம' என ஓரே சீராய் சத்தம் வர, ஏரியின் அந்த ஆனந்த தாண்டவத்துக்கு இணையாய், ஆனந்தக் கூத்தாடியது சின்னசாமியின் மனசும்.

பொழுது முழுதாய் விடிந்து, தெருவில் பெண்கள் சாணம் தெளித்துக் கோலம் போடத் தொடங்கியபோது, மகனைப் பார்க்க ஆற்றில் குதித்து ஓடும் புது வெள்ளத்தைப்போன்ற உற்சாகத்தோடு வீட்டுக்குள் ஓடினார்.

4

அடுத்த இரண்டு மாதங்கள் இறக்கை கட்டிக் கொண்டு பறந்தது. ஏரி கோடி புரண்ட அன்றைக்கு மறுநாள் மாலை வடவாண்டை மேட்டில் உள்ள நிலத்திற்கு நாற்றங்கால் உழுது அதன் வடக்கு மூலையில் மூன்று மண் பிள்ளையார் பிடித்து வைத்து, அதைக் கும்பிட்டு, தேங்காய் உடைத்து, நெல் விதையைத் தூவியபின், பச்சரிசியில் வெல்லமும், உடைத்த தேங்காய் நீரும், சிறு சிறு தேங்காய் துண்டுகளும் கலந்து பிரசாதமாகத் தின்றுவிட்டுத் தொடங்கியது உழவு வேலை. சேடை உழுது, தழை வெட்டித் தறித்துப் போட்டு, சேற்றை அழுக வைத்து, சமமாய்ப் பரம்படித்து, நடவு வேலைகள் முடிந்து நிமிர்வதற்குள் இரண்டு மாதங்கள் போனதே தெரியாமல் பறந்துபோனது. ஏரியின் கீழே விரிந்து கிடந்த நிலங்களெல்லாம் பழுப்பும், பச்சையுமாய்ப் பயிர்களைத் தாங்கியபடி படுத்துக் கிடந்ததைப் பார்க்க சின்னசாமி ரெட்டியாருக்கு மனசு நிறைந்தது. நடவு முடியும்வரை சம்சாரிகளுக்கு இடுப்பில் துணி நிற்கவில்லை. வேட்டிகளைத் தலையில் சுற்றிக் கொண்டு கோவணமும், டவுசருமாய், கலப்பையும், தார்க்குச்சியுமாய் மாடுகளை விரட்டிக்கொண்டு நடந்தனர்.

பெண்களுக்குக் கால் முட்டிவரை இறங்கும் சேற்றை நாள் முழுவதும் மிதித்து மிதித்து நடவு நட்டு விரலிடுக்குகளில் சேற்றுப் புண்கள் பெருகிவிட்டன. அந்த வலியையும், ரணத்தையும் மீறி குத்துக்குத்தாய் நாற்றுக்களைப் பிரித்துச் சேற்றுக்குள் சொருகி நட்டுக்கொண்டே கேலியும் கிண்டல்களுமாய் ஊர்க்கதை பேசினர்.

வயலில் நடவு முடிந்து முப்பதாவது நாள் பயிர்கள் பச்சை கட்டி, பார்க்கவே குளிர்ச்சியாய் இருந்தது. சூரியன் உச்சியில் சோம்பலாய் காய்ந்துகிடந்த நேரத்தில் தன் வயல் வரப்பில் குந்தி தலையை மேலே உயர்த்திக் கூழ்ப் பல்லாவை வாயில் கவிழ்த்துக் கொண்டிருந்த சின்னசாமியின் பார்வை மட்டும் கால்வாயின்மீது இருந்தது.

ஏரியிலிருந்து வந்துகொண்டிருந்த தண்ணீர் சலசலவென வயலில் குதித்துப் பயிர்களுக்குள் பரவிக்கொண்டிருந்தது. வயலில் இருந்த பழைய நீருக்கு மேலாகக் களிமண் நிறத்தில் பரவும் புதுநீர் ஊருக்குள் நுழையும் புதிய ஆட்களைப்போலத் தனியாகத் தெரிந்தது.

கிச்சிலி ஊறுகாயின் துவர்ப்பு விறுவிறுவென்று நுனி நாக்கில் எச்சிலை ஊறவைக்க, கூழ்ப்பல்லாவை ஒட்ட உறிஞ்சிக் குடித்துக் கீழே வைத்த சின்னசாமி, கால்வாய் நீரில் கையைக் கழுவி, வாயைக் கொப்பளித்து வரப்பில் துப்பியபின், இரண்டு கை நீரள்ளிக் குடித்துவிட்டு, அடிவயிற்றிலிருந்து ஒரு பெருத்த ஏப்பம் விட்டார்.

"நாம் போயி காவாப் பின்னால பாத்துகினு வர்றங்... நீ ஊட்டுக்குக் கௌம்பிப் போம்மா..." என்று தன் தாய் சாலம்மா விடம் அவர் சொல்லிக்கொண்டிருக்கும்போதே கால்வாயில் தண்ணீரின் வரவு குறையத் தொடங்கியது.

"எந்த பேமானியோ மடய எடுத்துட்டாம்போலக் கீதே..." என்று துண்டை உதறித் தலையில் சுற்றிக்கொண்டு கால்வாயின் பின்னாலேயே ஏரியைப் பார்த்து வேகமாக நடக்கத் தொடங்கினார்.

ஏரியின் மேட்டு மதகிலிருந்து அவரது வயல்கள் ஒரு மைல் தூரத்தில் இருப்பது பெரிய தலைவலியாக இருந்தது. ஏரியிலிருந்து வரும் நீர் வழியெல்லாம் கால்வாயில் வழிந்ததுபோக, கால்வாய்

ஓர வயல்களில் சலித்தது போக, கடைமடைக்கு வருவதற்குள் கால்பாகமாகக் குறைந்து விடுகிறது.

இடையில் யாரேனும் மடையைத் திருப்பி விடாமலிருக்க, கால்வாய்ப் பின்னால் சுற்றிக்கொண்டே இருக்க வேண்டும். ஓய்ந்து ஒரு இடத்தில் உட்கார்ந்துவிட்டால், இடையில் யாரேனும் சத்தமில்லாமல் தங்கள் வயலுக்கு அருகில் மடையைக் காலால் உதைத்துவிட்டுப் போய்விடுவார்கள்.

சின்னசாமி கால்வாய் ஓரமாக நெடுநெடுவென ஓடினார். மதகு வரை போனவருக்கு ஏமாற்றமே மிஞ்சியது. எங்கும் மடை எடுக்கவில்லை. இருந்தும் வயலுக்கு வரும் தண்ணீர் கால் வாசியாகக் குறைந்து இருந்தது. மதகிலிருந்து குபுகுபுவென முழு அளவு தண்ணீர் வந்துகொண்டிருந்தது ரெட்டியாருக்குக் குழப்ப மாக இருந்தது.

சட்டென்று அந்தச் சந்தேகம் வர, மதகிலிருந்து ஏழெட்டு வயல்கள் தள்ளியிருக்கும் மோட்டூர் நாராயணன் கழனிக்கு ஓடினார். அந்த வயலின் வரப்பினைக் கூர்ந்து கவனித்தவாறு மெதுவாக முன்னோக்கி நடந்தார்.

அவரின் யூகம் சரிதான். புற்கள் அடர்ந்திருந்த இடத்தில் கால்வாய் வரப்பின் அடியில் கை கனத்திற்குத் தடியால் குத்தப் பட்டு, அதன் வழியாக அந்த வயலுக்குள் தண்ணீர் சத்தமின்றிப் பாய்ந்துகொண்டிருந்தது. ஆத்திரத்துடன் காலால் வரப்பை எகிறி மிதித்தார். சேற்றை வாரி அடைத்தார்.

மோட்டூர் நாராயணன் இப்படித் தண்ணீர் கட்டுவது சுற்றுப்பட்டு எல்லா ஊருக்கும் தெரியும்.

எல்லோரும் மணிக்கணக்கில் கால்வாயில் காத்திருந்து, வயலுக்குத் தண்ணீர் பாயவிட்டால், நாராயணன் யாருக்கும் தெரியாமல் வந்து, வரப்பின் அடியில் தடியைக் குத்திவிட்டுப் போய்விடுவான். வாய்க்கால் ஓரமாக அவனது நிலம் இருந்தது அவனுக்கு வசதி. ஆனால் கையும் களவுமாக இதுவரை அவனை யாரும் பிடித்ததில்லை.

"தேவ்டியாளுக்குப் பொறந்த பயங்... கொம்புல குத்திட்டு போயி கீறாங்... கொம்ப அவங்கொம்மா சூத்துல எட்த்துகினு

போயி குத்தறது?” என்று காறித் துப்பிக்கொண்டே, மேலும் இரண்டு இடங்களில் அதே போலக் குபுகுபுவெனப் பாய்ந்து கொண்டிருந்த நீரை அடைத்தார்.

‘ஏரிக் கரைலதாங் எங்கனா மறவா உக்காந்துகினு இருப்பாங் பேமானி... வர்ட்டும்... இன்னிக்கி மடயிலயே வெட்டி பொதச்சிர்ரேங்’ என்று அங்கே வரப்பிலேயே மண்வெட்டியை வைத்துவிட்டு உட்கார்ந்தார்.

அரை மணி நேரமாகியும் அங்கே யாரும் வரவில்லை. ஏமாற்றத்தோடு வயல் பக்கம் கிளம்பினார். ஒருவழியாக அவரது வயலில் நீர் பாய்ந்து முடியும் போது பொழுது சாயத் தொடங்கியது. அதுவரை காத்திருந்த பக்கத்து நிலத்து ஏகாம்பர ரெட்டியார் மடையைத் திருப்பிக்கொள்ள, மண்வெட்டியோடு வீட்டை நோக்கி நடந்தார் சின்னசாமி.

பெரிய மகள் காட்டில் மேய்த்து, தொழுவத்தில் கட்டி வைத்திருந்த உழவு மாடுகளுக்கு, போரிலிருந்து வைக்கோலைப் பிடுங்கி வந்து போட்டார்.

இருட்டத் தொடங்கியபோது கை கால் முகம் கழுவிக் கொண்டு சாப்பிட உட்கார்ந்தார்.

சுடச்சுட உருட்டிய களி உருண்டையை வெங்கலக் கிண்ணத்தில் போட்டு, முருங்கைக்காய், மொச்சைக்கொட்டை, கருவாட்டுக் குழம்பை ஊற்றி வைத்தாள் சாலம்மாள். நல்ல கனத்தில், அகலத்தில் இருந்த வெங்கலக் கிண்ணத்தின் முக்கால் பாகத்தை அடைத்துக்கொண்டு, ஆவி பறக்க அவரைப் பார்த்தது களி உருண்டை.

அந்த ஊரில் சாலம்மா அடிக்கும் களி உருண்டைக்குத் தனிச் செல்வாக்கு உண்டு. ஏர் அடிக்கும் ஆம்பிளைகள் கூட அந்த உருண்டையை முழுசாய்த் தின்பதற்குள் திணறி விடுவார்கள். பதமான வேக்காட்டில் கையில் பிட்டு எடுத்தால் விரல்களில் ஒட்டாத பதத்தில், வெண்ணையை எடுப்பதுபோல இருக்கும் களியைக் குழம்பில் புரட்டி வாயில் போட்டு விழுங்கினால் தொண்டையில் வழுக்கிக்கொண்டு இறங்கும்.

சிலர் களி கிளறினால் பிசுபிசுவென்று விரல்களிலும், நாக்கிலும் ஒட்டும். அரை வேக்காட்டுக்களி தின்றால் அர்த்த ராத்திரியில் ஆளை எழுப்பும். செரிக்காது. ஏர் ஓட்டுகிறவர்கள் யாரிடமாவது கயிறைக் கொடுத்துவிட்டு, மறைவிடத்துக்கு ஓடுவார்கள்.

ஆனால் சாலம்மாவின் களி உருண்டை வயிற்றுக்குள் குழந்தை மாதிரி இருக்கும். விடிகாலையில் ஏரிப்பக்கம் ஒதுங்கிவிட்டு வந்தால் வயிறு கலகலவெனப் பசிக்கும். அத்தனை பெரிய களி உருண்டை போன இடம் தெரியாமல், அதைச் செரித்த சுவடு தெரியாமல் வயிறு அமைதியாய் இருக்கும். வேகாத களியைத் தின்றால் வயிறு 'கடக் மொடக்' எனக் கத்திக் கூப்பாடு போடும்.

சின்னசாமியின் மனைவி பூங்காவனத்திற்கும் மாமியாரின் கைப்பக்குவத்தில் முக்கால்பாகம் இருந்தது. ஆனால் அவள் உருட்டும் உருண்டைகள் அதைவிடக் கொஞ்சம் சின்னதாக இருக்கும். இரண்டாவது களி வாங்கினால்தான் வயிறு நிறையும்.

சின்னசாமி களியைப் பிட்டு, குழம்பில் ஒரு புரட்டு புரட்டி வாயில் போட்டு விழுங்கினார். நாக்கில் பட்டதும் முருங்கக்காய் கருவாட்டின் ருசி அடி நாக்குவரை நின்று ருசித்தது.

மற்றவர்களைப்போலச் சின்னசாமி களியை மென்று விழுங்கமாட்டார். வாயில் போட்டு அப்படியே 'லொடுக் லொடுக்' என்று விழுங்குவார். குழம்பிலிருந்த மொச்சைக் கொட்டைகளை வாரி வாயில் போட்டு மென்றார். கருவாட்டுக் குழம்பில் கொதிக்கும் மொச்சைக் கொட்டைகளுக்குத் தனி ருசி வந்து விடுகிறது. அதிலும் பச்சை மொச்சைக் கொட்டைகள் என்றால் சொல்லவே வேண்டாம்.

காட்டில் இருக்கும் மானாவாரி நிலத்தில் வேர்க்கடலை போடும்போதே அதில் ஊடு பயிராகப் போட்ட சோளம், மொச்சை, காராமணி இப்போது பயன் தருகிறது.

சரம் சரமாய்க் காய்த்திருந்த மொச்சைக்காய் பொங்கல் வரை வீட்டில் உதைபடும். உப்பும், துளசியும் போட்டு வேக வைத்த மொச்சைக்காயை ஒரு புட்டுக்கூடை நிறைய உரித்துத் தின்பார் சின்னசாமி. காயை உரித்துக் கருவாட்டுக் குழம்பில் போடும் பச்சை மொச்சைக் கொட்டைகளோ தின்னத் தின்னச் சலிக்காது.

களிக்கும், கருவாடு, மொச்சைக்கொட்டை குழம்புக்கும் ஏகப் பொருத்தம் என்றால், அரிசிச் சோற்றுக்கும், இந்தக் குழம்புக்கும் இன்னும் ஒரு பொருத்தம் கூட இருக்கும்.

ஆவி பறக்கும் சோற்றில் கருவாட்டுக் குழம்பை ஊற்றி, மொச்சைக் கொட்டைகளோடு பிசைந்து கைநிறைய்ய வாரி வாயில் திணித்துச் சூட்டில் நாக்குத் துடிக்கத் துடிக்க மென்று விழுங்கினால் கண்கள் பிதுங்கி, கண்ணீர் வழியும். அது சுகமான வேதனை.

ராத்திரியில் மிச்சமான சோற்றில் தண்ணீர் ஊற்றி வைத்து, காலையில் அந்தச் சோற்றைத் தண்ணீர் பிழிந்துவிட்டு ராத்திரி கருவாட்டுக் குழம்பை ஊற்றிப் பிசைந்து சாப்பிட்டால், அமிர்தம் என்றால் அமிர்தமாக இருக்கும். அன்று மட்டும் சின்னசாமி காலையில் சீக்கிரமாகவே சாப்பிட உட்கார்ந்து விடுவார். பிள்ளைகள் அவருக்கு முன்னதாகச் சாப்பிட உட்காரும்.

பாற்கடலைக் கடைந்து அமிர்தம் எடுத்தபோது தேவர்களும், அசுரர்களும் அமிர்தத்துக்காக அடித்துக்கொண்டதாகச் சுப்பு கவுண்டர் கதை சொல்வதைப்போல.... அதில் உண்மை இருக் கிறதோ இல்லையோ பழைய சோற்றுக்கும், கருவாட்டு குழம்புக்கும் பிள்ளைகள் அடித்துக் கொள்வது பல வீடுகளில் நிஜமாகவே நடக்கும்.

களியை விழுங்கி முடிப்பதற்குள் மார்கழி மாதக் குளிரிலும், ரெட்டியாரின் நெற்றியில் முத்து முத்தாகத் துளிர்த்த வியர்வைத் துளிகள் விழட்டுமா? விழட்டுமா? என்று அவரிடம் கேட்டுவிட்டு ஆடின.

துண்டால் முகத்தை ஒற்றிக்கொண்டு, தட்டிலேயே கையைக் கழுவிவிட்டு, வயிறு நிரம்பி நெஞ்சு முட்டும் வரை தண்ணீர் குடித்துவிட்டு, ஏப்பம் விட்டபடி எழுந்து வீட்டின் உள் அறையில் எட்டிப் பார்த்தார். வைக்கோல் பரப்பி, அதன்மேல் விரித்திருந்த பழைய புடவைத் துணியில் மெத்தென்று மல்லாந்து படுத்துக் கை கால்களை உதைத்துக் கொண்டிருந்தது குழந்தை. வள்ளிமலை முருகனின் கருணையால் பிறந்ததால் 'முருகவேலு' என்று பெயர் வைத்திருந்தார்.

அமாவாசைக்கு ஐந்தாறு நாட்கள் கழித்து வருகிற நிலாத் துண்டைப் போலப் பளிச்சென்ற அழகில், கடைவாயில் எச்சில் வழிய "ங்நூ ங்நூ" என்று உலகத்துக்கே புரியும் பொது மொழியில் பேசிக்கொண்டிருந்த குழந்தையைப் பார்த்ததும் மெய் மறந்து நின்றார்.

தூக்கிக் கொஞ்ச ஆசையாக இந்தாலும், இரண்டு மாதக் குழந்தையைத் தூக்கும் பக்குவம் அவருக்குத் தெரிவதில்லை. தலை ஒரு பக்கம், உடல் ஒருபக்கம் தொங்க குழந்தை கதறத் தொடங்கி விட்டால் பெற்றவள் அலறிவிடுவாள். அதற்காகவே தலை நிற்கும் வரை எந்தக் குழந்தையையும் தூக்கமாட்டார் அவர்.

பார்வையாலேயே மகனைத் தூக்கிக் கொஞ்சி, ஒரு 'ம்மா' கொடுத்துவிட்டு, போர்வையை எடுத்துப் போர்த்திக்கொண்டு வெளியே வந்து திண்ணையில் உட்கார்ந்தார்.

குளிர் காற்று சில்லென்று முகத்தை வருடியது. வெற்றிலையைப் போட்டால் குளிருக்கு இதமாக இருக்குமே என்று தோன்ற, உள்ளே போய் தாயிடம் ஒரு வெற்றிலையும், பாக்கும், கொஞ்சம் சுண்ணாம்பும் வாங்கி வாயில் போட்டு மென்று இரண்டு மிடறு விழுங்கினார். அவருக்கு வெற்றிலை போடும் பழக்கமெல்லாம் கிடையாது. எப்போதாவது விசேஷமாக நினைத்தால் மட்டும் போடுவார்.

வீடுகளிலிருந்து சிம்னி விளக்குகளின் மெல்லிய வெளிச்சங்கள் கசிய, சிலர் அப்போதுதான் ஏர் மாடுகளை ஓட்டிக்கொண்டு வீடு களை நோக்கி வந்தனர். வேலிப்பக்கமிருந்து வந்த சில் வண்டுகளின் சத்தம் தவிர ஊரில் வேறு சத்தங்கள் ஏதும் இல்லை. நிலா வெளிச்ச மிருக்கிற நாட்களில் பிள்ளைகள் கத்திக்கொண்டும், ஆடிக்கொண்டு மிருக்கும். சிறுசுகள் பூசணிக்காய் விளையாட்டு, வாத்தியார் விளை யாட்டு விளையாடும். இளசுகள் கபடி, உப்புப்பட்டை விளையாடு வார்கள்.

அமாவாசை இருட்டு நாட்களில் பிள்ளைகளின் திருடன் போலீஸ் விளையாட்டு மட்டும்தான் நடக்கும். மற்ற விளை யாட்டுகள் முடங்கிப் போய் விடுகின்றன. டவுனில் மின் விளக்குகள் எரிவதை அவர் பார்த்திருக்கிறார். அங்கெல்லாம் அமாவாசை, பௌர்ணமி எல்லா நாளுமே ஊர் வெளிச்சத்தில் இருக்கிறது.

பட்டணத்துக்காரர்கள் அமாவாசையைக்கூட அடக்கம் செய்து விட்டனர்.

கோயிலில் 'கிளிங் கிளிங் கிளிங்' என மணி அடித்தனர். மார்கழி மாத பஜனை கிளம்பப் போகிறார்கள். வழக்கமாகப் பஜனைக்குச் சின்னசாமிதான் முதலில் போய் நிற்பார். கால்வாய்ப் பின்னால் நடந்த அலுப்பில் இன்று போகத் தாமதமாகிவிட்டது.

எழுந்து வெற்றிலைச் சாற்றைத் துப்பிவிட்டு, கோயிலை நோக்கி நடந்தார். கோயிலுக்கு வெளியே வைத்திருந்த கருட கம்பத்தில் எரிந்து கொண்டிருந்த திரி நாலாப்புறமும் வெளிச் சத்தை விசிறிக்கொண்டிருந்தது. ஏழெட்டு பெரியவர்களும், பத்துப் பனிரண்டு சிறுசுகளும் சேர்ந்ததும், ஒரு பொடியன் கருட கம்பத்தைத் தூக்கிக்கொண்டு, வெளிச்சம் காட்டியபடி முன்னே நடக்க, மிருதங்கம் தோளில் மாட்டிய முனியன் அதைப் பலமாகத் தட்டியபடி நடந்தான். கோவிந்தசாமி ஆர்மோனியப் பெட்டியை கழுத்தில் மாட்டி வயிற்றில் அழுத்திப்பிடித்து 'பொய்ங் பொய்ங்' என்று இடது கையால் அழுத்தியபடி நடந்தான். ராமமூர்த்தியும், சேகரும் தாளத்தைத் தட்ட, சின்னசாமி தெருக்கூத்தில் பாடும் விநாயகர் பாடல் ஒன்றைப் பாட... ஊர்வலம் மெதுவாய் நகர்ந்தது.

ஒவ்வொரு வீட்டு வாசலிலும் பஜனைக் குழு பாடியபடி நிற்க, பெண்களோ, சிறுவர்களோ கிண்ணத்திலோ, கிளாசிலோ கொண்டுவந்த கடலை எண்ணெய், நல்லெண்ணெயை கருட கம்பத்தின் அகன்ற வாய்ப்புறத்தில் ஊற்றினர். சிலர் எண்ணையை ஊற்றிவிட்டு, அந்த எண்ணையிலேயே ஒரு பைசா, இரண்டு பைசா, ஐந்து பைசா நாணயங்களைப் போட்டனர்.

தெருவின் கடைசிவரை போன பஜனைக்குழு கோயிலுக்குத் திரும்பி வந்தபோது, வெல்லம் போட்டுக் கிளறிய பச்சரிசி 'தளுவு'* பொங்கலும், துவரை, காராமணி, மொச்சைக்கொட்டை சுண்டலும் வைத்துக்கொண்டு காத்திருந்தாள் ரங்கநாதனின் சம்சாரம் வள்ளி. இன்று அவர்கள் முறை.

வீட்டுக்கு ஒரு நாள் என முப்பது வீட்டுக்காரர்களும் மாசி மாத பஜனை முடியும் வரை சுண்டலும், தளுவும் கொடுப்பார்கள்.

கோயிலில் பூசை முடிந்தபின் சுண்டலும், தளுவும் எல்லோருக்கும் விநியோகிக்கப்பட்டது. சிலர் அதை வாங்கி

அங்கேயே தின்றனர். சிலர் வாங்கி வேட்டி துணிகளிலும், புடவைத் துணியிலும் முடிந்துகொண்டு வீட்டுக்குக் கிளம்பினர்.

சின்னசாமி அங்கேயே சாப்பிட்டுவிட்டு, வீட்டுக்கு வந்து, மாடுகளைப் பார்த்து, வைக்கோல் போட்டுவிட்டு வீட்டுக்குள் நுழைந்தார். குளிர் எலும்புவரை ஊடுருவியது.

குழந்தைகள் பழைய துணிப்புடவைகளைப் போர்த்திக் கொண்டு பாட்டியுடன் நடு அறையில் உறங்கிக் கிடந்தன. உள்ளறையின் உள்ளே எட்டிப்பார்த்தார். சிம்னி விளக்கின் மெல்லிய வெளிச்சத்தில் குழந்தைக்குப் பால் கொடுத்துக்கொண்டிருந்த பூங்காவனம் அவரைப் பார்த்ததும், சட்டென்று புடவையை இழுத்து மூடிக் கொண்டு, அவரை ஒரு வெட்கப்பார்வை பார்த்தாள். அவளின் கண்களைப் பார்த்ததும் போதை ஏறியது அவருக்கு.

மனதை அடக்கிக்கொண்டு நடு அறைக்கு வந்து கட்டிலில் படுத்துப் போர்வையைத் தலை வரை மூடிக்கொண்டு கண்களை மூடினார். நடுநிசியில் எழுந்து வெளியே போய்ச் சிறுநீர் கழித்துக் கொண்டே நிமிர்ந்தவரின் பார்வை கழனிப்பக்கம் போனது. தூரத்தில் அங்கே தீ எரியும் வெளிச்சம் தெரிந்தது. வயலுக்குத் தண்ணீர் கட்டப் போனவர்கள், அங்கே கிடக்கும் சோளத்தட்டு, கம்பந்தட்டு, வைக்கோல் கூளம் வாரிப் போட்டுக் கொளுத்தி குளிர் காய்ந்து கொண்டிருப்பார்கள். பகலில் சீக்கிரம் போய்த் தண்ணீர் திருப்ப முடியாதவர்கள்தான் இரவில் தண்ணீர் பாய்ச்சுவார்கள்.

இரவில் தண்ணீர் கட்டும்போது கால்வாய்ப் பின்னால் ராந்தல்களைப் பிடித்துக்கொண்டு அலைவார்கள். கால்வாய் வரப்புகளில் பாம்புகள் புரளும். வெளிச்சம் இல்லை எனில், பாம்புகளை மிதித்துவிட்டு, கடிபட்டுச் சாக வேண்டியதுதான்.

ஆனாலும் கொண்டுகான் மட்டும் எப்போதும் இருட்டோடு இருட்டாக ஓடிக்கொண்டிருப்பான். அவனுக்குப் பாம்பு, தேள் என்று பயமே கிடையாது. இதுவரை அவனை எதுவும் தீண்டியதும் இல்லை.

சின்னசாமி பெரும்பாலும் பகலிலேயே தண்ணீர் பாய்ச்சி விடுவார். இரவில் என்றால் எல்லோருக்கும் சிரமம். தண்ணீர் கட்டுபவர்களுக்கு வீட்டிலிருந்து இரவு சாப்பாடு வயலுக்குக்

கொண்டு வரவேண்டும். இருட்டில் தடியைத் தட்டிக்கொண்டு, ராந்தல் வெளிச்சத்தில் சேற்றில் நடந்துபோய்ச் சாப்பாடு கொடுத்து விட்டு திரும்புவதே பெரும்பாடு. அதிலும் உழவு நடக்கிறபோது எங்கும் சேறும், தண்ணீருமாய்க் கிடக்கும். எங்குக் கால வைத்தாலும் முழங்கால்வரை 'பொதுக் பொதுக்' என இறங்கும்.

உழவும், களையெடுப்பும் முடிந்த பிறகுதான் வரப்புகள் காய்ந்து, அதில் புற்கள் முளைத்து, ஓரளவு நடக்கத் தோதாக இருக்கும்.

இரவில் குறுக்கே நுழைந்து மடையைத் திருப்பிவிட்டுப் போகிறவர்கள் அதிகம். இருட்டில், போகிற போக்கில் மடையைக் காலால் உதைத்துவிட்டுப் போய்விடுவார்கள். ஒரு நிமிடமும் நிற்காமல் கால்வாய்ப் பின்னால் ஓடிக்கொண்டே இருக்க வேண்டும்.

சின்னசாமி மீண்டும் வந்து போர்த்திக்கொண்டு கட்டிலில் படுத்ததும் இந்த யோசனைகளோடு ஆழ்ந்து தூங்கிப் போனார்.

அடுத்த இரண்டு மாதங்கள் விடிவதும் தெரியவில்லை. மறைவதும் தெரியவில்லை.

பயிர்கள் கருகருவென்று செழித்து வளர்ந்து, சூல் கொண்டு, அதன் தொண்டைகள் உப்பிக் கனத்தன. உப்பிய தொண்டையைத் திறந்துகொண்டு வெளிர் பச்சை நிறக்கதிர்கள் வெளியே தலை காட்டின. குழந்தைகளின் பல் வரிசையைப் போலக் குட்டி குட்டியாய் வெளித் தள்ளிய பால் பிடிக்காத நெற்கதிர்கள் பார்க்கவே அழகாய் இருந்தன. அக்கதிர்கள், பால் முற்றி, தலை கவிழ்ந்து, பழுத்து அறுவடைக்குத் தயாரானபோது ஊரார்களின் கால்கள் மண்ணில் பட்டும் படாமலும் ஓடின.

எங்கும் அறுவடை. பழுத்த வைக்கோல்களின் புளித்த வாசம். முத்து முத்தான நெல்மணிகளின் புதிய மணம். மக்கள் கிண்டலும் கேலியுமாய் அறுத்து, தாள் அடித்து, மூட்டை பிடித்து, நெல்லையும் வைக்கோலையும் தூக்கி வந்து வீடுகளில் சேர்ப்பதற்குள் இடுப்புகள் கழன்று விட்டன.

சின்னசாமிக்கு முப்பது மூட்டை நெல்லுக்குமேல் ஆனது. பத்து மூட்டையைச் சாப்பாட்டிற்கு வைத்துக்கொண்டு, மீதியை வியாபாரிகளிடம் போட்டுவிட்டார்.

ஜிட்டன் சொந்தமாக மாட்டு வண்டி வைத்திருந்தான். ராஜு கவுண்டருக்கும் சொந்தமாக மாட்டு வண்டி இருந்தது.

வண்டி இருப்பவர்கள் மூட்டைகளை ஏற்றிக்கொண்டு போய் ஆற்காடு நெல் மண்டிகளில் அதிக விலைக்கு விற்பது வழக்கம். மற்றவர்கள் ஊருக்கே தேடிவரும் வியாபாரிகளுக்கு விற்று விடுவார்கள். வியாபாரிகள் ஊருக்கே வண்டிகளை ஓட்டிவந்து மூட்டைகளை ஏற்றிக்கொண்டு போவார்கள்.

ஜிட்டன் கொஞ்சம் வில்லங்கமானவன். சொந்தமாக மாட்டு வண்டி இருப்பதால் தலை கழுத்தில் நிற்காது. கர்வம். கிறுக்குத்தனம் வேறு. ஊராரின் கொல்லை மேடுகளுக்குச் சாண எரு ஓட்டுவது, செக்கு ஆட பொன்னைக்குக் கடலை மூட்டை களை ஏற்றிச் செல்வது, நெல் மூட்டைகளை ரைஸ் மில்லுக்கு எடுத்துப்போவது என அவனின் வண்டிச் சக்கரங்கள் எப்போதும் ஓடிக்கொண்டே இருக்கும்.

பொன்னையில் மின்சாரக் கடலை செக்கு மிசினும், ரைஸ் மில்லும் வந்த பிறகு சனங்கள் நெல்லை உலக்கையில் குத்துவதை விட்டு விட்டனர். மேல்பாடி செட்டியாரின் மாட்டுச் செக்கில் கடலைக் கொட்டைகளைக் கொட்டி நாள்கணக்காக ஆடிக்கொண் டிருப்பதை மிசின் அரை மணியில் எண்ணையும், புண்ணாக்குமாகத் தனித்தனியாகத் தள்ளி விடுகிறது.

ஜிட்டன் தன் விளைச்சலையும், ஊரார் சிலரின் விளைச்சல் களையும் வண்டியிலேற்றி மண்டிகளுக்குத் தனியாளாகவே ஓட்டிச் செல்வான். விடியற்காலம் வண்டி பூட்டினால், பகலெல்லாம் ஓடி, நடு இரவிலோ, மறுநாள் விடியற்காலமோ ஆற்காடு மண்டிக்குப் போய் வண்டி சேர்ந்துவிடும்.

மூட்டைகளை எடை போட்டுப் பணம் வாங்கிக்கொண்டு, ஆற்காட்டு செட்டியார் ஓட்டலில் பரோட்டாவும், கோழிக்கறி குருமாவும் தின்றுவிட்டு, பிள்ளைகளுக்குத் தின்ன மிக்சரும், ஜிலேபியும் வாங்கிக்கொண்டு, மாட்டைத் தட்டிவிட்டால், ஜல் ஜல்லென்று பொழுது சாய்வதற்குள் ஊர் வந்து சேர்ந்துவிடும்.

இப்படித்தான் ஒருமுறை நெல் மூட்டைகளை ஏற்றிக் கொண்டு ஆற்காடு நெல்மண்டிக்குப் போனவனை நடு ராத்திரியில்

ஆற்காடு ஆற்றுப்பாலத்தில் போலீஸ்காரர்கள் மடக்கி, வண்டியை நிறுத்திவிட்டனர். மூட்டைகளைச் சோதனை போட்டவர்கள், மாடுகளின் கொம்பு, கால் குளம்புகள் எல்லாம் 'டார்ச்' அடித்துப் பார்த்தனர்.

வண்டியின் முன்பகுதியில் தொங்கிய ராந்தல் விளக்கு முன்னும் பின்னும் ஆட, வெளிச்சத்தையும், நிழலையும் மாறி மாறி நடனமாடவிட்டபடி மெதுவாய்ப் போய்க்கொண்டிருந்த வண்டியில் அரைத் தூக்கத்தில் இருந்தவனைக் கீழே இறக்கிவிட்டு வண்டியை சோதனை போடும் காவலர்களின் மீது கடும் எரிச்சல் வந்தது ஜிட்டனுக்கு.

"யோவ்... இன்னா... மாட்டுக்கு லாடம் அடிக்கலியா?" என்று அதட்டினார் ஒரு காவலர்.

மண்ணெண்ணையைப் பனை மட்டையில் ஊற்றி தீப்பற்ற வைத்ததுபோலக் குபீரென்று கோபம் பற்றிகொண்டு சுரீரெனத் தலைக்கேறியது ஜிட்டனுக்கு.

"எம் மாட்டுக்கு நானு லாடம் அடிக்கிறங்... அடிக்காட்டி போறங்... உனுக்கு இன்னா? மாடுங்க பாரத்தோடு நிக்கிதே தெரில... ஒதுங்கு" என்று எடக்கு மடக்காகக் கத்தினான் ஜிட்டன்.

'பளேர்' என்று கன்னத்தில் ஒரு அறை விழுந்தது. கண் களுக்குள் கார்த்திகை மாத மாவளி நெருப்புப்பொறி பறக்க, கிர்ரென்று சுற்றியது தலை.

"உம்மாடுன்னா லாடம் கட்டமாட்டியா...? வண்டிய ஸ்டேசனுக்கு ஓட்டுடா... மவனே நாங்க உனுக்கு லாடம் கட்டறம் வா" என்று காவலர்கள் எகிற, சடாரென்று காவலர்களின் கால்களைப் பிடித்துக் கொண்டான் ஜிட்டன்.

"அய்யோ... சாமி... தெரியாம சொல்லிட்டங்... என்ன உட்ருங்க... ஊருக்குப் போனதும் மொதுலு வேலயா ஆசாரிய வரச்சொல்லி லாடங் கட்டிற்றேங்" என்று கெஞ்சினான்.

கடைசியில் ஜிட்டன் வேட்டியில் முடிபோட்டு வைத்திருந்த முப்பது ரூபாயை பிடுங்கிக் கொண்டுதான் வண்டியை விட்டனர்.

மறுநாள் வீடு வந்ததும், சாராயத்தைக் குடித்துவிட்டு, ஆற்காட்டை நோக்கி, சரமாரியாகக் கெட்ட வார்த்தையில் திட்டிய ஜிட்டன் புளியமரத்தில் ஏறி நின்று "ங்கொப்பனுக்குப் பொறந் திருந்தா... ங்கோத்தா... போலிசுக்கார நாயிங்களா... இப்ப வாங்கடா.. உங்கள தூக்கிப்போட்டு பந்தாடறேண்டா... உங்கள மம்டியிலே வெட்டி எங் கலக்காத் தோட்டத்துக்கு எருவா போடறண்டா" என்று எகிற... விஷயம் அறிந்து ஊரே சிரித்தது.

ஊராரின் உடம்புகளை அங்குமிங்கும் பஞ்சாய்ப் பறக்க வைத்து ஒருவழியாய், வேலைகள் எல்லாம் முடிந்து, விளைச்சல் வீடுகளுக்கு வந்து சேரவும், தைப்பொங்கல் வரவும் சரியாக இருந்தது.

5

விடியற்காலை ஐந்து மணிக்கே ஊரெங்கும் கரும் புகை மூட்டம் பரவியது. ஒவ்வொரு வீட்டின் வாசலிலும் சிறுசுகள் மூத்திரம் பெய்து மக்கிப்போன அழுக்கேறிய கோரைப்பாய்கள், பழைய தலை யணைகள், வேட்டி, சேலைகள், கந்தல் துணிகளை நெருப்புமூட்டிக் கொளுத்தி போகி கொண்டாடிக் கொண்டிருந்தனர். மார்கழி கழிந்த பின்பும் கொட்டிக் கொண்டிருந்த பனிக்கும், ஊசிக் குளிருக்கும் இதமாகச் சிறுசுகளும், பெருசுகளும் கைகளை விரித்துப் போகித் தீயில் உடலைச் சூடேற்றிக் கொண்டிருந்தனர்.

சின்னசாமியும் அவரது பெண்கள் மூட்டிய தீயின் அருகே குந்தி உடலைச் சூடேற்றிக் கொண்டிருந்தார். உடலை நடுக்கும் மார்கழிக் குளிருக்கு இதமாய் இருந்தது போகித் தீ. தாயார் சாலம்மாவும், வாயில் புகையிலையை அதக்கியபடி குளிருக்கு இதமாக முதுகைக் காட்டிக்கொண்டு உட்கார்ந்திருந்தாள். முதுகெங்கும் சுரீரெனத் தீ சுட, அதே நேரம் முகமும், மார்பும், வயிறும் சில்லென்று குளிர்ந்தன. திரும்பி உட்கார்ந்து முகத்தைத் தீயின் அருகில் கொண்டு போனாள். சுரீரென்று முகத்தில் சுட்டது தீ.

"மோவ்... தள்ளி குந்துமா... தலமுடி கிடி தீஞ்சிடப் போவுது" என்றார் சின்னசாமி.

“இந்த குளிருக்கு நெருப்புலியே தலய உட்டுல்லாங் போலக் கீதுடா நைனா” என்றாள் நடுங்கியபடி.

ஊரையே சூழ்ந்த புகையும், துணி கந்தல்கள் எரியும் காட்டமான கருகல் வாசனையும் ஊரைத் தாண்டியும் பரவ... கிழக்கில் மங்களாய் வெளிச்சம் தெரியத் தொடங்கியது.

“பொய்து வெஞ்சிபோச்சி... பசங்களா எய்ந்து போயி சாணியக் கரைங்க” என்றாள் பேத்திகளிடம் சாலம்மா.

“உன்னும் கொஞ்சநேரம் இரு பாட்டி... குளிருக்கு நல்லா கீது” என்றபடி பெரியவள் ஒரு பெரிய குச்சியை எரியும் தீயினுள் நுழைத்துக் கிளற, சடசடவென்று தீ கிளம்பியது.

“போதும் போதும்... தலிக்கி மேல வேல கீது... எய்ந்திருங்க” என்று எழுந்த சாலம்மா, புகையிலைச் சாற்றைத் துப்பிவிட்டு, வீட்டுக்குள் போய், தென்னந்துடைப்பத்தை எடுத்து, உள்ளங் கையில் அடிப்புறத்தைத் தட்டிக்கொண்டு, மாட்டுத் தொழுவத் துக்குள் போனாள். பின்னாலேயே போன சின்னசாமி, காளைகளை அவிழ்த்து வெளியில் ஓட்டிப்போய், வீட்டின் பின்புறமிருந்த புளிய மரத்து வேரில் கட்டினார்.

தீ முழுவதுமாய் எரிந்து அணைந்ததும் சோம்பல் முறித்துக் கொண்டு எழுந்தனர் குழந்தைகள்.

பெரியவள் அலுமினிய குண்டானில் இரண்டு கை மாட்டுச் சாணத்தை அள்ளிப்போட்டுப் புறக்கடையில் இருந்த பானையி லிருந்து தண்ணீர் மொண்டு ஊற்றி நன்றாகக் கரைத்தாள். குண்டானைத் தூக்கிக் கொண்டு வாசலுக்கு வந்து நின்றாள். நடுப்பெண் இன்னொரு குண்டானில் தண்ணீர் மொண்டு வந்து, நெருப்பின் மீது ஊற்றி அணைத்தாள். சாம்பலை வாரிக்கொண்டு போய்க் குப்பையில் கொட்டினாள்.

பெரியவள் சாணிக் கரைசலை வாசலெங்கும் தெளித்து முடிக்கவும், சாலம்மாள் மாட்டுத் தொழுவத்தைப் பெருக்கி முடித்து, சாணியை ஒட்டந்தட்டில் வாரிவைத்துவிட்டு, வாசலுக்கு வந்து குனிந்து பெருக்கத் தொடங்கினாள். பெரியவள் சாணியைத் தூக்கிக்கொண்டு போய் வீட்டின் பின்புறமிருந்த குப்பையில் கொட்டிவிட்டு வந்தாள்.

சின்னதுகள் இரண்டும் அம்மாவுக்குப் பக்கத்தில், கை கால்களை உதைத்துக்கொண்டு, கருப்புத் திராட்சைப் பழத்தைப் போன்ற கண்களைச் சுழல விட்டு, சிரித்துக்கொண்டிருந்த குழந்தைக்குப் பக்கத்தில் கவிழ்ந்து படுத்துக்கொண்டு கன்னத்தை மென்மையாக வருடுவதும், மூக்கை நிமிண்டுவதுமாகக் குழந்தையைக் கொஞ்சத் தொடங்கின. பூங்காவனம் தலையில் சுற்றிய புடவைத்துணியோடு, குழந்தை இரவில் மலம், சிறுநீர் கழித்த துணிகளைத் தனியே எடுத்து வைத்துவிட்டு, எழுந்து புறக்கடைப் பக்கம் போனாள்.

சின்னசாமி, குப்பா ரெட்டியார், ஜிட்டன் மூவரும் சேர்ந்து வண்டி கட்டிக்கொண்டு கீழ் பள்ளேரி கொசவன் வீட்டுக்குப் போய்ப் பொங்கல் வைக்க ஒரு பெரிய பானை, இரண்டு சின்னப் பானைகள் வீதம் ஊரில் உள்ள பலருக்கும் சேர்த்து வாங்கி, வண்டியில் வைக்கோலைப் பரப்பி அதன்மீது அடுக்கிக்கொண்டு ஊருக்கு வந்தனர். வெயில் காலம் வரப்போகிறது என்பதால், தண்ணீர் ஊற்றி வைக்கத் தேவையான மண் பானைகளும் வாங்கிக் கொண்டனர். பானைகளுக்கான கூலியாக நெல்லை சாயந்திரம் வீடு வீடாக வந்து வாங்கிக்கொண்டான் ராஜப்பா.

மாலை இருட்டும்போது கருவாட்டுக் குழம்பும், சோறும் மணத்தது வீட்டில். போகிக்கு எல்லா வீடுகளிலும் கருவாட்டுக் குழம்பு மணக்கும். காலையில் பழைய துணிகளைப் போட்டுக் குளிர்காய்வதும், இரவில் பச்சரிசி சோறும், கருவாட்டுக் குழம்பும் தவிரப் போகிக்கு வேறொன்றும் விசேசமாய் இருப்பதில்லை.

மறுநாள் பொங்கல் நாளாய் விடிந்தபோது ஊரெங்கும் பரபரப்புத் தொற்றிக் கொண்டது.

வீடு வாசல்களைப் பெருக்கி முடித்த பெண்கள், வாசல்களில் பெரிய பெரிய மாவுக் கோலங்களாகப் போட்டனர்.

பெண் குழந்தைகள் தலைக்குக் குளித்து, ராத்திரி மிச்சமான சோற்றில் தண்ணீர் ஊற்றிக் கரைத்து சாலம்மாள் கொடுத்ததைக் குடித்துவிட்டு ஆடிக்கொண்டிருந்தன. விடிந்ததுமே தலைக்குக் குளித்துவிட்டு மும்முரமாய் வேலையில் இறங்கினார் சின்னசாமி.

முதலில் வாசலில் பொங்கல் வைக்க வடக்குத் தெற்காக ஆறடி நீளத்திற்கு, அரையடி ஆழத்தில் ஒரு குழி வெட்டி, அதில் மணல்

பரப்பி, அதன்மீது மண்ணைக் குழப்பிப் பிசைந்து மூன்று அடுப்புகளைக் கட்டினார். சாலம்மாள் அடுப்புகளின்மீது மஞ்சள் தெளித்துக் குங்குமம் வைத்தாள்.

தலைக்குச் சிகைக்காய் போட்டுக்குளித்து, முகத்துக்கு மஞ்சள் பூசி, சாம்பிராணி புகைபோட்டு, கூந்தலை ஆற்றி முடிந்துகொண்டு, தங்க நிறத்தில் தகதகக்கும் முகத்துடன் இருந்த பூங்காவனம், கைக் குழந்தையைக் குளிக்க வைத்து, அதன் நெற்றியிலும், கன்னத்திலும் கருத்த சாந்துப்பொட்டுகள் வைத்து கொஞ்சிக் கொண்டிருந்தாள். அவளையும், குழந்தையையும் விழுங்கி விடுவதைப்போலப் பார்த்துக்கொண்டே பரபரப்பாய் இயங்கிக் கொண்டிருந்தார் சின்னசாமி.

மூன்று புதுப்பானைகளைக் கழுவி, மஞ்சள் குங்குமம் பூசி, அதனுள் நீரூற்றி நடு அடுப்பில் பெரியதும், இருபுறமும் சிறிய பானைகளையும் வைத்தாள் சாலம்மாள். சூரியனைப்பார்த்துக் கை கூப்பி வணங்கிவிட்டு, அடுப்பில் கற்பூரத்தை வைத்துப் பற்றவைத்த சின்னசாமி, பிளந்து காயவைத்த வேப்பம், புங்கன், பீவேலம், செராய் விறகுகளை அதன்மீது வைக்க, தீ மளமளவெனப் பற்றி எரியத் தொடங்கியது.

உலை காய்ந்துகொண்டிருந்தபோதே, பூசணிக்காய், வள்ளிக் கிழங்கு, காவலிக்கிழங்குகளைத் துண்டாக்கி, அதனுடன் மொச்சைக் கொட்டை, அவரைக்காய் சேர்த்து உள் அடுப்பில் புது மண் சட்டி வைத்துத் தாளித்து, காய்களைப் போட்டுக் கிளறி, உப்பு, மிளகாய்த் தூள் அளவாய்ப் போட்டுப் பதமாய்ப் புரட்டினாள் சாலம்மாள்.

பொங்கல் பானையில் உலை கொதித்ததும், பச்சரிசியைக் கழுவிப் போட்டு, தீயை மட்டுப்படுத்தினார் சின்னசாமி. மூன்று பானைகளும் ஒரே நேரத்தில் பொங்கத் தொடங்கியதும் குபீரென முகத்தில் உற்சாகம் கொப்புளிக்க, குழந்தைகளைப்போலக் குதூகலித்தார். சாலம்மாள் பெண் குழந்தைகளை அழைத்துக் கிழக்கு பார்த்தபடி அடுப்பின் முன் வரிசையாய் நிற்க வைக்க..., கைக்குழந்தையைத் தூக்கி இரண்டு கைகளிலும் ஏந்தியபடி பூங்காவனமும் பக்கத்தில் நிற்க, உச்சியில் தெரிந்த சூரியனைப் பார்த்து, “பொங்கலோ பொங்கல், பொங்கலோ பொங்கல், பொங்கலோ பொங்கல்” என்று

எல்லோரும் ஒரே குரலில் உரக்கக் கூவினர். சூரியனைப் பார்த்துக் கை கூப்பி வணங்கினர்.

நடுவில் கொதித்துக்கொண்டிருந்த பெரிய பானையில் வெல்லக் கட்டிகளை இடித்துப் போட்டுக் கிளறினார் சின்னசாமி.

வெல்லப் பொங்கல், பச்சரிசிச் சோறு, பூசணிக்காய் கூட்டு எல்லாம் முடிந்து அடுப்பிலிருந்து இறக்கி வைத்து வாசலில் வைத்த முறத்தில் ஐந்து பூசணி இலைகளில் படையல் போட்டு, கற்பூரம் ஏற்றி, தேங்காய் உடைத்து, கை கூப்பி எல்லோரும் வணங்க அதே நேரம் ஊரில் ஆங்காங்கே 'பொங்கலோ பொங்கல்' என உற்சாகக் கூக்குரல்கள் கேட்கத் தொடங்கின.

நடு வீட்டிலும் ஐந்து படையல்களைப் போட்டு, தேங்காய் உடைத்து, சொம்பிலிருந்த தண்ணீரை வலது கையில் அள்ளி தரையில் விட்டு, எல்லோரும் கைகூப்பி வணங்கியபின், வரிசையாய் அமர்ந்து சாப்பிடத் தொடங்கினர்.

வெல்லப்பொங்கல் ஒரு சுற்று சாப்பிட்டு முடிந்ததும், பச்சரிசி சோறும் பூசணிக்காய் கூட்டும் கலந்து கட்டி அடித்தார் சின்னசாமி. மொச்சைக்கொட்டை பூசணிக்காயின் தித்திப்போடு சேர்ந்து புதிய ருசியைத் தந்தது.

அப்பாவைப் போலவே பெரியவள் பூசணிக்கூட்டைச் சோற்றில் கலந்து ருசித்துச் சாப்பிட, நடுப்பெண் மொச்சைக் கொட்டையையும், காவலிக் கிழங்கையும் தனியாய் பொறுக்கி ஓரமாய் வைத்துவிட்டு, பூசணிக்காயை மட்டும் சோற்றுடன் பிசைந்து சாப்பிட்டாள். பின்னர்க் கொட்டைகளைத் தனியாகவும், கிழங்குகளைத் தனியாகவும் சாப்பிட்டாள். இளையவள் கலந்தும், தனியாகவும் சாப்பிட்டுக் கொண்டிருந்தாள்.

சாலம்மாள் எப்போதுமே மொச்சைக்கொட்டையை அப்படியே சாப்பிடமாட்டாள். கொட்டைகளைப் பிதுக்கி, தோலை இலையின் ஓரம் வைத்துவிட்டு, மென்மையான மொச்சைப் பருப்புகளை மட்டுமே தின்பாள். அது தனி ருசி.

மொச்சைக்கொட்டையை ஊறவைத்துப் பிதுக்கி, அதனுடன் உருளைக் கிழங்கு, கோழிக்கறி போட்டுக் குழம்பு வைத்தால் ஏழு ஊருக்கு மணக்கும். ருசி நாக்கைச் சாகடிக்கும். அப்படியொரு

ருசி. களிக்கும். பிதுக்குப் பருப்புக் குழம்புக்கும் அப்படியொரு பொருத்தம். பிதுக்குப்பருப்புக் குழம்பு வைத்தால் சின்னசாமி அன்றைக்கு மட்டும் மேலும் ஒரு உருண்டை களியைக் கூடுதலாகக் கேட்டுச் சாப்பிடுவார். காலையில் களியைச் சாப்பிட்டால், மதியானம் வரை ஏப்பம் விட்டுக்கொண்டிருப்பார். ஒவ்வொரு ஏப்பத்துக்கும் மொச்சையும், கோழிக்கறியும் மணக்கும். அந்த மணமே அவருக்கு ஏகாந்த சுகத்தைத் தரும்.

எல்லோரும் பொங்கல் சோறு சாப்பிட்டு முடித்து, ஏப்பம் விட்டபோது, சூரியன் மிதமாய்க் காய்ந்துகொண்டிருந்தான். நாடெங்கும் இன்று அவனுக்குத்தான் பூசை. எல்லோரும் 'பொங்கலோ பொங்கல்' என்று அவனைப் பார்த்துத்தான் குதூகலித்துக் கூவினர். எல்லா மரியாதைகளையும் ஏற்றுக்கொண்டு, உச்சி குளிர்ந்திருந்த கதிரவன் மிதமாகக் காய்ந்து கொண்டிருந்தான். அவனது வெப்பத்தில் ஒரு தாயின் ஸ்பரிசம் தெரிந்தது.

திருப்தியாய் இலையை வழித்து நக்கிவிட்டு எழுந்துபோய்க் கை கழுவிக்கொண்டு வந்தார் சின்னசாமி. இலையில் மிச்சமின்றிச் சாப்பிட்டு முடித்த நடுப்பெண், பாட்டியின் இலையின் ஓரம் இருந்த மொச்சைக் கொட்டைகளை ஒரு கை வாரி வாயில் போட்டு மென்றது. அது வெறும் தோல் என்பதை மறந்து, ஆசையோடு அதை மென்றதால் அவளின் முகம் சட்டென்று வாடியது. அதைப்பார்த்து பெரியவளும் சின்னசாமியும் கேலியாய் சிரிக்க வெட்கத்தில் சிவந்தது அவளின் முகம். அதைப் பார்த்த பூங்காவனத்துக்குப் பாவமாய் இருக்க, அவளை இழுத்து அவள் கன்னத்தில் பச்சென்று ஒரு முத்தம் வைத்தாள்.

"நடுக்குட்டிக்கு கொட்ட ஓணுமா...? எங்கண்ணுக்குட்டி... இரு இரு" என்று சொல்லிவிட்டு, சட்டியிலிருந்து மொச்சைக் கொட்டைகளை மட்டும் கரண்டியால் தள்ளித்தள்ளி வாரி அவளின் இலையில் போட்டாள்.

ஒரு சில பொங்கல் பருக்கைகளையும், பூசணிக்கூட்டையும் விரலில் நசுக்கி கைக்குழந்தையின் வாயில் வைத்தாள். அது நாக்கை சப்பிக்கொண்டு சிரித்தது. அதன் வாயில் முத்தமிட்ட பூங்காவனம் "பொங்கலோ பொங்கல்" என்று அதன் கண்களைப்பார்த்துச் சொல்லி விட்டு, அணைத்துக்கொண்டாள்.

அதைப் பார்த்துக்கொண்டிருந்த சின்னசாமிக்கும், 'பொங்கலோ பொங்கல்' என்று சொல்லிவிட்டு, குழந்தையையும், பூங்காவனத்தையும் முத்தமிட வேண்டும் என்று ஆசையாக இருந்தது.

சாலம்மாளும், குழந்தைகளும் சுற்றி இருந்ததால் ஏமாற்றத்தோடு இளையமகளை இழுத்து அணைத்துக்கொண்டு, 'பொங்கலோ பொங்கல்' என்று அதன் கன்னத்தில் முத்தமிட்டார். அது தந்தையின் மடிமீது ஏறி உட்கார்ந்துகொண்டு அவரது கழுத்தைச் சுற்றிக் கொண்டது. அதன் அரவணைப்பில் மெய்மறந்திருந்த சின்னசாமிக்கு திடீரென மாடுகளின் நினைவு வந்தது.

காலையில் மானாவாரி கரம்பில் கூட்டம் அடித்துக் கட்டி விட்டு வந்தார். இந்நேரம் தாகத்தில் தவித்துக் கொண்டிருக்கும்.

மகளை மடியிலிருந்து இறக்கிக் கீழே விட்டவர், எழுந்து துண்டை உதறித் தலையில் கட்டிக்கொண்டு, ஊருக்குத் தெற்கே இருந்த கம்புக்குட்டியின் கரம்பை நோக்கிப் போனார்.

மாடுகள் அவரைப் பார்த்ததும் 'மா' என்று கத்தின. கூட்டத்தைப் பிடுங்கி, தாம்புக் கயிறை அவிழ்த்துக் கையில் சுற்றிக்கொண்டு, இரண்டு மாடுகளையும் வேக வேகமாய் ஓட்டிவந்து வீட்டுத் தொட்டியில் விட்டார். இரண்டும் எதிர் எதிராய் வாயை வைத்துப் புஸ் புஸ்ஸென்று மூச்சை விட்டுக் கொண்டு நீரை உறிஞ்சின. தொட்டியில் தளும்பிக் கொண்டிருந்த நீர் நிமிட நேரத்தில் காலியாக, அடியிலிருந்த பழஞ்சோறு, கூழ் ஆகியவற்றை நாக்கால் துழாவி இழுத்து அசை போட்டன. அதைப்பார்த்ததும் மனசு நிறைந்தது சின்னசாமிக்கு.

தொழுவத்தில் அவற்றைக் கட்டிவிட்டு, போரிலிருந்து வைக்கோலைப் பிடுங்கி வந்து போட்டார். உண்ட களைப்போடு தெருத் திண்ணையில் உட்கார்ந்து சாவகாசமாக வேடிக்கை பார்க்கத் தொடங்கினார். சிலர் ஆங்காங்கே திண்ணையில் படுத்து உறங்கிக்கொண்டிருந்தனர்.

மறுநாள் மாட்டுப்பொங்கல். சம்சாரிகளுக்குக் கொண்டாட்டமான நாள்.

விடிந்ததும் மாடுகளை ஏரிக்கு ஓட்டிப்போனார் சின்னசாமி. ஏரியில் கால்வாசித் தண்ணீர் இருந்தது. காலை வெயிலின்

வெளிச்சத்தில் கெண்டை மீன்களும், வெளிச்சி மீன்களும் துள்ளிக் குதித்துக்கொண்டிருந்தன. ஒரு சாண் நீளத்திற்கு வெள்ளிக் கால் கொலுசைப்போலப் பட்டையாய் இருந்த வெளிச்சி மீன்கள் துள்ளிக் குதித்தபோது, வெய்யில் பட்டு மின்னலடித்தது.

வேட்டியையும், துண்டையும் அவிழ்த்துக் கரையில் வைத்து விட்டு, பட்டாப்பட்டி டவுசருடன் இரண்டு மாடுகளையும் இழுத்துக்கொண்டு நீரில் இறங்கினார். தண்ணீரை மாடுகளின் மீது வாரி இறைத்து, கையோடு கொண்டு வந்திருந்த தேங்காய் நாரினால் மாடுகளின் முதுகுகளையும், வயிறுகளையும் தேய்த்து, நீர் அடித்துக் கழுவினார். அடிவயிற்றில் நன்றாகத் தேய்த்தார்.

நடு ஏரியில் இறங்கி இடுப்பளவு நீரில் நின்று, மாடுகளின் கயிறுகளைப் பிடித்துக்கொண்டு, “சோ... சோ... சோ.. சோ...” என்று முதுகைத் தட்டிவிட, மாடுகள் நீரில் மூழ்கி, தலையை மட்டும் தூக்கி கரிய மூக்கை வெளியில் நீட்டி நீந்தியவாறு அவரைச் சுற்றி வந்தன.

ஒன்றன்பின் ஒன்றாக மாடுகள் தண்ணீரில் சுற்ற... அவை களுக்கு முன்னால் ‘பளீர் பளீர்’ என மீன்கள் எகிறி துள்ளிக் குதித்து ஓடின.

அதற்குள் ஒவ்வொருவராய் மாடுகளை ஏரிக்கு ஓட்டிவந்து நீரில் இறக்கி, கழுவி, நீரைக் கலங்கடிக்க, மீன்கள் கலங்கின.

“இன்னாடா பங்காளி.. இந்த வாட்டி ஏரியில செம மீனு கீதுறா... உன்னும் உங் கைவேலய காட்லியா நீயி” என்றார் குப்பா ரெட்டியாரைப் பார்த்து சின்னசாமி.

“எங்க ரெட்டியாரே... மீனுக்குக் காவுலு போட்டுக் கீறாங்களே” என்றார் தன் மாடுகளின் கொம்புகளைத் தேய்த்தபடி குப்பன்.

“காவுலு இன்னா காவுலு...? கண்ல வெளக்கெண்ணய உட்டுகினு காவுலு இர்ந்தாகூட, வலய உட்டு பத்திருவது வெறாலு இஸ்துகினு வந்துருவியே நீயி” என்றார் ரெட்டியார்.

அதைக்கேட்டு ஒரு நீளமான மர்மப் புன்னகையைச் சிந்தினான் குப்பன்.

"அது கீட்டம் ரெட்டியாரே... இன்னிக்கி காட்டுக்குப் போவப்போறேங்... உனுக்குச் சரக்கு எவ்ளோ வாங்கிகினு வர்ட்டும்?" என்றான் குப்பன்.

"இன்னிக்கிதாங் புதுசா காட்டுக்குப் போற மாரி கேக்கறியே பங்காளி... தெனம் தெனம் போய்கினுதான் கீற...? செரி... மாட்டுப் பொங்கலும் அதுவுமா அது இல்லனா நல்லா இருக்குமா...? ஒரு கிளாஸ் வாங்கியா போதும்" என்றார்.

திருப்தியாக மாடுகளைக் கழுவியபின் மேலே ஓட்டிக் கொண்டு வந்து வெயிலில் கொஞ்ச நேரம் கட்டி வைத்தார். உடலில் ஒழுகும் நீரை முடிந்தவரை உதறி, பின் கழுத்தைத் திருப்பி நாக்கை நீட்டி நக்கின மாடுகள்.

முதுகு, வயிற்றுப் பகுதியிலுள்ள நீரை மீண்டும் மீண்டும் உடலை சிலிர்த்து, குலுக்கி உதறின. உடலிலிருந்த நீர் பஞ்சு பறப்பதுபோல் சிதறின. பின்னர் மாடுகளை ஓட்டிவந்து புளிய மரத்தடியில் கட்டிவிட்டு, வைக்கோலைப் பிடுங்கிப் போட்டார் சின்னசாமி.

குளித்து, நேற்றைய பச்சரிசிச் சோற்றையும், பூசணிக் கூட்டையும் போட்டு பிசைந்து தின்றுவிட்டு, காட்டுப்பக்கம் போனார். வெள்ளை முத்துக்களை வரிசையாய்க் கோர்த்தது போலிருந்த பாலைப் பூண்டுகளை ஒடித்துக்கொண்டார். நீள நீளமாய் வளர்ந்திருந்த பச்சை பிரண்டைகளைப் பிடுங்கிக் கொண்டார். மஞ்சளாய்ப் பூக்கள் பூத்த ஆவாரஞ் செடிகளையும் நிறைய ஒடித்துக்கொண்டார். மாமரத்தில் ஏறி மஞ்சளும் பச்சையும் கலந்த நிறத்தில் செழித்திருந்த மாந்துளிர்களை ஒடித்துக்கொண்டார்.

வீட்டுக்கு வந்து வைக்கோல் தாளை எடுத்துத் தண்ணீரில் நனைத்து விரல் கனத்தில் இரண்டு கயிறுகள் திரித்தார். பின்னர் அந்தக் கயிற்றின் இடையில் மாங்கொத்துகள், ஆவாரம்பூ, பிரண்டை, பாளைப்பூ ஆகியவற்றைச் சொருகி மாலையாக்கினார்.

கோடியூர் நரசிம்ம ரெட்டியார் கடைக்குப் போய்ப் பச்சை நிற சாய டப்பா, கொம்பில் மாட்டும் குப்பிகள், மணிகள் வாங்கி வந்தார். மாட்டின் கொம்புகளைச் சீவி, பச்சை நிற சாயத்தைப் பூசினார்.

காலையிலேயே ஓட்டடந்தட்டில் கவிழ்த்து வைத்திருந்த சேவலைப் பிடித்து வந்து, கழுத்தை அறுத்து, இறக்கை, பொச்சுகளைப் பிடுங்கி, தீ மூட்டி அதில் தீய்த்து, கழுவி, மஞ்சள் பூசி, மீண்டும் கழுவி, வெட்டித்துண்டு போட்டு அலசி அதில் ஒரு சிட்டிகை மஞ்சள் தூளைக் கலந்து சாலம்மாவிடம் கொடுத்தார். மஞ்சள் தூளைத் தூவினால் கறி கவுச்சி அடிக்காது என்பார் சின்னசாமி.

மாடுகளின் கொம்பில் பூசிய சாயம் காய்ந்ததும், கொம்பின் நுனியில் பித்தளைக் குப்பிகளை மாட்டி, அதில் சிவப்பு நிற பஞ்சுருண்டைகளைக் கட்டினார். கழுத்தில் மணிகளைத் தொங்கவிட்டு, மாவிலை மாலையைக் கட்டினார். கழுத்தை இப்படியும் அப்படியும் ஆட்டி 'கிளிங் கிளிங்' என மணிகள் ஒலிக்க, மாடுகள் உற்சாகமாய் அசை போட்டன. ஆசைதீர அவற்றைப் பார்த்த சின்னசாமி அவற்றின் தலைகளில் முத்தமிட்டார்.

சாலம்மாள் மாடுகளின் வயிறு, முதுகு, தலை எங்கும் மஞ்சள் பூசி, குங்குமம் வைத்தாள். அலங்காரம் முடிந்த மாடுகள் மணக் கோலத்தில் இருப்பது போன்று ஒன்றுக்கொன்று மந்தகாசப் பார்வையைப் பரிமாறியபடி வைக்கோலைக் கொறித்துக் கொண்டிருந்தன.

பிற்பகல் நேரத்தில் புழுங்கலரிசிச் சோறும், கோழிக்கறிக் குழம்பும் தயாரானதும், நடு வீட்டில் படையல் போட்டு, கற்பூரம் கொளுத்தி ஏற்றி இறக்கிவிட்டு அதை எடுத்துக்கொண்டுபோய் மாடுகளுக்கு முன்னால் வலமும் இடமுமாய்ச் சுற்றி அவற்றை வணங்கிவிட்டு வந்தார் சின்னசாமி.

காலையிலேயே பெரிய மகள் கேழ்வரகு கொல்லையில் வரப்பிலிருந்து அறுத்துவந்த பசும்புல்லை இரண்டு கைகளாலும் வாரி மாடுகளுக்குப் போட்டார். அவை பேரார்வத்தோடு புற்களை நாக்கால் சுழற்றி வாய்க்குள் இழுத்து மெல்லத் தொடங்கின. சிறிதுநேரம் அதை ஆசையாய்ப் பார்த்துவிட்டு கைகளைக் கழுவிக் கொண்டு வந்து சாப்பிட உட்கார்ந்தார்.

சாலம்மாவின் கை பக்குவத்தில், அம்மியில் அரைத்த மிளகாய், மசாலா துவையலோடு மணந்த கறிக்குழம்பும், சோறும் சின்ன சாமிக்கு மாளாத பசியைத் தந்தன.

மசாலா வாசனையும், காரமும் வாயிலும் மூக்கிலும் நீரை வழிய வைக்க, நெற்றியில் பூத்த வியர்வையோடு சேர்த்து மூக்கையும் துடைத்துக்கொண்டு சோற்றை வாரி வாரி சாப்பிட்டார். குழந்தைகளும் கறியின் ருசியில் லயித்துச் சாப்பிட்டுக் கொண்டிருந்தன. எலும்புகளைக் கடித்து நன்றாக மென்று விழுங்கினார் சின்னசாமி. அவர் சாப்பிட்டு முடித்த போது தட்டில் கை கழுவிய வெறும் தண்ணீர்தான் மிஞ்சியது. ஒரு எலும்புகூட மிஞ்சவில்லை.

வாயைத் துடைத்துக்கொண்டு, வெளியே வந்து திண்ணையில் உட்கார்ந்தார். பல வீட்டு கறிக்குழம்புகளின் பலவித வாசனைகள் மூக்கைத் துளைத்தன. பெரிய அலுமினிய குண்டானை இடுப்பில் வைத்துக்கொண்டு வண்ணார ஆனந்தனின் மனைவி யசோதா வந்தாள். அவள் மகளும் கையில் சிறிய அலுமினிய குண்டானோடு கூடவே வந்தாள்.

அவர்களைப் பார்த்ததும், வீட்டுப்பக்கம் திரும்பி குரல் கொடுத்தார் சின்னசாமி, "மோவ்... மடவல்ச்சி வந்து கீது பாரு... சோறு போட்டு அனுப்பு" என்றார்.

சாலம்மாள் ஒரு அலுமினியத்தட்டு நிறையச் சோறு கொண்டுவந்து பெரிய குண்டானில் கொட்டினாள். ஒரு குழம்பு கிண்ணத்தில் கறியும், குழம்பும் கொண்டு வந்து அவளது மகள் வைத்திருந்த சிறிய குண்டானில் ஊற்றினாள். அவற்றை வாங்கிக் கொண்டு அவர்கள் ஊருக்குள் போனார்கள்.

அடுத்து நாவிதன் நாதமுனியின் பெண்டாட்டி குசேலம்மாள் குண்டானோடு வந்தாள். அவளுக்கும் அதே போலச் சோறும், குழம்பும் போட்டு அனுப்பினாள் சாலம்மாள்.

பற்களில் இடுக்கிலிருந்த கறித்துண்டுகளைச் சிறிய குச்சியால் குத்திக்கொண்டு ஒரு கூத்துப்பாட்டை மெல்லிய குரலில் பாடியபடி திண்ணையில் துண்டு விரித்துப் படுத்திருந்தார் சின்னசாமி. வெயில் குறையத் தொடங்கி, லேசாகக் காற்று வீசிக் கொண்டிருந்தது.

பறச்சேரி காட்டிகான் சின்னசாமியின் கால்மாட்டில் வந்து நின்று, "வணக்கஞ்சாமி... இன்னா ரெட்டியாரே பொங்கலு பலமா" என்று பற்களை அகலக்காட்டியபடி நின்றான்.

"வாடா... காட்டிகானே... சாமியெடுக்கணும், பொழுது சாயப்போவுது... எங்க மோளம்" என்றார்

"தோ... பின்னாலயே எட்த்துகினு எங்காளுங்க வர்றாங்க ரெட்டியாரே... அதுக்கு முன்னால... ரெட்டியார பாக்கலாமுன்னு வந்தேன்" என்றான் இளித்தபடி.

"மோவ்... காட்டிகாங் வந்து கீறாம் பாரு... அவனுக்குச் சோறு போடு" என்றார். சாலம்மாள் ஒரு அகன்ற பூசணி இலையை வாசலில் வைத்து, நீர் தெளித்து, சோறுபோட வீட்டின் கூரை நிழலில் உட்கார்ந்த காட்டிகான், திருப்தியாகச் சாப்பிட்டு, எழுந்ததும் கை கழுவத் தண்ணீரை ஊற்றினாள். கையைக் கழுவிக் கொண்ட காட்டிகான் அப்படியே குனிந்து இரண்டு கைகளையும் குவித்து வாயருகே பிடிக்க, அதில் தண்ணீரை ஊற்றினாள். உறிஞ்சிக் குடித்துவிட்டு அக்குளில் இருந்த துண்டால் கைகளைத் துடைத்துக்கொண்டு ரெட்டியார் முன்பு போய் நின்றான்.

"இன்னாடா... காட்டி... சாப்பாடு போதுமா...?" என்றார்.

"போதும் ரெட்டியாரே..." என்று சொல்லிவிட்டு, தயங்கித் தயங்கி நின்றான்.

"ம்... சோறு துண்ணுட்ட... அப்புறம் இன்னா... ம்..." என்று அவனைப் பார்த்தவர்... தலையாட்டிக் கொண்டே வேட்டியை விலக்கி, டவுசர் ஜோபியில் கையை விட்டு, துழாவி, ஒரு ரூபாய் நாணயங்கள் இரண்டை அவன் கையில் போட்டார். அதை வாங்கிக் கொண்டு, கும்பிட்ட காட்டிகான் காட்டுப் பக்கம் நடையைப் போட்டான்.

"சீக்கிரமா... வாடா... அங்கயே குட்சிப்புட்டு கவுந்துராத... சாயந்தரமா சாமி ஊர்வலம் கீது மறந்துபுடாத" என்று கத்தினார்.

அப்போதுதான் அவருக்கு நினைவுக்கு வந்தது 'பங்காளி குப்பா ரெட்டி காலையிலிருந்து கண்ணில் படவில்லை. மாடு கழுவும் போது சாராயம் எவ்வளவு வேண்டுமென்று கேட்டவன், இன்னும் ஆளைக் காணமே' என்று நினைத்துக்கொண்டார்.

இப்போது கொஞ்சம் சாராயம் போட்டால்தான்... சாமி எடுப்பதற்குத் தெம்பாகவும் மப்பாகவும் இருக்கும்.

சரியாக அப்போது, கையில் ஒரு சிறிய மண் பல்லாவை பிடித்துக்கொண்டு, கூத்துப்பாட்டு ஒன்றைப் பாடிக்கொண்டு ஆடியபடி வந்தார் குப்பா ரெட்டி.

"காத்தவராயன் வந்தேன்

உக்கிரமிகுந்த காத்தவராயன் வந்தேன்"

"வாடா பங்காளி... உனுக்குச் சாவே இல்ல... இப்பத்தான் நெனச்சேன்... ஒடனே வந்துட்ட" என்றார் சின்னசாமி.

"ரெட்டியார... போயி சொம்ப எட்த்துகினு வா... சரக்கு சும்மா கிர்ருன்னு ஏர்து... அதாங் அங்கியே கொஞ்சம் உறிஞ்சிபுட்டேன்... உனுக்கு ஒன்னு போதுமா?" என்றார்.

எழுந்து உள்ளே போய்ப் பித்தளைச் சொம்பை எடுத்து வந்தார். அதில் பாதி ஊற்றும்போதே 'போதும் போதும்' என்று கூறிவிட்டார். அதை டவலால் மறைத்து எடுத்துக்கொண்டு மாட்டுத்தொழுவத்தில் கொண்டுபோய் வைத்தார்.

வீட்டுக்குப்போய் ஒரு குழம்பு கிண்ணத்தில் ஒரு கரண்டி கறியை வாரிப்போட்டுக்கொண்டு தொழுவத்துக்குப் போய்ச் சுற்றும் முற்றும் பார்த்துவிட்டுக் கீழே உட்கார்ந்தார்.

வாணலியில் கொதிக்கும் கடலை எண்ணெயில் உப்பி மிதக்கும் காராமணி வடைகளை ஜல்லிக் கரண்டியால் தேவிக் கொண்டிருந்த சாலம்மாள் அவர் கறியை எடுக்கும்போதே உணர்ந்து கொண்டாள். பொங்கல், தீபாவளி, தமிழ் வருடப்பிறப்பு, கங்கையம்மன் திருவிழா என வருடத்துக்கு நாலைந்து நாட்கள்தான் சாராயம் குடிப்பார் சின்னசாமி. மற்ற நாட்களில் தொடமாட்டார். அதனால் அவர் குடிப்பதை வீட்டில் யாரும் ஆட்சேபிப்பதில்லை..

ஒரு கறித்துண்டைக் கடித்து மென்றுவிட்டு, சாராயத்தை வாயில் வைத்து ஒரே மூச்சில் உறிஞ்சிவிட்டு, துண்டால் வாயைத் துடைத்துக்கொண்டு மீதி கறியை ஒவ்வொரு துண்டாய் எடுத்து நிதானமாய்க் கடித்துத் தின்றார் சின்னசாமி. தின்று முடிந்ததும் கிண்ணத்தைப் புறக்கடைப் பானையில் கழுவி எடுத்துக்கொண்டு போய் வீட்டின் உள்ளே வைத்துவிட்டு உட்கார்ந்தார்.

அவரைப் பார்த்ததும் மாமியாரும், மருமகளும் ஆளுக்கொரு புன்னகையைச் சிந்திக் கொண்டனர்.

“டே.... நைனா... இந்தா... சூடா... வடய சாப்பிடு” என்று ஒரு தட்டில் பத்து வடைகளை எடுத்துப்போட்டு, அவர் முன்னால் வைத்தாள் சாலம்மா.

ஒரு வடையைப் பிட்டு வாயில் போட்டுக்கொண்டார். காராமணி வடை, அடிநாக்கு வரை ருசித்தது. வடை உள்ளே போகப்போக, போதை மெதுமெதுவாய் உடம்பெங்கும் பரவ, பரவசமானார் சின்னசாமி. பக்கத்தில் உட்கார்ந்து வடையைத் தின்றுகொண்டிருந்த இளையமகளை இழுத்து ஒரு முத்தம் கொடுத்தார். ஒரு வடையைப் புட்டு அதன் வாயில் ஊட்டினார்.

திரும்பி மனைவி பூங்காவனத்தையும், பையனையும் பார்த்தார். அவருக்குப் பாசம் பொங்கிக் கொண்டு வந்தது.

“டேய் சிங்கக்குட்டி... வா... வா... வா... இன்னா பாக்கற? என் ராஜாக்குட்டி...” என்று எழுந்துபோய்க் குழந்தையின் கன்னத்தில் ஒரு முத்தம் கொடுத்தார். அதுதான் அவனுக்கு அவர் கொடுக்கும் முதல் முத்தம். தினம் தினம் ஆசைப்பட்டாலும் அவரால் முத்தம் கொடுக்க முடியவில்லை. “டேய் நைனா இப்டி தூர வா... கொயந்த பயந்துடப்போவுது” என்றாள் சாலம்மாள்.

பூங்காவனம் நமுட்டுச் சிரிப்புடன் கணவனைப் பார்த்தாள். அவளைப் பார்த்ததும் சின்னசாமிக்கு கிர்ரென்று போதை ஏறியது. கல்யாணமான அன்றைக்கு வெட்கத்தோடு பூங்காவனம் அவரைப் பார்த்ததுபோலவே இருந்தது அந்தப்பார்வை.

அவளை ஆசையாகப் பார்த்தார். அப்படியே இழுத்து அவள் கன்னத்தைக் கடித்து மென்று விடலாமா என்று அவருக்குள் ஆசை பொங்கியது.

பிள்ளைப் பேற்றுக்குப்பின் அவளிடம் நெருங்க முடியவில்லை. மாதக்கணக்கில் அவருக்குள் முடங்கிக் கிடந்த மோகம் முரட்டுத் தனமாய் அந்தக் கணத்தில் தலை தூக்கியது.

“டேய் நைனா... இன்னும் நாலு வட வைக்கட்டுமா” என்றாள் சாலம்மாள்.

சட்டென்று சாமாளித்துக்கொண்டு, எழுந்து நின்றவர், “ம்கூம்... போதும் போதும்” என்று சொல்லிவிட்டு வெளியே வந்து திண்ணையில் உட்கார்ந்தார்.

கோயிலருகே சாமி ஊர்வலத்துக்கு ஏற்பாடுகள் நடந்து கொண்டிருந்தன. குப்பா ரெட்டியார் வேட்டி தரையில் புரள, திண்ணையில் குழறிக்கொண்டிருந்தார்.

பொழுது சாயத் தொடங்கியபோது சாமி ஊர்வலம் புறப் பட்டது. அலங்கரிக்கப்பட்ட மாடுகளை ஆண்களும் பெண்களும் பிடித்துக்கொண்டு பின் தொடர வீடு வீடாக ஆரத்தி எடுக்கப்பட்ட கருடசாமி ஊருக்குப் பின்புறம் இருந்த திடலை அடைந்தது.

மாடுகளைத் துரத்திக்கொண்டு சிறுவர்களும், ஆண்களும், பெண்களும் குதூகலமாய் ஓட, மாடுகள் வாலைத் தூக்கிக்கொண்டு ஓங்காரமிட, இளைஞர்கள் சாமியைத் தூக்கிக்கொண்டு முன்னும் பின்னுமாய் ஓட... ஒரே ஆர்ப்பாட்டமாய் இருந்தது.

பொழுது சாய்ந்து இருட்டத் தொடங்கியபோது ஆட்டமும் ஓட்டமும் முடிந்து மாடுகளைத் தொழுவத்தில் கட்டிவிட்டு கைகளைக் கழுவிக்கொண்டு இரவு உணவை முடித்துக்கொண்டு திண்ணையில் உட்கார்ந்த சின்னசாமிக்கு மனசு நிறைவாய் இருந்தது.

கோழிக்கறி குழம்பு, புழுங்கல் அரிசிச் சோறு, காராமணி வடை, சாராயம், ஆரவாரமாய்ச் சாமி ஊர்வலம். கண்களுக்கு நிறைவாய் குழந்தைகள், அழகான மனைவி, அன்பான தாய், அலங்கரிக்கப்பட்ட மாடுகள், குதூகலிக்கும் ஊர், உறவுகள், நாக்குக்கு ருசியாய் சாப்பாடு.

வாழ்க்கை தினமும் இப்படியே இருந்துவிட்டால் எப்படி இருக்கும்?

தினமுமா? தின்ன முடியுமா?

“அமிர்தமாக இருந்தாலும் கூட அளவுக்கு மிஞ்சிப்போனால் நஞ்சுன்னு அதனாலதான பெரியவங்க சொல்லிக்கீறாங்க...” என்று பெரிய உண்மையைக் கண்டுபிடித்து விட்டவர் போல, தலையை ஆட்டிக்கொண்ட சின்னசாமி எழுந்து வீட்டுக்குப்போய்க் கட்டிலில் படுத்து போர்வையைப் போர்த்திக்கொண்டு கண்களை மூடினார்.

கல்யாணமான புதிதில் நொடிக்கொருதரம் வெட்கப்படும் முகமும், மஞ்சள் கிழங்கைப்போன்று மின்னுகிற தேகமும், சாராயத்தைவிடவும் அதிகமான போதை ஏற்றிய பூங்காவனத்தின் பேச்சுகளும் இப்போது அவர் மனசுக்குள் விரிய விரிய அந்த நினைவுகளிலேயே மூழ்கி உறக்கத்தில் விழுந்தார்.

ஆனால் அவர் கனவுகளும், ஆசையும், இந்த நிம்மதியும் நீண்ட காலத்திற்குத் தொடரப்போவதில்லை என்ற உண்மை எதுவும் தெரியாமலேயே... பாவம்... அப்படியே தூங்கிப்போனார்.

6

"டே...ய்... இஸ்கோலுக்குப் பசங்களைப் புடிச்சிகினு போறதுக்கு வாத்தியாரு வராண்டா... ஓடுங்கடா காட்டுக்கு" என்று தெருவெங்கும் கூறிக்கொண்டே விழுந்தடித்துக்கொண்டு ஓடினான் குப்பா ரெட்டியாரின் பையன் முனீஸ்வரன்.

துரைசாமி ரெட்டியாரின் இரண்டாவது மகன் பாண்டி, நாராயணனின் கடைசிப்பையன் ஜெயவேலு, ரங்கநாத ரெட்டியாரின் ஒரே மகனான முத்துமாரி ஆகிய மூவரும் அவனுக்குப் பின்னாலேயே ஓடினர்.

ஆற்றில் திடீரெனப் பெரு வெள்ளம் வந்துவிட்டால், கரை இறக்கத்தில் ஆடு மாடுகளை மேய்த்துக் கொண்டிருப்பவர்கள் அலறியடித்துக் கொண்டு ஓடுவதைப் போல ஓடினார்கள் அவர்கள்.

முத்துமாரியின் டவுசர் இடுப்பிலிருந்து கழன்று கீழே இறங்கி கால்களில் சிக்கிக்கொள்ள ஓடிய வேகத்தில் 'தொபீர்' எனத் தெருவில் விழுந்தான். அதே வேகத்தில் எழுந்து டவுசரை வலது கையால் இழுத்துப் பிடித்துக் கொண்டு ஒற்றைக்கையை மட்டும் வீசி, வேகமாக ஓட முடியாமல் திணறினான்.

தெருவில் ஏதேதோ வேலையாய் இருந்தவர்களும், திண்ணைகளில் கால்களைத் தொங்கப்போட்டு

ஊர்க்கதைப் பேசிக்கொண்டிருந்தவர்களும் சூறாவளிக் காற்றைப் போல ஓடும் பையன்களைப் பார்த்து நிலை குலைந்தனர்.

“டே.... டேய் காத்துக்குப் பொறந்த கஸ்மாலங்களா... எங்கடா இப்டி பறக்குதுங்க இதுங்க” என்று எரிச்சலோடு கேட்டார் கதிர்வேலு ரெட்டியார். ஓடிவந்த பையன்களைக்கண்டு அவர் கையிலிருந்த கயிற்றை இழுத்துக்கொண்டு திமிறின காளை மாடுகள்.

ஊரை விட்டு ஓடி, காட்டுக்குள் கால் வைத்த பிறகும் நிற்காத பையன்களின் ஓட்டம் கரிங்கல் குன்றுக்குள் போய்தான் நின்றது.

அங்கிருந்த நான்கு பெரிய கரிங்கல் பாறைகளுக்கு நடுவில் இருந்த வெள்ளைப்பாறையின் மீது உட்கார்ந்து வேகமாக மூச்சு வாங்கத் தொடங்கினர் நான்கு பேரும்.

போன வாரம் ஊசி போட நர்சுகள் ஊருக்குள் வந்தபோதும் இப்படித்தான் ஓடிவந்தனர். அப்போது முனிஸ்வரனும், பாண்டியும் இங்கேயே ஒளிந்துகொள்ள, முத்துமாரி காட்டில் இன்னும் கொஞ்ச தூரம் ஓடி எட்டி மரங்களின் அடர்த்திக்கு நடுவில் இருந்த வேப்ப மரத்தில் ஏறி, செழித்திருந்த ஒரு கிளையில் உட்கார்ந்து கொண்டான். பொழுது சாயும் வரை அவன் கீழே இறங்கவே இல்லை.

ஜெயவேலு மட்டும் ஊருக்குப் பக்கத்திலேயே இருந்த ஆவாரஞ்செடி மறைப்பில் நடுங்கியபடி உட்கார்ந்திருந்தான். நர்சுகளின் கண்களில் அவன் பட்டுவிடத் தென்னங்குச்சியின் கனத்துக்கு இருந்த ஊசியை அவனது இடது கையில் ‘சர்க்’கென்று குத்திவிட்டுப் போனார்கள். அன்றிரவெல்லாம் காய்ச்சல். கை வீங்கிப் போய்க் கையைத் தூக்க முடியாமல் அழுதுகொண்டிருந்தான். மூன்று நாட்கள் வரை கையை அசைக்கக்கூட முடியாமல் தவித்தான். அதுவே பரவாயில்லை. ஒரு வாரத்தோடு வலி போய்விட்டது.

இன்றைக்கு மட்டும் இந்த வாத்தியார் கையில் மாட்டினால் கெட்டது குடி. இழுத்துக்கொண்டு போய்ப் பெயர் எழுதி பள்ளிக் கூடத்தில் உட்கார வைத்துவிடுவார். சரியாகப் படிக்காவிட்டால் கூரையில் காலைக் கட்டி தலைகீழாகத் தொங்க வைப்பார். தலைக்குக் கீழே நாதேளி முள்ளைப் போட்டு விடுவார்.

அதை நினைத்தாலே உடல் நடுங்கியது அவர்களுக்கு. வாத்தியாரிடம் மட்டும் மாட்டவே கூடாது எனப் பாறைகளுக்கு இடையில் நுழைந்து குறுக்கிக்கொண்டு உட்கார்ந்தார்கள்.

வெப்பாலை வாத்தியார் கையில் ஒரு நீண்ட நோட்டுப் புத்தகத்துடன் உதவிக்கு நான்காவது படிக்கும் அம்மாட்டி ரெட்டியாரின் சின்ன மகன் மனோகரனை அழைத்துக்கொண்டு ஊருக்குள் நுழைந்தார்.

"இன்னா ரெட்டியாரே... உங்க பையனுக்கு எத்தனை வயசாவுது... பள்ளிக்கூடத்துல சேத்துட வேண்டியதுதான" என்றார் சின்னசாமி ரெட்டியாரிடம்.

திண்ணையில் உட்கார்ந்து யோசனையில் ஆழ்ந்திருந்த ரெட்டியார், வாத்தியாரின் குரல் கேட்ட பிறகுதான் அவரைக் கவனித்தார்.

"வா... வாத்தியாரே... அட்த்த வாரம் பெரிய பொண்ணுக்குக் கல்யாணம்... நானே வெத்தலபாக்கு வைக்க உன்னப்பாக்க பள்ளிக் கூடத்துக்கு வரணுமுன்னு இருந்தேங்..." என்றார்.

"அடடா... நல்ல சமாச்சாரம்தான். நல்லா படிச்சப் பொண்ணு... அஞ்சாவதோட நிறுத்திட்டீங்க... சரி... எந்தூர்ல குடுக்கறீங்க?" என்று கேட்டார்.

"எம் மச்சானுக்கே, இந்த ஊர்லயேதாங் குடுக்கறேங் வாத்தியாரே..." என்றார் ரெட்டியார்.

"அப்டியா... ஏங்... பொண்ண இதே ஊர்ல சொந்த மச்சானுக்கே கட்டிக் கொடுக்கறீங்க...? வெளியூர்ல எதனாப் பாக்கறது?" என்றார் வாத்தியார்.

"வாத்தியாரே... 'மயிரவுட கருப்புமில்ல... மச்சானவுட ஒறவுமில்லன்னு' பெரியவங்களே சொல்லிகிறாங்களே... பொண்ண குடுக்கலனா அவனே தூக்கினு போய்டுவாம்போலக் கீதே" என்று சிரித்தார்.

"அதுவும் சரிதாங்... பெத்தபொண்ணு கண்ணுக்கு எதிர்லியே இருந்தா நமக்குக் குடுப்பனதான" என்றவர் "ரெண்டாவது பொண்ணையும் அஞ்சாவதோட நிறுத்தீட்டீங்க, மூனாவது பொண்ணும் மூனாவதுலேயே நின்னுப்போச்சே ரெட்டியாரே" என்றார் கவலையுடன்.

"நா எங்க நிறுத்தனங் வாத்தியாரே... பெர்சுங்க ரெண்டும் அஞ்சிக்கப்பறம் படிக்கணும்னா வெள்ளிமலைக்கி போவணும்...

பொட்டப்புள்ளிங்கள ஆத்த தாண்டி. அனுப்ப முடியுமா...? ஏதோ இங்க பக்கத்துல இர்க்கறதால நம்ம பள்ளிக்கூடத்துல அஞ்சி வெரிக்குமாவது படிச்சுதுங்க... மூணாவது பொண்ணுக்குப் படிப்பு . ஏற்ல... போவமாட்டேன்னு ஒரே அடம்... அதான் சரின்னு உட்டுட்டடங்."

"போகட்டும்... பையனுக்கு இப்ப பள்ளிக்கூடத்துல சேக்கற வயசு வந்திருக்குமே... அவனையாவது நல்லா படிக்கவெய்யி ரெட்டியாரே... உங்க காலமெல்லாம் படிப்பு வாசன இல்லாமலேயே போயிட்ச்சி, இனிமே பசங்களுக்குப் படிப்புதாங் ஒதவும்" என்றார் வாத்தியார்.

"நீ சொல்றது மெய்தான் வாத்தியாரே... ஒரு பேப்பர படிக்கக்கூட முடில... பையனயாவது படிக்க வெச்சி உன்ன மாதிரியே ஒரு வாத்யாரா ஆக்கிறணுங்" என்றார் சின்னசாமி.

"சரி... எங்க இருக்கறாம் பையன்...? இன்னா பேரு வெச்சிகீறீங்க அவனுக்கு" என்று கேட்டார்.

"முருகவேலுனு அந்த வெள்ளிமல முருகன் ஞாபகமா அவம் பேரயே வெச்சிகீறம்... இங்கதான ஆடிகினு இர்தாங்... அவம் பொறந்து அஞ்சி சித்திர முடிஞ்சி போச்சே... நானே அவன பள்ளி கோடத்துக்கு இஸ்துகினு வரணும்னு இர்ந்தேன் வாத்தியாரே... பையங் உள்ள கீறானான்னு பாத்துட்டு வரேங்" என்று எழுந்து வீட்டின் உள்ளே போனார்.

பூங்காவனமும், பெண் பிள்ளைகளும் வேர்க்கடலையை உரித்துக்கொண்டிருந்தார்கள். பையனைக் காணோம்.

"ஏமே... எங்க முருகன காணம்?" என்று மனைவியிடம் கேட்டார்.

"இங்கதாங் இருந்தானே. உள்ள ஏதோ தடபுடனு சத்தம் கேட்ச்சே... உள்ள பானைக்கா பாரு" என்றாள்.

உள் கதவைத் திறந்து எட்டிப்பார்த்தார். இல்லை. திடீரென மேலே பரணில் உள்ள விறகுகள் மிதிபடும் ஓசை. தலையைத் தூக்கி பரணைப் பார்த்தார்.

பரணில் அடுக்கப்பட்டிருந்த விறகுகளுக்குமேல் இருட்டில் நிழல் அசைவதைப்போலத் தெரிந்தது. கதவை நன்றாகத் திறந்து அதன்மீது கால்வைத்து ஏறி பரணை உற்றுப்பார்த்தார்.

அந்த அரை இருட்டில் முருகவேலு பரண் மீது மூச்சு விடாமல் குந்தியிருந்தான்.

"டே நைனா... இன்னாத்துக்குடா பரணுமேல ஏறி குந்திகிணு கீற...? அங்க இன்னா வேல உனுக்கு...? எறங்கிவா... வாத்தியாரு வந்துகீறாரு" என்றார்.

"நானு வர்ல போ நைனா... நானு பள்ளிக்கோட்த்துக்கு போவ மாட்டங் போ நைனா" என்றான் முருகவேலு.

"அடப்போடா... அதுக்குதாங் அங்க ஏறி ஒளிஞ்சிகினு கீறீயா...? அவரு இன்னா புள்ளிங்கள புட்ச்சி கோணிப்பைல போட்டுகினு போற பூகாணியா...? படிப்பு சொல்லிக்குடுக்ற வாத்யாருடா... எறங்கிக் கீய வா" என்று அவன் கைகளைப் பிடித்து இழுத்தார்.

திமிறினான் பையன். அவனை மெல்ல இழுத்துத் தூக்கி கால் களுக்குக் கீழே இறக்கிவிட்டு கதவைப் பிடித்துக்கொண்டு கீழே இறங்கினார்.

அதற்குள் வெளி அறைக்குப்போன முருகவேலு அம்மாவின் பின்னால் உட்கார்ந்து அவளைப் பிடித்துக்கொண்டான்.

"டே நைனா... வாடா... வாத்யாரு ரொம்ப நேரமா திண்ணையில குந்திகினு கீறாரு... வா... உன்ன அவரு ஒன்னும் பண்ண மாட்டாரு... நீ செரியா படிக்கிலின்னாக்கூட உம்மேல கை வெக்கமாட்டாரு... நானு அவுருக்குச் சொல்றங் வாடா நைனா... நாலு எய்த்துப் பட்ச்சி நம்ம வகையறாவே வாய் பொளக்கற மாதிரி நீ வாத்யாரா வர்ணும்டா" என்று மகனிடம் அன்பு வழியப் பேசிய சின்னசாமி, அவனை எழுப்பி அணைத்துத் தள்ளிக்கொண்டு வெளியே வந்தார்.

திண்ணையிலிருந்த வாத்தியாரைப் பார்த்ததும் கால்களைத் தூக்கி வைக்காமல் அப்படியே நின்றான் முருகவேலு.

"வாத்யாரே உன்னப்பாத்து கொயந்த ரொம்பப் பயப்படுது... பள்ளிக்கூடத்துல அடிக்கமாட்டன்னு சொல்லு வாத்யாரே" என்றார்.

"ஏண்டாத் தம்பி இவ்ளோ பயம்...? கண்டிப்பா அடிக்க மாட்டேன். அங்க உங்கூரு பசங்க, பக்கத்தூரு பசங்க எல்லாரும் வருவாங்க... அவங்கக்கூட நீ நல்லா வெளயாடலாம்... பாட்டுப்

பாடலாம். உம்பேரு என்னா?" என்றார் ஆசிரியர். கனிவு கலந்திருந்தது அவரது பேச்சில்.

"முருகவேலு" என்றான் முறுக்கிக்கொண்டு.

"அப்டியா... வெரி குட்... இப்டி வா... காதத் தொடு பாக்கலாம்" என்றார்.

சின்னசாமி பையனின் வலது கையைப் பிடித்து இழுத்து தலைக்கு மேல் வைத்து, இடது காதை விரல்களால் பிடிக்கச் சொன்னார்.

"வெரிகுட்.... அப்படிதான்... ம்... நல்லா தொடுதே... நீ பெரிய்யப் பையனா ஆயிட்டியே" என்றார்.

"ரெட்டியாரே... நாளிக்கி வெள்ளிக்கிழம... நல்ல நாளு. பையன கூப்டுகினு வந்து சேத்துடுங்க" என்றார் வாத்தியார்.

"நாளிக்கா வாத்யாரே... கல்யாண வேல வேற நெறய்யக் கீது... செரீ... புள்ள படிப்பும் முக்கியமானதுதான... கூப்டுகினு வந்திர்ரேன்" என்று சொன்னார்.

வாத்தியார் அவரிடம் இருந்த நோட்டுப் புத்தகத்தில் முருகவேலு பெயரை எழுதிக் கொண்டு ஊருக்குள் போனார்.

துரைவேலுவின் இரண்டாவது மகள் தேவகி, செல்லமுத்துவின் மகள் சரோஜா ஆகியோரின் பெயர்களையும் எழுதிக்கொண்டு பள்ளிக்குத் திரும்பினார்.

மறுநாள் காலையிலேயே முருகவேலுவுக்கு, தலைக்குத் தண்ணீர் ஊற்றி, சட்டையும், டவுசரும் மாட்டினாள் பூங்காவனம். அவனது நெற்றியில் திருநீற்றைப் பூசி, நடுவில் குங்குமப்பொட்டை வைத்தாள் பாட்டி சாலம்மாள். அவனது கன்னத்தைக் கிள்ளி முத்தமிட்ட அவள், அவனது முகத்தை வழித்து, தலையில் முறித்துத் திருஷ்டி கழித்தாள்.

மூன்றாவது மகளின் பலகையைத் துணிக்கடை பையில் போட்டு அவனின் தோளில் மாட்டினாள் பூங்காவனம். ஒரு உருண்டை வெல்லத்தை உடைத்து ஒரு பித்தளைத் தட்டில் போட்டு மகனிடம் கொடுத்தாள்.

மகனின் கையைப் பிடித்துக்கொண்டு சின்னசாமி பக்கத்து ஊரில் இருக்கும் பள்ளியை நோக்கி நடக்க, பூங்காவனமும், சாலம்மாளும் அதைப் பின்னாலிருந்து ஆசைத்தீரப் பார்த்தனர்.

"அய்யோ... எம்புள்ள உஸ்கோலுக்குப் போர அயகப் பாரு... சாயந்தரம் வந்ததும் சுத்திப் போடணும்" என்றாள் பூங்காவனம்.

பெயர், பிறந்த தேதி, இன்னபிற விவரங்களையும் சொல்லி பள்ளியில் சேர்த்தபின் முருகவேலுவை ஆசிரியருக்கும், மற்ற பிள்ளைகளுக்கும் வெல்லத்தை கொடுக்கச் சொன்னார் சின்னசாமி.

வகுப்பில் உட்கார்ந்ததும் பயத்தில் சத்தமாக மூச்சுக்கூட விடாமல், குறுகிக்கொண்டு உட்கார்ந்திருந்த முருகவேலு, பதினோரு மணிக்கு மணி அடித்ததும் எழுந்து வெளியே போய்ச் சிறுநீர் கழித்தபின் அப்படியே வீட்டுக்கு ஓடி விடலாமா என யோசித்தான்.

வீட்டுக்குப் போனாலும் நைனா மறுபடியும் இங்கேயே இழுத்துக்கொண்டு வந்து விடுவார் என்று நினைத்தபடி மீண்டும் பள்ளிக்குள் போய் உட்கார்ந்தான்.

"அ, ஆ, இ, ஈ" என்று காலையிலிருந்து திரும்பத் திரும்பச் சொல்லிக் கொண்டிருந்தார் தீயார்குப்பம் வாத்தியார். பிள்ளைகளும் திருப்பிச் சொல்லிக் கொண்டிருந்தனர். வாயே திறக்காமல் உட்கார்ந் திருந்தான் முருகவேலு.

மதியம் கோதுமை உப்புமாவு போட்டார்கள். எல்லோரும் வரிசையாக உட்கார்ந்திருக்க, உயரமாக இருந்த இரண்டு மாணவர்கள் கருப்புக் கேனில் இருந்த உப்புமாவை கரண்டியில் வாரி வாரி தட்டுகளில் போட்டுக் கொண்டே போனார்கள்.

அன்று புதிதாகச் சேர்ந்தவர்களுக்குப் பள்ளியிலேயே தட்டுகள் கொடுத்தார்கள். நாளையிலிருந்து வீட்டிலிருந்து தட்டு கொண்டு வரவேண்டும் என்றும் சொன்னார்கள்.

எல்லோருடைய தட்டுகளிலும் உப்புமா போட்டு முடிந்ததும், எல்லோரும் எழுந்து நின்று "பகுத்துண்டு பல்லுயிர் ஓம்புதல் நூலோர் தொகுத்தவற்றுள் எல்லாம் தலை" என்று சத்தமாகச் சொல்லிவிட்டு, உட்கார்ந்து வாரி வாரித் தின்ன ஆரம்பித்தனர்.

முருகவேலு ஒரு கை அள்ளி வாயில் போட்டான். ருசியாக இருந்தது. அது மாதிரி சாப்பாட்டை அவன் அதற்குமுன் சாப்பிட்டதில்லை. அரிசிச் சோறு, களி, கூழ், இட்லி, தோசை என விதவிதமாய்ச் சாப்பிட்டிருக்கிறான்.

ஆனால் இந்தச் சாப்பாடு புதிதாக இருந்தது. மஞ்சளும் பழுப்பும் கலந்த நிறத்தில், பூப்பூவாய் மலர்ந்திருந்த கோதுமைச் சோறு அவனுக்கு மணமாகவும், ருசியாகவும் இருந்தது. வாரி வாரித் தின்று விட்டு, வெளியில் இருந்த குண்டானில் தண்ணீர் மொண்டு குடித்து, தட்டைக் கழுவி உள்ளே கொண்டுபோய் வைத்தான்.

சாப்பிட்டபின் அவனது ஊர்ப் பிள்ளைகளுடன் விளையாடிக் கொண்டிருந்து, மணி அடித்ததும் மீண்டும் வகுப்பில் உட்கார்ந்தான். ஒன்று, ரெண்டு, மூன்று என்று இப்போது எண்களைச் சொல்லிக் கொடுத்தார் அதே வாத்தியார்.

மாலையில் மணி அடித்ததும், பிள்ளைகள் குபீரென ஒரே நேரத்தில் கிளம்பி கத்திக்கொண்டு ஓடின. தண்ணீர் குறைவாக உள்ள ஏரியில் கூட்டம் கூட்டமாய்த் தாவிக்கொண்டிருக்கும் நாரை கொக்குகள் யாரேனும் திடீரெனக் கல்லெறிந்தாலோ, கை தட்டினாலே ஒட்டுமொத்தமாய்த் திடீரெனச் சடசடவென எழும்பிப் பறப்பதைப் போல இருந்தது பிள்ளைகளின் பாய்ச்சல்.

மூச்சு வாங்க வாங்க வீட்டுக்கு ஓடிவந்த முருகவேலு பையை வீட்டுக்குள் கிடாசிவிட்டு, கத்தரிக்காய் அரிந்துகொண்டிருந்த அம்மாவின் முதுகில் சாய்ந்து ஒட்டிக்கொண்டான்.

"ஐய்யா எங் கன்னுக்குட்டி, உஸ்கோலுக்குப் போயி வந்திட்ச்சா... வாத்யாரு இன்னா சொல்லி குட்தாங்க?" என்று அவனை இழுத்து அணைத்துக்கொண்டு, அவன் கன்னத்தோடு கன்னம் வைத்து உரசினாள் பூங்காவனம்.

"அ... ஆ... சொல்லிக் குட்த்தாங்கமா" என்றான் முருகவேலு.

"அய்யோ அய்யோ... எம் பட்டுக்குஞ்சி அ... ஆ... இன்னா அயகா சொல்து" என்று அவனை இழுத்து முத்தமிட்டாள். எழுந்து போய் ஒரு கிண்ணத்தில் நான்கு இட்லிகளும், பட்டாணிக் குழம்பும், இரண்டு வடைகளும் போட்டு வந்து அவன் எதிரில் வைத்தாள்.

அதைப் பார்த்தாலே அவனுக்கு வெறுப்பாக இருந்தது.

"எனுக்கு இது வாணா போ..." என்றான்.

"ஏன் நைனா... பசியில்லியா... துண்ணுடா குட்டி" என்றாள் பூங்காவனம்.

ஒரு இட்லியைப் பிட்டுக் குழம்பில் தொட்டு வாயில் போட்டு வேண்டா வெறுப்பாக மென்றான்.

ஒரு வாரமாகத் தினமும் இட்லி, பட்டாணி, உருளைக்கிழங்கு குழம்பு, கடலைப்பருப்பு வடை... திகட்டி விட்டது அவனுக்கு.

"வாணாம் போம்மா... இன்னாத்துக்குத் தினிக்கும் இதியே செய்ற?" என்றான் கோபமாக.

"நானு செய்யலடா நைனா... அக்காவ ஒக்கார வெச்சி கீறம் இல்லியா... அதுக்குத்தான் நம்பச் சொந்தக்காரங்கல்லாம் செஞ்சி எட்த்துகினு வந்து போடறாங்க... மொத நாளு உங்கொத்த எட்தாந்து போட்டாங்களா, மறுநாளு சித்தி, அப்றம் பாட்டி, சின்னபாட்டி. இன்னிக்கி சரோஜா அத்த... நாளிக்கி சிந்தாமணி சித்தி போடறாங்க" என்றாள்.

"இன்னாத்துக்குத் தினிக்கும் இட்லி, பட்டாணி கொயம்பு, வடயே போட்றாங்க... எனுக்கு வாணா போம்மா" என்றான்.

"இது உனுக்குப் போட்றது இல்லடா நைனா... நம்பக் காமாட்சி அக்காவுக்குப் போட்றது... அதுக்குக் கல்யாணம் ஆவப்போவது இல்லியா... கல்யாணத்துக்கு முன்ன, நல்லா துண்ணு ஒடம்பு தேறட்டுமேனு போடறாங்க. தெனிக்கும் இட்லி, வட, துண்ட்டு, துண்ட்டு ஒக்காந்துகினு இர்ந்தா ஒடம்பு தளதளன்னு இருக்கும். கல்யாணப் பொண்ணு பார்க்க அயகா இருக்கணும் இல்லியா? பொண்ணா பொறந்தவங்களுக்கு இதுதாண்டா நைனா சொகமான நாளு... அப்றம் கொயந்த பெத்துக்கறது, வளக்கறது, ஊட்டுக்காரனுக்குச் செவரட்சன* செய்றதுன்னு நிக்க ஏது நேரம்? இதெல்லாம் உனுக்குப் புரியாதுடா குட்டி... துன்னுட்டு ஆடப்போ" என்றாள்.

அது புரியவேயில்லைதான் அவனுக்கு. தினமும் இட்லியும், உருளைக்கிழங்கு, பட்டாணிக் குழம்பும் எப்படித்தான் தின்ன முடியும்? எப்படித்தான் தின்கிறாள் அக்கா என்று நினைத்தவன்,

ஒரு இட்லியை மட்டும் அரைகுறையாய் மென்றுவிட்டு, கை கழுவிக்கொண்டு எழுந்துபோய் அக்காவைப் பார்த்தான்.

வீட்டு வாசலுக்குப் பக்கத்திலேயே நான்கு புறமும், தென்னை ஓலைகளால் கட்டப்பட்ட, சிறிய இடத்தில் குத்துக்காலிட்டு உட்கார்ந்திருந்தாள் காமாட்சி. தலைக்குக் குளித்து, மஞ்சள் பூசி, கண்களில் மையிட்டு, தலை நிறையப் பூச்சூடி, கைகளில் முட்டி வரைக்கும் வளையல்கள் அணிந்துகொண்டு தகதகத்தாள்.

"எக்கா... நீ இப்போ நம்மூரு கெங்கம்மா சாமி மாதிரியே கீற" என்றான் முருகவேலு.

அவனை இழுத்து அணைத்துப் பக்கத்தில் உட்கார வைத்துக் கொண்டாள் காமாட்சி.

"குட்டிப்பையா... இன்னிக்கு இஸ்கூல்ல இன்னா சொன்னாங்க வாத்யாரு... நல்லாக் கீதா ஸ்கூலு" என்றாள்.

"ம்... மத்யானம் கோதும சோறு போட்டாங்களே... நல்லா இர்ந்திச்சே" என்றான்.

"கோதும சோறா... ம்... நல்லா தாங் இருக்குங்" என்றாள்.

அந்த பந்தலின் மூலையில் நிறைய்யப் புடவைகள் பல வண்ணங்களில் அடுக்கி வைக்கப் பட்டிருந்தன.

"க்கா... இன்னா இவ்ளோ பொடவீங்க கீது... யார்து இது?" என்று கேட்டான் கண்கள் விரிய.

"இதெல்லாம எனுக்குக் கட்டிக்கித்துக்குக் குட்த்து கீறாங்கடா... அத்திங்கோ, அக்காங்கோ குடுத்த புடவிங்க இது. ஒரு நாளு கட்டிகினு... அப்பறமா திருப்பிக் குட்த்துட்ணும்" என்றாள்.

"இன்னாத்துக்குக் கட்டிகினு திருப்பிக் குட்த்துட்ணும்?" என்று கேட்டான்.

"அவங்க பொடவீங்கடா குட்டி இது... நானு இப்போ ஆச தீரக் கட்டிப்பாத்துட்டு அப்றம் அவங்க கிட்டய அவுத்துக் குட்த்துன்னமாம்" என்றாள்.

அவனுக்கு எதுவும் விளங்கவில்லை. எழுந்து தெருப்பக்கம் ஓடினான். அவனைக் கண்டதும் ஜெயவேலு, பாண்டி, முத்துமாரி

எல்லோரும் சூழ்ந்து கொண்டனர். பெரிய போர்க்களம் சென்று திரும்பிய மாவீரனைப்போல அவனைப்பார்த்தனர். பள்ளிக்கூடத்தில் நடந்தவைகளைத் திகிலோடு விசாரித்தனர்.

மறுநாள் காலையில் பள்ளிக்குப் போக மாட்டேன் என அடம் பிடித்தான் முருகவேலு. நைசாகப் பேசி அழைத்தார் சின்னசாமி. கால்களை எடுத்து வைக்காமல் அப்படியே நின்றான். இழுத்தார். தரதரவெனக் கால்கள் தேய்ந்தன. அலாக்காகத் தூக்கித் தோளில் உட்கார வைத்துக்கொண்டு போனார்.

தோளிலேயே குதித்தான். அவனது சிணுங்கல்களுக்கு இடையிலும் நேற்று மதியம் சாப்பிட்ட கோதுமைச் சோற்றின் வாசம் அவனைக் கொஞ்சம் சமாதானப்படுத்தத் தொடங்கியது. அதை நினைத்ததும் கொஞ்சம் மனசு சமாதானம் ஆனது. பேசாமல் பள்ளியில் உட்கார்ந்து கொண்டான்.

ஆனால் அன்று மதியம் பள்ளியில் அரிசிச்சோறு போட்டனர். 'பகுத்துண்டு' பாடிவிட்டு, சோற்றை வாயில் வைத்தவனுக்கு, அதன் ருசியே பிடிக்கவில்லை. மஞ்சள் நிறத்தில், கொட்டை கொட்டையாக உப்பும், காரமும் குறைவாக இருந்த அந்தச் சோறு அவனுக்குப் பிடிக்கவே இல்லை. மறுநாள்தான் கோதுமை சோறாம். இது ஒரு நாளைக்கு, அது ஒருநாளைக்கு என்றார்கள்.

அடுத்த மூன்று நாட்களுக்குள், பாண்டி, ஜெயவேலு, முத்துமாரி எல்லோரும் வாத்யாரிடம் மாட்டிக்கொண்டு பள்ளிக்கு வந்துவிட்டனர். அவர்களும் வந்துவிட்ட பிறகு குஷியாகி விட்டது முருகவேலுவுக்கு.

அதற்குப்பிறகு அவர்களின் பள்ளி நாட்கள் ஆட்டமும், பேச்சும், கேலியுமாக மாறத் தொடங்கின.

7

காமாட்சியின் கல்யாணம் தடபுடலாகத் தொடங்கியது. சிவந்த தக்காளியைப் போலக் கன்னங்கள் மின்ன, வெட்கத்தில் மேலும் மேலும் சிவந்து கொண்டிருந்தாள் காமாட்சி. மாப்பிள்ளையான சுப்பிரமணியின் வீட்டு வாசலில் தெருவை அடைத்து தென்னங்கீற்றுகளால் பெரிய பந்தல் போட்டு, மாங்கொத்துகளும், வேப்பிலையும் சொருகி... உறவுகளும், ஊரும் சேர்ந்து வாழ்த்த சுபமுகூர்த்தம் முடிந்தது.

அடுத்து 'பாலி கும்பிட' மேளம், நாதஸ்வரம் ஒலிக்க எல்லோரும் ஏட்டுகான் கிணற்றுக்குப் போனார்கள்.

பாலாபுரத்து மகேஸ்வர அய்யர் சிவந்த உடலில் பட்டை பட்டையாகப் பூசப்பட்ட திருநீறு மணக்க, கிணற்றின் வடக்குப்புறம் மனை போட்டு உட்கார்ந்து கொண்டார். அவரது கண்கள் மட்டும் நாலாபுறமும் விழிப்பாக நோட்டம் விட்டபடி இருந்தது.

மாப்பிள்ளை சுப்பிரமணி தனது வெள்ளை பட்டுச் சட்டையைக் கழற்றி காமாட்சியிடம் தர, அதைப் பொக்கிஷம் போல வாங்கித் தோளில் போட்டுக் கொண்டாள் அவள்.

வேட்டியை மடித்துக்கட்டி, துண்டால் தலைப்பாகை கட்டிக்கொண்டு, மண்வெட்டியை எடுத்து ஒரு பாத்தி அகலத்துக்கு மண்ணைக் கொத்தி, கட்டிகளை உடைத்து, புட்டு மாவைப் போலத் திருப்பிப்போட்டு சலித்து, அதில் நான்கு சிறிய சிறிய பாத்திகள் கட்டினான் மாப்பிள்ளை.

பித்தளைத் தவலைகளில் கொண்டு வந்திருந்த தண்ணீரை அந்தப் பாத்திகளில் தெளித்து மண்வெட்டியால் சமன் செய்தான். புட்டுக்கூடையில் கொண்டுவந்த கேழ்வரகு, காராமணி, துவரை, சோளம் என நவதானிய விதைகளை அதில் தூவினான்.

உறவுகளும், ஊரும் கூடி நின்று கேலியும், கிண்டலுமாய் வம்பளக்க, வெட்கத்தை மறைக்க முயன்று, தோற்று, கம்பீரமாக விதைத்துக்கொண்டிருந்தான் மாப்பிள்ளை.

விதைப்பு முடிந்ததும், நெற்றியில் வழியும் வியர்வையை, விரல்களால் வழித்தான் மாப்பிள்ளை.

"ஏம்மா... கல்யாணப்பொண்ணு... மாப்பிள்ள விவசாயம் செஞ்சு களச்சிப்போயிட்டாரு. அவருக்கு மதிய கஞ்சி எட்த்துண்டு வாம்மா" என்றார் அய்யர்.

காமாட்சிக்கு வெட்கமான வெட்கம்.

"மொதல்ல மாப்பிள்ளைக்குத் தண்ணீ ஊத்தும்மா... கை கால் மொகம் கழுவிக்கட்டும்" என்றார்.

தவலையிலிருந்த தண்ணீரை சொம்பில் மொண்டு மாப்பிள்ளையின் கைகளில் ஊற்றினாள். அவன் அதைப் பிடித்துக் கை, கால், முகம் கழுவிக்கொண்டான். அப்போது ஒரு முறைப்பெண் காமாட்சியின் கையிலிருந்த சொம்பைப் பிடுங்கி, தண்ணீரை மொண்டு மாப்பிள்ளையின்மீது 'பளீர்' என்று ஊற்றினாள்.

அதிர்ந்துபோன மாப்பிள்ளை, சுதாரித்து, அசடு வழிந்து கோணையாய் சிரித்தான். கொல்லென்று சிரித்தது கூட்டம்.

"ஏம்மா... கல்யாணப்பொண்ணு... மாப்பிள்ளைக்குத் தொடச்சிக்கத் துணி கொடு" என்றார் அய்யர்.

காமாட்சி துண்டு தேடினாள்.

“இன்னாம்மா... தேடுற...? புருசனுக்குத் தொடச்சிக்க எதக் குடுப்பாங்க... பொடவ முந்தானியக்குடு... அதவிட நீயே தொடச்சி விடு” என்றார் அய்யர்.

குபீரென்று மத்தாப்பூவைப்போல அவள் முகமெங்கும் வெட்கம் வெடித்துச் சிதற... தடுமாறிக்கொண்டு நின்றாள். தோழிப் பெண் அவளை நெட்டித்தள்ள, சொருகியிருந்த கூரைப் புடவை முந்தானையை எடுத்து, அவன் முகத்தைத் துடைத்தாள்.

அவளது புடவையின் வாசனை சுப்பிரமணியைச் சொக்க வைக்க... திணறிப்போனான். சுற்றிப் பலப்பல கண்கள் அவர் களையே உற்றுப் பார்க்க, துணிந்து முந்தானையைப் பற்றி முகத்தில் அழுத்தித் துடைத்து, தலையைத் துவட்டிக் கொண்டான். அப்படியே அவளை இழுத்துத் தூக்கி அணைத்து, கன்னத்தைக் கடித்துவிடலாமா என்று அவனுக்கும் வெறி ஏறியது.

அவள் அவனுடைய அக்காள் மகள்தான். தினமும் பார்த்த முகம்தான். என்றாலும் இப்போது அவளைப் பார்க்கப் பார்க்க அவனுக்குள் ‘சுர்’ரென்று போதை ஏறியது. அவன் சிலமுறை ஊரில் உள்ள கூட்டாளிகளோடு சேர்ந்துகொண்டு ஆந்திராவுக்குப் போய்த் திருட்டுத்தனமாய் கள் வாங்கிக் குடித்திருக்கிறான். ஆனால் அதைவிட அதிகமான போதை ஏறியது இப்போது.

“இன்னா... மாப்ள...? தொட்ச்சது போதும்... மூஞ்சி தேஞ்சிடப் போவுது” என்றாள் கிண்டலாக இன்னொரு முறைப் பெண்.

கூட்டம் மீண்டும் ‘கெக்கேக்கே’ எனச் சிரித்தது.

“கல்யாணப் பொண்ணே... மாப்ள நெலத்துல வேல செஞ்சி களச்சிப் போயிட்டாரு... அவருக்குக் கஞ்சிய ஊத்து” என்றார் அய்யர். உடன் கொண்டு வந்திருந்த பச்சரிசிச் சோற்றை உப்பு போட்டுக் கரைத்து, அதை ஒரு சொம்பில் ஊற்றி மாப்பிள்ளையிடம் நீட்டினாள்.

“ஏம்மா... மொத மொதல்ல புருசனுக்குக் கஞ்சி ஊத்தற... பாசமா நீயே ஊட்டி விடும்மா” என்றார் அய்யர்.

தலையைக் கீழே குனிந்துகொண்டு, சொம்பை நீட்டினாள் காமாட்சி.

"வெக்கப்படாம ஊட்டுமமா" என்றார் அய்யர்

சொம்பிலிருந்து ஒரு கை சோற்றை எடுத்து மாப்பிள்ளையின் வாய்க்குள் திணித்தாள் காமாட்சி.

"மாப்பிள்ள... புதுப்பொண்டாட்டி சோறு ஊட்டுனா சேட்ட எதுவும் பண்ணாம சாப்டுறியே... இன்னா மாப்ளே நீ... சரி... சரி... அதுக்காக வெரல கிரல கடிச்சிரப் போற" என்றார் அய்யர் கிண்டலாக.

காமாட்சி கையிலிருந்த சொம்பை வாங்கி அதிலிருந்து ஒரு கவளம் சோற்றையெடுத்து அவள் வாய்க்குள் திணித்தான் சுப்பிரமணி.

அவள் அவன் விரலையும் சேர்த்துக் கடிக்க, "ஸ்" என்று கையை உதறினான் அவன்.

"பரவால்லியே... பொண்ணு ரொம்ப உசாருதாங்" என்றார் அய்யர். எல்லோரும் சிரித்தனர்.

"பாலி கும்பிடறது ஆயிட்டுது... மாப்பிள்ள வெத வெதச்சா மட்டும் பத்தாது... தெனமும் அதுக்கு நீர் பாய்ச்சி, காவல் காத்து, வெள்ளாமையை உஷாரா வீட்டுக்கு கொண்டுட்டு வரணும். பொண்ணு... நீ... ஊட்டுக்காரனுக்குத் தெனமும் சோறாக்கிப் போட்டு, அவனுக்குத் தேவையான பணிவிடைய செய்யணும், புரிஞ்சுதா? கெளம்பலாமா?" என்றார் அய்யர்.

இருவரும் தலையாட்டினர். கூட்டம் மறுபடியும் கேலியும், கிண்டலுமாய்க் கிளம்ப, தவிலும், நாதஸ்வரமும் ஒலித்தன. முருகவேலுக்கு இதெல்லாம் பார்க்க ஒரே குஷியாய் இருந்தது.

"இன்னா ரெட்டியார... நல்லபடியா பெரிய பொண்ணு கல்யாணத்த முட்சிட்டேள், அடுத்த பொண்ணும் தயாரா இருக்கு... அதயும் நல்ல எடமாப் பார்த்து முட்ச்சிடும்" என்றார் அய்யர், சின்னசாமி ரெட்டியாரிடம்.

"முட்ச்சிட்ணும் சாமி. அதயும் நீயே வந்து நல்லமாரியா நடத்திக் கொடுத்திடுங்க" என்றார். அய்யர் சுற்றும்முற்றும் பார்த்துக் கொண்டே நடந்தார். அவருடைய வாய் பேசிக்கொண்டிருந் தாலும், பாலி கும்பிடத் தொடங்கியதிலிருந்து அவரது கண்கள் நாலாபுறமும் சுழன்று கொண்டேதான் இருந்தன. அவருக்கு உள்ளுக்குள் சற்று பயமாகவே இருந்தது.

அலைபாயும் அவரது கண்களைப் பார்த்து சில இளசுகள் நமுட்டுச் சிரிப்புச் சிரித்துக்கொண்டன. அந்தச் சிரிப்புக்குப் பின்னால் ஒரு கதையிருக்கிறது.

அய்யரின் அப்பாவும் இதே ஊரில் கல்யாணம், காரியம் நடத்திக் கொண்டிருந்தவர்தான். இங்கே இருக்கும் ஏழு கிராமங் களுக்கும் அவர்களின் குடும்பம்தான் மந்திரம் சொல்ல வேண்டும்.

அவரது அப்பா சுற்றுவட்டாரத்திலேயே பெரிய அய்யர். அதோடு, ஜாதகமும் பார்த்துச் சொல்வார். ஊரில் நடக்கும் எல்லாக் கல்யாணங்களுக்கும் அவர்தான் பொருத்தம் பார்ப்பார். பையனின் பெயரும், பெண்ணின் பெயரும் சொன்னாலே போதும். விரல்களை நீட்டி, விரல் கடைகளில் கட்டை விரலால் தொட்டுத்தொட்டு கணக்குப் போடுவார். பஞ்சாங்கப் புத்தகத்தைப் புரட்டிப்பார்த்து ஏழு பொருத்தம், பத்துப் பொருத்தம் என்பார். பெரும்பாலும் நூறில் தொண்ணூத்தியெட்டுக் கல்யாணங்களை நல்ல பொருத்தம் சொல்லி நடத்தி வைப்பார்.

ஒரு முறை இந்த ஊரில் நடந்த ஒரு திருமணத்தில், முகூர்த்தம் முடிந்து, பாலி கும்பிட இதே ஏட்டுக்கான் கிணத்துக்கு வந்தபோது, மாப்பிள்ளையையும், பெண்ணையும் கேலியும், கிண்டலுமாய் விரட்டிக்கொண்டிருந்தார் அந்தப் பெரிய அய்யர்.

மணையைப்போட்டு சமானமாய் உட்கார்ந்த அவரின் சிவந்த உடல் வெயிலில் மினுமினுவென ஜொலித்தது. முதுகில் மெலிதாய் பூணூல் படர்ந்திருக்க, வெள்ளைப் பாறாங்கல் போன்று அகலமான அவர் முதுகு, வெள்ளைப் பன்றியைத் தீய்த்து, மஞ்சள் பூசி, கழுவி கவிழ்த்து படுக்கவைத்ததைப்போலப் பளபளத்தது.

சித்திரை மாதத்தின் ஏறு வெய்யிலின் உஷ்ணம் தாங்காது அடிக்கடி வெள்ளைத் துண்டால் விசிறிக் கொண்டிருந்தார்.

"அய்யரு ஒடம்பப் பார்ரா... சொம்மா பொளந்து வெச்ச பூசணிப் பழமாட்டம்" என்றது ஒரு இளசு.

இன்னொருவன் அவனைப் பார்த்து லேசாய் கண்ணடிக்க, இருவரும் நைசாக நழுவி ஏரிக்கரைப்பக்கம் போய்விட்டு வந்து மீண்டும் கூட்டத்தோடு சேர்ந்து கொண்டனர்.

கல்யாணப் பெண்ணின் வெட்கத்தைக் கிண்டலடித்துக் கொண்டிருந்த அய்யருக்கு, திடீரென முதுகில் லேசாய் நமைச்சல் எடுத்தது. டவலையெடுத்து லேசாக முதுகைத் துடைத்தார்.

துடைத்ததும் அரிப்பு அதிகமாக, மீண்டும் அழுத்தித் துடைத்தார். அரிப்பு மேலும் அதிகமாக லேசான முனகலோடு முழு முதுகையும் துண்டால் துடைத்தார்.

அப்போது முழு முதுகும் திகு திகுவென எரிந்தது. அவருக்கு ஒன்றும் புரியவில்லை. துண்டு முதுகில் பட்டாலே நெருப்புப் படுவதைப்போல எரிந்தது.

"அய்யோ... என்ன ஆச்சி...? முதுகெல்லாம் நெருப்பாட்டம் எரியறதே" என்று அலறினார்.

அதைப் பார்த்ததும் அந்த இளசுகள் இரண்டும் வெற்றிப் புன்னகையைச் சிந்தியவாறு வெளியேறின.

அப்போதுதான் சனக்கூட்டம் அய்யரின் முதுகைப் பார்த்தது. அவரின் முதுகு முழுவதும் சிவப்பான தடிப்புகள், கொப்புளங்கள். சிவந்த உடலில் தேனடைபோல அங்கங்கே வீங்கிக் கிடந்தது.

"இன்னா அய்யரே... முதுவெல்லாம் தத்துத்தத்தா கீது?" என்றனர் ஒன்றும் புரியாமல்.

"ஒன்னுமே புரியலியே... திடீர்னு முதுகுல நெருப்ப வாரிக் கொட்டிட்ட மாதிரி எரியுதே... தாங்க முடியலயே" என்று கதறினார்.

அப்போது அவரின் பின்னால் மணைக்குக் கீழே சிதறிக்கிடந்த தழையை எடுத்துப் பார்த்த வேலாயுதம் ரெட்டியார் படபடத்தார்.

"அய்யரே... யாரோ பூனைக்காச்சலு எலயக் கசக்கி முதுவுல போட்டுகீறாங்க" என்றார்.

"அய்யோ... நாசமாப் போற சண்டாளனுங்களா... யாரு இந்த அக்குரமத்தப் பண்ணது? எரியறதே... நெருப்ப வெச்சமாதிரி சுடுதே... பெருமாளே... அவனுக்கு நீயே கூலியக் குடு..." என்று துடித்தார்.

அங்கே தவலையிலிருந்த தண்ணீரை அலேக்காகத் தூக்கி அவர் முதுகில் கவிழ்த்தார் வேலாயுதம். தண்ணீர் பட்டதும் மேலும் திகுதிகுவென எரிய எழுந்து நின்று தை தை எனக் குதித்தார் அய்யர்.

"அய்யரே... கொஞ்சநேரம் பொறுத்துக்க... முதுவுல கைய வெச்சி கீறினியானா உன்னும் அதிகமா எரியும். அப்பறம்

புண்ணாயிடும். சொம்மா இருந்தாவே போதும், கொஞ்ச நேரத்துல தானா செரியா பூடும்" என்றார் வேலாயுதம்.

"முடியலயே ரெட்டியாரே... நெருப்புல தூக்கிப் போட்டுட்டா போல எரியுதே... ஊருக்கு மந்தரம் சொல்ற அய்யரு கிட்டயே வெளயாடுற அந்தச் சண்டாளனுங்கள ஈஸ்வரன் பாத்துக்குவான்... அவனுங்க உருப்படமாட்டாங்க" என்றார். கண்களில் கண்ணீர் வழிந்தது. துண்டால் முதுகில் விசிறிக்கொண்டு, இங்குமங்கும் உலாத்தினார்.

வெய்யில் வேறு சுள்ளென்று காய்ந்தது. அது எரிச்சலை மேலும் மேலும் பல மடங்கு அதிகமாக்கியது. துடி துடித்துப் போனார்.

அன்று போனவர்தான். அதற்குப் பிறகு இந்த ஊருக்குள் எந்தக் கல்யாணம், காரியம், புண்ணியாதானம் எதற்கும் வருவதில்லை. 'இந்த ஊருக்குள் இனிமேல் கால் வைக்க மாட்டேன்' என்று சபதம் செய்ததோடு நிற்காமல் இந்த ஊரே அழிந்து போக வேண்டும் என்று சாபம் வேறு விட்டார்.

அதற்குப் பிறகு சின்னசாமி ரெட்டியாரும், இன்னும் நான்கைந்து பெரிய மனிதர்களும் போய் அவரிடம் பேசி, கெஞ்சி, 'இனிமேல் அதைப்போல் எதுவும் நடக்காது' என்று வாக்கு அளித்தனர்.

அப்போதும் அவர் 'வரமுடியாது' என்று பிடிவாதமாகக் கூறிவிட்டார். அதற்குப்பிறகு அவரது மகனான இந்தச் சின்ன அய்யர்தான் எந்த விசேஷமானாலும் இந்த ஊருக்கு வருகிறார். அவருக்கும் உள்ளுக்குள் பயம். அதை வெளியில் காட்டிக் கொள்ளாவிட்டாலும், அவரின் கண்களைப் பார்த்தே இந்த ஊர் இளசுகள் கமுக்கமாய்ச் சிரித்துக்கொள்வார்கள்.

இப்போது பாலி முடிந்து, எல்லோரும் ஊர் திரும்ப, வெள்ளைத்துண்டால் முதுகைப் போர்த்தியபடி, எல்லோருக்கும் முன்னால் வெடுவெடுவென்று நடந்து போனார் அய்யர்.

"அய்யரு நடயப் பார்ரா... நடக்குற போட்டியில நடக்கற மாதிரி இன்னா ஜோரா நடக்கறாரு" என்று சிரித்தது ஒரு இளசு. அதைக்கேட்டதும் எல்லோரும் வாய்விட்டே சிரித்தனர்.

சாங்கிய, சம்பிரதாயங்கள் முடிந்த அலுப்புடன், மாப்பிள்ளை தளர்ந்து நடக்க, நேற்று இரவு தூக்கம் கெட்டது வேறு அவனுக்குக் கண்களை எரிய வைத்தது. நேற்று நடு இரவு வரை ஊரில் மணப் பெண் ஊர்வலம் நடந்தபோது, கூட்டத்தோடு கூட்டமாக நின்று, நகர்ந்து, காமாட்சியையே பார்த்துக் கொண்டிருந்தான் அவன்.

தீவட்டி வெளிச்சத்தில் சித்திரைமாத பௌர்ணமி நிலாவைப் போலத் தகதகத்த காமாட்சி இத்தனை அழகாக அதற்கு முன் அவன் கண்களுக்குத் தெரிந்ததில்லை.

ஊர்வலத்தின்போது பறைமேளம், தவில், நாதஸ்வரம் காதுகளைப் பதம் பார்க்க, ஊரின் ஒட்டுமொத்த சிறுசுகள், இளசுகள், கிழடுகள் எல்லாமே சுற்றிச் சுழன்று தாளத்துக்கேற்ப ஆடின.

அவர்களின் ஆட்டத்தைக் கண்டு தாய்மார்களும், மனைவி மார்களும், மருமகள்களும் பூரித்துப் போயினர்.

தெருவின் மேற்கு மூலையில் இருந்த சின்னசாமியின் வீட்டிலிருந்து முன்னிரவு புறப்பட்ட ஊர்வலம், அதே தெருவின் கிழக்கு மூலையிலிருந்த மாப்பிள்ளையின் வீட்டுக்குப் போய்ச்சேர நடு இரவு ஆகிவிட்டது. அடி அடியாய், ஆட்டமும், கூத்தும், கேலியுமாய் ஊரே லயித்துக்கொண்டு நகர்ந்தது.

ஊர்வலம் புறப்படும் முன் பெண் வீட்டில் சோறும், உருளைக் கிழங்கு பொரியலும், வடையும், அப்பளமும், கத்தரிக்காய் சாம்பாரும், ரசமும் ஒரு பிடி பிடித்த ஊரும், உறவும், மாப்பிள்ளை வீட்டை அடைந்ததும் அங்கேயும் அதேபோல மீண்டும் சாப்பிட வேண்டும். அதற்குள் வயிற்றில் இருப்பது சீரணிக்க வேண்டும்.

அதற்காகவே ஊர்வலம் மெதுவாய் நகர்கிறதா அல்லது ஆட்டத்தில் லயித்து மெதுவாய் நகர்கிறதா என்று யாராலும் கண்டு பிடிக்க முடியாத அளவுக்கு மெதுவாய் நகர்ந்தது. ஊர்வலம் நடு இரவில் மணமகன் வீட்டை அடைந்து, மீண்டும் விருந்து முடிந்து, மூலை மூலைக்குப் பாய்களையும், துண்டுகளையும் விரித்து அவர்கள் படுக்கவும், கிழக்கில் கீச்சாங் குருவிகள் கத்தவும் சரியாக இருந்தது.

சுப்பிரமணிக்கு படுக்கவே நேரமில்லை. அப்போதே முகூர்த்தத்துக்கான வேலைகள் தொடங்கிவிட்டது, இதோ சூரியன் நடுவானத்தை நெருங்கிக் கொண்டிருக்கிறது.

இன்னும் ஓய்ந்தபாடில்லை. விட்டால் திண்ணையில் படுத்து, பேய்த்தூக்கம் தூங்குவான் அவன். விடுவார்களா?

திமுதிமுவெனக் கோயிலருகே கூடியது கூட்டம். பித்தளைத் தவலை, அண்டா, குண்டா, பெட்டி, குடை என சீர்வரிசைகளை அங்கே கொண்டு வந்து குவித்தது பெண் வீட்டுக்கூட்டம்.

"நாட்டாமக்காரக் கூப்டுங்க... பொட்டிய அவுக்கட்டும்" என்று யாரோ ஒருவர் குரல் கொடுத்தார்.

வெள்ளைத்துண்டை தலைப்பாகையாகக் கட்டிக்கொண்டு, வேட்டியை மடித்துக் கட்டியபடி, பெருமிதத்தோடு வந்தார் சின்ன நாட்டாண்மைதாரர் கண்ணப்ப ரெட்டியார்.

"இன்னா... ரெட்டியார... பொட்டிய அவுத்துடலாமா...? மாமா, மச்சான், சம்பந்தி, பங்காளிங்க அல்லாரும் வண்ட்டாங்களா" என்றார் அவர்.

"அல்லாரும் வந்துட்டாங்க... அவுருங்க" என்றார் மாப் பிள்ளையின் தகப்பனும், சின்னசாமியின் மாமனுமான கணேச ரெட்டியார்.

எல்லோரும் சுற்றி நின்று, ஆவலோடு பார்க்க, பித்தளைப் பாத்திரங்கள், மான் மார்க் கருப்புக்குடை, கோரைப்பாய், தலையணை, இரும்புப்பெட்டி ஆகியவற்றை ஒரு பார்வை பார்த்த நாட்டாண்மை, "மொத்தம் எத்தினி உருப்புடி ரெட்டியாரே" என்றார் சின்னசாமியிடம்.

"மொத்தம் முப்பத்தியோரு உருப்புடி ரெட்டியாரே" என்றார் சின்னசாமி.

"இன்னா... மாப்ள ஊட்டுக்காரங்களே... பொட்டிய அவுத்துல்லாமா?" என்று கேட்டவர், மஞ்சள் துணியால் வாய்ப் புறத்தைக் கட்டி வைத்திருந்த மூன்று பித்தளைத் தவலைகளைத் திகிலோடு பார்த்தார்.

'எந்தப்புத்துல எந்தப்பாம்பு கீதோன்றமாதிரி எந்தத் தவலைல என்ன கீதோ' என்று உள்ளுக்குள் நினைத்துக்கொண்டு, பெரிய தவலையை அருகில் இழுத்தார். பாரமாக இருந்தது.

மனசு படபடக்க, வள்ளிமலை முருகனை வேண்டிக்கொண்டு மஞ்சள் துணியினை அவிழ்த்து, அதை விலக்கினார்.

தவலை நிறைய வெல்லப் பணியாரம், அதன் வாசனை மூக்கில் குபீரென்று நுழைய, அந்த வாசனையில் முகம் மலர, அதனுள் கையைவிட்டு, ஒரு அதிரசத்தை எடுத்துப் பார்த்துவிட்டு அதிலேயே வைத்தார்.

மீதமிருந்த இரண்டு தவலைகளில் ஒன்றை இழுத்து விரல்கள் நடுங்க, துணியைப் பிரித்தார். உள்ளே மஞ்சளும், சிவப்பும்கலந்த நிறத்தில், சின்னச்சின்ன செங்கற்களைப் போன்று மைசூர் பாக்குகள் கிடந்தன. ஒரு பெருமூச்சோடு, அடுத்த தவலையைப் பார்த்தார்.

இரண்டிலும் வில்லங்கம் இல்லை. எனவே மூன்றாவதில்தான் இருக்கும். படப்படப்பாக இருந்தது அவருக்கு. இதில் எதை வைத்துக் கட்டியிருக்கிறார்களோ என்கிற திகிலோடு தவலையைத் தொட்டார்.

வேறு யாரையாவது அவிழ்க்கச் சொல்லலாமா என்று யோசித்தார். யாரும் வரமாட்டார்கள். காலம்காலமாக ஊரில் எந்தக் கல்யாணம் நடந்தாலும் நாட்டாண்மைதான் பெட்டி அவிழ்க்க வேண்டும்.

பெரிய நாட்டாண்மை சின்னசாமி ரெட்டியார், அவர் பெண்ணின் தகப்பன், அவர் அவிழ்க்க முடியாது. அடுத்து இவர்தான். இவர் சின்னசாமி ரெட்டியாருக்கு சம்பந்தி முறை. அதனால்தான் இவ்வளவு தயங்கினார். பங்காளி முறைக்காரர்களின் கல்யாணத்தில் துணிந்து பெட்டியை அவிழ்த்துவிடுவார்.

சரி. ஆனது ஆகட்டும், ஊர்க்கண்கள் மொத்தமும் அவரையே பார்க்கிறபோது, அவரால் பின்வாங்க முடியாது.

தவலையில் அசைவுகள் எதுவும் இருக்கிறதா என உற்றுப் பார்த்தார். எந்தச் சலனமும் இன்றி, அமைதியாக வயிறு பெருத்த சின்னாக்குட்டி ரெட்டியார் சம்மணம் போட்டு அசையாமல் உட்கார்ந்திருப்பதைப் போல உட்கார்ந்திருந்தது தவலை.

மூச்சை இழுத்துப் பிடித்துக்கொண்டு, மஞ்சள் துணியினை அவிழ்த்து, தவலையின் உள்ளே குனிந்து பார்த்தார்.

'சலக்' என்று எதுவோ தவலைக்குள்ளிருந்து எகிறி அவரது முகத்தில் மோதியது. மோதிய வேகத்தில் சில்லென்று முகத்தில் எதுவோ வழிய,

"எப்பா... முருகா..." என்று அலறியபடியே எகிறிப் பின்னால் விழுந்தார். ஒரு கணம் திகிலோடு பார்த்த கூட்டம், அடுத்த கணம் 'கொல்' என்று சிரித்தது. தவலைக்குள்ளிருந்து தவளை.

நாட்டாண்மையின் முகத்தில் மோதி, சிறுநீர் கழித்த அந்தப் பச்சை நிறக் கிணற்றுத் தவளை, தாவி அவருக்குப் பக்கத்திலிருந்த பெண்கள் மீது குதித்து, இங்குமங்கும் தாவி ஒரு வழியாகக் கோயிலருகே இருந்த கற்களுக்கிடையில் புகுந்தது.

"அய்யோ... குய்யோ" என்று அலறிய பெண்கள், சுதாரித்துப் பின் சிரித்தனர். அசடு வழிந்துகொண்டு எழுந்து நின்றார் நாட்டாண்மை.

"சே... தவுக்குளுகானா... இன்னா ரெட்டியார... வேற ஒன்னும் கெடைக்கிலியா உங்க பங்காளிங்களுக்கு?" என்றார் நக்கலாக. உள்ளுக்குள் லேசான நடுக்கம் அப்போதும் இருந்தது.

"யோவ்... மாமா... இதுக்கே இப்டி பல்டியட்சி விய்ந்தியே... இது போதாதா உனுக்கு?" என்றார் சின்னசாமி நக்கலாக.

"செரி... நாட்டாம்காரே... அந்தத் தவலயிலிருந்து உங்க பொட்லத்த எட்த்துகினு வேலய முடிங்க" என்றார் குப்பா ரெட்டியார்.

தவலையிலிருந்த தவளை வெளியேவந்து விட்டதால், தைரியமாகத் தவலையினுள் கையை நுழைத்த அவர், கையில் மெத்தென்று எதுவோ பட, நெற்றியைச் சுருக்கிக் கொண்டு, அதை வெளியே எடுத்தார். அதைப்பார்த்ததும், தொடக்கூடாத எதையோ, தொட்டுவிட்டதைப்போன்ற அசூசையில் அதை விசிறியடிக்க, அது சின்னப்பையன்களின்மீது விழ, அது என்னவென்று புரியாது சிறுசுகள் எகிறி, இங்குமங்கும் குதிக்க, ஒரே களேபரம்.

அது ஒரு செத்த ஓணான்.

"இன்னா ரெட்டியார... இது போதுமா?" என்றார் குப்பா ரெட்டியார்.

"எங்கூத்தியாருங்களே... இருங்கடா... உங்களுக்கு நாங்களும் நேரம் வர்றம்போது வெக்கிறோம் மொயம் பெர்சு கூட்டத்த" என்றார் கண்ணப்பா ரெட்டியார்.

இருந்தாலும் இப்போது அவருக்குத் திருப்திதான். தவளை, ஓணானோடு போனதே. சிலர் தண்ணீர் பாம்பு, தேள் கூடப் பிடித்து உள்ளே போட்டு வைத்திருப்பார்கள்.

“இப்பனா... உம் பொட்லத்த எடு ரெட்டியார” என்றார் குப்பன்.

“டேய்... பேமாணிப் பசங்களா... அதுலகூட எதுனா வெச்சி கீறிங்களா... இன்னாடா...? அதிர்சம், மைசூர்பாக்குப் பதிலா நண்டு கிண்டு புட்ச்சி கட்டி வெச்சிக் கீறிங்களா?” என்றார் சந்தேகத்தோடு.

“சே சே... ரெட்டியார... அதெல்லாம் நாத்தனாரு சீருலதான் வைப்போம். ஆனா... இங்க நாத்னாரு யாரு... பொண்ணுக்கு அம்மாவாப் பூட்ச்சே... நாங்களே எங்களுக்கு எப்டி ஆப்பு வெச்சிக்கறது?” என்று சிரித்தார் குப்பன்.

“அதாண்டா... குப்பா... எனுக்குச் சந்தேகமாக் கீது... நாத்னாருக்கு கட்றத எனுக்குக் கட்டி கிறீங்களா?” என்று கேட்டார்.

“எனுக்கு இன்னா தெரியும்...? நீதான் ராசாதி ராசா... சீமாதி சீமானாச்சே... எட்த்து அவுத்துப் பாரு” என்றார் குப்பன்.

“இன்னா... நல்லப்பாம்பயா கட்டி வெக்கப் போறீங்க...? பாத்துல்லாம்டா அதயும்” என்று சொல்லிவிட்டு வெளி உதாரோடு தவலையினுள் கையை விட்டு நாட்டாண்மைக்காரருக்கான மந்தாரை இலையில் கட்டப்பட்ட பொட்டலத்தை எடுத்துப் பிரித்தார்.

நான்கு அதிரசங்கள், நான்கு மைசூர்பாகு, வெற்றிலையும், பாக்கும் மட்டுமே இருந்தன.

உள்ளுக்குள் நிம்மதிப் பெருமூச்சோடு, பொட்டலத்தைக் கட்டி மடியில் வைத்துக்கொண்டார்.

பெண்ணும் மாப்பிள்ளையும் இந்தக் களேபரங்களை ரசிப்பதும், ஒருவரை ஒருவர் பார்த்து ரகசியமாய் ரசிப்பதுமாக இருந்தனர்.

“பொண்ணும், மாப்ளயும் வந்து தீவார்த்தன பண்ணுங்க” என்றார் நாட்டாண்மை.

சீர்வரிசை பாத்திரங்களுக்குக் கற்பூரம் ஏற்றிக் காட்டியபடி தேங்காயை உடைத்து, இருவரும் விழுந்து வணங்கினர். பின்னர்க்

கோயிலைச் சுற்றிவந்து, மீண்டும் வணங்கிவிட்டு, சுண்டு விரல்களைக் கோர்த்தபடி மாப்பிள்ளை வீட்டை நோக்கி நடக்க, சாமான்களை மூட்டைகளில் கட்டித் தூக்கிக்கொண்டு நடந்தன உறவுகள்.

மாப்பிள்ளையின் வீட்டில் காமாட்சியம்மன் விளக்கேற்றி வைத்து, விழுந்து வணங்கினாள் காமாட்சி. மாலைவரை அங்கேயே இருந்தவர்கள் மாலையில் பெண் வீட்டுக்கு விருந்துக்காக வந்து சேர்ந்தனர்.

இவற்றையெல்லாம் பார்த்துக்கொண்டிருந்த முருகவேலுவுக்கு குதூகலமாகவும் பெருமையாகவும் இருந்தது. அவர்கள் வீட்டு வாசலிலும், பாட்டி வீட்டு வாசலிலும், பெரிய பெரிய பந்தல் போடப்பட்டதும், ஊர் சனங்கள் அவர்கள் வீட்டிலும், பாட்டி வீட்டிலும் வரிசை வரிசையாய் உட்கார்ந்து சாப்பிடுவதும், சிறுசுகள் சிரித்துக்கொண்டும், ஆடிக்கொண்டும் இங்கேயே கிடப்பதும் அவனுக்குத் தாளமுடியாத சந்தோசத்தைத் தந்தது. பாண்டி, ஜெயவேலு, முத்துமாரி எல்லோரும் இவனுடனேயே ஒட்டிக் கொண்டிருந்தனர்.

அடுத்த ஒரு வாரம் மாப்பிள்ளை விருந்து. கறியும், சோறும், இட்லி, தோசையும், வடையும் திகட்டத் திகட்டத் தின்றான் முருகவேலு. கூட்டாளிகளுக்கும் வடைகளைக் கொண்டுபோய்க் கொடுத்தான். அதற்குப்பிறகு அவர்களுக்குள் இருந்த நட்பு மேலும் இறுகிப் போனது. அந்த இறுக்கம் அவர்களைக் காடு மேடெல்லாம் சுற்ற வைத்தது.

8

முருகவேலு இப்போது வெற்றிகரமாக மூன்றாவது வகுப்பில் போய் உட்கார்ந்தான். வெற்றிகரமாக என்கிற வார்த்தைக்குள் பல அர்த்தங்கள் பொதிந்து கிடக்கிறது.

வடக்கு தெற்காக இருந்த கிழக்குக் கூரைக்குள் ஒன்று மற்றும் இரண்டாம் வகுப்புகள் இருந்தன. அதற்கு மேற்கே பார்த்த வாசல். அதற்கு இணையாக எதிரே இருக்கும் கூரைக்குள் மூன்றாம் வகுப்பு நடக்கிறது. அது மேற்குப் பள்ளிக் கூடமாக அழைக்கப்பட்டது.

இந்த இரண்டு கூரைகளுக்கும் வடக்குப்புறம் கிழக்கு மேற்காக இருக்கும் நீண்ட கூரைக்குள் இருப்பது பெரிய படிப்பு படிக்கும் மாணவர்களுக்கான நான்கு, ஐந்தாம் வகுப்புகள். ஐந்தாம் வகுப்புப் படிக்கும் பெரிய மாணவர்களை 'அண்ணா' என்றுதான் அழைக்க வேண்டும். இல்லையென்றால் அடிப்பார்கள்.

ஒன்றாவது இரண்டாவது வகுப்புகளுக்குத் தீயார் குப்பம் வாத்யார்தான் பாடம் நடத்தினார். ஒல்லியாக வெடவெடவென்று, சிவப்பாக இருப்பார். பள்ளியில் தீயார்குப்பம் வாத்யார் என்று சொல்லும் பிள்ளைகள், வெளியே வந்ததும் ஈர்க்குளி வாத்யார் என்று அவருக்கான பட்டப் பெயரைத்தான் சொல்லுவார்கள்.

பிள்ளைகளுக்குள் சண்டை வந்துவிட்டால் பட்டப் பெயரைச் சொன்னவர்களை அவரிடம் போட்டுக் கொடுத்துவிடுவார்கள்.

அதைக்கேட்டதும் கோபத்தில் நெருப்பு மாதிரி முகம் சிவக்கும் தீயார்குப்பம் வாத்தியாருக்கு. கையிலிருக்கும் பங்களா மண்டையால் அவர்களின் முதுகில் சுளீர் என அடிப்பார். ஆனால் அவர் அடித்தால் பிள்ளைகளுக்கு வலிக்கவே வலிக்காது. ஆனால் வலிப்பதுபோல அழுது நடிப்பார்கள்.

பரிதாபப்பட்டு அடிக்காமல் விட்டு விடுவார். அவரிடமிருந்து தப்பி வந்து தம் இடத்தில் உட்கார்ந்ததும் நமுட்டுச் சிரிப்பு சிரிப்பார்கள் அடி வாங்கிய பிள்ளைகள். அவர் எவ்வளவு அடித்தாலும் பிள்ளைகளுக்கு அழுகையே வராது. சிரிப்புதான் பொத்துக்கொண்டு வரும்.

அந்த சிரிப்புக்குப்பின்னால் ஒரு பெரிய கதையிருக்கிறது.

மூன்று வருடங்களுக்கு முன்னால் வந்த அந்தச் சித்திரை மாதத்தில் ஏரியில் நீர் வற்றி, கரையோர தாக்குப்பள்ளத்தில் மட்டும் கொஞ்சூண்டு தண்ணீர் இருந்தது. ஏரியில் விளையாடப்போகும் பிள்ளைகள் நடு ஏரியில் விளையாட்டுத்தனமாய் ஒரு கிணறு வெட்டத் தொடங்கினார்கள்.

அன்று திங்கட்கிழமை. பள்ளிக்குப்போய் வந்தபின் மாலையில் ஐந்துபேர் சேர்ந்து மூன்றடிக்கு மூன்றடி அகல நீளத்தில் சதுரமாய்க் கிணறு வெட்டும் வேலையைத் தொடங்கினார்கள்.

ஐந்து பேர் சேர்ந்து வெட்டியும் முதல் நாளில் ஒரு அடி ஆழம்தான் வெட்ட முடிந்தது. இரண்டாவது நாள் மாலை மேலும் ஒரு அடி ஆழம் வெட்டினார்கள். அய்ந்து அல்லது ஆறடி ஆழம் வெட்டினால் தண்ணீர் வந்துவிடும் என்பது அவர்கள் கணக்கு. இப்படியே தினமும் ஒரு அடி ஆழம் வெட்டினால்கூடப் போதும். ஒரு வாரத்தில் தண்ணீர் வந்துவிடும் என்று கணக்கு போட்டனர். வெட்டியவர்கள் நான்காம் வகுப்பு, ஐந்தாம் வகுப்பு படிக்கும் பெரிய பையன்கள்.

இரண்டு நாளில் இரண்டடி ஆழம் வெட்டியவர்கள் மூன்றாவது நாள் மாலை பள்ளியிலிருந்து வீடு திரும்பியதும், புத்தகப்பைகளை வீடுகளில் வீசியெறிந்துவிட்டு, நேராக ஏரிக்குத் தான் மண்வெட்டியோடு ஓடினார்கள். அன்றைக்கும் ஒரு அடி

ஆழம் வெட்டிவிட்டால் போதும். அதேபோல இரண்டு நாள் வெட்டினால் தண்ணீர் பார்க்கலாம்.

ஆசையும், ஆர்வமுமாகப் பள்ளத்தை நெருங்கியவர்களின் முகங்கள் சுளித்தன. பள்ளத்தின் அருகே போகப்போக நாற்றம் மூக்கைத் துளைத்தது. செத்த எலியின் நாற்றம்.

"இன்னாடா இப்டியாப்பட்ட நாத்தமடிக்கிது... பள்ளத்துல எலி எதுனா விய்ந்து செத்துட்ச்சா?" என்றான் முதலாமவன்.

"ஏன்டா... எலி விய்ந்தா மேல ஏறி வர முடியாதா?... நாம இன்னா அவ்ளோ ஆயமாவா கணறு வெட்டிட்டோம்?" என்று சந்தேகமாகக் கேட்டான் இன்னொருவன்.

பள்ளத்தை நெருங்க நெருங்க நாற்றம் குடலைப் புரட்டியது.

"இன்னாடா... இது... இப்டி கப்பு அடிக்கிது... இது எலி செத்த நாத்தமில்லடா... வேற இன்னாவோ நாத்தம்" என்றான் மூன்றாமவன்.

பள்ளத்தை நெருங்குவதற்குள் ஐவரும் மூக்குகளை அழுத்தி மூடிக்கொண்டனர். கூடவே வாயையும் சேர்த்து மூடிக்கொண்ட தால் மூச்சுத் திணறியது. கையை எடுத்துவிட்டாலும் நாற்றம் தாங்காமல் மூச்சு திணறியது.

சமாளித்துக்கொண்டு பள்ளத்தில் எட்டிப் பார்த்தனர். அதைப் பார்த்ததும் ஐவருக்கும் ஆத்திரமாக வந்தது.

அப்போதுதான் 'மஞ்சளும் பச்சையும்' கலந்த நிறத்தில் பள்ளத்துக்குள் யாரோ மலம் கழித்துவிட்டுப் போயிருந்தனர்.

"தேவ்டியாப் பசங்க... எவனோ இதுல வந்து பீ பேணுப்புட்டுப் போயிக்கீறாங்... வேற எடமே இல்லியாடா பேள்றதுக்கு?" என்று கத்தினான் ஐந்தாமவன்.

அவன் திட்டுவதற்காக வாயைத் திறந்தபோது வாய் வழியாக உள்ளே போன நாற்றத்தால் அவனுக்குக் குமட்டிக்கொண்டு வாந்தி வந்தது.

ஐந்து பேரும் அதற்குமேல் அங்கே நிற்கமுடியாமல் ஒரே ஓட்டமாக மண்வெட்டியோடு தூரமாக ஓடினர். நாற்றம் எட்டாத தூரத்தில் நின்று வேகமாக மூச்சை இழுத்து விட்டனர்.

“டேய்... இப்ப இன்னாடா பண்றது?” என்று கேட்டான் முதலாமவன்.

“ஒன்னும் பண்ண முடியாதுடா... அங்க இன்னொருவாட்டி போனம்னா எல்லாருமே வாந்திதாங் எடுக்கணும்” என்றான் இரண்டாமவன்.

“டே... நானும் எவ்ளோ பீ நாத்தத்தப் பார்த்துட்டன்டா... இப்டியொரு பீ நாத்தத்த நானு இதுவெரைக்கும் மூக்குல மோந்ததில்லடா” என்றான் முதலாமவன் தலையை உதறிக் கொண்டு.

அவர்களுடைய கழனி ஏரிக்கரையோரம்தான் இருக்கிறது. கழனிக்குத் தண்ணீர் திருப்ப வரும்போதெல்லாம் ஏரிக்கரையில் வித விதமான நிறத்திலும், விதவிதமான நாற்றத்திலும் ஊரார் கழிக்கும் மலங்களை அவன் பார்த்திருக்கிறான். முகர்ந்திருக்கிறான்.

“டேய்... இது நம்மூருக்காரங்க பேன பீயே இல்லடா... எவனோ வெளியூர்க்காரம் பேனதா தாண்டா இருக்கணும்” என்றான் அவன்.

“இப்ப இன்னாடா பண்றது...? அந்த நாத்தத்துல ஒன்னும் பண்ண முடியாதே” என்றான் ஐந்தாமவன்.

“இன்னிக்கி உட்டுல்லாம்டா... நாளிக்கி சாயந்தரமா வந்து வெட்டலாம்” என்றான் முதலாமவன்.

மறுநாள் மாலை பள்ளியிலிருந்து வந்தபின் மண்வெட்டியோடு அங்கே போனவர்களுக்கு மீண்டும் அதிர்ச்சி. முதல் நாளைவிட மறுநாள் நாற்றம் இன்னும் அதிகமாக இருந்தது. பள்ளத்தில் அன்றும் அப்போதுதான் யாரோ அதேபோல மலம் கழித்திருந்தனர். மூன்றாவது நாளும் அதேபோல மலம் கழித்து இருந்தது.

“டேய் இது இந்த வழியா போர யாரோ பக்கத்து ஊர்க் காரங்க வேலதாண்டா... இதக் கண்டுபுடிக்கணும்டா” என்றான் முதலாமவன்.

“டேய் இதுல முள்ளு வெட்டிப்போட்டாதான்டா இனுமே இதுல பேள மாட்டாங்க... இல்லன்னா தெனமும் வந்து இதுல பேனுகினேதாங் இருப்பாங்க” என்றான் இரண்டாமவன்.

உடனே மூன்றாமவன் வீட்டுக்கு ஓடினான். ஒரு கத்தியை எடுத்துவந்து இரண்டாமவனிடம் நீட்டினான்.

தூரத்திலிருந்த பீவேலி புதரிலிருந்து ஒரு முள் மண்டையை வெட்டிக்கொண்டு வந்த அவனால் பள்ளத்தை நெருங்க முடிய வில்லை. போட்டிருந்த சட்டையைக் கழட்டி மூக்கின்மீது வைத்து தலையைச் சுற்றி இழுத்துக்கட்டிக் கொண்டு முள் மண்டையை இழுத்துப்போய்ப் பள்ளத்தில் போட்டான். போட்ட வேகத்தில் திரும்பி ஓட்டமாக ஓடிவந்து விட்டான்.

“தாங்க முடிலடா சாமி… இதப் பேனவன கண்டுபுட்ச்சே ஆவணும்டா… நாளிக்கும் கண்டிப்பா பேள வருவான்டா… டே…. நீ நாளிக்கு இஸ்கூலுக்கு லீவு போட்டுடு… இங்கியே அந்தப் பொதுருக்குப் பின்னால ஒளிஞ்சிகினு இரு… எவம் பேள்றான்னு கண்டுபுட்ச்சிடலாம்” என்று இரண்டாமவன் முதலாமவனிடம் யோசனை சொன்னான்.

“அதான்டா செரி… நாளிக்கி நானு இங்கியே ஒளிஞ்கினு கீறண்டா” என்றான் முதலாமவன்.

“டேய்… அதுக்கு முன்னால ஊட்ல போயி நெருப்பு பொகையிற சாம்புல அடுப்புல இர்ந்து வாரிக்கினு வாங்கடா… அந்தப் பீ மேல கொட்டலாம்… அதப்பேனவனுக்குத் திகுதிகுன்னு சூத்து எரியட்டும்” என்றான் ஐந்தாமவன்.

“இருடா… பேனது யாருன்னு மொதுல்ல கண்டுபுடிக்கலாம். அப்பறமா சாம்பல கொட்டலாம்” என்றான் முதலாமவன்.

மறுநாள் பள்ளிக்கு மட்டம் போட்டுவிட்டு காலையிலேயே பங்களா மண்டை புதர் மறைவில் உட்கார்ந்து கொண்டான் முதலாமவன். மற்றவர்கள் பள்ளிக்குப் போனாலும் கவனமெல்லாம் அந்தப் பள்ளத்தின் மீதும், காவலிருக்கும் முதலாமவன் மீதும்தான் இருந்தது.

மறைந்திருந்தவன் நேரம் ஆக ஆகப் பொறுமையிழக்கத் தொடங்கினான். பதினோரு மணி, பனிரெண்டு மணி, மதியம் ஒன்னு, ரெண்டு, மூணு, நாலு என நேரம் மெதுவாக நகர… வெறுத்துப் போனான். ஒரு வேளை இன்றைக்குப் பீ பேள வரமாட்டானோ எனச் சந்தேகப்பட ஆரம்பித்தவன், பள்ளியில் மாலை மணி அடித்ததும் முடிவே செய்துவிட்டான். சரி மற்றவர்கள் வரும் வரை

மட்டும் இங்கேயே இருந்துவிட்டு அதன்பின் வீட்டுக்குப் போகலாம் என நினைத்தவன், தூரத்தில் தீயார்குப்பம் வாத்தியார் மிதிவண்டியில் வருவதைப் பார்த்ததும் பதட்டமானான்.

‘அய்யோ... தன்னை இங்கே அவர் பார்த்தால் பள்ளிக்கு வராததற்காக அடிப்பாரே’ என நினைத்தவன் புதருக்குள் நன்றாக மறைந்து கொண்டான்.

மிதிவண்டியில் வேகமாக வந்த வாத்தியார் அந்தப் பள்ளத்துக்குச் சற்றுத் தூரத்தில் மிதிவண்டியை நிறுத்திவிட்டு கீழே இறங்கினார். சுற்றும் முற்றும் பார்த்தார்.

திபுதிபுவெனப் பள்ளத்தை நோக்கி ஓடியவர், பேண்டை அவசரமாகக் கழட்டிக் கொண்டே முள் போடப்பட்டிருந்த பள்ளத்தில் குதித்தார். குதித்த வேகத்தில் ‘அய்யோ’ என அலறினார். அடுத்த நிமிடம் ‘படப் படா’ எனச் சத்தம். குபீரெனச் செத்த எலியின் நாற்றம் நாலாபுறமும் பரவியது.

அதைப் பார்த்துக்கொண்டிருந்த முதலாமவனுக்கு அதிர்ச்சியில் வாய் உலர்ந்து போனது. தினமும் தீயார்குப்பம் வாத்தியார்தான் இதைச் செய்ததா என்பதை அவனால் நம்பவே முடியவில்லை. அடுத்த நிமிடம் இன்னொரு பேரதிர்ச்சியை அவனுக்குக் கொடுத்தார் அவர்.

பள்ளத்திலிருந்து மேலேறிய அவர் சுற்றுமுற்றும் பார்த்து விட்டுப் பேண்டை இடுப்பில் மாட்டிக்கொண்டு காலை இலுப்பி இலுப்பி நடந்து மிதிவண்டியேறி இருக்கையில் உட்கார்ந்து மிதித்துக்கொண்டு போனார்.

அவனால் நம்பவே முடியவில்லை. தீயார்குப்பம் வாத்தியார் இப்படிப் பிள்ளைகள் வெட்டிய பள்ளத்தில் மலம் கழிப்பதும், அவர் கழிக்கும் மலம் இத்தனை கொடூரமாக நாற்றமடிப்பதும், மலம் கழித்துவிட்டுக் கழுவாமல் மிதிவண்டியிலேறிப் போனதும் அவனுக்கு அடுத்தடுத்த நம்பமுடியாத பேரதிர்ச்சிகளாக இருந்தன.

வழக்கம்போலப் புத்தகப்பைகளை வீட்டில் வீசியெறிந்து விட்டு ஏரியை நோக்கி பரப்பரப்பாக ஓடிவந்த மற்ற நால்வரும் அவனைப் பார்த்ததும் திகைத்தனர்.

“இன்னடா பேயட்ச்ச மாதிரி கீற...? இன்னா யாரு பேனது கண்டுபுட்ச்சிட்டியா...?” என்றான் இரண்டாமவன்.

அவன் பதிலே சொல்லாமல் பேந்தப் பேந்த விழித்தான்.

"இன்னாடா... மெய்யாவே பேயி அட்ச்சிட்ச்சா... இல்ல பேயே வந்து பள்ளத்துல பீ பேண்ட்டு போச்சா?" என்றான் மூன்றாமவன்.

நான்கு பேரும் கொல்லென்று சிரித்தனர். முதலாமவன் மட்டும் திறந்த வாயை மூடாமல், வடக்குப் பக்கமே திரும்பி திரும்பிப் பார்த்துகொண்டிருந்தான்.

"இன்னாடா... இன்னா... யாருனு பாத்தியா இல்லியா...?" என்று அவனை உலுக்கினான் மூன்றாமவன்.

ஒரு வழியாய் நினைவுக்கு வந்தவன், நடந்தவற்றைச் சொன்னான். அதைக் கேட்டபின் மற்ற நால்வரும் பேயறைந்ததைப் போலப் பார்க்க ஆரம்பித்தனர். அவர்கள் அந்த அதிர்ச்சியிலிருந்து மீள்வதற்கு நெடுநேரம் பிடித்தது.

"டேய்... உடுங்கடா... இன்னா பண்றது...? நம்ம வாத்யாருதான பீ பேனாரு... ஆனா இன்னா ஒன்னு... பேனிட்டு கெய்வாமலேயே பேண்ட்ட போட்டுகினு பூட்டாருன்றியே... அதான்டா என்னால தாங்க முடில..." என்றான் நான்காமவன்.

"டேய் ஊட்ல போயி கெய்விக்குவாருடா..." என்றான் ஐந்தாமவன்.

"அதுக்குள்ள பேண்டுல பூசிக்குமேடா" என்றான் இரண்டாமவன் கவலையோடு.

"டேய்... தினிக்கும் நெத்தில திருநீறு பூசி... குங்கும பொட்டு வெச்சி... பவுடரு பூசிகினு ஸ்கூலுக்கு வராரு... இப்டி பேணிபுட்டு கெய்வாம போராறேடா..." என்று திக்கித் திக்கிப் பேசினான் நேரில் பார்த்த முதலாமவன்.

"அது எங்கனாப் போவட்டுன்டா... பேண்ட தோய்க்கற அவுங்க டீச்சருகிட்ட அவருதான திட்டு வாங்கப் போறாரு. ஆனா அவரு பீயாடா இவ்ளோ நாத்தம் அடிக்கிது?" என்று நம்பாமல் கேட்டான் நான்காமவன்.

உடனடியாக இந்தச் செய்தி மாணவர்களிடமும், அதன் பிறகு ஊர் மக்களிடமும் பரவிவிட்டது. அன்றிலிருந்து அவரைப்

பார்த்தாலே நமுட்டுச் சிரிப்புச் சிரித்துக் கொண்டனர் பிள்ளைகள். நேராகவே சிரித்தனர் ஊர் மக்கள். ஆனால் வாத்தியாருக்கோ இது எதுவும் புரியவில்லை. நம்மைப் பார்த்து கிண்டலாகச் சிரிக்கிறார்களோ என்ற சந்தேகம் மட்டும் அவருக்கு அவ்வப்போது வரும். ஆனால் அதற்கு அவசியம் இல்லையே என்று அவராகவே நினைத்துக்கொள்வார். ஆனால் பிள்ளைகள் மட்டும் அவர் எதிரிலேயே 'டே பீ சூத்தா... பீ சூத்தா' என்று ஒருவரையொருவர் கிண்டலாக அவர்களுக்குள் சொல்லிக்கொள்வார்கள்.

"டேய்... அப்டிலாம் அசிங்கமா யாரும் பேசக்கூடாது" என்று அவர்களுக்கு அறிவுரை சொல்வார் அவர். அதைக் கேட்டதும் அவர்களுக்குள் சிரிப்பு வெடித்துக்கொண்டு வரும்.

இவர் இப்படி என்றால் மூன்றாவது வகுப்புக்கு ஜேக்கப் சார்தான் வாத்யார். அவரோ வேறுவிதம். அவர் அடிக்கடி 'யேசப்பா' என்று புட்டத்தை அசைத்தபடி குசு விடுவார். அது கெட்டுப்போன கறிக்குழம்பின் நாற்றத்தைப்போல வகுப்பு முழுவதும் நாறும். அப்போது பிள்ளைகள் மூக்கைப் பிடித்துக்கொண்டு சத்தம் வராமல் சிரிப்பார்கள். வாய்க்குள்ளேயே சிரிக்கும் வித்தையை அந்த வயதிலேயே அத்தனை பேரும் கற்றிருந்தனர். உதடுகள் இறுக மூடிக்கொண்டிருந்தாலும், சிரிக்கும் கண்கள் அவர்களைக் காட்டிக் கொடுத்துவிடும். அந்தக்கடுப்பில் சிரித்தவர்களிடம் இங்கிலிஸ் பாடத்தில் கேள்வி கேட்டு கையை நீட்டச்சொல்லி சுளீர் என அடிப்பார்.

ஒன்றாவதிலும், இரண்டாவதிலும் படிக்கிறபோது தீயார்குப்பம் வாத்யாருக்கு பெரும் தலைவலியாக இருந்தான் முருகவேலு. பளிச்சென்று முகம் கழுவி, திருநீறும், குங்குமமும் நெற்றியில் சிரிக்க, சாதுவாக எதிரில் உட்கார்ந்திருக்கும் முருகவேலு, ஆசிரியரின் பார்வை திரும்பியதும், பக்கத்தில் உட்கார்ந்திருக்கும் யாரையாவது சட்டென்று கிள்ளிவிட்டு, அதே சாது சாமியாராய் உட்கார்ந்து கொள்வான்.

"சார் முருகவேலு முதுவுல கிள்ளிட்டாங் சார்" என்று யாரேனும் அலறினால் கையிலுள்ள குச்சியைச் சுழற்றிக்கொண்டு அவனருகில் ஓடுவார்.

நெற்றியில் விபூதி, குங்குமம் பிரகாசிக்க, குழந்தை முருகரைப் போல அப்பாவியாய் உட்கார்ந்திருக்கும் அவனைப் பார்த்ததும் அவரின் கைகள் தானாகத் தாழ்ந்துவிடும். முருக பக்தர் அவர்.

"முருகவேலு... எங்கப்பங் வெள்ளிமல முருகனமாரியே இருக்கிறியேடா சாமி... உம் மொகத்தப் பார்த்தா அடிக்கக்கூட மனசு வர்லியேடா... ஆனா வள்ளிமலையில கம்மங் கொல்லையில குருவி ஓட்டிகினு இர்ந்த வள்ளிகிட்ட வேசம் போட்டுகினு வந்து சில்மிசம் பண்ண முருகனமாதிரி சில்மிசம் பண்ணிட்டு, ஒன்னுமே தெரியாதமாதிரி உக்காந்துனு கீறியேடா" என்பார்.

அவனை அடிக்கவும் மனசு வராமல், சும்மா விடவும் முடியாமல் தவிப்பார் அவர்.

"இந்த புத்திசாலித்தனத்த படிப்புல காட்டேன்டா... எதுனா கேள்வி கேட்டா மட்டும் வாயத் தொறக்க மாட்டன்ற" என்பார்.

வாத்தியார் இருந்தால்தான் வாயைத் திறக்க மாட்டான். அவர் வெளியே போனால், முதல் குரல் அவனுடையதாகத்தான் இருக்கும்.

வேலி வேலியாக ஓடுவதிலும், ஏரிகுளங்களில் குதித்து, கண்கள் சிவக்க சிவக்க நீந்துவதிலும் இருந்த நாட்டம் முருகவேலுவுக்குப் படிப்பில் இல்லை.

மூன்றாவது வகுப்பில் ஆங்கிலம் வேறு சேர்ந்து கொண்டது. ஏ, பி, சி, டி என்று ஜேக்கப் வாத்தியார் சொல்லிக் கொடுத்தால், அவன் வாய்தான் பின்னால் சொல்லும். கவனமெல்லாம் வேலியில் தலையாட்டிக் கொண்டிருக்கும் ஓணானிடமோ, காரை முட்செடி களில் முட்டையை இட்டிருக்கிற கௌதாரிகளிடமோ இருக்கும்.

பதினோரு மணிக்கு மணியடித்தால் போதும். முதல் ஆளாக வெளியே ஓடுவான். பள்ளிக்குப் பின்புறமிருந்த அவுஞ்சி மரத்தடியில், வரப்பிலிருந்து வரிசை வரிசையாகச் சின்னச் சின்னக் கால்வாய் மாதிரி நீளமாகக் கொத்தி வைத்திருந்தனர். தாழ்வான வரப்பில் கூரிய கற்களைக்கொண்டு கொத்தி வைத்துள்ள கால்வாய்களின் முடிவில் சிறிய பள்ளங்கள் இருந்தன.

ஓடிப்போய், அவரவர் கால்வாயில் உட்கார்ந்து சிறுநீர் கழிப்பார்கள். யாருடையது எவ்வளவு தூரம் போகிறது, பள்ளத்தில் எவ்வளவு தேங்குகிறது என்று கணக்கு எடுப்பார்கள். முத்துமாரியின் மூத்திரப்பள்ளம்தான் அதிக அளவு நிரம்பும். 'போடா தோணி ஒய்த்தா' என்று எல்லோரும் அவனைக் கிண்டலடிப்பார்கள். சாப்பிட்டதும் மூச்சுவிடாமல் ஒரு சொம்பு தண்ணீர் நெட்டுவான் அவன்.

மூன்றாவது வகுப்பிற்கு வந்த பிறகும் முருகவேலு, முனீஸ்வரன், ஜெயவேலு மூவரும் ஒன்றாகத்தான் உட்கார்ந்தார்கள். பள்ளிக்கு வந்தால் ஒன்றாக வருவார்கள். நின்றால் மூன்று பேருமே நின்றுவிடுவார்கள்.

அவர்களுக்கு இடதுபுறம் உட்கார்ந்திருக்கிற தேவகி, கமலா, சரோஜா ஆகியோர் நன்றாகப் படிப்பவர்கள். கமலா பக்கத்து ஊர். அவளை மட்டும் முருகவேலு எப்போதும் சீண்டிக்கொண்டே இருப்பான். அவள் அழுதுகொண்டே வாத்யாரிடம் சொல்வாள்.

ஜேக்கப் வாத்தியார் அவனை அடி பின்னி விடுவார். அவனது விபூதி, குங்குமத்துக்கெல்லாம் அவர் மயங்கமாட்டார்.

அன்று இடைவேளையில் சிறுநீர் கழித்துவிட்டு, அருகில் சரம்சரமாய்ப் பூத்திருந்த பன்னீர்பூ மரத்தில் ஏறி உலுக்கி, உதிர்ந்த பூக்களைப் பொறுக்கி முகர்ந்தான் முருகவேலு. வெண்மையாய், மென்மையாய் சிறிய நாதசுரம் போல இருந்த அந்த மலர்களில் விரைப்பான, தூய்மையானவற்றைப் பொறுக்கி இடது கை நிறைய்ய வரிசையாக அடக்கிக் கொண்டான்.

ஒரு பூவை எடுத்து, அதன் தண்டுப்பகுதியில் பாதியைக் கிள்ளி எறிந்துவிட்டு, மீதியை வாயில் வைத்து ஊதினான்.

“உஸ்... உஸ்...” என்ற சத்தம் எழுந்தது. இன்னும் சிறிதளவு தண்டை கிள்ளிவிட்டு, மீண்டும் ஊதினான். ‘பீ ஈ ஈ’ என்று நீளமாய் ஊத குஷியானான். ஊதி ஊதி சலித்ததும், அதை வீசிவிட்டு, வேறொரு பூவை கிள்ளி அதே மாதிரி ஊதினான். அவனைப் போலவே அவன் நண்பர்களும் ஊதிக் கொண்டிருந்தனர். எங்கும் ‘பீ... பீ....’ என்ற ஒலிகள். ஆனால் முத்துமாரிக்கு மட்டும் அந்தக் கலை எப்போதுமே கை வருவதில்லை. ‘உப் உப்’ என்று ஊதி ஊதி சலித்துப் போவான். சத்தமே வராது.

ஊதி ஊதி வாய் வலித்ததும் பூக்களை வீசிவிட்டு வகுப்புக்குள் நுழைந்தனர். மாணவிகள் சுவற்றில் சாய்ந்து உட்கார்ந்துகொண்டு பேசிக்கொண்டிருந்தனர். கமலா கால்களைக் குத்துக்காலிட்டு சாய்ந்து உட்கார்ந்திருந்தாள். அவளது பாவாடை விரிந்து கிடந்தது. அதைப் பார்த்த முருகவேல் கன்னத்தில் போட்டுக்கொண்டு கூவினான்.

“டேய் கோயிலு தெர்துரா... கும்புடுங்கடா...” என்றான் கிண்டலாக. மற்ற பிள்ளைகளும் ‘கோயிந்தா... கோய்ந்தா’ என்று கன்னத்தில் போட்டுக்கொண்டனர்.

அதைப்பார்த்து அதிர்ந்து போன கமலா, சட்டென்று கால்களைத் தாழ்த்தி சம்மணம் போட்டு உட்கார்ந்து இறுக்கிக் கொண்டாள். அவளுக்கு அழுகை முட்டிக்கொண்டு வந்தது.

“முருகவேலு கிருகவேலு... இரு சார் வர்ட்டம்னு சொல்றங்” என்று முனகினாள்.

“சொல்லிக்கோ... எனக்கொன்னும் பயமில்லயே” என்றான் வீராப்பாக.

ஆனால் அவனுக்குள் திக்கென்று பயம் வந்துவிட்டது. சொன்னால் கண் மண் தெரியாமல் பின்னி விடுவார் ஜேக்கப் வாத்தியார்.

அன்று மாலை வரை அவளையே ஓரக்கண்ணால் பார்த்துக் கொண்டிருந்தான். ‘சொல்லி விடுவாளோ... சொல்லிவிடுவாளோ’ என்று கவனித்துக்கொண்டே இருந்தான். ஆனால் ஏனோ வாத்தி யாரிடம் அவள் சொல்லவில்லை.

நிம்மதியாகப் பையை எடுத்துக்கொண்டு வீட்டுக்கு ஓடினான். பையை வீட்டுக்குள் விசிறி எறிந்துவிட்டு, நேராகக் காமாட்சி அக்கா வீட்டுக்கு ஓடினான்.

அவளது ஒரு வயது குழந்தை யானையில் தூங்கிக்கொண் டிருந்தது. யானைத் துணியை விலக்கி, குழந்தையைத் தூக்கி தோளில் போட்டு, ‘பச்’ சென்று அதன் கன்னத்தில் முத்தம் கொடுத்தான்.

“இன்னாடா மருமகனே... உம் பொண்டாட்டிய பார்க்க ஸ்கூலு உட்டதும் நேரா இங்க ஓடியாண்ட்டியா” என்றாள் வெண்டைக்காயை வெட்டிக்கொண்டிருந்த காமாட்சி.

அவனுக்கு வெட்கமாக இருந்தது. அந்தக் குழந்தை பிறந்ததிலிருந்து எல்லோரும் இதையேதான் சொல்கிறார்கள். அவள் முருகவேலுவுக்காகவே பிறந்தவளாம். அதனாலேயே ‘வள்ளி’ என்று பெயரும் வைத்துவிட்டனராம்.

குழந்தை அவனைப் பார்த்துக் கன்னம் குழியச் சிரித்தது. தாயைப் பார்த்ததும் அவளிடம் தாவியது. கத்தியையும், காய்களையும் தூரத்தள்ளி வைத்துவிட்டு, தாவிய குழந்தையை வாரிக் கொண்ட காமாட்சி, 'பச்சக் பச்சக்' என்று அதன் கன்னத்தில் முத்தமிட்டாள்.

"எங் வெல்லம்... எங் தங்கம்... எம்பட்டு... மாமா பாரு... மாமா உனுக்கு உஸ்கூல்ல இர்ந்து இன்னா வாங்கிகினு வந்து கீறாங்கேளு" என்றாள் குழந்தையிடம்.

வெட்டிய வெண்டைக்காயின் காம்புகளை எடுத்து கன்னங்களிலும், தாடையிலும், நெற்றியிலும் ஒட்டிக்கொண்ட முருகவேல், கண்களை உருட்டி, வாயைக்கோணி 'பே' என்று குழந்தையைப் பார்த்துக் கூவினான்.

"கெக்கெக்கே" என்று குழந்தை குலுங்கிச் சிரித்தது.

இரண்டு வெண்டைக்காம்புகளை எடுத்து, குழந்தையின் இரண்டு காதுகளிலும் ஒட்டவைத்தான். பிசுப்பிசுத்த ஈரம் காதில் பட்டதும் சிலிர்த்தது குழந்தை, அதைத் தள்ளிவிட்டது.

"இத்ரியம்மா... உங்கூட்டுக்காரரு இப்பவே உனுக்குக் கம்பலு போடறாரு" என்று அதிசயித்தாள் காமாட்சி.

"இந்த நைசுக்கெல்லாம் எம்பொண்ணு மயங்கமாட்'_டடா கண்ணு, ரெண்டு சவரன்ல கம்பலு செஞ்சி எட்த்துகினு அப்பறமா எம் பொண்ணுகிட்ட வாடா நைனா" என்றாள் கிண்டலாக.

புரிந்தும், புரியாமலும் சிரித்தான் முருகவேலு. குழந்தையும் சிரித்தது.

"மாமா சிரிச்சியே மயக்கலாம்னு பாக்கறாம் பாருடி... எம்பட்டு... மாமாவுக்குப் பல்லா குடு" என்றாள்,

குழந்தை தன் அடிவயிற்றுக்கீழே தொட்டுவிட்டு கையை முருகவேலுக்கு நேராக நீட்டியது.

"கொயந்த ஆசயா பல்லா குடுக்குது... வாங்கிக்கடா" என்றாள் காமாட்சி. அவனுக்கு வெட்கமாக இருந்தது. "இப்ப வேணாம்னு பிகு பன்னாத.. அப்றம் பாரு... அவ பின்னால லோ லோன்னு நாக்க தொங்கப் போட்டுகினு அலையப்போற.... அவங்

வாங்காக்காட்டி போறாங்... அவனுக்கு அதப்பத்தி தெரில... அது வெல்லப்பட்டா... எந்தங்கப் மழுக்குப் பல்லா குடு" என்றாள்.

குழந்தை மீண்டும் வயிற்றுக்குக் கீழே கையை வைத்து தொட்டு எடுத்துத் தாயிடம் நீட்டியது. அந்தக் கையைத் தொட்டு எடுத்து, வாயில் வைத்து முத்தமிட்டாள் காமாட்சி.

முருகவேலுக்கு அன்று பள்ளியில் நடந்தது நினைவுக்கு வந்தது. கமலாவின் விரிந்த கால்களும் சிறுத்துப்போன முகமும் நினைவுக்கு வர, கூடவே ஜேக்கப் வாத்தியாரின் அடியை நினைத்ததும் மீண்டும் உடல் சிலிர்த்தது.

குழந்தையைத் தரையில் உட்கார வைத்த காமாட்சி, எழுந்து போய் ஒரு பானையில் இருந்து இரண்டு முறுக்குகளை எடுத்து வந்து அவனிடம் கொடுத்தாள். அதை வாங்கி ஒன்றை டவுசர் பையில் போட்டுக்கொண்டு, ஒன்றைக்கடித்து மென்றபடி தன் வீட்டை நோக்கி ஓடினான்.

அன்று காலையிலேயே சின்னசாமி ரெட்டியார் தன் இரண்டாவது மகள் ராணியைப் பார்க்கக் கிளம்பிப் போயிருந்தார். அவளைக் கிழவனத்தில் கட்டிக்கொடுத்து ஆறு மாதங்கள் ஆகிறது. மாப்பிள்ளைக்கு அந்த ஊரிலேயே சின்னக்கடை இருந்தது. வீட்டோடு வேலை. விவசாயமும் உண்டு. நல்ல இடம் என்று தெரிந்ததும் ஐந்து சவரன் நகைபோட்டு, சீர் செய்து கட்டிக் கொடுத்தார். தடபுடலாகத் திருத்தணியில் ஒரு திருமண மண்டபத்தில் நடந்தது கல்யாணம்.

விருந்து, மறுவீடு, மூன்றாம் மாதம், பாக்கு எல்லாம் முடிந்து மாமியார் வீட்டுக்குப் போன மகளைப் பார்த்துவர காலையிலேயே கிளம்பிய சின்னசாமி பெரிய ஆற்றைத்தாண்டி, வள்ளிமலையில் நின்று, வேலூரில் இருந்து வந்த திருத்தணிப் பேருந்தில் ஏறி உட்கார்ந்தார். பொன்னை, சோளிங்கர் வழியாகத் திருத்தணி இரண்டு மணி நேரப்பயணம்.

திருத்தணியில் இறங்கி நடந்தால் ஒரு மணி நேரத்தில் கிழவனம் வந்துவிடும். நல்ல இடம் அமைந்ததில் அவருக்கும், பூங்காவனத்திற்கும், சாலம்மாவிற்கும் மிகுந்த மன நிறைவு.

ஊருக்குப் போன ரெட்டியார் திரும்பி வருகிறாரா எனப் பார்த்துக்கொண்டு, தெருத்திண்ணையில் குந்தியிருந்த சாலம்மா,

முறுக்கை மென்றுகொண்டே ஓடிவந்த பேரனைக் கண்டதும் பதறினாள்.

"டே நைனா... பாத்துவாடா... எதுக்குடா இப்டி குருட்டு மேகமாட்டம் கண்ணு மண்ணு தெரியாம ஓடியார...? கீய கீய வியப்போறடா நைனா" என்றாள்.

மூச்சுவாங்க ஓடிவந்து திண்ணையில் பாட்டியின் அருகில் உட்கார்ந்தான். அவனைப் பக்கத்தில் அணைத்துக்கொண்டு உட்கார்ந்த சாலம்மாள் அவன் தலைமுடியை விரல்களால் ஒதுக்கிவிட்டு, அவன் கன்னத்தை வழித்து முத்தமிட்டாள்.

"நைனா... வாத்யாரு இன்னா சொல்லி குட்த்தாங்க..." என்று கேட்டாள்.

"ம்... ஏ, பி, சி, டி..." என்றான்.

"அப்டின்னா இன்னா நைனா" என்றாள்.

"அது உனுக்குப் புரியாது பாட்டி... அது இங்லீசு" என்றான் பெருமையாக.

"இங்லீஸ்லாம் படிக்கிறியா நீயி... பட்ச்சி... பெரிய வாத்யாரா ஆவுணும்டா நைனா... நல்லா படி... இன்னா?" என்றாள் கனிவோடு.

"போ பாட்டிம்மா... இங்லீசு ரொம்பக் கஸ்டமா கீது" என்றான்.

"கஸ்டமா இர்ந்தாக்கூடக் கஸ்டப்பட்டுப் படிடா நைனா... எங்க கொடி வெள்ங்க நீதான்டா நைனா பொறந்துகீற... உன்னால தான்டா இந்த வம்சம் கொடி கொடியா ஓடணும்" என்றாள். வேண்டா வெறுப்பாகத் தலையாட்டிவிட்டு ஊரில் உள்ள மற்ற கொடிகளோடு சேர்ந்துகொண்டு தளவாய் பட்டரையான் கிணற்றுப்பக்கம் ஓடியது இந்தக் கொடி.

அங்கே மின்சாரக் கம்பம் நடுவதற்கான வேலைகள் நடந்துகொண்டிருந்தன. மேல்பாடியிலிருந்து வரிசையாக இந்த ஊருக்கு மின்கம்பங்களை நட்டுக்கொண்டு வருகிறார்கள். ஏற்கெனவே பெரிய ஊர்ப்பக்கம் வெள்ளைக் கம்பங்களை நட்டு அதில் மின்கம்பிகளை இணைத்துவிட்டனர். இதே வேகத்தில் வேலை நடந்தால் இன்னும் ஒரு பத்து நாளில் ஊருக்குள் மின்சார

விளக்குகள் எரியும் என்று எல்லோரும் பரபரப்பாகப் பேசிக் கொண்டனர். அதற்குப் பிறகு ஊரே ஜெகஜோதியாக ஜொலிக்கும் என்றனர்.

காக்கிச்சட்டையும், டவுசரும் போட்டவர்கள் நட்டு வைத்த கம்பங்களில் ஏறி மின்கம்பிகளை முறுக்கிக்கொண்டு இருந்தனர். ஊர்சனங்கள் கும்பலாக நின்று அதை வேடிக்கை பார்த்தனர்.

மின்சாரம் வந்துவிட்டால் எல்லா வசதிகளும் ஊர் மக்களுக்குக் கிடைத்துவிடும். நகரத்தில் இருப்பதைப் போல எனப் பேசிக் கொண்டனர்.

நீ....ளமான கம்பிகளைக் கனமான வடம் போன்ற கயிறுகளில் கட்டி 'ஐலசா' பாடிக்கொண்டே இழுத்துக்கொண்டும் ஊர்சனங் களை விலகிப்போகச் சொல்லி அதட்டிக்கொண்டும் இருந்தனர் அவர்கள்.

திருத்தணியில் கல்யாணத்துக்குப் போனபோது அங்கே முருகவேலுவும் பார்த்திருக்கிறான். சாலையெங்கும் பளீரென எரியும் விளக்குகள், கடைகளில் எரியும் பலவண்ண விளக்குகள், தானாகச் சுற்றும் மின்விசிறிகள். அதெல்லாம் இந்த ஊருக்கும் வரப்போவதை நினைத்ததும் குஷியாக இருந்தது பிள்ளைகளுக்கு.

சொன்னதைப்போலவே அடுத்த பத்தாவது நாள் மாலை தெருவெங்கும் மின்விளக்குகள் எரிந்தன. இருட்டிய பிறகும் ஊரெங்கும் வெளிச்சம். அதைப் பார்க்கப் பார்க்க ஊர்மக்களுக்குப் பெருமை பிடிபடவில்லை. நகரத்தைப்போல இரவிலும் ஒளி வீசும் தெருக்களைப் பார்த்ததும் மீசையை முறுக்கி விட்டுக்கொண்டனர் பெரியவர்கள்.

ஆனால் மாடுகளுக்குத்தான் பாவம்... இருப்புக் கொள்ள வில்லை. பொழுது சாய்ந்தால் தொழுவத்தில் இருட்டில் அசை போட்டபடியே ஏகாந்தமாய்க் கிடக்கும். அவைகள் தெருவில் புதிதாக எரியும் அந்த நான்கு தெரு விளக்குகளையும் பார்த்துப் பார்த்து மிரளத் தொடங்கின. அவைகள் அறிந்த வெளிச்சம் என்பது பகலில் சூரியனும், மாதத்தின் பாதி நாட்களில் மங்கலாய் ஒளிரும் நிலவும்தான்.

குப்பா ரெட்டியார் தெருவில் ஒளி வீசும் விளக்குகளைப் பார்த்ததும் குஷியாய் பாடத் தொடங்கிவிட்டார். அவருக்குள் இனம்புரியாத திடீர் கொண்டாட்டம்.

“கரண்ட கண்டுபுட்ச்சாம் பார்ரா வெள்ளக்கார மாமங்... எங் கூத்தியார... தெய்வன்டா அவங்... ராத்திரில ங்கொய்னு இர்ட்டிகினு இர்ந்த ஊர... இப்போ பட்டப்பகலா மாத்திப்புட்டாங் பார்ரா... அவன்டா கடவுளு” என்றவர் ராகம் போட்டு பாடினார்.

“ஓ ரசிக்கும் சீமானே வா
ஜொலிக்கும் உடையணிந்து
களிக்கும் நடனம் புரிவோம்”

அவருக்குப் பிடித்தமான சினிமாப்பாடல் அதுதான்.

ஆனால் பாவம். அவர் கையிலிருந்த எருதுமாடுகள் திமிறின.

ஊரின் தொடக்கத்தில் பஜனைக் கோயிலுக்கு எதிரில் இந்த மின்விளக்கை நிமிர்ந்து பார்த்ததும் கால்களை எடுத்து வைக்காமல் அப்படியே நின்றன. குப்பா ரெட்டி கயிற்றைப் பிடித்து முன்புறமாக இழுத்தார். அசையவில்லை இரண்டும். ஆணி அடித்தமாதிரி நின்றன.

“த்த... ஏய்... இன்னாயிது... மாடுங்க மெறல்துங்க... அடடா வெள்ச்சத்தப் பாத்து பயந்துபூட்ச்சிங்களா?” என்றவர் மாடுகளின் பின்னால் சென்று வாலைப் பிடித்து முறுக்கினார். இரண்டு கால்களையும் தூக்கிய அவை, எகிறி மீண்டும் அதே இடத்தில் நின்றன.

“அட கஸ்மாலங்களே... கரண்டு லைட்டப்பாத்தா பயப் பட்றீங்க... அது இன்னா உங்ள புட்ச்சி மீங்கவா போவுது...? சே... யேய்... நடங்க” என்று கயிற்றைப் பிடித்துத் தரதரவென்று இழுத்துக்கொண்டு போனார்.

தெருவிளக்குகளுக்குக் கீழே ஊர்ப்பிள்ளைகள் பலகைகளில் அ, ஆ..... எழுதினர். புத்தகங்களை விரித்து வைத்துக்கொண்டு ‘ஆத்திச்சூடி, அறம்செய விரும்பு, ஆறுவது சினம்’ என்று உரக்கப் படித்தனர். அந்த வெளிச்சம் அவர்களுக்குப் புது சுகத்தைத் தந்தது. பிள்ளைகள் படிப்பதை ஊர்ப்பெருசுகள் கண்களில் பெருமை பொங்கப் பார்த்தனர். தள்ளி உட்கார்ந்த பெருசுகள் ஊர்க்கதைகள் பேசத் தொடங்கினர். விளக்குகளின் கீழே தாயக்கட்டங்களை வரைந்தனர். நடுநிசி வரை தாயம் உருட்டத் தொடங்கினர். மின்சாரம் வந்த பிறகு ஊரின் வழக்கங்கள் எல்லாமே மாறத் தொடங்கின.

9

வடக்குப்பார்த்தான் கிணற்றில் மானாவாரிக்கு கவலை ஒட்டிக்கொண்டிருந்தார் சின்னசாமி ரெட்டியார். அதிகாலை நான்கு மணிக்குக் கவலையில் பூட்டிய மாடுகள். அவருக்கு ஈடுகொடுத்துப் பாரியில் முன்னுக்கும் பின்னுக்கும் ஏறி இறங்கிக்கொண்டிருந்தன.

கால்காணி நிலத்தில் கேழ்வரகு நட்டிருந்தார். பத்து சென்டில் மிளகாய் தோட்டம். அதிலேயே நான்கு பாத்திகளில் கத்தரிச்செடியும், தக்காளியும் நட்டிருந்தார்.

ஏரிப் பாசனத்தில் அவருக்கு இருந்த ஒரு காணியில் இரண்டு போகம் நெல் விளைகிறது. இருந்தாலும் சம்சாரிக்குச் சோற்றில் ஈர்ப்பு இருப்பதில்லையே. கேழ்வரகு, கம்பங்களியும், கூழுந்தான் சம்சாரிகளுக்கு உயிர்.

ஊரில் மின்சாரம் வந்திராத காலத்தில் சோற்றுக்கு அரிசி வேண்டுமானால் நெல்லை உலக்கையால்தான் குத்தவேண்டும். அவரது அம்மா சாலம்மா அசராமல் உலக்கையைப் போடுவாள். என்னதான் குத்தினாலும் ஒரு மரக்கால் நெல் குத்துவதற்குள் கைகள் ஓய்ந்து விடும்.

உரைகுழியில் போட்ட நெல்லை கைகள் உலக்கையால் ஓங்கி ஓங்கிக் குத்த, சிதறும் நெல்மணிகளைக் கால்களால் தள்ளிக் கொண்டே சுற்றி சுற்றி வருவாள். ஒரு மரக்கால் குத்தினால் இரண்டு சேர் அரிசி தேறும். அதில் நொய்அரிசி களிக்கும், முழு அரிசி சோற்றுக்கும் ஆகும்.

கேழ்வரகு மாவரைக்க ஏந்திரத்தில் உட்கார்ந்து கை சலிக்கச் சலிக்கச் சுற்றவேண்டும். சின்னசாமியின் அம்மா, பாட்டிகாலம் எல்லாம் பெண்களுக்கு நெல் குத்தவும், மாவரைக்கவும், அம்மியில் மிளகாய் அரைக்கவுமே சரியாய்ப் போய்விட்டது.

பூங்காவனமும் முதலில் இதெல்லாம் செய்தாள். ஆனால் நல்லவேளையாக மேல்பாடியில் ரைஸ்மில் கட்டினார் பாண்டு செட்டியார். அதற்குப்பிறகு சுற்று வட்டார மொத்த சனங்களும் அரிசி குத்தவும், மாவரைக்கவும், கடலை, தேங்காய் செக்காடவும் அங்கே படையெடுத்தனர். பொன்னை ரைஸ் மில்லுக்குப் போவதை விட மேல்பாடி பக்கத்தில் இருந்தது.

காலையில் தலையில் யூரியா மருந்து பையில் தானியத்தைச் சுமந்துகொண்டு மேல்பாடிக்குப் போனால் திரும்பி வர பொழுது சாய்ந்துவிடும். ஒரு ஊர் இரண்டு ஊர் என்றால் பரவாயில்லை. இருபது முப்பது ஊர் சனங்களுக்கும் பக்கத்தில் அது ஒன்றுதான் அரிசி ஆலை. வாரத்தில் பாதி நாள் உலக்கையை 'அச்... அச்' என்று குத்திக்கொண்டிருந்தவர்களுக்கு இதொன்றும் பெரிய கவலையை உருவாக்கவில்லை.

இரண்டு மரக்கால் கேழ்வரகும், மூன்று மரக்கால் நெல்லும் தலையில் சுமந்துகொண்டுபோய்த் திரும்பினால் ஒரு மாதத்துக்கு உலை கொதிக்கும்.

அதற்குப்பிறகு நெச்சிக்குட்டையில் ஒரு அரிசி ஆலையைக் கந்தனேரி அம்மாள் தொடங்கியபிறகு இந்த ஊர் சனங்களுக்கு இன்னும் லேசாகி விட்டது. அங்கே மூன்று நான்கு ஊர் சனங்கள் தான் வருவார்கள். வேலையும் சீக்கிரத்தில் முடிந்து விடுகிறது.

சாலம்மாளும், பூங்காவனமும்தான் நெச்சிக்குட்டை ரைஸ் மில்லுக்குப் போவார்கள். ஆளுக்கொரு மூட்டையைச் சுமந்து கொண்டு போனால், போன வேகத்திலேயே திரும்பி வந்து விடுவார்கள்.

என்னதான் புழுங்கல் அரிசியும், பச்சரிசியும் குத்த அரிசி ஆலை வசதி வந்துவிட்டாலும் ஊர்க்காரர்களுக்குப் பெரும் பாலும் சோற்றைவிட, களியும் கூழுமே தினசரி உணவு. மூட்டை மூட்டையாக நெல் விளைந்தாலும் வாரத்துக்கு ஒருநாளோ இரண்டு நாளோதான் சோறு தின்கிறார்கள்.

கிணற்றுப் பாசனத்தில் விளைகிற கேழ்வரகும், கம்பும், வானம் பார்த்த மானாவாரியில் விளைகிற சோளமும்தான் களிக்கு ஆகும். கழனியிலும், கிணற்று நிலங்களிலும் எவ்வளவு விளைந்தாலும் சம்சாரியை வாழ வைப்பது மானாவாரி நிலம்தான். ஒரு மழைக்கு விதைத்துவிட்டால் அடுத்தடுத்த மழைகளில் வேர்க்கடலை, சோளம், மொச்சை, காராமணி, துவரை என மொத்தமும் பயிராகி விடும். வேலையும் குறைவு. இதையெல்லாம் நினைத்தபடியே பாரியில் மேலும் கீழுமாய் மாடுகளுக்குப்பின்னால் நடந்து கொண்டிருந்தார் சின்னசாமி ரெட்டியார்.

'சர் சர்' என்று பித்தளைப் பாத்திரத்தில் பால் கறக்கிறபோது பாலுக்கு மேலாகப் பூக்கும் வெள்ளை நிற நுரையைப்போல, மாடுகளின் வாய்களில் நுரை பூத்து, அவற்றினூடே கம்பி கம்பியாகக் கீழ்நோக்கி இறங்கிக் கொண்டிருந்தது எச்சில்.

கருமை நிறத் தோலால் ஆன சால்*, கிணற்றில் இறங்கி, தாழ்த்தி நீர் மொண்டதும், சாலின் வாலில் கட்டப்பட்ட தொண்டாங்கயிற்றைத் தூக்கி வடத்தோடு பிடித்துக்கொண்டு மாடுகளின் பின்புறத்தில் தட்டிய சின்னசாமி வடத்தை அழுத்த சால் மேல் எழும்பியது. அது மாடுகளுக்கு லேசான உணர்வை ஏற்படுத்த அதே வேகத்தில் கால்களை அழுத்தி ஊன்றியபடி பள்ளத்தில் நடந்தன. மாடுகளின் பின்னாலேயே இரண்டடி நடந்தவர் பின் எகிறி வடத்தின்மீது உட்கார்ந்தார். மாடுகள் பாரி*யின் கடைசி முனைக்குச் சென்றதும் கீழே குதித்துத் திரும்பி மேல பார்த்தார். சால் இருசில் முட்டிக்கொண்டு நிற்க, கையிலிருந்த தொண்டான் கயிற்றைத் தாழ்த்தினார். சாலின் வால் கீழே சரிந்து விரிய சலசலவெனத் தோணி*யில் கொட்டிய நீர் கால்வாயில் குதித்து ஓட... மேட்டைப் பார்த்து மாடுகளை இழுத்துக்கொண்டு திரும்பி நடந்தார். மாடுகள் பின்புறமாகவே நடக்க, அவருக்கு ஒரே ஆச்சரியமாக இருந்தது.

சாலில் நிரம்பிய நீர் மேலேறும்போது, அதை இழுக்கும் மாடுகளுக்குப் பாரம் தெரியாமல் இருக்க, மண்ணை வெட்டி

சாய்வான பாரியை உருவாக்கியதும், சால் காலியானதும் மாடுகள் பின்புறமாக நடந்து மேலேறிவர சல்லெனக் கிணற்றில் இறங்க சாலே உதவுவதும்... என்ன விந்தை இது. "இந்தத் தண்ணீ எறைக்கிற கவலையைக் கண்டுபுடிச்ச நம்ம பாட்டனும் பூட்டனும் சாதாரணமானவனுங்க இல்லைடா சாமி" என்று நினைத்துக் கொண்டார் ரெட்டியார்.

'கீச் கீச்' எனச் சத்தமிட்டுக்கொண்டே சுற்றிய கவலை வண்டி*யில் கடகடவெனக் கீழே இறங்கிய வடம்* சட்டென ஒருபுறம் ஒதுங்க, இருசுக்கும், வண்டிக்குமிடையில் சிக்கிக் கொண்டது வடம். சால் கீழிறங்காமல் அந்தரத்தில் தொங்க, பாதிப் பாரியில் மாடுகளை விட்டுவிட்டு, மேலேறி வந்த சின்னசாமி வாசக்கால்களைப்போலச் சாய்வாக நின்றிருந்த கட்டைகளில் இடதுபுறக் கட்டையின்மீது மீது சாய்ந்து மாட்டிக்கொண்ட வடத்தைப் பிடித்து இழுந்தார்.

அவரது முழுப் பாரமும் கட்டையில் சாய, அவரது தலை கட்டைக்குக் கீழே இருந்தது. அவரது பாரம் தாங்காமல் 'கடக் முடக்' எனச் சத்தமிட்ட அந்தக் கட்டை, திடீரென முறிந்து அடியோடு உடைத்துக்கொண்டு கிணற்றில் சரிய, அதனோடு சேர்ந்து சின்னசாமியும் சரிந்தார்.

ஒரு கனம் அதிர்ந்து போனவர், அடுத்த நொடியில் சுதாரித்து, மூச்சைப் பிடித்து எம்பி, நான்கடி முன்னே எகிறி தண்ணீரில் குதித்தார்.

இருபத்தைந்து அடிக்கும் அதிகமான ஆழமுள்ள கிணற்றில் சின்னசாமியும், கவலையின் இரண்டு கால்களும், கவலை வண்டியும் ஒரு சேர விழ, எகிறி குதித்ததால் சின்னசாமி சற்றுத் தள்ளி விழுந்தார். கண நேர சுதாரிப்பு. அவர் பிழைத்தார். ஒரு வேளை தண்ணீரில் விழும்போது கட்டைகள் அவர் தலையில் அடித்திருந்தால் இந்நேரம் தண்ணீரே செந்நிறமாக மாறியிருக்கும்.

கட்டைகள் முறிந்து விழுந்த வேகத்தில், வடம் சரசரவென இழுக்க, அதனால் திணறிய மாடுகள் கால்களை உதைத்துக்கொண்டு போராட... வடம் இழுத்த இழுப்பில் தரதரவெனப் பின்னோக்கி நகர்ந்து கிணற்றின் முனைக்கு வந்துவிட்டன மாடுகள்.

பத்து நொடிகள்தான். தண்ணீரிலிருந்து மேலே எழும்பிய சின்னசாமி, சுதாரித்துக்கொண்டு, படிகளில் ஏறி மேலே வந்தார்.

அவர் நினைவு மாடுகளின் மீதே இருந்தது. விழுந்த வேகத்தில் கயிறு இழுத்துக்கொண்டு மேலே வந்தபோது, மாடுகள் அசந்திருந்தால், இந்நேரம் அவையும் கிணற்றில் நிலைகுலைந்து விழுந்திருக்கும். ஒருவேளை கழுத்துக் கயிற்றால் சுருக்கிட்டதைப் போலக் கிணற்றில் தொங்கி இருந்தால் இந்நேரம் கால்களை உதைத்துக்கொண்டு செத்திருக்கும்.

அந்தச் சத்தத்தைக் கேட்டு, கேழ்வரகு பயிர்களுக்கு மடைகளைத் திருப்பிக்கொண்டிருந்த பூங்காவனமும், வளர்ந்த பயிர்களைக் குச்சியால் விலக்கிப்பார்த்து, பாத்திகளில் தண்ணீர் பாய்ந்துவிட்டதா எனச் சொல்லிக்கொண்டிருந்த சாலம்மாவும் அலறிக்கொண்டு ஓடிவந்தனர்.

நல்லவேளையாகப் பெரிய இழப்புகள் எதுவும் இல்லை. கவலையின் கால் கட்டைகள் அவரது அப்பா காலத்தில் போட்டவை என்பதால் செல்லரித்து, உளுத்துப் போயிருந் திருக்கிறது. அவரது பாரம் தாங்காமல் உடைத்துக்கொண்டன.

மாடுகளை நுகத்தடியிலிருந்து அவிழ்த்து, அவிஞ்சி மரத்தில் கட்டியவர், வள்ளிமலையைப் பார்த்து ஒரு கும்பிடு போட்டார்.

"எங்கப்பனே முருகா... மூனு உசிர காப்பாத்திட்டப்பா" என்று உருகினார். பூங்காவனமும், சாலம்மாவும் நாக்கு உலர்ந்து பேசக்கூட முடியாமல் திகிலடித்துப்போய்க் கிடந்தனர்.

சூரியன் கிழக்கில் மேலெழுந்தபோது, கூழ் கரைத்து எடுத்துக் கொண்டு வந்தாள் சின்னவள் ராணி. கூடவே தோளில் மாட்டிய பையோடு வந்தான் முருகவேலு.

மகனைக் கண்டதும் சின்னசாமிக்குள் ஒரு நீர் ஊற்று பொங்கி மேலெழுந்தது. "நீனா... சாப்புட்டியா... ஸ்கூல்ல துன்றத்துக்கு எதுனா எட்த்துகினு போர்தான...? ராணி கொய்ந்திக்கு எதுனா குட்த்தியா?" என்று கேட்டார்.

"களி துண்ட்டங் நைனா... அக்கா முறுக்குக் குட்த்திட்சி... இஸ்கோலுக்குப் போறேன் நைனா" என்றான் முருகவேலு.

இப்போது ஐந்தாவது படிக்கிறான். அவனுக்கு எந்த வேலையும் வைப்பதில்லை சின்னசாமி. ஆனால் அவனாகவே அவ்வப்போது தண்ணீர் திருப்பவோ, மாடுகளை மேய்க்கவோ வந்து விடுகிறான்.

"போய்ப் படிரா நைனா" என்று அவர்தான் வற்புறுத்தி அவனை வீட்டிற்கு அனுப்புவார்.

அம்மாவிடமும், பாட்டியிடமும் சொல்லிக்கொண்டு பள்ளிக்கு நடந்தான் முருகவேலு. இந்த வருசத்தோடு இங்கே படிப்பு முடிகிறது. மேலே படிக்க வள்ளிமலைக்குத்தான் போக வேண்டும். அவனுக்கு அதிலெல்லாம் துளியும் ஆர்வமில்லை. நான்காவது வகுப்பை வெப்பாலை வாத்தியாரிடம் படித்துவிட்டு, ஐந்தாவதில் வந்து போடியூர் வாத்தியாரிடம் மாட்டிக் கொண்டிருக்கிறான்.

வெப்பாலை வாத்யார் கைகளைத் திருப்பி நீட்டச்சொல்லி, கட்டை ஸ்கேலை கத்தியைப் போலப் பிடித்து விரல் முட்டிகளில் அடிப்பார். விரலில் விழுந்த அடி ஜிவ்வென்று மண்டைக்கு ஏறும்.

இப்போது அதுவே மேல் என்று தோன்றுகிறது அவனுக்கு. கோடியூர் வாத்தியார் நைசாக அருகில் அழைத்து, எட்டி டவுசரைப் பிடித்துக் கொள்கிறார். அடுத்த கையில் தொடையில் நுமிட்டத் தொடங்கினால் பிளேடால் வெட்டுவதைப்போலத் தாமதமாகத் தான் வலிக்கத் தொடங்கும். கதறல் கூடக் கூட, நிமிட்டலும் கூடும். என்ன கதறினாலும் விடமாட்டார். கால்கள் தை தை எனக் குதிக்க, கண்களில் கண்ணீர் வழியும். பதில் சொல்லும் வரை விடுவதில்லை. விட்ட பின்பும் அந்த இடம் திகுதிகுவென எரியும். சிவந்து கன்றிப்போகும்.

பெண் பிள்ளைகளைத் தொடையில் கிள்ளமாட்டார். கை புஜங்களில் கிள்ளுவார். கிள்ளு வாங்கியபின் அந்த நாள் முழுவதும் கண்களில் கண்ணீர் வழிய, அமைதியாக அழுதுகொண்டே இருக்கும் பெண் பிள்ளைகள்.

முருகவேலுவுக்கு அவரின் கை விரல்களைப் பார்த்தாலே பயம். அவை இரும்பில் செய்யப்பட்டதோ என்ற சந்தேகம் அவனுக்கு. ஒரு பெரிய தடியால் அவரின் கை விரல்களை அடித்து உடைத்து விடலாமா என்றுகூடச் சில நேரங்களில் நினைப்பான்.

கணக்குப் பாடம் நடத்தும் போதுதான் அவரிடம் அதிகமாகக் கிள்ளு வாங்குவான்.

மதிய உணவு கேன் கொண்டுவர ரோட்டுக்குப் போகும் நாட்கள் அவனுக்கு ஆனந்தமானவை. சாப்பாட்டு வேன் இராணிப்

பேட்டை பக்கமிருந்து வரும். அவர்கள் பள்ளிக்கான இரண்டு கருப்பு பிளாஸ்டிக் கேன்களைப் பேருந்து நிறுத்தத்தில் இறக்கி விட்டு பொன்னையை நோக்கிப் போகும்.

ஐந்தாம் வகுப்பு படிக்கும் மாணவர்கள் தான் கேன் கொண்டுவர ரோட்டுக்குப் போக வேண்டும். ரோட்டிலிருந்து பள்ளி முக்கால் மைல் தூரம். நான்கு மாணவர்கள் தினமும் போவார்கள். மாற்றி மாற்றித் தூக்கி வருவார்கள். முருகவேலுவும் ஜெயவேலுவும் வெள்ளிக்கிழமைகளில் போவார்கள். பதினோரு மணிக்கு ஒன்னுக்கு மணி அடித்ததும் கிளம்பி ரோட்டுக்குப் போனால், வேண்டுமென்றே ஒரு மணி நேரம் அங்கேயே விளையாடிவிட்டுப் பின்னர்தான் வருவார்கள். "வேன் லேட்டா வந்திச்சி சார்" என்று பொய் சொல்வார்கள்.

வாரத்துக்கு இரண்டு, மூன்று நாட்கள் பள்ளியில் கோதுமை சோறு. எவ்வளவு தின்றாலும் முருகவேலுவுக்கு அது சலிப்பதே இல்லை. கேனை இறக்கியதுமே திறந்து பார்ப்பான். சூடான கோதுமை சோற்றின் மணம் மூக்கில் வெதுவெதுப்பாய் நுழைந்தாலே குஷியாகிவிடுவான்.

அதைத் தலையில் சுமந்துகொண்டு நடப்பதே சுகம். ஆனால் அரிசிச் சோற்றைச் சுமக்கும் நாட்களில் உச்சந்தலை விண் விண்ணென்று வலிக்கும். அதை அப்படியே கொட்டி விடலாமா என நினைப்பான். அப்படிக் கொட்டிவிட்டால் இரண்டு தொடைகளும் புண்ணாகிவிடுமே.

இப்படியாக வேண்டா வெறுப்பாகப் புத்தகப்பையைத் தூக்கிக்கொண்டு போவதும், தினசரி மாலையில் வாத்தியாரை மனசுக்குள் திட்டிக்கொண்டு திரும்புவதுமாக முருகவேலுவின் நாட்கள் நகர்ந்தன.

காலாண்டு பரீட்சை விடுமுறை வந்ததும் பிள்ளைகளுக்கு வசந்த காலம் தொடங்கிவிட்டது.

காலையிலிருந்து மாலை வரை காடே கதியெனச் சுற்றினார்கள். மாரியம்மன் குளக்கரை, கொள்ளாபுரியம்மன் குளக்கரை, கரிங்கல் குன்று, சதுரகுட்டை என்று ஒரு அடி மண் விடாமல் மிதித்தனர். வேப்பமரம், புங்கமரம், புளியமரம், எட்டிமரம், கொன்றை மரம், அவுஞ்சிமரம் என ஒரு மரம் விடாமல் ஏறி இறங்கினர்.

காலாண்டு விடுமுறை விட்ட மூன்றாவது நாள் மாலை புதையல் எடுக்கப்போகும் பதைபதைப்போடும், சுறுசுறுப்போடும் கிளம்பினர் முருகவேலுவும், மாரிமுத்துவும், ஜெயவேலுவும்.

ஊரைத்தாண்டி கால் மைல் தூரம் போனதும் காட்டில் நீளமாய்ப் படுத்துக்கிடந்த நீள் தொட்டியின்மீது ஏறி உட்கார்ந்தனர் மூவரும்.

சுட்ட செங்கற்களும், சுண்ணாம்புக்காரையும் கொண்டு கட்டப்பட்ட பத்தடிக்கு இருபதடி அகலம், நீளம் கொண்ட தொட்டி அது. இடுப்பு உயரத்துக்கு அதில் பள்ளம். வெள்ளைக் காரன் குதிரைகளைக் கட்டி வைக்க அதைக் கட்டியதாகக் கூறுவார்கள். அதற்கு அருகிலேயே இரண்டு சிறிய சதுரத் தொட்டிகளும் இருந்தன. அதில் குதிரைகளுக்குத் தேவையான தண்ணீர், உணவு இருந்ததாம்.

நீள்தொட்டியின்மீது கால்களைத் தொங்கவிட்டுக்கொண்டு உட்கார்ந்த மூவரும் ஏற்கெனவே திட்டமிட்டபடி கண்ணி தயாரிக்க ஆயத்தமானார்கள்.

சற்றுத்தள்ளி மேய்ந்து கொண்டிருந்த குள்ளப்ப ரெட்டியாரின் எருமை மாடுகளின் பின்னால் மெதுவாகப் போன முத்துமாரி, அவற்றின் வால்களிலிருந்து சர்ரக், சர்ரக் என நீள நீளமான முடிகளைப் பிடுங்கினான். வால்களை அசைத்த மாடுகள், கால்களை உதறி உதைக்க முயன்றன. கொம்புகளை ஆட்டிக்கொண்டு திரும்பின. கண்ணி வைக்க எருமை மாட்டின் வால் முடிதான் ஏற்றது. அவைதான் கனமாகவும், உறுதியாகவும் இருக்கும். இரண்டு மூன்று முடிகளை முறுக்கிச் சுருட்டிக் கட்டினால் எவ்வளவு பெரிய குருவி மாட்டினாலும் அறுந்து போகாது. பசு மாட்டின் முடி உதவாது. கண்ணியில் மாட்டிய குருவி இரண்டு உதை உதைத்தால் பொசுக்கென அறுந்து போய்விடும். அப்படிக் கண்ணியிலிருந்து தப்பிக்கும் குருவிகள் மீண்டும் அந்தக் கூட்டிற்கே திரும்பாது.

பிடுங்கி வந்த முடிகளை மூன்று மூன்றாகப் பிரித்து அடியில் முடிபோட்டுத் தொடையில் வைத்துத் திரித்தான் ஜெயவேலு. திரித்தபின் நுனியிலும் முடிபோட்டு முருகவேலுவிடம் தர, அவன், அதன் முனையை வட்டமாக்கி, சுருக்குப்போட்டான்.

பத்துக் கண்ணிகள் தயாரானதும், முத்துமாரி தனது டவுசர் பையில் இருந்த உறுதியான சணலை எடுத்து இரண்டு

கைகளுக்கிடையிலும் பிடித்துக்கொள்ள, ஜெயவேலு அதில் இரண்டு அங்குல இடைவெளிகளில் கண்ணிகளை வரிசையாகக் கட்டித் தொங்கவிட்டான்.

சணலிலிருந்து வரிசையாகத் தொங்கிய கண்ணிகள் தீயார்குப்பம் வாத்தியார் போடும் '6' களைப்போல இடைவெளியில்லாமல் அணிவகுத்துத் தொங்க, மூவரும் திருப்தியாகத் தலையாட்டிக்கொண்டு, கொள்ளாபுரியம்மன் குளக்கரையிலிருந்த எட்டி மரத்தை நோக்கி அரவமில்லாமல் நடந்து சென்றனர். அதில் புறாக்கூடு இருப்பதை அன்று காலையில்தான் பார்த்தனர்.

மரத்தில் கால்வைத்து மூவரும் மூச்சுவிடாமல் ஏறினர். பாதி மரத்தில் அவர்கள் ஏறும்போது 'புர்ருக்' என்ற சத்தத்தோடு கூட்டிலிருந்து எழும்பிப் பறந்தது புறா.

"டேய்... பொறா பறந்திட்சிடா... சீக்கிரமா கட்டணும்டா..." என்று அவசரமாகப் புறாக் கூடிருந்த கிளையில் ஏறினர். அந்த வடக்குப் பார்த்த கிளையில் அடர்ந்த எட்டிமண்டைகளுக் கிடையிலிருந்த கூட்டில் நான்கு வெள்ளை முட்டைகள் பளீரிட்டன.

வெறுங்கூட்டில் கண்ணிவைப்பதை விட, முட்டை உள்ள கூட்டிலோ, குஞ்சுகள் உள்ள கூட்டிலோ கண்ணி வைத்தால் குருவிகள் சீக்கிரத்தில் மாட்டிக்கொள்ளும். ஆனால் குஞ்சு பொரித்துள்ள கூட்டில் கண்ணிவைக்க முருகவேலு ஒத்துக் கொள்ளவே மாட்டான்.

கண்ணி வைக்க மரத்தில் ஏறினால், குஞ்சு பொரித்த குருவிகள் பறந்துவிட, கூட்டிலிருக்கும் குஞ்சுகள் அனைத்தும் ஒரு சேர வாய்களைத் திறந்து, கழுத்தைத் தூக்கிக்கொண்டு "கீச் கீச் கீச்" என்று கத்தும். அதைப் பார்த்தாலே பாவமாக இருக்கும் முருகவேலுவுக்கு. அதில் கண்ணி வைத்தால் எந்தக் குருவியும் தப்பாது. ஆனால் அதற்குப் பிறகு கண் திறக்காத அந்தக் குஞ்சுகள்தான் பாவம். தீனிக்கு வாய்திறந்து கத்திக்கத்தியே செத்துப்போகும். ஆனால் முத்துமாரி அதில்கூடக் கண்ணி வைக்கவேண்டும் என்பான். முட்டை என்றால் பாதகமில்லை. குருவியையும் பிடித்துக்கொண்டு, முட்டையையும் கொண்டுபோய் விடலாம்.

முட்டையைப் பச்சை மாட்டுச் சாணத்திற்குள் வைத்து உருட்டி, நெருப்பில் போட்டு சுட்டால், சாணி வெந்து, விரிசல்

விடும்போது எடுத்து உடைத்தால், அவித்த கோழி முட்டைகளைப் போல ஆவி பறக்கும் முட்டைகளை அப்படியே தின்றுவிடலாம்..

புறா முட்டை, மைனா முட்டை, கௌதாரி முட்டை ஆகியன அவித்துச் சாப்பிட ருசியாக இருக்கும். அளவில் பெரிதாக வெளிர் நீலத்தில் இருக்கும் காகத்தின் முட்டைகளை மட்டும் யாருமே தொடமாட்டார்கள். ஆனால் கண்ணி வைத்துக் காகத்தைப் பிடித்து, விளையாடுவார்கள். செத்த காகத்தைக் கடலைக் கொல்லையிலோ, விளைந்த கம்பு, சோளக் கொல்லைகளிலோ கட்டித் தொங்கவிட்டால் காகங்கள் நெருங்காது.

புறாவின் கூட்டினைச் சுற்றி, வளையங்கள் நெருக்கமாக இருப்பதுபோல் வைத்து கண்ணியை எட்டிமண்டையில் கட்டிய முத்துமாரி சத்தமில்லாமல் சைகை காட்ட மூவரும் இறங்கினர்.

கீழே இறங்கிய மூவரும் சற்றுத் தொலைவில் இருக்கும் கரிங்கல் பாறைகளுக்கு இடையில் போய் உட்கார்ந்து கொண்டனர். வாய்கள் குசுகுசுவெனப் பேசிக்கொண்டிருந்தாலும், மூவரின் கண்களும் எட்டி மரத்தின் மீதே இருந்தன.

புறா மீண்டும் கூடு திரும்பியதும், எழுந்து போய் ஒருசேரக் கைகளைத் தட்டினால் போதும், அதிர்ந்து கூட்டிலிருந்து எழும்பிப் பறக்கும்போது கட்டாயம் அது கண்ணியில் மாட்டிக் கொள்ளும்.

கூட்டில் போய் உட்காரும்போது, சினிமாவில் பார்க்கும் ஏரோப்பிளேன் தரையிறங்குவதைப் போல, உசாராக, கண்ணியில் மாட்டாமல் கூட்டில் உட்காரும் குருவிகள், திடீர் சத்தத்தைக் கேட்டால், அதிர்ந்து எழுந்து பறக்கும். அந்தப் பயத்தில் தன் சாமர்த்தியத்தை மறந்து எந்தத்திசையிலாவது எக்குத்தப்பாய் பறந்து, கண்ணியில் கழுத்தைக் கொடுத்து மாட்டிக்கொண்டு துடிக்கும். சரசரவென மரம் ஏறும் பிள்ளைகள் சாவதற்குள் அந்தக் குருவியை உயிருடனேயே பிடித்துக்கொண்டு விடுவார்கள். பிடிக்கும்போது கவனமாக இல்லாவிட்டால், இறக்கையை அடித்துக்கொண்டு எகிறும் குருவிகள், கால் நகங்களால் பிடிப்பவரின் கைகளில் பிறாண்டிவிடும்.

பொழுது சாயத் தொடங்கியது. புறா மரத்துக்குத் திரும்ப வில்லை. ஒருவேளை இவர்களைப் போலவே, அதுவும் எங்காவது மறைவிலிருந்து இவர்களைக் கவனித்துக் கொண்டிருக்கலாம்.

“முருகவேலு... இருட்டிப்போவுதுடா... புறாவ உயிரோடு புடிக்கலாம்னு பார்த்தா மகன்து திரும்பி வரலியே...ம் ம்... எங்கப் போவப் போவுது... இப்பல்லன்னாலும் ராத்திரிக்கி வந்துதான ஆவணும்... ராத்திரிகி மாட்டிகினு அய்யாரெட்டு தொங்கிகினு கீட்டம்... வாங்கடா... நாளிக்கி இர்ட்டோட வந்து எட்த்துகினு போவலாம்” என்று முத்துமாரி சொல்ல, மூவரும் மனசே இல்லாமல் எட்டி மரத்தையே திரும்பித் திரும்பிப் பார்த்துக்கொண்டு ஊர் திரும்பினர்.

இரவு முருகவேலுவின் கனவில் நிறைய புறாக்கள் கண்ணியில் மாட்டின. படபடவென அடித்துக் கொள்ளும் புறாக்களைப் பிடித்துப் பிடித்து மாளவில்லை. அவன் கைகளில் புறாக்களின் நகங்கள் பட்டு உதிரம் வழிய, திகுதிகுவென எரிய, கைகளை வீசி வீசி உதறினான்.

“இன்னாடா நைனா... கையிக்கு இன்னாடா ஆச்சி... எதுக்கு ஒதுறிகினே கீறே” என்றாள் அருகில் படுத்திருந்த பூங்காவனம். பதில் ஏதும் சொல்லாமல் புரண்டுபடுத்தான் அவன்.

விடிந்தும், விடியாமல் எங்கும் மசமசவென இருட்டாக இருந்தபோது, மூவரும் சேர்ந்து சுறுசுறுவெனக் காட்டை நோக்கி நடந்தனர்.

நீள்தொட்டியைச்சுற்றிப் பரந்துகிடந்த மந்தை வெளியில், குவியல் குவியலாக முளைத்துக் கிடந்த வெள்ளரி, ஆவாரம் செடி மறைவுகளில் புடவைகளை விரித்துப் பிடித்துக்கொண்டு உட்கார்ந் திருந்த பெண்கள் அவர்களைப் பார்த்து மறைவில் நகர்ந்து உட்கார்ந்தனர்.

விடுவிடுவென்று மரத்தில் ஏறிய மூவரின் முகங்களும் மலர்ந்தன. கண்ணியில் கழுத்து இறுகிக் கிடக்க, கால்களையும், இறக்கைகளையும் விரைப்பாய் தொங்கவிட்டு, காற்றில் ஆடிக் கொண்டிருந்த புறாவைத் தொட்டபோது சில்லென்று விரைத் திருந்தது.

கண்ணியை விரித்து, அதிலிருந்து புறாவை எடுத்துக்கொண்டு, நான்கு முட்டைகளையும் டவுசர் பையில் பத்திரமாகப் போட்டுக் கொண்டு, கண்ணியை அவிழ்த்துக்கொண்டு கீழே இறங்கினர். மூவரும் வெற்றிப்புன்னகையோடு ஊரை நோக்கி நடந்தனர்.

முட்டை உடையாமலிருக்க முத்துமாரி டவுசர் பையைத் தூக்கிப்பிடித்துக்கொண்டே எகிறி எகிறி ஓடினான்.

தீப்பெட்டி, உப்பு, மிளகாய் எடுத்துக்கொண்டு, மாரியம்மன் குளத்துப் பக்கம் போனவர்கள் காய்ந்த விறகுகளைப் பொறுக்கி பற்றவைத்து, இறகுகளைப் பிடுங்கி, புறாவைத் தீய்த்து, குடல் எடுத்து, குளத்து நீரில் அலசி, மீண்டும் தீயில் வாட்டினர். சாணிக்குள் வைத்து முட்டைகளைத் தீயில் போட்டனர். அங்கிருந்த அகலப்பாறையில் புறாவைப் பிய்த்துப் பிய்த்துத் துண்டுகளாக்கி, உப்பையும், மிளகாயையும் கல்லில் தேய்த்து அரைத்துத் தூளாக்கி அதில் கறியைப்புரட்டி, மூன்று பங்கு போட்டு, கடித்துத் தின்றபோது அந்த ருசியில் மெய் மறந்தனர். காரம் கண்களில் நீரை வழிய வைக்க, சிரித்துக்கொண்டே தின்றனர். முட்டையைத் தோல் உரித்து அதையும் பங்கிட்டுத் தின்றனர்.

காலையில் மூவருமே பல் தேய்க்காதது நினைவுக்குவர அதற்காக ஒரு கூடுதல் சிரிப்பைப் பரிமாறிக்கொண்டு, கறியைத் தின்று முடித்தபின் குளத்தில் கை, கால், முகம் கழுவிக்கொண்டு ஊரை நோக்கி நடக்கத் தொடங்கினர்.

ஊரை நெருங்கியபோது, ஒரே கூச்சலும், கத்தலுமாகக் கேட்டது. மூவருக்கும் ஒன்றும் புரியவில்லை. நடந்துகொண் டிருந்த கால்கள் இப்போது ஊரை நோக்கி ஓடத்தொடங்கின.

10

பஜனை கோயிலருகே கும்பலாய் நின்று ஆண்களும், பெண்களும் பரபரப்பாய் பேசிக்கொண்டிருந்தனர். வண்ணார ஆனந்தன் சின்னசாமி ரெட்டியாரிடம் பரிதாபமாகக் கதறிக் கொண்டிருந்தான்.

"ரெட்டியார... உங்க ஊரு களி, கூவு துண்ணு வளர்ந்த ஒடம்புதாங். . எங்க ஒடம்பு ரெட்டியாருங்களுக்காவ செருப்பா தேயச் சொன்னாலும் தேயும். அதுக்கொசரம் இப்டி... பச்சக்கொயந்தய... செய்யலாமா? எங்களுக்கு உங்கள உட்டா வேற நாதியில்ல ரெட்டியார" என்று விம்மினான் ஆனந்தன்.

"ஆனந்தா... நீ இன்னாடா பொம்பளயாட்டம் இப்டி அய்துகினு கீற... ஊம் பொண்ணுனா இன்னா... எம் பொண்ணுன்னா இன்னா... எல்லாம் பொண்ணு தாண்டா... இவனுங்களால அடக்க முடியிலன்னா ஏரிக் களிமண்ணுலயோ, நண்டு வளையிலயோ போய்ச் செறுவணும்... அதவுட்டுட்டு கொயந்த கிட்டப்போயி இப்டி பண்ணி கீறாம் பாரு பொறம் போக்கு... பேமானி... அவம் மட்டும் ஊருக்குள்ள வரட்டும்... அந்தக் கையி ரெண்டுத்தயும் வெட்டி கெய்னி சேத்துல பொதைக்கிறேங்" என்று கத்தினார் சின்னசாமி. கோபத்தில் கண்கள் சிவக்க, உடல் தடதடத்தது. ஆனந்தனின் மனைவி யசோதா

திண்ணைக்குக் கீழே குந்தி விசும்பிக் கொண்டிருந்தாள். பூங்காவனம் அவளிடம் அனுசரனையாகப் பேச்சுக் கொடுத்தாள்.

“தே யசோதா... இப்ப அய்து இன்னா ஆவப்போவுது...? ஏதோ தலைக்கி வந்தது தலப்பாயோட போச்சி... எய்ந்து ஊட்டுக்குப் போயி, பொண்ணப் பாரு. அது சின்னக்கொயந்த... பயந்து போயி இர்க்கும்... ரெட்டியாரு பேசி எதுனா நாயம் பண்ணுவாரு போ” என்றாள்.

கூட்டம் சலசலவெனப் பேசிக் கொண்டிருந்தது. எல்லோர் வாயிலும் அரைபட்டுக் கொண்டிருந்தவன் குப்பா ரெட்டியாரின் தம்பி ஆறுமுகம்.

“அதுக்குதாங் அவனுக்கு ஒரு கல்யாணத்தப் பண்ணி வெய்டானு அந்தக் குப்பங்கிட்ட தல தலயாக அட்சிகினேங்... திமிரு ஏர்ன எருத கட்டி வெக்காம அவுத்து உட்டா... அது எவங் கம்பங் கொள்ளினு பாத்துகினா எறங்கும்...” என்றார் சின்னசாமி.

“அப்பதாங் ஒட்டந்தட்டும், அரிவாளும் எட்த்துகினு பில்லு அறக்க கொள்ளிப்பக்கம் போச்சி ரெட்டியார... நீ முன்ன போ... நானு பின்னால வர்றன்னு சொல்லிட்டு, ரெண்டு குண்டானையும், தவலையும் கெய்விட்டு, தண்ணி சேந்தி வெச்சிட்டு போலான்னு பார்த்தங்... அதுக்குள்ள இப்டி...” என்று புடவைத் துணியை வாய்க்குள் சொறுகிக்கொண்டு குலுங்கி அழுதாள் யசோதா.

ஆனந்தனின் இரண்டாவது மகளான அம்சாவுக்குப் பதிமூணு வயதுதான். செக்கச் செவேலென அய்யர் வீட்டுப் பெண்ணைப் போல அழகு. முதல் பெண் சற்று மாநிறம். அவளைச் சொந்த மச்சானுக்கே வேலூருக்குப் பக்கத்தில் கட்டிக்கொடுத்து விட்டான் ஆனந்தன்.

அம்சா ஊர்ப்பள்ளிக்கூடத்தில் ஐந்து வரை படித்துவிட்டு, அப்பா அம்மாவோடு ஆற்றுக்குத் துணி வெளுக்கப் போவாள். ஆற்றிலிருந்து திரும்பியதும் பசு மாட்டை மேய்ப்பாள்.

காலையில் அழுக்குத் துணி மூட்டைகளைச் சுமந்துகொண்டு ஆனந்தன் ஆற்றுத் துறைக்குப் போனால், யசோதா வீட்டு வேலைகளை முடித்துவிட்டு, முதல்நாள் சலவை செய்த துணிகளை ஊருக்குள் கொடுத்துவிட்டு, அப்படியே குண்டானில் கூழ் வாங்கி வருவாள்.

அதற்கு முன்பு அவளுடன் குண்டானைத் தூக்கிக்கொண்டு பெரிய பெண் வரும். அவள் கல்யாணமாகிப் போனபிறகு அம்சா குண்டானைத் தூக்கிக்கொண்டு உடன் வருவாள்.

காலையில் கூழும், இரவில் களியும் ஊரில் வாங்கி வந்துவிடுவதால் சாப்பாட்டுக்கு சிக்கல் இல்லை. கைச்செலவுக்கு ஆகுமே என்று ஒரு பசுங்கன்று வாங்கி மேய்த்து வந்தான் ஆனந்தன்.

அதற்குப் புல்லறுக்கக் காலையில் கழனிக் காட்டுக்கோ, கம்பங் கொல்லைகள் பக்கமோ தினமும் போவாள் அம்சா.

தாய் யசோதா ஊரில் துணிகளைக் கொடுத்துவிட்டு, கூழ்வாங்கி வருவதற்குள், ஒரு ஒட்டந்தட்டு நிறைய்யப் புல் அறுத்துக்கொண்டு வந்து விடுவாள் அம்சா. அதன் பின்னர் இருவரும் கூழ் கரைத்துக் குடித்துவிட்டு, ஆனந்தனுக்கும் எடுத்துக் கொண்டு ஆற்றுக்குப் போவார்கள். துணிகளை வெளுத்து, ஆற்று மணலில் காயவைத்து, மடித்து, சலவை வாசனை மணக்க மணக்க அவர்கள் ஊர் திரும்புவதற்குள் பொழுது மேற்கில் சரியத் தொடங்கிவிடும். அதற்குப்பின் மாட்டைக் கொஞ்சம் காலாற மேயவிடுவாள் அம்சா.

அன்று காலை இந்த வழக்கத்தின்படிதான் குப்பா ரெட்டி யாரின் கம்பங் கொல்லையில் புல்லறுத்துக்கொண்டிருந்தாள் அம்சா. கை கனத்திற்குக் கதிர்கள் முற்றி கூர் கூராய் வானத்தைப் பார்த்து நின்ற கம்பங்கொல்லைகளின் வரப்பில் செழித்துக் கிடந்தன கருகம்புற்களும், சாணிப்புற்களும்.

அதைப்பார்த்ததும் ஆசை ஆசையாக இருந்தது அம்சாவுக்கு. அப்படியே கீழே குனிந்து மாட்டைப்போல வாயால் புற்களைக் கடித்துக் கரகரவென மென்று தின்னலாமா என்ற ஆசை எழுந்தது அவளுக்குள். அரிவாளை வீசி வீசி ‘சர்ரக் சர்ரக்’ என வரப்பு ஓரங்களில் அடர் பச்சையும், வெளிர் பச்சையுமாய் இருந்த புற்களை அறுத்து, அறுத்துக் கூடையில் போட்டாள். காலை சூரியனின் இதமான சூட்டில் நெற்றியில் அரும்பிய வியர்வையைத் துடைக்கக் கூட மறந்து வேக வேகமாக அறுத்துக் கூடையை நிரப்பிக் கொண்டிருந்தாள்.

அந்த நேரம் வாயில் வேப்பங்குச்சியை மென்று துப்பிக் கொண்டு, கம்பங் கொல்லையைச் சுற்றி வந்த குப்பா ரெட்டியாரின்

தம்பி ஆறுமுகம் 'நமக்குப் பால் கறக்கும் மாடு இருக்கும்போது யார் நமது வரப்பில் புல் அறுப்பது?' என்று குபீரெனக் கோபம் வர, வேகமாக வரப்பில் முன்னோக்கி வந்தான்.

ஆள் அரவமற்று இருந்த கம்பங்கொல்லையின் நடு வரப்பில் பாவாடையைத் தூக்கி இடுப்பில் சொறுகிக்கொண்டு, வேக வேகமாய்ப் புல் அறுத்துக்கொண்டிருந்த அம்சாவைப் பார்த்ததும் திகைத்துப் போனான்.

முட்டிக்குமேல் பளீரென ஒளிவீசும் வெளிர் தொடைகளும், சட்டையில் மதர்த்து, முட்டிக்கொண்டிருந்த மார்புகளும், பின் கழுத்தில் துளிர்த்த வியர்வையும் அவனுக்குள் சுர்ரென்று போதையை ஏற்ற தடுமாறிப்போனான்.

அம்சாவை அவள் தாயுடன் அவன் பலநாள் பார்த்திருந்தாலும், அன்று, தவளையை விழுங்கப் போகும் பாம்பைப்போலக் கூர்மையாகப் பார்த்தான்.

சட்டென்று நிமிர்ந்த அம்சா எதிரில் வெறி பிடித்த கண்களோடு நிற்கும் அவனைப் பார்த்ததும் வெல வெலத்துப் போனாள். பாவாடையை இறக்கி விடவும் மறந்து, அரிவாளை வரப்பில் போட்டுவிட்டு பதைபதைத்தாள்.

"ஏய்... எங்க வரப்புல உன்ன யாரு பில்லு அறக்கச் சொன்னது...? எங்க மாட்டுக்கு நாங்க இன்னாத்த அறுத்துப் போடுறது?" என்றபடி, பயத்தில் நாக்கு வரள... வியர்வையில் உடல் நனைய நிற்கும் அவளையும், யாருமற்ற வெளியையும் ஒரு சேரப் பார்த்தவன், கையிலிருந்த வேப்பங்குச்சியை வீசிவிட்டு, சட்டென்று அவளைப்பிடித்து வரப்பில் தள்ளினான்.

அதைக் கனவிலும் எதிர்பாராத அம்சா, திகிலடித்துச் சரிய... சரேலென அவள்மீது விழுந்தவனின் கைகள் அவளின் மார்பில் முரட்டுத்தனமாய் விழுந்து படர, திடீரெனப் பிரம்மை தெளிந்தவள் போலச் சுதாரித்துகொண்டு கத்தினாள்.

"அய்யோ... சாமி... ண்ணா... இனிமே உங்க கொல்லில பில்லு அறக்க மாட்டங்.. ணா... ணா... அய்யோ என்ன உடுண்ணா... நோவுது... கிள்ளாதண்ணா..." என்று கத்துவதற்குள் அவள் மீது புரண்டவன், அவள் தொடைகளையும், கைகளையும் கடித்துக் குதறினான். அவளோ துடித்துக் கதறினாள்.

அந்த நேரத்தில் கம்பங்கதிர்களைக் கொத்தும் காகங்களையும், குருவிகளையும் ஓட்ட வந்த பக்கத்து நிலத்து கோபாலு ரெட்டியார் அந்த அலறலைக் கேட்டு அங்கே ஓடிவந்து அதைப்பார்த்துவிட்டு கூச்சல் போட்டார். கையும் களவுமாக மாட்டிக்கொண்ட திருடனைப் போலத் திக்கித் திணறிய ஆறுமுகம் எழுந்து கம்பங்கொல்லைக்குள் புகுந்து, பயிர்களை மிதித்துக்கொண்டு ஓடினான்.

"கையி, காலெல்லாம் கொய்ந்திக்குப் பட்ட பட்டய வீங்கிப் போயிகீது ரெட்டியார... ஒடம்பு அனலாட்டம் கொதிக்கிது... பச்ச மண்ணு மாதிரி இர்ந்த கொய்ந்த... பயந்துபோயி பெணாத்துது ரெட்டியார, ஊட்டுக்குள்ள ஒக்கார வெச்சிட்டு வந்து கீறோம்" என்று குலுங்கினாள் அம்சா.

பெற்ற வயிறு, பதைபதைத்தது. அதைக்கேட்டு பூங்காவனமும் பதைத்தாள். அதுவும் பெற்ற வயிறு தானே.

"நீ போயி கொயந்திக்கு மந்திரம்னா போடு போ... அவன் வரட்டும், அவன் வந்ததும் இன்னா பண்ண முடியுமோ பண்றோம்" என்றார் சின்னசாமி.

அவள் எழுந்து தளர்ந்த நடையில் தன் ஊரை நோக்கி நடக்க, அவர்களுக்காக ஊரே பரிதாப்பட்டது.

முகத்தில் கொப்புளிக்கும் கோபமும், அடக்க முடியாத எரிச்சலுமாகக் காட்டுப்பக்கமிருந்து வந்தார் குப்பன்.

"ரெட்டியார காடெல்லாம் தேடிட்டங்... அந்தப் பேமானியக் காணோம்... எங்க போவும் நாயி... வெளக்கு வெச்சா கொட்டிக்க வரும்,. வரட்டும்... இன்னிக்கி வெட்டி பொலி போட்றங்" என்றார் சின்னசாமியிடம்.

"ஆனந்தா... நடந்தது நடந்துபோச்சி... ஏதோ முருகம் புண்ணித்துல பொண்ணுக்கு பெர்சா ஒன்னும் ஆவாம கீதே... அதுவெரிக்கும் யாரு செஞ்ச புண்ணீமோ போ... வெளில தெர்ஞ்சா... எங்க சாதிக்கே கேவலம்டா... கலி காலம்... மொற தல இல்லாமப் பூட்ச்சி... வர்ட்டும்... அந்த நாய்க்கி ஒரு வயி பண்றம். நீ போயி ஆகற வேலய பாரு" என்று வேதனையோடு சொன்னார் சின்னசாமி.

"ரெட்டியார உங்கள மீறி நாங்க இன்னா... பண்ணப் போறம் ரெட்டியார...? உங்க உப்பத் துண்ண ஒடம்பு... உங்குளுக்கு

நாயம்னா நீங்க சொல்றதுக்கு நாங்க கட்டுப்படறோம்" என்று கூறிவிட்டுக் கிளம்பினான் ஆனந்தன். அவனது தலை கவிழ்ந் திருந்தது. தூக்கி வைக்கவே முடியாத அளவு பாரமாக இருந்தன அவனது கால்கள். மனசின் பாரம் கால்களில் இறங்கி அவனைத் தள்ளாட வைத்தது.

இரண்டு நாள் காட்டிலும், சோளக்கொல்லைகளிலும் பட்டினியாகக் கிடந்த ஆறுமுகம் அன்று இரவு இருட்டியபிறகு ஊருக்குள் வந்தான். சாம்பல்பூத்து உள்ளுக்குள் தகதகவென்றிருந்த நெருப்பு, காற்று வீசினால் சாம்பல் விலகி திக்கென்று பற்றி எரிந்து அனல் வீசுவதைப் போல, அவனைக் கண்டதும் கோபம் குபீரென்று பற்றிக்கொண்டது குப்பா ரெட்டியாருக்கு.

திண்ணையில் படுத்துக் கொண்டிருந்தவர் எகிறி அவன் முதுகில் உதைத்தார். தடுமாறி கீழே விழுந்தவனின் தலை முடியைப் பிடித்து நிமிர்த்தி அவன் முகத்தில் இடித்தார்.

"பொறம்போக்கு... போயும் போயும் வண்ணாரப்பொண்ணு மேல கைய வெச்சி கீறியேடா நாயே... துன்ற கொய்ப்பு கண்ண மறைக்குதுறா உனுக்கு... ஒய்ங்கா ஒரு வேல செய்ய முடில உனுக்கு... ஊரு மேய மட்டும் தெர்தா...? நாலு ஆடு மாடு மேய்ச்சினா கூட எவளயாவது கட்டி வெச்சித் தொலைக்கலாம். துன்னுபுட்டு துன்னுபுட்டுச் செனப் பண்ணி மாதிரி ஊர மேய்ஞ்சிகினு கீற நாய்க்கு எவம் பொண்ணு குட்த்து எவங்குடும்பம் நாசமாய்ப் போறது?" என்று ஆத்திரம் தீரும்வரை அவனை விளாசினார். கைகளும், வாயும் ஓயும் வரை விளாசினார். ஒருவேலையும் செய்வதில்லை ஆறுமுகம். இருக்கிற செம்மறியாடு களைக்கூடக் குப்பா ரெட்டியாரின் பெரிய பையன் தான் மேய்க்கிறான்.

அதற்குள் சின்னசாமி ரெட்டியார் அங்கே வந்துவிட்டார். அவரும் இரண்டு வாங்கு வாங்கினார். நடு மண்டையில் உரைக்கும்படி நன்றாகக் கேட்டார். தலை குனிந்துகொண்டு நின்று கொண்டிருந்தான் ஆறுமுகம். வாய் திறக்கவில்லை.

சேராத சேக்காளிகளோடு சேர்ந்துகொண்டு ஊர் சுற்றுவது, ஊரில் இருக்கும் கோழிகளைத் திருட்டுத்தனமாய்ப் பிடித்துக் கொண்டுபோய்க் காட்டில் அடுப்பு கூட்டி குழம்பு வைத்துத் தின்பது, குடிப்பது, பீடி பிடிப்பது என ஊதாரியாய் இருப்பவனை நம்பி யாரிடம் பெண் கேட்க முடியும்?

திருட்டுக் கோழிகளைத் தின்று, தின்று கொழுப்பெடுத்த அவன் உடம்பு குப்பா ரெட்டியாரின் பேச்சை மட்டுமல்ல, அவன் பேச்சையே கேட்பதில்லை.

உடம்பின் தினவிற்கு என்ன செய்வது? அவுசாரிகளைத் தேடிக்கொண்டு எங்கே போக முடியும்? இது என்ன அதற்கென்று தொழில் நடத்துகிற பெரு நகரமா? அப்படியும் ஒருமுறை சித்தூரில் வேசியிடம் போய், நோயை வாங்கிக்கொண்டு வந்து, அரிப் பெடுத்து, சொரிந்து வீங்கிப்போன 'அதை' ஒருவாரம் வேப்பிலையால் விசிறிக்கொண்டு கிடந்தான்.

அதுமட்டுமல்ல. ஒருநாள் நடுநிசியில் உறக்கம் களைந்து எழுந்து சிறுநீர் கழிக்க வெளியில் வந்திருக்கிறாள் குப்பா ரெட்டி யாரின் வீட்டுக்காரி மகேஸ்வரி. அந்த நேரத்தில் அவர்களது ஆட்டுப்பட்டியிலிருந்து ஆடுகள் அலறும் சத்தம் கேட்டிருக்கிறது.

ஏன் ஆடுகள் கத்துகின்றன? நரி, குரத்தி* ஏதேனும் பட்டிக்குள் நுழைந்து விட்டிருக்குமோ? என்று நினைத்தவள், பயத்தில் நடுங்கிய வாறு வீட்டுக்குள் ஓட எத்தணிக்க, ஒரு ஆடு மட்டும் "ம்மே ம்மே மேமே" என்று அடிவயிற்றிலிருந்து விடாமல் அலற, மற்ற ஆடு களும் எகிறிக் குதித்துக்கொண்டு அலற, அப்போது ஒரு ஆணின் லேசான இருமல் சத்தம் பட்டிக்குள்ளிலிருந்து கேட்டிருக்கிறது.

அதைக்கேட்டதும் அப்படியே நின்றாள் மகேஸ்வரி. "பட்டியில் திருடன் பூந்துட்டானோ?" என்ற தினுசில் சந்தேகம் திசைமாற, சத்தமின்றி வீட்டை நோக்கி மெதுவாக அடியெடுத்து வைத்தாள். வீட்டுக்காரன் குப்பாரெட்டியாரை எழுப்பினால், திருடனைப் பிடித்து விடலாம்.

முதுகுத் தண்டில் பயம் ஊசியாய் ஏற, உதறல் எடுக்கும் கை, கால்களைக் கட்டுக்குள் கொண்டுவர பெரும்பாடு பட்ட மகேஸ்வரி போராடியபடி வீட்டின் திண்ணையை நோக்கி நகர்ந்தாள்.

நிலவு இல்லாத வானம். கபீர் இருட்டு. நாலாபுறமும் காணிக்கல்நட்டு நெடுங்கொடி வைத்துக் கட்டப்பட்ட கூரைப் பட்டி அது. சுற்றிலும் சுவர் இல்லாததால் சாத்தி வைக்கப்பட்ட மூங்கில் படல்களுக்குள் ஆடுகள் அலைமோத, அந்நேரம் முன்புறம் படலை திறந்துகொண்டு அந்த உருவம் வெளியே வந்தது. கண்களை இடுக்கிக் கொண்டு பார்த்தவள் அதிர்ந்து போனாள். அது அவள் மச்சினன் ஆறுமுகம்.

இந்நேரத்தில் ஆட்டுப்பட்டியில் இவனுக்கென்ன வேலை? ஆடுகள் ஏன் அலறின? அவளுக்குள் லேசாய் சந்தேகம் எழுந்தது. ஒருவேளை...?

"அடக்கருமமே... சே..." என்று தலையிலடித்துக் கொண்டு, பேசாமல் வீட்டுக்குள் போய்ப் படுத்துக்கொண்டாள்.

மறுநாள் காலையில் பட்டியில் சாணியை வாறும்போது அவளது சந்தேகம் உறுதியாகிவிட்டது.

அது அவளுக்குள் இருக்காமல், ஏரியில் துணி துவைக்கும் போது பூங்காவனத்திடம் சொல்ல, அப்படியே ஊருக்குள் பரவி விட்டது. அதற்குப்பின் அவனைப் பார்க்கிறபோது ஊர்ப் பெண்கள் தங்களுக்குள் நமுட்டுச் சிரிப்பு சிரித்துக்கொள்வார்கள்.

ஆனால் பாவம் ஆடுகள் நியாயம் கேட்கவில்லை. வண்ணார ஆனந்தன் நியாயம் கேட்டு வந்துவிட்டான்.

"நடந்தது நடந்துபோச்சி... அதுக்கு இப்போ இன்னா பண்றது? அதுக்காக வண்ணாத்தியப்போயி கட்டிவெக்க முடியுமா?"

"அப்ப வேற இன்னா பண்றது...?"

"அவங்க கால்ல வியந்து மன்னிப்பு கேக்கணுமா?"

"கேட்டா இன்னா...? அந்த ஒடம்பு மேல கையி வைக்கும்போது அவ வண்ணாரப் பொண்ணுன்னு தெர்லியா?"

"கையி வெச்சிட்டா... கால்ல வியணுமா?"

ஆளாளுக்குப் பேசினார்கள். விதவிதமாய்க் கேள்விகள். விசித்திரமான பதில்கள்.

"எத்தினி வண்ணாத்திங்கள நம்பப் பாட்டனுங்க வெச்சிந்தாங்க... அதுதாங் ஊருக்கே தெரியுமே... அவங்கல்லாம் கால்ல வியந்தாங்களா... இல்ல... கட்டிகினாங்களா?"

"யேய்... அவங்கள்லாம் இஸ்டப்பட்டு வெச்சிந்தாங்கடா... நம்பப் பாட்டனுங்கதான் வெச்சிந்தானுங்களா... அவுங்க பாட்டனுங்க கூடதாங் நம்பப் பாட்டிங்கள வெச்சிந்திருப் பானுங்க..."

பேசிப்பேசிப்பேசி, பேசிக்கொண்டே இருந்தனர்.

அந்தப் பெண் அம்சாவுக்குக் காய்ச்சல் கண்டு விட்டது. மந்திரம் போட்டும் கேட்கவில்லை. தாயத்தைக் கட்டியும் குறைய வில்லை. வைத்தியரிடம் போனார்கள். அதற்குப் பிறகு பொன்னையில் ஊசி போடும் மருத்துவரிடம் போனபின்னர்தான் காய்ச்சல் கொஞ்சம் குறைந்தது.

உடனடியாக அந்தப் பெண்ணுக்குக் கல்யாணம் செய்து விடும்படி ஆனந்தனுக்கு அறிவுரை சொல்லப்பட்டது. உடனே திருமணம் செய்ய அவன் எங்கே போவான்?

பணம் வேண்டும். மாப்பிள்ளை வேண்டும். அந்த ஊரிலேயே மூன்று குடும்பங்கள்தான் வண்ணாரக் குடும்பங்கள். அவர்களின் உறவினர்கள் அந்த ஊரில் வேறு யாரும் இல்லை. பக்கத்து ஊர்களில் உள்ளவர்களும் செய்தி தெரிந்து கட்டிக்கொள்ள மறுத்துவிட்டனர்.

மூன்று மாதங்கள் கழித்து மூத்தவளைக் கட்டிக் கொடுத்த வனுக்கே இரண்டாம் தாரமாக அம்சாவையும் கட்டிக் கொடுத்தான் ஆனந்தன்.

அடுத்த மூன்றாவது மாதத்தின் ஒரு சுபதினத்தில், சுபமுகூர்த்த நேரத்தில் ஒரு தூரத்து உறவுக்காரப் பெண்ணின் கழுத்தில் தாலி கட்டி குடும்பஸ்தன் ஆகிவிட்டான் ஆறுமுகம். அதோடு அந்தச் சம்பவம் ஊராரின் வாய்களிலிருந்தும், காதுகளிலிருந்தும் தற்காலிகமாக விடை பெற்றுக்கொண்டது.

குப்பா ரெட்டியாருக்கும், சின்னசாமி ரெட்டியாருக்கும் மட்டும் இது அவ்வவ்போது உறுத்திக் கொண்டேயிருந்தது. ஆனால் காலம் எல்லாவிதமான உறுத்தல்களையும் அழித்துவிட்டு, மீண்டும் மீண்டும் புதுப்புது சம்பவங்களை நிகழ்த்திக் கொண்டுதானே இருக்கிறது?

ஆனால் அப்படி ஒரு சம்பவம் தன் வாழ்நாளிலும் நடக்கப் போகிறது என்பதைப் பாவம் சின்னசாமி ரெட்டியார் அப் போதைக்கு அறியவில்லை.

11

ஏரி தளதளத்துக் கொண்டிருந்தது. கீழ் மதகு, மேல் மதகு, கோடியூர் டிரான்ஸ்பாரம், சேரி புளியமரக் கரை எல்லாவற்றையும் தொட்டுக்கொண்டு விரிந் திருந்த தண்ணீர் காற்றின் விளையாட்டுக்கு ஏற்ப வரி வரியாய் ஓடி ஓடிக் கரையில் 'சலக் சலக்' என மென்மையாய் முட்டிக்கொண்டும், முட்டிய வேகத்தில் திரும்பிக் கொண்டும் இருந்தது.

கரையின் மீது மதகுக்குத் துணையாய் நின்றிருந்த கருவேல மர நிழலில் நின்று அலைகளையே ஆசை ஆசையாகப் பார்த்துக் கொண்டிருந்தான் முருகவேலு. பள்ளிக்கூடம் விட்டதும், இரண்டு எருது மாடு களையும் ஓட்டி வந்து ஏரிக்கரையில் மேயவிட்டு, மாலையின் மிதமான சூரிய ஒளியில் தண்ணீரின் மேற் பரப்பில் துள்ளிக்குதிக்கும் குள்ளாக் கண்டை மீன் களைப் பார்த்துக்கொண்டிருந்தான். தண்ணீர் அலை அலையாய்க் கரையை நோக்கி வருவதும், கரையோரம் கட்டப்பட்டுள்ள கட்டுக்கற்களில் மோதி ஒரு சாண் உயரத்துக்கு எகிறி விழுவதும் அவனுக்குப் பார்க்கப் பார்க்க அலுக்கவில்லை. ஏரியின் பரப்பெங்கும் வரிவரியாய் எழுந்த அலைகள், அவன் பாட்டி தெரு வாசலில் அவித்த நெல்லை உலர்த்தியபின் கால்களால் கிளறி விடும்போது தோன்றும் ஒரே சீரான மேடு பள்ளங்களைப் போன்றிருந்தது.

ஏரி கோடி புரண்டு, அடங்கியபின் சிறு சமுத்திரம் போலப் பளபளத்துக் கொண்டிருந்த தெளிந்த ஏரி நீரில் ஊரார் துணி துவைப்பதும், குளிப்பதும் காலையிலிருந்து, மாலை வரை ஓயாமல் நடக்கும். ஏரியில் தண்ணீர் குறையக் குறைய இளநீரைப் போன்ற தெளிந்த நீர் நிறம் மாறி மாறி பழுப்பு நிறத்துக்கு வந்துவிடும். அப்போது அதில் குளித்தால் உடம்பெங்கும் வெள்ளை வெள்ளையாய்த் தோலில் செராய்ப் பிடித்துக்கொள்ளும். அப்போது ஏரியில் கதண்டு*களும் பெருகிவிடும். அவை உடலில் பட்டால் அரிப்பு தான். சொரிய சொரிய சுகமாக இருக்கும். எவ்வளவு சொரிந்தாலும் நமைச்சல் அடங்காது. ஆனால் சொரிந்தபின் உடம்பெங்கும் தடிப்பு தடிப்பாக எழும்பிவிடும்.

ஏரியின் கீழே உழவு வேலைகள் நடந்து கொண்டிருந்தன. கோடிபோன தண்ணீரிலும், கரையிலிருந்து சலிக்கும் ஒழுகல் நீரிலுமே செழித்த நாற்றுக்களைப் பிடுங்கி நடும் நடவு வேலைகள் நடந்துகொண்டிருந்தன. இரண்டு மதகிலும் யாரும் இன்னும் கை வைக்கவில்லை. மதகு பிடுங்குவதற்குள் நடவு முடிந்துவிட்டால் தான் இரண்டாவது போகத்துக்கு ஏரியில் தண்ணீர் கிடைக்கும். சின்னசாமி ரெட்டியார் நடவை முடித்து விட்டார். முருகவேலு நடவு முடியும் வரை அவருடனேயே ஓடிக்கொண்டிருந்தான். இனி இரண்டு, மூன்று நாட்களுக்கொருமுறை மடை திருப்பினால் போதும்.

ஏரிக்கரையில் புர்தண்டு செடிகளுக்கிடையே புற்களைக் கடித்துக்கொண்டிருந்த மாடுகளை ஒருமுறை திரும்பிப் பார்த்த முருகவேலு, மீண்டும் ஏரி மீது பார்வையை மேய விட்டான். ஏரியின் மையத்திலிருந்து கரையை நோக்கி வரும் அலைகள் ஏரியில் மிதக்கும் தூசுகளையும், கசடுகளையும், பழுத்த இலைகளையும் கரை யோரம் சேர்த்து வைத்திருந்தது. ஒற்றைமார் அகலத்திற்குக் கரை யோரம் மிதந்துகொண்டிருந்த அந்த வண்டல்களுக்குப் பின்னால் ஏரி முழுவதும் தெளிந்த நீருக்குக் கீழே ஜிலேபி மீன்களும், முட்டைக் குரவைகளும், விரால்களும், உலுவைகளும் சுற்றிக் கொண்டிருந்தன.

கோடியின் வலதுபுறத்திலிருந்து சேரியை நோக்கிப் போன மண் பாட்டையை ஒட்டி அடுக்கப்பட்டிருந்த கட்டுக்கற்கள் நெடுக அலைகள் மோத, அதன் ஓரமெல்லாம் பச்சைப் பாசிகள் திட்டுத் திட்டாக மிதந்து கொண்டிருந்தன. நீருக்குள் கைகளை விரித்து

அவற்றை அப்படியே கைகளில் ஏந்தினால் பட்டுப்போன்ற மிருதுவுடன், நூல் நூலாக வழவழக்கும் அந்தப்பாசிகள்தான் மீன்களுக்கான விருந்து.

அடியிலிருந்து மேலெழும் குரவைகளும், விரால்களும் அந்தப் பாசிகளை 'லபக்கென' வாய்க்குள் திணித்துக்கொண்டு கீழிறங்கி விடும். கெண்டைகளும், ஜிலேபிகளும் சதா அவற்றை மொய்த்து, பிய்த்துத் தின்று கொண்டிருக்கும்.

அதிகாலைகளில் ஆரால் மீன்கள் அந்தப் பாசிகளுக்குள் மூக்கை நுழைத்துக்கொண்டு பாசிகளோடு சேர்ந்து தொங்கிக் கொண்டிருக்கும். மேலிருந்து பார்த்தால் வெறும் பாசிதான் கண்களுக்குத் தெரியும். கூர்ந்து பார்த்தால் ஆரால்களின் வெள்ளிநிற கூரான மூக்கு பாசிக்கு மேல் துளியூண்டு வெளியே தெரியும். அதைப் பிடிப்பதில் முருகவேலுவும், புளியந்தோப்புக் குணாவும் தான் கெட்டிக்காரர்கள்.

ஏரி தளும்பிக்கொண்டிருக்கும் நாட்களில்தான் இப்படி ஆரால்களைப் பிடிக்க முடியும். தண்ணீர் வடிந்து விட்டால் அவை சேற்றுக்குள் போய்விடும்.

ஏரி ஒட்ட வற்றியபிறகு, சேற்றைக் கிளறினால் சேற்றுக்குள் வழவழவென்று ஓடும் ஆரால்களைப் பிடிப்பதில் குப்பா ரெட்டியார் தான் சூராதிசூரன். மற்றவர்கள் சேற்றைக் கிளறினால் கணநேரம் கண்களிலும், கைவிரல்களிலும் தட்டுப்படும் ஆரால்கள், கால்களுக்குக் கீழே நுழைந்து சேற்றோடு சேறாக மாயமாய் மறைந்துவிடும். சேற்றைக் கூழ் கரைப்பதுபோலப் பிசைந்தாலும்கூட நழுவிவிடும். கையில் பிடித்தாலும் வழவழவென வழுக்கிக்கொண்டு சேற்றுக்குள் மறைந்துவிடும்.

கரையிலிருந்து இறங்கி கோடியின்மீது நடந்த முருகவேலு, மண்பாட்டைக்கு வந்தான். அந்தப் பாதை ஏரியைச் சுற்றிக்கொண்டு சேரி வழியாகக் கோடியூருக்குப் போகிறது. ஏரி கோடி இவர்கள் ஊரில் இருக்கிறது. ஆனால் சேரிக்கு அந்தப்புறம், இருக்கும் ஊருக்கு கோடியூர் என்று பெயர். நியாயமாகப் பார்த்தால் இதுதான் கோடி ஊராக இருக்கவேண்டும். இதே யோசனையோடு பாதையின் ஓரம் தளும்பிக் கொண்டிருந்த பாசிகளை உற்று உற்றுப்பார்த்தான் முருகவேலு.

“நாளிக்கிலிருந்து வேட்டய ஆரம்பிச்சிர வேண்டிதுதாங்” என்று முணுமுணுத்துக்கொண்டவன், கரைக்குப் போய் மாடுகளை இழுத்துக்கொண்டு வீட்டுக்குப் போனான்.

பொழுது சாய இன்னும் நேரமிருந்தது. மாடுகளைத் தொழுவத்தில் கட்டிவிட்டு, புளியந்தோப்புக்கு ஓடினான்.

குணா அவனைவிட ஒரு வருடம் பெரியவன். வள்ளிமலையில் ஆறாவது படிக்கிறவன்.

திண்ணையில் உட்கார்ந்து வீட்டுப்பாடம் எழுதிக் கொண் டிருந்த குணா அவனைப் பார்த்ததும் சிரித்தான்.

“இன்னாடா முருகா... இந்நேத்திக்கி இங்க வந்து கீற... இன்னா?” என்றான்.

“குணா... ஏரீல ஆராலு வேட்டய ஆரம்பிச்சிட்லாமா...? பாசிங்க படப் படய... மெதந்துகினு கீதுடா... காலீல வந்துட்றியா?” என்றான்.

“செரீ ஆரம்பிச்சிட்லாம்... காலீல அஞ்சி மணிக்கு வந்துட்டுமா...? யாருக்கும் சொல்லக்கூடாது... இன்னா... ம்... நானு வந்து கொரலு குட்த்ததும் டக்குனு வந்துன்னம்” என்றான்.

தலையாட்டிய முருகவேலு, இருட்டும்வரை அவனிடம் பேசிக்கொண்டிருந்துவிட்டு, எழுந்து வீட்டுக்கு வந்தான்.

சாப்பிட்டுவிட்டு, படுத்ததும் நெடுநேரம் உறக்கம் வரவில்லை அவனுக்கு. குளிருக்கு இழுத்துப் போர்த்திய அம்மாவின் புடவை சூடாக இருந்தாலும், மனமெங்கும் ஆறால்கள் வளைந்து, நெளிந்து ஓடின. நடுநிசி கடந்த பிறகு தூங்கியவனின் கனவிலும் ஆறால்களே அசைந்து கொண்டிருந்தன. உள்ளங்கைகளில் தண்ணீர் அள்ளுவது போல அள்ளி அள்ளி போடப்போட ஆறால்கள் பெருகிக் கொண்டே இருந்தன.

விடியற்காலையில் ஆழ்ந்த உறக்கத்துக்குள் அவன் கிடந்த போது, “லால் பகதூர் சாஸ்திரி” என்கிற சன்னமான குரல் அவன் காதுகளுக்குள் ரகசியம் போல விழுந்தது.

அதைக்கேட்டதும் துள்ளி எழுந்தவன் “லாலாப்பேட்டை மேஸ்திரி” என்று திருப்பிச் சொல்லிக்கொண்டே, புடவையை உதறி விட்டு எழுந்து வெளியே ஓடி வந்தான். துப்பட்டியால் தலைவரை

இழுத்து மூடிக்கொண்டு நடு அறையில் கட்டிலில் தூங்கிக் கொண்டிருந்த சின்னசாமி புரண்டு படுத்தார். சுருக்குப்பையில் துழாவி ஒரு கொட்டைப்பாக்கை வாயில் போட்டுக் கடித்த சாலம்மாள், அவனைப் பார்த்து அதிசயித்தாள்.

குளிர்காலமானதால் விடிந்து, வாசல் தெளித்து, சூரியன் கீழ் வானில் ஒரு மார் தூரம் வரும் வரை கை, கால்களைப் பரப்பிக் கொண்டு தூங்கும் பேரன், துள்ளிக்குதித்து ஓடுவது அவளுக்கு ஆச்சரியத்தைத் தந்தது.

வெளியே மசமசவென இருட்டு. ஒரு வேட்டியைத் தலைவரை போர்த்திக்கொண்டு வெளியே நின்றிருந்த குணா, அவனைக் கண்டதும், “லால் பகதூர் சாஸ்திரி” என்றான்.

“லாலாப்பேட்ட மேஸ்திரி” என்று பரபரப்புத் தொற்றிக் கொண்ட குரலில் திருப்பிச் சொன்ன முருகவேலு, சுற்றுமுற்றும் பார்த்தான். யாரும் இல்லை. இருவரும் ஏரியை நோக்கி நடந்தனர். அவர்களின் திட்டம் அவர்களுக்கே பெருமையாக இருந்தது. முருகவேலு தனது கூட்டாளிகளைத் தவிர்த்து விட்டுப்போவது ஆறால் பிடிக்க மட்டும்தான்.

கடந்த ஆண்டு ஆரால் பிடிக்க அவர்கள் போனபோது, முத்துமாரி இவர்கள் பேச்சையே கேட்கவில்லை.

பாசிக் குவியல்களை லாவகமாகத் தூக்கித் தரையில் வீசவேண்டும். நீரிலிருந்து தூக்கும்போது பாசிகளுக்கிடையில் ஊஞ்சலாடிக் கொண்டிருக்கும் ஆரால்களை அசைக்காமல் ‘சட்டென்று’ பாசிகளோடு சேர்த்துத் தூக்கி மேலே வீசவேண்டும். ‘சொத்’ என்று தரையில் பாசிகள் விழுந்ததும், அதிலிருந்து துள்ளி குதிக்கும் ஆரால்கள் தரையில் வளைந்து நெளிந்து தவழும். நீரிலிருந்து பாசிகளைத் தூக்கும்போது அசைத்துவிட்டால், சட்டென்று ஆரால்கள் நழுவி தண்ணீருக்குள் பாய்ந்து விடும்.

முத்துமாரிக்கும், ஜெயவேலுவுக்கும் ஆத்திரம் அதிகம். தண்ணீரைக் கலக்கிக்கொண்டு இறங்கி, பாசிகளைப் பிய்த்து வீசுவார்கள். ஒரு ஆராலைக்கூட அவர்களால் பிடிக்க முடிவ தில்லை. அவர்களைத் தண்ணீரில் இறங்கவேண்டாம் என்று சொன்னாலும் கேட்க மாட்டார்கள். எல்லாப் பாசிகளையும் கலைத்துக் குடியைக் கெடுத்து விடுவார்கள்.

அதனால் முருகவேலும், குணாவும் பேசி ரகசிய திட்டம் ஒன்று தீட்டினர். காலையில் ஊர் கண் விழிப்பதற்குள் இருவரும் ஏரிக்குச் சென்றுவிடுவது. இவர்கள் போவது யாருக்கும் தெரியக் கூடாது. குறிப்பாக மாரிமுத்து, ஜெயவேலு அறியக்கூடாது.

புளியந்தோப்பில் இருக்கிற குணா புதூரைக் கடந்துதான் ஏரிக்குப் போக வேண்டும். எனவே குணா முதலில் வருவது. இவன் வீட்டு வாசலில் ரகசியமாகக் குரல் கொடுப்பது. முருகவேலு பேரைச் சொல்லி அழைத்தால் மற்றவர்களுக்குத் தெரிந்துவிடும் என்பதால் சங்கேதமாக அழைக்க முடிவு செய்தனர்.

வரலாறு புத்தகத்தில் படித்த 'லால் பகதூர் சாஸ்திரி' பெயர் அவர்களுக்குப் பிடித்துவிட்டது. உடனே எதுகை மோனையாக முருகவேலு பதில் கொடுக்க 'லாலாப்பேட்டை மேஸ்திரி'.

அவர்களின் ரகசியத் திட்டப்படி கடந்த ஆண்டு நிறைய்ய ஆறால்களைப் பிடித்தனர். இந்த ஆண்டும் பிடிப்பதே திட்டம்.

மெல்லிய வெளிச்சம் படர ஆரம்பித்தது. போர்த்தியிருந்த வேட்டியை ஓராவதி மீது சுருட்டி வைத்தான் குணா. இருவரும் சட்டைகளையும் கழட்டி மேட்டில் வைத்துவிட்டு டவுசர்களோடு நீரில் இறங்கினர். நீரின் மேற்பரப்பு முழுவதும் வெண்ணிற ஆவி பறந்து கொண்டிருக்க, தண்ணீர் வெதுவெதுப்பாக இருந்தது.

பெரிய பெரிய குண்டான்களில் நெல்லை அவித்து, தரையில் கவிழ்த்துக் கொட்டியதும், சூடான நெல்லிலிருந்து வெண்புகையைப் போல ஆவி எழும். அப்போது நெல்லைத் தொட்டால் வெது வெதுப்பாக இருக்கும். அந்தப் பதத்தில் இருந்தது தண்ணீர்.

இந்த ஏரியான பெரிய்ய்ய பாத்திரத்துக்கு அடியில் யாரோ நெருப்பு மூட்டி, ஏரியை சூடு படுத்துவது போலவும், வெது வெதுப்பாய் சூடேறிய தண்ணீரிலிருந்து ஆவி வெளியேறுவது போலவும் இருந்தது அவர்களுக்கு.

ஒருவரையொருவர் பார்த்துக் கண்களால் பேசிக்கொண்டு, மண்பாதையோரமிருந்த தொடையளவு தண்ணீரில் மிதக்கும் பாசி களை அசைக்காமல், ஆட்டாமல், அதற்குக் கீழாக இரண்டு கை களையும் நுழைத்து சட்டென்று தூக்கி மேலே மண்ணில் வீசினர்.

ஒவ்வொரு குவியலிலும் ஒன்றிரண்டு ஆறால்கள் துள்ளிக்கொண்டு தரையில் தவழ்ந்தன.

நன்றாக வெளிச்சம் படர்வதற்குள், மண்பாடடை ஓரம் குவியல் குவியலாகப் பாசிகள் சிதறிக் கிடந்தன. ஆறால்களைப் பொறுக்கி இருவரும் பங்குபோட்டுக்கொண்டு கிளம்பியபோது, ஏரிக்கரைக்கு மேல் தலைகள் முளைக்கத் தொடங்கின. பீடிகளை உறிஞ்சிக் கொண்டும், இருமிக்கொண்டும் பெரியவர்களும், சிறுசுகளும் நடமாடத் தொடங்கியபோது, அவர்கள் வேலை முடிந்து வீட்டுக்குக் கிளம்பினர். அன்று இருவர் வீடுகளிலும் ஆறால் மீன் குழம்பு மணத்தது. அது பல நாட்கள் தொடர்ந்தது.

ஏரியில் தண்ணீர் குறையத் தொடங்கியபோது அவர்கள் தூண்டில் முள்ளோடு அலைந்தனர். ஜப்பான் கண்டை*, குரவைகள், வெளிச்சிகள், உலுவைகள் தூண்டிலில் சிக்கும்.

தை மாதம் அறுவடை முடிந்து, மாசி, பங்குனியில் இரண்டாம் போகத்துக்கான வேலைகள் நடந்தன. ஏரியில் தண்ணீர் குறைந்தது. இடுப்பளவுக்கு கீழே தண்ணீர் குறைந்துவிட்டால் குப்பா ரெட்டியார் இரவில் வலையை விடுவார். விறால்களும், கை கனத்துக்கு முட்டைக் குரவைகளும் வலையில் மாட்டும்.

முருகவேலு, ஜெயவேலு, மாரிமுத்து மூவரும் பள்ளிக்குப் போவதைவிட, அதிகமாக ஏரிக்குப் போனார்கள். தண்ணீர் குறையக் குறைய மீன்கள் பெருத்துக்கொண்டு வந்தன.

ஐந்தாம் வகுப்பு மந்தமாக நடந்து கொண்டிருந்தது. தூங்கி எழுந்தவுடனே ஏரிக்கரை இறக்கத்தில் உள்ள நண்டு வளைகளிலும், கற்களின் இடுக்குகளிலும் கைவிட்டுத் துழாவுவார்கள். குறவைகளும், உலுவைகளும் மாட்டும்.

மாலையில் அட்டங்கால் போடுவார்கள். சனி, ஞாயிறுகளில் காலையிலிருந்து இருட்டும் வரை ஏரியிலேயே கிடப்பார்கள். பள்ளிக்கு விடுமுறை என்றால் புளியந்தோப்பு, புதூர், கோடியூர் பிள்ளைகள் மந்தை மந்தையாக ஏரியிலேயே கிடப்பார்கள்.

ஐந்தாம் வகுப்புக் கடைசிப் பரீட்சையை வெற்றிகரமாக எழுதி முடித்த முருகவேலு புத்தகப்பையை வீட்டின் பானைகளுக் கிடையில் விசிறியடித்தான். சட்டையைக் கழற்றி கொடியில் போட்டுவிட்டு, ஒரு துணிப்பையை எடுத்துக்கொண்டு வெளியே வந்தான். அதே நேரத்தில் அதே கோலத்தில் ஜெயவேலு, மாரிமுத்து ஆஜரானார்கள்.

சூரியன் மேற்கு நோக்கிச் சரிந்து கொண்டிருந்தான். மூவரும் ஓட்டமும் நடையுமாய் ஓடி, ஏரிக்குள் இறங்கினர். முதல் போகம் அறுவடை முடிந்து, கீழ் மதகுக்காரர்கள் இரண்டாம் போகம் விட்டு, இங்கொன்றும் அங்கொன்றுமாய்க் கதிர்கள் போயிருந்தன. இன்னும் ஒரு மாதம் தண்ணீர் பாய்ந்தால் அறுத்து விடலாம்.

ஏரிக் கரையோரத் தாக்குப் பள்ளங்களில் தொடையளவு தண்ணீர் இருந்தது. மொத்தமே கால் ஏரிக்கும் குறைவான தண்ணீர் தான். அதில் மீன்கள் உதைப்பட்டன. மீன் பிடிக்கத் தடை போட்டு விட்டார்கள் பாத்தியதைக்காரர்கள். இன்னும் பத்திருவது நாட்களில் அவர்கள் மீன் பிடிக்க இறங்குவார்கள். அதற்குள் இரவில் வலை போடுபவர்களைத் தடுக்கவும், பகலில் ஏரியில் இறங்கும் பெரியவர் களையும், சிறுவர்களையும் விரட்டவும் காவல் போட்டு விட்டனர்.

மூவரும் சுற்றும் முற்றும் பார்த்தனர். காவல்காரர்கள் யாரும் இல்லை. சூரியனின் சூட்டை எல்லாம்... வாங்கிய தண்ணீர் கடுமையான சூட்டில் இருந்தது. தாக்குப் பள்ளங்களில் மேலே சூடாகவும், கீழே குளிர்ந்தும் இருந்தது. தாக்குப்பள்ளத்திற்கு வெளியே முட்டி அளவே இருந்த தண்ணீர் தரைவரை மிதமான சூட்டில் இருந்தது. உச்சிவேளையில் தண்ணீர் தகிக்கும். மூவரும் துணிப்பைகளை அரைஞாண் கயிற்றில் சொருகிக்கொண்டு 'சளக் சளக்' எனத் தண்ணீரைப் பேசவைத்தபடி நடந்தனர். அவர்களின் கால்களுக்கு முன்னர் துள்ளிக்கொண்டு ஓடின குள்ளாக் கண்டைகள். பாதங்களில் மிதிபட்டன குரவைகள்.

முட்டியளவு தண்ணீர்தான் வசதி. ஆளுக்கொரு திசையில் தள்ளித்தள்ளி கால்களை அகல விரித்து உட்கார்ந்து சேறோடு சேர்த்து தேய்த்துக் கொண்டு அட்டங்கால் போட்டு முன்னோக்கி நகர்ந்தனர். மூவரின் கால் பாதங்களும் முட்டிக்கொண்டதும், இடைவெளி இன்றி ஒரு வட்டத்தை உருவாக்கித் தண்ணீருக்குள் கைவிட்டுத் தடவினர். கைகள் கொள்ளாத அளவு கெண்டைகளும், கெளுத்திகளும் கிடைத்தன. பையை விரித்து அதில் மீன்களைப் போட்டுக்கொள்வதும், பின்னர்ப் பையின் முனையை வாயில் கடித்துக்கொண்டு இரண்டு கைகளாலும் தண்ணீருக்குள் சேறோடு துழாவி மீன்களைப் பிடிப்பதுமாகப் பரபரப்பாக இயங்கினர்.

"டேய்... கை பெர்சு கொரவ ஒன்னு உள்ள கீதுரா... உசார்ரா... கால நல்லா சேத்து தரையோட வெய்யீடா..." என்றான் முருகவேலு.

“ஆமாண்டா... த்ரா... மாரி... உனுக்கா வர்து பார்ரா” என்றான் ஜெயவேலு.

“த்ரா... டேய்... டேய்... அந்தப் பக்கம்... வர்துரா... அய்யோ... இவ்ளோ பெர்சுடா” என்று அவர்கள் பதற... உள்ளுக்குள் ஓடிய குரவை ‘சர்ரக்கென்று’ எகிறி அவர்கள் கால்களுக்கிடையிலிருந்து துள்ளி ராக்கெட்டைப்போல வெளியே குதித்தது.

“அய்யோ... பூட்ச்சிரா...” என்ற முருகவேலு “டேய் உள்ள இன்னொன்னு கீதுரா” என்று அலறினான்.

இங்குமங்கும் ஓடிய குரவை, கடைசியில் முருகவேலுவின் தொடையில் முட்டி, கிளறி, அவனின் டவுசருக்குள் புகுந்து குடைந்தது.

“டேய்... மாட்ச்சிடா...” என்று டவுசரோடு அதை அழுத்தியவன் வெகு நிதானமாக, அதன் தலையை அழுத்தி, பின் டவுசருக்குள் கையை நுழைத்துக் கவனமாகப் பிடித்தான்.

“பாத்துப் புடிடா... அந்தக் கொரவய உட்டுட்டு உங் கொரவய புட்சிக்கப் போர” என்றான் மாரி.

“அய்ய... அத வேற யாருகிட்னா போய்ச் சொல்லு” என்றவன் அந்தக் குரவையை வெளியே எடுத்தான். நான்கு விரல் கனத்தில், படபடவென்று வாலை ஆட்டி, உதைத்துக் கொண்டது. அதைப் பையில் போட்டதும் ‘டர் புர்’ என்று பைக்குள் எகிறிக் குதித்தது.

அட்டங்கால் போடும்போது டவுசருக்குள் குரவையோ, உலுவையோ, கெண்டையோ புகுந்துகொண்டால் தப்பாது. ஆனால் கெளுத்தி புகுந்துகொண்டால் தொலைந்தார்கள். தொடை இடுக்குகளிலும், ஆணுறுப்பிலும் கொட்டி விட்டால் ‘ஜிவ்வென்று’ அதன் விஷம் தலை வரை ஏறிவிடும். அதற்குப் பிறகு ‘தை தை’ என்று குதித்துக்கொண்டு, மீன் பையை ஏரியிலேயே வீசிவிட்டு ஓடுவார்கள். அரை மணி நேரத்துக்குக் கை கால்களில் ஜிவ்ஜிவ் வென்று வலி குடையும்.

மூவரும் எழுந்து சற்றுத் தள்ளிப் போய் உட்கார்ந்து மீண்டும் தரையோடு நகர்ந்து வந்தனர். சேரிப்பக்கம் பார்த்தபடி உட்கார்ந்த மாரி கத்தினான்.

“டேய்... பொகலக்காரம்புள்ள வர்ராண்டா” என்று அலறினான்

மூவருக்கும் திக்கென்றது. ஒரு கை நீளத்துக்கு வேம்பங் கொம்பைச் சுழற்றிக்கொண்டு ஓடிவந்து கொண்டிருந்தான் அவன்.

அவனைப் பார்த்ததும் மூவரும் ஏரிக்குள் இறங்கி, தாக்குப் பள்ளத்தில் குதித்து நீந்தினர். கரை ஓரம் ஆழம் அதிகம். அவன் பாட்டையிலிருந்து ஏரியில் குதித்துத் தண்ணீர் இல்லாத பகுதியில் இறங்கி ஓடிவந்தான்.

"டே... யார்ரா அவனுங்க... மீனு புடிக்கறது... பறயங் ஊட்டு மீன புட்ச்சி உப்புமொளகா போட்டு ருசியா துண்ணச் சொல்தா நாக்கு... த்தோ... வர்ரங்... முதுவு பைத்துகினு போவுது... இருங்கடா" என்று அவன் ஆங்காரமாகக் கத்திக்கொண்டு ஓடிவந்தான். அதைப் பார்த்து திகிலெடுத்து, விழுந்தடித்து, தண்ணீரிலிருந்து மேலேறி பீவேலி முட்களில் உரசி கிழித்துக் கொண்டு கரையில் ஏறி, மறுபுறம் வேலி முள் புதர்களுக்குள் இறங்கி, நெல் வயல்களுக்கு ஊடாக ஓடினர்.

தண்ணீரின் முனைவரை ஓடி வந்த 'புகலைக்காரன்புள்ள' என்ற கண்ணாயிரம் கம்பை தலைக்குமேல் ஓங்கிச் சுழற்றிக் கத்தினான்.

"எவன்னா ஏரில கால வெய்ங்க... கால ஒட்ச்சி சேத்துல பொச்சிர்ரங்" என்றான்.

கரையின் மறுபுறம் ஓடிக்கொண்டிருந்த மூவருக்கும் அதைக் கேட்டதும் ஆத்திரமாக வந்தது.

"டேய் முருகா... இன்னா பேசறாம் பார்ரா... நம்ப ஊட்டுங் களுக்குக் களி வாங்க வருவான்ல... அப்போ நங்குன்னு அவம் மண்ட மேல கல்ல எட்த்து அடிக்கணுண்டா" என்றான் மாரி.

கரை இறக்கத்தில் அதன் ஓரமாகவே சேற்றில் மிதித்துக் கொண்டு ஓடிய மூவரும் ஊருக்குள் நுழைந்து மறைந்தனர்.

பொழுது சாயத்தொடங்கியது. நடு ஏரியில் நின்று சுற்றும் முற்றும் பார்த்த கண்ணாயிரம் அங்கிருந்த பாறையின்மீது கால்மீது காலைப்போட்டுக்கொண்டு உட்கார்ந்தான்.

"இன்னிக்கி எந்தப் பேமானினா மீனு புடிக்க வரட்டும்" என்று தண்ணீரைப் பார்த்துக் கத்தியவன், ஒரு பீடியை எடுத்துப் பற்ற வைத்து, உறிஞ்சி புகை விட்டான்.

அவனுக்கு அப்போது ஏகாந்தமாக இருந்தது. கையில் கம்பும், அவனுக்குமுன் விரிந்து கிடந்த ஏரியும், அதில் துள்ளும் மீன்களும், அவனைக்கண்டு பயந்து ஓடும் ஊர்ப்பிள்ளைகளும் அவனுக்குச் சொல்ல முடியாத அளவு கர்வத்தை ஏற்படுத்தின.

"காலம் பூரா... அதட்டிகினு கீர ரெட்டியாருங்க... இந்தப் பறையனைப் பாத்து பயந்து ஓடறாங்க பார்ரா... அங்கதாண்டா நிக்கிறாரு எங்க ஏசப்பா...ஹ...ஹ... பறயனுக்குப் பயந்து பயந்து மீனு துன்ற ரெட்டியானுங்க" என்றவன் கண்களில் பரிகாசம் வழிய ஏரியைப் பார்த்தான். அந்தப் பரிகாசத்திற்குப் பின்னாலும் ஒரு வரலாறு இருக்கிறது. எது என்ன அவ்வளவு பெரிய வரலாறு?

12

இரண்டு மூன்று தலைமுறைகளுக்கு முன்னால் இந்த ஏரியும், இதற்குக்கீழே இருக்கும் நிலங்களும் வானம் பார்த்த பூமிகளாக இருந்தன. முக்கால் வாசிப் பகுதி நிலங்கள் ஊரிலிருக்கிற ரெட்டியார்கள் என்கிற வன்னியர்களுக்குச் சொந்தமாயிருந்தது. மீதி புறம்போக்கு நிலங்கள்.

அப்போது சொந்த நிலம் இல்லாத சேரிக்காரர்களுக்குச் சர்க்காரே கொஞ்சம் நிலம் கொடுத்தது. ஆனால் அதில் அவர்கள் பயிர் எதுவும் வைப்பதில்லை. எப்போதாவது மானாவாரியாக உழுது சோளம் விதைப்பார்கள்.

இந்த நிலையில்தான் சர்க்கார் இங்கே இந்த ஏரியை வெட்டியது. இங்கிருந்த புறம்போக்கு நிலங்களோடு சேர்த்து ரெட்டியார்களின் விளை நிலங்களும் சேரிக் காரர்களுக்குக் கொடுத்த இலவச பட்டா நிலங்களும் கொஞ்சம் ஏரியில் சேர்ந்துவிட்டது. ஏரிக்கு நிலம் வழங்கியவர்களுக்கு ஏரி மீன் மகசூலை அனுபவிக்கிற உரிமையை வழங்கியது சர்க்கார்.

இப்படி ஊரில் பதினோரு தலைக்கட்டுக்கும். சேரியில் எட்டு தலைக்கட்டுக்கும் சேர்த்து பத்தொன்பது தலைக் கட்டுக்குத்தான் இந்த ஏரி மீன் மகசூலில் உரிமை.

சேரியிலிருக்கிற எட்டுத் தலைக்கட்டில் கண்ணாயிரத்தின் தாத்தாவும் ஒருவர். அவருக்கு மூன்று பிள்ளைகள். அந்த மூவரில் மூன்றாமவரின் இரண்டு வாரிசுகளில் ஒருவன் கண்ணாயிரம். அவரின் தலைக்கட்டில் மட்டும் இந்தத் தலைமுறையில் ஏழு பங்குகள் பிரியும். அது எத்தனை பங்கு பிரிந்தால் என்ன? பங்கு பங்குதானே. உரிமை உரிமைதானே? அதுவும் ரெட்டியார்களுக்குச் சமமான உரிமை ஆயிற்றே.

ஏரி நிரம்பி, மீன்கள் பெருகிவிட்டால் கண்ணாயிரத்துக்கு இருப்பு கொள்ளாது. இரவு, பகல் எந்நேரமும் கையில் வேப்பங் கொம்போடுதான் அலைந்து கொண்டிருப்பான். ஒரு பெரிய கஜானா நிறய்யத் தங்கமும், வைரமும் வழிய வழிய நிரப்பிப் பூட்டி அதன் சாவியைக் கண்ணாயிரத்திடம் கொடுத்துவிட்டதைப் போன்ற பெருமிதத்துடன் ஏரியைச் சுற்றிச் சுற்றி சதா ஓடிக்கொண் டிருப்பான். கையில் அசையும் வேப்பங்கொம்புதான் அந்தச்சாவி.

பொதுவில் மீன்பிடிக்க ஏரியில் இறங்குகிறபோது தூரி வலைக்காரர்களும், சிங்கவலைக்காரர்களும் தான் தண்ணீரில் கால் வைக்க வேண்டும் என்பது விதி. ஆனால் வலைக்காரர்களைவிடக் கைகளால் மீன் பிடிப்பவர்களும், ஒட்டந்தட்டுக்களால் மீன்களைத் தேவுகிறவர்களும்தான் ஏரியை மொய்த்துக் கொள்வார்கள்.

கண்ணாயிரம் ஓடி ஓடி அவர்களை விரட்டுவான். தூரி வலைகளை இரண்டிரண்டு பேர்களாகத் தொடையளவு தண்ணீரில் தரையோடு சேர்த்து இழுத்து வந்து, கரையில் கொட்டுவார்கள்.

கரை வரை வலையை இழுத்து இரு கைகளாலும் வலையைக் கொள்ளி கொட்டுவதற்குள் உள்ளே மாட்டிய விரால்களும், முட்டைக் குறவைகளும் ‘சடார்... புடார்’ என எகிறித் துள்ளும். அவற்றைக் கொட்டியதும், பெரிய பெரிய யூரியா பைகளில் மீன்களைப் பொறுக்கிப் போட ஒருவர் நிற்பார்.

தூரி வலைக்காரர்கள் தரையோடு சேர்த்து இழுத்து, ஏரியைக் கலக்கினால், கெண்டைகளும், வெளிச்சிகளும், உலுவைகளும் தண்ணீரின் மேல் மட்டத்தில் திக்குத் தெரியாமல் ஓடும். அவற்றைச் சிங்க வலைக்காரர்கள் நீரின் மேல் மட்டத்தில் வலையைத் துழாவி தேவுவார்கள்.

அசந்தால் வலைக்காரர்கள் பிடிக்கிற மீன்களில் பெரிய பெரிய விரால்களும், குறவைகளும், தேளிகளும் சட்சட்டென்று கரையில்

முள் மரங்களைத்தாண்டி வயலில் இறங்கி, வீடுகளுக்குப் போய் விடும். கடைசியில் பொடி மீன்களைத்தான் கொண்டு வந்து பங்கு போடக் கொட்டுவார்கள்.

அங்குதான் கண்ணாயிரத்தைக் கண்டால் எல்லோருக்குமே கொஞ்சம் அச்சம். ஒரு இடத்தில் நிற்காமல் கரையின் இந்த மூலைக்கும், அந்த மூலைக்கும் சுற்றிக்கொண்டே இருப்பான். விரால்களைச் சேலை மறைப்பிலோ, வேட்டி மடிப்பிலோ பிடித்துக்கொண்டு கரையேறும் யாராக இருந்தாலும் அவர்களைச் சட்டென்று பிடித்துக்கொள்வான். அவனை மீறி மீன்கள் கரையேறுவது அதிசயம். ஆனாலும் அவை கரையேறிவிடும்.

காலையிலேயே தண்ணீரில் இறங்கும் வலைக்காரர்கள் உச்சிப் பொழுதில் கரையேறிவிடுவார்கள். வலைக்காரர்களுக்கு ஒரு பங்கு, ஏரிக்கரைக்காரர்களுக்கு இரண்டு பங்கு என ஒவ்வொரு வலைக் காரர்களிடமிருந்தும் பெறப்பட்ட மீன்கள் மலையாகக் குவியும். சண்முகம் ரெட்டியார், வெங்கடேச ரெட்டியார், ராஜி ரெட்டியார் இவர்களோடு சேரி அய்யாசாமி ஆகியோர்தான் பங்குகளை வாங்குவார்கள்.

விறால்கள், குரவைகள், உலுவைகள், ஜப்பான் கண்டைகள், குள்ளாக் கண்டைகள் எனத் தனித்தனியாய் பிரித்துக் குவிக்கப்படும். மீன் பிடிக்கும் கூட்டம், பங்குக்காரர்கள் கூட்டம், வேடிக்கைப் பார்க்கும் கூட்டம் என மனிதத் தலைகளும், அதற்குப் போட்டி யாகக் கொக்குகளின் தலைகளும் ஏரியெங்கும் மொய்த்துக் கிடக்கும். அதைவிட அதிகமாக மேலே பருந்துகள் கூட்டம் வட்டமடித்துக் கொண்டிருக்கும்.

குவிந்த மீன்களை முதலில் பத்தொன்பது பங்குகளாகப் பிரிப்பார்கள். அதன்பிறகு அந்தந்த தலைக்கட்டுகளும் தம் பங்குகளை எட்டு, பத்து பங்குகளாகப் பிரித்துக் கொள்வார்கள்.

கடைசியில் கோணிப்பைகளிலும், அன்னக்கூடைகளிலும், குண்டான்களிலும், மீன்களைச் சுமந்துகொண்டு வீடுகளுக்குச் செல்வார்கள் பங்குகாரர்களும், வலைக்காரர்களும்.

மற்ற சனங்களும் காவல்காரர்களின் அதட்டலுக்குக் கரையேறுவதும், மீண்டும் ஏரியில் இறங்குவதுமாய் அப்படி இப்படி என்று பைகளை நிரப்பிவிடுவார்கள்.

பங்குக்காரர்களும், வலைக்காரர்களும் வெறால், குரவைகளைக் குழம்புக்குப் போக, மிச்சத்தை வெளியூர்களுக்குக் கொண்டுபோய் விற்று விடுவார்கள். பலபேர் தேடி வந்தும் வாங்கிப் போவார்கள். அன்றைய நாளில் சுற்று வட்டார ஊர்களில் மீன் குழம்பு மணக்காத வீடுகளே இருக்காது.

குள்ளாக்கண்டைகள், ஜப்பான் கண்டைகள், பொடி மீன்கள் வாசல்களில் வெய்யிலில் மல்லாந்து கிடக்கும்.

இரண்டாவது நாளில் அந்த மீன்களின் வயிற்றில் 'சொத் சொத்'தென்று கால்களால் மிதித்தால் குடல்கள் பிதுங்கிக்கொண்டு வரும். மழையில்லாமல் அவை ஒரு வாரம் வெயிலில் காய்ந்தால் பதமான கருவாடாகிவிடும். பின்னர் பானைகளிலும், கோணிப்பை களிலும் பத்திரப்படுத்திவிட்டால் ஒரு வருடத்துக்குக் குழம்புக்குப் பஞ்சமிருக்காது.

இப்படி மூன்று முறை மீன் பிடி நடக்கும். மூன்றாவது முறை மீன் பிடித்தபின் 'சூறாக்கோல்' விட்டு விடுவார்கள். அதற்குப்பின் யார் வேண்டுமானாலும் மீன் பிடித்துக்கொள்ளலாம். ஏரி வற்றி, ஒரு அடி, இரண்டு அடி நீர் இருக்கும்போது, தாக்குப் பள்ளத்தின் குறுக்கே சேற்றுக்கழிகளையும், பங்களா மண்டைகளையும் வெட்டிப்போட்டுக் கட்டி, சால் வைத்துத் தண்ணீர் இறைத்து மீன் பிடிப்பார்கள் ஊர்க்காரர்கள். சேற்றில் முட்டைக் குரவைகளை விட, பறக்குரவைகள்தான் அதிகம் கிடைக்கும்.

கருப்பாக, தலை சப்பையாக இருக்கும் பறக்குரவைகளைப் பிடிப்பது லேசானதில்லை. முட்டைக் குரவைகள் கீழ்க்கால் கனத்தில் முழங்கை நீளத்தில் இருக்கும். வெளிர் சாம்பல்நிற உடலெங்கும் மணி மணியாக வட்ட வடிவ கோலங்களோடு பார்க்க அழகாக இருக்கும். குழம்பும் ருசியோ ருசி.

ஆனால் பறக்குரவையோ அதிகம் போனால் நான்கு விரல் கனத்தில், ஒருசாண் நீளத்துக்குமேல் வளராது. கருத்த உடலும், வழவழப்புமாய் இருக்கும். அதனைப் பார்த்தாலே ஊர்க்காரர் களுக்கு ஆத்திரமாக வரும். ஒட்ட ஒட்டத் தண்ணீரை இறைத்து விட்டு, சேற்றைப் பிசைந்தாலும், பறக்குரவைகள் சேற்றுக்குள் தப்பித்துவிடும். பிடித்தாலும் வழவழவென வழுக்கிக் கொண்டு போகும்.

அதன் தலையை அழுத்திப் பிடித்ததும் தலைக்குமேல் தூக்கி 'படீரென்று' தரையில் அடிப்பார்கள். "மகளாறு உனுக்கும் உஞ்சாதி புத்தி போவுதா பாரு" என்று பல்லைக் கடித்துகொண்டு காறித் துப்புவார்கள். அதைக்கேட்டால் சேரி அய்யாசாமி சண்டைக்கு வருவான்.

தலையில் அடிபட்ட பறக்குரவைகள் தலையையும், வாலையும் அடித்துக்கொண்டு, துள்ளித்துள்ளி ரத்தம் சிந்தி சாகும். அவற்றை அடித்துச் சாகடிக்காமல் பைகளிலோ பாத்திரங்களிலோ அப்படியே போட்டால் எகிறிக் குதித்து, எப்படியும் தப்பித்துக் கொள்ளும்.

ஏரி காய்கிற வரை ஊரில் மீன் குழம்பு வாசனை காற்றில் மிதந்துகொண்டே இருக்கும். மீண்டும் ஐப்பசி, கார்த்திகையில் ஏரி நிரம்பி, கோடிபோனால், ஆற்று நீரோடு வரும் மீன்களில் சில அப்படியே அவர்களின் உலைக்கும் வந்து விடும்.

ஆற்றில் தண்ணீர் திருப்ப ஒவ்வொரு முறையும் ஊர்க்காரரர்கள் தான் ஆற்றுக்குப் போவார்கள். சேரிக்காரரர்கள் யாரும் ஆற்றுப்பக்கம் தலைகூடக் காட்டமாட்டார்கள். அவர்கள் யாருக்கும் ஏரிக்குக்கீழே விளைநிலங்கள் இல்லை.

"தண்ணி திருப்பும்போது ஒர்த்தனும் வரமாட்டீங்க... ஆனா மீனுக்கு மட்டும் முன்னாடியே வந்து நில்லுங்கடா" என்று நக்கலடிப்பார் சின்னசாமி ரெட்டியார்.

"ரெட்டியார... அது உங்க மகசூலு ரெட்டியார... நீங்க ரெண்டு மூணு போகம் நெல்லு அறுத்துக்கிறீங்க... கெணத்துல கேவுரு, கம்பு அறக்கறீங்க... அதுனால தண்ணி திருப்ப ஆத்துக்குப் போறீங்க... எங்குளுக்கு இன்னா வெளையுது...? இந்த மீனு ஒன்னுதான... அதுவும் சர்க்காரு குட்த்தது... அத்த உட்ர முடிமா?" என்பான் கண்ணாயிரம்.

ஊர்க்காரரர்கள் மீன் காவலில் அவ்வளவு அக்கறை காட்டு வதில்லை. ஊர்ப்பிள்ளைகள் மீன் பிடித்துக் கொண்டிருந்தாலும், ஒப்புக்கு அதட்டிவிட்டுப் போய்விடுவார்கள். சேரியிலும் சிலர் கொம்பு சுற்றிக்கொண்டு வந்தாலும், 'ரெட்டியார் வீட்டுப் பிள்ளை களாயிற்றே' என்று சாந்தமாகச் சொல்லுவார்கள்.

கண்ணாயிரம், அய்யாசாமி, யோசப்பு மூன்று பேர்தான் பிள்ளைகளைத் துரத்திக்கொண்டு ஓடுவார்கள். பெரியவர் களானாலும் கூட அதட்டுவார்கள்.

"நாலு வர்சம் ஏரிக்குத் தண்ணி திருப்பாமக் காயணும்... அப்ப எந்தச் சூத்துல கீற கொம்பத்தூக்கி ஆட்டிகினு வந்து மீனுக்குக் காவுலு இர்ப்பானுங்க இவனுங்க" என்று ஆத்திரம் தலைக்கேறக் கத்துவார் குப்பா ரெட்டியார்.

"டேய் பங்காளி... நாலு வர்சம் ஏரி ரொம்பலன்னா அவனுங்க சூத்து காய்தோ இல்லியோ... நம்ம சூத்துத் தானா காய்ஞ்சிடும்டா" என்பார் சின்னசாமி.

"காஞ்சி கீஞ்சாலும் பரவால்ல ரெட்டியாரே... அந்தப் பொகலக்காரம்புள்ள சூத்து கீயணும்" என்றார் குப்பன் ஒருநாள் ஆத்திரத்தோடு.

ஒரு வெள்ளம் தவறாமல், தண்ணீர் திருப்ப ஆற்றுக்குப்போகும் சின்னசாமிக்கும், குப்பனுக்கும் மீன் பங்கு கிடையாது. அவர்கள் தலைக்கட்டுக்கு ஏரியின் கீழ்தான் நிலம். மீன் பங்கில் ஒரு கால் பங்கோ, கால்அரைக்கால் பங்கோ இருந்துவிட்டால்கூடப் போதும் குப்பா ரெட்டியாருக்கு. இல்லாதது அவமானமாக இருந்தது.

"மீனு இன்னாடா மீனு... பங்காளி உனுக்கில்லாத மீனா... ஆத்துல கங்காதேவி கீறவெரிக்கும் உனுக்கு மீனுக்கு இன்னாடா பஞ்சம்?" என்றார் சின்னசாமி.

"அப்டி சொல்லாத ரெட்டியார... ரவ்வூண்டு மீனு பங்கு வெச்சிகினு இன்னா எகிர்றாங்க அவங்க... நம்ப வூட்ல களி வாங்கித் துன்ற பலபட்ரிங்கோ... நம்பகிட்டயே கொம்ப ஆட்டிகினு வர்துங்க" என்றார் ஆத்திரமாக.

"அந்த பலப்பட்ரிங்க மீன நீ ஏண்டா புடிக்கிற...? ரோசம் கீறவங் ஏரிப்பக்கமே போவாம கீர்து" என்றார்.

"நா ஏங் ஏரிப்பக்கம் போவாம கீனும்...? யாரு அம்மா... ஊட்டுது... நாம இல்லினா மொளகா பூண்டு மொள்ச்சி பூடும்னா ஏரில" என்றார் இன்னும் சத்தமாக.

"அதயே ஏண்டா மார கட்டிகினு பேசிகினு கீற" என்றார் ரெட்டியார்.

“இல்லணா... ராத்திரி ஏரில வலய உட்டிருந்தங்... வெடி காலம்பர வலய எடுக்கலாம்னு போனா... எனுக்கு முன்னால அங்க நின்னுகினு கீறாங் பொகலக்காரம்புள்ள... ‘இன்னா ரெட்டியார... இது அடுக்குமான்னு’ எங்கிட்டியே ஞாயத்தக் கேக்கறாங்... இன்னாவோ... இன்னிக்குதாங் நானு ஏரில வலய உட்ட மாதிரி கேக்கறாங்... எனுக்குப் புத்தி தெரீஞ்ச நாள்லயிருந்து வலய உட்டுகினு கீறங்... ஊருக்கு உள்ள வந்தா நம்பக் காலுக்குக்கீய குந்தறவனுங்க... ஏரிக்கு வந்துட்டா கொம்பு மொளச்சிடுமா...? பீவேல மண்டய எட்த்தனா ஜெவுரிப் பூடுவங்... ஓடிப் பூர்றான்னேங்... ‘ரெட்டியார இது நல்லாயில்லன்றான்...’ எனுக்கே அறுவு சொல்றாங்... போடா மயிருன்னேங்” என்றார் மூச்சு விடாமல்.

“அவுனுங்குளுக்குனு கீற புடிப்பு அது ஒன்னுதான்டா... அதாங் கெட்டியா புட்ச்சிகினு கீறாங்க... மரத்துலயிருந்து வீய்றவங்க கைக்கு ஆப்டததான புட்சிகுவாங்க... அது புளியங் களையா... முரங்கக்களையான்னு பாத்துகினா இர்ப்பாங்க... இன்னாவோ போறாங்க உட்ரா” என்றார்.

“அது எப்டி ரெட்டியார உடமுடியுங்...? இன்னாதாங் இர்ந்தாலும் ஒரு ரெட்டியாருன்ற மரியாதகூடத் தெரியாதா அவுனுக்கு...? எனுக்கே அறுவு சொல்றாங்... இன்னாவோ பாப்பானுக்குப் பொறந்த பண்ணையாராட்டம்” குப்பா ரெட்டியார் அடங்குவதாகத் தெரியவில்லை.

அன்று மாலை சாராயம் உள்ளே போனதும் அவர் வாயிலிருந்து வராத வார்த்தைகளே இல்லை. சேரிப்பக்கம் பார்த்துக் காரித்துப்பிக் கொண்டே இருந்தார்.

குப்பா ரெட்டியார் சந்தோஷப்படும்படியான சந்தர்ப்பம் அடுத்த ஆண்டே அங்கு நடந்தது.

13

அடுத்து வந்த கோடையில் ஏரி ஒட்டக்காய்ந்து விட்டது. தாக்குப்பள்ளத்தில் நீர் இறைத்து மீன் பிடிக்கப்பட்ட பின், பள்ளம் மாற்றிப் பள்ளம் விடப்படும் தண்ணீர் ஆடு மாடுகள் தாகம் தணிக்கவும், ஊர் ஆண்கள் மலம் கழுவவும் உதவும். எப்படியும் சித்திரை வைகாசியில் சடசடவென்று அடிக்கும் மழையில் புதுத்தண்ணீர் வந்துவிடும்.

ஆனால் இம்முறை தாக்குப்பள்ளம் காய்ந்து, சேறு பாளம்பாளமாக வெடித்து, அதில் புல்லும் முளைத்து மாடுகள் மேயத் தொடங்கிவிட்டன. சித்திரையில் மழை வருவதாய் நாடகமாடிக்கொண்டிருந்த வானம் தடால் படாலென இடிப்பதும், மின்னுவதும், படபட வென்று ஒன்றிரண்டு தூறல்களைப் போட்டுவிட்டு கப்சிப்பென்று அடங்கி விடுவதுமாக இருந்தது.

வைகாசியில் யாருக்கோ பயந்து பயந்து பெய்த ஒன்றிரண்டு மழை மாடுகளுக்குப் புல் முளைக்கத்தான் உதவியது. ஆனி, ஆடியில் ஓரளவு பெய்த மழையால் தாக்குப்பள்ளம் மட்டும்தான் நிரம்பியது.

இங்கே ஏமாற்றியதைப் போலவே ஆந்திராவிலும் மழை ஏமாற்றிவிட்டதால் ஆற்றிலும் வெள்ளம் வரவில்லை. வருடம் தப்பாமல் ஆற்றில் வந்துவிடும்

வெள்ளம் அந்த ஆண்டு பிடிவாதமாகத் தமிழ்நாட்டைப் பார்க்காமலே இருந்து விட்டது.

மழைக்காலம் முடிந்தபோது ஏரியில் தண்ணீர் கால் ஏரிக்குக்கூடக் காணவில்லை. அதை வைத்து எதையும் நட முடியாது. ஏரியின் கீழிருந்த விளைநிலங்களும், கரம்புகளாகிப் போனதால் மாடுகள் மேயத்தொடங்கின.

கிணறுகளில் இருந்த பத்திருபது அடி தண்ணீர் ஒரு போகம் கேழ்வரகுக்குக் கூட 'எட்டிக்கோ புட்டிக்கோ' என்றாகி விட்டது. அதுவுமில்லாமல் கூட்டுக் கிணறுகளில் தண்ணீருக்காகக் கை கலப்புகள்கூட ஏற்பட்டன.

சின்னசாமி கேழ்வரகும், மிளகாய் தோட்டமும் போட்டிருந்தார். மிளகாய் தோட்டத்தினூடே நட்டிருந்த கத்தரிச் செடிகளும், வெண்டையும் குழம்புக்குத் தேறின.

ஐந்தாம் வகுப்புத் தேர்வு எழுதிய முருகவேலு, தேர்ச்சி யடைந்தால் ஆறாவது படிக்க வள்ளிமலைக்குப் போக வேண்டும். வள்ளிமலையில் மதிய உணவு போடமாட்டார்கள். ஐந்தாம் வகுப்பு வரைதான் மதிய சாப்பாடு என்பது சர்க்கார் உத்தரவாம். இங்கிருந்து இரண்டு மைல் தூரத்திலிருக்கிற வள்ளிமலைக்குப் போகிற குணா, மணிமுத்து, ஜானகிராமன் எல்லோருமே டிபன் பாக்சில் கூழ்கொண்டு போகிறார்கள். கல் உப்பை பேப்பரில் மடித்து டவுசர் ஜோபியில் ஞாபகமாய் வைத்துக்கொள்கிறார்கள். மதியம் மணி அடித்ததும், அங்கே ஏரிக்குப் பக்கத்தில் இருக்கும் கிணற்றுக்குப் போய்க் கூழ் கரைத்துக் குடிப்பார்களாம்.

முருகவேலுவுக்குக் கூழ் எடுத்துப்போவது என்பதே அசிங்கமாக இருந்தது. படிப்பிலும் நாட்டமில்லை. அதனால் பாஸ் செய்தாலும் அவ்வளவு தூரம் நடந்து போகமாட்டேன் என்று தினமும் அம்மாவின் புடவை முந்தானையை நோண்டிக்கொண்டே முக்கிக் கொண்டிருந்தான்.

அவன் போட்ட கணக்குகள் தவறாகி விட்டன. வீட்டில் மட்டுமல்ல, பள்ளித்தேர்விலும் அவன் கணக்குகள் எல்லாமே தவறாகி விட்டன. கணக்கோடு சேர்ந்து ஆங்கிலமும், அறிவியலும் கூடக் காலை வாரி விட்டது.

ஐந்தாவதிலேயே இன்னொரு முறை படிக்க வேண்டும் என்று சொல்லிவிட்டார் வேலாயுதம் வாத்தியார்.

அதையே சாக்காக வைத்து பள்ளிக்குப் போகமாட்டேன் என்று அடம்பிடித்தான். பூங்காவனம் கிளிப்பிள்ளைக்குச் சொல்வதைப் போலச் சொன்னாள். அதட்டினாள். அவுஞ்சி மண்டையை எடுத்து விளாசினாள். உடலெல்லாம் சிவப்பு சிவப்பாய் பட்டைபட்டையாய் எழும்பி விட்டன.

சாலம்மாள் பேரனை மார்போடு அணைத்துக்கொண்டாள். உடம்பில் எழும்பிய பட்டைகளைப் பார்த்து அவளுக்கு வயிறு எரிந்தது.

"படிப்பு இல்லாகாட்டி போவுது போடீ... எங்கொயந்தய அட்ச்சீயே கொன்னுபுடாதீங்க... அவங் ஆடு மாடு மேய்ச்சியாவது கஞ்சி குட்ச்சிகுவாங்" என்று மருமகளைத் திட்டினாள்.

அப்படி திட்டிவிட்டாலும் அவளுக்கும் மனசு ஒப்பவில்லை. கொடி விளங்கப் பிறந்த ஒரே பேரன். படித்து ஒரு வாத்தியாராகி விட்டால் போதும். அதைக் கண்ணாரப் பார்த்துவிட்டுக் கண்ணை மூடிவிடுவாள். ஆனால் புத்தகப்பையைத் தொடமாட்டேன் என்று தீர்மானம் செய்துவிட்டவனை என்ன செய்வது?

சின்னசாமியும் கெஞ்சிப் பார்த்தார், கொஞ்சிப் பார்த்தார். அதட்டிப் பார்த்தார். அடித்துப் பார்க்க அவருக்கு மனசு வரவில்லை. வாராது வந்த மாமணியை எப்படி அடிப்பது?

அக்காக்கள் எல்லோருமே சொல்லிப் பார்த்தனர். அசைய வில்லை முருகவேலு. தூங்கி எழுந்த உடனே, வயிற்றுக்கு எதுவும் சாப்பிடாமலே இரண்டு வெள்ளாட்டுக் குட்டிகளையும் ஓட்டிக் கொண்டு காட்டுப் பக்கம் போய்விடுவான். பள்ளிக்கூடத்து மணி அடித்து, சந்தடியெல்லாம் ஓய்ந்தபிறகு பதினோரு மணியளவிற்கு தான் வீட்டுப் பக்கம் திரும்பிவருவான். ஆடுகளின் வயிறுகள் சினையாட்டு வயிற்றைப்போலப் பிதுங்கிக் கொண்டிருக்கும். காரை முட்செடிகளை வளைத்து வளைத்துக் கொடுப்பான். காரைச் செடிகளின் முனையில் வெளிர்பச்சை நிறத்தில் துளிர்த்துக்கிடக்கும் துளிர் இலைகளையும், மெல்லிய இளம் முட்களையும் அவன் வளைத்துக் கொடுக்கக் கொடுக்க 'கரக் கரக்' எனக் கடித்து மெல்லும் ஆடுகளை ஆசைதீர பார்ப்பான்.

ஒவ்வொரு நாளும் ஊருக்கு முன் எழுந்து ஆடுகளை ஓட்டிக்கொண்டு போவதும், பள்ளி மணி அடித்த பிறகு வீடு திரும்புவதுமாக இருந்தான். அவனின் மன ஓட்டம் புரிந்துபோன பிறகு சின்னசாமி ரெட்டியார் அவன் போக்கிலேயே விடவும் முடியாமல், அடித்துப் பள்ளிக்கு அனுப்பவும் முடியாமல் தவித்தார்.

அவனைப் போலவே அவன் கூட்டாளிகளும் அஞ்சாவதில் தோற்று, அவன் கூடவே ஆடுகளை இழுத்துக்கொண்டு போனார்கள். ஆனால் ஜெயவேலு, மாரிமுத்து வீடுகளில் அதைப்பற்றி ஒன்றும் அலட்டிக்கொள்ளவில்லை. ஆடுகளாவது மேய்கிறதே என அவர்களுக்குத் திருப்தி. இரண்டு ஆடுகளோடு சேர்த்து மேலும் இரண்டு பெட்டை ஆடுகளையும் வாரத்துக்குப் பிடித்து விட்டனர் அவர்கள். பள்ளிக்குத் துரத்தாமல் விட்டதால் அவர்களுக்கும் சந்தோசம். மேலும் இரண்டு ஆடுகளைச் சேர்த்துவிட்டாலும்கூட அவர்கள் மேய்க்கத் தயாராய் இருந்தனர்.

பள்ளி திறந்து ஒரு மாதம்வரை ஊசலாட்டத்திலேயே இருந்தார் சின்னசாமி. பையனை மீண்டும் புத்தகப் பையைத் தூக்க வைத்துவிடலாம் என்ற அவரது நம்பிக்கை அதற்குப் பிறகு மழையில் கரையும் புற்று மண்ணைப்போலக் கரையத் தொடங்கிய போது அவன் கால்களில் விழாத குறையாகக் கெஞ்சி, கூத்தாடி ஒருவழியாக மீண்டும் பள்ளிக்கு அனுப்பி வைத்தார்.

சின்னசாமி காலையில் கவலையைப் பூட்டினால் சின்ன மகளோ, பூங்காவனமோ மடை திருப்புவார்கள். மதியம் கூழ் குடித்து வெயில் தாழ, காளைகளைப் பிடித்து வரப்புகளில் மேய்ப்பார்.

அவற்றைக் காட்டுப்பக்கம் ஓட்டிப்போக மாட்டார். முருகவேலுவை ஓட்டிப்போகவும் விடமாட்டார். காட்டில் மேயவிட்டால் நரிவெங்காயத்தாள்களை மேய்ந்து விடும். அகல அகலமாய் வெங்காயத் தாள்களைப் போலவே படர்ந்திருக்கும் நரிவெங்காயத்தாள்களை மாடுகள் நாக்கை நீட்டித் துழாவி லபக் லபக் கென்று கடித்து விழுங்கிவிடும். அவ்வளவுதான். அதற்குப்பிறகு மாடுகளுக்குப் பேதி கண்டுவிடும். தண்ணீர் தண்ணீராய் பீசும். சில மாடுகள் தேறுவதே கடினம்.

பிள்ளைகள் அந்த வெங்காயத்தைப் பிடுங்கி கல்லால் அடித்து விளையாடுவார்கள். வெள்ளை வெளேர் நிறத்தில், மிருதுவாக

இருக்கும் அந்த வெங்காயத்தை நரிகள் மட்டுமே தின்னுமாம். அதுவும் நரிகள் வீட்டில் விருந்து நடக்கும்போது அந்த வெங்காயத்தைப் போட்டுதான் கறி சமைக்குமாம். பௌர்ணமி நாட்களில் நரிகள் நடத்தும் விருந்தில் அந்த வெங்காயம்தான் பிரதானம் என்று சொல்வார்கள் பாட்டிமார்கள்.

நரிகளைத் தவிர அந்த வெங்காயத்தை மனிதர்களும் தின்ன முடியாது. மாடுகளுக்கும் செரிக்காது. வெள்ளாடுகளும், செம்மறி ஆடுகளும் அவற்றைத் தொடுவதே இல்லை.

அடுத்த கோடை வந்தபோது ஏரியின் உள்ளேயே பீவேல முட்செடிகள் முளைக்கத் தொடங்கிவிட்டன. வருடத்தில் முக்கால்வாசி நாட்கள் ஏரியில் வலைவிட்டு மீன் பிடித்த குப்பனுக்கே மீன் பஞ்சம் வந்துவிட்டது.

ஆற்றில் வெள்ளம் வராததால், அணைக்குக் கீழிருந்த ஊற்றுப் பள்ளத்தில் மட்டும் கொஞ்சம் தண்ணீர் இருந்தது. அதில் வண்ணார்கள் துணி துவைப்பதும், ஊர் ஆட்கள் குளிப்பதும் என எந்நேரமும் நடமாட்டம் இருக்கும். பகலில் அதில் மீன் பிடிக்கத் தோதுபடாது. இரவில் வலை விட்டாலும் பெரிய மீன்கள் எதுவும் சிக்காது. குரவைகள், ஜிலேபிகள்தான். அதுவும் ஒரு வீசை தேருவதே பெரும்பாடு.

வருடத்தில் ஒன்பது மாதங்கள் வரையாவது நீர் ஓடிய ஆறு. வெள்ளம் நின்ற பிறகும், ஊற்றுப்பள்ளத்தில் சுரக்கும் தண்ணீர் ஆறடி அகலக் கால்வாயாக ஆற்றில் ஓடும். அதனால் பெரிய ஆற்றில் அங்கங்கே தேங்கும் சிறு சிறு குட்டைகளில் முட்டைக் குறவைகளும், உலுவைகளும், தேளிகளும் துள்ளும்.

குப்பா ரெட்டியார் கண்டை வலையைப் போட்டு, குட்டைகளின் ஓரங்களில் செழித்திருக்கும் கோரைப் புற்களையும், பாசிகளையும் துழாவி, நண்டு வலைகளில் கைகளை விட்டு குறவைகளைப் பிடிப்பார். தப்பி ஓடும் மீன்கள் வலையில் தலையைக் கொடுத்து மாட்டிக்கொண்டு துள்ளும்.

ஆனால் இம்முறை ஊற்றுப்பள்ளத்தில் நீரோட்டம் குறைந்ததால் அந்தக் குட்டைகள் வற்றிவிட்டன. குப்பனுக்கே மீன் பஞ்சம் வந்துவிட்டதை ஊரே அதிசயமாய்ப் பேசியது.

ஏரியில் வலையைவிட்டு விறால்களின் தலைகளைப் பிடித்து அழுத்திய குப்பனின் கைகள் பரபரத்தன. அவருக்கு விறால்களைப்

பிடித்து அதைப் பாளம் பாளமாய்க் காவலிக்கிழங்கு போல் கையகலத் துண்டுகள் போட்டு, மிளகாய்த்தூள் தூவி, வேகவைத்துத் தின்ன வேண்டும் போலிருந்தது. அதை நினைக்கும் போதே வாய் நிறைய எச்சில் சுரந்தது.

ஆனால் அந்த ஏக்கத்துக்கிடையிலும் அவருக்குள் ஒரு குரூரத் திருப்தி எழுந்தது. ஏரி நிரம்பாததால், மீன் காவலிருக்கும் எவனையும் ஏரிப்பக்கம் காணோம். தலைக்கு மேல் கொம்பை சுழற்றிக்கொண்டு ஓடிவரும் 'பொகலக்காரம்புள்ளை'யை நினைத்ததும் அவருக்கு ஆங்காரச் சிரிப்பு வந்தது.

"எங் கூத்தியாரே... இப்ப எங்கடா காவுலு கீவுலுனு கொம்பச் சுத்திகினு வருவ...? ஆத்தா சூத்துக் காய்து பாரு... உனுக்காகவே உன்னும் ரெண்டு வர்சம் ஏரி காயணும்டா" என்று குதூகலித்தார்.

ஆனால் இரண்டு வருடம் ஏரி காய்ந்தால் ஊர் என்னாவது? மரம், மட்டை, செடி, செட்டை, ஆடு, மாடு, புழு, பூச்சி மட்டுமா காயும்? மனுசனும் சேர்ந்தல்லவா உலர்ந்து போவான்.

அப்படி எதுவும் நடக்கவில்லை. அடுத்த ஆண்டே மழை பிய்த்துக்கொண்டு பெய்தது. ஆற்றில் பெருவெள்ளம் வந்து, அணையின் ஒரு பகுதி உடைத்துக்கொண்டுபோய்க் கருவாட்டுக் காரன் பாறைமீது ஏறிக்கொண்டது.

ஆற்றில் வெள்ளம் குறைந்து, ஏரிக்குத் தண்ணீர் திருப்பவே பல வாரங்கள் காத்திருந்தனர். ஏரி குளிர்ந்து, நிரம்பி வழிந்து, ஊரார் கால்களில் சுடுதண்ணீரை ஊற்றிக்கொண்டதைப் போல ஓடினர்.

முருகவேலுவுடன் படித்த சுப்பிரமணி வள்ளிமலையில் ஆறாவது முடித்து ஏழாவதில் உட்கார்ந்த போது, இவன் ஏர் ஓட்ட நுகத்தடியைத் தூக்கிக்கொண்டு அப்பாவோடு ஏரியின் கீழே உள்ள வயல்களில் தேங்கிய தண்ணீரை மிதித்துக்கொண்டு ஓடிக்கொண் டிருந்தான். பொதபொதவென்று முட்டிவரை இறங்கிய சேற்றி லிருந்து கால்களைத் தூக்கி வைத்து நடப்பது, குப்பாரெட்டி குடிபோதையில் சாதாரண தரையில் தள்ளாடித் தள்ளாடி நடப்பது போல இருந்தது. அந்த நினைப்பு வந்ததும் சிரித்துக்கொண்டான் முருகவேலு.

கழனி நடவும், அறுவடையும், கேழ்வரகு, வேர்க்கடலை, சோளம், கம்பு விதைப்பும், அறுப்புமாக இங்கே சம்சாரிகள்

ஓய்வில்லாமல் ஓடிக்கொண்டிருந்த போது, இங்கிருந்து பத்து மைல் தொலைவில் இருந்த நரசிங்கபுரம், வடகால், சீகராஜபுரம், லாலாப்பேட்டை சுற்று வட்டாரத்தில் இருந்த நிலங்களை எல்லாம் அரசாங்கம் ஆர்ஜிதம் செய்யப் போவதாகப் பரபரப்பாகப் பேசிக் கொண்டனர் சுற்று வட்டார மக்கள்.

அந்தப் பேச்சு ஊர் ஊராகப் பரவி இந்த ஊருக்கும் வந்து சேர்ந்தது.

“ரெட்டியார... லாலாப்பேட்டைக்குப் பக்கத்துல பெல்லு கம்பனி வரப்போவுதாமே... அதுக்காகப் பட்டா நெலத்தயெல்லாம் சர்க்காரு எட்த்துக்கப் போவுதாமே” என்றார் குப்பா ரெட்டியர் பதைபதைப்போடு.

“ஆமாடா பங்காளி... நானு கூடக் கேள்விப்பட்டங்... மானாவாரி நெலம், புஞ்சநெலம் தாங் எடுத்துக்கிறாங்களாம். அத எட்த்துக்கினா அங்க கீற சம்சாரிங்க வயித்துக்கு இன்னாத்தடா துண்ணுவாங்க? பாவம்டா அவங்க” என்று கவலைப்பட்டார்.

அவர்களுக்காகப் பரிதாபப்பட்ட சின்னசாமி ரெட்டியார் ஒரு முறை அந்த ஊர்ப்பக்கம் போய் அங்குள்ள நிலவரத்தைப் பார்த்து வரவேண்டும் என்று நினைத்துக்கொண்டார்.

நிலம் ஆர்ஜிதம் செய்வதால், அந்தப்பகுதி மக்களின் வாழ்க்கையே புரளப்போவதை அப்போது யாருமே அறியவில்லை.

14

மானாவாரியில் கடலக்காய் கொடிகள் வெளிர் மஞ்சளிலும், கரும்பச்சையிலும் செழித்திருந்தன. காட்டில் ஒவ்வொரு வேர்க்கடலை நிலத்தைச் சுற்றிலும் வரப்புகளில் முட்டி உயரத்துக்குக் கருகம்புல்லும், சாணிப்புல்லும் வளர்ந்திருக்க, கடலைச் செடியினூடே விதைத்திருந்த துவரைச் செடிகள் இடுப்பு உயரத்துக்கு வளர்ந்து வரிசை வரிசையாக நின்று தலையாட்டிக் கொண்டிருந்தன. அதனூடே அங்கொன்றும் இங்கொன்றுமாய்ச் சோளப் பயிர்கள், அதில் பின்னிக்கொண்டு வளர்ந்த காராமணிச் செடிகள், அவைகளைத் திரும்பிப் பார்க்காமல், 'உங்களோடு எனக்கென்ன பேச்சு' என்பதைப்போல அங்கங்கே செழித்திருக்கும் மொச்சைச் செடிகள் கும்பல் கும்பலாய் ஒரு ஆள் பரப்பிக்கொண்டு உட்கார்ந்திருப்பதைப்போலச் சௌகரியமாய் உட்கார்ந்து, நாலாபுறமும் கொடிகளை விரித்துக் காற்றில் அலைந்து கொண்டிருந்தன.

ஏரியின் கீழே உழவு வேலைகள் முடிந்து கரு கருவென்று தொண்டைப் பயிர்களாக இருந்தன நெற்பயிர்கள். சேடையில் வெட்டிப்போட்டு உழுத புங்கந்தழை, வேப்பந்தழை, அவுரி, வெள்ளரிச் செடிகளின் சத்தும், நடவின்போது தூவிய அடியுரமும்

பயிர்களை மதர்த்துக்கொண்டு நிற்கவைத்தன. புதிதாக வயதுக்கு வந்து உடலில் அரும்பும் இளமைத்துள்ளலோடும், முகத்தில் மின்னும் அழகோடும், அடங்காத பூரிப்போடும் அலையும் இளம் பெண்களைப் போலக் காற்றில் அலைந்தன அந்த நெற்பயிர்கள்.

இரண்டு நாளைக்கொருமுறை ஏரி மடை திருப்புவதோடு வேறொன்றும் அங்கு வேலையில்லை சம்சாரிகளுக்கு. மானாவாரி கடலையிலும் களைக் கொத்தியபின் பக்குவமாகப் பெய்த ஆடி, ஆவணி மாத மழைகளில் அந்தப் பயிர்களும் சம்சாரிகளுக்குத் தொல்லை ஏதும் தராமல், கையில் முறுக்கோ, அதிரசமோ கொடுத்துவிட்டால், அதுபாட்டுக்கு ஆடிக்கொண்டிருக்கும் குழந்தைகளைப் போலக் காற்றில் ஆடிக்கொண்டிருந்தன. வெளியில் காற்றின் தாலாட்டில் இலைகளை ஆட்டிக்கொண்டிருந்தாலும், அதே வேளையில் மண்ணுக்குள்ளே மாயங்களைச் செய்து கொண்டிருந்தன கடலைச் செடிகள்.

அதுதான் சம்சாரிகளுக்குச் சற்று ஓய்வுக்காலம். தலை தெறிக்க ஓடிக்கொண்டிருக்கிறபோது, இடையில் சற்று நின்று, தண்ணீர் குடித்து, ஆசுவாசப்படுத்திக் கொள்வதைப் போன்ற ஓய்வு. அதற்குப் பின் மீண்டும் ஒரு தொடர் ஓட்டம் இருக்கிறது. நெல்லறுத்து, தாளடித்து, புணை ஓட்டி, நெல் வீடுகளுக்கு வரும் வரை ஓய்விருக்காது. கடலையைப் பிடுங்கிப் பறித்து, அதை உலர்த்தி எடுக்கும் வரை குந்த நேரமிருக்காது. இப்போது வரப்புகளில் மாடுகளை மேய்த்துக் கொண்டும், பொழுது சாய்ந்தால் கோயில் அருகில் தாயக்கட்டைகளை 'களீங் களீங்' எனக் கைகளுக்கிடையில் உருட்டி உருட்டி வீசிக்கொண்டும், கை தட்டி, கூச்சலிடுவதும், கெக்கலிப்பதுமாய் இருந்தது ஊர்.

அன்று பொழுது சாய்ந்து பஜனை கோயிலருகிலிருந்த தெரு மின்விளக்கு வெளிச்சத்தில் தாயக்கட்டங்களைத் தாண்டியும், பறந்தும் வெள்ளைக் கற்களும், புளியங்கொட்டைகளும் சுற்றி வந்த போது, குப்பா ரெட்டியார்தான் அந்தப் பேச்சைத் தொடங்கினார்.

“ரெட்டியாரே... காட்ல மொசுலு பெருகிப் போய்க்கீது... வேட்டைக்குப் போயி ரொம்ப நாளாய்ட்ச்சி... நாளிக்கி வேட்டைக்கி போலாமா?” என்றான் குப்பன்.

“மொசுலு வேட்டய்க்கா... போலாமே... வேலயுங் ஒன்னுமில்லதாங்...” என்றார் சின்னசாமி.

நான்கு நான்கு பேராகப் பிரிந்து எட்டுபேர் தாயக்கட்டை களை உருட்டிக் கொண்டிருந்தனர். எட்டுபேருமே முயல் வேட்டைக்குத் தயார் என்றனர். அவர்களுக்குள் தொற்றிக்கொண்ட உற்சாகத்தில், அப்போதே கிளம்பி விடலாமா என்று பரபரத்தன கைகளும், கால்களும்.

"குப்பா... வேட்டைய்க்குப் போனம்னா... தாண்டவராய ரெட்டியாரில்லாம நல்லாருக்காது... அவரும், அவரு ஈட்டியும், நாயுந்தான் முன்னால போவணுங்... போயி அவருக்குச் சொல்லி, காலீல வரசொல்லிடு... இந்த ஆட்டடத்தோடு முட்ச்சிகினு போயி படுங்க... காலீல வெடியும்போது சின்னனாங் கொளத்துல இர்க்கணும்" என்றார் ரெட்டியார்.

சொன்னதைப் போலவே, சூரியன் கரிமலையின் கிழக்கில் தலைகாட்டத் தொடங்கியபோது பதினோரு பேரும் தாண்டவ ராயனின் நாயுடன் சின்னனான் குளத்தில் இருந்தனர். ஊரிலிருந்து இரண்டு மைல் தூரத்தில் தைலந்தோப்பிற்கு வடக்கில் இருந்தது அந்தக் குளம். கரிமலை, தாமரைக்குளம் மலைகளிலிருந்து வரும் வெள்ளம் அந்தக் குளத்தில்தான் தேங்க வேண்டும். எப்போதுமே தண்ணீர் நிறைந்து தளதளக்கும் குளம் அது. காட்டில் மேய்கிற ஆடு, மாடுகளுக்கும், மேய்ப்பர்களுக்கும் அதுதான் குடிநீர். குளிக்கவும், ஆடு மாடுகளைக் குளிப்பாட்டவும் அதுதான் உதவுகிறது. சுற்றிலும் கள்ளிச் செடிகளும், காரை, சீக்கம் முட்செடிகளும் சூழ்ந்து, எப்போதுமே இறுக்கமாக இருக்கும் அந்த இடம். உச்சி வெயிலில் தாகம் தீர்க்க ஓடிவரும் ஆடுகளும், ஒருசில மனிதர்களும் தவிர, மற்ற நேரங்களில் அந்தப் பிரதேசமே மயான அமைதியில் இருக்கும்.

குளத்தின் கரையில் தலையை விரித்துக்கொண்டு நிற்கிற ஒற்றை ஆண் பனை அந்த நிசப்தத்தின் கனத்தை மேலும் மேலும் கூட்டிக்கொண்டு இருக்கும். அதில்தான் 'ரெட்டை குண்டிக்காய்' சின்னையனின் ஆவி இருப்பதாகப் பிள்ளைகளும், பெண்களும் பேசிக்கொள்வார்கள்.

ரெட்டை குண்டிக்காய் சின்னய்யனை அந்த மரத்துக்கு அருகில்தான் அடித்துக் கொன்றார்களாம். அவன் மகா முரடன். மகா சூரன். இரவு, பகல் எந்நேரமும் காடு மேடெல்லாம் திரிவான். பக்கத்து ஊர்க்காரன். மாடு பிடித்து விற்கும் வியாபாரி. வடக்கே

வெகுதூரம் போய் மாடுகளைப் பிடித்து வந்து, இந்தச் சுற்றுப்புற ஊர்களில் விற்பான்.

அவன்தான் நான்கு வருடங்களுக்கு முன்பு ஒருநாள் இந்த ஒற்றைப்பனை மரத்தின் கீழே பிணமாகக் கிடந்தான். வியாபாரத்தில் இருந்த விரோதம் காரணமாக உடனிருந்தவர்களே அவனைக் கொடூரமாக அடித்துக் கொன்றுவிட்டதாக ஊரெல்லாம் பேசிக்கொண்டார்கள்.

அதற்குப்பிறகு ஆடு, மாடு மேய்ப்பவர்கள்கூட அந்தப்பக்கம் போகப் பயந்தனர். சிறுவர்கள் அந்தத் திசையையே திகிலோடு பார்த்தனர். குப்பா ரெட்டியார், தாண்டவராயன் போன்றவர்கள் மட்டுமே சாதாரணமாக அங்கே போவார்கள்.

சின்னசாமி ரெட்டியார் இப்போது தலையை உயர்த்தி அந்தப் பனை மரத்தைப் பார்த்தார். காற்றில் ஓலைகள் சிலுசிலுக்கக் காற்றிடம் எதையோ சொல்லிக் கொண்டிருந்தது அந்த மரம்.

"எம்மாம்பெரிய ஆளுடா அவன்... என்னா நட நடப்பாங்... எல்லாருக்கும் ஒத்த குண்டிக்காய்தான் இருக்குமாம்... அவுனுக்கு மட்டும் ரெட்ட குண்டிக்கா இர்ந்திச்சின்னு சொல்றாங்க... இர்ந்திருக்கும்... எம்மாம்பெரிய காடா இர்ந்தாலும், என்னா ராவா இர்ந்தாலும்... ஒத்த ஆளாவே மாடுங்கள புட்ச்சினு வருவாண்டா" என்றார் சின்னசாமி.

"எனுக்கேக்கூட ராத்திரில வந்து இந்தக் கொளத்துல வெறாலுக்கு வலய உடம்போது... திடீர்னு ஒடம்பு சிலுத்துக்குது ரெட்டியார்" என்றார் குப்பன்.

"டே குப்பா... பாத்துரா... வெறாலுக்கு ஆசப்பட்டு... தனியா வந்து... சின்னய்யங் ஆவி அட்ச்சி மூக்குல ரத்தம் கக்கிடப்போற" என்றார் ராமமூர்த்தி ரெட்டியார்.

எல்லோரும் 'கெக்கக்கே' என்று சிரித்தனர்.

"டேய்... சிரிச்சிது போதும்... ஆளுக்கொரு பொதுர்ல போயி கல்ல அட்ச்சி மொசுல எய்ப்புங்கடா" என்றார் தாண்டவராயன். அவரது நாயின் நாக்கில் உமிழ்நீர் சொட்டச் சொட்ட, காதுகளைக் கூராக்கி தலையைத் திருப்பித் திருப்பி அப்படியும் இப்படியுமாய் உற்றுப்பார்த்தது.

கைகளிலிருந்த ஆளுயரத் தடிகளால் காரைப் புதர்களையும், மஞ்சுப் புல் புதர்களையும் ‘சொர்க் சொர்க்’ என்று குத்தி உலுக்கி, எட்டாத புதர்களில் கற்களை வீசியடித்துக்கொண்டு நாலாபுறமும் ஓடினர்.

சூரியன் மார் உயரத்துக்கு வந்தபோது இரண்டு ஆள் உயரம் வளர்ந்திருந்த அந்தக் கள்ளிச் செடிக்கடியில் இருந்த காரைப் புதரிலிருந்து விசுக்கென எழுந்த சாம்பல் நிற முயல் கண்ணிமைக்கும் நேரத்தில் அம்பைப்போலப் பாய்ந்து கரிமலைப்பக்கம் ஓடியது.

“டேய்... த்ரா த்ரா... ஓட்து பார்ரா... தொரத்து தொரத்து... அந்தப்பக்கம்... த்தோ... தோ” என்று ஆளாளுக்குச் சுதாரிப்பதற்குள் தைலத்தோப்பில் நுழைந்து, கரிமலையைக் குறிவைத்து ஓடியது முயல். கரிமலைக்குள் நுழைந்து விட்டால், எந்தக் கொம்பனாலும் முயலைப்பிடிக்க முடியாது. பாறைகளும், கள்ளிச்செடிகளும், முட்செடிகளும் மனிதர்களுக்குப் பகை. முயலுக்கோ பாதுகாப்பு. பார்த்துக்கொண்டிருக்கும்போதே கரிமலைக்குள் கரைந்து விட்டது முயல்.

ஓடும் முயலை எப்படியாவது காட்டுப்பக்கம் திருப்பி விட்டால், அதற்குப் பிறகு ஓட ஓட துரத்தித் துரத்தி முயலும் சோர்ந்து, ஆட்களும் சோர்ந்து, நான்கு முயல்களை எழுப்பினால் இரண்டையாவது பிடித்து விடலாம்.

“மகன்து... கண்ணமூடி கண்ண தறக்கத்துக்குள்ள மின்னல் மாறி பறந்து பூட்ச்சே... இந்தப்பக்கமா ஓட்ற மாதிரி களப் புங்கடா...” என்றார் தாண்டவராயன்.

கையிலிருந்த ஈட்டியைப் புதர்களுக்குள் ‘சர்ரக் சர்ரக்’ என்று சொருகி, இழுத்து, முன்னேறினார். அவரது கருத்த உடம்பில் கீழ்பாய்ச்சி கட்டியிருந்த வேட்டிக்குமேல் படபடவென்று அடித்துக் கொண்டிருந்தது அவரது மார்புக்கூடு. வலது கை வேகமாகப் புதர்களைக் கலைக்க, முகத்தில் கீறும் முட்செடிகளை இடது கையால் விலக்கி விட்டபடி நடந்தார். கட்டை விரல் மட்டுமே இருந்த இடது கை, அவரது அவசரத்துக்கு ஈடு கொடுக்க முடியாமல் திணறியது. பனங்காய் வெட்டும்போது பனங்காயோடு சேர்ந்து சிதறி விட்டன மற்ற நான்கு விரல்களும். அதனாலேயே

'மொண்டிக் கையன்' என்று ஊரில் பட்டப் பெயர் வந்துவிட்டது. ஆனால் அவர் எதிரில் யாரும் அப்படிச் சொல்லி விட முடியாது.

அந்த விரல்கள் போன குறையை ஈட்டியைப் பிடித்துச் சரி செய்து கொண்டதைப்போல எப்போதும் ஈட்டியோடுதான் திரிவார். எப்போதேனும் வீடுகளுக்குள்ளோ, ஆட்டுப் பட்டி களுக்குள்ளோ சாரைப்பாம்போ, நல்ல பாம்போ நுழைந்து விட்டால், அந்த ஈட்டியாலேயே குத்தித் தூக்கி விடுவார். ஆனால் முயலை அப்படி ஈட்டியால் குத்தித் தூக்குவது அத்தனை எளிதில்லை. எவ்வளவு அசந்து தூங்கினாலும், சிறு அசைவைக்கூடக் கவனித்து, நொடியில் பறந்துவிடும் முயல்.

"த்ரா... த்ரா... எகிறித் தாண்டி ஓடுது பார்றா... ரெட்டியார அந்தப்பக்கம் தோ தோ... காட்டுக்கா திரும்பிட்சி... ஓடு... ஓடு... தொறத்து... த்தா... ஜீ... ஜீ... ஓடு... ஓடு" என்று திடீரென அலறின வாய்கள்.

அந்தக் கருமைநிறப் பாறைக்கடியிலிருந்து கிளம்பிய முயல் மேய்ச்சல் காட்டை நோக்கி நான்கு கால் பாய்ச்சலில் ஓடியது. சின்னச்சின்ன காரை முட்செடிகளையும், ஆவாரஞ் செடிகளையும் தாண்டி தாண்டி சதுரக்குட்டையை நோக்கி ஓடியது. நாயும் பின்னாலேயே ஓடியது. அங்கிருந்து முக்கால் மைல் தூரத்தில் சதுரக்குட்டை.

"ஓடுங்க... செதர குட்டைல பூந்துகினா தேட்றது கஸ்டம்... அதுலயும் வடவாண்ட பக்கம் பொதுரு ஜாஸ்தி... முஞ்சவெரைக்கும் மேக்காலத் தொரத்துங்க..." என்று கத்தினார் தாண்டவராயன்.

சின்னசாமியும், குப்பனும் மேல்மூச்சு வாங்க பின்னால் ஓட, ராமமூர்த்தி, சேகர், கணேசன் ஆகியோர் முன்னால் ஓடினர். அவர்களிடமிருந்து நூறு அடி தூரத்தில் ஓடியது நாய். நாயிலிருந்து நூறு அடி தூரத்திற்கு முன்னால் ஓடியது முயல்.

சின்னசாமி ஓடிய வேகத்தில் சறுக்கிக்கொண்டு கீழே விழுந்தார். குப்பனோ கப்புச்செடியில் நுழைந்து ஓடி, முகத்தில் விளாரால் அடி வாங்கினார். இளவட்டங்கள் கற்களைத் தாண்டி குதித்து ஓடினர்.

முயலுக்கும், நாய்க்குமான இடைவெளி குறையத் தொடங்கிய போது, சதுரக்குட்டையில் ஏறிய முயல் அங்கிருந்த பெரிய காரை,

சீக்கம் முள்செடிகள் பின்னிக்கிடந்த புதரில் நுழைந்தது. நாய் புதரைச் சுற்றிச் சுற்றிக் குரைத்தது.

பின்னால் ஓடிவந்தவர்கள் கூர் கூரான பாறைகளுக்கிடையிலும் புதர்களுக்குள்ளும் கற்களை வீசி, சத்தமெழுப்பினர். நாயால் புதருக்குள் நுழைய முடியவில்லை.

"குப்பா உசாராச் சுத்தி நில்லுங்கடா... மகன்து எப்டியும் இந்தப் பொதுர்லயிருந்து தப்பிச்சி போவமுடியாது. உசாராப் பாருங்க... இதுலயிருந்து கிளம்பி... நெச்சிகுட்ட மலப்பக்கம் போவாம ஆத்துப்பக்கமா திருப்பிட்டம்னா ஆத்துல புட்ச்சிட்லாம்" என்ற தாண்டவராயன், புதருக்குள் ஈட்டியை சொருகிச் சொருகி இழுத்தார்.

சூரியன் மேலெழுந்து விடுவிடுவென நகரவும், அவர்களின் உடலெல்லாம் வியர்வை பெருகி ஊற்றாய் ஒழுக ஒழுக... பரபரத்தனர்.

சதுரக்குட்டையில் மரங்கள் குறைவு. சின்னச் சின்னக் குற்றுச் செடிகள்தான். கப்பு மண்டைகள் அதிகம். அது காலில் மிதித்தால் மள மளவென உடையும். ஆனால் உடம்பில் பட்டால் சிறு முட்களால் கீறிவிடும். அவர்கள் ஆ, ஊ எனச் சத்தமிடவும், அவர்களைக் கண்டு மிரண்ட பீ குருவிகள் கும்பல் கும்பலாகப் பறந்து, வேப்பஞ் செடியிலும், நுணா செடியிலும் உட்கார்ந்து 'கீ கீ கீ' என்று கத்துவதும், எழும்பிப் பறப்பதுமாக அல்லாடின.

"உசாரா... நில்லுங்கடா... வெளிய தல காட்டனா... ஒரே அடி... மூள செதறிப் பூட்ணும்... உட்டிங்கோ... அப்புறமும் ரெண்டு மைலு ஓடணும்" என்றார் குப்பன்.

அவர்கள் அவ்வளவு விழிப்பாக இருந்தும் 'புதுக்கென'ப் புதரிலிருந்து கிளம்பிய முயல் மேற்கு நோக்கி ஓட ஆரம்பித்தது. அதை முதலில் பார்த்துவிட்ட நாய் தாவி அதன்மீது விழுந்தது. ஒரு சாண் இடைவெளியில் முயலைத் தவறவிட்ட நாய் ஆக்ரோஷமாகத் துரத்தியது.

ஆட்களும் ஆத்திரம் தலைக்கேற... மூச்சு வாங்க ஓடினர். அவர்களின் நல்ல நேரமோ, முயலின் போதாத நேரமோ... முயல் நெச்சிக்குட்டை மலையைத் தவிர்த்துவிட்டு, ஆற்றை நோக்கி ஓடியது.

"டேய்... ஜோரா ஓடுங்க... மொசுலு ஆத்துக்கா திரும்பிட்ச்சி... புட்ச்சிட்லாம்... ஓடுங்க" என்றார் சின்னசாமி.

ஆவாரஞ் செடிகளைத் தாண்டி, வேர்க்கடலை நிலங்களில் புகுந்து, வரப்பேறி... வெள்ளைக்காரன் கால்வாயில் இறங்கி ஓடியது. மணலில் அதன் வேகம் குறைந்தது. நாயின் வேகமும் குறைந்தது. கால்வாய் கரையேறி... தார் சாலையில் கால்வைத்த முயல் ஒரு கணம் தடுமாறியது. அதுவரை நம்பிக்கையோடு ஓடிய முயலுக்குத் தார்ச்சாலை தடுமாற்றத்தை ஏற்படுத்தி இருக்கலாம். சீறிக்கொண்டு வந்த நாயைப் பார்த்து அதிர்ந்து, சாலையைத் தாண்டி பெரிய ஆற்றில் இறங்கியது. பின்னாலேயே இறங்கிய நாய் எகிறி முயலின் கழுத்தை நோக்கிப் பாய்ந்தது.

ஒரு கணம்தான். பெரிய ஆற்றில் குட்டை குட்டையாய்த் தேங்கியிருந்த தண்ணீரைப் பார்த்து, எந்தப்பக்கம் ஓடுவது என முயல் திணறுவதற்குள் அதன் கழுத்தில் கடித்தது நாய்.

பின்னாலேயே ஓடிவந்த தாண்டவராயனைப் பார்த்ததும் நாய்க்கு வேகம் வர, முயலோடு ஒரு புரண்டு புரண்டது. அதற்குள் அவர் ஈட்டியை நேராக நீட்டவும், முயல் சோர்ந்து சாயவும், "மணி... ஜீ" என்ற அவரின் குரலுக்கு அடங்கி நாய் ஒதுங்கி நிற்க, ஒரே குத்து, முயலின் வயிற்றில் குத்தினார்.

"மாட்டிக்கிச்சா மாட்டிக்கிச்சா.. இன்னா ஓட்டம்... காலே தேஞ்சிப்போய்டும் போல ஆய்ச்சி" என்று எல்லோரும் மூச்சிறைக்க, களைப்பு மறந்து கண்களில் ஆர்வம் மின்ன முயலைப் பார்த்தனர்.

இரண்டு வீசை கறி தேறும். முயலைத் தூக்கி, ரத்தம் சொட்டச் சொட்ட காதைப் பிடித்து எடை பார்த்தார் தாண்டவராயன்.

"சின்னசாமி ரெட்டியார... மறுபடியும் காட்டுக்குப் போயி வேற மொசுலு எய்ப்பலாமா... இல்ல.. இப்டியே ஊட்டுக்குப் போலாமா?" என்று கேட்டார்.

"இப்பவே பத்துப்பதினோரு மணி ஆயிருக்கும்போலக் கீது... இதுக்குமேல வெய்யிலுல ஓட முடியாது... இப்டியே போலாம்" என்றார் ரெட்டியார்.

மொண்டிக்கையில் ஈட்டியும், வலது கையில் தொங்கும் முயலுமாகத் தாண்டவராய ரெட்டியார் ராஜநடை நடக்க, அவரைச் சூழ்ந்து மற்றவர்கள் நடக்க, முயல் குழம்பை நினைத்து நாக்கில் சுரந்த எச்சிலை விழுங்கியபடியே ஊரை நெருங்கினர் அவர்கள்.

பஜனை கோயிலுக்குப் பக்கத்திலிருந்த வேப்பமரத்தடியில் இருந்த பலகைக் கல்லைத் தண்ணீர் ஊற்றிக் கழுவிய குப்பா ரெட்டியார் அதன் மீது கிடத்தி முயலின் தோலை உரிக்க, பார்த்துக் கொண்டிருக்கும் போதே கால்களும், கண்களும், காதுகளுமாய் இருந்த முயல் துண்டுகளாய் ஆனது.

"இன்னா ஓட்டம் ஓடின... மகளாரே... எங்க இப்ப ஓடு பாக்கலாம்" என்று சிரித்தார் குப்பாரெட்டி.

பதினோரு பேருக்கும் ஆளுக்கொரு பங்கு, நாய்க்கு ஒரு பங்கு, தாண்டவராயனின் ஈட்டிக்கு ஒரு பங்கு என மொத்தம் பதிமூன்று பங்குகளை வரிசையாகக் கல்லின்மீது போட்டனர்.

ஒரு பங்குக்கு ஒரு கைப்பிடி கறி தேறியது. தாண்டவ ராயனுக்குப் பரவாயில்லை. மொத்தம் மூன்று பங்கு. அரை வீசை தேரும். மற்றவர்கள் கைப்பிடிக்கறியைக் காய்ச்சி குடும்பமே சாப்பிட வேண்டும். ஆனால் அதைப்பற்றி யாரும் கவலைப் படவில்லை.

சில நேரங்களில் ஒரு முயலை இருபது, இருபத்தைந்து பங்குகள்கூடப் போட வேண்டியிருக்கும். பங்குக்கு இரண்டு, மூன்று துண்டுகள்தான் கிடைக்கும். அதைப் பொடிப்பொடியாக வெட்டிப் போட்டு, அதனுடன் காராமணி சேர்த்துக் காய்ச்சி, அந்த வாசனையிலேயே அந்தக் குடும்பம் மொத்தமும் சாப்பிட்டு விடும். கறி வாசனை வந்தாலே போதும். இரண்டு உருண்டை களி 'என்னதில்லே' என்று வயிற்றுக்குள் ஓடிப்போய் உட்கார்ந்து கொள்ளும்.

தாண்டவராய ரெட்டியாருக்குப் பரவாயில்லை. எப்போதுமே அசல் முயல் கறியின் ருசி அவர் வீட்டில்தான் மணக்கும். முதலில் நாய்க்குச் சில கறித்துண்டுகளும், களியும் போட்டுவிட்டுத்தான் குடும்பமே தின்னும்.

கறிப்பங்குகளை அவரவர் பொடிப்பயல்கள் கொண்டுவந்த கிண்ணங்களில் போட்டுக்கொண்டு கலைந்தனர். குப்பன் சாராயத்துக்கு ஓடினார். அன்று மதியம் சாராயமும், கறிக்குழம்பும் தெருவெங்கும் மணக்க,

"இராவனேஸ்வரன் நானே... என்னை வெல்ல ஆகுமோ, வீணே"

என்று தெருவில் 'தை தை' என்று குதிக்கத் தொடங்கினார் குப்பா ரெட்டியார்.

15

அடுத்து வந்த மார்கழியில் அறுவடைகள் முடிந்து, தைப் பொங்கல் கொண்டாட்டங்களும் ஓய்ந்த பின் வள்ளிமலையில் நடக்கும் மாசித் தேரோட்டத்துக்கு நாட்களை எண்ணத் தொடங்கினர் பிள்ளைகள்.

நடவு தாமதமானவர்கள் ஒன்றிரண்டு பேர் நெல்லறுப்பும், கதிரடிப்புமாக ஓடிக்கொண்டிருந்தனர்.

ஒரு வழியாய் ஏரிக்குக் கீழே அறுவடைகள் முடிந்து, முட்டி வரை சேறு இறங்கும் ஓடைக்காலும் காயத் தொடங்கியபோது வடவாண்டை மேட்டிலும், களர் பக்கமும் நகரும் பாறாங்கற்களைப்போல மாடுகள் மேயத் தொடங்கியிருந்தன. அறுவடை முடிந்தபின் வரப்புகளில் செழித்திருந்த கருகம் புற்களையும், கோரைப்புற்களையும் கறி சோற்றை வாரி வாரி விழுங்கும் மனிதர்களைப்போல மென்று விழுங்கிக் கொண்டிருந்தன கறவை மாடுகளும், உழவு மாடுகளும்.

தண்ணீர் கட்ட மனிதக் கால்கள் இரவும், பகலும் ஓடி ஓடி மிதித்ததால் தலையில் வகிடு எடுத்ததுபோல வரப்பின் நடுவில் குறைவாய் இருந்த புற்கள், வரப்பு ஓரங்களில் செழித்திருந்தன.

தினமும் கறவை மாட்டுக்காரிகள் முதுகில் புடவையைக் கட்டிக்கொண்டு அரிவாளால் அறுத்து அறுத்து பசும் புற்களை முதுகுப்பக்கம் போட்டுக் கொள்வார்கள்.

குனிந்து புல் அறுத்து முதுகில் போட்டுக்கொண்டு நகரும் அவர்களைப் பார்த்தால் முதுகு உயர்ந்த ஒட்டகங்களைப் போல இருக்கும். வெளிர் மஞ்சளும், கிளிப்பச்சையுமாய்த் தளிர்விடும் புற்களை ‘சரக் சரக்’கென்று அறுக்கும் பெண்களின் வாயில் எச்சில் சுரக்கும். மாடுகளாக மாறி அந்தப் புற்களை ஆசைதீர மேயலாமா என்று ஆசை வரும். சில இளம்பெண்கள் அந்தப் புற்களை அறுக்கும் முன்பு அதன் தலைகளின்மீது உள்ளங்கைகளால் மெதுவாகத் தடவுவார்கள். மெத்தென்று உள்ளங்கையில் கிச்சு கிச்சு மூட்டும் புற்களின் மென்மையால் மேனி சிலிர்க்கும்.

சில நிலத்துக்காரிகள் வேற்றாள்களை வரப்பில் புல்லறுக்க விடமாட்டார்கள். அவர்களின் மாடுகளுக்கே புல் வேண்டும். அல்லது வரப்பை மறைத்து திமிரி நிற்கும் இளம் பயிர்களின் மதர்ப்பு புல்லறுக்கும் கண்களில் பட்டு திருஷ்டியாகிவிடும். கல்லடி பட்டாலும் படலாம், கண்ணடி படக்கூடாது என்பதால், அறுவடை முடியும் வரை யாரையும் புல்லறுக்கவிடாமல் துரத்துவார்கள். வரப்புகளில் புல்லறுக்காமல் விட்டால், புதர்போலப் புல் வளர்ந்து, அதில் எலி சேர்ந்து வளை தோண்டிவிடும். அதனால் மாடு இல்லாவிட்டாலும்கூட, அவர்களே புல்லை அறுத்து அதைப் புதரில் போட்டு விடுவார்கள்.

அறுப்பும், அலுப்பும் முடிந்து, வெட்டவெளி வானம் போலக் கிடக்கும் வயல் வெளிகளைப் பார்க்க புது அழகோடு இருக்கும். பயிர் செழிக்கும் வயல், விதைத்தவனுக்கு அழகு. கதிரறுத்த வயல் மாடுகளுக்கு அழகு.

அங்கங்கே மாடுகள் மேய்ந்து கொண்டிருக்க, வயலில் இறங்கி விடுமோ என்கிற கவலையின்றி, ஆண்களும், பெண்களும் வரப்பு களில் குந்தி கதை பேசிய படியும், சிலர் மெத்தென்ற புற்களின்மீது ஆனந்த சயனத்தில் ஆழ்ந்தும் கிடக்கப் பொழுதுகள் ஏகாந்தமாய்க் கரையும்.

நடவு, களை எடுப்பு, அறுப்பு என்று ஓடிய உடம்புகளுக்கு, அது திகட்டாத ஓய்வுக் காலம்.

அடுத்து வந்த அமாவாசையை அடுத்த ஐந்தாம் நாள் வள்ளி மலையில் மூன்று வேட்டுகள் முழங்கியபோது குளிருக்கு ஏறு வெயிலில் அமர்ந்து வரப்புகளில் கதை பேசிக்கொண்டிருந்தவர்கள் தலையை உயர்த்தி மலையைப் பார்த்துக் கும்பிட்டனர்.

"வெள்ளிமல தேருக்கு கொடியேத்திட்டாங்க... உன்னும் சின்னப்பசங்கள்லயிருந்து பெரியமனுசனுங்க வெரைக்கும் யாரையும் கையில புடிக்க முடியாதுரா சாமி" என்றான் வெள்ளை.

"மொத தேருக்கே மாடுங்கள ஓட்டிகினு போயி மலயச் சுத்திக்கினு வந்துட்லான்டா வெள்ள... கட்ச்சித் தேருக்குப் போனா கூட்டத்துல மாட்டிக்கினு கண்ணு மூக்கு பிதுங்கிகினு வெளிய வந்துருது" என்றார் வையாபுரி.

"செரி மாமா... மொத தேருக்குப் போறது கீட்டம், நாளிக்கி வாகனத்துக்குப் போலாமா... பாட்டுக்கச்சேரி பாத்துட்டு வர்லாங்" என்றான் சுப்புகான்.

"உன்னும் பத்து நாளிக்கி வேற இன்னாடா வேல...? பகல்ல மாட்ட மேச்சிக் கட்டிட்டா, ராத்திரில வெள்ளி மலதாங்... பாட்டும் கூத்துமா உங்களுக்கு ஒரே ஜோருதாங்... நடு ராவு வெரிக்கும் அங்க சுத்திட்டு வந்து பகல்ல இங்க மாட்ட மேய வுட்டுட்டு தூங்குங்க" என்றார் வையாபுரி.

"அய்ய... நாங்க மட்டுந்தா போறமா...? நீ யின்னாவோ ஆத்தத் தாண்டாத அய்கேச ரெட்டியாரு மாதிரி பேசற...? எங்குளுக்கு மின்ன அங்க போயி நாக்குல மூக்குல ஜொல்ல உட்டுக்கினு கரகாட்டத்தப் பாக்கற்து யாருன்னு ஊருக்கே தெரியும்டி மாமா" என்று சிரித்தான் வெள்ளை.

"இன்னாடா இப்போ உங்கப்பங் கோவணம் கொறஞ்சி போய்ச்சி? சுத்துபட்டு ஊரு மொத்தம் பாக்கற ஆட்டத்த நாம் பாத்தா இன்னா?" என்றார் காட்டமாக.

"உன்ன பாக்காதன்னு யாருயா சொன்னது...? கோயி றெக்கயில தண்ணீ ஒட்டாம தனியா ஒட்றமாதிரி அந்தப்பக்கமே போவாத வனாட்டம் சொன்னியே அதாங்" என்று சிரித்தான் சுப்புகான்.

"செரி செரி... வாயில ஏரு ஓட்னது போதுண்டா... இன்னிக்கி கொடி ஏறினா... இன்னிக்கி ராத்திரி மயிலு வாகனம்... செங்குந்த

மொய்லேருங்க செய்வாங்க, நேத்து அம்பட்ட பசங்களது பெருச்சாளி வாகனம். இது ரெண்டுமே விசேசமா இருக்காது. நாளிக்கி சிம்ம வாகனம் அகமுடய மொய்லியாருங்க வாகனம்... கொஞ்சம் சொமாரா இருக்கும். கண்டிப்பா பாட்டுக்கச்சேரி இர்க்கும். நாளிக்கி ராத்திரி போலாம்டா" என்றார் வையாபுரி.

"இன்னிக்கும் போலாம், நாளிக்கும் போலாம் ரெட்டியாரே... என்னிக்கி போறமோ இல்லியோ, ஆறாவது நாளு நம்ம வன்னி யருங்களோட யான வாகனத்துக்குப் போயிட்ணும். பாட்டுக்கச்சேரி, கரகாட்டம், மயிலாட்டம், ஒயிலாட்டம்னு சொம்மா பொய்து வெடியிற வெரிக்கும் கள கட்டும்" என்றான் வெள்ளை.

"பின்ன சுத்துப்பட்டு ஊரு மொத்தமும் ஆன வாகனத்த பாக்கத்துகினே தவங் கீதேடா... ஜனம்னா ஜனம்... ராத்திலாம் ஜே ஜேன்னு பட்டம்பகலா எரிற லைட்டு வெள்ச்சத்தில ஒலாத்திகினே கீதுங்களே" என்றார் வையாபுரி.

"செரி ரெட்டியார... மாட்ட இன்னிக்கி வேளயா ஓட்டிகினு போலாங்... அப்பதாங் வெள்ச்சமா இர்க்கும்போதே வெள்ளி மலைக்கி போவ முடியுங்... பெரிய ஆத்துலவேற தண்ணீல எறங்கிப் போவணுங்" என்றான் சுப்புகான்.

வெள்ளைக்காரன் கால்வாய்க் கரையில் நிற்கும் இலுப்பை மரங்களுக்கு ஒரு மார் உயரத்தில் மஞ்சள் பழம்போலச் சூரியன் நிற்கும்போதே மாடுகள் கழுத்து மணிகள் ஒலிக்க ஊரைநோக்கி ஓடத்தொடங்கின.

ஓடுகிற ஓட்டத்தில்கூடச் சில மாடுகள் குனிந்து அவசரமாக ஒரு வாய் புற்களை 'கர்ரக் கர்ரக்' என்று கடித்து மென்றுகொண்டே ஓடின.

"பொய்தெல்லாங் மேஞ்சிகூட இதுங்குளுக்கு அங்கம் அடங்குதா பாரு... நடக்கறப்பவுங் நாலு வாயி புடுங்கித் துன்னாதாங் இதுங்குளுக்குத் துன்னா மாதிரி இருக்குமா?" என்ற வெள்ளை தனது மேக்கத்தான் கடேரியின் முதுகில் மாட்டுக் கயிற்றிலேயே சுரீர் என ஒன்று வைத்தார்.

துள்ளிக் குதித்த அது நான்கு எட்டு எகிறி ஓடியது.

"ரெட்டியார... நம்ப நாட்டாம சின்னசாமி ரெட்டியாரயும் கூப்டுகினு போயிட்லாம். உட்டுட்டுப் போனா கோவிச்சிக்குவாரு" என்றான் சுப்பு.

"செரிடா... சட்டுபுட்டுகினு களிய புட்டு மீங்கிட்டு வந்துடுங்க... போலாங்" என்றார் வையாபுரி.

சாப்பிட்டு விட்டு மசமசத்த இருட்டில், பெரிய ஆற்றில் இறங்கியவர்கள் கருவாட்டுப் பாறையைக் கடந்து, தண்ணீர் தேங்கிய பள்ளங்களைச் சுற்றிக்கொண்டு மேற்குக் கால்வாய்க் கரையில் கால் வைத்தபோது அமாவாசை இருட்டிலும், தேய்ந்த நடை வழி தலைவகிடு போல மங்கலாகத் தெரிந்தது.

"பாத்து வாங்கடா... செத்த செனார்ல பாம்பு பூச்சி எதுனா தீண்டப்போவுது" என்றார் சின்னசாமி.

"பங்காளி... இன்னிக்கி போறதவுட ஆன வாகனத்துக்குப் போயி கீலாம், ஜோரா இர்ந்திருக்கும்" என்றார் குப்பன்.

"ஏங்... அங்க கரகாட்டங் ஆடறதுங்களோடு தொப்புளயுங் மாரையும் மொறச்சிகினு நாகூர்கடாமாதிரி கண்ணுகூடச் செவந்து போற மாதிரி பாக்கறத்துக்கா?" என்றார் எகத்தாளமாகச் சின்னசாமி.

"நாங்கதாங் கரகாட்டக்காரிங்கள பாக்றமா...? மத்தவங்கல்லாம் யானமேல கீற முருகன மட்டுந்தாம் பாப்பாங்களாட்டம் கீதே" என்றார் குப்பன்.

"எவங் முருகனையும், வள்ளிதேவானையும் பாக்கறதுக்கு வர்றானுங்க மாமா... அல்லாருமே தொப்புளப் பாக்கத்தான வர்றது" என்று சிரித்தான் வெள்ளை.

'கெக்கெக்கே' என்று எல்லோரும் சிரித்தனர். இருட்டில் நிழலுருவங்கள் சிரிப்பும் பேச்சுமாய்க் கால்வாய்க் கரையைக் கடந்து கோட்டநத்தம் கால்வாயில் இறங்கின.

"ஸ்... சொம்மா ஐசு மாதிரி கீதுடா சாமி" என்றார் தண்ணீரில் முதலில் கால்வைத்த வையாபுரி.

தொடைவரை வேட்டியைச் சுருட்டிக்கொண்டு இறங்கி அமைதியான உறக்கத்திலிருந்த தண்ணீரைக் கிழித்துக்கொண்டு நடந்தனர். இன்னும் பத்துநாள்கள் தேர் முடியும்வரை அந்தக் கால்வாய்த் தண்ணீர் கலங்கிக் கொண்டேதான் இருக்கும்.

கரை ஏறி ஊருக்குள் நுழைந்து, தார்ச்சாலையில் கால் வைத்ததும், கால்களை உதைத்து மண்ணையும், மணலையும்

உதறிக்கொண்டனர். ஒன்றிரண்டு பேர்களாகச் சிலர் முன்னே போய்க்கொண்டிருப்பது கோட்டுப்படம் போலத் தெரிந்ததும் திபுதிபுவென நடக்கத் தொடங்கினார்கள். தார்ச்சாலையில் நடப்பது ரொம்பவும் சௌகரியமாக இருக்க ஓட்டமும் நடையுமாக வள்ளிமலை அடிவாரத்தை அடைந்தனர்.

தோகையை விரித்துக் கொண்டிருந்த மயில் வாகனத்தின்மீது அமர்ந்து, வலம் வந்த முருகனையும், கோயில் வாசலில் நடந்த பஜனைப் பாட்டுக் கச்சேரியையும் பார்த்துவிட்டு அவர்கள் ஊர் திரும்பியபோது நடுநிசி.

மறுநாள் அதிகாலையில் எழுந்து, கவலையில் மாட்டைப் பூட்டிய சின்னசாமி பாரியில் மேலும் கீழுமாய் ஏறி இறங்கிக் கொண்டிருந்தார். கேழ்வரகு பயிருக்கும், மிளகாய் தோட்டத்துக்கும் பூங்காவனம் மடை திருப்பி முடிவதற்குள் உச்சிப்பொழுதைக் கடந்துவிட்டது.

தொடை உயரத்துக்கு வளர்ந்திருந்த கேழ்வரகுப் பயிருக்குள் தண்ணீர் பாய்ந்துவிட்டதா என ஓர் ஆள் நீள சோளத்தட்டால் பயிர்களை நீக்கி நீக்கிப் பார்த்து 'திருப்பு' என்று சாலம்மாள் சொல்லிக் கொண்டிருந்தாள்.

சாலை ஏற்றி சுருக்குப் போட்டு புடுவு*க்குமேல் தொங்க விட்டு, மாடுகளை அவிழ்த்துக்கொண்டு போய் அவிஞ்சி மரத்தில் கட்டினார். நுரை தள்ளிய வாய்களோடு அவரது முழங்கால்களை நக்கிய மாடுகளை முதுகில் தடவிக் கொடுத்த ரெட்டியார், போரிலிருந்து கேழ்வரகுத் தட்டுகளைப் பிடுங்கி வாரி எடுத்துவந்து மாடுகளுக்கு முன்னால் போட்டார்.

நாக்கை நீட்டித் துழாவிய மாடுகள் கேழ்வரகுத் தட்டைச் சுழற்றி வாய்க்குள் தள்ளி மென்றன. கால்வாயிலேயே கைகால்களைக் கழுவிக்கொண்டு பக்கத்திலேயே குத்துக்கால் போட்டு குந்தினார். விடியலில் இருந்து பாரியில் நடந்த கால்களில் விண் விண்ணென்று வலி, முழங்கால் எலும்புகளை அழுத்தி நீவி விட்டுக்கொண்டவர், முட்டி எலும்புகளைச் சுற்றிச் சுற்றிப் பிசைந்துகொண்டார்.

அங்கேயே துண்டை விரித்துக் கீழே படுத்துக்கொள்ளலாம் என நினைத்தார். "என்னைக் கொஞ்சம் பூமியில் கிடத்தேன்" என்று கால்கள் அவரிடம் கெஞ்சின.

அதற்குள் மடை திருப்பி முடித்த பூங்காவனம் கூழ்ப் பானையைத் தூக்கிக்கொண்டு வந்தாள்.

ஒரு பல்லா நிறைய அரிசிநொய் கூழை ஊற்றி அவரிடம் கொடுத்துவிட்டு, தாளித்த மாங்காய் ஊறுகாயையும் நீட்டினாள்.

கமகமவென மணத்த ஊறுகாயும், கூழும் பேரமிர்தமாக இருந்தது. இரண்டு பல்லா நிறையக் குடித்து, பெரிய ஏப்பம் விட்டார். பானையைப் போல உப்பிய தன் வயிற்றையும், கிணற்றில் தொங்கிக் கொண்டிருந்த சாலையும் பார்த்தார். "சால் வயித்தா... பான வயித்தா" என்று பிள்ளைகள் கிண்டல் செய்துகொள்வதும் பொருத்தமாகவே தெரிந்தது அவருக்கு.

ஒரு சொம்புக் கூழைக் குடித்துவிட்டு, பானையைத் தூக்கிக்கொண்டு பூங்காவனம் வீட்டுக்குக் கிளம்பியதும் அப்படியே துண்டைக்கூட விரிக்காமல் காலை நீட்டிப் படுத்தார் ரெட்டியார்.

கேழ்வரகுத் தட்டை மென்று பசி தீர்ந்த மாடுகள், ரெட்டி யாரின் வெற்று முதுகில் புசுபுசுவென மூச்சு விட்டன. செவலைக் கடேரி நாக்கை நீட்டி மெதுவாய் அவரின் வெற்று முதுகில் வருடியது. சில்லென்று முதுகில் துணியால் ஒத்துவதைப்போலச் சுகமாக இருக்க, கண்களை மூடிக்கொண்டார். வேர்வை உப்புக்கரித்த முதுகை சும்மா நக்கிய செவலைக்கடேரி இப்போது சுவையோடு நக்கத் தொடங்கியது. அதைப்பார்த்த வெள்ளைக் கடேரியும் அவரது கால்களை வருடத் தொடங்கியது.

பல தேவதைகள் சூழ்ந்துகொண்டு கை கால்களைப் பிடித்து விடுவதைப் போன்ற சுகத்தில் லயித்த ரெட்டியார் கனவுகளோடு ஆழ்ந்த உறக்கத்திலாழ்ந்தார்.

வீட்டுக்குப் போய் வந்த சாலம்மாள் திடீரென அலறினாள்.

"டேய் சாமி... நைனா... டேய் எய்ந்திர்ரா... இந்த மாடுங்க முடியக்கூட மேய்ஞ்சிரப் போவுதுடா" என்று கத்தினாள்.

கனவு கலைந்து, கண்களைத் திறந்தார். கண்களுக்கெதிரே இரண்டு மாடுகளும் புஸ் புஸ்ஸென்னு மூச்சு விட்டபடி வெகு கிட்டத்தில் தெரிய அரண்டுபோய் எழுந்தார்.

தலையெல்லாம் வழுவழுவென்று ஈரமாய் இருந்தது. கை வைத்துப்பார்த்தார். ஜோம்பு ஜோம்பாக மாட்டு எச்சில்.

“ஏ... சனியனுங்களே... அப்பால போங்கோ” என்று அதட்டினார். அவை நகராமல் நாக்கை நீட்டி அவர் தலையை நக்கின.

“டே... நைனா... மாடு தலய நக்கறதுகூடத் தெரியாத மாதிரியாடா தூங்கறது...? மயிரகியர புடுங்கி மென்னுடப் போவுதுங்கடா” என்றாள் சாலம்மாள்.

டவலால் தலையைத் துடைத்துக்கொண்டார். முன்னால் லேசாய் விழுந்த வழுக்கையில் வழிந்த எச்சில் உள்ளங்கையில் பட்டுக் குளிர்ந்தது.

“யேய்... பேபர்சி... கந்த்திரி மாடுங்களா... தூங்கிகினு இர்க்கும்போது தலயக்கூட மீங்குடுவீங்க போலக்கீதே” என்று அதட்டினார்.

அவரது அதட்டலில் இருந்த பொய்க் கோபத்தைப் பார்த்த மாடுகள் அவரைப் பார்த்துக் கண்களாலேயே சிரித்தபடி மீண்டும் நாக்கை நீட்டின.

“தூ... கஸ்மாலங்களா... நக்கனது போதும் போங்க” என்றபடி எழுந்தவர், கயிற்றை அவிழ்த்து அவற்றைக் கிணற்று மேட்டில் மேய விட்டார்.

தண்ணீர் பாய்ந்த கேழ்வரகுப் பயிர்கள் சந்தோசமாகத் தலையாட்டிக்கொண்டிருந்தன. கோழியின் கால் விரல்களைப் போலவும், நட்சத்திரங்களைப் போலவும் விரிந்து வானத்தைப் பார்த்து நீட்டிக்கொண்டிருந்த கேழ்வரகுக் கதிர்கள் வெண்மையும், சாம்பலுமாய்ப் பூத்து மூடியிருந்தன. அவை குழந்தைகளின் பிஞ்சு விரல்களைப்போல வானத்தைப் பார்த்துக் கூம்பியிருந்தன. அவைகளில் இன்னும் சில நாட்களில் பச்சையும், பழுப்புமாய்க் கேழ்வரகு மணிமணியாய்ப் பிடிக்கத் தொடங்கிப் பாலேறி விடும். இன்னும் இரண்டு அல்லது மூன்று தண்ணீர் பாய்ச்சினால் போதும். அறுத்து குண்டு கட்டி மெருக்கடித்தால், லட்சோப லட்சம் செம்பழுப்பு மணிகளைக் கொட்டியதுபோலப் பத்துப் பானைகளில் நிரப்பி விடலாம். அது வியாபாரிக்கு அளந்ததுபோக இன்னும் இரண்டு வருடத்துக்குக் களிக்கும், கூழுக்கும் மாவுக்குப் பஞ்ச மிருக்காது.

ஆசை தீர கதிர்களைப் பார்த்தபடி சுற்றி வந்தவர், இரண்டு பட்டத்தில் நடப்பட்டிருந்த மிளகாய்ச் செடிகளைப் பார்த்தார்.

விரல் நீளத்துக்கு, கட்டை விரல் கனத்துக்குச் சரம்சரமாய்த் தொங்கிக்கொண்டிருந்த மிளகாய்களைப் பார்க்க, வரிசை வரிசையாய் பட்டாளத்துக்காரர்கள் பச்சை உடுப்பணிந்து நிற்பது போல இருந்தது. இப்படித்தான் ஒரே மாதிரி நூல் பிடித்ததுபோலப் பட்டாளத்தில் நிற்பார்கள் என்று சிப்பாய் ராஜி சொல்லும்போது சின்னசாமிக்கு அதைப் பார்க்கவேண்டும் என்று ஆசையாய் இருக்கும்.

முருகவேலு நன்றாகப் படித்தால் பட்டாளத்துக்கு அனுப்பி வைக்கலாம். அவனுக்குப் படிப்பில் நாட்டமே இல்லாமல் போய் விட்டது. அப்படியே படித்தாலும் அவனைப் பட்டாளத்துக்கு அனுப்ப பூங்காவனமும், சாலம்மாவும் விடமாட்டார்கள் என்பது அவருக்கும் தெரியும். கிணற்றில் இறங்கி தண்ணீரில் இரண்டு சுற்று நீந்திக் குளித்து, பொழுதுசாயத் தொடங்கியதும் மாடுகளை ஓட்டிக்கொண்டு வீட்டுக்கு நடந்தார். இன்று இரவு சிம்ம வாகனம் பார்க்கவேண்டும்.

களி உருண்டையை விழுங்கிவிட்டு, சட்டையை மாட்டிக் கொண்டு வந்தவர், கூட்டாளிகள் வந்ததும் வள்ளிமலையை நோக்கி நடக்கத் தொடங்கினர்.

விண்ணம்பள்ளி சைவ வேளாளர்களின் தங்கமயில் வாகனம், மேல்பாடி சைவ வேளாள மரபினரின் நாக வாகனம், சீர்கருணீகர் என்று சொல்கிற ஆச்சாரிகளின் அன்னவாகனம் முடிந்து, ஆறாம் நாள் வன்னியர்களின் யானை வாகனம் அந்த வருடம் மிகவும் விசேசமாக இருந்தது.

நள்ளிரவில் நடந்த வாண வேடிக்கை வானத்தையே பகலாக்கி விட்டது. வண்ண வண்ண பூக்களைத் தூவி, நாலாப்புறமும் சிதறடித்த பட்டாசுகளையும், வெடிகளையும் கண்கள் விரிய விரியப் பார்த்தது சனக்கூட்டம். ஊர்வலம், ஆட்டம், கூத்து முடியவும் கிழக்கு வெளுத்துவிட்டது.

பள்ளென்று பொழுது விடியவும், ரெட்டியார் ஊர் திரும்பவும் சரியாக இருந்தது. நிலத்துப்பக்கம் போன அவர் மிளகாய் தோட்டத்தையும், கேழ்வரகுப் பயிரையும் ஒரு சுற்று சுற்றி வந்தார். வரப்பில் நின்றிருந்த தென்னை மரத்தின் ஓலைகளிலிருந்து பனித்துளிகள் விழுந்து அங்கங்கே மண் நனைந்திருந்தது.

துப்பட்டியைத் தலை வரை போர்த்தியபடி வேர்க்கடலைப் பயிரைச் சுற்றிக்கொண்டு வந்த பக்கத்து நிலத்து ஜிட்டா ரெட்டியார் வாயில் புகையும் பீடியுடன் அவரைப் பார்த்துச் சிரித்தார்.

"இன்னா ரெட்டியாரே... ராத்திரி தஞ்சாவூருக்காரிங்க கரகாட்டத்த கட்சி வெரிக்கும் உடாம பாத்துட்டுதாங் வந்தீங்க போலக்கீது?" என்று இளித்தார்.

வாயிலிருந்து ஆயில் இன்ஜினைப்போலக் குபுகுபுவென்று பீடிப் புகையை விட்டவாறு சிரித்தவரின் முகத்தில் மர்மப் புன்னகை.

"யோவ் ரெட்டியாரே... பேரம் பேத்தி எட்த்த வயசுல இன்னா இப்டி இளிக்கிற...? பாக்கறதுக்குதான்யா ஆட்றாங்க... நீ மட்டுமின்னாயா... வெள்ளிமலீல முருகன மட்டும் பார்த்து கும்புடு போட்டு கம்னு வன்ட்டியா?" என்று சிரித்தார்.

"செரி... செரி... போயி மாட்ட ஒரு சுத்து மேய்ச்சிகினுவா ரெட்டியார, ஏரியில மாட்ட கெய்விட்டு, மலயச்சுத்திகினு வந்துர்லாம்" என்று பேச்சை மாற்றினார்.

"ஆமாமா... சீக்கிரமா மாடுங்கள ஓட்டிகினு போனா சீக்கிரமா வந்துர்லாம்" என்றவர் வீட்டைப் பார்த்து வேகமாக நடக்கத் தொடங்கினார்.

ஏரிக்குக் கீழே கொஞ்சநேரம் மாடுகளை மேய விட்டவர்கள் துரத்திக் கொண்டு ஏரிக்குள் இறக்கினர்.

ஊமை வெய்யில் குசுகுசுவெனக் காய்ந்துகொண்டிருந்தது. ஏரித் தண்ணீரில் கால் வைக்கத் தயங்கிய மாடுகள் மேலேயே திமிறிக்கொண்டு நின்றன.

முன்னால் ஒருவர் கயிற்றைப் பிடித்து இழுக்க, பின்னால் ஒருவர் வாலை முடுக்க நீருக்குள் இறங்கிய காளைகளும், பசுக்களும் தலையை மட்டும் வெளியே நீட்டிக்கொண்டு மூழ்கி நீச்சலடித்தன.

உடைந்த பானை ஓடுகளாலும், தேங்காய் நாருகளாலும் மாடுகளின் முதுகு, வயிறு எனத் தேய்த்து நீரிறைத்துக் கழுவி, மாடுகளை மேட்டில் கட்டிவிட்டு, அவர்களும் நீரில் இறங்கித் தலை முழுகிக் குளித்துவிட்டுக் கரையேறினர்.

வீட்டில் மாடுகளின் நெற்றியில் மஞ்சள் பூசி குங்குமம் வைத்து, மலையை நோக்கி விரட்டிக்கொண்டு நடக்கத் தொடங்கினர்.

வடக்கும் தெற்குமாய்ப் படுத்திருந்த வள்ளிமலையைத் தெற்கு நோக்கிச் சுற்றத் தொடங்கிய பின்னர் மேற்கில் நடந்து பெரியகீசக்குப்பம் முக்கில் வடக்கு நோக்கித் திரும்பி, பெருமாள் குப்பம் மூலையில் கிழக்கு நோக்கித் திரும்பி, வெங்கடாஜலபதி கோயில், திருப்புகழ் மண்டபம் கடந்து மலையடிவாரம் வந்த போது வானுயரத்துக்கு நின்றிருந்த தேரைச் சுற்றி ஆயிரக்கணக்கான மனிதத்தலைகள் மொய்த்துக் கொண்டிருந்தன. கூட்டத்தைப் பார்த்ததும் மாடுகள் மிரளத்தொடங்கின. சின்னசாமியும், ஜிட்டனும், வெள்ளையும் நாசுக்காக மாடுகளைத் தட்டிக்கொடுத்து ஜனக்கூட்டத்திலிருந்து விலகி ஓட்டிவந்து ஆலமரத்தின்கீழே நிறுத்தினர்.

வானத்தையே தொட்டுவிடுவதைப்போல நின்றுகொண்டிருந்த தேர்மீது வண்ண வண்ணமாய்த் துணி அலங்காரங்களும், வாழை மரங்களும், புதிதாய் வண்ணங்களடித்த சிங்க வாகனங்களும், பாய்ந்து ஓடுவதைப்போன்ற குதிரை வாகனங்களும் பார்க்க மெய்சிலிர்த்தது சின்னசாமிக்கு.

பல மாட்டுக்காரர்கள் மாடுகளை விரட்டிக்கொண்டு ஓட, பக்தர்கள் குடும்பம் குடும்பமாக நடக்க, அங்கேயே கற்பூரம் ஏற்றி, மலையையும், தேரையும் பார்த்துக் கும்பிட்டுவிட்டு, மாடுகளை ஊரைநோக்கி விரட்டினர்.

இரவு பெருமாள்குப்பம் ஜதையின் தெருக்கூத்து இருக்கும். சீக்கிரமே போய் முன் பகுதியில் இடம் பிடித்து உட்கார வேண்டும் என்றும், கூத்துக்கட்டிகளின் பெருமைகளையும் பேசிக்கொண்டே வந்ததில் ஊர் வந்து சேர்ந்ததே தெரியவில்லை.

மாலையில் தொடங்கியது தேரோட்டம். அன்று இரவு துண்டுக்கரை மூலையில் தேர் நின்று ஓய்வெடுக்க, பாஞ்சாலை துகிலுரிதல் கூத்து நடந்தது. மறுநாள் இரவு சோமநாதபுரம் எல்லையில் தேர் நிற்க அங்கும், மூன்றாவது நாள் இரவு பெருமாள் குப்பம் எல்லையில் கூத்து என மூன்றுநாள் இரவும் பகலும் மக்களுக்கு ஓட்டமாய் ஓடியது.

நான்காவது நாள் தேருக்கு சின்னசாமி, பூங்காவனம், சாலம்மாள், முருகவேலுவுடன் மதியமே வள்ளிமலைக்கு வந்துவிட்டனர்.

மாலை சூரியன் மறையும் முன்னர் தேர் நிலைக்கு வந்து சேர்ந்துவிடும். கடைசிநாள் தேர் என்பதால் நகரக்கூட முடியாத அளவுக்குக் கூட்டம் நெருக்கியது. பல ஆயிரம் பேர் ஆண்களும், பெண்களும், குழந்தைகளுமாய் எங்கும் ஒரே மனிதத் தலைகள். தேர் ஓடும் பாட்டை, மலையில் இருக்கும் பாறைகள், மலைக்குக் கீழே இருக்கும் ஏரி என எங்கு பார்த்தாலும் தலைகள்தான்.

ஐஸ் வண்டிக்காரர்களின் 'பொய்ம் பொய்ம்' என்ற ஒலிகளும், பலூன்காரர்கள், பொரிகடலை விற்பவர்கள், வாழைப்பழம் ஏலம் போடும் லாரிகள், பத்துப்பதினைந்து பேர்களைச் சுமந்துகொண்டு மலையைச் சுற்றிவரும் மாட்டுவண்டிகள், புளிச் சோற்றையும், தயிர்ச் சோற்றையும் பெரிய பெரிய அண்டாக்களில் வைத்து மாட்டு வண்டிகளின் மேலிருந்து சனங்களுக்கு வாரி வாரிக்கொடுக்கும் விவசாயிகள்.

முருகவேலுக்கு அவற்றைப் பார்க்கப் பார்க்க குதூகலமாய் இருந்தது. வந்தவுடனே அப்பா சின்னசாமி வாங்கிக் கொடுத்து குடித்த கலர் வயிற்றிலிருந்து இனிப்பாய் ஏப்பம் வந்து தொண்டையில் கிச்சு கிச்சு மூட்டியது.

நால்வரும் கால்நடையாய் மலையைச் சுற்றி வந்தபோது எல்லாவற்றையும் கண்கள் விரிய, விழுங்கிவிடுவதைப்போல வேடிக்கை பார்த்தான் முருகவேலு.

வள்ளிமலை ஏரிக்கு மேற்கே நின்றிருந்தது தேர். அதுவரை மெதுவாய் நகர்ந்த தேர் இனி பறக்கும் வேகத்தில் ஓடும். முதல்நாள் நிலையைவிட்டுக் கிளம்பும் தேர் வேண்டாவெறுப்பாக வெளியூர் போகும் பெண்களைப்போல முக்கி முக்கி நகரும். மலையைச் சுற்றிவிட்டு நான்காவது நாள் நிலையை நோக்கித் திரும்பும் தேர், தாய் வீட்டுக்கு வரும் பெண்களைப்போலக் குதூகலமும், ஆர்ப்பாட்டமுமாய்ப் பாய்ந்து ஓடும். வள்ளியம்மை முருகக் கடவுளை மணந்தாலும் அவளும் பெண்தானே. 'தாய் வூட்டுக்குப் போறதுனா வெள்ளியம்மாளுக்கே இவ்ளோ ஆச கீதே... எங்களுக்கு இர்க்காதா?' என்று அந்தச் சமயம் பார்த்துச் சந்தடிசாக்கில் தாய் வீட்டுக்குப் போகக் கணவரிடம் அனுமதி கேட்டுவிடுவார்கள் பெண்கள்.

"முருகா... ஊரு ஒலகம் எல்லாம் நல்லாயிருக்கணும்பா எங்கப்பா" என்று தேரை அண்ணாந்து பார்த்துக் கை கூப்பினார்

சின்னசாமி. கற்பூரம் கொளுத்தி, நீண்டு தரையோடு படுத்துக்கிடந்த சங்கிலியில் தேங்காயை உடைத்து நீரை ஊற்றி மீண்டும் கும்பிட்டார். நால்வரும் கன்னத்தில் போட்டுக்கொண்டு ஒதுங்கி நின்றனர்.

திடீரென்று கூட்டத்தில் சலசலப்பு. தரையிலிருந்த வடத்தைத் தூக்கிப்பிடித்தபடி சனக்கூட்டம் நிற்க, திமுதிமுவென ஒரே தள்ளுமுள்ளு. இவர்கள் நால்வரும் ஓடிப்போய்க் கூட்டத்தில் நுழைந்து வடம்பிடித்து நின்றனர்.

தேர் மீதிருந்த அய்யர் சைகை செய்ய, கையில் வெண் சாமரம் வைத்திருந்த ஆள் அதை வீசிக்காட்ட, “அரோகரா... அரோகரா” என்று முழங்கியபடி சனம் வடம் பிடித்து இழுக்கத் தொடங்கியது.

மண்ணை நொறுக்கிக்கொண்டு தேர்ச்சக்கரங்கள் சுழன்று ஓடின. பத்தடி தூரம் வடம் பிடித்ததும் சின்னசாமி குடும்பம் பின்வாங்கி ஓரமாய் நின்றது. பிரமாண்டமாய்த் தேர் அவர்களைக் கடந்து முன்னேறியது.

தேரின் சக்கரத்துக்கு ஆப்புக் கட்டைகளை வைத்து சக்கரத்தின் பாதையைச் சரி செய்த ஆச்சாரிகளும், தேர் நின்றால் ஆளுயரத்துக்கு அடிதாண்டா கட்டைகளைத் தூக்கி ஏறி நின்று குதித்து அசைத்துச் சக்கரத்தை நகர்த்தும் பக்தர்களும், தேருக்குப் பின்னே தேங்காய்களை உருட்டியபடி ஓடும் விரதக்காரரர்களும் திமுதிமுவென ஓட வாய் பிளந்தபடி பார்த்தான் முருகவேலு.

கல்யாண மண்டபங்களின் மேலும், மரங்களின் மேலும், ஏரிக்கரையின் மேலும் ஏராளமானவர்கள் பரபரப்பாய் நின்று ஒரே திசையில் பார்க்க, சூரியன் மலைக்குக்கீழே சரியத் தொடங்கிய நேரத்தில் தேர் நிலைக்கு வந்து சேர்ந்ததும் எங்கும் கரவொலிகள் காதைப் பிளந்தன. வேட்டு முழங்கியது.

நான்கு நாட்களாய் விரதமிருந்து தேருடன் நடந்து, தேருடன் தங்கி, மலையைச் சுற்றியவர்கள், வீடுகளிலிருந்து வந்திருந்த சோற்றையும், சாம்பாரையும், பொரியலையும் அங்காங்கே படையலிட்டு வணங்கிவிட்டு, உண்டு விரதம் முடித்தனர். வருவோர் போவோரையெல்லாம் சாப்பிட அழைத்தனர்.

பொரிகடலை, மிக்சர், பேரீச்சம்பழம், வாழைசீப்பு வாங்கினார் சின்னசாமி. தலையெல்லாம் ஈரும், நம்புடுமாய்க் கிடப்பதாய்

புலம்பிக் கொண்டிருந்த சாலம்மாள் கட்டை ஈறுகுலியும் (ஈறுகொல்லி), பேன் வாரும் சீப்பும் வாங்கினாள். பருப்பு கடையும் மத்தும், இரும்பு மாவுசல்லடையும் வாங்கிக்கொண்டாள் பூங்காவனம்.

“பொய்து இருட்றத்துக்குள்ள ஊரு போய்ச் சேரணும்... சுருக்கா நடங்க” என்று அவர்களைக் கிளப்பினார் ரெட்டியார்.

வழியெல்லாம் சனங்கள் பொரி பொட்டலமும், பறக்கும் பலூன்களும், பிசுபிசுக்கும் பேரீச்சம்பழப் பொட்டலமுமாய் நடந்தனர். பீப்பீ ஒலியும், விசில் சத்தமுமாய்க் குழந்தைகளின் முகங்களில் பிரகாசம். மங்கும் வெளிச்சத்திலும் குழந்தைகளின் முகங்களின் அழகைப் பார்க்கப் பார்க்க ரெட்டியாருக்கு அலுக்கவில்லை.

வீட்டுக்கு வந்ததும் மதியம் சமைத்த படையல் சோற்றைச் சாப்பிட்டபின் சகாக்களோடு மீண்டும் வள்ளிமலைக்குக் கிளம்பினார் ரெட்டியார்.

பெருமாள்குப்பம் ஜதை, சின்னக் கீசக்குப்பம் ஜதை, ஜிகுஞர் மூர்த்தி ஜதை, போடிநத்தம் ஜதை என்று மலையடிவாரத்தின் ஏழெட்டு இடங்களில் கூத்துத் தொடங்கி விட்டிருந்தது.

எல்லாக் கூத்துகளையும் ஒரு சுற்று பார்த்து முடிக்கவும் பொழுது புலர்ந்துவிட்டது. விடியலிலேயே வள்ளியம்மை திருமணமும், வேடர் பரியும் தொடங்கி விட்டன.

மலையைச் சுற்றிவந்த வள்ளிக்கும், முருகனுக்கும் நடக்கும் திருமண வைபவத்தைப் பார்க்க பெருந்திரளாய்க் கூட்டம் காத்திருந்தது. திருமணத்துக்கு முன் தமது இனத்தில் வளர்ந்த வள்ளிக்குப் பெண் வீட்டுச் சீதனம் கொண்டு வந்தனர் இருளர்கள். தேனும், தினைமாவும், வளையலும், சேலைத்துணியும் தாம்பாளத்தட்டுகளில் இருளர் பெண்கள் ஏந்திவர, இருளர்கள் உடுக்கை அடித்து ஆடியபடி வந்தனர். உடல் முழுவதும் வேப்பந்தழைகளைக் கவிழ்த்து மூடியபடி வரிசையாய் ஆடியபடி வந்த இருளர்களை வியந்து பார்த்தது பக்தர் கூட்டம்.

ஆடியபடி வந்த இருளர்கள் தேரின் எதிரில் உள்ள மண மண்டபத்தை அடைந்தபின் தொடங்கியது திருமண நிகழ்ச்சி.

முருகனின் கரங்களில் இருந்த தாலியை எடுத்து வள்ளியின் கழுத்தில் அய்யர் அணிவிக்க, தவிலும், நாதஸ்வரமும் முழங்கின.

மணமகன் முருகனுக்கும், மணமகள் வள்ளிக்கும் மொய் எழுதும் நிகழ்ச்சி தொடங்கியது. பணமும், துணியும், நகையும், பாத்திரமுமாய் மொய் எழுதினர் மக்கள். பதினோரு ரூபாயை மொய் எழுதிய சின்னசாமி தூக்கக் கலக்கத்துடன் ஊர் நோக்கி நடக்கத் தொடங்கினார். அவரோடு வெள்ளையும், குப்பனும் சோம்பலாய் நடந்தனர்.

"ரெட்டியாரே வெள்ளிமல திருநா முடிஞ்சிட்சி... இப்போ பங்குனி, அப்றம் சித்திர, வையாசிக்கு உன்னும் ரெண்டு மாசங்கூட இல்ல. ஊரு கெங்கம்மா ஜாத்திரைக்கு... ஆட்டத்துக்கு ஒத்திகய ஆரம்பிச்சிடலாமா?" என்றான் குப்பன்.

"எப்பவும் தேர் முடிஞ்சதும் ஆரம்பிக்கறது தெர்ஞ்சதுதான? வெள்ளிக் கெயம ஆரம்பிச்சிட்லாம்... வேசக்காரங்க அல்லாருக்கும் சொல்லிப்புடுங்கடா" என்றார் சின்னசாமி.

அடுத்து ஊரில் நடக்கப்போகும் கூத்தையோ, கூத்துக்குள் நடக்கப் போகும் இன்னொரு கூத்தையோ, அதைப் பலகாலம் ஊர் சொல்லிச் சொல்லிச் சிரிக்கப்போவதையோ அப்போது ரெட்டியாரும், மற்றவர்களும் அறியவில்லை.

15

மார்கழியில் அறுவடை வேலைகள் முடிந்து தையில் கோலாகலமாய்ப் பொங்கல் கொண்டாட்டங்களும், வள்ளிமலை தேரும் கடந்த பிறகு, ஊரில் ஒத்திகை ஆரம்பித்தது. அடுத்த வைகாசியில் நடக்கும் கங்கை யம்மன் ஜாத்திரையில் நடக்கும் கூத்தில் நடிப்பவர் களுக்கு இப்போதிலிருந்தே ஒத்திகை நடந்தால்தான் கூத்துக் கூத்தாக இருக்கும். இல்லையென்றால் கூத்து கேலிக்கூத்தாகிவிடும்.

மாசி, பங்குனி, சித்திரை மூன்று மாதங்கள் தொடர் ஒத்திகை. இரவு ஏழு மணிக்குத் தொடங்கினால், பத்துப் பதினோரு மணி வரை நடக்கும்.

வண்ணார கோபால் மிருதங்கம் வாசிக்க, சொக்கலிங்க ரெட்டியார் 'பொய்ங் பொய்ங்' என ஆர்மோனியப் பெட்டியை அசைக்க, ராசேந்திரனும், புருசோத்தமனும் 'ஜஜங் ஜஜங் ஜஜங்' எனப் பித்தளைத் தாளங்களைத் தட்ட... முதலில் பாட்டுப் பயிற்சி நடக்கும். அதன் பிறகு வசனம் பேசப்பயிற்சி, நாள் நெருங்க நெருங்க உட்கார்ந்து வசனம் பேசுவதும், பாடுவதும் மாறி, எழுந்து நடிக்கவும், அடவு போடவும், ஆடவும் பயிற்சி நடக்கும். தெருக்கூத்தில் தாளத்துக்குத் தப்பாமல் அடி போடுவது முக்கியம்.

ராமசாமி ரெட்டியாரும், தனக்கோட்டி ரெட்டியாரும்தான் அடிபோட பயிற்சி தருவார்கள்.

ஒரு வருடம் கர்ணமோட்சம் ஆடினால், அடுத்த வருடம் கங்கையம்மன் அவதாரம் ஆடுவார்கள். கர்ண மோட்சத்தில் கர்ணன், துரியோதனன், கிருஷ்ணர், சகுனி, பாஞ்சாலி வேடங்கள் தான் முக்கிய வேடங்கள். அதைக் கட்டுபவர்களிடம்தான் கூத்தின் வெற்றியும் தோல்வியும் இருக்கும்.

'கங்கையம்மன் அவதாரம்' என்றால் கங்காதேவி, காளி, மாரி, காத்தவராயன் வேடங்கள் முக்கியமானவை. கூத்துத் தொடங்கியது முதல் விடியும் வரை கங்கையம்மன் வேடம் இரவு முழுவதும் வரும். இரவு முழுவதும் அடிபோட்டு ஆடவேண்டும், பாட வேண்டும், ஆவேசமாய்ச் சுழன்று சுழன்று சண்டையிட வேண்டும். ஆங்காரமாய்க் குதிக்க வேண்டும். இரவு முழுவதும் ஒருவரால் ஆட முடியாது என்பதால் கங்கை வேடத்தை மட்டும் முன்னிரவு ஒருவரும், பின்னிரவு ஒருவரும் என இரண்டு பேர் கட்டுவார்கள்.

இரண்டு கூத்துகளை மட்டுமே காலங்காலமாய் மாற்றி மாற்றி ஆடிவந்தாலும் ஒருபோதும் கூத்து கட்டுபவர்களுக்கும் சலித்த தில்லை. அதைப் பார்ப்பவர்களுக்கும் சலித்ததில்லை. ஒவ்வொரு வருடமும் யாரேனும் புதிதாக வேடம் கட்ட வருவார்கள். ஏற்கெனவே ஆடியவர்களும் வேடங்களை மாற்றி ஆடுவார்கள். இதனால் ஒவ்வொரு முறை கூத்து நடக்கும்போதும் எதிர்பார்ப்புகள் கூடிக்கொண்டே இருக்கும்.

அந்தப் பங்குனி மாதத்தின் முதல் வெள்ளிக்கிழமை மாலை பஜனை கோயிலின் எதிரில் மின்விளக்கு வெளிச்சத்தில் கற்பூரம் கொளுத்தி, தேங்காய் உடைத்து, கங்கை அவதாரம் கூத்துக்கான ஒத்திகை தொடங்கியபோது ஊரே திரண்டு நின்று கை கூப்பி வணங்கிவிட்டு வேடிக்கை பார்க்கத் தொடங்கியது.

வழக்கம்போல முதலில் குரல் ஒத்திகை நடந்தது. ஆளுக்கு ஒரு பாட்டுப்பாட, பின்பாட்டுப்பாட, மிருதங்கம், தாளம், ஆர்மோனியம் ஒலிக்க ஊரே உற்சாகத்தில் மிதந்தது.

மறுநாள் வேடங்கள் பிரிக்கப்பட்டன. ராமசாமி ரெட்டியாரும், முனுசாமி ரெட்டியாரும் வழக்கம்போலக் கங்கையம்மன் வேடம் ஏற்றனர். கம்புகுட்டி ரெட்டியார் வெங்கடேசபெருமாள், சம்பத்து

சைவஜித்து, குப்பா ரெட்டியார் அசைவஜித்து, தனகோட்டி காளி, நாமக்கார சின்னப்பா மாரி, சின்னசாமி ரெட்டியார் காத்தவராயன், கணேச ரெட்டியார் கிருஷ்ணர் என முடிவானது. புதுமுகமாக ஏட்டு கெங்கனுக்கு ஈஸ்வரன் வேடம்.

ஏட்டு கெங்கன் போலீஸ் உத்யோகம் பார்த்துவிட்டு, இப்போது தான் ஊரோடு வந்து சேர்ந்திருந்தார். சின்ன வயதில் கூத்துப் பார்த்தது. கட்டியதில்லை. போலீஸ் ஆன பிறகு ஊர் ஊராகச் சுற்றி, அலுத்துப்போய், பிறந்த மண்ணுக்கு வந்திருக்கிறார். அவருக்குள் எழுந்த கூத்து வெறி அவரை அன்றைக்கே ‘வேஷம் கட்டி ஆடு ஆடு’ என்று உசுப்பியது.

அவரது உயரத்துக்கும், உருவத்துக்கும் ஈஸ்வரன் வேடம் பொருத்தமாய் இருக்கும் என்றது ஊர். அவர் இதுவரை ஆடிப் பார்த்ததில்லையாதலால் இந்தக்கூத்து அவரின் மீது கவனத்தைத் திருப்பியது.

அவரும் நல்ல திறமைசாலிதான். எந்தக் களவாணியும் அவரிடமிருந்து தப்பிக்க முடியாது. ஆளைப் பார்த்து எடை போட்டால், ஆளின் நிழலைப் பார்த்தே எடைபோடுவது என்பது அவருக்குத்தான் பொருந்தும். தடியைச் சுழற்றினால் எதிரில் நிற்கிற திருட்டுப்பயலுக்குத் தானாகவே மூத்திரம் ஊற்றும்.

அதேநேரம் குடிக்க உட்கார்ந்தால் மூத்திரம் முட்ட முட்ட குடித்துக்கொண்டே இருப்பார். மொடாக்குடி என்பதுபோல் அவர் அண்டாக்குடி, குண்டாக்குடி.

எந்த வேலையாக இருந்தாலும் கொஞ்சம் ஊற்றிக் கொண்டால்தான் நடக்கும். அந்த வாசனை படவில்லை என்றால் அவரால் நடக்கவே முடியாது. அது திட்டமாக இருக்கும் வரை வினையில்லை. மீறிவிட்டால் வேறு வினையே தேவையில்லை.

அதனாலேயே அவர் வேஷம் கட்டுகிறார் என்றதும் ஊரே நமுட்டுச் சிரிப்புச் சிரித்துக்கொண்டது.

“யோவ் மாமா... போலீசு கீலிசுன்னு ஜபர்தஸ்தா நிக்கக்கூடாது. வாத்தியாரு சொல்ற மாதிரி அடி போடணும்... அத உட்டுட்டு அங்கவந்து லெப்டு ரைட்டுனு போட்றப் போற” என்று ‘கெக்கேபுக்கே’வெனச் சிரித்தான் பப்பூன் வேஷம் கட்டும் சேகர்.

வாத்தியார் பெருமாள் ரெட்டியார் புன்சிரிப்போடு ஏட்டைப் பார்க்க, "டே மச்சான்... ஆட்டத்தன்னிக்கிப் பார்ரா மாமாவோட வேசத்த" என்று மீசையை நீவிக்கொண்டு சேகரிடம் சொல்லிவிட்டு, பயபக்தியோடு, வாத்தியார் காலைத் தொட்டுக் கண்களில் ஒற்றிக் கொண்டார் ஏட்டு.

ராமமூர்த்தி 'பொய்ங் பொய்ங்' என்று ஆர்மோனியப் பெட்டியை அசைக்க,

"வந்தாரே செங்கழனிநாதர் வல்லமைப்பாகன்
வந்தாரே செங்கழனிநாதர்
வந்தார் விநோதமாக வானவர் மலர்சொரிய
இந்திராதி முனிவர்கள் இருபுறமும் நெருங்கிட
வந்தாரே செங்கழனிநாதர்"

என்று வாத்தியார் குரலை உயர்த்தி விநாயகர் பாடல் ஒன்றைப் பாட, பின்பாட்டு அதைவிட உச்சஸ்தாயியில் ஒலிக்க, ஒத்திகைப் பாட்டுகள் இரவு பதினோரு மணிவரை ஊரின் எல்லா மூலைகளிலும் எதிரொலித்தது.

"மச்சாங்... உங்கொப்பா இந்த வாட்டியும் காத்தவராயன் வேசங் கட்றாரு... புதுசா கல்யாணமான உங்க சின்னக்கா ஊட்டுக்காரனுக்குச் செலவுதான் ரெண்டு ரெண்டு சவரத்துல கையிக்கு ஒரு மோதிரம் போட சொல்லுப்பா" என்றான் ஜெயவேலு.

"ரெண்டு சவரத்துல மோதரமா... அதயின்னா வெரல்ல போட்டுக்கிறதா இல்ல கையில வாச்சி மாதிரி மாட்டிக்கற்தாடா?" என்றான் முருகவேலு.

கடந்த ஆவணி மாதம்தான் அவனது கடைசி அக்கா ராணிக்குத் திருமணம் முடிந்தது. திருவலத்துக்குப் பக்கத்திலிருக்கிற மோட்டூரில் கட்டிக் கொடுத்தனர். அவள் வீட்டுக்காரனுக்கும் பயிர் வேலைதான். அங்கே ஆற்றோரமாகவே ஐந்தாறு ஏக்கர் நிலமிருக்கிறது. கிணற்றில் பம்பு செட் போட்டிருக்கிறார்கள். அதற்காகவே அங்கே பெண் கொடுத்தார் சின்னசாமி. இங்கே கவலையைப் பூட்டினால் மாடுகளோடு மாடாய் பாரியில் மணிக் கணக்காய் கீழும் மேலும் நடந்தால்தான் தண்ணீர் நிலத்தில் விழுகிறது. அங்கே விரல் நுனியில் பட்டனைத் தட்டிய நிமிடத்தில் சர்ரென்று பைப்பிலிருந்து சீறிக்கொண்டு ஊற்றுகிறது தண்ணீர்.

அதைப் பார்த்ததும் ஆச்சரியம் தாங்கவில்லை. சின்னசாமி ரெட்டியாருக்கும், அவரோடு பையன் வீடு பார்க்க அங்கே போயிருந்த இந்த ஊர்க்காரரர்களுக்கும் ஆச்சரியமோ ஆச்சரியம்.

கவலையைப் பூட்டி, வடத்தைத் தளரவிட்டு, சாலை நிரப்பி, மூச்சை தம்பிடித்து அழுத்தி வடத்தின் மீது குந்தி முழுப் பாரத்தையும் கொடுத்து ஓட்டினாலும் கால்வாயில் ஊற்றும் தண்ணீர் கால்காணி கேழ்வரகுக்குப் பாயச் சூரியன் மேற்கில் இறங்கத் தொடங்கிவிடும். ஆனால் மின்சார மோட்டாரில் ஒரு மணி நேரத்தில் பயிரெல்லாம் வெள்ளக்காடாய் மிதக்கின்றது.

இங்கேயும் பொன்னையில் இரண்டு மூன்று நாயுடுகளும், வள்ளிமலையில் ஒன்றிரண்டு ரெட்டியார்களும், மிட்டூரில் சில தெலுங்கு நாயுடுமார்களும் பம்புசெட்டுப் போட்டிருக்கிறார்கள். அது தவிர ஆயில் இன்ஜினும் சில பேர் போட்டு இருக்கிறார்கள். ஆயில் இன்ஜின் கூட அதிசயமானதுதான்.

மண்ணெண்ணையோ, டீசலோ டேங்கில் ஊற்றி, பட்டையை மாட்டிவிட்டு, ஹேண்டிலை சொறுகி நான்கு சுற்று சுற்றிவிட்டுத் தலையில் கொம்பு மாதிரி நீட்டிக்கொண்டிருக்கிற லீவரைத் தள்ளினால் ‘புகு புகு’ என்று புகையைக் கக்கிக்கொண்டு சுற்ற ஆரம்பித்து, சர்ரென்று கிணற்றுத் தண்ணீரை உறிஞ்சி ஊற்றி விடுகிறது. ஆனால் எண்ணெய் ஊற்றிச் சமாளிக்க வேண்டும். ஆயில் இன்ஜினிலேயே லிஸ்டர் என்ஜின் கூத்தில் வரும் பீமனைப் போல. அலுங்காமல் உட்கார்ந்து, அரை மூட்டை அரிசிச் சோற்றைத் தின்று ஏப்பம் விட்டுவிடும் பீமனைப்போல அலுங்காமல் உட்கார்ந்து நிதானமாய் டீசலைக் குடித்து, ‘புக்புக்’ என்று புகைகக்கி, கால்வாய் புரளப்புரள தண்ணீரை ஊற்றுகிறது.

ஊரில் சுப்பிரமணி ரெட்டியார் ஆயில் மிஷின் போட்ட புதிதில் ஊரே சுற்றி நின்று வேடிக்கை பார்த்தது. ஹேண்டிலை சுழற்றி ஸ்டார்ட் செய்யப் பெரிய ஊரிலிருந்து சண்முகம் ரெட்டியார் வந்து போவார். ஒவ்வொருமுறையும் அவரைக் கூட்டிவர முடியாது என்பதால் சுப்பிரமணி ரெட்டியாரின் பெரிய பையன் புருசோத்து பயந்து பயந்து மிசின் விடப் பழகினான்.

ஹேண்டிலை மாட்டி, மூச்சைப்பிடித்து வேகமாக நான்கு சுற்றுச் சுற்றி அந்த லீவரைப் பட்டென்று தட்டிவிட்டு லாவகமாய்க்

கையில் பிடித்திருக்கும் ஹேண்டிலை வெளியில் எடுக்க வேண்டும். கொஞ்சம் பிசகினாலோ, பயத்தில் ஹேண்டிலை விட்டாலோ, சுழற்றித் தலையில் அடித்தால் சூரைத் தேங்காயைப்போலத் தலை சிதறிவிடும்.

ஆயில் மிஷின் போட்ட புதிதில், ஊரிலிருக்கிற பிள்ளைகள் எல்லாம் “ஆயில் மிஷன் விளையாட்டு” விளையாடின. அமைதியாக மிஷின்போல நிற்கும் பையனின் வலதுகையைப் பிடித்து இன்னொரு பையன் வேகமாகச் சுற்றுவான். மிஷினாக இருக்கிற பையன் ‘புக் புக்’ என்று கை சுற்றும் வேகத்துக்கு ஏற்ப வாயால் ஒலி எழுப்புவான். வேகமாகச் சுற்றி, பையனின் இடது காதைப்பிடித்துச் சுருக்கென இழுத்துவிட, ‘புகு புகு புகு’ என வேகமாக ஒலியெழுப்புவான் அவன். மிஷின் ஓடத்தொடங்கும். ஒருவனை நிற்கவைத்து வரிசையாக நான்கைந்து பேர் மிஷின் விடுவார்கள். பிறகு நின்றிருப்பவன் மாற, வேறொருவன் மிஷினாக நிற்பான். இப்படியே பல பையன்கள் மிஷின் விடுவதில் தேறிவிட்டு, வீட்டிற்குப்போய் ஆயில் மிஷின் வாங்க வேண்டும் என்று அப்பன்களை நச்சரித்துப் பலர் செவிட்டில் அறை வாங்கினர்.

அப்படி இப்படி என்று ஊரில் இப்போது ஆறேழு மிசின்கள் வந்து உட்கார்ந்து கொண்டன. சின்னசாமி ரெட்டியாரும் ஆயில் மிஷின் வாங்கிவிட வேண்டும் என்று நினைத்துக் கொண்டிருந்தார். அவரால் முன்னைப்போலக் கவலை ஓட்ட முடியவில்லை. விடியற்காலையில் மாடுகளைப் பூட்டினால், ஒன்பது பத்துக் கெல்லாம் உடல் தளர்ந்து விடுகிறது. பையனும் இன்னும் கவலை ஓட்டத் தேறவில்லை. அவனை அதில் உட்கார வைக்கவும் அவருக்கு மனசு வரவில்லை. ஒத்தைக்கு ஒரே பையனைக் ‘கவலை’யில் விட்டுப் ‘பாரி’யில் நடக்கவிட முடியுமா?

ஒரு வழியாகப் பெண்களையெல்லாம் கட்டிக் கொடுத்தா யிற்று. விளைச்சல்களில் சாப்பாட்டுக்குப் போக மீதியை மண்டிக் காரனுக்கு ஏற்றியதில் அவ்வப்போது மூன்று பெண்களுக்கும் தேவையான நகைகளை வாங்கி வைத்திருந்தார். அதுபோகக் கையில் இருந்த சேமிப்பில் பாத்திரங்கள், பாய், தலையணை எனச் சீர் வரிசை வாங்கவும், குழந்தைப்பேற்றுக்கு வந்த பெண்களுக்கும், குழந்தைகளுக்கும் கம்மல், கால் கொலுசு, இடுப்புக்கு வெள்ளி அரைஞாண்கயிறு, கழுத்துக்குச் செயின் எனச் சீர் செய்யவும் சரியாக இருந்தது.

இப்போது அவரிடம் சேமிப்பென்று எதுவும் இல்லை. இனி விளையும் வெள்ளாமையில்தான் மிஷின் வாங்கவேண்டும். மஞ்சு வீட்டை பிரித்துவிட்டு ஓட்டு வீடு கட்டிவிடவேண்டும். அப்படியே வீட்டுக்கு மின் இணைப்பும் வாங்கிவிட வேண்டும். இதெல்லாம் முடிவதற்குள் முருகவேலுவும் கல்யாணத்துக்குத் தயாராக நிற்பான். கண்ணுக்கு லட்சணமான ஒரு பெண்ணைப் பார்த்து அவனுக்குக் கட்டிவைத்து அழகு பார்த்து விட்டால் அவரின் கடமை முடிந்துவிடும் என்று கணக்குப் போட்டுக் கொண் டிருந்தார் சின்னசாமி.

ஒத்திகை தொடங்கி சுமாராக இரண்டு மாதங்கள் முடியும் தருவாயில் மூன்று சுற்று ஒத்திகை முடிந்திருந்தது. இன்னும் முழுதாய் ஒரு மாதமே உள்ள நிலையில், ஒத்திகை சூடு பிடித்திருந்தது. எல்லோருமே பழைய ஆட்கள்தான் என்பதால் வாத்தியாருக்குச் சிரமம் ஒன்றும் இல்லை. ஒரே ஒரு சிக்கல் ஏட்டுக் கெங்கன்தான். சாராயம் உள்ளே போகவில்லையென்றால் கை கால் நடுங்கும் என்பதால் காலையிலேயே கொஞ்சம் ஊற்றிக்கொள்வார். ஆனால் மாலையில் ஒத்திகைக்கு வரும்போது குடிப்பதில்லை. ஏற்கெனவே போட்டது கொஞ்ச நஞ்சம் உள்ளே இருக்கும். அந்த வாசனையிலேயே சமாளித்துவிடுவார்.

அன்று சித்திரைமாத பௌர்ணமி. அன்று இரவு முழுக் கூத்து போலவே ஒத்திகை பார்த்துவிடலாம் என்று வாத்தியார் சொல்லி விட்டார். வேஷம் கட்டாமல், கொட்டகை போடாமல் நடக்கும் முழுக் கூத்து. சித்திரை முடிந்தால், வைகாசி முதல் செவ்வாய் ஜாத்திரை. அதற்கு மூன்று வாரமே இருந்தது.

தெரு விளக்கைவிடப் பிரகாசமாகப் பௌர்ணமி நிலா கொஞ்சம் வேளையாகவே கிழக்கில் முளைத்துவிட்டது. எல்லோருமே களியை விழுங்கிவிட்டு, பரபரப்போடு பஜனை கோயில் எதிரில் கூடினர்.

வாத்தியார் கடவுள் வணக்கம் பாடத் தொடங்கினார். பப்பூன் சேகர் சுழன்று சுழன்று ஆடியபின், கங்கை வந்து ஆடினாள். அவளிடம் வந்து தேவர்கள் முறையிட்டனர்.

உலகில் கெட்ட சக்திகளின் அராஜகம் அதிகரித்து, நீதி கெட்டு விட்டது என்றும், அவர்களை அழித்து, வதம் செய்து, நீதியை

நிலைநாட்ட ஈஸ்வரன் பூவுலகிற்குச் செல்லவேண்டும் என்றும் தேவர்கள் வேண்டிக்கொள்ள, அதற்கெல்லாம் அவருக்குப் போதிய நேரம் இல்லாததால் அவருக்குப் பதிலாகப் பார்வதியை பூலோகம் செல்லும்படி கட்டளையிடுகிறார் பரமசிவன். பரமசிவனின் உத்தரவுப்படி பார்வதி கங்கையாக அவதாரம் எடுத்து தீய சக்தி களை அடக்கப் பூலோகம் செல்கிறாள் கங்கை. அதற்குமுன் தன் சகோதரனான பெருமாளிடம் சில வரங்களைப் பெற்றுக் கொள்கிறாள்.

பூலோகம் வந்து சைவஜித்து, அசைவஜித்து, காளி, மாரி போன்ற கெட்ட சக்திகளை வென்று, பின் அவர்களுக்கும் அருள் பாலித்து, அவர்களுக்கு ஊரைக்காக்கும் வேலைகளைக் கொடுக் கிறாள். இறுதியில் தன் ஆக்ரோஷம் தணிந்து தனது பிராண நாதனான ஈஸ்வரனுடன் இணைந்து தேவலோகம் செல்கிறாள்.

இதுதான் கங்கை அவதாரம். ஊரைக்காக்கும் கங்கை யம்மனுக்கு ஆண்டுதோறும் சித்திரை, வைகாசியில் கூழ் ஊற்றி, ஜாத்திரை நடத்தி, இரவில் கூத்தும் நடத்தி அவளைக் குளிரவைக்கும் ஊர்மக்கள் கங்கை அவதாரம் கூத்து நடத்தும்போது அவள் மீதான பக்தியில் நெகிழ்ந்து போவார்கள். அவளும் நெகிழ்ந்துபோய் அவர் களுக்கும், ஆடு, மாடு, கோழி, கொக்கு, நாய், நரி, பன்றி என சகல ஜீவராசிகளுக்கும் நோய்நொடி அண்டாமல், விளைச்சல் பெருகி ஊர் செழிக்க அருள்புரிவாள்.

இரவு நடு ஜாமத்தை நெருங்கும்போது காத்தவராயன் வேடம் வரும். காத்தவராயன் என்றால் காற்று. சூரைக்காற்று வந்தால் ஊரே கீழும் மேலுமாய்ப் புரள்வதைப்போலக் காத்தவராயன் வந்தால் கூத்துக்கொட்டகையே புரளவேண்டும். அதற்குத் தோதான ஆள் சின்னசாமி ரெட்டியார்தான். தாளங்கள் ஒன்றோடு ஒன்று பட்டும் படாமலுமாய் "ஜஜங் ஜஜங் ஜஜங்ஜஜங்" என்று உச்சத்தில் முழங்குவதைப்போல, அவர் கால்கள் தரையில் பட்டும் படாமலுமாய்த் துள்ளும். அதற்கு இணையான வேடங்கள் மாரியும், காளியும். சடசடவென்று மழை வெளுத்து வாங்குவதைப்போல மாரி வேடமும் வெளுக்க வேண்டும். கீழ்வானத்தில் வெளிச்சம் படரத்தொடங்கிய அதிகாலையில் ஒத்திகை முடிந்து, எல்லோரும் கலைந்தனர்.

சின்னசாமி காளை மாடுகளை அவிழ்த்துக்கொண்டு கவலை ஓட்ட கிணற்றை நோக்கி நடந்தார். முருகவேலு ஒத்திகைப் பார்த்து விட்டு, தெருத் திண்ணையில் அயர்ந்து தூங்கிக்கொண்டிருந்தான்.

“ஏமே... நாம் போயி கவலையைப் பூட்றேங்... தண்ணீர் திருப்ப பையன எழுப்பாத... அவந் தூங்கிட்டு வரட்டும், நீ மம்டிய எட்த்துகினு வா... அப்பறமா அம்மா கூவு கரச்சிகினு வர்ட்டும்” என்று சொல்லிவிட்டுப் புறப்பட்டார்.

வெறும் வாயில் பச்சை மிளகாயைக் கடித்துவிட்டதைப் போலச் சித்திரை மாத வெய்யில் காலையிலேயே சுள்ளென்று ஏறத் தொடங்கியது. பாரியில் மாடுகளுக்குப் பின்னால் சின்னசாமியின் கால்கள் நடந்துகொண்டிருந்தாலும் அவர் கவனம் அங்கில்லை. வரப்போகிற கங்கையம்மன் ஜாத்திரையில் நடக்கப்போகும் கூத்தில் இருந்தது.

மூன்று பெண்களுக்கும் திருவிழாத் தகவல் சொல்லியாயிற்று. மூத்தவள் ஊரோடு இருக்கிறாள். மற்ற இரண்டும் குடும்பத்தோடு வரும். அவர்களுக்கு ஆட்டுக்கறியும், கோழிக்கறியும் திகட்டத் திகட்டப் போடவேண்டும்.

நினைப்பு மாறித் தன் உடல்மீது விழுந்தது. முன்புபோல வேலைகள் செய்ய முடியவில்லை. அறுபதைத் தாண்டிவிட்ட உடம்பு. முதலில் ஆயில் மிஷின் போட்டுவிடவேண்டும். ஏர் ஓட்ட, பிரம்படிக்க, அண்டை வெட்ட அவ்வளவு சிரமம் தெரிய வில்லை அவருக்கு. கவலை ஓட்டுவதுதான் அவருக்குச் சவாலாக இருந்தது.

ஜாத்திரை முடிந்ததும் கேழ்வரகு அறுவடைக்கு வந்துவிடும். இன்னும் ஒரு தண்ணீர் காட்டினால் போதும். கேழ்வரகு விற்று அதில் மிஷின் வாங்கிவிடவேண்டும் என்று முடிவு செய்தார்.

நீர் இறைப்பது முடிந்து மாடுகளை விடுவித்து, சாலை இழுத்துக் கிணற்றில் தொங்கவிட்டு, மாடுகளை வீட்டுக்கு ஓட்டி வந்து தொட்டியில் தண்ணீர் காட்டினார். தொட்டியில் ஊறியிருந்த பிண்ணாக்குகளைத் துழாவி எடுத்து மாடுகளின் வாய்க்குள் திணித்தார். தண்ணீர் குடித்து நீர் மொண்ட சால் போல அவற்றின் வயிறுகள் புடைத்த பின்பு புளியமரத்தின் வேரில் கட்டி

வைக்கோலைப் பிடுங்கிப் போட்டுவிட்டு வந்து பையனை எழுப்பினார்.

"டே நைனா எய்ந்திர்ரா... கூழு குட்ச்சிட்டு மாடுங்கள காட்டுக்கா ஓட்டிகினு போடா" என்றார். அவன் சிரமப்பட்டுக் கண்களைத் திறந்து பார்த்துவிட்டு தலையைக் கீறிக்கொண்டு எழுந்து உட்கார்ந்தான்.

அடுத்த இரண்டு வாரங்கள் பார்த்துக்கொண்டிருக்கும்போதே ஓடிவிட ஜாத்திரை நாள் வந்தே விட்டது.

16

விடிந்தால் திருவிழா. மாலை மூன்று மணிக்கெல்லாம் கோயிலின்மீது கட்டிய ஒலிபெருக்கி நாலாபுறமும் பக்திப் பாடல்களை முழங்கிக்கொண்டிருந்தது. மின்சாரம் வந்தபிறகு திருவிழா என்றால் சுற்றுப்புற ஊர்களுக்குக் காற்று வாக்கிலேயே செய்தியை அனுப்பி விடுகிறது ஒலிபெருக்கி புனல்கள்.

தோசைக்கல்லைப் போல வட்டவட்டமாய் இருக்கும் கருமைநிற இசைத்தட்டுகளைச் சுற்றவிட்டு அதன்மீது முள்ளை வைத்ததும் நான்கு ஊர்களுக்குக் கேட்கும் ஓங்காரச் சத்தத்தோடு அது பாடினால் ஊரே மெய் மறக்கிறது.

ரேடியோ போட்டாலே அதன் வட்ட வட்டத் தட்டு களையும் பங்களா மண்டைச் செடியின் பூக்களைப் போன்ற பெரிய பெரிய புனல்களையும், சிறியவர் களும், பெரியவர்களும் ஈ மொய்ப்பதைப் போல மொய்த்து சுற்றிச் சுற்றி அதிசயிக்கிறார்கள்.

சின்னசாமி ரெட்டியார்தான் எல்லோரையும் அதட்டிக் கொண்டிருந்தார்.

"டேய் பசங்காளா... வேடிக்கப் பாத்தது போதும்... ஏரிக்குப்போயி களிமண்ணு எட்த்துகினு வாங்கடா... செல செய்ய இப்ப ஆரம்பிச்சாதாங் செரியா இர்க்கும்" என்று பொடிப்பசங்களை விரட்டினார்.

“யே யே யேய்... வாங்கடா... களிமண்ணு எட்த்தாரலாம்” என்று கூவிக்கொண்டு ‘அசர பசர’ மாதிரியான சின்னப்பையன்கள் ஏரிப்பக்கம் ஓடினர்.

முருகவேலு வயது பையன்கள் பந்தலுக்குக் கொம்புகள் தேடப் போனார்கள். உலர்ந்த அகத்திமரம், மூங்கில், அவுஞ்சி மரங்களை வீடுகளுக்குப் பின்புறமும், கிணற்று மேடுகளிலும் தேடித்தேடி, தூக்கிக்கொண்டு வந்து நடுத்தெருவில் போட்டனர். எது யாருடைய மரம் என்று முருகவேலு பார்த்துக்கொண்டான். திருவிழா முடிந்ததும் சேதாரம் இல்லாமல் திருப்பிக்கொண்டுபோய்ச் சேர்க்க வேண்டும்.

மாலை மசமசவென இருட்டத் தொடங்கியபோது வழக்கமாக அம்மன் பந்தல் போடுமிடத்தில் மரங்களும் தென்னை ஓலைகளும் குவிந்தன. களிமண்ணை உருண்டை உருண்டையாக உருட்டிக் கொண்டு வந்து ஓரமாகப் போட்டனர் குழந்தைகள்.

சின்னசாமி ரெட்டியார் தலைமையில் கம்புகள் நட்டு அதன் மீது தென்னங்கீற்றைப் பரப்பிக் கட்டி பந்தல் போட்டு முடித்தனர். பந்தலின் முன்புறம் தவிர மற்ற மூன்று புறமும் தென்னங்கீற்றுகளை மார்பு உயரத்துக்கு நிற்க வைத்து கட்டி மறைப்பு ஏற்படுத்தினர். அதன் பிறகு பந்தலின் மையத்தில் சிலை பிடிக்கும் வேலையில் இறங்கினார் ராமசாமி ரெட்டியார்.

அடையாளத்துக்குத் தெருவில் நட்டு வைத்த கல்லை எடுத்துவிட்டு, கற்பூரம் கொளுத்தி, தேங்காய் உடைத்துப் பள்ளம் தோண்டி ஈச்சமரத்துண்டால் ஆன சாமி மரத்தை நட்டு, அதன் மேனி முழுவதும் வைக்கோல் பிரிகளைச் சுற்றினார். அதன்மீது களி மண்ணைக் குழைத்துக் குழைத்துப் பூசி அம்மன் உடலைப் படைத்துக் கொண்டிருந்தார் ராமசாமி. இடுப்பு உயரத்துக்கு மரத்தால் ஆன மேடை அமைத்து துணி மூட அதன்மேல் உட்கார்ந்த வாக்கில் உருவானது கங்கையம்மன் சிலை. முதலில் இடுப்புக்குமேல் வயிறு, மார்பகங்கள் கழுத்து என உருப்பெற்றது. அம்மன் சிலை செய்வதில் அவருக்கு இணை அவர்தான். அளவான வயிறும், எடுப்பான மார்பகங்களும், கச்சிதமான கழுத்தும், முதுகும், புட்டங்களும் அவர் செய்யும்போது பார்க்கப் பார்க்க பலபேர் அது அம்மன் என்பதையும் மறந்து அதன் அழகை ரசிப்பார்கள். சிலருக்கு எடுப்பான அந்த மார்பகங்கள் மீதே கண்கள் விழுந்து மேயும். அதனாலேயே நிறைய்ய பேரைப் பக்கத்தில் சேர்க்க மாட்டார்.

சிலை செய்து முடிந்தபின் கோயிலில் இருந்து கொண்டு வரப்பட்ட மரத்தால் செய்து வண்ணம் பூசப்பட்ட நான்கு கைகளையும், இரண்டு கால்களையும் சிலையோடு பொருத்தி புடவை அணிவித்து முடிய நடுநிசி ஆகிவிடும். கழுத்தில் சிரசில்லாமல் அம்மன் தயாராகி மறுநாள் காலை வரை தலைக்காகக் காத்திருப்பாள்.

பந்தலைச் சுற்றிப் பனங்காய் குலைகள், ஈச்சம்பழக் குலைகள், அரச இலை, வேப்பிலை, நாகஇலைக் கொத்துகளின் அலங்காரம் முடிந்து முன்புறம் வாழைமரம் கட்டிமுடித்து ஆட்கள் படுக்க நடுஇரவு ஆகிவிட்டது.

காலை, தெருக்களில் பம்பையும், பறை மேளமும் முழங்க பெரியவர்களும், சிறுசுகளும் கண்களைக் கசக்கிக் கொண்டும், குதூகலித்துக்கொண்டும் ஆற்றுக்குக் கிளம்பினர். துணி யால் மூடப்பட்ட அம்மன் சிரசும் அதை அலங்கரித்து வைக்கும் மேடையும், பூஜை சாமான்களையும் சுமந்துகொண்டு நாட்டாண்மைக் காரர்களும், நீவாநதியாகிய பொன்னை ஆற்றை நோக்கிப் போனார்கள்.

அணையின் கீழே எந்நேரமும் நீர் கொப்பளித்துக் கிளம்பிக் கொண்டிருக்கும் ஊற்றுப் பள்ளத்தில் கங்கையம்மன், மாரியம்மன், கொள்ளாபுரி அம்மன் கரகங்களை வேப்பிலையால் ஜோடித்து அதன் மீது சரம்சரமாய் மல்லிகைப்பூவைச் சுற்றிய பின் மல்லிகையின் மணமும், திருநீறு, மஞ்சள், குங்குமத்தின் மணமும் நாலாபுறமும் வீச ஆறே பக்தியில் மணத்தது.

அம்மன் சிரசுக்கு அபிஷேகம் முடிந்து, மாலையிட்டு, ஜோடிப்பு முடிந்ததும், பம்பை சத்தம் ஆற்றின் கரையெல்லாம் எதிரொலிக்க அம்மனை வர்ணித்தல் தொடங்கியது.

பம்பைக்காரர்களின் பாட்டும், மேளமும், தாளமும் உச்சத்தில் மிதக்க பெருமாள் ரெட்டியார் கையில் மஞ்சள் காப்புக்கட்டி ஆற்றில் தண்ணீரோடு தண்ணீராய் நின்று ஆடினார். அவருக்குள் அம்மன் இறங்க ஏழெட்டு பாட்டுகளாவது முடியவேண்டும். அருள் வந்து 'கோவிந்தா' என்று அவர் முழங்கியதும் ஊரே சிலிர்த்தது.

"பாலகன் மேல வந்திருக்கிறது யாரு?" என்று பூசாரி கேட்க, "நான் தாண்டா கெங்கம்மா வந்துகீறண்டா" என்று உறுதிப் படுத்தியதும்,

"தாயே... எங்க பூஜல கொற ஏதும் இல்லியே" என்றார் பூசாரி.

"எதுவும் இல்லடா... மேக்கொண்டு நடத்துங்கடா" என்றது அம்மன்.

"அம்மா... இந்த வர்சம் கொற இல்லாம மய பேயுமா..."

"பேயுண்டா" என்றவள் 'கோவிந்தா' என்றாள் ஓங்காரமாய்.

ஊரே திருப்பி 'கோவிந்தா... கோவிந்தா...' என்று சிலிர்த்தது.

அம்மன் குத்துக்காலிட்டு உட்கார... அவள் தலைமீது பெரிய கரகத்தைத் தூக்கி வைத்தார் பூசாரி. அடுத்து மாரியம்மன் கரகத்தைச் செல்வராசு ரெட்டியார் தலையிலும், கொள்ளாபுரி அம்மன் கரகத்தை, வண்ணார கோபால் தலையிலும் தூக்கி வைத்ததும் ஊர்வலம் புறப்பட்டது.

கரகங்களுக்கு முன்னால் தீவட்டி ஏந்தி வண்ணார கோவிந்தன் நடக்க, அவனுக்கு முன் பம்பை, அதற்கு முன்னால் பறைமேளம். கரகங்களைச் சுற்றி மக்கள், பின்னால் அருள்வழியும் கண்களோடு புன்னகைக்கும் அம்மன் சிரசு.

பலகையால் ஆன மேடையில் அம்மன் சிரசு பொருத்தப்பட்டு அதன் பின்புறம் வண்ண வண்ண அட்டைகளால் அலங்கரிக்கப் பட்ட தொரா, அதன் மேலே சிவப்பும் மஞ்சளும் வெண்மையுமான குடை விரிந்திருக்க, குடையின் மேற்புறம் குவிந்திருந்த கலசத்தில் பட்டு ஒளிர்ந்தது சூரிய ஒளி. சிரசு பலகையை நான்கு புறமும் நான்குபேர் தோளில் தூக்கிக் கொண்டு நடந்தனர். அதுதான் பாரம். நூறடிக்கு ஒருமுறை ஆட்கள் மாற்றி மாற்றித் தூக்க வேண்டும்.

திபுதிபுவெனக் கூட்டம் மேள தாளம் முழங்க ஊரை நோக்கி நடந்தது.

ஊரில் பெண்கள் தலைக்குக் குளித்து, வீடு வாசல் கழுவி, பச்சரிசி சோறாக்கி, கருவாட்டுக் குழம்பும், முருங்கைக் கீரையும் சமைத்து வைத்து... தேங்காய், வெற்றிலைபாக்கு, வாழைப்பழம், கற்பூரம் ஆகியவற்றைத் தட்டில் வைத்துத் தீபாராதனை காட்ட காத்திருந்தனர்.

ஊருக்குள் நுழைந்த கரகம் வாசல் தோறும் நிற்க, பெண்கள் அம்மன்களின் கால்களில் மஞ்சள் கரைத்த தண்ணீரை ஊற்றி, பாதங்களில் மஞ்சள் குங்குமம் வைக்க, ஆண்கள் தீபாராதனை

தட்டை வாங்கித் தேங்காய் உடைத்துக் கற்பூரம் கொளுத்தி அம்மனுக்குக் காட்ட, எல்லோரும் கன்னத்தில் போட்டுக்கொண்டு கங்கையம்மனின் காலில் விழுந்தனர்.

ஒரு கையில் சூலமும், மறுகையில் வேப்பிலையும் வைத்திருந்த பெருமாள் ரெட்டியார் தலையில் வைத்த கரகத்தைத் தொடாமலே முன்னும் பின்னும் ஆடியபடி நடப்பார். கும்பிடும் பெண்களுக்கு வேப்பிலையை உருவி பிரசாதமாகத் தருவார். தலைகுனிந்து நிற்கும் பெண்களுக்கும், குழந்தைகளுக்கும் பிரம்பாலும், வேப்பிலையாலும் மந்திரம் போடுவார். குறுக்கில் தரையோடு தரையாகப் படுக்கும் பெண்களையும், குழந்தைகளையும், ஆண்களையும் ஆடியபடியே தாண்டிச் சென்று அருள் வழங்குவார்.

காலை எட்டுமணி வாக்கில் கரகத்தைத் தலையில் வைத்தால் ஊரைச் சுற்றிவந்து பூஜை புனஸ்காரங்களை ஏற்றுக்கொண்டு வரம் தந்து, ஆசீர்வதித்து இடையிடையில் வேப்பிலையும், எலுமிச்சம் பழங்களையும் மென்று தின்று கரகம் இறங்குவதற்குள் சூரியன் உச்சிக்கு வந்துவிடுவான். அதுவரை அசராமல் ஆடியபடியே கரகம் சுமக்க அவரால் மட்டும்தான் முடியும். அதற்குமுன்பு அவரது தகப்பனார் கிருஷ்ணா ரெட்டியார் கரகம் எடுத்தார். இப்போது அவர். அப்பாவைவிட இவர் தலையில்தான் கரகம் ஆடாமல் அசையாமல் இருக்கும். கங்கை அவர் காலிலும் நாக்கிலும் வந்து விளையாடினாள்.

காலை கரக ஊர்வலத்தில் வெயிலில் ஆடவேண்டும் என்றால் இரவு கரக ஊர்வலத்தில் வீடு வீடாக நின்று குறி சொல்லவேண்டும். நோயுற்றவர்கள், பிள்ளையில்லாதவர்கள், மணமாகாதவர்களுக்கு வாக்கு சொல்ல வேண்டும். சிலர் அம்மன் முன் தேம்பித்தேம்பி அழுவார்கள். சிலர் அம்மனிடம் சண்டை போடுவார்கள்.

“அம்மா உனுக்குக் கண்ணில்லையா... இந்தப் பாலகனுக்குக் கருண காட்டமாட்டியா?” என்று அவளிடம் கெஞ்சுவார்கள்.

“தெக்காலப் போ பொண்ணு கெடைக்கும்... பங்குனி போவட்டுங் ஒடம்பு செரியாவுங்...”

“மூணு மாசம் வேப்பமரத்தயும், எங்கோயிலயுஞ் சுத்து... புள்ள பொறக்கும்” என்று ஆளுக்கொரு தீர்வு சொல்லிக்கொண்டே போவார்.

காலையில் கரகத்திற்குப் பின்னால் பெண்கள் தலையில் சுமந்து வந்த கூழ்பானையையும், கருவாட்டுக்குழம்பு சோற்றையும் பந்தலுக்கு முன்னால் இறக்கிக் கொட்ட அதிலிருந்து ஒருவாய் சோறும், கூழும் குடித்துக் கும்பம் ஏற்றுக் கரகம் இறங்கியதும், பெருமாள் ரெட்டியார் மூர்ச்சையாகிவிடுவார். அவரை இரண்டுபேர் தூக்கிக்கொண்டுபோய்ப் படுக்க வைத்து, முகத்தில் விசிறியபின் கண் விழித்ததும் அவருக்குப் பால் கொடுப்பார்கள்.

சிரசைத் தூக்கிவந்து அம்மனின் கழுத்தில் பொருத்தி கல்யாண பூசணி காவு கொடுத்து தேங்காய் நீரால் கண்களைக் கழுவி, பார்வை கொடுத்தபின் அம்மன் திருமணம். வண்ணார ஆனந்தன்தான் வருடந்தோறும் அம்மனுக்குத் தாலி கட்டுவான். தாலி கட்டியதும், கரும்பு ஆலை கொப்பறையில் ஊற்றப்பட்ட கூழும், வேட்டியை விரித்துக் கொட்டப்பட்ட ஊராரின் சோறும் பிரசாதமாக வழங்க பல வீட்டுச் சோற்றையும், குழம்பையும் கலந்து பிசைந்து கைகளில் அள்ளி அள்ளி சின்னசாமி ரெட்டியார் சுற்றி நிற்பவர்களுக்குத் தருவார். வீட்டில் சோறும், கருவாட்டுக் குழம்பும் இருந்தாலும் ஊர் ஆண்களும் பெண்களும் அதைப் போட்டி போட்டுக்கொண்டு வாங்குவார்கள். ஒரு வீட்டுக்குழம்பு ஒரு ருசி என்றால் பல வீட்டு ருசிகள் சேர்ந்தால் அது தனி ருசி. ருசி ஒருபுறம். அம்மன் அருள் ஒரு புறம். ஊரார் கைகளில் சோற்றை வாங்கித் தின்றபின் பங்கு பிரிப்பார்.

சோற்றில் வண்ணாருக்கு ஒரு பங்கு, அம்பட்டருக்கு ஒரு பங்கு. மேளமடிக்கும் பறையருக்கு ஒரு பங்கு. கொப்பறையில் நிரம்பி வழியும் கூழை ஊர்க்காரர்கள் தொடுவதில்லை. அதை அம்பட்டர், வண்ணார், பறையர் தவலைகளிலும் குண்டான் களிலும் எடுத்துப் போவார்கள். மீந்ததைச் சக்கிலிகளும், ஜோகியரும் எடுத்துப் போவார்கள்.

இரவு ஊர்வலத்துக்குப்பின் கறிக்குழம்பு, புழுங்கல் அரிசிச் சோறு, கொழுக்கட்டை படையல். ஆட்டுக்கறி, கோழிக்கறி கலந்த சோறு. அது ஒரு தனி ருசி. ஒரு ஊரில் திருவிழா என்றால் பக்கத்து ஊர்க்காரர்களும் வருவார்கள். கொழுக்கட்டைக்கு அலைவார்கள். அதற்குப்பிறகுதான் கூத்து.

இது ஆண்டுதோறும் தவறாது நடந்தாலும், எப்போதும் யாருக்கும் சலித்ததில்லை.

ஒரு வழியாய் இத்தனையும் நடந்து முடிந்து மக்களின் மனசும் வயிறும் நிறைந்திருக்க... கூத்துக் கொட்டகையின் முன் பாய்களை விரித்துக் கதைகளைப் பேசிக்கொண்டு காத்திருந்தனர் மக்கள்.

சீன் கம்பெனி முருகேசன் திரையைக் கட்டிவிட்டு வேஷம் கட்டுவதில் மும்முரமாய் இருந்தார். பொடிசுகள் கூத்துக் கொட்டாயின் பின்புறம் மட்டையை விலக்கி துவாரமாக்கி உள்ளே எட்டிப்பார்த்துக் கொண்டிருந்தன. பப்பூன் சேகர் அவர்களை விரட்டிக்கொண்டிருந்தார்.

“யேய்... அத்ரா உங்கொப்பா... மீசப்பார்ரா எவ்ளோ பெர்சு கட்டிகீறாங்க” என்றது ஒரு பொடி.

“ஐயே... அது எங்கப்பா இல்லடா...” என்றது இன்னொன்று.

பந்தலுக்கு எதிரே மாலையும், வேட்டி, டவலும், தாம் பாளத்தில் வைத்துக்கொண்டு மரியாதை செய்யக் காத்திருந்தனர் உறவினர்கள்.

ஏட்டு கெங்கனுக்கு மரியாதை செய்ய அவரது மாமியாரும், மகளும், மனைவியும் காத்திருந்தனர். தாம்பாளத்தட்டில் சம்பங்கி பூ மாலை, பட்டுவேட்டி, சட்டை, கால்சவரன் மோதிரம் வைத்துக் கொண்டு மாமியாரும், இன்னொரு தாம்பாளத்தட்டில் பேண்ட், சட்டை, ரோஜாப்பூ மாலை, கழுத்துச் செயினோடு மகளும், நிமிடத்துக்கொருதரம் வெட்கத்தில் சிவக்கும் முகத்தோடு அவரது மனைவியும் காத்திருந்தனர்.

இரவு பத்து மணி ஆகி இருந்தபோது மேளமும், தாளமும், பெட்டியும், உச்சஸ்தாயில் அலற கடவுள் வணக்கம் பாடலோடு கூத்துத் தொடங்கியது.

பப்பூன் சேகர் கட்டை கத்தியைச் சுழற்றிச் சுழற்றி மேளக்காரரர் உட்கார்ந்திருந்த டேபிளில் ‘டொக் டொக்’ எனக் குத்திவிட்டு ஆடினார். அவருக்குப் பிள்ளைகள் முறுக்கு மாலை, கொழுக்கட்டை மாலை போட்டு கைகுலுக்கினர்.

முருகவேலு குழுவினர் நமுட்டுச் சிரிப்புச் சிரித்துக்கொண்டு டவலில் மறைத்து வைத்திருந்த மாலையைக் கொண்டுபோய்ப் பபூன் கழுத்தில் மாட்டியதும் அவர் அலறினார். சணல் கயிற்றில் கட்டப்பட்ட நண்டுகள் கொடுக்குகளை விரித்துக்கொண்டும்,

நீட்டிக்கொண்டும் அவர் மார்பில் ஊற... எகிறிக் குதித்தார். தை தை எனக் குதித்துக்கொண்டே மாலையைக் கழற்றி எதிரே வீசினார்.

'கெக் கெக் கெக்' என்று சிரித்துக்கொண்டிருந்த ஒரு பையன்மீது அது விழுந்ததும் 'லபோ திபோ' என அவனோடு சேர்ந்து எல்லாப் பையன்களும் அலறிக் குதித்தனர்.

ஒரு வழியாய் அது பந்தலுக்குப்பின்புறம் தூக்கி வீசப்பட்ட பின்னர் கூட்டம் ஓவெனச் சிரித்தது. சிலர் கண்களில் நீர் ததும்பத் ததும்பச் சிரித்தனர். பபூன் அசட்டுச் சிரிப்புடன் கதை சொல்லத் தொடங்கினார்.

கங்கையாக வந்த ராமசாமி ரெட்டியாருக்கு மாலை போட்டு, தேங்காய் உடைத்து, ஆரத்தி எடுத்து வேட்டியையும் சட்டையையும் போட்டு மரியாதை செய்தாள் அவரது உடன் பிறந்தவள்.

புதிய வேடங்கள் வரவர மரியாதை செய்வதும், இடை யிடையே பபூன் குதித்துத் துள்ளிச் சிரிக்க வைப்பதும் கங்கையோடு, சைவஜித்து, அசைவஜித்து ஆவேசப்போர் புரிவதுமாகக் கூத்துக் களை கட்டியது.

ஏட்டு கெங்கனுக்குப் பரபரத்துக்கொண்டிருந்தது. அவரது வேஷம் விடிகாலைதான் வரும். ஆனால் அவருக்கோ இப்போதே ஆடவேண்டும் என்று கால்கள் துடித்தன. சீன்காரரோ நடுநிசி நெருங்கும் வேளையிலும் அவருக்கு அரிதாரமே பூசவில்லை.

"ஏட்டய்யா... இப்பவே அரிதாரம் பூசிட்டா... வேசம் வர்றத்துக்குள்ள மூஞ்சிலாம் இறுகி, கெட்டியா புட்ச்சிக்கும்... கொஞ்சம் பொறுங்க... செரியான நேரத்துக்கு வேசம் கட்டலாம்" என்றார்.

நேரம் ஆக ஆக அவருக்குக் கைகள் நடுங்க ஆரம்பித்தன. லேசாக ஒரே ஒரு கிளாஸ் உறிஞ்சிக்கலாமா என்று யோசித்தார்.

"ஏட்டே.... நீ கட்றது சிவபெருமானு வேசம்... சாராயம், கீராயம் தொடப்போற... கடவுளு வேசம் கட்டிகினு அதெல்லாம் கிட்ட வரக்கூடாது" என்று ஏற்கெனவே வாத்யார் சொல்லி விட்டார்.

"சிவபெருமானே சுடுகாட்ல காவுலு கீறவந்தானே... கறியும், சாராயமும், சுருட்டும் சிவனுக்கு ஆவாததா" என்று யோசித்த ஏட்டுவுக்கு உள்ளங்கைகளில் நமைச்சல் எடுத்தது.

நடுநிசியில் காளி வேடம் வந்ததும் மக்கள் அரண்டு போயினர். அகோர வேசமும், கருப்புத்துணி அலங்காரமும், தீப்பந்தங்களும் "தைதை" என விடாது ஓங்கரிக்கும் மேளமும் சிறுசுகளுக்குப் பயத்தில் மூத்திரம் போனது. இளம்பெண்கள் பக்கத்தில் இருக்கும் பெண்களைக் கட்டிப் பிடித்துக் கொண்டனர். வயதானவர்கள் கையெடுத்துக் கும்பிட்டார்கள்.

தெருவே அல்லோலகல்லோலப்பட, ஏட்டு மெதுவாகக் கொட்டாயிலிருந்து வெளியேறிப் பின்பக்கமாகப் போய்விட்டு வந்தார்.

"காஞ்சிபோனாகூடப் பரவால்ல வாத்யாரே... வேசம் கட்டச்சொல்லு" என்றபடி ஏட்டு வேசம் கட்ட உட்கார்ந்தார்.

புலித்தோல் உடையும், பூணூலும், சடைமுடியும், முருக்கிய மீசையும், சூலமுமாய் அவர் நின்றபோது, கொட்டகைக்குள் இருந்தவர்கள் அதிசயித்தனர்.

"ஏட்டே... உனுக்குச் சிவபெருமான் வேசம் ஏகப் பொருத்தம்" என்றார் வாத்தியார்.

வெளியே காளி கங்கையிடம் வாதிட்டுக் கொண்டிருந்தாள்.

"வந்தனளே வட பத்ரகாளி - நல்ல
மகிட சங்கரியும் தரிகிட தகவென
தந்தனங்கள் பாடிவர பூதங்களிந்த
தாரணியில் கெடிபெற்ற நாரணி யகோரி
வந்தனளே வட பத்ரகாளி... (வந்தனளே)"

என்று பாடியவள் கங்கையைப் பார்த்து வசனம் பேசினாள்.

"ஆ... ஆ... ஆரடி கன்னிகையே... நெடிய கடல் சூழ்ந்த இப்புவனமனைத்தையும் பாதுகாத்து வரும் வடபத்ரகாளியென்று சற்றேனும் அஞ்சாமல்.... உலகின்கண் வாழும் மானிடர்களுக்குப் பிணிகளைத் தூண்டி வீரியஞ் செலுத்தி வரும் உன்னை எனது வீரவாளுக்கு இரையாகச் செய்வேன் பாரடி."

காளியின் பேச்சைக் கேட்ட கங்கை உக்கிரத்தோடு பாடினாள்.

"ஏதடி காளி என்னெதிர் நிற்குந் திறமேது
என்னடி வகைச் சொல்லடி...

வாதுகள் செய்வது நீதியும் அல்லடி
வந்தேனே உங்களை அடக்கியாள்வதற்கு"

அதைக் கேட்ட காளிக்கு உக்கிரம் தலைக்கு ஏற கங்கையைப் பார்த்துப் பாடினாள்.

"அச்சமில்லாமல் வந்தாய் நீ எந்த ஊரடி
அறியச் சொல்லடி தன் தாய்களின் பேரடி
மெச்சியே வந்திட உச்சிதமாமோ
மீறியே கணைகளை விடுக்கலாமோடி நீ
மீறிவந்துனைப் பாரில் வீழ்ந்திட
கூறு செய்குறேன் பாரடியிப்போ...
அச்சமில்லாமல் வந்தாய் நீ யாரடி..."

காளியின் ஆட்டத்தைக் கண்ட கங்கை அடிபோட்டு ஆடினாள். பதிலுக்குப் பாடினாள்.

"நானே... திருப்பதி மாமறை குலந்தனில் வந்தவள்
நானிலம் மெச்சவே கெங்கை யாளெனப் பெயர் தந்தவள்
ஏனோ வீண்மதி கொண்டு எந்தனை வந்தெதிர்த்தாய்
எதிர்க்க உன்னாலாமோ... ஏனடி வீரியந் தந்தாய்...
ஈடில்லாத பல வாடலுமிஞ்சவே
தேடி வந்தனையோ ஓடிப்போடி நீ...
நானே திருப்பதி மாமறை குலந்தனில் வந்தவள்"

என்று கங்கை பதிலுக்குப் பாடி சுழன்று சுழன்று ஆட...

மேலும் மூர்க்கங்கொண்ட காளி, கங்கையின் மீது வில்லைத் தொடுக்கிறாள்.

"வில்லெடுத்தே வந்து குதித்தேன் கங்கையடி உன்
வல்லமை அறிய எதிர்த்தேன்
வெற்றி பூதங்கள் பாடவே... எத்திசைகளும் பாடவே
பத்திகளைச் சாடவே தத்தளித்து ஓடவே
பாரடி உலகந்தனில் யாரடி என்னை வெல்வது
கூறடி... உயிர் பிழைத்துத் தேரடி... புவியின்மீது
வில்லெடுத்தே வந்து குதித்தேன்..."

என்று நாலாப்புறம் சீறி... கங்கையுடன் மோதினாள் காளி. கங்கையும் பாணம் எடுத்து காளியின்மீது விட்டபடி பாடினாள்.

"சந்திரமுகப் பாணமெடுத்தேன் - அகோரமாக
வந்து உந்தன் மீது தொடுத்தேன்
தாடாண்மைகளும் மோதவே... வாடா முகம் வாடவே
தேடாத வகை ஆடவே... ஓடாமல் மனம் நோகவே
தேடவும் ஜெயமங்களம் பாடவும் பூதங்கள் நொந்து
ஓடவும் உக்ரமிகுந்து ஜாடவும் சினத்து மீறி
சந்திரமுகப் பாணமெடுத்தேன் - அகோரமாக"

கங்கையின் உக்கிர முகமும், மண்ணைத் துவம்சம் செய்தபடி ஆடும் ஆட்டமும் கண்டு கூத்துப் பார்த்த மக்கள் கதிகலங்கிப் போயினர். ஆனால் காளி கலங்குவாளா? அவளும் பதிலுக்கு ஆடினாள்.

இருவரும் பல பாணங்களை விட்டனர். சுழன்று சுழன்று ஆடினர். அதைப் பார்த்துக்கொண்டிருந்த பல பெண்களுக்கு மிரள் வந்தது. பல பெண்கள் உடலைத் திமிரி புரண்டனர். எழுந்து நின்று 'கோவிந்தா' என்று தலையை விரித்துப்போட்டு ஆடினர்.

கங்கையும், காளியும் வாதஞ்செய்து இறுதியில் கங்கை யார் என்பதை உணர்ந்த காளி அவளிடம் பணிந்து வணங்கினாள். இனி கங்கையின் சொற்படி நடப்பதாக வாக்குக் கொடுத்தாள்.

அதன்பின் அவளுக்கு அருளிய கங்கை, அவளை ஊரின் புறத்தே இருந்து மக்களைக் காக்கும்படி அருள் புரிந்தாள்.

கொட்டகைக்கு எதிரே சிறுசுகள் கால்களை நீட்டி, உறக்கத்திலிருக்க, கிழவிகள் புகையிலையை மென்று கொண்டு நிமிர்ந்து உட்கார... இடையிடையே நாரதர் வந்து போனார். பபூன் கலக்கிவிட்டுப் போனார்.

இப்போது மாரியம்மனின் மகனான காத்தவராயனோடு சமர் புரிந்து கொண்டிருந்தாள் கங்கை.

கங்கையைப் பார்த்து காத்தவராயன் வில்லை வளைத்தபடி பாடினான்.

"வாரும் வாரும் கங்கையே... என்னுடை வீரம்
பாரும் பாரும் கங்கையே...
சீரும் புகழ்படைத்த மாரியம்மனளித்த
சேயன் காத்தமுத்தென்றால் வாய் மூடும் உலகெங்கும்

சொல்லுமே... இதோ வில்லை வளைத்தேன்
நல்லதுன்றனை கொல்ல நினைத்தேன்...
வாரும் வாரும் கங்கையே”

என்று பாடியபடி, காத்தவராயன் மூர்க்கமாய் ஆடினான்.

அதைப் பார்த்ததும் கடகடவெனச் சிரித்த கங்கை நீட்டி முழக்கிப் பாடினாள்.

“ஏதடா சிறு பையனே இத்தனை கோலம்
வாதடா வருகையிலே
மாதடா எனக்கென்ன வல்லமையறிதாமோ
மாற்றி உந்தனை குடியேற்றுவேன் எமபுரி
வந்து எனது கையால் நொந்திடவே வேண்டாம்
உந்தனை வெல்வதற்கு எந்தனுக்கரிதோ சொல்...
ஏதடா சிறு பையனே இத்தனை கோலம்”

என்று பரிகாசமாய்ப் பாடிய கங்கையைப் பார்த்துச் சிரித்தான் காத்தவராயன்.

“வீண்மொழி பேசவேண்டாம் மெல்லிய பெண்பிள்ளைக்கு
சாண் பிள்ளையென்றாலும் அந்த ஆண்பிள்ளைத் தனம் வராது
காண்பை நீ உனது வீரம் கைக்கிணை ஒருவருண்டோ
பூண் பணி சிரத்தைக்கொய்யப் பூட்டினேன் பாணம் பாராய்...
பாணம் பூட்டினேன்... பிறைமுக பாணம் பூட்டினேன்”

என்று பாடினான் காத்தவராயன். அதைக்கண்ட கங்கைக்குக் கோபம் தலைக்கேறி இருவருக்கும் சமர் நட க்க, இறுதியில் தனக்குக் கைவசப் பட்டிருந்த மணிமந்திரச் சித்துக்கள் சிலவற்றைக் காத்தவராயன்மீது பிரயோகித்தாள். அதனால் மெய் சோர்ந்து சாவுக்கு நிகரான மூர்ச்சையடைந்து கீழே விழுந்தான் காத்தவராயன்.

அதனைக்கண்டு கோபம் கொண்ட காத்தவராயனின் அன்னையாகிய மாரி துடிதுடித்து, ஆங்காரத்துடன் சூலப்படை முதலிய வாள் ஆயுதங்களேந்தி அண்டம் நடுநடுங்க கர்ச்சனை செய்தபடி கங்கையின் முன்வந்து பாடினாள்.

“ஆரடி நீ வாடி கங்கையே இந்த
அமர்க்களம் தனில் மிகச் சமர்புரிந்திடுபவள்
ஆரடி உலகெங்கும் தீரர் செலுத்திடவே
ஆரை கொண்டு வந்தேனடி கெருவம் மிக மிஞ்சாதே

ஆட்டியே பம்பரம் போல....
வாட்டியே இமைப் பொழுதில்
காட்டியே எனது வீரம்
ஓட்டி விடுவேனே உன்னை...
ஆரடி நீ வாடி கங்கையே..."

அவளது மூர்க்கத்தைக் கண்ட கங்கையும் அதே மூர்க்கத்துடன் பாடியபடி ஆடினாள். பதிலுக்கு மாரி வசனம் பேசினாள்...

"ஆ... ஆ... அடி மறைகுலத்தில் உதித்த கங்கையே... நெடிய கடல் சூழ்ந்த இப்பூமியின் கண்ணுள்ள மானிடர் முதல் தேவர் எல்லோரும் மாரியே தெய்வமென்று புகழும் எனது மகிமையை நீ யோசிக்காமல் ஏதோ உனது அறியாத்தனத்தால் வீரியம் காட்ட எண்ணமுற்றாய். இதோ எனது பிரகாசம் பொருந்தி கூரோடும் கூடியிருக்கும் சந்திராயுதத்தினால் உன்னைக் கொல்லுவேன் வந்து பாரடி." என்று பாணத்தை விட்டபடி பாடினாள்.

"முத்துமாரி நானே - சொல்லும்
மூதண்டங்களும் தீ தண்டாதொளிர்
கோதண்டன் குலவும் சோதரியெனும்...
முத்துமாரி நானே"

மாரி ஆட, கோபம் தலைக்கேறிய கங்கையும் பாணம் விட்டாள். அவர்களின் விபரீத சண்டையைக் கண்ட திருமால் ஓடிவந்தார். "நீங்கள் இருவருமே சகோதரிகள், நீங்கள் சண்டை யிடலாமா?" என்று கேட்டவர், பூமியில் அக்கிரமங்கள் மிகுந்ததால் ஈசனுக்கு நேரமில்லாததால், ஈசனின் அருள்பெற்று, பிரம்மகுல கங்கையாகக் கங்கை அவதரித்த கதையை இருவரிடமும் சொல்ல... இருவரும் சமாதானம் அடைந்தனர். 'நாமெல்லாரும் கூடி பூலோகத்தாருக்கு நற்சுகம் தருவோம்' என்று திருமால் வசனம் பேசிக்கொண்டிருந்தார்.

ஏட்டு ஈஸ்வரனுக்கு இப்போது கால் பாதங்களில் அரிப்பு. குதி குதி என்றன கால்கள். கொட்டகைக்குள் நின்றார், உட்கார்ந்தார். நடந்தார், முகத்தில் பூசிய அரிதாரம் தோலை இழுத்துப் பிடித்தது.

டவலை எடுத்து தலைமேல் மூடிக்கொண்டு பின்புறம் போனார். தூரத்தில் கருங்குருவிகள் 'கீச் கீச் கீச்' எனச் சத்தமிடத் தொடங்கின. கிழக்கில் அடிவானத்தில் லேசாக வெளிச்சம் பூசினாற்போலத் தெரியத் தொடங்கியது.

எல்லோரையும் வீழ்த்திய கங்கை ஆக்ரோஷமாக ஆடினாள். மந்தகாசச் சிரிப்பும், மின்விளக்கு அலங்காரமுமாய்த் தொரா, குடை சகிதம் எதிரே வீற்றிருக்கிற கங்கையம்மன் சிலையைப் பார்த்து மிரள் வந்தது. வாத்யார் ஓடி வந்தார். ஆரத்தி எடுத்து, விபூதி பூசி, மருளை நீக்கினார். மக்கள் ‘கோவிந்தா கோவிந்தா’ எனக் கத்தினர்.

இந்த களேபரத்தில் எல்லோரும் ஏட்டுக் கெங்கனை மறந்தே போயினர். அம்மன் கோபம் தணிந்து, சாந்தம் ஆக, இப்போது ஈஸ்வரனுடன் இணைந்து தேவலோகம் செல்ல வேண்டும். ஏட்டுவுக்கு மரியாதை செய்ய மாமியாரும், மகளும் தயாராயினர். மனைவி வீட்டுக்குப்போய்ச் சுடச்சுட பால் காய்ச்சி எடுத்து வந்தாள்.

“பரமசிவன் போப்பா” என்று உள்ளே வந்து குரல் கொடுத்தார் வாத்யார். ஏட்டு அங்கே இல்லை.

“எங்கப்பா ஏட்டு” என்றார் வாத்தியார்.

எல்லோரும் திரும்பி ஒருவரை ஒருவர் பார்த்துக் கொண்டனர்.

வெளியே சாந்தமாய் ஒரு பாடல் பாடிய கங்கை, ஈஸ்வரன் வராததால் குழப்பமடைந்தாள்.

“இப்போதே என் பிராண நாதனாகிய சர்வேஸ்வரனைக் காணவேண்டும், கைலாயத்திற்குச் செல்லவேண்டும், வருகிறேன்” என்று வசனம் பேசிவிட்டு உள்ளே வந்தாள்.

“வாத்யாரே... இன்னா... எங்க அந்த ஈஸ்வரன்... ஏன் வேசம் வர்ல” என்றார் கோபமாக.

“இங்கதான இர்ந்தாரு... எங்கப்பா போனாரு... ஒன்னுக்குக் கின்னுக்குப் போயி கீறாரா... யார்னா பின்பக்கமா போயி பாருங்கப்பா” என்றார் வாத்யார்.

அடுத்த வேசம் வர தாமதமானதும், “வேலோடும் மயிலோடும் விளையாடும் வெண்ணிலவே” என்று பெட்டிக்காரர் ஒரு பாட்டு பாடத் தொடங்கினார்.

பின்பக்கம் ஓடிய கோவிந்தன் அரக்கப் பரக்க ஓடிவந்தான்.

“வாத்யாரே... ஈஸ்வரன் மல ஏறிட்டாரு... அவ்ளோதான்” என்றான்.

“இன்னாடா சொல்ற?” என்றார் பதட்டத்துடன் வாத்தியார்.

“குப்பமூட்டுக்கு பின்னால மல்லாந்துகினு கீறாரு... புல்லு... ஒன்னும் பேச்சி மூச்சியே காணம்... தெளியறதுக்கு ரெண்டு நாளு ஆவும்” என்றார்.

“அட பேமானி... அவன் புத்திய காட்டிட்டானா...? இப்ப இன்னாடா பண்றது? இதுக்குமேல யாரும் புதுசா வேசம் கட்ட முடியாதே” என்றார் பரபரப்பாக.

“நீ போயி அவர் தலில கிற கீரிடத்தக் கயிட்டிகினு, சூலத்த புடுங்கிகினுவா...” என்றார் கோவிந்தனிடம்.

சூலமும், கிரீடமும் வந்ததும், வாத்தியாரே தன் தலையில் கீரீடம் மாட்டிக்கொண்டு, சூலத்தைக் கையில் பிடித்துக்கொண்டு வெளியில் வந்து ஈஸ்வரனுக்கான பாட்டுப் பாடினர்.

“இந்த உலகத்தைக் காத்து, ரட்சிக்கும் சிவபெருமானாகிய நான்... எனது மனைவியாகிய பார்வதி தேவி... கங்கையம்மன் அவதாரம் எடுத்துப் பூலோகம் சென்று தீயவர்களை அழித்து, நீதியை நிலைநாட்டி வெற்றிக்கொடி நாட்டியிருக்கிறாள். அவளைக் கண்டு ஆசீர்வதிக்க வேண்டும். வருகிறேன்” என்று அவர் வசனம் பேசியதும் திடுக்கிட்டது கூட்டம்.

“இவர் இன்னா ஈஸ்வரன்னு சொல்றாரு... ஏட்டு இன்னா ஆனாரு?” என்று குசுகுசுத்தது கூட்டம்.

துணுக்குற்றனர் ஏட்டுவின் மனைவியும், மகளும். தாம்பாளத் தட்டுகளைத் தூக்கிக்கொண்டு கொட்டகையை நோக்கி நடக்க, கூட்டம் புரியாமல் விழித்தது.

அதற்குள் கங்கையும், ஈஸ்வரனும் தலா ஒரு பாடல் பாட, கங்கை ஈஸ்வரனை வணங்கி ஒரு பாடல் பாடி, வசனம் பேச, கூட்டம் கதையில் லயித்தது.

ஏட்டுவின் மனைவியும், மகளும் பந்தலுக்கு ஓரமாய் நின்று விழித்துக்கொண்டிருக்க, கூத்து இனிதே முடிந்தது.

வாத்யார் திருப்தியாய் கூத்தை முடித்துவிட்டு வந்து, விஷயத்தைச் சொல்ல, மனைவியும் மகளும் தாம்பாளத்தைத் தூக்கிக்கொண்டு புறக்கடைப் பக்கம் ஓடினர்.

முறுக்கு மீசையும், புலித்தோல் உடையுமாய்க் கம்பீரமாய்க் கால்களையும், கைகளையும் தரையில் பரப்பிக்கொண்டு குறட்டை விட்டுக்கொண்டிருந்தார் ஏட்டு.

அவரின் வேசத்தின் பொருத்தத்தைப் பார்த்து ஒரு கணம் அதிசயித்த அவரது மனைவி, அடுத்தக் கணம் விழித்துக்கொண்டு, அவரை உலுப்ப, அசைவில்லை. சாராய நாற்றம் குபீரென்று எழுந்தது.

"அடக் குடிகார மனுசா... நீ வேசங் கட்றன்னு உனுக்கு மாலயும், கீலயுமா காத்துகினு கீறோம்... இங்க இப்டி காலக் களப்பிகினு கீறியே" என உசுப்பினாள்.

சற்று அசைந்து கொடுத்த ஏட்டு, திடீரெனப் பாடத் தொடங்கினார்.

"கைலாய மேருவில் காட்சியளிப்பேனே"

வாய் மட்டும் முனக, கைகள் தரையில் தேடின.

"உங்கொப்பங் சூலத்த தேட்றாரு... பாருடி... எல்லாரும் தெருவுல ஆட்னா... இவுரு மட்டும் பேக்கடைல மல்லாந்து பட்த்துகினு ஆட்றாரு" என்றாள்.

மகளுக்கு அதைப் பார்த்து சிரிப்பதா, அழுவதா என்று தெரியவில்லை. அவள் வீட்டுக்காரன் ஏற்கெனவே இவர் குடிப்பதை கிண்டல் செய்து சிரிப்பவன். இது போதுமே. இன்னும் ஒரு தலை முறைக்குச் சொல்லிச் சொல்லி சிரிப்பானே என்று நினைத்தவள் தலையிலடித்துக்கொண்டாள்.

17

மண்ணுருக மழை பெய்தும், கல்லுருக வெயில் காய்ந்தும் கடந்த புரட்டாசிக்குப் பிறகு வந்த ஐப்பசி யிலும் சுழன்று சுழன்று அடித்தது மழை. ஆடு, மாடுகள் காலாற நடக்க முடியாமல் தொழுவத்துக்குள் சோம்பேறித்தனமாய் அசைபோட்டபடி படுத்துக் கிடந்தன.

ஊரே இருண்டு மழை பெய்வதும், திடீரெனக் கீழ்வானம் வெளுப்பதும், அதை நம்பி மாடுகளைக் காட்டுப்பக்கம் ஓட்டிப் போனவர்கள் திடீரெனச் சடசடவென்று பிடித்துக்கொள்ளும் மழையில் அவற்றை விரட்டிக்கொண்டு ஓடிவருவதும் சிறு பிள்ளை விளையாட்டைப்போல இருந்தது.

குழந்தைகள் சுவர் மூலைகளிலும், பானை இடுக்கு களிலும் ஒளிந்துகொண்டு, தேடும் மற்ற குழந்தை களின் முன்னால் 'ஓவென்று' கத்திக்கொண்டு குதிப்பது போன்ற கண்ணாமூச்சி விளையாட்டை சம்சாரி களோடு விளையாடிக் கொண்டிருந்தது வானம்.

சதா வானத்தைச் சனங்கள் ஏசிக்கொண்டிந்ததால், அது தன் விளையாட்டை ஓரளவு நிறுத்திக்கொள்ள ஐப்பசி முழுதாகக் கழிய வேண்டியிருந்தது. அப்படியும் அடுத்து வந்த கார்த்திகையும்கூட மழையின் பிடியில் தான் கழிந்தது.

பகலுக்கும், இரவுக்கும் வித்தியாசமில்லாமல் இருண்டு கிடந்தது ஊர். பிசுபிசுவென்று தூறிக்கொண்டே இருக்கும் மழை வலுவாகப் பிடித்துக்கொண்டால் வானம் வெளுக்க நான்கைந்து நாட்கள்கூட ஆகிவிடுகிறது. அப்போதும் வாயில்லா ஜீவன்கள்தான் பாவம்.

அதிலும் மாடுகளுக்கு எப்படியும் வைக்கோல் சுடச்சுட கிடைத்துவிடுகிறது. வெள்ளாடுகளுக்குக்கூடக் கோணிப்பையைத் தலையில் மூடிக்கொண்டோ, பனை ஓலை ஜமுக்காளத்தைக் கவிழ்த்துக்கொண்டோ ஓடிப்போய்ச் செடிகொடிகளை ஒடித்து வந்து தொழுவத்திலேயே கட்டித் தொங்க விட முடிகிறது. ஆனால் செம்மறியாடுகள்தான் பாவத்திலும் பாவம். தழைகளைத் தீண்டுவதில்லை அவை. வைக்கோல், கேழ்வரகு தட்டையையும் தொடுவதில்லை. அவற்றிற்குத் தானாகவே நுனிப்புல்லை மேய்ந்தாக வேண்டும்.

என்றாலும் அதன் வீம்பெல்லாம் ஒன்றிரண்டு நாட்கள்தான். மூடாப்புப் பிடித்துக்கொண்டால், வேறு வழியின்றி வைக்கோலையோ, இலைகளையோதான் கொறிக்கவேண்டும் அவைகளும்.

பிள்ளைகளுக்கோ இந்த ஐப்பசி, கார்த்திகை மாதங்கள் பெரும் சோதனைக் காலம். துறுதுறுக்கிற கால்களோடு வீட்டுக்குள் முடங்கிக்கிடக்க அவர்கள் என்ன வெள்ளாடுகளா? அவர்களைப் போலவே மூக்கில் சளி ஒழுகினாலும், செம்மறி ஆடுகளோடுதான் அவர்களை ஒப்பிடமுடியுமா? தலையில் துண்டுகளையும், சட்டைத்துணிகளையும் கவிழ்த்துக்கொண்டு குறுக்கும் நெடுக்குமாய்த் தெருவில் ஓடுவதும், கால்களை நனைத்துக்கொண்டு வந்து வீட்டை ஈரமாக்கிவிட்டு, கிழவிகளிடம் ஏச்சுக்களை வாங்கிக்கொள்வதுமாய்க் கழிந்த நாட்களுக்குப்பின் வானம் வெளிறத் தொடங்கியபோது கார்த்திகை தீபம் நெருங்கி வந்துவிட்டது.

வெயில் தலைகாட்டத் தொடங்கியபோதே, பரபரவென்று கிணற்றுமேடுகளுக்கு ஓடிய சிறுசுகள், அங்கே நிறுத்தியிருந்த கம்பத்தட்டுகளைப் பிரித்து உலர்த்தத் தொடங்கினர்.

முருகவேலு உள்ளுக்குள் அணை புரளும் உற்சாகத்தோடு கம்பந்தட்டைகளைக் கிணற்றுமேட்டில் காய வைத்துக் கொண்டிருந்தான். இந்த முறை ஊரிலேயே பெரிய சுண்டு*

அவனுடையதாக இருக்க வேண்டும். அதைத் தூக்க முடியா விட்டால் ஒத்தாசைக்குப் பிடித்துக்கொள்ள ஒரு பையனைச் சேர்த்துக் கொள்ளவேண்டும்.

இந்த ஊரில் சுண்டை கொளுத்தித் தூக்கிப் பிடித்துச் சுற்றத் தொடங்கினால் கொள்ளாபுரியம்மன் கோயில், சாராயத்தோப்பு, முந்திரிக்காடு, கரிமலை, சின்னான்குளம், ஜார்ஜ் நிலம் எல்லாம் சுற்றிவிட்டு சேரி ஓடை வழியாக நுழைந்து திரும்ப ஊருக்குள் வந்து பஜனை கோயில் முன்பு மீதியை நிற்கவைத்து எரிக்கும் வரை சுண்டு மிச்சம் இருக்க வேண்டும். பல பேரின் சுண்டு பாதி வழியிலேயே அணைந்துவிடுவதைப் போல மானத்தை வாங்கிவிடக் கூடாது.

நிமிர்ந்து வானத்தைப் பார்த்தான். வெய்யில் சுறுசுறுவென்று ஏறிக்கொண்டிருந்தது. இந்த வெய்யில் மாலை வரை காய்ந்தால் போதும். நமுத்துப்போன கம்பந்தட்டு, முறுக்குபோல உலர்ந்து விடும். நாளைக்கும் காய வைத்துவிட்டால், நெருப்புப் பட்டாலே போதும், பட்டாசு போலப் பற்றிக்கொண்டு சடசடவென்று எரியும்.

பெரிய பெரிய கட்டுகளாய்ப் பிரித்துக் காயப்போட்டான். அதன் பிறகு நெடுநெடுவென்று வீட்டுக்குப் போனவன், ஜெய வேலுவை அழைத்துக்கொண்டு காட்டுப்பக்கம் ஓடினான்.

மாரியம்மன் குளக்கரையின் மேற்கில் நின்றிருந்த இரட்டைப் பனைகளில் ஒன்று ஆண் பனை. அதன் தலையில் சடைசடையாய்த் தொங்கிக்கொண்டிருந்த புடுக்கு*களைப் பார்த்ததும் இருவரும் திருப்தியாய்த் தலையாட்டிக் கொண்டனர். இரண்டு பேருக்குமே அது போதும்.

சரசரவென்று ஆண் பனையில் ஏறிய ஜெயவேலு, இடது கையை மரத்தில் சுற்றிக்கொண்டு, வலது கையால் புடுக்குகளைப் பிடுங்கிப் பிடுங்கிக் கீழே வீசினான். சுற்றிலும் தேனீக்களைப் போலப் பறந்த தூசு கண்களில் விழ, பிடுங்குவதை நிறுத்திவிட்டு, மரத்தை நன்றாகச் சுற்றி அணைத்துக்கொண்டு கண்களை நுமிட்டினான்.

“இன்னாடா புடுங்கறத நிறுத்திட்ட?” என்று மேலே நிமிர்ந்து பார்த்த முருகவேலின் கண்களிலும் பறந்துவந்த தூசுக்கள் விழுந்தன. அவனும் கண்களைக் கசக்க நெருப்புத் துணுக்குகள் கண்களுக்குள் விழுந்துவிட்டதைப்போலத் திகுதிகுவென எரிந்தன.

"யேய்... போதும் வந்துர்ரா... இதுவே நாலு பேருக்கு மேல ஆவும்" என்றான் எரிச்சலோடு.

அவன் இறங்கியதும் புடுக்குகளைப் பொறுக்கி, டவல் துண்டுகளில் கட்டிக்கொண்டனர். விடாது பெய்த மழையில் சில புடுக்குகள் ஊரி சொத சொதவென்றிருந்தன. அவைகளை வீசி விட்டனர். சுமாராக இருந்தவற்றையும்கூட இரண்டு நாள்களுக்குக் காய வைக்க வேண்டும். அப்போதுதான் பூப்பூவாய் தீப்பொறி பறக்கும்.

வீட்டுக்கு வந்த முருகவேலு புறக்கடையில் வெயில் படுமிடத்தில் புடுக்குகளைக் காயவைத்துவிட்டு, ஆடுகளைப் பட்டியிலிருந்து ஓட்டிக்கொண்டு காட்டுக்குப் போனான். அன்று முழுவதும் அவனது கவனமெல்லாம் கம்பந்தட்டிலும், பனை புடுக்கிலுமே இருந்தது.

மறுநாளும் வஞ்சனையில்லாமல் காய்ந்த வெய்யிலில் கம்பந்தட்டும், பனம் புடுக்கும் கலகலவென்று காய்ந்துவிட்டன. அதுவே அவனுக்குப் பெரும் களிப்பைத் தருவதாய் இருந்தது.

கார்த்திகை தீபத் திருநாள் விடிந்ததே ஊர்ப்பிள்ளைகளுக்குக் கம்புத் தட்டுக்களின் முகத்தில்தான்.

உலர்த்தி, பாதுகாப்பாய் தொழுவங்களில் வைத்திருந்த கம்புத் தட்டுகளைப் பிடிப்பிடியாய் எடுத்துவைத்து சுண்டு கட்டத் தொடங்கினர்.

முருகவேலு ஒரு சின்னப்பையனின் உடல் கனத்திற்குக் கம்பந்தட்டுகளைப் பிடிப்பிடியாய் அடுக்கி வைத்து ஓணான் கொடியால் கட்டத் தொடங்கினான். சிலபேர் ஆத்திரத்தில் பீமசேனனைப் போலப் பெரும் கனத்தில் கட்டிவிடுவார்கள். ஒரு பத்தடி நீளம் கட்டிவிட்டு, தூக்கி நிறுத்தினால், இடுப்பொடிந்து விடுவதைப்போலப் பாதியில் முறிந்துவிடும். ஆத்திரக்காரனுக்குப் புத்தி மட்டு என்பதை முருகவேலு பலரைப் பார்த்துக் தெரிந்து கொண்டிருக்கிறான். அதற்காக ஒரு தொடை கனத்திற்குக் கட்டினாலும் நிற்காது. அதைத் தூக்கி நிறுத்தினால் கோரைப் புல்லைப்போல வளைந்து அடியும் முனையும் தரையிலேயே கிடக்கும்.

அதனால்தான் கனமாகவும் இல்லாமல், குச்சி போலவும் இல்லாமல் திட்டமாகக் கட்டினான். அப்படியும் வளைந்து விடக்கூடாது என்பதற்காக இடையில் இரண்டு விரல் கனத்தில் உள்ள உலர்ந்த மூங்கில் கழிகளையும் வைத்துக் கட்டினான். மூங்கில் பத்தை வைத்துக் கட்டினால் ஒடிந்த கையே நிற்கும்போது கம்பந்தட்டு நிற்காதா?

பதினைந்தடி நீளம் கட்டியதும் நிறுத்திக்கொண்டான். தூக்கி நிற்க வைத்ததும் மூங்கில் மரத்தைப் போல நின்றது. முகத்தில் பெருமையும் மகிழ்ச்சியும் வழிய அதனைப் புளியமரத்தின் மடியில் சாய்த்து நிற்க வைத்தான். பேரன் கட்டிய சுண்டை பார்த்ததும் கிழவிக்கும் பெருமையாக இருந்தது.

"நைனா... பல்லு வலக்கிகினு வாடா... சோத்தத் துன்ட்டு அப்பறமா போயி வேலயப் பாருடா" என்றாள்.

"இருமா வரங்..." என்றவன் முறத்தில் இருந்த புடுக்குகளைத் தூக்கிக்கொண்டு புளியமரத்தடிக்கு ஓடினான். காய்ந்த விறகு களைக் கீழே பரப்பி அதன் மீது புடுக்குகளைக் கொட்டி அதன்மீது கொஞ்சம் தென்னை ஓலைகளைப் பரப்பி மூடினான். கீழே கொஞ்சம் தென்னை ஓலைகளை வைத்தான்.

வீட்டுக்குள் ஓடிப்போய்த் தீப்பெட்டிக் கொண்டுவந்து பற்ற வைத்தான். பேரனை வேடிக்கை பார்த்துக்கொண்டிருந்த கிழவி கத்தியது.

"பாத்து பத்த வெய்யிடா நைனா... தூரமா நில்லு... நெருப்புக் கிருப்பு மேல படப்போவுது"

"எல்லாம் எனுக்குத் தெரியுங்... நீ சும்மா உக்காந்துகினு இரும்மா" என்றான்.

முதலில் தென்னை ஓலையில் பற்றிய தீ விறகிலும் பற்ற திகு திகுவென எரிந்தது.

"டேய்... டேய்... இன்னா பண்ணிகினு கீற நீ... அடுப்புக்கு வெச்சிகிற வெறக எட்த்து கொளுத்தினு கீற... மழயில அடுப்பு பத்த வைக்கப் படாத பாடு பட்டுகினு கீறங் நானு... ரெண்டு நாளா காய வெச்சி கீறத கொளுத்திகினு கீறியேடா... போயி வெளில எங்கனா வெறகு பொறுக்கியாந்து கொளுத்தறது?" என்றாள் பூங்காவனம்.

“கொய்ந்தயப் போயி வெளில வெறகு பொறுக்கச் சொல்றியே... பாம்பு கீம்பு இர்ந்திச்சினா... இன்னா ஆவும்?” என்றாள் சாலம்மா.

“உம் பேரன் வேலிப்பக்கமே போவாத மாதிரி பேசறியே... ஒரு வேலிய, ஒரு பொதர உட்டு வச்சிக்கீறானானு அவனையே கேளு” என்றாள் பூங்காவனம்.

தனக்கும் அவர்களின் வாக்குவாதத்திற்கும் தொடர்பே இல்லாததைப்போலக் கால்முட்டியளவுக்கு எழும்பி செந்நாக்குகளை நீட்டி துழாவும் தீயையே பார்த்துக் கொண்டிருந்தான் முருகவேல். லேசான குளிருக்கு இதமாக இருந்தது அந்த அனல். கிழவியும் பக்கத்தில் வந்து குத்துக்காலிட்டு உட்கார்ந்துகொண்டு கைகளை நீட்டிச் சூடேற்றிக் கொண்டது.

பூங்காவனம் திடீரென்று எதையோ நினைத்துக்கொண்டு வீட்டுக்குள் ஓடினாள்.

தென்னை ஓலைகள் சுருண்டு சுருண்டு சாம்பலாகிய பின்பு பீ வேலம் விறகுகளும், கப்பு மண்டைகளும் சடீர் படீர் என வெடித்து எரியத் தொடங்கியபோது சீகலான் மரத்திலிருந்து ஒரு கை நீள கம்பை ஒடித்து வந்து விறகுகளைக் கிளறினான்.

பனம் புடுக்குகள் முதலில் புசு புசுவெனப் புகைவிட்டுப் பின் லேசாகத் தீ பற்றி எரியத் தொடங்கியபோது அவற்றை வெளியே தள்ளினான்.

ஓடிப்போய்க் கடப்பாரையைக் கொண்டு வந்து சிறிய பள்ளம் தோண்டி, லேசாய் புகைந்து எரிந்துகொண்டிருந்த புடுக்குகளை அதனுள் தள்ளினான். நன்கு எரிந்த புடுக்குகள் இரும்புத் துண்டுகளைப் போலவும், சிவந்த பழங்களைப் போலவும் தக தகத்தன. அவற்றை வெளியே தூக்கி வீசிவிட்டான். உள்ளுக்குள் நெருப்பு பற்றிப் புகைந்து கொண்டிருந்த புடுக்குகளின்மீது ஈர மண்ணைத் தள்ளி மூடினான். அரைகுறை வேக்காட்டில் உள்ள புடுக்குகளை இப்படிப் பதப்படுத்தினால்தான் பொறி நன்றாகக் கிளம்பும்.

அந்த நெருப்பு அணைந்து குளிர்வதற்குள் சாப்பிட்டு விடலாம் என நினைத்தவன் ஓடிப்போய் மொகுமாவை* இரண்டு சிட்டிகை இடது உள்ளங்கையில் அள்ளிப்போட்டு ஆட்காட்டி விரலால்

தொட்டுப் பற்களில் இப்படியும் அப்படியுமாய் இரண்டு இழுப்பு இழுத்துவிட்டுப் புறக்கடை பானையில் வாயைக் கொப்பளித்து முகம் கழுவினான்.

அதைப் பார்த்த கிழவி எழுந்து வீட்டுக்குள் போய்ப் பேரனுக்குத் தட்டு நிறைய சோற்றைப் போட்டு அதில் தளர துவரம் பருப்பு சாம்பாரை ஊற்றி வைத்தாள்.

முகத்தைத் துடைத்துக்கொண்டு வீட்டுக்குள் நுழையும்போது துவரம்பருப்பு சாம்பார் வாசனை அவனது மூக்கை உரசியது. கடமைக்குச் சாப்பிடலாம் என்று வந்தவனுக்கு அகோரப் பசியைத் தூண்டிவிட்டது அந்த வாசனை.

கிழவி கடைந்த பருப்பு சாம்பார். துவரம்பருப்பு சாம்பாரும், முருங்கைக் கீரையும் அவளுக்காகவே ஆசீர்வதிக்கப்பட்டவை. அவள் கையில் மாய மந்திரம்போல மணக்கும் அவற்றிற்கு அந்த ஊரில் முக்கால்வாசிப்பேர் அடிமை. அதனாலேயே பேரனுக்குச் சோறு மூழ்கும்வரை சாம்பார் ஊற்றினாள்.

சோற்றைப் பிசைவதற்குமுன் அதில் கருப்பும், பழுப்புமாய் மிதந்த வடகத்துண்டுகளைப் பொறுக்கி வாயில் போட்டு மென்றான். நாக்கில் நெய் போல ஊறியது.

"ம்ம்... அடடா... இன்னா ருசி" என்று நினைத்தபடி சோற்றை வாரி மென்று விழுங்கினான்.

கிழவி பருப்பு கடைந்து வடகம் தாளித்தால் பாதி ஊருக்குத் தெரிந்துவிடும். கடைந்து முடிப்பதற்குள் இரண்டு மூன்று பேர் குழம்புக் கிண்ணத்தைத் தூக்கிகொண்டு வந்து நிற்பார்கள்.

"இன்னா கொயம்பு காசிக்கீற அத்த...? கொஞ்சூண்டு ஊத்திக்குடு" என்றோ, "சித்தி... பருப்பா கடஞ்சி கீற...? எங்கூட்டு ஆம்பள வாசன புட்ச்சிட்டு சீக்கிரமா வாங்கினு வான்னு களிய போட்டுகினு ஒங்காந்துகினு கீது" என்றோ வருவார்கள்.

தட்டில் ஒரு சோறு விடாமல் தின்று விட்டு மிச்சமிருந்த சாம்பாரைக் குடித்து, கையைத் திருப்பித்திருப்பி நக்கிவிட்டுத் தண்ணீர் குடித்து, ஏப்பம் விட்டபடி தட்டிலேயே கையைக் கழுவிக்கொண்டு எழுந்தவன் மீண்டும் ஓடினான்.

மண்ணைக்கிளறி தீய்ந்து கரிக்கட்டைகள் ஆகி வெது வெதுப்பான சூட்டில் இருந்த புடுக்குகளைப் பொறுக்கி முறத்தில் போட்டுக்கொண்டு அம்மிக் கல்லுக்குப் போனான்.

இரண்டிரண்டு புடுக்குகளாக அம்மியில் வைத்து கல்லைத் தூக்கி தேங்காய்த் துண்டுகளைப் போல நசுக்கிவிட்டு அரைத்தான். முறுக்குகள் போல எளிதாக நொறுங்கினாலும், வயிறு முட்ட தின்று விட்டதால் உட்கார்ந்து அரைக்க முடியாமல் திணறினான்.

மதியப் படையலுக்குக் கத்தரி, முருங்கை, அவரைக் காய்களை வெட்டிவிட்டு, காம்புகளையும் கழிவுகளையும் எடுத்துக்கொண்டு வெளியே வந்த பூங்காவனம் அலறினாள்.

"டேய்... இன்னாடா பண்ணிகினு கீற நீயி... மொளகா அரைக்கிற அம்மியில கெரிய வெச்சி அரைக்கிறானே... இந்தப் பெரிய மன்சிக்கூட அத வேடிக்கப் பாத்துகினு கீதே" என்று கத்தினாள்.

"சொம்மா கத்தாத போடி... அரச்சா இன்னா? தண்ணியில கெய்வி தொட்சிட்டா போவுது. அதுக்கு இன்னாத்துக்குக் கொய்ந்த கிட்ட போயி இப்டி கத்தற?" என்றாள் கோபமாக.

"ம்கூம்... உம் பேரனுக்கு உந்தெகிரியந்தாங்... அத்தாங் சொல்றப் பேச்சு எதயுங் கேக்காம இந்த மாதிரி ஆடிகினு கீது" என்றாள்.

பேரன் அரைக்கத் திணறுவதைப் பார்த்த கிழவி,

"நீ எய்ந்திர்ரா நைனா... நானு அரைச்சி குடுங்கிறேங்" என்றது.

"ஒன்னும் வாணா போமா... நானே அரச்சிக்கிறேங்" என்றான்.

மொத்த புடுக்குகளும் அரைத்தானதும், வாரி ஒரு யூரியாப் பையின்மேல் கொட்டி அதை வெய்யிலில் காயவைத்தான். கைகளைக் கழுவிக்கொண்டு ஆடுகளை வெளியே விட்டான்.

"டேய்... நைனா கார்த்திப் பண்டிக அதுவுமா தலக்கி தண்ணிக்கூட ஊத்திக்காம ஆட்ட ஓட்றியேடா" என்றாள் கிழவி.

"சாய்ந்திரமா வந்து ஊத்திக்கிறேங்" என்று கூறிக்கொண்டே காட்டை நோக்கி நகர்ந்தான். "மத்யானம் கூவு எத்தாராதே மாவ்... சீக்கிரமா ஓட்டிகினு வந்துர்ரேங்" என்று ஆடுகளின் பின்னால் ஓடினான்.

வானம் தெளிவாக இருந்தது. கிழக்கிலிருந்து மேலேறிக் கொண்டிருந்த சூரியன் கூடத் தெளிவாகத்தான் இருந்தான். இதேபோல இன்றிரவு வரை இருந்தால் போதும். ஊர்ப் பிள்ளைகளுக்கு இன்று இரவுதான் திகிலும், கிறக்கமும் கலந்த இரவு. நாளையிலிருந்து மீண்டும் வானம் ஊற்றத் தொடங்கினாலும் பரவாயில்லை என்று நினைத்துக்கொண்டான்.

சூரியன் மேற்கு நோக்கி இறங்கத் தொடங்கியதுதான் தாமதம். ஆடுகளை விரட்டிக்கொண்டு வீட்டுக்கு வந்து சேர்ந்துவிட்டான். முதலில் சுண்டையும் அடுத்து புடுக்குத் தூளையும் பார்த்துவிட்டு வந்து அடுப்பில் கொதித்துக்கொண்டிருந்த வெந்நீரை தலைக்கு ஊற்றிக்கொண்டான்.

கத்தரிக்காய், அவரைக்காய் சாம்பாரும், முருங்கைக்காய் பொரியலும், சோறும் மென்றும் மெல்லாமலுமாய் வாரி வாரி வாயில் திணித்து, கை கழுவிக்கொண்டு எழுந்து பின்புறம் ஓடினான்.

முதலில் மாவளி தயார் செய்ய வேண்டும். வேலிப்பக்கம் கத்தியை எடுத்துப்போய் விரல் கனத்தில் மூன்று கிளை உள்ள சீகலான் மண்டையை வெட்டினான். அதில் ஒரு விரல் நீளத்தில் அடிக்கொம்பும், அதன்மீது ஒரு சாண் நீளத்தில் மூன்று விரல்களும் இருக்குமாறு வெட்டினான். ஒரு கை கல் உப்பை எடுத்து அம்மிக் கல்லில் அரைகுறையாக அரைத்து அதைப் பனம் புடுக்குத்தூளுடன் கலந்து, கிழிந்த வேட்டித் துணியில் கொட்டிப் பந்துபோலச் சுருட்டிக் கட்டினான். அந்தப் பந்தை சீகலான் மண்டையின் விரல்களுக்கிடையில் வைத்து இறுக்கிக் கட்டினான்.

கட்டி முடித்ததும் அசைத்துப்பார்த்தான். அசையவில்லை. திருப்தியாகத் தலையாட்டிவன், கம்பின் முனையில் நீளமான மாட்டுக் கயிற்றைக் கட்டினான். இப்போது மாவளி தயார்.

அவனைப் போலவே ஊர்ப்பிள்ளைகள் ஆங்காங்கே மாவளிகள் தயார்செய்து முடித்திருந்தனர்.

சூரியன் வள்ளிமலைக்கு ஒரு மார் உயரத்தில் இருக்கும்போது மசமசவென இருள் சூழத் தொடங்கியது.

ஊர்ப்பெண்கள் வீட்டு வாசல்களில் அகல் விளக்குகளை ஏற்றத் தொடங்கினர். இலுப்பை எண்ணெயும், கடலை எண்ணெயும்

புகைவிடாமல் பிரகாசமாக எரியத் தொடங்க, ஒவ்வொரு வீட்டுக்கும் ஒரு புது அழகு வந்துவிட்டது.

நடு வீட்டிலும், வாசலிலும் ஒன்பது விளக்குகளை ஏற்றிய பூங்காவனம், ஐந்து அகல்விளக்குகளையும், ஒரு பித்தளை கிளாசில் கடலை எண்ணையையும் முருகவேலிடம் கொடுத்தாள்.

“இருட்டர்துக்கு முன்னியே கணத்தான்ட ஏத்திட்டு வந்துர்ரா... குப்பயில வெய்க்கும்போது உசாரா தள்ளி வெய்டா” என்றாள்.

அவற்றை வாங்கிக்கொண்டு வேகவேகமாகக் கிணற்றுக்கு நடந்தான். கிணற்று மேட்டில் மூன்றும், அவன் தாத்தா உயிர் விட்ட அவுஞ்சி மரத்தின் கீழே இருந்த செங்கல்களுக்கு எதிரில் ஒன்றும், குப்பைக்கு அருகில் ஒன்றும் ஏற்றினான். குப்பைக்கு அருகே ஏற்றும்போது, போன வருசம் தீப்பற்றிக்கொண்ட ஜடயாமூட்டுக் குப்பைதான் அவனது நினைவுக்கு வந்தது.

ஒவ்வொரு கார்த்திகை தீபத்துக்கும் சுற்றுவட்ட ஊர்களில் இப்படிப் பல குப்பைகள் எரிந்து சாம்பலாகிவிடுகிறது.

சில கிணறுகளில் விளக்குகள் வைப்பதற்காகவே மாடம் போன்று வைத்திருப்பார்கள். அங்கு வைத்தால் எண்ணெய் தீரும் வரை காற்றின் அலைக்கழிப்பு இல்லாமல் எரியும்.

குப்பைகளில் அப்படி இல்லை. அணையாமல் இருக்க வேண்டும் என்று குப்பை மறைவிலோ, சிலர் குப்பையை மாடம் போன்று தோண்டிவிட்டோ அதில் வைக்கும்போது, ஆளில்லாத இரவில் தீப்பிடித்துக்கொள்கிறது.

மறுநாள் விடியும்போது பல குப்பைகளும், வைக்கோல் போர்களும் சாம்பல் மேடாய் கிடக்கும். சில இரவுகளில் பற்றிய வைக்கோல் போர்களை அணைக்கத் தவலைகளில் தண்ணீரைச் சுமந்துகொண்டு ஊரே ஓடும். அப்போதெல்லாம் பிள்ளைகளுக்கு அது கண்கொள்ளாக்காட்சி.

சடசடவென்று எரிந்து நான்கு ஆள் உயரத்துக்கு எரியும் தீ பெரிய கார்த்திகை தீபமாகத் தெரியும். அணைக்க வேண்டும் என்று பெரிசுகள் ஓடிக்கொண்டிருக்க, அணைந்து விடக்கூடாது என்று சிறுசுகள் கடவுளிடம் வேண்டிக்கொள்ளும்.

ஒரே ஓட்டமாய் வீட்டுக்கு வந்த முருகவேல், எண்ணெய் கிளாசை திண்ணையில் கடாசிவிட்டு, மாவளியை எடுத்தான்.

அப்போது நன்றாக இருட்டி விட்டிருந்தது. அவன் பாட்டி அடுப்பை எரியவிட்டுக் கொண்டிருந்தாள். அடுப்பைக் கிளறி இரண்டு சிறிய புளியங்கொட்டை அளவு நெருப்புத் துண்டுகளை வெளியே தள்ளிய முருகவேலு அவற்றை மாவளியில் வைத்து குச்சியால் அழுத்தி உள்ளே தள்ளினான்.

குனிந்து, வாயைக் குவித்து அந்த நெருப்பின்மீது ஊதினான். லேசாகப் புகைந்த மாவளி, காற்றுபட்டதும் சுருசுருவென்று நெருப்புப் பிடித்தது.

கயிற்றைப் பிடித்துக் கீழே தொங்கவிட்டபடி தெருவுக்கு வந்தான். வாசல்களிலும், திண்ணைகளிலும் விளக்குள் ஜெக ஜோதியாய் எரிய ஊரே அழகில் ஜொலித்தது.

அங்கங்கே பிள்ளைகள் மாவளிகளைச் சுழற்ற, தீப்பொறிகள் பறந்துகொண்டிருந்தன. முருகவேலு தனது மாவளியை லேசாகச் சுற்றத் தொடங்கினான். காற்றின் கிச்சுகிச்சு மூட்டலில் நெருப்பு வாயைப் பிளந்து இளிக்க, உள்ளிருந்த உப்பு பட்பட்டென்று வெடித்துச் சிதற புடுக்குமாவு நெருப்புப்பிடித்து நாலாப்புறமும் பூப்போலச் சிதறத் தொடங்கியது.

உற்சாகமும், பெருமையும் முருகவேலுக்குள் ஊற்றெடுக்க, வேகமெடுத்து சுற்றத் தொடங்கினான். கயிறை மேலும் கீழும் இறக்கியும், ஏற்றியும் சுற்றியபடி அவனும் சுழன்றான். அவனைச் சுற்றி மத்தாப்பூவைப் போலச் சிதறியது நெருப்புப்பூக்கள்.

அதைப் பார்த்த கிழவி அந்த அழகில் லயித்துப் போனாள். ஊரில் பல பேர் இதை வேடிக்கைப் பார்க்கக் கூடிவிட்டனர். பெருமையாக இருந்தது முருகவேலுக்கு.

கால் மணி நேரம் விடாது சுற்றியவனுக்குத் தலை கிறுகிறு வென்று சுற்றியது. காலுக்குக் கீழிருந்த பூமி திடீரென இல்லாமல் போய்விட்டது போல உணர்ந்தான்.

பூக்களின் தூவல் குறையத் தொடங்கியபோது அதைத் தூர வீசிவிட்டு, கீழே உட்கார்ந்தவன், அப்படியே தரைமீது விழுந்தான். பூமி அவனைத் தூக்கிக்கொண்டு மேலும் கீழும் ஆடியது. கண்களை

மூடிக்கொண்டதும் அது இன்னும் வேகமாக ஆடியது. மண் அமைதியாக இருந்தபோது அவன் சுற்றினான். அவன் அமைதியான போது அவனோடு சேர்த்து மண் சுற்றியது.

"டேய் நைனா... பாத்துரா... தல சுத்தனா கம்னு பட்த்துக்கடா" என்று ஓடிவந்த கிழவி பேரனைப் பிடித்துக் கொண்டாள்.

நான்கைந்து நிமிடங்களுக்குப் பிறகுதான் பூமியின் ஆட்டம் அடங்கியது. கிழவியைப் பிடித்துக்கொண்டு எழுந்து நின்றான்.

"இன்னா கெய்வி... ஒன்னே ஒன்னுன்னு ஊட்டி ஊட்டி வளத்த... நாலு சுத்து சுத்திபுட்டுக் கவுந்தட்சி பட்த்துகினாங்... இவன நம்பி எங்கப் பொண்ண குட்த்தா... இன்னா பண்ணுவாங் இவங்... இப்டி இர்ந்தா... இவனத்தூக்கி அக்குள்ள வெச்சிக்கினு பூடுமே எங்கப் பொண்ணு" என்று சிரித்தாள் சரோஜம்மா.

வெட்கமாகப் போய்விட்டது முருகவேலுக்கு.

"அய்ய... கிருகிருன்னு எப்டி சுத்தி சுத்தி ஆட்னாங் பாத்தியா...? இத்தினி சுத்து சுத்தினா அந்தப் பீமனுக்கே தல சுத்தி சூத்து நட்டுங்குங்... எம்பேரனுக்கு இன்னாடி...? பொண்ண இட்டாந்து உட்டுப் பார்ரீ... அப்பறந் தெரியுங் இன்னா ஆவறான்னு" என்று வீராப்பாய் வார்த்தைகளை நீட்டினாள்.

"இன்னாடா மருமவன... இட்டாரட்டுமாடா... எம்பொண்ணு ஒணுமா... இல்ல நானே வர்ட்டுமாடா எம்பட்ட?" என்று கேட்டுவிட்டு சிரித்தாள் சரோஜா.

"அய்ய... உங்குளுக்கு வேற வேலயே இல்லியா?" என்று முகத்தைச் சுளித்துக்கொண்டு எழுந்து புறக்கடைக்கு ஓடினான் முருகவேலு.

புளியமரத்தின் மீது பெரிய குழந்தையைப் போலச் சாய்ந்து கொண்டிருந்த சுண்டைத் தூக்கிக்கொண்டு தெருவுக்கு வந்தான்.

"இன்னாடா... மருமவனே... நல்லா நாலு ஆளு ஒயரத்துக்குக் கட்டிட்டு கீற... தூக்கிகினு சுத்துவியா?" என்றாள் சரோஜா.

"அல்லாம் சுத்துவோம்" என்றான்.

"நைனா... டேய்... ஒரேவாட்டியா சோத்த துண்ணுட்டு போடா..." என்றாள் கிழவி.

அது அவனிடம் எந்தச் சலனத்தையும் ஏற்படுத்தவில்லை.

சுண்டை கோயில் சுவற்றில் சாய்த்து நிற்க வைத்துவிட்டு, வீட்டுக்குள் ஓடி தீப்பெட்டி கொண்டு வந்தான்.

சின்னப் பிள்ளைகளும், பெரிய பிள்ளைகளும் தமது உயரத் துக்கும், வயசுக்கும் ஏற்ற தமது சுண்டுகளைத் தூக்கிக்கொண்டு கோயிலருகே வரத் தொடங்கினர்.

இருபது பேருக்குமேல் சேர்ந்தனர். பெரியவர்களும் வந்து குழுமினர். ஒவ்வொருவராகத் தீக்குச்சிகளை உரசி தமது சுண்டுகளில் பற்ற வைத்தனர். சுண்டு கட்டத் தெரியாத நாலு வயது பாண்டியைத் தன்னுடன் சேர்த்துக் கொண்டான் முருகவேலு.

எல்லா சுண்டுகளும் சுறுசுறுவெனத் தீப்பிடிக்கத் தொடங்கி யதும், வடக்கு நோக்கி நகர்ந்தன கால்கள். தலைக்குமேல் எரிந்து உதிரும் சாம்பலும், நெருப்பும் உடல்மீது பட்டுவிடாமல் கண்கள் நெருப்பின் மீதே இருக்க, கால்கள் தம்தம்தம்மென்று மண்ணை மிதித்துக்கொண்டு ஓடின. பாதங்களின் அதிர்வில் மனசுக்குள் உற்சாகம் பற்றிக் கொள்ள எல்லோரது முகத்திலும் தீச்சுவாலைகள் நடனமாடின.

ஓ... ஓ... ஓவென்று கத்திக்கொண்டு ஓடியவர்களின் கால்கள் கொள்ளாபுரியம்மன் எட்டிமரம் நோக்கி கிழக்கே திரும்பி காட்டுப்பாதையில் இறங்கியதும் வாய்கள் ஓங்காரமாய்ப் பாடத் தொடங்கின.

“மாவளியாம் மாவளி... வந்து பார்ரா தாயோளி”

“சுண்டுபார்ரா சுண்டு... ஓடுது பார்ரா நண்டு”

“எரியுது பார்ரா சுண்டு... புட்ச்சிகினு வாடா நண்டு”

ஒருவர் பாடவும், மற்றவர் திருப்பிப் பாடவும், காடே அதிர்ந்தது.

சாராயத் தோப்புக்குள் நுழைந்து கரிமலையைத் தொட்ட தீச்சுவாலைகள் தெற்கே திரும்பி கீழாண்டூரை நோக்கித் திரும்பியதும் எல்லோருக்கும் சாராயம் குடித்ததைப்போலப் போதை ஏறியது.

“கானாங்காத்தன் கருவாட்டுக்குக் கழுத்துல வெள்ள...
கீயாண்டூரு பொண்ணுங்களுக்குச் சூத்துல வெள்ள”

என்று ஒருவன் பாட, எல்லோரும் ஆவேசமாகத் திருப்பிப் பாடினர்.

திமுதிமுவென ஜார்ஜ் நிலத்தைக் கடந்து ஓடிய கூட்டம் கீழாண்டூரை நெருங்கியதும் தூரத்தில் கீழாண்டூர்க்காரர்களின் நெருப்புச் சுவாலைகள் வருவது தெரிந்தது.

சட்டென்று நின்ற கும்பல் முடிந்த அளவு சுண்டுகளை உயர்த்திக்காட்ட,

"கானாங்காத்தாங் கருவாட்டுக்கு கழுத்துல வெள்ள...
கீயாந்தூரு பொண்ணுங்களுக்குச் சூத்துல வெள்ள"

என்று கத்தினர் சிறுசுகள். அந்த ஊரை நோக்கி ஓடத் தொடங்கினர். குப்பா ரெட்டியாரும், கண்ணப்ப ரெட்டியாரும் அதட்டியதும் அவர்கள் நின்றனர்.

அங்கே அவர்களும் நிற்பது தெரிந்தது. திமுதிமுவெனக் கரிங்கல்குன்று மீது ஏறிய இவர்கள் சுண்டுகளை உயர்த்தி உயர்த்தி ஓவென்று கத்தினர்.

'புதூரு பொண்ணுங்களுக்குச் சூத்துல வெள்ள' என்று கீழாந்தூர்க்காரர்களும் பாடிக் கொண்டிருப்பார்கள். ஆனால் அதைத் தெளிவாகக் கேட்க முடியாமல் ஒரே சத்தமாக இருந்தது.

கீழே இறங்கிவந்த பிள்ளைகள் மேற்கு நோக்கித் திரும்பி வண்டிப்பாட்டையில் நடக்கத் தொடங்கினர். அதற்குள் முக்கால்வாசிப் பேரின் சுண்டுகள் எரிந்து முடிந்தன. சிலரது அவிந்து கருகின.

சிலரின் சுண்டுகள் மட்டும் எரிந்துகொண்டிருந்தன. திபு திபுவென நடையும் ஓட்டமுமாய்க் கூச்சலிட்டுக்கொண்டு ஓடிய கூட்டம் திரும்பி மீண்டும் கோயிலருகே வந்தபோது பெண்களும், சில ஆண்களும் குழுமி இருந்தனர்.

மீதமிருந்த சுண்டுகளைக் கோயிலுக்கு எதிரில் போட்டனர். வைக்கோல் செத்தைகளையும், குப்பை கூளங்களையும் அதன்மீது போட சடசடவெனத் தீப்பற்றி எரிய... சுற்றி நின்ற பிள்ளைகள் கூச்சலிட்டன. குப்பா ரெட்டியார் போதை தீரும்வரை அதைச் சுற்றிச் சுற்றி ஆடினார்.

எல்லோருக்கும் குளிருக்கு இதமாக இருந்தது நெருப்பு. தீயின் விரட்டலுக்குப் பயந்து ஒளிந்திருந்த குளிர், தீயின் சக்தி குறைந்ததும் மீண்டும் மெதுமெதுவாய் நெருங்கத் தொடங்கி முழுவதுமாய் அவர்களைத் தழுவி ஆட்கொண்டதும், ஒவ்வொருவராகக் கலையத் தொடங்கினர்.

18

ஊரிலிருக்கும் சிறியவர்களும், பெரியவர்களும் கண்கள் விரிய விரிய வடக்கே பார்க்கத் தொடங்கினர். சதுரக் குட்டையில் செங்குத்தாய் நிற்கிற பாறைகளின் மீது ஏறி நின்று வடக்கே பார்த்தால் வரிசை வரிசையாகச் சிவப்பும், மஞ்சளும் கலந்ததுபோன்ற மின் விளக்குகள் பிரகாசமாய் எரிவது தெரிந்தது. அதைப் பார்க்க வானத்தில் அடர்த்தியாகக் கொட்டி வைத்திருக்கிற நட்சத்திரக் கூட்டங்களைக் கீழே பார்ப்பது போலக் கண்கொள்ளாக் காட்சியாக இருந்தது.

“பெல் கம்பனி கட்டிகினு கீறாங்களாம்... அதுக்குதாங் இப்டி ராவ பகலா ஆக்கறமாதிரி அங்கே வர்ச வர்சியா கரண்டு லைட்டுங்க போட்டு வெச்சிக் கீறாங்கோ” என்று சொல்லி ஊராரின் ஆச்சரியத்தை மேலும் அதிகப்படுத்தினார் முருகா ரெட்டியார்.

அவர்தான் அவ்வப்போது ஆற்காட்டுக்குப் போய் வருவார். ஆற்காட்டைத் தாண்டி லாடவரத்தில் அவரது சின்ன மகளைக் கட்டிக்கொடுத்துள்ளார்.

“கம்பனி கட்றத்துக்கினு பெல்லு காரங்க லாலாப் பேட்ட, நெல்லிக்குப்பம், அக்ராவரம், நர்சிங்கபுரம், வடகாலுனு எல்லா ஊர்லயும் கீற நெலத்த எல்லாம் எடுத்துட்டாங்களாம், சர்க்காரே நெலத்த எட்த்துக்

கிச்சின்னு அந்த ஊர்க்காரங்கள்லாம் ஒப்பாரி வெச்சிகினு கீறாங்க" என்றும் அவரேதான் சொன்னார்.

"சோத்தப் போடற நெல்த்த சர்க்காரு எட்த்துகினா, சம்சாரி சோத்துக்கும் துணிக்கும் இன்னா பண்றது மச்சாங்?" என்று கோபமாகக் கேட்டார் சின்னசாமி ரெட்டியார்.

"சர்க்காரு கேட்டா குட்த்துதான ஆவணும்... முடியாதுனு சொல்ல முடியுமா? அதுக்கு எதுனா நஸ்ட ஈடு குட்த்துற மாட்டானா?" என்று பதில் சொன்னார் அவர்.

"இன்னாத்த பெர்சா நஸ்ட ஈடு குடுத்துடுவாங்க சர்க்காருல... மடிய அறுத்துக்கினு மாட்ட குடுக்கறமாதிரி, முக்கால்னா நெலத்த எடுத்துகினு கால்னா துட்ட குடுப்பாங்க" என்றார் ரெட்டியார்.

பெல் நிறுவனம் வரப்போகும் செய்தி சுற்று வட்டாரத்து ஊர்களில் எல்லாம் ஏற்கெனவே பரவி இருந்தது.

ராணிப்பேட்டையில் இருந்து திருவலம், சீகராஜபுரம், ஏகாம்பரநெல்லூர், மருதம்பாக்கம் எனப் பல ஊர்க்காரர்களின் வயிற்றில் புளியைக் கரைத்துக்கொண்டிருந்தது அந்தச் செய்தி.

ஏற்கெனவே சிப்காட் ஆரம்பிப்பதற்காக அக்ராவரம் பகுதியைச் சுற்றியுள்ள அரசு புறம்போக்கு நிலங்கள் போதாமல் பட்டா நிலங்களையும் கையகப்படுத்தி விட்டது அரசாங்கம்.

இப்போது தோல் நிறுவனங்கள், சில இரும்பு நிறுவனங்கள் அந்தச் சிப்காட் பகுதியில் ஜோராக நடந்து கொண்டிருக்கின்றன.

பெல் நிறுவனம் மத்திய சர்க்கார் கட்டுப்பாட்டில் தொடங்கப் படுகிறது. அதற்கு நிலம் எடுத்துத்தரும் வேலையை மாநில சர்க்கார் செய்து வருகிறது.

பெல் நிறுவனம் தாய் நிறுவனம் மாதிரி பெரிய அளவில் தொடங்கப் போவதாகவும், அதைச் சுற்றி நூற்றுக்கணக்கான சின்னச் சின்ன இரும்பு, ரசாயன தொழிற்சாலைகள் ஆரம்பிக்க உள்ளதாகவும் அதிகாரிகள் சொல்லிக்கொண்டிருந்தனர். அதனால் அந்தப் பகுதி பெரிய தொழில் நகரமாக மாறிவிடும் என்றும் அப்பகுதி மக்களின் வாழ்க்கைத்தரம் உயர்ந்து வானத்துக்குப் போய்விடும் என்றும் பெருமை பெருமையாக மக்களிடம் சொன்னார்கள் அதிகாரிகள்.

“நெலத்த எட்த்துக்கினா அப்டியே அம்போன்னா உட்ருவாங் சர்க்காருக்காரங்? நஷ்ட ஈடு குட்த்து, ஊட்டுக்கு ஒரு ஆளுக்கு வேலயும் குடுப்பானாமே... உன்னும் இதுக்குமேல இன்னாடா நோபாளம்... நெல்த்த கேட்டா கையெடுத்து கும்புட்டு குட்த்துட்டு போலாண்டா” என்றானாம் லாலாப்பேட்டைக்காரன் ஒருவன்.

“அப்டியே உம் பொண்டாட்டியையும் சேர்த்துக் குட்த்துட்டு... அதுக்கும் ஒரு வெல போட்டு வாங்கிக்கிடா” என்று நான்கைந்து பேர் சேர்ந்து அவனைத் துவைத்து எடுத்து விட்டதாகவும் செய்தி பரவியது.

“தங்கத்தயே கட்டி கட்டியாக எட்த்தாந்து குட்த்தாக்கூட ஒரு பொட்டு நெலத்த குடுக்க முடியாது போங்கடா” என்று நிலங்களை அளக்க வந்த அதிகாரிகளிடம் சண்டைக்குப் போனார்களாம் லாலாப்பேட்டை ஊர்க்காரர்கள் சிலர்.

பல ஊர்களில் விவசாயிகள் கும்பல் கும்பலாகச் சேர்ந்து இதையெல்லாம் பேசிக்கொண்டனர். ஒரு வீட்டில் ஒரு உயிர் போனால் அந்தக் கிராமமே துக்கத்தில் மூழ்கிவிடுகிறது.

இப்போது ஊரெல்லாம் பிணம் விழுந்துவிட்டதைப்போல மொத்த சனமும் கூடிக் கூடி குமைந்து கொண்டிருந்தது.

“அரகொறயா கஞ்சி குட்ச்சாலும்... மானத்துக்குக் கொறயில்லாம கீறோம்... இருக்கற செரங்கா நெலத்தயும் புடுங்கிக்கினா சம்சாரிங்க தூக்கு மாட்டிகினுதாங் சாவணுங்” என்று அதிகாரிகளிடம் கண்ணீர்கூடச் சிந்தினார்களாம் சிலர்.

லாலாப்பேட்டை, சீகராஜபுரம், நெல்லிக்குப்பம் பகுதி விவசாயிகள் அதிகாரிகளிடம் கடுமையாகச் சண்டை போட்டதாகக் கூடச் சொன்னார்கள்.

“எங்க முப்பாட்டனங் காலத்துல இர்ந்து சோறு போடற நெலத்த உயிரே போனாக்கூட உட மாட்டங்” என்று பலர் குடும்பம் குடும்ப மாகக் கண்ணீர் விட்டனராம்.

“பத்துத் தலமுறையா எங்கக்கிட்டக் கீற சொத்து இது... எங்க பாட்டனுங்களும், பாட்டிகளும் ஓடாத் தேய்ஞ்சி, இந்த மண்லியே மண்ணோட மண்ணா மக்கிப் போனாங்க... எங்கள உயிரோட இதுல பொதச்சிட்டு ஓணும்னா நெலத்த எட்த்துகினு போங்கடா”

என்று ஒரு குடும்பம் மண்ணில் படுத்துப் புரள... "இப்படியெல்லாம் அராஜகமா அதிகாரிங்ககிட்ட வம்புப் பண்ணி எங்கள வேல செய்ய விடாம பண்ணா, அரஸ்ட் பண்ணி ஜெயில்ல போட்டுருவோம்" என அதிகாரிகள் மிரட்ட... பல பேருக்கு அங்கேயே வேட்டி நனைந்து விட்டதாகக்கூடப் பல ஊர்களில் பரபரப்பாகப் பேசிக்கொண்டனர்.

"நாம துன்ற சோத்துல நம்ம சர்க்காரே மண்ணு போட்டா சம்சாரி இன்னாதான்டா பண்றது?" என்று கோபமாகக் கேட்டார் ரெட்டியார்.

"யோவ் மாமா... துன்ற சோறோ, துன்னாத சோறோ... சர்க்காரு கேட்டா கோமணத்தக்கூட அவுத்துக் குட்த்துட்டு பேசாம வரணுங்" என்றார் நக்கலாக முருகா ரெட்டியார்.

"ம்... எல்லாரும் கோமணத்த அவுத்துக் குட்த்துட்டு அம்மணமா திரிங்கடா... லாலாப்பேட்டைக்கி வந்தவங்க... நாளிக்கி நம்ம ஊருக்கும் வருவாங்க... அப்போ அவுத்துக் குடுங்க" என்று கத்தினார்.

"எங்கிட்ட இன்னாத்துக்குக் கத்தற ரெட்டியார...? நாளிக்கி நெலத்த எடுக்கற அதிகாரிங்க அங்க வந்து மீட்டிங் போட போறாங்களாம்... முடிஞ்சா லாலாப்பேட்டைக்குப் போயி அங்க கத்து" என்றான் கிண்டலாக.

அன்று இரவெல்லாம் யோசனையாக இருந்தது சின்னசாமி ரெட்டியாருக்கு. ஊரின் நாட்டாண்மையாக இருக்கிற தனக்கு ஊரின் மீதும், ஊரில் இருக்கிற நிலங்கள்மீதும் அதிகமான பொறுப்பு உள்ளதாக நினைத்தார்.

தன் நிலத்தை மட்டுமல்ல, ஊரில் இருக்கிற ஒரு சென்ட் நிலத்தைக்கூட எந்தக் கொம்பன் வந்து கேட்டாலும் விடக்கூடாது என்று நினைத்துக்கொண்டார்.

விடிந்ததும் நேராக முருகா ரெட்டியாரின் வீட்டு வாசலில் போய் நின்றார்.

"மச்சாங்... வாடா... லாலாப்பேட்டைக்கிப் போயி அங்க இன்னா நடக்குதுன்னு பாத்துட்டு வர்லாங்" என்றார்.

"யோவ் மாமா... நானு ஏதோ தமாசுக்கு சொன்னா... நீயின்னா மெய்யாலுமே அங்க போலாம்னு சொல்ற...? இங்க கத்தன மாதிரி

அங்க அதிகாரிங்கக்கிட்ட எதுனா கத்தினா... புட்ச்சிகினு போயி ஜெயில்ல போட்டுருவாங்க... அப்றங் களிதாங்... போயி வேலயப் பாருய்யா ரெட்டியாரே" என்றான்.

"டே.... அதிகாரிங்க இன்னா பூதமா... பேயா... வாடா சொம்மாப் போயி பார்த்துட்டு வரலாங்... ராத்ரிலாங் தூக்கமே வர்லடா... துன்ற சோத்த யாரோ புடுங்கி கீய கொட்ன மாதிரி மன்செல்லாம் திக்கு திக்குனு கீதுரா" என்றார்.

"செரி போலாங்... ஆனா அங்க நீ எதுவும் பேசக்கூடாது. அது அவங்க ஊரு... அவுங்க நெலம்... நீயி வேடிக்கப் பார்த்துட்டு வர்றதானா போலாம்" என்றான்.

"செரி வாடா..." என்றார்.

இருவரும் கிளம்பி ரோட்டை நோக்கி நடந்தனர். கிழக்கில் கரிமலைக்கு மேல் எழும்பிக் கொண்டிருந்த சூரியன், தகதகவென மின்னிக்கொண்டிருந்தான்.

வெள்ளைக்காரன் கால்வாயில் ஓடிக்கொண்டிருந்த முட்டியளவு தண்ணீரில் வேட்டியைத் தூக்கிக்கொண்டு இறங்கிய ரெட்டியார் சீறினார்.

"காலங்காலமா ஊருலகீற ஆணும் பொண்ணும் துணியத் தூக்கிகினு தண்ணீல எறங்கிப் போவுதுங்க... இதுக்கு ஒரு பாலங்கட்ட எந்தச் சர்க்காருக்கும் யோக்கித இல்ல. வெளயிற நெலத்த புடுங்க மட்டும் வர்றானுங்க பொச்சி புடுங்கிங்க" என்றார் எரிச்சலாக.

"யோவ் மாமா... ஊரு ஊருக்கும் ஆயிரத்தெட்டு கொற கீது. அதுக்குங் கம்பினி கட்றத்துக்கும் இன்னாயா கீது?" என்றான்.

"உனுக்கு இன்னாடா...? ஊரயே எவன்னா பேத்து தூக்கினு போனாகூடப் போவட்டும்னு உட்டுட்டு, பொண்ணு ஊட்டுக்குப் போரன்னு புளுகிப்புட்டு ஆற்காட்டுல சினிமாப் பாத்துட்டு வருவ" என்றார் நக்கலாக.

ரோட்டுக்கு வந்த இருவரும் இலுப்பை மரத்தின்கீழ் போடப் பட்டிருந்த சுமைதாங்கிக் கல்லின்மீது உட்கார்ந்தனர். மடவளி ஆனந்தன் அழுக்குத் துணிகளைச் சுமந்துக்கொண்டு பெரிய ஆற்றில் உள்ள அவனது துறையை நோக்கிப் போனான். பின்னாலேயே

அவனது மனைவி யசோதா அலுமினியக் குண்டானை இடுப்பில் இடுக்கிக் கொண்டு நடந்தாள். மதியத்துக்குக் கூழும், உப்பும் அதில் இருக்கும்.

"இன்னா ரெட்டியாரே... மச்சாங்கூடக் களம்பீட்ட... படம் பார்க்கவா?" என்றான் ஆச்சரியமாக ஆனந்தன்.

"படம் பாக்கறது தான்டா இப்பா மொதலு வேல" என்று பதில் சொன்ன ரெட்டியார் முருகா ரெட்டியாரைப் பார்த்துச் சிரித்தார்.

"பார்ரா மச்சாங்... உம் பெரும ஊரு மடவளி வரைக்கும் பரவி கீது" என்றார்.

"யோவ் நானு இன்னா கூத்தியாரு கிட்டவாப் போறேங்... படம் பாக்கறது இன்னா பலானவ கிட்ட போற மாதிரி பாவமாயா?" என்றான் நக்கலாய்.

"பலானவகிட்ட இன்னா... எவ கிட்டனாலும் நீ போவடா... அதயெல்லாம் வளுக்குப் புட்ச்சிகினா பாக்க முடியுங்" என்று சிரித்தார் ரெட்டியார்.

அணைக்கட்டு வளைவில் பச்சையாய் எம்.பி.டி. பஸ் வருவது தெரிந்ததும் இருவரும் எழுந்து நின்றனர்.

ரெட்டியாருக்குப் படபடவென்று பதட்டமாக வந்தது. கூடவே ஒரு குறுகுறுப்பு. அவர் அதிகமாகப் பேருந்தில் பயணம் செய்தது இல்லை. நடு மகளின் திருணத்துக்காகச் சுற்றியபோதும், அவள் திருமணத்துக்குப்பின் எப்போதாவது அவள் வீட்டுக்குப் போகும்போதும்தான் பேருந்தில் கால் வைத்திருக்கிறார்.

இருவரும் கை நீட்டிக்கொண்டு போலீஸ்காரர்களைப் போல விரைப்பாய் நிற்க, அதைப் பார்த்துச் சிரித்துக்கொண்டே பேருந்தை நிறுத்தினார் ஓட்டுனர். ஓடிப்போய் ஏறிக்கொண்டனர். பேருந்து கிளம்பியதும் தடுமாறியவர்கள் கம்பியை கெட்டியாகப் பிடித்து கொண்டு நின்றனர். இந்தத் தடத்தில் ஓடுகிற ஒரே பேருந்து இதுதான். காலையில் எட்டு மணிக்கு ஆற்காடு நோக்கிப் போனால், மதியானம் சாப்பாட்டு நேரத்துக்குத் திரும்பி பொன்னைக்கு வரும். ரெண்டரைக்குத் திரும்பி ஆற்காடு நோக்கி ஓடினால் மறுபடியும் மாலையில் ஒருமுறை வந்து திரும்பிப்போகும்.

கூட்டம் நிரம்பி வழிந்தது. பயணச்சீட்டு வாங்கிக்கொண்ட ரெட்டியாரின் மனசுக்குள் மீண்டும் கலக்கம். லாலாப்பேட்டையை நெருங்க நெருங்க கலக்கம் கூடிக்கொண்டே போனது.

பள்ளேரியிலும், சத்திரம் புதூரிலும் சிலர் இறங்குவதும், ஏறுவதுமாய் இருக்க, ரெட்டியாரின் மனசு பேருந்துக்கும் முன்னதாக ஓடிப்போய் இலாலாப்பேட்டையில் இறங்கிக் கொண்டது.

"பாவம் அந்த ஊரு ஜனங்க... வயிறார சோத்த ஆக்கிப் போட்டு, மனசாரக் கூடப்படுத்து, புள்ளிங்களப் பெத்துக் குடுக்கற பொண்டாட்டிய திடுக்குன்னு எவனோ வந்து தூக்கிகினு பூட்டா எப்டி இர்க்கும்...? அப்டிதாண்டா இர்க்கும் அந்தச் சம்சாரிங்க கெதி" என்றார்.

"யோவ் ரெட்டியார... த்தோ இந்த சீட்டல குந்து. நின்னுகினு வெசனப்படறதவுட குந்திகினா உன்னும் நல்லா நெதானமா வெசனப்படலாங்" என்றார் முருகா ரெட்டியார்.

இருக்கையில் அமர்ந்துகொண்ட ரெட்டியாருக்குப் பக்கத்தி லேயே அமர்ந்த முருகனை முறைத்தார் ரெட்டியார்.

"நீயெல்லாங் ஒரு சம்சாரியான்னே சந்தேகமா கீதுடா எனுக்கு... நெல்த்த வாரிக் குடுக்கறது புள்ளைய வாரிக் குடக்கற மாதிரி கீது... உனுக்கு ஒன்னுமே வெசனமே இல்லியாடா வெர் போகி நாயே" என்றார் கோபமாக.

"எனுக்குங்கூட வெசனமாத்தான் கீது ரெட்டியார... உப்புப்போட்டுக் கூவு குடிக்கிற எவுனுமே இதுக்குச் செரின்னு சொல்ல மாட்டாங்... அதுக்காவ இப்போ நாம் வெசனப்பட்டு இன்னா ஆவப்போவுது? அங்க போயி இன்னா நடக்குதுன்னு பார்க்கலாம் ரெட்டியாரே?... நம்பளால பாக்கத்தான முடியும். நீ அங்க போயி ஊரு நாட்டாமக்காரன்ற நெனப்புல எசகுபிசகா பேசிடப்போற... போலீசுகாரங்க தயாரா நிக்கறாங்களாம் அங்க... உன்ன மாதிரி ஆளுங்களப் புட்ச்சிகினு போயி தொரப்பாடியில களி துண்ண வெய்ப்பாங்க" என்றான்.

அவன் சிரிக்கிறானா, உண்மையிலேயே விசனப்படுகிறானா என்று ரெட்டியாரால் கண்டுபிடிக்க முடியவில்லை. கிண்டலாகப் பேசினாலும் அவனுக்கும் உள்ளுக்குள் கவலை இருப்பதாகப் பட்டது ரெட்டியாருக்கு.

கொண்டகுப்பம், செங்கல்நத்தம் கூட்ரோடு, ஏகாம்பூர் கூட்ரோடு கடந்து, நறுக்காம் பாறையைத் தாண்டி ஓடியது பேருந்து.

பேருந்தில் இருந்த விவசாயிகளும், பெண்களும் இப்போது இதைப்பற்றியே பேசிக்கொண்டிருந்தனர். சில பெண்கள் வாயைப் பொத்திக்கொண்டு கவலையோடு கேட்டுக்கொண்டிருந்தனர். அவர்களின் முகங்களில் திகிலும், பரபரப்பும் தெரிந்தது.

நெல்லிக்குப்பத்தைக் கடந்த பேருந்து ஹாரன் அடித்துக் கொண்டே இலாலாப்பேட்டைக்குள் நுழைந்து சாவடியில் நின்றது.

19

இலாலாப்பேட்டை அரசாங்கப் பள்ளிக்கூடத்தில் ஜேஜேவெனக் கூட்டம் கூடியிருந்தது. ஆண்களும், பெண்களும், குழந்தைகளும் இங்குமங்கும் அலைந்து கொண்டிருந்ததைப் பார்த்த ரெட்டியாருக்கு "கபீர் கபீர்" என அடிவயிற்றில் கலக்கம்.

பலரது முகங்கள் திகில் பிடித்துப் போயிருந்தன. அங்கிருந்த வேப்ப மரத்தினடியில் கும்பல் கும்பலாகப் பெண்கள் குந்தியிருந்தனர். இழவு வீட்டில் மாரடித்து ஓய்ந்தவர்களைப் போலக் களைத்துப்போயிருந்தது அவர்கள் முகம்.

பள்ளி வளாகத்தின் ஓரம் அரசாங்க ஜீப்புகள் நின்றிருந்தன. தாசில்தார், துணை தாசில்தார், வருவாய் ஆய்வாளர்கள், கிராம நிர்வாக அலுவலர்கள் போன்ற அரசு அதிகாரிகள் மிடுக்குடன் பள்ளியின் உள்ளே அமர்ந்திருந்தனர்.

அதே மிடுக்குடன் சில இளைஞர்களும் உள்ளே போவதும், வெளியே வருவதும், கூட்டத்தை வேடிக்கை பார்ப்பதுமாக இருந்தனர். அவர்களின் கண்களில் விதவிதமாய்க் கனவுகள் விரிந்து கொண்டிருந்தன. பூவை மிதிப்பதுபோல மண்ணை மிதித்துக் கொண்டிருந்தனர்.

பெல் நிறுவனத்துக்கு நிலம் கொடுக்கிற குடும்பங்களில் வீட்டுக்கு ஒருவருக்கு அதே பெல் நிறுவனத்தில் வேலை கிடைக்கும் என்று அதிகாரிகள் சொன்னது அவர்களை இறக்கை இல்லாமலேயே பறக்க வைத்தது.

"பெல் கம்பனி சென்டர் கவுருமென்ட்டு கம்பெனிடா... நெலம் குட்த்தா... அவங்கவுங்க படிப்புக்கு ஏத்த மாதிரி வேல குடுக்கறாங்களாம்... படிக்காதவங்களுக்குக்கூடப் பெருக்கற வேல..., வாச்மேனு வேல, பியூன் வேலன்னு குடுக்கறாங்களாம்" என்று ஒரு இளைஞன் குசுகுசுவென்று தன் சினேகிதனிடம் சொல்லிக் கொண்டிருந்தான்.

அதைக்கேட்ட சின்னசாமி ரெட்டியாருக்கு பகீர் என்றது. இப்படி ஒரு தூண்டில் முள்ளை அதிகாரிகள் போட்டு வைத் திருப்பது அவருக்குத் தெரியாது.

"இன்னாடா மச்சாங்... இந்த மொட்டப்பசங்க பேசர்த கேட்டியா...? நெல்த்த குட்த்தா வேலயாமே... இதுங்க பேசனதப் பாத்தா... கையெட்த்து கும்புட்டு நெல்த்த வாரி குட்த்துடுவாங்க போலக் கீதேடா" என்றார் கவலை படர்ந்த முகத்தோடு.

"பின்ன இன்னா ரெட்டியாரே... கெவுர்மென்ட்டு வேலய யார்தாங் வாணாம்னு சொல்வாங்க?" என்று எதிர் கேள்வி கேட்டார் முருகா ரெட்டியார்.

"கெவுருமென்ட்டுல எல்லாருக்கும் மந்திரி வேலதாங் குடுப்பாங்க... எல்லாரும் போயி மந்திரி வேல செய்றதுக்கு முன்னால இங்க கம்பினிய பெருக்கி, கக்கூசு கெய்வி கத்துக்குங்கடா" என்றார் எரிச்சலாக.

"ரெட்டியார... நீயும் படிக்கில... உம்புள்ளியும் அரகொற... உம்பொண்ணுங்களையும் சரியா படிக்க வெக்கில... உங்களுக்குக் கக்கூசு கெய்வற வேலதாங் கெடைக்குங்... அதுக்குனு... பட்ச்சவங்க கூட அதுக்குதாம் போவாங்களா...? ராஜா மாதிரி அதிகாரி வேல கெட்ச்சா வாணாம்னு சொல்றவங்க யார்னா கீறாங்களா?" என்றார் முருகா ரெட்டியார்.

அதற்குள் கூட்டத்தில் சலசலப்பு எழுந்தது. வெளியிலிருந்த ஜனங்களும் பள்ளிக் கட்டடத்தை நோக்கி வந்தனர். மரத்தடிகளில் குந்தியிருந்த பெண்களும் அரக்கப் பரக்க மாராப்பை இழுத்து விட்டுக்கொண்டு எழுந்து வந்தனர்.

"இங்கப் பாருங்க... யார் யாரோட நெலத்த அரசாங்கம் எடுத்துக்கப் போவுதுன்னு ஏற்கெனவே பேப்பர்ல விளம்பரமா குடுத்து இருக்கறோம். அதயே மணியக்காரு ஆபீசு, பஞ்சாயத்து போர்டு ஆபீசு, பள்ளிக்கூடம்னு எல்லாப் பொது இடத்துலயும் ஒட்டி வெச்சிருக்கோம். தண்டோராவும் போட்டாச்சி. அதுக்கான விசாரணதான் இங்க நடக்கப் போவுது. நிலம் சம்பந்தப்பட்டவங்க மட்டும் இங்க இருங்க. மத்தவங்கல்லாம் வெளியப் போயிடுங்க, கூட்டம் கூடி நின்னா குழப்பம்தான் மிச்சம். பெரிய அதிகாரிங்க எல்லாம் வந்திருக்காங்க... அமைதியா இருங்க" என்றார் ஒரு குட்டி அதிகாரி.

"அதிகாரிங்க எல்லாம் ஆபீசுல போயி வேலயப் பாருங்க... எதுக்கு எங்க வயித்துல அடிக்க வந்து கீறிங்க?" என்று யாரோ ஒரு பெரியவர் கூட்டத்துக்குள்ளிருந்து கத்தினார்.

"இதுக்குதான் கூட்டம் சேராதிங்கன்னு சொன்னது. எங்க வேலையப் பார்க்கத்தான் வந்திருக்கோம்" என்றார் லேசான கோபத்தோடு அதே குட்டி அதிகாரி.

"உங்குளுக்கு வேல செஞ்சா சம்பளம் குடுக்கறாங்க... செய்றீங்க... அதுக்காக எங்க உயிரக்கூட எட்த்துகினு பூடுவீங்களா?" என்று ஒரு இளசு கத்தியது.

அப்போது அந்தப் பெரிய அதிகாரி எழுந்தார். கூட்டம் கப்சிப் என்று அடங்கியது.

"பாருங்க... நான் சொல்றத எல்லாரும் அமைதியா கேளுங்க... அரசாங்கம் பெரிய தொழிற்சாலையைக் கட்ட உங்க ஊர்ல இருக்கற பொறம்போக்கு நெலத்த எடுத்துட்டாங்க... அந்த எடம் பத்தாதுன்னு அதுக்குப் பக்கத்துல இருக்கற உங்க பட்டா நிலத்தையும் எடுத்துக்க முடிவு பண்ணி இருக்கோம். அரசாங்கம் நெலத்த கேட்டா குடுத்துதான் ஆவணும். ஏன்னா பொறம்போக்கு நெலம், பட்டா நெலம்னு எல்லா நெலமும் அரசாங்கத்துக்குதான் சொந்தம். மண்ணு மேல அரசாங்கத்தத் தவிர யாருக்கும் உரிமை இல்ல.

பட்டான்றது உங்களுக்கு அந்த நெலத்த அனுபவிக்கிறதுக்குக் குடுக்கற உரிமைதான். அதுக்காகத்தான் நாம வரி கட்டறம். அந்த மண்ணுகூட மூணு அடி வரைக்கும்தான் நாம அனுபவிக்க முடியும்.

மூணு அடிக்கும்கீழே இருக்கற எந்தப் பொருளும் அரசாங்கத்துக்குத் தான் சொந்தம்.

நீங்க எத்தன தலமுறையா நெலத்த வெச்சிருந்தாலும் அது அனுபவ உரிமை மட்டும்தான்றதை நீங்க புரிஞ்சிக்கணும். அரசாங்கம் எப்பக் கேட்டாலும் நெலத்தத் திரும்பக் குடுத்துதான் ஆவணும்" என்று உரக்கக் கத்திப் பேசினார்.

இதைக்கேட்ட பலர் வாயடைத்துப்போய் விட்டனர். என்ன பேசுவதென்றே தெரியவில்லை. இப்படியொரு விளக்கத்தை யாரும் எதிர்பார்க்கவில்லை.

"நெலமெல்லாங் சர்க்காருக்கே சொந்தமாகக்கூடக் கீட்டும் சாமி. அதுக்காவ எங்கள அம்போன்னு நடுத்தெருவுல உடறதுதாங் கெவுருமெண்ட்டு சட்டமா?" என்று தடுமாற்றத்துடன் கேட்டார் ஒரு பெரியவர். அவர் குரல் நடுங்கியது.

"அதுக்குதான நஷ்ட ஈடு தரோம் பெரியவரே" பெரு மிதத்துடன் அந்த அதிகாரி சொன்னார்.

"அந்த நஷ்ட ஈட வெச்சிகினு எத்தினி நாளிக்கி துண்ண முடியும் சாமி?" என்றார் இன்னொரு பெரியவர்.

"நஷ்ட ஈடு பத்தலன்னா மேல் முறையீடு செய்யுங்க... கூடுதலா நஷ்ட ஈடு குடுத்தா தாராளமா வாங்கிக்கிங்க... இப்போ நெலத்துக்குச் சொந்தக்காரங்க மட்டும் பட்டாவோட வந்து கையெழுத்துப்போடுங்க" என்றார்.

கையெழுத்துப் போடச் சொன்னதும் எல்லோர் முகமும் வெளிறியது. வியர்க்க ஆரம்பித்தது.

கூட்டத்துக்குள் கசமுசவெனப் பேச்சுக்கள். முன்பக்க மிருந்தவர்கள் பின்னால் நழுவ ஆரம்பித்தனர்.

"தோ பாருங்க... உங்கள கட்டாயப்படுத்தி நெலத்த எடுத்துக்கறதா நீங்க சொல்லக்கூடாதுன்னுதான் இந்த விசாரணை நடத்தறோம். உங்களுக்கு நிலம் குடுக்க விருப்பமில்லேன்னுகூடச் சொல்லுங்க. அதயேக்கூட உங்க வாக்குமூலமா எழுதறோம். படிச்சிப் பார்த்துட்டு கையெழுத்துப் போடுங்க. ஒன்னு மட்டும் ஞாபகத்துல வெச்சிக்கிங்க, நீங்க கையெழுத்த போடலன்னாலும் கூட அரசாங்கம் நெலத்த எடுத்துக்குவாங்க.

அதனாலதான் திரும்பத்திரும்பச் சொல்றேன்... உங்க மனக் கொறயக்கூட வாக்குமூலமாக் குடுத்தீங்கன்னா அதப் பார்த்துட்டு மேலதிகாரிங்க மனசு வெச்சி உங்களுக்கு நல்லது பண்ணுவாங்க."

அந்த அதிகாரியின் பேச்சில் அமைதியும், அன்பும் கலந்திருப்பதைப்போல உணர்ந்தனர் மக்கள்.

"இப்போ தேன் மாதிரி பேசுவீங்க... அப்பறமா சட்டிப்பானைய தூக்கிக்கினு போடான்னு தொரத்துவீங்க" என்றான் ஒரு இளைஞன்.

"அப்டி பண்றதானா எதுக்குப்பா தம்பி இவ்ளோ அதிகாரிங்க உங்களக் கூப்டு வெச்சி பேசிகிட்டு இருக்கோம். எல்லாத்துக்கும் சட்டம்னு ஒண்ணு இருக்குப்பா... சட்டப்படி எல்லாத்தயும் மொறயாத்தான செய்யமுடியும்?" என்றார் அதே அமைதியுடன் அந்த அதிகாரி.

மீண்டும் கூட்டத்துக்குள் சலசலப்பு. சின்னசாமி ரெட்டி யாருக்கு தலையும் புரியவில்லை. காலும் புரியவில்லை. அந்த அதிகாரி நல்லவரா, கெட்டவரா? சம்சாரிக்கு ஒத்தாசையாகப் பேசுகிறாரா? சர்க்காருக்குச் சலாம் போடுகிறாரா? எதுவுமே விளங்கவில்லை அவருக்கு.

"கொஞ்சம் அமைதியா இருங்க... நம்ப ஊருக்குப் பக்கத்தில இவ்ளோ பெரிய கம்பனி வந்திருக்கறது நமக்குத்தான் நல்லது. வேலயும் கிடைக்கும். ஊரும் டெவலப் ஆவும். கம்பனிக்காக நாங்க எடுக்கற நெலம் மூணு போகம் வெலயற நஞ்ச நெலம் ஒன்னும் இல்லியே. மழயப் பார்த்துப் பயிரு வைக்கிற மானாவாரி புஞ்ச, கட்டாந்தரயாக் கெடக்கிற கரம்புதான?" என்றார்.

"கடன வாங்கி, கிணறு வெட்டி, கேவுரு, கடலக்கானு பயிறு வெச்சிகினு கீற நெலத்தக்கூட.... எடுக்கறீங்களே" என்றனர் கொஞ்சம்பேர்.

"நல்லா பயிராகிற நெலமுங் கொஞ்சம் இருக்கு.... அதயும் ஒத்துக்கறோம். அதயெல்லாம் நாங்களும் புலத்தணிக்கை செஞ்சித்தான் நோட்டீசு குடுத்து இருக்கோம். கிணறு, மரம், செடி எல்லாத்துக்கும் தனித்தனியா மதிப்புப் போட்டுத் தருவோம். அதனால யாரும் கவலப்படாதீங்க" என்றார் அவர்.

"எப்டிங்கய்யா கவலப்படாம கீறது? தலய வெட்டிட்டு இடுப்புக்கு ஒட்டியானம் தங்கத்துல போட்டா இன்னா... தகரத்துல போட்டா இன்னா?" என்றார் ஒரு வயதான விவசாயி.

அதிகாரிக்கு லேசாகக் கோபம் வந்தது. முகம் சிவக்க, நெற்றி வியர்வையைக் கைக்குட்டையால் துடைத்துக்கொண்டே சிடுசிடுவெனப் பேசினார்.

"இப்டியே ஆளாளுக்குப் பேசினா பேசிக்கிட்டேதான் இருக்கணும். நாங்க லிஸ்டுல இருக்கற பேருங்கள படிக்கிறோம். ஒவ்வொருத்தரா வந்து வாக்குமூலம் குடுங்க. அத எழுதி உங்க கையெழுத்து வாங்கி, அரசாங்கத்துக்கு அனுப்பறோம். அதயெல்லாம் கவனமா பரிசீலனை பண்ணப்பறம் உங்க நெலத்துக்கு உண்டான வெலய நிர்ணயம் பண்ணிட்டு கூப்பிடுவோம். அப்ப மத்ததப் பார்த்துக்கலாம். ஒருவேள அந்த வெல உங்களுக்குக் கொறவா தெரிஞ்சா நீங்க கோர்ட்டுக்குகூடப் போகலாம். இப்ப லிஸ்ட்ட படிங்க" என்றார் கீழ் அதிகாரியிடம்.

"ஒன்னு, தாண்டவராய ரெட்டியார் மகன் சண்முக ரெட்டியார், சர்வே எண் 19ன் கீழ் 1, விஸ்தீர்னம் ஒரு ஹெக்டேர், புஞ்சை... ரெண்டு முருகைய ரெட்டியார் மகன் ராமசாமி ரெட்டியார், சர்வே எண் 19ன் கீழ் 2, விஸ்தீரணம் ஜீரோ புள்ளி எண்பது ஹெக்டேர், மூன்று, தண்டபாணி தேசிகர் மகன் புருசோத்தமன், சர்வே எண் 20ன் கீழ் 1, விஸ்தீரணம் 0.60 ஹெக்டேர், ஜோசப் மப்ன் ஸ்டான்லி, சர்வே எண். 21ன் கீழ் 1, விஸ்தீரணம் 1,30 ஹெக்டேர்" என்று படிக்க ஆரம்பித்தார். மொத்தப் பட்டியலும் படித்து முடித்ததும் மீண்டும் சலசலப்பு.

"மொதல்ல சண்முக ரெட்டியார் வாங்க" என்றார் அதிகாரி.

மலங்க மலங்க விழித்தபடி முகம் வெளிற முன்னால் வந்தார் சண்முக ரெட்டியார்.

"அய்யா... அந்த நெலத்த நீங்க லச்சம் லச்சமா குட்தாக்கூட நானு குடுக்க மாட்டங்கையா... அத நம்பிதாங் நாங்க இத்தினி தலமுறயா ஜீவனம் பண்ணிகினு கீறோம்... எனுக்கு நாலு பையனுங்க, மூணு பொண்ணுங்க. உன்னும் ஒரு பையனுக்குக்கூடக் கல்யாணங் காட்ச்சின்னு ஆவல... அந்த மண்ண வெச்சிதாங் எங்க மானம் மரியாத எல்லாமே கீது... இத்த உட்டா எங்குளுக்கு வேற நெலபுலம் எதுவுங் இல்லீங்கையா... கடனவாங்கி, இருந்த நெகைங்கள வெச்சி, கிணறு வெட்டி ராத்திரி பகல்னு கவல ஓட்டி இப்பதாங் கேவுரும், கலக்காயும் போட்டுக்கீறங்... கைக்கு வந்த

சோறு வாய்க்கி வரும்போது இப்டி அபுக்குன்னு புடுங்கிகினா நாங்க ஒட்டுமொத்தமா தூக்குபோட்டுகினுதாங் சாவணும்" என்று குமுறினார்.

அவருக்கு ஆகிருதியான உடம்பு. வேட்டியில் அங்கங்கே செம்மண் காய்ந்திருந்தது. மேலே போட்டிருந்த சட்டை மட்டும் ரசக்கற்பூர வாசனையுடன் வெளேரென் இருந்தது. அவரது மாநிறமான சதுரமுகம் கூசிப்போனதைப் பார்க்கவே பலருக்குப் பரிதாபமாக இருந்தது. தோளில் போட்டிருந்த துண்டில் மூக்கைத் துடைத்துக்கொண்டு அதிகாரியைப் பார்த்த அவரின் பார்வையைச் சந்திக்க முடியாமல் அந்த அதிகாரியே திணறினார்.

"பாருங்க பெரியவரே... சர்க்காரு சொன்னததான நாங்க செய்யமுடியும்...? நீங்க சொன்னத அப்படியே உங்க வாக்குமூலமா எழுதிக்கிறோம்" என்றார் அதிகாரி.

"வடாற்காடு மாவட்டம், வாலாஜா வட்டம், லாலாப் பேட்டை கிராமம், எண். 17ல் வசிக்கும் தாண்டவராய ரெட்டியார் மகன் சண்முக ரெட்டியார் ஆகிய நான் கொடுக்கும் வாக்குமூலம் என்னவெனில் 1980 ஆம் வருடம் ஏப்ரல் மாதம் 21ஆம் நாள் பெல் நிறுவனத்திற்கு நிலம் ஆர்ஜிதம் செய்வது சம்பந்தமான 5ஏ விசாரணை லாலாப்பேட்டை பஞ்சாயத்து யூனியன் ஆரம்பப் பள்ளியில் நடைபெறுவதைத் தெரிந்துகொண்டு அதிகாரிகள் முன் ஆஜரானேன்.

அரசு நஞ்சை, சர்வே எண். 19/1ல் எனது அனுபவத்தில் ஒரு ஹெக்டேர் அல்லது 2.47 ஏக்கர் நஞ்சை நிலம் உள்ளது. எனக்கு 4 மகன்களும், 3 பெண்களும் உள்ளனர். இந்த நிலத்தில் கடன்வாங்கிக் கிணறு வெட்டிப் பயிர் செய்து வருகிறேன்.

இது எங்களது பூர்வீகச் சொத்தாகும். இந்த நிலத்தினை நம்பித்தான் எங்களது ஜீவனம் நடந்து வருகிறது. இந்த நிலத்தைத் தவிர எங்களுக்குப் பாத்தியதையாக வேறு எங்கும் எந்த நிலமும் கிடையாது. எனவே இந்த நிலத்தை ஆர்ஜிதம் செய்ய நான் ஆட்சேபனை செய்கிறேன்.

படித்துப் பார்த்தேன் சரி" என்று எழுதப்பட்ட வாக்கு மூலத்தைச் சண்முக ரெட்டியாரிடம் காண்பித்தார் அதிகாரி. எழுத்துக்கூட்டி படித்தார் சண்முகம்.

"ரெட்டியாரே... நீங்க சொன்னததாங் எழுதியிருக்கோம். கையெழுத்து போடுவீங்களா... கைநாட்டா?" என்றார் அதிகாரி.

"கையெய்த்தே போடுவனே" என்றார் பெருமையாக. பலமான யோசனையும், தயக்கமுமாய் அந்த வெள்ளைத்தாளில் கையெழுத்து போட்டவரின் மனசு திடீரென அதளபாதாளத்தில் விழுந்து தொலைந்து விட்டதுபோலவும், அவர் ஆழம் காண முடியாத தண்ணீருக்குள் மூழ்கி விட்டதைப் போலவும் நெஞ்சு படபடத்தது.

அடுத்ததாக வந்த ராமசாமி ரெட்டியார், தனது மனைவி இறந்துவிட்டதாகவும், நான்கு பெண்கள் உள்ளதாகவும் இந்த நிலத்தோடு சேர்த்து வேறு சர்வே எண்ணில் ஒரு ஏக்கர் நிலம் இருக்கிறது என்றாலும், நிலம் ஆர்ஜிதம் செய்ய ஆட்சேபனை செய் வதாகவும் வாக்குமூலம் கொடுத்தார்.

அவர் சொன்னதை எழுதிய அதிகாரிகள், அவருக்குப் படிக்கத் தெரியாது என்பதால் படித்துக் காட்டினார்கள். இறுதியில் "படிக்கக் கேட்டேன். சரி" என்று எழுதி கைநாட்டு வாங்கினார்கள்.

பெரும்பாலான விவசாயிகள் ஆட்சேபனை செய்வதாகக் கையெழுத்தும், கைநாட்டும் பதிக்கச் சூரியன் உச்சியில் நின்று, வெகுநேரம் வெறித்துப் பார்த்துவிட்டு மனம் கலங்கிப்போனது போல மெதுவாக மேற்கு நோக்கி நகரத் தொடங்கினான். வெயிலின் தாக்கமும் லேசாகக் குறையத் தொடங்கியது. இரண்டு மூன்று பேர் மட்டுமே நில ஆர்ஜிதம் செய்யச் சம்மதம் என்று வாக்குமூலத்தில் கையெழுத்துப் போட்டனர்.

நிலத்துக்குக் கூடுதலான இழப்பீடும், அரசு வேலையும் வழங்க உத்தரவாதம் தர வேண்டும் என்றும் அதில் எழுதச் சொன்னார்கள்.

இரண்டு விதவைப் பெண்கள், தங்களது பிள்ளைகளுக்கு அரசு வேலை வழங்கினால், நிலத்தை ஆர்ஜிதம் செய்யச் சம்மதிப்பதாகக் கைநாட்டு வைத்தனர்.

விசாரணைகள், வாக்குமூலங்கள் முடிந்து கூட்டம் கலையத் தொடங்கியபோது வெயிலின் நிறமும் உக்கிரமும் வெகுவாகக் குறைந்திருந்தது.

எல்லாவற்றையும் அடுக்கிக் கட்டிவைத்த அலுவலர்கள் எழுந்து சாப்பிடப் போனார்கள்.

மணியக்காரர் இங்குமங்கும் ஓடிக்கொண்டிருந்தார். பெரிய பெரிய பாத்திரங்களில் மணக்க மணக்க சாப்பாடு வந்து இறங்கியது.

பக்கத்துக் கட்டடத்தில் இருந்து சாம்பார் மணமும், கறிக்குழம்பின் வாசனையும், பொரியல், கூட்டுகளின் வாசனையும் காற்றில் கலந்துவர பல விவசாயிகளின் வாய்கள் எச்சிலைக் கூட்டி விழுங்கிக் கொண்டிருந்தன.

"டேய் மச்சாங்... பசி வயித்துல எகிறி குதிக்குதுடா... இவ்ளோ நேரமா ஒன்னுந் தெரியல... இந்த வாசனய புட்ச்சதும் கவாங் கவான்னு கீதுடா... வா... கடப்பக்கமா போயி நாலு போன்டானா துண்ணுட்டு பஸ் ஏறி போவலாங்... உன்னும் இன்னா கீது இங்க...? அதிகாரிங்க வந்த வேலய முட்ச்சிட்டாங்க... அல்லாரும் நெலத்தக் குடுக்க முடியாதுன்னுதாங் எய்தி கீறாங்க... சர்கார்க்காரன் அதப் பட்ச்சிட்டு நெல்த்த எடுக்காதன்னு சொல்ட்டாலும் சொல் வாண்டா... வாடா போவலாம்" என்று நம்பிக்கையோடு சொன்ன சின்னசாமி ரெட்டியார் சாவடியை நோக்கி நடக்கத் தொடங்கினார். எச்சிலைக் கூட்டி விழுங்கியபடியே பின் தொடர்ந்தார் முருகா ரெட்டியார்.

20

சின்னசாமி ரெட்டியாருக்கு கொஞ்ச நாட்களாகக் கவலை மேல் கவலையாகச் சேர மனசு பாரமாகிக் கொண்டே போனது.

"ரெட்டியாரே எங்கயோ லாலாப்பேட்ட பக்கம் நெலத்த எட்த்துக்கீறாங்க... நம்மூரு அங்கயிருந்து ஆறேழு மைலு தூரத்துல கீது. நம்ப ஊருக்கு அவங்க வரும்போது பாத்துக்கலாங் ரெட்டியார... அதுக்குனு இப்பவே வெசனப்பட்டுக்கினு இர்ந்து இன்னா ஆவப்போவுது?" என்று கேட்டார் குப்பா ரெட்டியார்.

"டே பங்காளி... நாளிக்கு வர்ற நோவ நெனச்சி இப்பவே வைத்தியம் பாத்தாதான்டா வியாதி நல்லாவுங்... வந்தப்பப் பாத்துக்கலாம்னு உட்டா நோவு முத்திப்போனப்புறமா, தலய ஒட்ச்சிகினாலும் ஆவாது... தலயே குட்தாலுங் ஆவாது" என்றார்.

"அதுக்குனு எப்பவோ சாவப்போறத நெஞ்சி இப்பவே அய்துகினு இருக்க முடியுமா?" என்றார் குப்பன்.

"தானா வர்ற சாவ எவனுங் ஒன்னும் பண்ண முடியாதுதாங்... ஆனா தெருவுல போறவங் வர்றவன எல்லாம் புட்ச்சி எவனோ ஒருத்தங் கசாப்புக் கடயில வெட்றமாதிரி வெட்டி பொலி போட்டா பார்த்துகினு சொம்மா இருக்க முடிமா?" என்றார் கோபமாக.

"உடு ரெட்டியார... கம்பினி ஆரம்பிக்கிறதுக்கு எல்லாமே தயாராக் கீதாம். நெலத்துக்காரங்க குட்த்தாலுங் குடுக்கலன்னாலும் நெல்த்த புடுங்கிக்கப் போறதுனு சர்க்காரு முடிவு பண்ணிட்ச்சாம். எல்லாரும் அப்டிதாம் பேசிக்கிறாங்க. அதனால குடுக்கற துட்ட வாங்கிகினு நெல்த்த குடுத்துட்டு அப்டியே வேலயக் குட்த்தா கையெட்த்துக் கும்புட்டு வாங்கிக்கலாம்னு அந்த ஜனங்கல்லாம் பேசிகினு கீறாங்களாம்... அவங்களே அப்டி பேசிக்கும்போது நமுக்கு இன்னா ரெட்டியாரே" என்றார் குப்பா ரெட்டியார்.

"அதான்டா கஸ்டாமாகீது... அன்னிக்கு லபோதிபோனு வாயிலயும் வயித்திலயும் அட்ச்சிகினு அய்தாங்க... இப்போ இப்டி மாறிட்டாங்களேடா" என்றார் கவலையுடன்.

"எல்லாருமே மாறிடலயாமே ரெட்டியாரே... கொஞ்சம் பேரு அப்டி சொன்னாலும் நெறய்யப் பேரு நெல்த்த குடுக்க முடியாதுன்னு கோர்ட்டுக்குப் போவப் போறாங்களாமே" என்றார் குப்பா ரெட்டியார்.

"ஆமான்டா... அப்டியும் பேசிக்கிறாங்க... கோர்ட்டு கேசுன்னு போனா சீக்கிரமாவாடா முடியுங்?" என்று திருப்பிக் கேட்டார். அவர் குரல் பிசிறடித்தது.

"வேற இன்னாதாம் பண்றது ரெட்டியார...? ஒன்னு பண்ணலாம் ரெட்டியார... வர்ற அதிகாரிங்கள துண்டு துண்டா வெட்டிப்போடலாங். அப்ப எவனும் கிட்ட வரமாட்டானுங்க" என்றார் கோபமாக.

"அடடே... அதெல்லாம் ஆவற வேலயாடா...? எத்தினி பேர வெட்ட முடியுங்... வெட்டிட்டா உட்டுருவாங்களா? அப்பறமா குடும்பத்தோட களி துண்ணப் போவ வேண்டியதுதாங்" என்றார்.

"அப்ப இன்னாதாம் பண்றது?" என்று கோபமாகக் கேட்டார் குப்பா ரெட்டியார்.

"எனுக்கே ஒன்னும் பிரியலடா... திக்கப் பூண்ட மெரிச்சிட்ட மாதிரி தலயே சுத்துது... பாவண்டா நெல்த்துக்காரங்க... நமுக்கே இப்டி திக்கு தெச தெரியாம கீதே... அவுங்க எப்டி அல்லாட்றாங் களோ" என்றார் பரிதாபமாக.

"நீ ஏங் ரெட்டியார எப்பப் பாத்தாலும் அதயே நென்ச்சிகினு கீற? இன்னா நடக்கனமோ அதாங் நடக்கப் போவுது... உட்டுட்டுப் போயி வேலயப் பாரு ரெட்டியார" என்றார் எரிச்சலாக.

"இல்லடா... அப்டிலாம் உடமுடிலடா பங்காளி. இந்தப் பையங் வேற பள்ளிக்கோடத்துக்குப் போவ மாட்டேன்னு அடம்புட்ச்சிகினு கீதேடா" என்றார்.

"ஏங் ரெட்டியார... நல்லாதான போயிக்கினு இர்ந்தாங். இப்ப எதுக்கு இப்டி ஆடு மேய்க்கறங்... மாடு மேய்க்கறன்னு சுத்துது. இன்னாவாம் அவனுக்கு?" என்றார் புரியாமல்.

"அதாண்டா தெரில பங்காளி... போவமாட்டங்... போவ மாட்டேங்னு அடம். ஒத்தப் புள்ளயா பெத்து வெச்சிக்கினு அடிக்கவுங் மனசு வர்ல. அதுக்குனு அப்டியே உடவும் முடில. எங்கம்மாக்காரி வேற பேரனுக்குத் தொண, 'போவாட்டி போறான் உட்றான்னு' குறுக்க நிக்கிது. நம்ம காலந்தாம் இப்டி பூட்ச்சி... இதுங்கனா நாலு எய்த்தப் பட்ச்சி நல்லா இருக்கும்னு பார்த்தா அதுவும் நடக்காது போலக்கீதுடா" என்று கண்களைத் துடைத்துக் கொண்டார்.

"அய்ய... அதுக்கா கண்ணு கலங்கற ரெட்டியார...? நாமெல்லாம் இன்னா கலிக்டருக்கு பட்ச்சிட்டா இவ்ளோ பாத்தோம். இத்தினி பொண்ணுங்களைப் பெத்து, அதுங்கள கரச் சேக்கல...? சுத்துப்பட்டு ஊருல உனுக்கு இல்லாத மரியாதயா ரெட்டியார" என்று சற்று ஆதரவாகப் பேசினார்.

"அதாண்டா பங்காளி... நெனச்சா ரொம்பக் கஸ்டமா கீது. மூணு பொண்ணுங்களையும் கட்டிக் குடுக்கறதுக்குள்ள உம்பாடு எம்பாடுனு ஆயிட்ச்சி... உனுக்குத் தெரியாதது இன்னா? அதுக்குதாங் இந்தப் பையனாவது ரெண்டு எய்த்து பட்சிசினா ஒரு வாத்தியாரு ஆனாக்கூடப் போதுங். அவங் காலத்த ஓட்டிடுவாங். நாங்களும் அதும் நெகில்ல இர்ந்துட்டுப் போயிடுவோம்... ஆனா எங்க...,? அவந்தலயில ஈசங் இன்னான்னு எய்தி வெச்சிக் கீறானோ... யாருக்குத் தெரியுங்?" என்ற கேள்விகளோடு வானத்தைப் பார்த்துக் கை விரித்தார். அவர் குரல் மை தடவாத கவலை ராட்டினம் போல "கிர்கிர்" என்று பிசிறடித்தது.

ஆறாவது படிக்க வள்ளிமலைக்குத்தான் போக வேண்டும். அதையே காரணமாகக் கூறிப் போகமாட்டேன் என்கிறான்

முருகவேலு கூடப்படித்த பதினைந்து பேரில் நான்குபேர் மட்டும்தான் ஆறாவதில் சேர்ந்தனர். மீதிப்பேர் படிப்பை மூட்டை கட்டி வைத்துவிட்டு, கலப்பையைப் பிடிக்கத் தயாராகி விட்டனர்.

அதுதான் கவலையாகி விட்டது சின்னசாமிக்கு. கலப்பையும், கவலையும் நம்முடனே போகட்டும் என்று நினைத்தார். மண்ணை நம்பிக் கெட்டவர்கள் யாருமில்லை என்றாலும், சர்க்கார் ஆபீசில் பியூன் வேலை செய்கிறவனுக்கு இருக்கிற மரியாதைகூடப் பத்துக்காணி நிலத்தில் பயிர் வைக்கிற சம்சாரிக்கு இல்லையே என்பதுதான் அவரது கவலை.

லாலாப்பேட்டையில் நில ஆர்ஜித விசாரணையின்போது அங்கிருந்த பியூன் பெரிய பெரிய சம்சாரிகளைக்கூட அதட்டி மிரட்டி உட்கார வைத்தானே. வாக்குமூலத்தில் கைநாட்டு வைத்த போது எப்படியெல்லாம் அவர்களைக் கேலி பேசினான் அவன். பியூனே இப்படி என்றால் மணியக்காரர்களும், அதிகாரிகளும் சம்சாரிகளைக் கால்காசுக்குக்கூட மதிக்கவில்லையே.

சின்னசாமி ரெட்டியாரால் அதை ஜீரணிக்கவே முடியவில்லை. நிலம் பறி போகிற வயிற்றெரிச்சலோடு, அவமானப்படுத்தப்படுகிற புகைச்சலும் சேர்ந்ததால் அடிவயிறு திகுதிகுவென எரிந்தது ரெட்டியாருக்கு. ஆனால் நிலம் போகிறதே என்று பதை பதைப்பவர்களுக்கு மானம் மரியாதையெல்லாம் பெரிதாகத் தெரியவில்லை.

அதிகாரிகள் அதட்டுவதற்கெல்லாம் தலையாட்டிக் கொண்டு, சொல்கிற இடத்தில் எல்லாம் ரேகை ஒட்டிக்கொண்டு அல்லாடினர்.

சின்னசாமியால் அப்படியெல்லாம் இருக்க முடியுமா? சோற்றைவிட மானம்தான் பெரிது என நினைக்கிற சம்சாரிகளில் முதலில் நிற்பவர் அவர். ஆனால் படிக்காதவர்களுக்கு மானம் மரியாதை எல்லாம் எதற்கு என்று அல்லவா நினைக்கிறார்கள் படித்தவர்கள்.

இதற்காகவே முருகவேலை பெரிய படிப்பு வரை படிக்க வைக்கவேண்டும் என்று நினைத்தவருக்கு, வளர்கிற வாழை மரத்தை யாரோ பாதியில் ஒடித்ததுபோல ஆகிவிட்டது முருகவேலு கதை.

அய்ந்தாவதில் முக்கி, முனகி இரண்டாவது வருடம் படித்து, பாஸ் ஆனதும் வேலாயுதம் வாத்தியார் எழுதிக்கொடுத்த மாற்றுச் சான்றிதழை வாங்கி மைக்கா கவரில் வைத்து மடித்துத் துண்டால் போர்த்திப் பார பத்திரமாய் வீட்டுக்குக் கொண்டுவந்தார் சின்னசாமி.

மறுநாள் வெள்ளிக்கிழமை, அமாவாசை வேறு. நல்ல நாள் என்பதால், வள்ளிமலைக்குப் போகவேண்டும் என்று முதல் நாளே பையனிடம் சொல்லி வைத்திருந்தார்.

காலையில் எழுந்து கிணற்றையும், நிலத்தையும் சுற்றிப்பார்த்து விட்டு, வேப்பங்குச்சியால் பல்லைத் தேய்த்துக்கொண்டே வந்து பார்த்தால் வீட்டில் முருகவேலு இல்லை.

எழுந்ததும் இரண்டு வெள்ளாட்டுக்குட்டிகளை இழுத்துக் கொண்டு சதுரக்குட்டைப் பக்கம் மேய்க்கப் போய்விட்டான் என்றாள் கிழவி.

வந்த ஆத்திரத்தில் அவளை முறைத்துவிட்டு, விடுவிடுவென்று காட்டுப்பக்கம் நடந்தார். சதுரக்குட்டையின் கிழக்கு மூலையில் ஆசா மரங்களின்கீழே ஆளுயரத்துக்கு வளர்ந்திருந்த காரைச் செடிகளைக் கடித்து மென்றுகொண்டிருந்த ஆட்டுக்குட்டிகள் அவரைப் பார்த்ததும் செல்லமாய்க் கத்த முருகவேலுவும், ஜெயவேலுவும் குத்துப்பாறைகளின் மீது ஏறி விளையாடிக் கொண்டிருந்தார்கள்.

ரெட்டியாருக்கு அதைப் பார்த்ததும் ஆத்திரம் தலைக்கு ஏறியது. அவரைப் பார்த்ததும் பாறையிலிருந்து கீழே இறங்கி ஆட்டிற்கு அருகில் போய் நின்று முட்செடிகளை வளைத்து ஆட்டுக்குட்டிகளின் வாய்க்கருகில் நீட்டினான் முருகவேலு.

"டே குட்டிப்பையா... இன்னாடா ஆட்ட ஓட்டிகினு இங்க வன்ட்ட நீ...? இன்னிக்கி வெள்ளிமல இஸ்கூலுக்குப் போவணும்னு சொன்னேனே ஞாபகமில்லியா?" என்று சாந்தமாகவே கேட்டார்.

"நானு இஸ்கூலுக்குப் போவல போ நைனா... நானு ஆடு மேய்க்கிறம் போ" என்றான்.

"இஸ்கூலுக்குப் போயிட்டு வந்தப்பறமா சாய்ந்தரத்துல ஆட்ட மேய்ச்சிகினே வெளாடலாம்... இப்போ வெள்ளிமலைக்கி போலாம் வாடா" என்றார்.

"ம்கூம்... நானு வர்ல" என்று தலையாட்டினான்.

"டே நைனா... நாலு எய்த்துப் பட்ச்சாதாண்டா நாளிக்கி மரியாத... ஆட்ட மேய்ச்சா எவனும் நம்பல சீண்டமாட்டாண்டா" என்று பரிதாபமாகப் பேசினார்.

“இப்பவே நானு நாலு எய்த்துக்கு மேலயே பட்ச்சிக்கீறங் நைனா... இதுவே போதும் போ” என்றான்.

சின்னசாமிக்குக் கோபம் சுருசுருவென்று ஏறியது.

“ஏ கஸ்மாலம்... உன்ன திட்டக்கூடாது... அடிக்கக் கூடாதுனு பார்க்கறங்... ஒய்ங்கா வந்துரு” என்று அவன் கையைப்பிடித்து இழுத்தார்.

அவர் கையை உதறிவிட்டு நின்றான் அவன்.

“ம்கூம்... நீ வாய்ல சொன்னா செரிப்படமாட்ட... தோ வர்றங் இரு” என்று கத்திக்கொண்டே அருகிலிருந்த வேப்பஞ் செடியிலிருந்து நீளமான ஒரு குச்சியை ஒடித்தார்.

அதைப் பார்த்ததும் சதுரக்குட்டையின் நடுப்பகுதியை நோக்கி ஓடத் தொடங்கினான் முருகவேலு.

“டேய் ஓடாத நில்லு... கைல மாட்ன தோல உரிச்சி உப்புக்கண்டம் போட்ருவங்... நில்லுடா” என்று கத்திக்கொண்டே அவன் பின்னால் நடந்தார். அதைப் பார்த்ததும் இன்னும் வேகமாக ஓடினான் அவன்.

அவன் ஓட்டத்தைப் பார்த்ததும் அப்படியே நின்றார் ரெட்டியார். திரும்பி ஆடுகளைப் பார்த்தார்.

காரைச்செடிகளின் முனைகளில் வெளிர் பச்சையும், பழுப்பும் கலந்த நிறத்தில் புதிதாகத் துளித்த தளிர்களை இளம் முட்களுடன் சேர்த்துக் கடித்து ‘கறுக் மறுக்’ என மென்றுகொண்டே அவரைப் பார்த்தன ஆடுகள். ஜெயவேலுவும் பாறை மீது நின்றபடி மருட்சி யுடன் அவரைப் பார்த்துக் கொண்டிருந்தான்.

துரத்திக்கொண்டு போனால், சதுரக்குட்டையில் காரை முள் செடிகளையும், கப்புச் செடிகளையும் தாண்டி ஓடி, இறக்கத்தில் இறங்கி பள்ளேரிப் பக்கமோ, கரிமலைப் பக்கமோ போய்விட்டால் பையன் பயந்துவிடுவான். சீகம் முட்களும், கப்பு மண்டைகளும் மாட்டினால் சதையைப் பிய்த்துவிடும். பாவம் குழந்தை. பயத்தில் ஓடும்போது எதுவும் தெரியாது. பிறகு இரவில் தூங்கமுடியாமல் தவிப்பான்.

“டே குட்டிப்பையா... நீ பள்ளிக்கோட்த்துக்கு போலன்னா பரவால்ல... வா... வந்து பத்தரமா ஆட்ட மேய்ச்சி ஓட்டிகினு ஊட்டுக்கு வா” என்று கத்தினார்.

அதைக் கேட்டதும் ஓடிக்கொண்டிருந்த முருகவேலு நின்று, நம்ப முடியாமல் அவரைத் திரும்பிப் பார்த்தான்.

"நானு ஊட்டுக்குப் போறேங்... நீ ஆட்ட மேய்ச்சி ஓட்டிகினு வா" என்று கூறியபடி கொம்பை தூர வீசிவிட்டுத் திரும்பி இறங்கி நடந்தார்.

'இவனை விட்டுத்தான் பிடிக்கணும், கோணயா வளர்ர செடிய நேரா வளக்கணும்னா மெதுவா இழுத்துக் கயிறு கட்டிவெச்சி மொல்லமாதான் நிமுத்தணும். ஒரேயடியா இழுத்தா ஒடிஞ்சிதான் போவும்' என்று நினைத்துக்கொண்டு, மனதையும், கோபத்தையும் அடக்கிக்கொண்டு வீட்டுக்கு வந்தார்.

பொழுது இறங்கிய பிறகுதான் ஆடுகளை ஓட்டிக்கொண்டு வீட்டுக்கு வந்தான் முருகவேலு. மதியம் கூழ் குடிக்கக்கூட வர வில்லை. நாள் முழுவதும் தேடித் தேடி இளஞ்செடிகளை மேய்ந்த தால் ஆடுகளின் வயிறு பெருத்து, இரண்டு துணி மூட்டைகளைப் போல முதுகெலும்புக்கு இரண்டு பக்கமும் வைத்ததைப்போல வயிறு உப்பிக்கொண்டிருந்தது. அதைப் பார்த்ததும் கிழவிக்குப் பெருமையாக இருந்தது.

"எப்டி கீது பாரு ஆடுங்க வயிறு... தினிக்கும் இப்டி மேய்ஞ்சா ஒவ்வொன்னும் நாலு குட்டி போடுமே" என்றாள்.

"ம்... ஆடு நாலு குட்டி போடுங்... அதுங்கள மேய்ச்சிகினு இர்ந்தா இதுங் கத இன்னா ஆவர்து? உஸ்கோலுக்குப் போயி பட்ச்சி பெரியாளா ஆனா நம்ப வம்சத்துக்கே பேரு வரும்... இப்டி ஆட்ட மேய்ச்சி நாலு குட்டிப் போட வெச்சா நம்பளக் கூப்ட்டு மெடலு குடுப்பாங்க இரு" என்றார் சின்னசாமி கோபமாக.

"நானு இஸ்கூலுக்குப் போவமாட்டடங் போ... நீதான காத்தால சொன்ன போவ வாணாம்னு" என்று பாட்டியின் புடவை முந்தானையைப் பிடித்துத் தன் முழங்கையில் சுற்றிக்கொண்டே அவள் பின்னால் பதுங்கினான்.

"ஒத்தப் பையனா கீறியேன்னு பாக்கறங்... இல்லன்னா வெட்டி பெரியாண்டவனுக்குப் பொலி போட்ருவங்... நாங்கதாங்... பாட்டங், பூட்டங் கால்த்துல இர்ந்து கைநாட்டு வெச்சிகினு கீறோம்... நீயின்னா பட்ச்சி அத மாத்துவன்னு பாத்தா ஆட்ட மேய்க் கிறானாங் ஆட்ட" என்று எகிறினார்.

"நானுதாங் இப்பவே கையெழுத்து போடறேனே இன்னா... உன்னமாறி கைநாட்டா வைக்கிறேங்?" என்றான் அப்பாவியாக.

"நைனா நீ நல்லா கையெய்த்து போடுவியா...? நம்ப வம்சத்துலயே கைய்யெய்த்து போட தெர்ஞ்ச மொத ஆளு நீதாண்டா" என்று அவன் கன்னத்தைத் தடவி தன் விரலைக் குவித்து வாயில் வைத்து 'புச்' என்று முத்தமிட்டுக்கொண்டாள் கிழவி.

"ம்... கொஞ்சிகினு இரு பேரன... பள்ளிக்கோட்த்துக்கு போடானு புத்தி சொல்லத் தெரில... உஞ் செல்லந்தாங் அவன கெட்த்து குட்டிச் செவுரு ஆக்கறது" என்று கத்தினார் சின்னசாமி.

"உன்ன மாதியே என்னயுங் கொம்ப ஓட்ச்சிகினு தெர்த்திகினு போவச் சொல்றியா? எம்பேரனுக்கு யாருஞ் சொல்லத் தேவல்ல... அவந்தாங் நம்ப வம்சத்துலயே பெரிய படிப்புப் பட்ச்சி பெரிய வாத்யாரா ஆவப் போறாங்... இல்லியாடா நைனா?" என்றாள் பேரனிடம்.

"போம்மா.. நானு இஸ்கூலுக்கு போல... ஆடுனா... மாடுனா மேய்க்கிறேங்" என்றான்.

அதைக்கேட்டதும் மாட்டுத்தொழுவத்துக்குள் ஓடி சொருகி வைத்திருந்த தார்குச்சியை எடுத்துக்கொண்டு வந்தார் ரெட்டியார்.

"கிளிப்புள்ளைக்குச் சொல்ற மாதிரி உனுக்குப் பட்ச்சி பட்ச்சி சொல்றங்... பள்ளிக்கூட்த்துக்குப் போயி படிறா படிறான்னு... நீ இன்னான்னா மாடு மேய்க்கிறங், ஆடுமேய்க்கிறன்னு திரும்பி திரும்பி சொல்லிகினு கீற... மாட்ட அடிக்கற மாதிரி அடிச்சி தோல உரிச்சாதாங் உனுக்கு ஒரைக்கும்" என்று தார்க்கோலை ஓங்கியபடி ஓடிவந்தார்.

"நீயே படிக்கில... நீ எப்டி பட்ச்சி பட்ச்சி சொல்வ?" என்று புரியாமல் கேட்ட முருகவேலு... பாட்டியின் முதுகோடு ஒட்டிக் கொண்டான். அவள் இரண்டு கைகளையும் முன்னால் நீட்டி ரெட்டியாரைத் தடுத்தாள்.

"டேய் கொயந்த... வாணான்டா... தவமா தவமிருந்து பெத்த புள்ளய கை நீட்டி அடிக்காதடா... அதுக்கு இன்னா தெரியும்? வெளாட்டு புள்ளடா... அப்டிதாஞ் சொல்லும்... மெதுவாச் சொல்லி நானு இவன இஸ்கோலுக்கு அனுப்பறம் போடா" என்று அவரைத்

தடுத்து திருப்பி அனுப்பினாள். அப்போது நடந்தது இப்போது ரெட்டியாருக்கு நினைவுக்கு வந்தது.

அவளின் பேச்சைக் கேட்டுதான் அன்று அடிக்காமல் விட்டார். கிழவி பேரனிடம் நைசாகப் பேசி பள்ளிக்கூடத்துக்கு அனுப்பி வைப்பாள் என்று நினைத்தார். ஆனால் ஒன்றும் நடக்கவில்லை.

அது நடந்து இப்போது ஒரு வருடம் ஓடிவிட்டது. போகவே மாட்டேன் என்று பிடிவாதமாக இருந்தான். ஒரு நாள் முழுவதும் எதுவும் சாப்பிடாமல் கிடந்தான்.

"நீ உஸ்கோலுக்குப் போலன்னா ஒன்னும் சர்க்காரங் புட்ச்சி ஜெயில்ல போட்றமாட்டாங் போடா நைனா... உங்கப்பங் கீறாங்... பெரிய இவங்... அதுக்குனு நீ ஏண்டா பட்னியா கீற...? ஏரு ஓட்டிக் கூடக் கஞ்சி குடிக்கலாம்... நீ வாடா நைனா" என்று பேரனைக் கெஞ்சி கூத்தாடி மறுநாள் காலையில் சாப்பிட வைத்தாள்.

அவன் பிடிவாதத்தைப் பார்த்து ரெட்டியாரும் அமைதியாகி விட்டார். கொஞ்சநாள் போவட்டும் புத்தி தெரிந்தால் தானாகப் படிப்பான் என்று அமைதியாக இருந்தார். இந்த வருடம் போனால் போகட்டும். அடுத்த வருடம் சேர்த்து விடலாம் என்று மனதை சமாதானப்படுத்திக் கொண்டார்.

காலையில் எழுந்தால் கழனிப்பக்கம் போய் வருவது. கேழ்வரக்குக்குத் தண்ணீர் கட்டும்போது பூங்காவனத்துடன் மடையைத் திருப்புவது, இரண்டு பெட்டை வெள்ளாடுகளை வேலிகளில் மேய்ப்பது என அவனது பொழுதுகள் ஓடின.

ஏர் ஓட்டுவது என்றால் அவனுக்குத் தீபாவளிப் பண்டி கையைக் கொண்டாடுவதுபோல மனசு துள்ளும். ரெட்டியாரிட மிருந்து தார்க் குச்சியை வாங்கித் தலைக்குமேல் உயர்த்தி "ஹேய் ஹேய்... சோ...சோ... த்த... த்த" என்று கத்தியபடி கலப்பையைப் பிடித்தால் மாடுகளைத் துரத்திக்கொண்டு ஓடுவான். அவன் கலப்பையைப் பிடித்தால் மாடுகளும் துள்ளிக்கொண்டு நடக்கும். அவனைப் பார்த்தால் அவைகளுக்கும் இனம் புரியாத குஷி.

"டேங்...ங்கொக்கால ஓளி... கலப்ப ஓசரங்கூட இல்ல... நீயெல்லாங் ஏரு ஓட்ட வன்ட்டியா?" என்று சிரிப்பார் ஜிட்டா ரெட்டியார்.

“கலப்ப ஒயரம் இல்லாக்காட்டி இன்னாயா... எம் பையங் கலப்பய புட்ச்சா மாடு எப்டி பறக்குது பாத்தியா... நீயுங் ஓட்றியே ஏரு... காலு செத்த மாடுங்கள வெச்சிகினு பில்லு கூட அறாம மேலேயே கீறிக்கினு போறியே... கொஞ்சங் நின்னு அவம்புடிக்கிற கலப்பையுங்... ஒயவயுங் பாருய்யா...” என்று மீசையை நீவுவார் சின்னசாமி ரெட்டியார்.

ஏர் ஓட்டுவதில் அவனுக்கு இருக்கிற பேரானந்தம் புத்தகத்தைத் தூக்குவதில் ஏன் இல்லாமல் போய்விட்டது என்று அவர் யோசிக்கத் தொடங்கினார்.

“இன்னா ரெட்டியார... உம்புள்ள உன்ன மிஞ்சிடுவாம் போலக் கீது... இன்னா சோக்கா ஒயவு ஓட்றான்யா அவங்... சொம்மா நூலு புட்ச்சா மாதிரி போவுதேயா கலப்ப...” என்று சிரித்தார் வெள்ளை ரெட்டியார்.

ஆனால் அந்தப் பெருமிதத்தையெல்லாம் மீறி உள்ளுக்குள் அவருக்குக் கவலை அரித்துக்கொண்டே இருந்தது. அவனை எப்பாடு பட்டாவது பள்ளிக்கூடத்துக்கு அனுப்பிவிட வேண்டும் என்ற அவரது யோசனை இந்த வருடமும் பொய்யாகிவிடும் போல இருந்தது.

அவனது பிடிவாதம் தளரவேயில்லை. அந்தக் கவலை அவரை இரவும் பகலும் செதில்போல அரிக்கத் தொடங்கியது.

உடம்பே தளர்ந்துவிட்டதைப்போல உணர்ந்தார். ஐம்பத்தியோரு வயது என்பது பாதிக்கிணறு தாண்டி விட்ட வயது. இந்த வயதில் எல்லோருக்குமே ஒரு தளர்ச்சி தொடங்கும். ஆனால் உழைத்து உரமேறி, கல்லைப்போல இறுகிய அவரது உடம்புக்கு இந்த வயது பெரிய வயதில்லைதான். மனதுக்குள் நுழைந்துவிட்ட கவலைதான் உடலையும் தளர வைத்தது.

“இன்னா ரெட்டியார... ஆளே ஒரு சுத்து வாங்கிட்டா மாதிரி கீது... எந்தக் கப்பலு கவுந்து பூட்ச்சினு இப்டி உருகிப்போற?” என்றார் ஜிட்டா ரெட்டியார்.

“எனுக்கு இன்னாடா மச்சாங்... நல்லாதான கீறங்...” என்றார் சிரித்துக்கொண்டே,

“ம்... ம்... சிரிச்சிகினே பேசனா... உள்ள கீறது தெரியாம பூடுமா...? இன்னாத்த மறைக்கிறதுக்கு இந்தச் சிரிப்பு” என்றார்.

"இன்னாத்த மறைக்கப் போறேங் நானு, எனுக்கு இன்னாயா கொற...? அந்த வெள்ளிமல முருகம் புண்ணியத்துல நல்லாதாங் கீறங், இன்னா ஒன்னு இந்தப் பையன நாலு எய்த்து நல்லா படிக்க வைக்க முடியுமானுதாங் யோசனையாக் கீது" என்றார் சன்னமான குரலில்.

"உடுயா மாமா... ஒலகத்துல பட்ச்சவனுக்கு மரியாததாங்... ஆனா அல்லாரும் பட்ச்சியா பெரிய ஆளா ஆவறாங்க, அவனுக்குப் படிப்பு ரேக அவ்ளோதானோ இன்னாவோ... ஆனா அவனுக்குச் சம்சாரி ரேக வளமாப் போட்டுகீது போலக் கீதுயா. அவங் கலப்பய புடிக்கறது ஒன்னே அத சொல்லுதுயா... அவங் எப்டி போறானோ அப்டியே உட்டுப்பாரு மாமா" என்றார் ஜிட்டா ரெட்டியார்.

"அப்டி உட முடியலியே ரெட்டியார... கம்பனிக்காரனுங்க நெலத்த புடுங்க என்னிக்கி வந்து நிப்பாங்கன்னு ஒரு பக்கம் ஈரலுக்குள்ள கப்பு கப்புன்னு இருக்குது. இந்தப் பையங் பள்ளிக்கோடத்துக்கும் போவமாட்டன்னுது... நானு இன்னாத்த பண்றது? இந்த வாட்டினா சேத்துடலாம்னு பாத்தேங்... ம்கூம் இஸ்கோலுக்குப் போவமாட்டேனு ஒத்தக் காலுல நிக்கிது" என்று ஈனஸ்வரத்தில் முனகினார்.

"உடு ரெட்டியார... இன்னானா நடக்கணும்னு எய்தி வெச்சிக்கீதோ அதுதாங் நடக்குங்" என்று சமாதானமாகப் பேசினார் ஜிட்டா ரெட்டியார்.

அவன் தலையில் எழுதி வைத்திருப்பது தெரிந்தால் அவர்கள் மட்டுமல்ல, அந்த ஊரே பதறும் என்பது அப்போது அவர்களுக்குத் தெரியவில்லை.

21

ஒரு பெரிய ராட்சசனைப்போல மல்லாந்து படுத் திருந்தது கரிங்கல் குன்று. ஆழ்ந்து உறங்குகிற அசுரனுக்குச் சுற்றி நின்று விசிறி விடுகிற அரக்கர் கூட்டத்தைப்போலச் சுற்றி விரைப்பாய் நின்று விசிறிக் கொண்டிருந்தன பனை மரங்கள்.

கறுத்து நெடுநெடுவென்று வளர்ந்திருக்கிற உடம் பெங்கும் வளையல்களை மாட்டிக்கொண்டு நிற்கும் பனை மரங்களின் உச்சியில் நாலாபுறமும் சலசலவென அசைந்தபடி தொங்கும் பழுத்த ஓலைகளுக்குள் குலைகுலையாய்த் தொங்கிக் கொண்டிருந்தன கருப்பு, சிவப்பு, மஞ்சள் நிறப் பனம்பழங்கள்.

சித்திரை, வைகாசி மாத வெயிலுக்கு இதமாய், பதமாய்க் காய்த்துத் தொங்கிய பனங்குலைகளை இளம் நுங்காக இளசுகளும், பெருசுகளும் வெட்டி ருசித்தது போக மீதமிருந்தவை இப்போது பழுத்துச் சிரிக் கின்றன.

சின்னச்சின்ன மரங்களில் காய்க்கிற பனங்காய் களுக்குத் தான் முதலில் ஆபத்து வரும். இரண்டாவது, மூன்றாவது வகுப்புப் படிக்கிற அசரைப்பசரைகள்கூட இடுப்பில் கத்தியை சொருகிக்கொண்டு ஓணானைப் போல மரமேறி ஒரு கையில் பனை மட்டையைப்

பிடித்துத் தொங்கியபடியே பனங்குலைகளை வெட்டிக் கீழே தள்ளிவிடும்.

பெரிய பெரிய மரங்களில் எல்லோருமே ஏறமாட்டார்கள். ஊரில் இருக்கிற இளவட்டங்கள்தான் ஆகாசத்தைத் தொடுவது போல வளர்ந்து நிற்கிற உயரமான மரங்களில் ஏறுவார்கள்.

கண் மூடித்திறக்கிற நேரத்தில் விடுவிடுவென ஏறி அரிவாள் களைப்போல இருபுறமும் கருமையான பற்களோடு விரைப்பாய் நிற்கிற பனை மட்டைகளுக்கு இடையில் நுழைந்து மேலே ஏறி, ஆவேசமாய் ஆடுகிற மனிதனின் உச்சி முடியை கொத்தாய்ப் பற்றிக்கொண்டால் ஆவேசம் அடங்கிவிடுவதைப்போல அதன் உச்சி மட்டைகளைப் பிடித்துக்கொண்டால் மரமே அடங்கி நிற்கும்.

அப்புறமென்ன? குலை குலையாய்த் தொங்குகிற பனை குலைகளின் அடியில் கத்தியால் லேசாய் போட்டாலே போதும். தொபீர் தொபீர் எனக் கீழே விழுந்து நாலாபுறமும் சிதறி ஓடும் காய்களைப் பொறுக்கி போர்போல மரநிழலில் குவித்து வைத்துச் சுற்றி உட்கார்ந்தால் மரத்திலிருக்கிறவன் கீழே இறங்குவதற்குள் சீவி சீவி உறிஞ்சி தள்ளி விடுவார்கள். அதனாலேயே மரம் ஏறியவன் இறங்குகிற வரை பனங்காய்களைச் சீவக்கூடாது எனக் கறாராகச் சொல்லிவிட்டுதான் சிலர் மரமேறுவார்கள்.

நான்கைந்துபேர் சேர்ந்துகொண்டு பனங்காய் வேட்டைக்குப் போனால் திரும்பும்போது பத்திருபது பனை மரங்களையாவது மொட்டையடித்து விட்டுத்தான் திரும்புவார்கள்.

இளம் நுங்குகள் தின்னத்தின்ன திகட்டவே திகட்டாது. வெயிலுக்கு இதமாய்... தித்திப்பாய்... தொண்டைக்குள் ஜிலேபியைப் போல இறங்கிக்கொண்டே இருக்கும்.

பதமான நுங்குகளாய்ப் பார்த்து வெட்டுவதில் நாராயண ரெட்டியார் கில்லாடி. அவர் வெட்டிக் கொடுத்தால் ஊரிலிருக்கிற பெண்கள்கூட இருபது முப்பது காய்களை உறிஞ்சிவிடுவார்கள்.

சில பிள்ளைகள் ஆத்திரத்துக்கு முற்றலைக்கூட வெட்டித் தின்றுவிட்டு வயிற்றைத் தடவிக்கொண்டு அலைவார்கள். முற்றிப் போன பனங்காய்களைச் சீவ முடியாது. கட்டைமேல் வைத்துப் பிளந்துதான் நுங்கை எடுத்து மெல்ல வேண்டும். அதுவும் தின்னத்தின்ன ருசியாகத்தான் இருக்கும். கற்கண்டுகளைப் போலத்

துண்டு துண்டாய் வெட்டி மென்று விழுங்கினால் அதோடு பனநுங்கு ஆசை அடங்கிவிடும். 'ஆத்திரக்காரனுக்கு முத்தின நுங்க குடுறா' என்பார்கள்.

அப்படித் தின்றுவிட்டால் போச்சி... அந்த நுங்கு வயிற்றில் இருக்கிறவரை வயிற்றையே துடைத்து எடுத்துவிடும். வயிறு நொந்து நொந்து பனநுங்கு போலவே பேதியாகும். அடிவயிறு முள்போலக் குத்தும். ஆண்களுக்கே இத்தனை அவஸ்தை என்றால் முத்தின நுங்கு தின்றுவிட்டால் பெண்களின் பாடு பெரும்பாடு ஆகிவிடும். ரத்த ரத்தமாய்ச் சீதபேதிகூட ஆகிவிடும்.

ஆனால் தளதளவென நீர் தளும்பும் இளநுங்கு வயிற்றுக்கு மட்டுமில்லாமல் மனசுக்கும் இதமாய் இருக்கும். பனங்காயின் மேலிருக்கும் மூடிகளை உரித்து வெளிர் மஞ்சள் நிறத்திலிருக்கும் மேற்புறத்தைச் சீவி பரமசிவனின் முகத்தைப் போலிருக்கும் மூன்று கண்களைத் திறந்து ஒவ்வொரு கண்ணாய் விரலை நுழைக்கும்போது 'சர்ரக்'கென்று நுங்கு நீர் பளிச்செனக் கண்ணில் தெறிக்கும். கண்ணில் தெறித்து வழியும் அந்த நுங்குநீரின் இனிப்பும், வியர் வையின் உவர்ப்புமாய் உதட்டின்மீது சொட்டும்போது நாக்கை நீட்டி உதட்டைச் சுழற்றி நக்கும் வாய்கள் அப்படியே குனிந்து இளம்பெண்ணின் இனிப்பான உதட்டில் வாய் வைத்து எச்சிலை உறிஞ்சுவதைப்போல நுங்கிலிருந்து இனிப்பான நீரை உறிஞ்சுவார்கள்.

சிலர் தங்களின் காதலிகளின் சிவந்த உதடுகளையும், சிலர் தங்களின் கனவுக் கன்னிகளின் உதடுகளையும், சிலர் தங்களுக்குக் கிடைக்காத பெண்களின் உதடுகளையும் நினைத்து நுங்குகளில் வாய்புதைத்து உறிஞ்சி கிறங்குவார்கள். கள் குடித்துப் போதை ஏறாதவர்கள்கூட நுங்கு உறிஞ்சி போதையில் கண்கள் சொருகுவார்கள். ஆண்களைப்போலப் பெண்களும் காதலனையோ கணவனையோ நினைத்து நுங்கை உறிஞ்சுவார்கள்.

பனை நுங்கை வெறும் பனநுங்காக மட்டுமே உறிஞ்சு வதிலேயே இனிப்பும் சுவையும் இருக்கும்போது அதைத் தனக்குப் பிடித்தவரின் வாயாக நினைத்து உறிஞ்சும்போது கிடைக்கும் சுவையும், சுகமும் அனுபவித்தால்தான் தெரியும்.

இளசுகள் சுற்றி உட்கார்ந்து "இது அம்பிகா வாயி, இது ராதிகா வாயி, இது ராதா வாயி, இதப்பாருடா... சிலுக்கு சுமிதா வாய்

மாதிரி வட்டமா எவ்ளோ சின்னதா... கிக்கா கீது" என்று நடிகைகளின் பேரையும், ஊரிலிருக்கிற இளம் பெண்களின் பேரையும் சொல்லிச்சொல்லி உறிஞ்சுவார்கள்.

அப்படி மனிதர்களின் வாயோடு வாய் சேர குடுப்பினை இல்லாத பனங்காய்கள் மனசு வெம்பி உள்ளத்துக்குள் நொந்து மரத்திலேயே தலைகீழாய் தொங்கி தவமாய்த் தவமிருந்து பதமாய்ப் பழுத்துக் காத்திருக்கும்.

பழுத்த பனம் பழங்கள் உதிரத் தொடங்கினால் காடே மணக்கும். ஆவணி, புரட்டாசி மாதங்களில் காட்டுக்குள் நுழைந்தால் அதன் வாசனையிலேயே பசி தீர்ந்துவிடும்.

"அப்பாதுரை தன் கரும்பாலையில் உருட்டும் வெல்ல முத்தைகளைப்போல நாய் பீயின் நிறத்தில் இருக்கிற அட்டை கருப்புப் பனம் பழங்கள்தான் ருசியோ ருசி" என்பார் ஜிட்டா ரெட்டி.

அமாவாசை இருட்டில் பனை மரத்தைப் பார்த்தால் மரமும் தெரியாது. அதில் பழுத்துத் தொங்கும் பழமும் தெரியாது. அப்படி இருட்டின் நிறத்தில் இருக்கிற பனம் பழத்தில்தான் ருசி அதிகம்.

மனிதர்களின் முத்தம் கிடைக்காத ஏக்கத்தில் கடும் தவம் இருந்து கடவுளிடம் வரம் பெற்றுப் பழுக்கிற பழங்கள் மனிதர்கள் கையில் கிடைத்தால் பழங்களின் மேனியெங்குமே முத்தமழை பொழிந்து விடுவார்கள்.

கருமையான தோலுக்குக் கீழே நெருப்பின் நிறத்தில் தகதகக்கும் பழத்தைக் கடித்து உறிஞ்சி மென்றால் அடிநாக்கு வரை இனிக்கும். ஒரு பழத்தை முழுவதுமாய் உறிஞ்சி சப்பிவிட்டால் போதும். அந்த நாள் முழுவதும் பசியே இருக்காது. வயிறு திம்மென்று கிடக்கும். ஒரு படி தேனை ஒரேயடியாய் குடித்துவிட்டதைப் போன்ற மயக்கத்தில் தலை கிறங்கிக்கிடக்க வேண்டும். கண்களைச் சுழற்றிக்கொண்டு வரும் தூக்கத்திற்கு இசைந்து தலையைச் சாய்த்து விட்டால் கெட்டது குடி. சூரியன் முடங்கியதுகூடத் தெரியாமல் தூங்க வேண்டியதுதான். அதனால்தான் பனம்பழம் தின்றுவிட்டால் தூக்கமும் கலக்கமுமாக நீயா நானா என்று தூக்கத்தோடு மல்லுக்கட்டிக்கொண்டே சிலர் வேலையைப் பார்ப்பார்கள்.

முருகவேலுவுக்கும், ஜெயவேலுவுக்கும் பனநுங்கைவிட, பனம் பழத்தைத்தான் ரொம்பவும் பிடிக்கும். காலையில் ஆடுகளை ஓட்டிக்கொண்டு காட்டின் பக்கம் வருகிறபோதே கீழே உதிர்ந்து கிடக்கிற பனம் பழங்களிலிருந்து வீசும் மணம் போதை ஏற்றும். ஆனால் கீழே விழுந்த பழங்களை அவர்கள் தொட மாட்டார்கள். கீழே விழுந்த பழத்தை தின்ன வேண்டுமானால் ரொம்ப உசாராகப் பழத்தைப் பிளந்து பார்க்க வேண்டும். முன்னிரவில் விழுந்து உடைந்து கிடக்கிற பழங்களுக்குள் கருப்பு வண்டுகள் நுழைந்து விடும். கவனிக்காமல் பழத்தைக் கடித்து உறிஞ்சினால் 'கரக் முரக்' என்று வண்டுகளையும் சேர்த்து மெல்ல வேண்டியதுதான். அதன் புளிப்புச் சுவையில் குமட்டிக்கொண்டு வாந்தியே வந்துவிடும். அந்த அருவருப்பில் அன்று முழுவதும் தண்ணீர்கூட வாயில் வைக்க முடியாது.

விடியற்காலையில் விழுகிற பழமானால் விழுந்தவுடனே எடுத்தால் தைரியமாகத் தின்னலாம்.

எதற்கு இந்த வம்பு என்றுதான் முருகவேலு கீழே விழுந்த பழங்களைத் தொடமாட்டான்.

ஜெயவேலு மரத்தில் ஏறிப் பழங்களைப் புட்டு கீழே போடுவான். தரையில் விழாமல் கையில் பிடித்து அதைக்கூடக் கவனமாகப் பார்த்துவிட்டுதான் தின்பான் முருகவேலு.

பழத்தை அப்படியே கடித்துச் சதைப்பற்றுள்ள நாரை சப்பி உறிஞ்சுவதைவிட வேகவைத்துச் சாப்பிடுவது என்றால் முருக வேலுக்கு உயிர்.

அன்று காலையில் பனம்பழம் வேக வைக்கவேண்டும் என்று அவர்கள் முன்னாலேயே திட்டமிட்டிருந்ததால் காலையில் பொழுது விடிந்தும், விடியாத கருக்கலில் எழுந்து பல் தேய்த்துக் கூழ் குடித்துவிட்டு ஆடுகளை ஓட்டிக்கொண்டு கரிங்கல் குன்றுக்கு வந்துவிட்டான் முருகவேலு.

நேற்றே கம்பங்கொல்லைக்குத் தண்ணீர் கட்டி விட்டதால் இன்று தண்ணீர் மடை திருப்பும் வேலை இல்லை. அதனாலேயே இன்றைய திட்டத்திற்கு நேற்றே அடிபோட்டு விட்டனர்.

அவனுக்கு முன்பாகவே ஜெயவேலுவும், ராமனும் ஆடுகளை விரட்டிக்கொண்டு அங்கே வந்து விட்டனர்.

ஜெயவேலு ஒரு அலுமினியக் குண்டானை தன் வீட்டிலிருந்து எடுத்துவந்து ஒளித்து வைத்திருந்தான். ராமன் ஒரு கிலோ வெல்லக் கட்டியைக் கடையிலிருந்து வாங்கி வைத்திருந்தான்.

ஆடுகளை காரைச் செடிகளுக்குள் துரத்திவிட்டுப் பழம் அறுக்க வேண்டிய மரத்தைத் தேர்வு செய்தனர். குன்றைச் சுற்றிலும் இருபது முப்பது பனை மரங்கள் இருந்தாலும், கொள்ளாபுரி அம்மன் குளக்கரையில் இருக்கும் ஒற்றைப் பனைதான் எப்போதும் முருகவேலுவின் தேர்வு.

பழமாகத் தின்ன எட்டி மரங்களுக்கு நடுவில் நிற்கும் கூனல் பனையைத் தொடலாம். அதன் வாசனையும் ருசியும் தனி ரகம். ஆனால் வேகவைத்துத் தின்ன ஒற்றைப் பனைதான். மற்ற பழங்கள் தோலை உரித்தால் நீயாய் சிரிக்கும். ஆனால் ஒற்றைப் பனையின் பழங்களின் தோலே நெருப்பின் நிறத்தில் தகிக்கும். நாட்டுத் தக்காளி பழத்தின் மஞ்சள் கலந்த சிவப்பு. அதன் பழங்கள் பெரிதும் இல்லாமல் சிறியதாகவும் இல்லாமல் ஒரு கையில் பிடிக்கிற அளவில் இருக்கும். பழுத்து உதிரும் நிலைக்கு முன்பாகச் செங்காயாக இருக்கும்போதே அதைப் பிட்டு அறுத்து வேக வைக்கவேண்டும்.

முருகவேலுவின் ஆசைப்படியே ஒற்றைப்பனையில் ஏறிய ஜெயவேலு ஒவ்வொரு பழமாகப் பிட்டுக் கீழே போட்டான். கவனமாகப் பிடித்துப் பாறைமீது வைத்தான் முருகவேலு.

அவன் கீழே இறங்கி வந்ததும் பத்துப் பழங்களைத் தேர்வு செய்து கத்தியால் சக்கைசக்கையாக வெட்டினான் ராமன். மாரியம்மன் கிணற்றிலிருந்து முருகவேலு குண்டானில் எடுத்து வந்த தண்ணீரில் பழத்துண்டுகளைப்போட்டு வெல்லக் கட்டியை உடைத்து அதில் தூவினான். எட்டி மரத்தின் கீழ் மூன்று கற்களை நிற்க வைத்து அதன்மேல் குண்டானை வைத்து அடுப்பைப் பற்ற வைத்தான் ஜெயவேலு. காய்ந்த ஆவாரம் மண்டைகளையும், வெள்ளேரி மண்டைகளையும் பொறுக்கி வந்து ராமன் போட, அடுப்பு திகுதிகுவென எரிய, குண்டானுக்குள் ஒரே ரணக்களம். பழத்துண்டுகளும் வெல்லப்பாகும் சேர்ந்து கொதிக்க... அதன் வாசனையிலேயே மயக்கம் வந்தது மூவருக்கும்.

குண்டானிலிருந்து தண்ணீர் சுண்டச் சுண்ட சீகலான் கொம்பால் கிளறிக்கொடுத்தான் ஜெயவேலு.

தண்ணீர் சுண்டியதும் குண்டானை அடுப்பிலிருந்து இறக்கினார்கள். குளத்தங்கரை ஆலமரத்திலிருந்து இலைகளைப் பறித்து வந்து, சுற்றி உட்கார்ந்து, சுடச்சுட பழத்துண்டுகளை எடுத்து இலையில் போட்டு, ஆவிபறக்க ஊதி ஊதித் தின்றனர். வெல்லப் பாகில் ஊறி வெந்த பழத்துண்டுகள் நாக்கில் போட்டதும் வழுக்கிக் கொண்டு தொண்டைக்குள் இறங்கியது. அவசர அவசரமாய் அரை குறையாய் மென்று விழுங்கினான் முருகவேலு.

"சோளப்பயிர்ல எறங்கின திருட்டு மாடு ஒன்னும் பாதியுமா கட்ச்சி மெல்ற மாதிரி... ஏண்டா இப்டி ஒன்னும் பாதியுமா மென்னு மீங்கற? மொல்லமா மென்னு துண்ணுடா" என்றான் ஜெயவேலு.

தேனில் ஊற வைத்த லட்டைப் போலச் சண்டு சண்டாக இருந்தது பழம். நன்றாகப் பழுத்த பழமாக இருந்தால் வேகும்போதே கொழ கொழவென ஆகிவிடும். இது செங்காயாக இருந்ததால் நன்றாக வெந்த பின்னும் கரையாமல் பிஸ்கட்டுகளைப் போல இருந்தது.

மூன்று பேரும் திகட்டத் திகட்டத் தின்று ஓய்ந்தபோது பாதிக் குண்டான் காலியாகி இருந்தது. மீதியிருந்ததை அங்கேயே வைத்து விட்டு மூவரும் மாரியம்மன் கிணற்றுக்குள் இறங்கி வயிறு முட்ட தண்ணீரை அள்ளிக் குடித்தனர்.

திரும்பி எட்டிமர நிழலுக்கு அவர்கள் வந்தபோது சூரியன் உச்சியிலிருந்தான். ஆடுகள் காரை முட்செடிகளைக் கடித்துக் கொண் டிருந்தன. மனநிறைவோடு எட்டிமர நிழலில் உட்கார்ந்த வர்கள் கண்கள் சுழற்ற அப்படியே தரையில் சாய்ந்தனர். ஆகாசத்தில் பறப்பதுபோல இருந்தது. கண்களை மூடியதுமே ஓடிவந்து ஆரத்தழுவிக்கொண்டது உறக்கம்.

சூரியன் மேற்கில் இறங்கி வள்ளிமலைக்கு மேற்கே மறைந்த போது அவர்களைச் சுற்றி நின்றிருந்த ஆடுகள் அவர்களின் வயிற்றின்மீது முன்கால்களால் உரசி உரசி எழுப்பின.

கண்களைத் தேய்த்துக் கொண்டு எழுந்து உட்கார்ந்தவர் களுக்கு ஒன்றுமே தெரியவில்லை. மசமச இருட்டில் இருட்டின் நிறத்திலேயே இருந்த வெள்ளாடுகள் நிழல் நிழலாய்த் தெரிந்தன.

திக்கென்று பயம் வந்தது முருகவேலுவுக்கு. அரக்கப்பரக்க எழுந்து உட்கார்ந்தான். மற்ற இருவரும் அதே போல மலங்க மலங்க விழித்தபடி எழுந்து நின்றனர்.

"டேய் முருகவேலு... நல்லா தூங்கிட்டமேடா... பொய்து போனதுகூடத் தெரியாம... மத்தியானம் கூவுகூடக் குடிக்கிலியேடா" என்றான் ஜெயவேலு.

"கூவா... இப்பவே வயிறு திம்முனு கீது. கொஞ்ச நஞ்சமாவா பனம்பயத்த துன்னு கீறம்?" என்றான் ராமன்.

"வயிறு உப்புசமா கீதுறா" என்று வயிற்றைத் தடவினான் முருகவேலு.

"டே.... நம்மதாங் பனம்பயத்த துன்னம்... இந்த ஆடுங்க வயித்தப்ப பாருங்கடா... பானயக் கவுத்தமாதிரி எப்டி கீது? நல்லா மேய்ஞ்சி கீதுங்கடா" என்றான் ராமன்.

குண்டானில் மிச்சமிருந்த பனம் பழத்தை எடுத்துக்கொண்டு, ஆடுகளை விரட்டிக்கொண்டு ஊரை நோக்கி ஓட ஆரம்பித்தனர்.

வாசலிலேயே நின்றிருந்த சாலம்மா பேரனைக் கண்டதும்தான் நிம்மதியானாள்.

"டே நைனா... இன்னாடா மதியானம் கூவு குடிக்கக்கூட வராம... இன்னாடா பண்ணிகினு இர்ந்தீங்க... பசி எடுக்கல...? வா... களி துண்ணுவ... கையி காலு, மூஞ்சி கெய்விகினு வா" என்றாள்.

"எனுக்கு வானா... பசியே எடுக்கல" என்று வயிற்றைத் தடவினான்.

அதற்குள் ஜெயவேலு குண்டானிலிருந்து கொஞ்சம் பழத் துண்டுகளைக் கிழவியிடம் கொட்டிவிட்டு, ஆடுகளின் பின்னால் ஓடினான்.

"இத்தானா கத...? அதாங் ஊட்டுக்கே வர்லியா..." என்றவள் வெற்றிலையைக் கீழே துப்பிவிட்டு ஒருபழத்துண்டை எடுத்து வாயில் போட்டு மென்றாள்.

"ம்... ம்... நல்லாதாங் பண்ணிகீறிங்க..." என்று சப்பு கொட்டினாள்.

ஆடுகளைத் தொழுவத்திற்குள் கட்டிவிட்டு வந்து திண்ணையில் உட்கார்ந்த முருகவேலுவுக்கு வயிற்றுக்குள் வேதனையாக இருந்தது. அப்படியும் இப்படியும் நடந்தவன், பாட்டியிடம் போய், "வவுறு நோவுதுமா" என்றான்.

"இன்னாடா நைனா... பனம் பயத்த நெறய்யத் துண்ட்டியா...? இரு சுக்குக் கசாயம் வெச்சிக் குடுக்கறங்" என்றவள் சுக்கையும், வெல்லத்தையும் இடித்துக் கொதிக்கவைத்து, ஊற்றிக் கொடுத்தாள்.

அதை ஒரு கிளாஸ் நிறய்யக் குடித்தபின் கொஞ்சம் சுமாராக இருந்தது வயிறு.

மாடுகளை ஓட்டிவந்து தொழுவத்தில் கட்டிய சின்னசாமி, அவைகளுக்குக் கேழ்வரகுத் தட்டையைப் பிடுங்கிப்போட்டார். ஆடுகள் நிலையில் நிற்கமுடியாமல் கால்களை மாற்றி மாற்றி வைத்துத் தவித்துக் கொண்டிருப்பதைப் பார்த்தார்.

காய்ந்த கடலைச் செடிகளைப் போரிலிருந்து பிடுங்கிவந்து அவைகளின் முன்னே போட்டார். அதைத் தொட்டுக்கூடப் பார்க்கவில்லை அவை. அது வித்தியாசமாகத் தெரிய ஆடுகளை உற்றுப்பார்த்தார்.

புடைத்திருந்த ஆடுகளின் வயிறு ஊதலாகத் தெரிந்தது. நன்றாக மேய்ந்ததால் அப்படிப் புடைத்திருக்கும் என்றுதான் முதலில் நினைத்தார். ஆனால் அது நிற்க முடியாமல் தவிப்பதைப் பார்த்ததும் அவருக்குச் சந்தேகத்தை ஏற்படுத்தியது.

காட்டில் நரிவெங்காயத்தாளை மேய்ந்திருக்குமோ. ஆடுகள் அதைத் தீண்டாதே. மாடுகள்தான் மேய்ந்துவிட்டால் வயிறு உப்பி, பேதியாகும்.

ஆடுகளின் வயிற்றைத் தடவி அழுத்திப் பார்த்தார். பலூன்களை அழுத்துவதைப்போல மெத்தென்று இருக்கும் வயிறு இப்போது பாறையில் கை வைத்ததுபோல இருந்தது.

வெளியே வந்தவர், யோசனையுடன் தெருவுக்கு வந்தார்.

"ரெட்டியார எங்க ஆடுங்க வயிறு உப்புசமா கீது... இன்னாத்த மேஞ்சிசிங்களோ தெரியில" என்று சொல்லிக்கொண்டே வந்தார் குப்பா ரெட்டியார்.

"உங்க ஆடுமாடா குப்பா...? உம்புள்ளயும், எங்கூட்ல கீதே இதுவும் சேந்து ஒன்னாதான ஆடு மேய்ச்சிகினு வந்திச்சிங்க... இன்னாத்துல மேய உட்டுச்சிங்களோ" என்றவர் பையனை அழைத்தார்.

“டேய் நைனா... ஆட்ட எங்கடா மேய உட்டீங்க” என்று கேட்டார்.

“கரிங்கல்லதாங் மேய உட்டம்” என்று நெளிந்தான்.

“அங்க ஒன்னும் வெவகாரம் இல்லியே... கார முள்ளுச்செடி, கருகம்புல்லு, சாணிப்பில்லுதான கீது” என்று நெற்றியைச் சுருக்கினார்.

“ரெட்டியார... உங்க பசங்க பண்ண வேலயப் பாத்தியா...?” என்று கை நிறைய்ய வேர்க்கடலைச் செடியை வாரிக்கொண்டு வந்தார் சுண்டாங்கி ரெட்டியார்.

“இன்னாயா மாமா...? இவ்ளோ கலக்காக் கொடி...? பசங்க புடிங்கித் துன்னானுங்களா?” என்றார் ஆச்சரியமாக.

“ம்கூம்... புடுங்கித் துன்னு கீச்சானுங்க... ஆட்ட உட்டுட்டு தூங்கிட்டு வந்து கீறானுங்க, அத்தினி ஆடும் கொள்ளில எறங்கி, கலக்காச் செடிங்கள புடுங்கிப் போட்டுட்டு, தொவரச் செடிங்கள மேய்ஞ்சிட்டு வந்து கீதுங்க” என்றார் நக்கலாக.

“தொவர செடிய மேய்ஞ்சி கீதா...? அதாங் வயிறு உப்பிகினு கீது... இதுங்க மூணும் சேர்ந்துகினு... இன்னாத்துக்குப் பட்டம் பகல்ல தூங்கிட்டு வந்து கீதுங்க. ராத்திரிலதாங் நல்லா தூங்கு துங்களே... பகல்ல இன்னா தூக்கம்?” என்றார் புரியாமல்.

“ரெட்டியார உனுக்கு ஒன்னுந் தெரியாதா...? பனம் பயத்த வெய்ச்சித் துன்னுட்டு, பட்த்து தூங்கிக் கீறானுங்க... ஊட்ல சோறு போட்றதில்லியா?” என்று சிரித்தார் சுண்டாங்கி ரெட்டியார்.

“அதானா...? இதுங்க துன்னா துன்னட்டும்... ஆடுங்க இப்ப வயிறு உப்பிகினு கீதே” என்றவர், பையனை முறைத்தார். அவன் எழுந்து பாட்டியின் பின்னால் ஒளிந்தான்.

“அதுக்குதான்டா உன்ன இஸ்கோலுக்குப் போடான்னு தலப்பாடா அட்ச்சிகினேங். உனுக்குத் தொண வேற... ரெண்டு பேரு, இரு உன்ன அப்பறமா கவனிக்கிறங்” என்றவர் வீட்டுக்கு உள்ளே போய் இரண்டு வெல்லம் உருண்டைகளை எடுத்து உடைத்து கொண்டுபோய் ஆடுகளுக்கு ஊட்டினார். நாக்கை நீட்டி வெல்லத்தை இழுத்து ருசித்து மென்று விழுங்கின ஆடுகள்.

“ஏன்டா நைனா... ஆடுங்க கொல்லில எறங்கறத பாக்காம இன்னாடா அப்டி வெளாட்டு” என்றாள் கிழவி.

“நாங்க வெளயாடவே இல்ல... ஆடுங்க முள்ளு செடிதாங் மேய்ஞ்சிகினு இர்ந்திச்சி... எங்களுக்கே தெரியாம தூங்கிட்டு கீறோம்” என்றான் பயத்துடன்.

“செரி செரி... ஒன்னும் ஆவாது உடுரா நைனா... வெல்லத்த துன்னா ஆடுகளுக்கு வயிறு செரியா பூடும்... சுண்டாங்கி ரெட்டியாரு கொல்லில எறங்கினா சொம்மா இருப்பாங்... வேற யாருனா ஒதைக்க வருவாங்கடா நைனா... உசாரா ஆட்ட மேய்க்கனும்டா” என்றாள் கிழவி.

‘ஆடு மேய்க்கறதில்கூட உசார இருக்கணும் போலக் கீதே... இதுக்கு இஸ்கூலுக்கே போயி இருக்கலாமோ’ என்று யோசித்தவன், இரவு எதுவும் சாப்பிடாமல் யோசனையினூடே படுத்து விட்டான்.

இரவு கனவில் ஆடுகள் வேர்க்கடலைச் செடிகளிலும், கேழ்வரகு பயிரிலும் இறங்கி மேய, நிலத்துக்காரன் பெரிய புங்க விளாரால் இவனை விளாச... முதுகில் பட்டை பட்டையாய் எழும்ப.... அலறிக்கொண்டு எழுந்து உட்கார்ந்தான்.

‘நாளைக்குப் பள்ளிக்கூடமே போயிடலாம்’ என்ற முடிவோடு மீண்டும் படுத்துக்கொண்டான்.

22

கிழக்கில் சூரியன் தலைகாட்டத் தொடங்குவதற்கு முன்பே சாலம்மா பேரனை உசுப்பத் தொடங்கினாள்.

"டே நைனா... எய்ந்திர்ரா... கம்பங்கொல்லில குருவிங்க மந்த மந்தயா குந்திகினு கீதுரா... கவுணு கோல* எட்த்துகினு போடா... போயி குருவிங்கள ஓட்லன்னா ஒரு செரங்கா கம்புகூட ஊட்டுக்கு எட்த்துகினு வர முடியாதுடா நைனா... எய்ந்து மூஞ்சிய கெய்விகினு போடா" என்று நச்சரிக்கத் தொடங்கினாள்.

இரவெல்லாம் கனவும், விழிப்புமாக அரைகுறை தூக்கத்தில் புரண்டதால், விடியற்காலையில் நல்ல தூக்கம். அவனால் கண்களைத் திறக்கவே முடிய வில்லை. கிழவிக்கு அது அதிசயமாக இருந்தது. விடிந்த பிறகும் இப்படி அவன் தூங்குவது அதிசயம் தான்.

ஏர் ஓட்டவோ, தண்ணீர் மடை திருப்பவோ விடிவதற்கு முன்பே எழுந்து தகப்பன் கூடவே போய்விடுவான். இந்த இரண்டு வேலையும் இல்லை எனில் ஆடுகளையோ, மாடுகளையோ ஓட்டிக் கொண்டு காட்டுப்பக்கம் போவான். பள்ளிக்குப் போகும்போதுகூடக் கொல்லைப்பக்கம் போய்ப்

பயிர்களைப் பார்த்துவிட்டு வந்த பிறகு தான் புத்தகப்பையை எடுப்பான். ஆனால் இன்று விடிந்த பிறகும் அவன் பாயில் புரள்வது கிழவிக்கு ஆச்சரியமாக இருந்தது.

“டே நைனா... குருவிங்க கம்பக் கொத்தி எட்த்துருண்டா... எய்ந்து போடா... நானு அப்பறமா அங்கயே கூவு கரச்சி எட்த்துகினு வர்ரேங்... எய்ந்து போடா” என்றாள்.

குருவிகள் கம்பங்கொல்லையில் மந்தை மந்தையாகப் பறக்கும் காட்சி மனசுக்குள் ஓடியதும் வாரிச் சுருட்டிக்கொண்டு எழுந்தான் முருகவேலு. இந்நேரம் திருவிழாக்கூட்டம்போலக் குருவிகள் கொல்லையில் இறங்கி விட்டிருக்குமே.

வீட்டின் பின்பக்கம் ஓடி, பானையிலிருந்த நீரை வாரி முகத்திலடித்துக் கழுவிக்கொண்டான். வாயைக் கொப்பளித்துத் துப்பிவிட்டு, சட்டையாலேயே முகத்தைத் துடைத்துக்கொண்டு, எரவானத்தில் சொருகி வைத்திருந்த கவுண்கோலை எடுத்துக் கொண்டு ஓடினான்.

கொல்லைக்குப் போகிற வழியெல்லாம் எல்லோருடைய நிலங்களிலும் கம்புப்பயிர்கள் இராணுவ வீரர்களைப்போல விரைப்பாய் நிற்க, பீகுருவிகளும், கரிங்கரிமாக்களும், பச்சை கிளிகளும், சிட்டுக்குருவிகளும், காகங்களும் பயிர்களுக்கு மேல் வட்டமடித்துப் பறப்பதும், கதிர்களின்மேல் உட்கார்ந்து அவசரமாய்க் கம்புகளைக் கொத்துவதும், நிலத்துக்காரர்கள் டப்பாக்களையும், தகரங்களையும் தட்டினால் மேலே எழும்பி இப்படியும் அப்படியுமாய்ப் பறப்பதும், அவர்கள் அசந்ததும் மீண்டும் கதிர்களுக்குமேல் இறங்குவதுமாய் விளையாட்டுப் போட்டிகள் நடந்துகொண்டிருந்தன.

அவற்றைப் பார்த்ததும் வேகமாக ஓட ஆரம்பித்தான். அவர்கள் நிலத்தை நெருங்கியவனுக்கு நெஞ்சு பதறியது. அவன் நினைத்தது போலவே ரகம் ரகமாய், பல நிறங்களில், பல அளவுகளில், பல நூறு குருவிகள் கம்புக் கதிர்களின் மேல் உட்கார்ந்து மாநாடு நடத்திக்கொண்டிருந்தன.

வழக்கமாக விரைப்பாய் நிமிர்ந்து நிற்கும் கம்பந்தட்டுகளின் முனையில் கை கனத்தில், ஒரு முழ நீளத்தில் கூம்பு கூம்பாய் வானத்தை நோக்கி நிற்கும் கதிர்களில் இப்போது அங்கொன்றும் இங்கொன்றுமாய்தான் நிமிர்ந்து நின்றிருந்தன.

தலையில் அமர்ந்துகொண்ட குருவிகளின் பாரத்திற்கு ஏற்ப பயிர்கள் சாய்ந்தும், வளைந்தும், சில படுத்தும் கிடந்தன. காகங்களைச் சுமந்த பயிர்கள் தரையைத் தொடும் அளவுக்குப் படுத்துக் கிடந்தன. பச்சைக்கிளிகளுக்கும், பீகுருவிகளுக்கும் விருந்தளித்துக் கொண்டிருந்த பயிர்கள் ஓரளவுதான் சாய்ந்து கிடந்தன. சிட்டுக் குருவிகளைக் கதிர்களின்மீது பூப்போல ஏந்திய பயிர்கள் லேசாக அசைந்துகொண்டிருந்தன. குரங்காட்டி தன் தலையில் குரங்கை அமர்த்திக்கொள்ள அது அவன் தலைமுடிகளை அலைந்து பேன் பார்ப்பதைப்போலச் சிட்டுக்குருவிகள் கதிர்களைக் கொஞ்சிக் கொண்டிருந்தன. எகிறி எகிறி தாண்டித்தாண்டிக் குதித்து வரப்பில் ஓடிய முருகவேலு நுணா மரக்கிளையில் மாட்டியிருந்த தகர டப்பாவை சரக்கென உருவி அங்கேயே சொருகி வைத்திருந்த கொம்பை எடுத்து 'டக் டக் டக்' எனத் தன் சக்தி முழுவதையும் திரட்டி ஓங்கி ஓங்கி அடிக்கத் தொடங்கினான். கூடவே 'ஹோய் ஹோய் ஹோய்' என்று கத்தினான்.

இந்த திடீர் அலறலையும் காது கிழியும் தகர டப்பாவின் ஓசையையும் கேட்டக் குருவிகள் ஒரே நேரத்தில் மேலே எழும்பி "கீச் மூச்... கா...கா..." எனக் கலவையாய் கத்தத் தொடங்கின.

குருவிகளின் பாரந் தாங்காமல் படுத்திருந்த, சாய்ந்திருந்த பயிர்கள் சடார் சடார் என நிமிரத் தொடங்கின. பயிர்களுக்குமேல் இப்போது ரக ரகமாய்ப் பறந்த குருவிகள் வாய் வலிக்க "கீச்சு கீச்சு கீச்சு" எனக் கத்திக்கொண்டு மேலும் கீழுமாய்ப் பறந்து மீண்டும் கதிர்களில் உட்கார்ந்தன.

டப்பாவைக் கீழே வைத்த முருகவேல் கவுண்கோலின் மையத்தில் சின்னச் சின்னக் கற்களை வைத்துக் கயிற்றைப் பிடித்துத் தலைக்குமேல் இரண்டு மூன்று சுற்றுகள் சுழற்றி பலங்கொண்ட மட்டும் வீசியடித்தான். கவுணிலிருந்து ஆவேசமாய்ப் பறந்த கல் நடுக்கொல்லையில் போய் ஒரு கம்பங்கதிரின் தலையில் பட்டென்று அடித்தது. கல் விழுந்த இடத்தைச் சுற்றிலும் இருந்த குருவிகள் அலறிக்கொண்டு பறந்தன.

கை வலிக்க வலிக்க ஆவேசமாய் அவன் கவுண்கோலைச் சுழற்றிச் சுழற்றி கற்களை வீச 'இனிமேல் இங்கிருப்பது ஆபத்து' என நினைத்துக்கொண்ட பெரும்பாலான குருவிகள் மனசே இல்லாமல் வேறு கொல்லைப்பக்கம் பறக்கத் தொடங்கின.

தென்னை மரங்களிலும், வேப்ப மரங்களிலும் சில உட்கார்ந்தன. மரத்தினடியில் சேர்த்து வைத்திருந்த கற்களில் பாதி காலியானதும் கவுண்கோலை இடுப்பில் சொருகிக்கொண்டு டப்பாவை எடுத்து 'டமார் டமார்' என டப்பா அதிர அதிர தட்டிக்கொண்டே பயிரைச் சுற்றி சுற்றி ஓடத் தொடங்கினான்.

பயிர்களுக்குள் மறைந்துகொண்டிருந்த குருவிகளும் இந்தப் புதுத் தாக்குதலுக்குப் பயந்து இடத்தைக் காலி செய்தன. அப்படியும் அசராமல் கதிர்களுக்குள் தத்தித் தத்தி இருப்பதே தெரியாமல் கதிர்களைக் கொத்திக் கொண்டிருந்த கொழுக்கட்டையை விடச் சின்னதாக இருக்கும் சிட்டுக்குருவிகள் அவனைச் சட்டையே செய்யாமல் கதிர்களைக் கொத்திக்கொண்டிருந்தன.

திடீரெனப் பயிர்களுக்குள் நுழைந்த முருகவேலு டப்பாவைத் தட்டிக்கொண்டு குறுக்கும் நெடுக்குமாகக் கால்வாய்களின் வழியாகப் புகுந்து புகுந்து ஓட ஆரம்பித்தான்.

சத்தமும் ஆளும் நெருங்கி வந்ததும் பயந்துபோன சிட்டுக் குருவிகளும் இப்போது மேலே எழும்பி பறக்கத்தொடங்கின. மேலும் மேலும் ஓடுவதும், காதுகளைச் செவிடாக்குவதுபோல டப்பாவை அடிப்பதும் தொடர 'ட்விச் ட்விச் ட்விச்' என அவனைத் திட்டிக்கொண்டே கும்பல் கும்பலாகப் பறந்துபோகத் தொடங்கின சிட்டுக்குருவிகள்.

இதேபோல எல்லோருமே அவரவர் நிலங்களில் தட்டிக் கொண்டும், கத்திக்கொண்டும், கவுண்கோல்களைச் சுழற்றிக் கொண்டுமிருக்க எழும்பிப் பறப்பதும், தாழ இறங்குவதும், அவசர அவசரமாய் இரண்டு கொத்துக் கொத்தி கம்பை விழுங்குவதும், மீண்டும் பறப்பதுமாய் இருந்து, சலித்துப்போன குருவிகள் மரங்களின் மீதும், மின்கம்பங்களின் மீதும் கூட்டம் கூட்டமாய் அமர்ந்து 'இந்த மனிதர்களை ஏமாற்றுவது எப்படி?' என்று ஆலோசனை செய்யத் தொடங்கின.

காலை, மாலை நேரங்களில்தான் குருவிகளின் படையெடுப்பு அதிகம். அந்த நேரங்களில் அவற்றைச் சமாளித்துவிட்டால் போதும்! ஓரளவு கம்பு வீடுகளுக்கு வந்து சேர்ந்துவிடும்.

காலையிலும் மாலையிலும் முருகவேலு மாதிரியான பொடிசுகள் கொல்லைகளில் தட்டிக்கொண்டும், தொண்டை

கிழியக் கத்திக்கொண்டும் இட்டுக்கட்டிப் பாடிக்கொண்டும் சுற்றிச் சுற்றி ஓடுவார்கள். அந்த நேரத்திலேயே எப்படியாவது அவர் களுக்குப் போக்குக்காட்டி வயிற்றை நிரப்பிக்கொள்ளும் குருவிகள் வேறு திசைகளுக்குப் பறந்து விடும்.

சிறுசுகளின் இந்தக் களேபரத்தில் கதிர்களில் வாய் வைக்க முடியாத வயசான குருவிகளும், சோம்பேறிக் குருவிகளும் அவர்கள் போனபிறகு பகல் நேரத்தில் கதிர்களைக் குதற வரும். அந்த நேரத்தில் நாட்களை எண்ணிக்கொண்டு வீடுகளில் பாரமாய் இருக்கிற அழுட்டுக் கிழட்டுச் சனங்கள் கைக்கும் வலிக்காமல், டப்பாவுக்கும் வலிக்காமல், கொம்புக்கும் நோகாமல் டப்பாவைத் தட்டிக்கொண்டு மரத்தடிகளில் சாய்ந்து கொட்டாவி விட்டபடி 'ஹோய்... ஹோய்' என்று சோம்பலாய் பேருக்குக் கத்துவார்கள்.

அவர்களுக்கேற்ற குருவிகளும் அதுதான் நேரம் என்று சாவகாசமாய்க் கதிர்களின்மீது ஊஞ்சலாடியபடி வயிற்றை நிரப்பிக்கொள்ளும். அந்த நேரங்களில் வீட்டு ஆண்களோ பெண்களோ யாராவது திடீரெனக் கொல்லைப்பக்கம் வந்து 'ஆ... ஊவெனக் கத்தியபடி கவுண்கோலைச் சுழற்றி அடித்தால் பயிர்களுக்குள்ளிருந்து குபீரெனப் பறக்கும் குருவிகளைப் பார்த்து வாயிலடித்துக் கொள்வார்கள்.

"இன்னாத்த குருவி ஓட்ற நீ... ஊர்ல கீற குருவிலாங் இங்கதாங் கீது... இப்டியே உட்டினா நாலு நாள்ல ஒரும் கதிருதாங் கொல்லில நிக்குங். அறுத்துக்கினு போயி கங்க்கி அட்ச்சி ஒரும் குப்புதாங் கொல்லில கொட்டணுங்" என்று கத்துவார்கள்.

காதுகேட்காத, கண்ணும் தெரியாத சில பெருசுகள் அவர்களின் திட்டுகளைக்கூடப் புரிந்துகொள்ளமுடியாமல் திட்டுகிறார்கள் என்று மட்டும் தெரிந்துகொண்டு டப்பாவை ஓங்கித் தட்டத் தொடங்குவார்கள்.

ஆனால் சாலம்மா கம்பங்கொல்லைக்கு வந்தால் பேரனைப் போலவே ஒரு நொடிகூட உட்காராமல் டப்பாவை அடித்துக் கொண்டு வரப்பில் சுற்றிக்கொண்டே இருப்பாள்.

இப்போது முருகவேலு கவுண்கோலை இடுப்பில் சொருகிக் கொண்டு நுணா மரத்தில் ஏறி அதன் கிழக்குப்புறக் கிளையில் உட்கார்ந்தான்.

கால்களைக் கிளையின் இருபுறமும் தொங்கவிட்டு டப்பாவை முன்புறம் கிளைமீது வைத்து ஓங்கி ஓங்கி அடித்தான். கொல்லையில் ஒரு குருவிகூட இல்லாததுபோலத் தெரிந்ததும் அடிப்பதை நிறுத்திவிட்டு கிளையை மேலும் கீழும் வேகமாக அசைத்து ஊஞ்சலைப்போல ஆடத்தொடங்கினான்.

கவுண்கோலைச் சுழற்றியும், டப்பாவை அடித்தும் சலித்த வலது கைக்கு இப்போது சற்று இதமாக இருந்தது. கவுண்கோலை சுழற்றுகிற வலி பகலைவிட இரவில்தான் தெரியும். அக்குளில் குடையும், தூக்கத்தில் புரள்வான். வெந்நீரை பதமான சூட்டில் கைகளின்மேல் ஊற்றிக்கொண்டால் வலிக்கு இதமாக இருக்கும்.

பெருசுகள் கவுண்கோலைச் சுழற்றிய வலியில் தூங்க முடியாமல் தவிப்பார்கள். அதனாலேயே டப்பாவைத் தட்டிக் கொண்டு கிடப்பதோடு சரியென இருந்து விடுவார்கள்.

நுணாக்கிளையில் ஜிவ் ஜிவ்வென்று மேலும் கீழுமாய் ஆடிய முருகவேலுக்கு உயரத்திலிருந்து கம்புக் கதிர்களைப் பார்க்கப் பார்க்க அழகாகவும் ஆசையாகவும் இருந்தது.

ஒரே நிறத்தில் ஒரே அளவில் வானத்தை நோக்கி கூர் கூரான ஈட்டிகளை நட்டு வைத்ததைப்போல நின்றிருந்த கதிர்களை இந்தப் புரட்டாசியில் அறுத்துவிடுவார்கள். அங்கங்கே சில பெரிய பெரிய கதிர்களின்மீது துணியைச் சுற்றி வைத்திருந்தார் சின்னசாமி ரெட்டியார். அவை விதைக்கதிர்கள்.

விதைக்கதிர்களை ஒரு கை நீளத்திற்குக் கம்போடு சேர்த்து ஒடித்து அவற்றைச் சேர்த்துக்கட்டி வீட்டின் உத்திரத்தில் கயிற்றால் கட்டித் தொங்கவிட்டு வைப்பார் சின்னசாமி. நத்தை நத்தையாய் இருக்கும் அந்தக் கம்புகளை உதிர்த்துதான் அடுத்த வருடம் நாற்று விடுவார்.

விதைக்கம்பைப் போலவே பக்கத்திலே இன்னொரு கதிர் குவியலையும் கட்டித் தொங்கவிடுவார். அது மழைக்காலத்தில் பிள்ளைகளுக்கும், பெருசுகளுக்கும் தின்பதற்கு.

இருட்டிக்கொண்டு விடாமல் தூறுகிற ஐப்பசி கார்த்திகை மாதங்களில் வீட்டுக்குள்ளேயே முடங்கிக் கிடக்கிறவர்கள் வேர்க் கடலையை வறுத்துத் தின்பார்கள். கட்டித் தொங்கவிட்டிருக்கிற

இந்தக் கம்புக் கதிர்களை நுமிட்டி தின்பார்கள். நன்றாகக் காய்ந்துக் கிடக்கிற கதிர்களை உள்ளங்கைகளில் வைத்து நுமிட்டினால் முத்து முத்தாய் சிதறும். அதை வாயில் போட்டு மென்றால் குளிருக்கு இதமாய் இருக்கும். அந்தக் கம்பை நுமிட்டி குங்குகளைப் புடைத்துவிட்டுப் பொறி கிளம்பாமல் வாணலியில் வறுத்து மொறுமொறுவென்று மென்றால் கமகமக்கும் மணமும், அதன் ருசியும் கிறங்கவைக்கும்.

கதிர்களை அடுப்பில் சுட்டு, வெண் மூக்குத்திகளைப் போல அங்கொன்றும் இங்கொன்றுமாய்ப் பொறி கிளம்ப, பிள்ளைகளிடம் நீட்டினால் போதும்... வாயில் வைத்து கோதத் தொடங்கினால் மூச்சி விடக்கூட மறந்து கதிரை எச்சிப்படாமல் பற்களால் கோதித் தின்றுவிட்டு கதிரை வீசும். லாவகமாய்க் கோதாவிட்டால் கம்பின் குங்குகள் பற்களின் ஈறுகளில் மாட்டிக்கொண்டால் மறுநாளில் ஈறு வீங்கி பல்வலி வந்துவிடும். அப்படியே விட்டால் சீழ் வைத்துவிடும். ஈறுகளில் குங்கு போகாமல் கதிரை கொந்துவதற்கும் திறமை வேண்டும்.

சில வீடுகளின் உத்திரத்தில் இரண்டு மூன்று கதிர் குலைகள் தொங்கும். ஒன்று விதைக்கு, ஒன்று தின்பதற்கு, ஒன்று பிள்ளையார் பண்டிகையின்போது நடுவீட்டில் படைப்பதற்கு.

சின்னசாமி பெரும்பாலும் விதைக்காகக் கட்டி வைக்க மாட்டார். கம்பு கதிரடித்து மூட்டைகளில் வீட்டுக்கு வந்தபின் கம்பை புடைக்கும்போதே நத்தை நத்தையாய் இருக்கிற பெரிய பெரிய கம்புகளை நோம்பி தனியாகப் பானையில் கொட்டி மூடி வைப்பாள் சாலம்மா. அதுதான் விதைக்கம்பு.

கம்பு மாவு அரைக்கக் கம்பை முறத்தில் நோம்புகிறபோது கல்லும் தூசுமாய் அடியில் நிற்கிற பெரிய பெரிய 'கல்லிடை' கம்புகளைத் தனியாகக் கொட்டி கல் பொறுக்கி, சுத்தம் செய்து அதைத் தண்ணீரில் ஊறவைத்து, ஈரத்துணியில் முளைகட்டி வைப்பாள் சாலம்மாள். மறுநாள் கூர்கூராய் வெள்ளை முளை களோடு இருக்கிற முளைக்கம்பில் வெல்லமோ, சர்க்கரையோ கலந்து டவலில் கொட்டி முடிந்து கொடுப்பாள். ஆடு மேய்க்கப்போகிற முருகவேலு அதைச் சப்புக்கொட்டியபடி தின்று மாரியம்மன் குளத்தில் தண்ணீர் குடித்தால் மதியம் கூழோ, களியோ தேவையில்லை. வயிறு திம்மென்று இருக்கும்.

முளைக்கம்பு நாக்குக்கு ருசி மட்டுமில்லாமல் உடம்புக்கும் சத்தானது என்பாள். கல்லிடைக்கம்பை முளைகட்டும்போதே அதில் கொஞ்சம் தனியாகப் புழுங்கலரிசியோடு சேர்த்து ஊறவைத்து தின்னக் கொடுப்பாள். அது ஒரு ருசி. அதோடு வெல்லம் கலந்து தின்றால் அது தனிருசி. ஆடுமாடு மேய்க்கிறவர்களுக்கு மழைக் காலங்களில் அதுதான் நொறுக்குத் தீனி.

அரிசியோ, கம்போ, வேர்க்கடலையோ தின்று சலித்துப் போகும்போது புளி நறுக்கியபின் சேர்த்து வைக்கிற புளியங் கொட்டைகளை நெருப்பில் சுட்டு உரைக்குழியில் போட்டு உலக்கையால் குத்தி தோலை எடுப்பாள் பூங்காவனம்.

புளியங்கொட்டைகளைத் தனியாக உரைகுழியில் போட்டுக் குத்தினால் உலக்கைப்பட்டுச் சிதறும். நாலாபுறமும் எகிறும். குத்தவே முடியாது. கொட்டைகளை உரைகுழியில் கொட்டி மேலே வைக்கோல் போட்டு மூடிவிட்டு நின்றபடி உலக்கையால் குத்தும்போது கொட்டைகள் வெளியே சிதறாது. உள்ளுக்குள்ளேயே கொட்டைகள் பிளந்து தோல் உரியும்.

அதை வாரி முறத்தில் போட்டுப் புடைத்தால் பலகை பலகையாய் வெளிர் பழுப்பு நிறத்தில் புளியங்கொட்டைகள் சிரிக்கும். வயசுப் பெண்களின் முத்துமுத்தான பற்களைப் போல ஒரே சீரான அளவில் இருக்கும். தோல் உடையும்போதே அதன் மணம் நாலாபுறமும் பரவும். ஆனால் அப்போதே அதை வாயில் போட்டால் யாராலும் கடிக்க முடியாது. கடித்தால் பல்லே உடைந்துவிடும்.

தோல் நீக்கிய கொட்டைகளை இரவில் உப்புப்போட்டுத் தண்ணீரில் ஊற வைத்தால்போதும். மறுநாள் விடியும்போதே குழந்தைகள் அந்தக் குண்டானில்தான் கண் விழிக்கும். பல் கூடத் தேய்க்காமல் கொட்டைகளை வாரி வாரி மென்று விழுங்கும். வாய் வலிக்க வலிக்க மென்றாலும் அதன் ருசியும் வாசனையும் சலிக்காது. தின்னத் தின்ன ஆசை அடங்காது. பள்ளிக்கூடம் போகும் சிறுசுகள் ஒருபிடி கொட்டையை வாரி டவுசர் ஜோபிகளில் போட்டுக் கொண்டு வழியெல்லாம் மென்றுகொண்டே நடப்பார்கள். பள்ளியில் வாத்தியார் பாடம் நடத்தும்போதே கைக்குக் கைமாறும் கொட்டைகள் சத்தமில்லாமல் அரைபடும்.

வாசனைபிடிக்கும் வெப்பாலை வாத்தியார் கொட்டை கொண்டுவந்தவனை அதட்டி, மிரட்டி கண்டுபிடித்து விடுவார்.

கடைசியில் திட்டிக்கொண்டே அவரும் நான்கைந்து கொட்டைகளை வாங்கி மென்று விழுங்கி தண்ணீர் குடிப்பார்.

சில பையன்கள் காய்ந்த கொட்டைகளை நெருப்பில் சுட்டுக் கல்லில் உடைத்து இரண்டிரண்டாய் வாயில் அடக்கிக் கொள்வார்கள். எச்சிலில் ஊற ஊற கொட்டையைப் பற்களால் அதக்கி அதக்கியே எச்சிலை விழுங்குவார்கள். இரண்டு கொட்டை வாயில் போட்டால் அது ஊறி மென்று முடிப்பதற்குள் சாப்பாட்டு மணி அடித்துவிடும்.

முருகவேலுவோடு அய்ந்தாவது வரை படித்த சிவப்பிரகாசம், அவன்மட்டும் ஒரே ஒரு புளியங்கொட்டையைச் சுட்டுக் காலையில் வரும்போது வாயில் அடக்கிக்கொண்டு வந்தால் மாலையில் வீட்டுக்குப் போகும் வரையில் வாயிலேயே வைத்திருப்பான். அதைச் சப்பிச் சப்பி எச்சிலை மட்டுமே விழுங்குவான். மதியம் சாப்பாட்டுக்கு வரிசையில் நிற்கும்போது, அந்தக் கொட்டையை எடுத்துச் சட்டை ஜோபியில் போட்டுக்கொள்வான். சாப்பாடு சாப்பிட்டு முடித்ததும், மீண்டும் கொட்டையை வாயில் அடக்கிக் கொள்வான். வெப்பாலை வாத்தியார் கணக்கில் கேள்வி கேட்டால், வாயைத் திறக்காமல் அவரையே பார்த்துக்கொண்டு நிற்பான்.

"வாயத் தறந்து சொல்டா... தெரிமா... தெரியாதா?" என்று கடல்பால் கம்பை உயர்த்தினால், அவனே தானாகக் கைகளை நீட்டி உள்ளங்கையில் அடிவாங்கிக் கொள்வான்.

"வாயத் தறந்து எதனா சொல்டா... வாயில இன்னா கொழுக்கட்டையா கீது?" என்று கத்துவார்.

"கொயக்கட்ட இல்ல சார்... புளியங்கொட்ட" என்று ஜெயவேலு களுக்கெனச் சிரிப்பான்.

"இன்னாடா சிரிப்பு... நீ எய்ந்து சொல்லு..." என்று சிவப்பிரகாசத்தை உட்கார வைத்துவிட்டு, ஜெயவேலுவை எழுப்பி நிற்க வைப்பார். எல்லோரும் சத்தம் வராமல் சிரித்துக் கொள்வார்கள்.

புளியங்கொட்டை இல்லா நாட்களில் ஒரு வேர்க்கடலை கொட்டையை வாயில் அடக்கிக்கொண்டு வருவான் சிவப்பிரகாசம். அதைக் கூட மாலை வரை கடிக்காமல், மெல்லாமல் சப்பிக்கொண்டு இருப்பான். ஆனால் வேர்க்கடலை மட்டும்

இரண்டு கொண்டு வருவான். சாப்பாட்டு வரிசையில் நிற்கும்போது வாயில் இருப்பதை மென்று விழுங்கிவிட்டு, சாப்பாட்டுக்குப் பிறகு, இன்னொன்றை அடக்கிக் கொள்வான்.

முருகவேலுவும் வேர்க்கடலையை வாயில் அடக்கிக்கொண்டு போய்ப் பார்த்தான். அவனால் அரை மணி நேரத்துக்குமேல் வாயில் அடக்கி வைக்க முடியவில்லை. அவனை அறியாமலேயே மென்று விழுங்கி விடுவான். சிவப்பிரகாசம் மட்டும் எப்படிப் பள்ளிக்கூடம் விடுகிற வரை கடிக்காமல் வாயில் அடக்கி வைத்திருக்கிறான் என்பது எல்லோருக்குமே ஆச்சரியமாக இருக்கும்.

இப்போது சிவப்பிரகாசம் வள்ளிமலையில் எட்டாவது படிக்கிறான். இப்போதுகூட ஒரு புளியங்கொட்டையோ, வேர்க் கடலையோ, ஒரு பட்டாணியோ வாயில் அடக்கிக்கொண்டுதான் பள்ளிக்கூடம் போகிறான். வள்ளிமலை தேருக்கும், காவடிக்கும் போகிறபோது முருகவேலுகூட வள்ளிமலை உயர்நிலைப்பள்ளியைப் பார்த்திருக்கிறான். அதைப் பார்த்தாலே அவனுக்குப் பயம். வாத்தியார்கள் பெரிய பெரிய கொம்புகளோடுதான் வகுப்புக்கு வருவதாக அங்கே படிக்கும் அவனது நண்பர்கள் சொல்வதைக் கேட்கக் கேட்க அவனுக்கு உதறும். அதற்காகவே அங்கே படிக்கப் போகாமல் ஆடு மேய்க்கப் போன முருகவேலு, இப்போது நுணா மரக்கிளையில் ஆடிக்கொண்டே இதையெல்லாம் நினைத்துக் கொண்டான். அந்தக் கொம்புகளை நினைத்ததும் உடல் சிலிர்த்தது அவனுக்கு.

அவன் பள்ளிக்குப் போகாமல் நின்ற பிறகு அவனோடு பேசாமலே இருந்த அப்பா சின்னசாமி இப்போதும்கூடப் பழையபடி அன்பாகப் பேசாமல் பட்டும் படாமல்தான் பேசுகிறார். அவனது பயம் அவருக்கு எங்கே தெரியப்போகிறது என்று நினைத்துக் கொண்டவன், மரத்திலிருந்து இறங்கி, வரப்பின்மீது டப்பாவைத் தட்டிக்கொண்டே இரண்டு சுற்றுகள் சுற்றி வந்தபோது, சாலம்மா கூழ் குண்டானை இடுப்பில் வைத்துக்கொண்டு வந்தாள்.

முன்புபோலக் கிழவியால் தலையில் பாரம் வைத்து நடக்க முடியவில்லை. முதுகு கூன்தட்ட ஆரம்பித்து விட்டாலும் இந்த வயதிலும் விடுவிடுவென்றுதான் நடந்து வந்தாள்.

“டே நைனா... வேப்பங்குச்சிய ஒடிச்சி பல்ல வளக்கிக்கினு வாடா... களி துன்னுவ” என்றாள் கிழவி.

"ஐய்ய... பயங்களியா... இன்னாத்துக்கு அத எட்த்துகினு வந்த...? எனுக்குப் பயங்களி வாணாம் போம்மா" என்றான்.

"உனுக்குப்புட்ச்ச கோங்கீர களிடா நைனா" என்றாள்.

சட்டென்று முருகவேலின் முகம் மலர்ந்தது. ராத்திரி காசுலு கீரை என்கிற புளிச்ச கீரை கடைந்ததே அவனுக்குத் தெரியாது.

புளிச்ச கீரையைக் கத்தரிக்காயோடு சேர்த்துக் கடைந்து, வடகமும், காய்ந்த மிளகாயும் கிள்ளிப் போட்டுத் தாளித்தால் வாசனை நான்கு வீடுகள் தள்ளியும் மணக்கும். மற்ற குழம்புகளுக்குக் களி இளக்கமாக இருந்தால் வெண்ணையாய் தொண்டையில் இறங்கும். ஆனால் புளிச்சகீரைக்குக் களி குண்டாங் கல்லைப்போலக் கெட்டியாக இருக்க வேண்டும். களியைப்பிட்டுக் கீரையில் தொட்டு, பிசைந்து வாயில் போட்டால் அதன் புளிப்புச்சுவையும், தாளித்த வடகத்தின் துவர்ப்புச் சுவையும், காய்ந்த மிளகாயின் கார ருசியும் எவ்வளவு தின்றாலும் இன்னும் ரெண்டு வாய் களி வேண்டும் என்று அடம்பிடிக்கும் வயிறு. கருப்பு திராட்சைகளைப்போலக் கிள்ளிப் போட்டு எண்ணையில் தாளித்த மிளகாயைப் பொறுக்கி மென்றால் அது தனி ருசி. காரமே இருக்காது. பொன் வறுவலாகக் காய்ந்தால் காரம் மண்டைக்கு ஏறும். சற்று அதிகக் கருப்பாக எண்ணையில் தீய்ந்து போகும் பதத்தில் மிளகாயை வதக்கித் தாளித்தால், காய்கறியைப்போல அந்த மிளகாயையும் கடித்து மெல்லலாம்.

முருகவேலுவுக்கும், சின்னசாமிக்கும் புளிச்ச கீரையில் தாளித்த மிளகாய் என்றால் உயிர். கிழவி தாளித்தால் ஒரு கை நிறைய்யக் காய்ந்த மிளகாயைக் கிள்ளிப்போட்டு தாளிப்பாள். இந்தக் கீரைக்குக் கம்பங்களி, அரிசி நொய்போட்ட கேழ்வரகுகளி, சோளக்களி, மூன்று மாவும் கலந்து கிளறும் களி எதுவானாலும் ஏகப் பொருத்தம்.

இரவில் வயிறு புடைத்துக்கொள்ளும் அளவுக்கு இரண்டாவது முறையும் களி உருண்டையைக் கேட்டு வாங்கி விழுங்குவார்கள். அவ்வளவும் தின்றுவிட்டு வயிறு வீங்கிப்போன தவளையைப் போலப் படுத்தாலும், காலையில் எழுந்தால் அவ்வளவு களியும் போன இடம் தெரியாமல் வயிறு 'கவாங் கவாங்' எனப் பசிக்கும். களிக்கும், புளிச்சகீரைக்கும் எட்டுப் பொருத்தம் என்றால் பழங்களிக்கும் புளிச்ச கீரைக்கும் பத்துப் பொருத்தம். அத்தனை ருசிக்கும்.

முருகவேலுவுக்குப் பழங்களி என்றாலே பிடிக்காது. ஆனால் புளிச்சக்கீரை என்றால் மட்டும் பழங்களியை விரும்பிச் சாப்பிடு வான். மற்ற குழம்புகள் என்றால் பழங்களியைத் தொடமாட்டான். ஆனால் சின்னசாமி, சாலம்மா, பூங்காவனம் எல்லோரும் தினமும் காலையில் பழங்களிதான் தின்பார்கள். அவர்கள் மட்டுமல்ல, ஊரில் பெரும்பாலான வயிறுகளில் காலையில் பழங்களிதான் நிரம்பும். பழங்களியைத் தின்றால்தான் மதியம்வரை பசியெடுக்காது. ஒரு உருண்டை பழங்களியைப் பிட்டு விழுங்கிவிட்டால், மதியம் கூழ் வரும் வரை திம்மென்று இருக்கும் வயிறு. அண்டை வெட்டவோ, தண்ணீர் கட்டவோ, ஆடு மாடுகளுடன் ஓடவோ அத்தனைக்கும் தாக்குப் பிடிக்கும் பழங்களி. காலையில் கூழ் கரைத்துக் குடித்தால், இரண்டு சொம்பு நிறையக் குடித்தாலும், நெஞ்சு வரை வயிறு பெருக்கக் குடித்தாலும், ஒருமுறை மூத்திரம் பெய்தால் போதும். காற்று பிடுங்கிவிட்ட பலூனைப்போலப் புஸ்ஸென்று போய்விடும்.

கிழவி வெங்கலக் கிண்ணத்தில் ஒரு உருண்டை களியையும் அதன்மீது ஒரு குத்து கீரையையும் வைத்து முருகவேலுவிடம் நீட்டினாள். வேப்பங்குச்சியால் பல்லை நான்கு தேய் தேய்த்து விட்டுக் கிழவி கொண்டுவந்த சொம்புத் தண்ணீரில் வாயைக் கொப்பளித்துத் துப்பிவிட்டு, முகத்தைக் கழுவி பாட்டியின் புடவை முந்தானையால் துடைத்துக்கொண்டு, காலை வரப்பின் இருபுறமும் தொங்கவிட்டபடி, தட்டை வாங்கி வைத்துக்கொண்டு களியைப் பிட்டு விழுங்கத் தொடங்கினான்.

பேரன் சாப்பிடுவதையே ஆசையாகப் பார்த்துக் கொண்டிருந்த கிழவி, தானும் ஒரு உருண்டைக் களியை இடது உள்ளங்கையில் வைத்துக்கொண்டு, அதன் தலை மீது கீரையை வைத்து, வலது கையால் களியைப்பிட்டுத் தொட்டு விழுங்கத் தொடங்கினாள்.

பெரும்பாலான ஊர் சனங்கள் கொல்லை மேட்டில் சாப்பிடும் போது இவளைப் போலத்தான் கையிலேயே களி உருண்டையை வைத்துச் சாப்பிடுகிறார்கள். புளி கீரை என்றால் பயமில்லை. குழம்பு என்றால் களியில் கிணறு போலப் பள்ளம் தோண்டி அதில் குழம்பை ஊற்றி, சுற்றிலும் பிட்டு, அதில் தொட்டு விழுங்கு வார்கள். கொஞ்சம் அசந்தாலும், களி பிடும்போது அந்தக் குழம்புக் கிணற்றில் ஓட்டை விழுந்து குழம்பு கைமேல் இறங்கி, முழங்கை வரை வழிந்துவிடும். ஆனால் யாரும் அப்படி வழிய விட்டதில்லை.

முருகவேலுவால் மட்டும் ஒரு போதும் அப்படி வழிய விடாமல் தின்ன முடியாது. அதனாலேயே தட்டில் களியை வைத்துத்தான் தின்பான்.

"ஒரு சம்சாரிப் புள்ளைக்கி கையில களிய வெச்சித் துண்ணத் தெரியாதாடா...? நீயெல்லாங் எப்டி பயிரவெச்சி... பாசூலு பாத்து, வெள்ளாமய ஊட்டுக்கு எட்த்துகினு வருவியோ" என்பார் சின்னசாமி.

முருகவேலு களியை விழுங்கி, தண்ணீர் குடித்து, ஏப்பம் விட்டபடி மீண்டும் நுணா மரத்தில் ஏறி அதட்டிக்கொண்டே ஊஞ்சலாடத் தொடங்கினான்.

தட்டைக் கழுவி ஊற்றிய கிழவி, கூடையிலிருந்த அரிவாளை எடுத்து, வரப்பில் புல் அறுக்கத் தொடங்கினாள்.

அப்போது காளை மாடுகளை ஓட்டிவந்த சின்னசாமி, அவற்றை முருகவேலுவிடம் விட்டார்.

"டேய்... கம்பங்கொல்லில மாடு எறங்கிடப்போவுது... உசாரா புடிச்சி வரப்புல மேயி... நானு லாலாப்பேட்ட வரைக்கும் போயி வர்றேங்" என்று எம்.பி.டி. பேருந்தைப் பிடிக்க நடக்கத் தொடங்கினார்.

23

லாலாப்பேட்டை பள்ளிக்கூடத்தில் கசகசத்த கூட்டத் துக்குள் புகுந்து, தள்ளிக்கொண்டு முன்புறம் போனார் சின்னசாமி.

நில எடுப்பு தனி வட்டாட்சியர், துணை வட்டாட்சியர், இன்னபிற அதிகாரிகளைச் சுற்றி திகிலோடு நின்றிருந்த நிலத்தின் உரிமையாளர்களும், பொதுமக்களும் கசமுசவென்று பேசிக்கொண்டிருந்தனர்.

"அமைதியா இருங்க... எல்லோரும் சேர்ந்து கத்தினா நாங்க சொல்றது எதுவும் உங்களுக்குப் புரியாது" என்று குரலை உயர்த்திக் கத்தினார் ஒரு அதிகாரி.

அதன்பிறகு கொஞ்சம் அமைதியானது அந்த இடம். அப்போது இன்னொரு அதிகாரி பேசத் தொடங் கினார்.

"இதோ பாருங்க... ஏற்கெனவே விசாரணை எல்லாம் முடிஞ்சி, நிலத்த ஆர்ஜிதம் பண்றதுக்கான அவார்டும் பாஸ் பண்ணியாச்சி. யார் யாரோடது எவ்ளோ நெலம் ஆர்ஜிதம் பண்ணியிருக்காங்க அவங்களுக்கு எவ்ளோ இழப்பீட்டுத் தொகை, மரம், கிணறுக்கு எவ்வளவு இழப்பீடுன்னு எல்லா வெவரத்தயும் அவார்டுல போட்டிருக்காங்க. நெலத்துக்கு யார் யாரு உரிமை யாளரோ அவங்களுக்குத் தனித்தனியா அவார்டு காப்பி

அனுப்பியாச்சி. இழப்பீட்டுத் தொகைய செக்கா அடுத்த வாரம் திங்கட்கிழமை இராணிப்பேட்ட ஆர்.டி.ஓ. ஆபீசுல தரப் போறோம். எல்லாரும் அங்க வந்து கையெழுத்துப் போட்டுட்டு வாங்கிக்கிங்க, அதுக்கு நடுவுல எடத்தப் பார்க்க, அளக்க வர்ற அதிகாரிங்கக்கிட்ட தகராறு பண்றது, அடிதடியில எறங்கறது எல்லாம் சட்டப்படி தப்பு... சர்க்காரு சட்டப்படிதாங் நெலத்த எடுத்திருக்குது... அதனால இப்படித் தகராறு பண்றத விட்டுட்டு நஷ்ட ஈட்ட வந்து வாங்கிக்கீங்க" என்றார் சத்தமாக.

"இன்னாத்த நஷ்ட ஈடு குடுக்கிறீங்க... ஒரு செண்ட்டுக்கு அம்பது ரூபா, அம்பத்தி ரெண்டு ரூபான்னு... ஒரு ஏக்கரா நெலத்துக்கு வெறும் அஞ்சாயிரம் ரூபா தர்றீங்களே... அத வெச்சி நாங்க எத்தினி நாளிக்கு துன்ன முடியும்? ஒக்கார்ந்து துன்னா ஆறு மாசத்துக்கு வருமா அது? அதுக்கப்புறம் பூவாவுக்கு நாங்க யாரு ஊட்டு வாசல்ல போயி நிக்கறது? உங்க ஊட்டு வாசல்ல வந்து நின்னா இத்தினி பேருக்கும் சோறு போடுவீங்களா?" என்றார் ஒரு பெரியவர்.

'நல்லா கேட்டாரு... அப்பனாவது ஒரைக்குமா இந்த அதிகாரிங்களுக்கு?' என நினைத்துக்கொண்டார் சின்னசாமி.

"பெரியவரே... நீங்க கேக்கறது ஞாயமான கேள்விதாங். சர்க்காரு சட்டப்படி, இந்த ஏரியாவுல மூணு வருசத்துல எந்தெந்த சர்வே நம்பர்ல எவ்ளவ்ளோ வெலைக்கு நெலம் வித்திருக்காங்கன்னு விற்பனைப் புள்ளி விவரம் எடுத்து, அதிலயிருந்து மாதிரி நிலம் தேர்வு செஞ்சி, அந்த வெலயத்தாங் இழப்பீட்டுத் தொகையா நிர்ணயம் செஞ்சிருக்கோம். அது கம்மீயா இருக்குதுன்னா. அது எங்க தப்பு இல்ல... உங்க தப்புதாங்" என்று நிறுத்தினார் அவர்.

பலருடைய புருவங்கள் உயர்ந்தன. என்ன சொல்கிறார் இந்த அதிகாரி. இவருக்கு 'கிராக்கு' பிடித்துவிட்டதா? என்று யோசித்தனர் அத்தனை பேரும்.

"நீங்க இன்னா சொல்றீங்க சாரு...? வெல கொறைவா இருக்கறதுக்கு எங்க மேலயே தப்புன்னு சொல்றீங்க" என்று பரிதாபமாகக் கேட்டார் அதே பெரியவர். அவர் குரலில் லேசான கோபம் துளிர்த்தது.

"ஆமாம் பெரியவரே... இந்த ஊருல இன்னா வெலைக்கு ஏற்கெனவே வித்திருக்காங்களோ அந்த வெலையதானே நாங்களும் இழப்பீட்டுத் தொகையா நிர்ணயம் செஞ்சிருக்கோம்" என்றார்.

அப்போது பல பேருக்கு சர்புர்ரென்று கோபம் வந்தது. ஆளாளுக்குக் கத்த ஆரம்பித்தனர்.

மீண்டும் அந்த அதிகாரியே கூச்சலை அடக்கினார்.

“இப்டி எல்லோரும் ஒன்னா கத்தினா யாரும் எதுவும் பேச முடியாது” என்றார் கோபமாக.

“இன்னா சார்... ஒரு ஆட்ட அக்குள்ளயே மறச்ச மாதிரி பச்சப்புளுகு புளுகுறீங்க... இந்த ஊர்ல இப்போ ஒரு சென்ட்டு நெலம் ஐநூறு ரூபானு விக்கிது. சர்க்காருக்கு கண்ணு தெரிலயா? அம்பது ரூபானு ஆர்டரு போட்டுட்டு நாங்கதாங் தப்பு பண்ணோம்னு பொய் சொல்றீங்க” என்றார் இன்னொரு நடுத்தரமான மனிதர்.

“ஆமாங்க... நா திருப்பித் திருப்பிச் சொல்வேன். இதுல தப்பு உங்க மேலதான். நீங்க ஐநூறு ரூபா ஒரு சென்ட்டுன்னு விக்கறீங்க, வாங்கறீங்க. ஆனா பத்திரத்துல எவ்ளோன்னு எழுதறீங்க. வாங்குற வெலயே பத்திரத்துல எழுதினா பத்திர செலவு அதிகமாகும்னு கொறைவான வெலையப் போட்டுதான பத்திரத்துல எழுதறீங்க. பத்திரத்தில போடுற வெலயத்தானே கிரய வெலயா சர்க்காரு எடுத்துக்க முடியும். நீங்க வாங்கற, விக்கிற விலையையே பத்திரத்துல எழுதியிருந்தீங்கன்னா... அதையே பதிவு பண்ணி யிருந்தா இப்போ இழப்பீடு அதிகமாக வந்திருக்கும்” என்று புதிரை அவிழ்த்தார் அந்த அதிகாரி.

அதைக்கேட்டதும் பல பேருக்கு வாயடைத்துப் போனது. அவர் சொல்வதிலும் நியாயம் இருப்பதாகவே சின்னசாமியும் நினைத்தார். கூட்டம் கப்சிப் என்று அமைதியாகிவிட, ஒருவரை ஒருவர் பார்த்துக்கொண்டு விழித்தனர்.

“சார்... காக்கா ஒக்காந்திச்சாங்... பனம்பயம் விய்ந்திச்சான்ற மாதிரிகீது நீங்க சொல்றது. நீங்க நெலத்த எட்த்துக்குவீங்கன்னு எங்களுக்கு முன்னாடியே தெரியுமா இன்னா...? அப்டினாகூட... நாங்க எல்லோருமா தினித்துக்கும் நெலத்த வித்துகினும், வாங்கிகினும் கீறோமா? ஏதோ அவசரத்துக்கு ஒருத்தங் ரெண்டு பேரு நெலத்த விக்கறாங்க... வாங்கறாங்க... அப்போ கைல கீறத பொரட்டி கிரட்டி வாங்கறாங்க... அதுக்குப் பத்திர செலவுனு சர்க்காரு சொல்ற துட்ட கட்ட முடியாமதாங் முன்ன பின்ன வெலய

போடறாங்க... அதவெச்சி எங்கமேல தப்புனு சொல்லிட்டு எங்க நெலத்த புடுங்கிகினு போவலாமா சர்க்காரு? விக்கிறவங்க... அப்போ மனசு வந்து விக்கிறாங்க. நாங்கயின்னா எங்க நெலத்த இப்போ சர்க்காருக்கு விக்கிறோம்னு சொன்னமா? நீங்களா வந்து நெலத்தப் புடுங்கிகினு முக்கால்னா துட்ட குடுக்குறதுக்குப் புதுசு புதுசா கதய வேற உடறீங்களா... இது இன்னா சார் ஞாயம்?" என்றார் ஒரு பெரியவர்.

அவர் படித்தவர் போலத் தெரிந்தார். அவர் அப்படிச் சொன்னதும் பலரின் கலக்கம் நீங்கியது. நீச்சல் தெரியாமல் தண்ணீரில் விழுந்து தத்தளிப்பவன், காப்பாற்ற வந்தவனைக் கெட்டியாகப் பிடித்துக் கொள்வதைப்போல அவரின் பேச்சைப் பிடித்துக்கொண்ட பலரும், "அதானே..." என்று கத்தினர்.

"தோ பாருங்க.. இப்போ இங்க மாத்தி மாத்திப் பேசறதுல எந்தப் பிரயோஜனமும் இல்ல. நேத்து நிலங்கள அளக்க வந்த அதிகாரிங்க கிட்ட நீங்க கலாட்டா பண்ணதனாலத்தாங் இப்போ பேச வந்தோம். சர்க்காரு நெலத்த எடுத்தது எடுத்ததுதாங். அதுக்கான நஷ்ட ஈடு அதிகமா கேட்டு அப்ளிகேசன் குடுங்க. சர்க்காரு சார்பா எல்.ஏ.ஓ.பி. கேஸ் போடறோம். கோர்ட்டுல நஷ்ட ஈடு ஏத்திக் குடுத்தாங்கன்னா வாங்கிக்கங்க... நாங்க வேணாம்னு சொல்லல" என்றார் அவர்.

"எங்க நெலத்த உங்ககிட்ட குடுத்துட்டு... நாங்க கோர்ட்டுக்கு அலையணுமா... கோர்ட்டுக்குப் போனா சீக்கிரத்தலயா கேச முடிப்பாங்க?" என்று கேட்டார் அந்தப் படித்தவர்.

"இதோ பாருங்க... நீங்க படிச்சவரா தெரியறீங்க... ஆனா நீங்களும் படிக்காத ஜனங்க மாதிரியே கேள்வி கேக்கறீங்க... சர்க்காரு சட்டத்துல என்ன இருக்கோ அதத்தான நாங்க செய்ய முடியும்? நீங்கதாங் தெரியாத உங்க ஜனங்களுக்கு இத எடுத்துச் சொல்லணும்" என்றார் அவர்.

"ஆமா சார்... நான் எடுத்துச் சொல்லாம விட்டதுதான் தப்பு... நானு வாத்தியாரா இருந்தப்பவே இதெல்லாம் ஒழுங்கா சொல்லிக் குடுத்திருக்கணும்... தின்ற சோத்துல மண்ணப் போடற எவனையும் விடாதீங்கன்னு சொல்லிக் குடுத்திருந்தா... நெலத்துல கால வைக்கிற அதிகாரிங்க கால அப்பவே வெட்டியிருப்பாங்க... இன்னா

உங்க சட்டம்? இல்லாதவங்க நெலத்தப் புடுங்கி... பெரிய பெரிய கம்பனி முதலாளிங்களுக்குக் கம்பனி கட்டிக்கோன்னு குடுக்கறதுதாங் சட்டமா?” என்றார் ஆத்திரத்துடன்.

அதைக் கேட்டதும் வெலவெலத்துப் போனார் அந்த அதிகாரி.

“பெல் கம்பனி சென்ட்ரல் கவர்ன்மெண்ட் கம்பனி. அதுக்கு நெலம் எடுத்தீங்க. அதாவது பரவால்ல. இப்ப அதச்சுத்தி ஆயிரம் ஏக்கராவுக்கு மேல எடுக்கறீங்க. இதுல அரசாங்க கம்பனியா கட்டப் போறீங்க? ஆன்சிலரிதான கட்டப் போறீங்க? ஆன்சிலரி யாரோடது சார்? தனியாரு மொதலாளிங்களது தானே?” என்றார்.

“சார்... நீங்க வாத்தியாரா இருந்தேன்னு சொல்றீங்க... உங்களுக்கே ரூல்ஸ் தெரியும். சர்க்காருல என்ன சொல்றாங்களோ அதச் செய்யறதுதான் எங்க டூட்டி. இதுல தனிப்பட்ட முறையில நாங்க என்ன செய்யமுடியும்? இதே மாதிரி கேள்விய நல்ல வக்கீலா வெச்சி கோர்ட்ல கேளுங்க சார்... இழப்பீடு அதிகமாகக் கெடைக்கும். இதக்கூட நாங்க சொல்லக்கூடாது. இத எல்லோருக்கும் நீங்களே சொல்லி புரிய வைங்க” என்று முடித்துக்கொண்டார் அவர்.

எல்லோரும் அந்த வாத்தியாரைப் பார்த்துத் திரும்பினர். அதிகாரிகள் அவசர அவசரமாகக் கிளம்பினர். ஜீப்புகளும், ஸ்கூட்டர்களும் பறந்ததும், ஜனங்கள் வாயைத் திறந்தபடி திகிலோடு நின்றிருந்தனர்.

“அவங்க சொல்றமாதிரி கோர்ட்டுல கேசு போட்டா இழப்பீடு அதிகமா கெடைக்கலாம். அதயும் உறுதியாச் சொல்ல முடியாது. இவங்க குடுக்கற வெலயே சரின்னு கோர்ட்டு சொன்னாலும் சொல்லலாம். அதுக்கு அப்புறம் மெட்ராசு ஹைகோர்ட்டுக்குதாங் அப்பீலு போகணும். இங்க இராணிப்பேட்ட சப்கோர்ட்டுல கேசு முடியவே பல வருசம் ஆவும். அதுக்கு மேல அப்பீலு. அதுவும் பல வருசம் ஆவும். அதுக்காவ கேசு போடமயும் இருக்க முடியாது. இப்போ சர்க்காரு குடுக்கற தொகையை ‘ஆட்சேபனையோட வாங்கிக்கறோம்’ அப்டினு எழுதிக் குடுத்துட்டு பணத்த வாங்கிக்கலாம். அப்படியே எல்.ஏ.ஓ.பி. கேசுக்கும் கையெழுத்து போடணும்... ‘ஆட்சேபனையோட வாங்கறோம்’னு எழுதிக் குடுக்கறது முக்கியம். மறந்துடப் போறீங்க” என்றார் அந்த வாத்தியார்.

“அப்டி கையெய்த்துப் போட்டு பணத்த வாங்கிகினா நெலத்த நாம் குடுத்துட்ட மாதிரிதான ஆய்டும்” என்றார் ஒரு நடுத்தர வயது ஆள்.

“நாம பணத்த வாங்கலன்னாலும்... நம்ம பேர்ல அந்தப் பணத்த கோர்ட்டுல கட்டிருவாங்க. நாம பணத்த வாங்கலன்னாலும், அவார்டு பாஸ் பண்ணிட்டாவே நம்ம நெலம் நம்ம கையஉட்டுப் போயிடுச்சின்னுதாங் அர்த்தம். இப்பவே அந்த நெலம் எல்லாம் நமக்குச் சொந்தமில்ல” என்றார். அவரது குரலில் வேதனை தெரிந்தது.

“அய்யோயோ... அப்போ எம் மண்ணு போச்சா... இத்தோட எங்க வம்சமே பூண்டயிஞ்சி பூடுமே” என்று ஒரு வயதான பெண்மணி கதறினாள்.

“ஏம்மா... நாம இங்க என்னதாங் கதறினாலும் ஒன்னும் ஆவாதுமா. நம்ம தலயில என்ன எழுதியிருக்குதோ அதுதான் நடக்கும். நெலம் போனாலும் யாரும் மனச தளர உடாதீங்க, மண்ணு போனா வேற மண்ண வாங்கலாம். மனச உட்டா ஒன்னுமே பண்ண முடியாது” என்றார்.

அவர் பேசப்பேச எல்லோருக்கும் கொஞ்சம் ஆறுதலாகவும், தெளிவு வந்தது போலவும் இருந்தது. பலர் அந்த வாத்தியாரைக் கையெடுத்து கும்பிட்டபடி கிளம்பிச் சென்றனர்.

உச்சிவெயில் கொளுத்திக் கொண்டிருக்க, தலையிலும், முகத்திலும் அரும்பிய வியர்வையை டவலால் துடைத்துக் கொண்டு, வாத்தியாரை நெருங்கிய சின்னசாமி கையெடுத்துக் கும்பிட்டார். அவரும் இவரைக் கும்பிட்டார்.

“நீங்கதாங் முன்ன நின்னு இவங்களுக்கு ஒரு வயி காமிக்கணும் சார்” என்றார்.

“நம்மகிட்ட என்னா இருக்கு...? எது எது எப்ப எப்ப நடக்கணுமோ அது அது அப்டி அப்டிதாங் நடக்கும்” என்றார் அவர்.

பெருமூச்சு விட்டபடி வெளியே வந்த சின்னசாமி, சாவடி தேநீர்க் கடையில் ஒரு தேநீர் குடித்தார். டவுசர் பையிலிருந்து ஒரு ரூபாய் நாணயத்தைக் கொடுத்துவிட்டுச் சாலையில் நின்றபோது,

எம்.பி.டி. பஸ் ஆற்றாட்டிலிருந்து திரும்பி வந்தது. ஓடிப்போய் ஏறிக்கொண்டார்.

பேருந்து ஓட ஓட... சின்னசாமியின் மனமும் எங்கெல்லாமோ ஓடிக்கொண்டிருந்தது.

“மண்ண விட்டாலும் மனச விடாதீங்கன்னு வாத்தியார் சொல்றாரு. மண்ண விட்டுட்டு வெறும் மனச வெச்சிகினு இன்னா பண்ண முடியும்?” என்று நினைத்தார்.

‘மண்ணுன்றது வெறும் மண்ணா? அதுதானே சோறு போட்டது. அதுதானே துணியைத் கொடுத்தது. சந்தோசத்தையும், வாழ்வு, சாவையும் அதுதானே கொடுத்தது. கிடக்கிற இடத்திலேயே கிடந்து, அத்தனையையும் அதுதானே நடத்தி வைக்கிறது. எப்படி அதை இழந்துவிட முடியும்...?’ என்று மனதுக்குள் நினைத்தபடியே பேருந்திலிருந்து இறங்கி வீடு வந்தவருக்குப் பசி வயிற்றைக் கிள்ளியது. பித்தளை சொம்பில் பூங்காவனம் ஊற்றிக்கொடுத்த கூழை வாயில் வைத்தவர், அதைக் குடிக்க முடியாமல் வெறித்துக்கொண்டு உட்கார்ந்தார்.

‘வெள்ளக்காரன் நாட்டப் புடிச்ச மாதிரி, நெலத்தப் புடிக்க வந்திருக்கிற சர்க்காருகாரங்க இந்த ஊருக்கு வந்து என்னைக்குக் கொடி நடுவானுங்களோ’ என்று நினைத்ததும், குடிக்காமலேயே சொம்பை கீழே வைத்துவிட்டு, எழுந்து நிலத்துப் பக்கம் போனார்.

புல்லை அறுத்து, கோணிப்பையில் கட்டி வைத்திருந்த கிழவி, வரப்பிலேயே படுத்துத் தூங்கிக் கொண்டிருந்தாள். புங்க மர நிழலில், குளுகுளுவென வீசும் காற்றில் ஆனந்த சயனத்தில் இருந்தாள் அவள்.

சின்னசாமி மனசுக்குள் கனக்கும் பாரத்தோடு கம்பங் கொல்லையைச் சுற்றி வந்தார். கதிர் முற்றுகிற பருவத்தில் இருந்தது. புரட்டாசியிலேயே அறுத்துவிட்டால், அய்ப்பசியில் கேழ்வரகு நாற்றுவிட்டு நட வேண்டும். அப்போதுதான் தையில் கேழ்வரகு அறுவடைக்கு வரும். பொங்கல் முடிந்த கையோடு கேழ்வரகு அறுப்பும், கதிரடிப்பும் முடிந்தால் உடம்புக்குக் கொஞ்சம் ஓய்வு கிடைக்கும்.

இதெல்லாம் இன்னும் எத்தனை நாளைக்கோ என நினைத்ததும் துக்கம் தொண்டையை அடைத்தது.

கம்பங்கதிர்களை வருடிக் கொடுத்தபடி நடந்தவர், கிணற்று மேட்டை அடைந்தார். நாலாபுறமும் கிளை பரப்பி விரிந்திருந்த எட்டி மரத்தின்கீழே டவலை விரித்து மல்லாந்து படுத்தார். அடர்த்தியான பச்சை நிறத்தில் குலைகுலையாய் காய்த்துக் தொங்கும் எட்டிக்காய்கள் பார்க்கப் பார்க்க அழகாக இருந்தன. பச்சைக் குலைகளுக்கு நடுவே ஆங்காங்கே அடர் மஞ்சள் நிறத்தில் இருந்த சில எட்டிப் பழங்கள் வெயில் பட்டு மின்னின.

பழங்களிலேயே பார்க்கப் பார்க்க சலிக்காத அழகு இந்த எட்டிப் பழங்களுக்குத்தான். ஆனால் அதைக் கையால் தொட முடியாது. உடைந்த எட்டிக் காயோ, பழமோ கையில் பட்டுவிட்டால் போதும். அடி நாக்கு வரை கசக்கும். கடும் விஷம். எட்டிக் கொட்டையை நறுக்கித் தின்றால் மூளையே கலங்கிவிடும்.

ஆனால் அத்தனை விஷம் கொண்ட எட்டி மரம்கூடப் பார்ப்பதற்குக் கண்களுக்குக் குளிர்ச்சியாக இருக்கிறது. அந்த மரத்தின் நிழல் உடல் சூட்டோடு, மனதின் சூட்டையும் தணித்துக் குளிர்வித்து விடுகிறது. ஆனால் இந்தச் சர்க்கார் எட்டி மரத்தைவிடவா மோசமானது? ஏன் இப்படிச் சம்சாரிகளைச் சாகடிக்கிறது?

மனசு அலைபாய... யோசித்து யோசித்துச் சோர்ந்து போய், பசி மயக்கமும் உடன் சேர... அப்படியே தூங்கிப்போனார். பாவம்... அவரது கவலை நிஜமாகப் போகிற நாள் நெருங்கிவிட்டதை அறியாமல் தூங்கிக்கொண்டிருந்தார்.

24

அடுத்த ஆண்டில் கோலாகலமாய்த் தொடங்கி வைக்கப்பட்டது பெல் நிறுவனம். இலாலாப் பேட்டைக்கு மேற்கே இருநூறு ஏக்கருக்கு மேற்பட்ட பரப்பளவில் தொழிற்சாலை கட்டப்பட்டு, நிமிர்ந்து பார்த்தால் தலையில் சுற்றிய தலைப்பாகை கழன்று கீழே விழும் உயரத்திற்குக் கட்டடங்களும், அதற்குள் நிற்கும் பெரிய பெரிய இயந்திரங்களும், ராட்சதர்களைப் போல நகரும் கிரேன்களுமாய்... எந்நேரமும் மக்கள் நடமாட்டம் கொண்ட பரபரப்பான பிரதேசமாக மாறிவிட்டது அந்த இடம்.

இரவுக்கும், பகலுக்கும் வித்தியாசம் தெரியாத அளவுக்கு இரவெல்லாம் எரியும் ராட்சத மின் விளக்குகள் நாலாபுறமும் ஒளி வீச, அந்த விளக்குகளைப் பார்ப்பதற்காகச் சுற்றுப்புற ஊர் மக்கள் பொழுது சாய்ந்ததும் அங்கே போய்க் கண்கள் விரிய விரிய பார்த்துவிட்டு வந்தனர். பலர் பஸ் ஏறிப்போய் அவற்றைப் பார்த்துவிட்டு, அசந்து போய்த் திரும்பி வந்து ஊரில் கதை கதையாய்ச் சொன்னார்கள். அதைக் கேட்ட சிறுசுகளும், இளசுகளும் தங்கள் ஊரில் உள்ள உயரமான மரங்களின் மேலே ஏறி நின்று தூரத்தில் மினுங்கும் விளக்குகளைப் பார்த்துப் பரவசப்பட்டனர்.

தொழிற்சாலையைப் போலவே, மிகப்பரந்த இடத்தில் நரசிங்க புரத்துக்கு எதிரில் பெல் நிறுவனத்தில் பணிபுரியும் ஊழியர்களுக்கான குடியிருப்புகள் கட்டப்பட்டுக் கொண்டிருந்தன.

சுற்றியிலுமிருக்கிற ஊர்களிலெல்லாம் மஞ்சுப்புல் கூரை வீடுகளும், பனை ஓலைக் குடிசைகளுமாய்ப் பார்த்தும், வாழ்ந்தும் சலித்த மக்களுக்கு, அடுக்குமாடிகளாக வரிசைவரிசையாய்க் கட்டப்படும் ஊழியர் குடியிருப்புகள் பேரதிசயங்களாகத் தெரிந்தன.

அந்த டவுன்ஷிப்புக்குள்ளேயே கருமைநிற தார்ச்சாலைகள், ஊழியர்கள் விளையாட கபடி மைதானம், கால்பந்து திடல், மிகப்பெரிய கட்டடத்துக்குள்ளேயே பூப்பந்து திடல், பூங்காக்கள், திருமண மண்டபம் என சகல வசதிகளோடும் ஒரு குட்டி நகரம்போல உருவாகிக்கொண்டிருந்தது அந்த டவுன்ஷிப்.

நிலம் வழங்கியவர்கள் அரசாங்கம் வழங்கிய பிசாத்து நஷ்ட ஈட்டை வாங்கிக்கொண்டு, கூடுதல் நஷ்ட ஈடு கேட்டு இராணிப் பேட்டை சார்பு நீதிமன்றத்தில் நடக்கப் போகும் வழக்குக்காகக் காத்திருந்தனர்.

ஏற்கெனவே அதிகாரிகள் சொன்னதுபோல, பெல் நிறுவனத்தில் வேலை வழங்க வேண்டுமென்று நிலம் கொடுத்தவர்கள் அதிகாரிகளிடம் கும்பல் கும்பலாகவும், தனித்தனியாகவும் மனு கொடுப்பதும், பெல் வாசலின் பிரமாண்ட கேட்டுகளுக்கு முன்பாகக் கால்கடுக்கக் காத்திருப்பதுமாகக் காலம் கரைந்து கொண்டிருந்தது.

பெல் நிறுவனம் அமைந்துள்ள பகுதியில் நிலம் கொடுத்தவர்களின் குடும்பத்தில் ஒருவருக்கு என முதலில் கொஞ்சம் பேருக்கு வேலை கொடுத்தார்கள்.

பெரும்பாலான நிலச் சொந்தக்காரர்களும், அவர்களின் வாரிசுகளும் கைநாட்டுக்களாகவே இருந்தனர். அவர்களுக்குப் பியூன் வேலை, வாட்ச்மேன் வேலை, பெருக்கும் வேலை, தோட்ட வேலை, ஹெல்பர் வேலை என்று ஒப்புக்கு ஒரு வேலை கிடைத்தது.

அரை குறையாய் படித்தவர்களுக்கும் ஹெல்பர் வேலைதான் கிடைத்தது. அவர்கள் தொழில் பழகிக்கொண்டால் தொழிலாளியாக நிரந்தரம் செய்யப்படலாம் என்றார்கள். பத்தாவது வரை படித்தவர்களுக்கு எழுத்தர் வேலை கிடைத்தது. பட்டப்படிப்புப்

படித்தவர்கள் அப்பகுதியில் பெரும்பாலும் இல்லை. அப்படி இருந்த ஒன்றிரண்டு பேருக்கும் எழுத்தர் வேலைதான் கிடைத்தது.

முதல் பேட்ச்சில் வேலை கிடைத்தவர்கள் சந்தோசத்தில் திக்கு முக்காடிப் போனார்கள். காலணா காசு என்றாலும் சர்க்கார் காசு என்பதே அவர்களுக்குப் பெருமைக்குரியதாக இருந்தது.

அடுத்தடுத்தத் பேட்ச்களில். கட்டாயம் நமக்கும் வேலை கிடைக்கும் என்ற நம்பிக்கையில் பல இளைஞர்கள் மேல் பார்வை பார்த்துக்கொண்டு நடக்கத் தொடங்கினர்.

இரவு நேரங்களில்கூடக் கிரேன்கள் நகர்வதும், பெரும் சத்தத்தோடு இரும்பு ராடுகளைத் தூக்கிப்போய் 'டமார் டமார்' எனப் போடுவதும் கேட்கக் கேட்க சுற்றுப்புற வாசிகளுக்குப் பெருமையாக இருந்தது.

ஐ.டி.ஐ., டிப்ளமோ படித்த இளைஞர்களுக்கு நல்ல சம்பளத்தில் தொழிலாளிகளாக வேலை கிடைத்ததும் பெல் தொழிற்சாலையின் புகழ் சுற்றுப்புற ஊர்களிலெல்லாம் பரவியது. படிக்காதவர்களும், படிக்க வைக்காதவர்களும் முதன் முதலாகக் கவலையில் மூழ்கினர்.

சுற்றுப்புற ஊர்களில் படித்தவர்கள் குறைவாக இருந்ததால் வெளியூர்களில் இருந்தும், வெளி மாநிலங்களில் இருந்தும் படித்தவர்களை வேலைக்குச் சேர்த்தது தொழிற்சாலை நிர்வாகம்.

நெல் மண்டிகளுக்கு வருடத்துக்கு ஒருமுறை நெல் மூட்டை களை ஏற்றி அனுப்பிக் கொஞ்சமாய்ப் பணம் பார்த்த விவசாயி களுக்கிடையில், இந்த பெல் தொழிற்சாலை ஊழியர்களால் பணப்புழக்கம் பரவலாகியது.

இதையெல்லாம் கேள்விப்பட்ட சின்னசாமி ரெட்டியார் பஸ் ஏறிப் போய் பெல் நிறுவனத்தை வெளியிலிருந்தே சுற்றிப் பார்த்து விட்டு வந்தார். அவருக்கும் அதைப் பார்க்கப் பார்க்க பிரமிப்பாக இருந்தது.

ஒரே நிறத்தில் பேண்ட், சட்டை அணிந்த தொழிலாளர்கள் மிடுக்கும் தளுக்குமாய்ப் போவதும், வருவதும் கண்கொள்ளாக் காட்சியாக இருந்தது.

“பங்காளி... பெரிய அதிசயமாத்தாண்டா கீது பாக்கறதுக்கு... இது மாதிரி கம்பனிங்க வர்றத வாணாம்னு யாரும் சொல்லலடா... ஆனா... சம்சாரிங்க நெலத்த புடுங்கி அதுலதாங் கம்பனியக் கட்டணுமாடா?... எங்கனா சர்க்காரு பொறம்போக்கு நெலத்துல கட்னா இன்னாடா?” என்றார் திரும்பி வந்தபின் குப்பா ரெட்டியாரிடம்.

“ரெட்டியார... அவ்ளோ தூரம் பொறம்போக்கு எடம் ஒரே எடத்துல எங்க கீது...? அதாங் சிப்காட்ல இருந்த பொறம்போக்கு எடத்துல தோலு கம்பனிங்க கட்டிக் கீறாங்களே இன்னா” என்றார் அவர்.

“கட்டி கீச்சானுங்கடா... பொறம்போக்கு எடம் பாதின்னா... பட்டா எடம் பாதிடா அதுல... அங்க நெலம் குடுத்தவனுக்கும் கூட உன்னும் பணத்த ஒய்ங்கா குடுக்கலயாம். சம்சாரிங்க நெலத்தப் புடுங்கி பணக்கார சாயபு மொதலாளிங்களுக்குக் குட்த்துட்டாங்க... அந்தப் பக்கமே போவ முடியல. இப்போ ஒரே தோலு நாத்தம்... கொடல பொறட்டுது” என்றார்.

“இன்னா பண்றது ரெட்டியார... எல்லா நல்லதுலயும் கொஞ்சூண்டு கெட்டது இருக்கும்தானே?” என்றார்.

“கொஞ்சூண்டு இல்லடா... அங்க மொத்தமே கெட்டது தான்டா” என்றார் ஆத்திரமாக.

“ரெட்டியார... நம்ம ஊருலயும் பெரிய பெரிய கம்பனிங்க வந்து பெரிய டவுனா ஆனா நமக்குதான நல்லது” என்று திருப்பிக் கேட்டார் குப்பன்.

“நமுக்கு இன்னாடா நல்லது? வெலவாசிதாங் ஏறும்... அதாங் நமுக்கு” என்றார் எரிச்சலாக.

“உடு ரெட்டியார... உங்கிட்ட இதப்பத்திப் பேசினாலே ஆவிதாம் போவும்... நீயும் மாரக்கட்டிகினு உடாம பேசிகினு கீற... நாமப் பேசி இப்போ இன்னா ஆவப் போவுது?” என்று சொன்ன குப்பா ரெட்டியார் மாடுகளைப் பிடித்துவரக் காட்டுப்பக்கம் போனார்.

அவர் அப்படிச் சொன்னது சுருக்கென்று மனசுக்குள் குத்தியது ரெட்டியாருக்கு. ‘இவங்கல்லாம் மேலாக்கப் பார்த்து மயங்கிப் போற

பசங்க... நாளிக்கி இன்னா நடக்குன்னு முன்னாலயே யோசன பண்ணிப் பார்க்க துப்பில்லாத பசங்க' என்று நினைத்துக்கொண்டே ஏரிக்கரைப் பக்கம் போனார்.

மாலைக்காற்று சிலுசிலுவென வீசிக்கொண்டிருந்தது. ஏரிக்கரையில் வளர்ந்திருந்த வேலி முள் மரங்களுக்கிடையில் அங்காங்கே முட்டி உயரத்துக்கு நின்றிருந்த புர் தண்டு செடி களுக்கிடையில் ஒதுங்கினார். அந்தச் செடிகளின் முனையில் அழகழகாய்ப் பூத்திருந்த மஞ்சள் நிறப்பூக்களுக்குக் கீழே வானத்தை நோக்கி வாய் திறந்துகொண்டிருந்தன அதன் காய்கள். திறந்த வாய்க்குள் நிரம்பியிருந்த கடுகுகளைப் போன்ற அதன் விதைகளை உற்றுப் பார்த்தார். பிள்ளைகள் அதைக் காட்டுக் கடுகுச் செடி என்று அதன் விதைகளை உதிர்த்து விளையாடுவது நினைவுக்குவர, ஒரு காயைக் கிள்ளி உள்ளங்கையில் கவிழ்த்தார். அசல் கடுகைப் போலவே கருமை நிறத்தில் ஒரே சீராய்ச் சிரித்தன விதைகள். ஒன்றைப் போலவே இன்னொன்றைப் படைத்து வைத்திருக்கிறானே இந்தக் கடவுள். ஒன்று மனிதனுக்கு உதவுகிறது. இன்னொன்று எந்தப் பயனும் இல்லாமல் போகிறது... என்று நினைத்தபடி, அந்த விதைகளைக் கீழே கொட்டினார். கை விரலில் பிசுபிசுத்தது. உற்றுப் பார்த்தார். காம்பிலிருந்து வழிந்த மஞ்சள் நிற திரவம். காம்பைக் கிள்ளினால் கசியும் அந்த மஞ்சள் நிற திரவத்தைப் புண்களுக்கு வைத்தால் இரண்டே நாளில் ஆறிவிடும். அது நினைவுக்கு வந்ததும் 'புண்ணை ஆற்றுகிற இது மருந்துக்கு உதவும் செடியாக இருக்கும். கடவுள் எதையுமே வீணாகப் படைத்திருக்க மாட்டானே...' என்று நினைத்தபடி எழுந்து கரையிலிருந்து கீழே இறங்கி, ஏரி நீரில் கால் கழுவினார்.

காற்றின் சிலுசிலுப்பில் மென்மையான அலைகள் 'சலக் சலக்' என்று கரையோடு பேசிக் கொண்டிருந்தன. பாதி ஏரி தண்ணீர்தான் இருந்தது. பழுப்பு நிறத்தில் இருந்த நீரில் சேற்றின் வாசனையோடு மீன் கவுச்சியும் பாசிகளின் வாசனையும் சேர்ந்து அடித்தது.

கரையேறி மதகுப்பக்கம் வந்தார். கால்வாயில் நுரைத்துக் கொண்டு ஓடியது தண்ணீர்.

ஏரிக்குக் கீழே நெற்பயிர்கள் கதிர் தள்ளிப் பால் பிடிக்கத் தொடங்கியிருந்தன. பச்சையும், மஞ்சளுமாய்க் கலவையான நிறத்தில் கிடந்தன வயல்கள்.

'இந்த மாசக் கடைசியில் அறுவடை தொடங்கிவிடும்' என்று நினைத்துக்கொண்டார். அவரது வயலிலும் நெற்கதிர்கள் வளப்பமாய் விளைந்திருந்தன.

இப்போதெல்லாம் மேல் மதகில் இரண்டாம் போகத்துக்கு வழியில்லை. ஏரியில் மண் சேர்ந்துவிட்டது. தூர் வாரவும் யாருக்கும் அக்கறையில்லை. ஒரு போகம் விளைவதற்குள் நீர் வடிந்து ஏறி மேடுதட்டிப் போகிறது. கீழ் மதகில் மட்டும் அதுவும் கரையோர நிலங்களில்தான் இரண்டாம் போகம் வைக்க முடிகிறது. இப்படியே போனால் இன்னும் சில வருடங்களில் ஏரியில் இன்னும் மண் சேர்ந்தால் இரண்டாம் போகத்தை நினைத்தே பார்க்க முடியாமல் போய்விடும்.

யோசனையோடு வரப்புகளுக்குள் நுழைந்து அவரது வயலை நோக்கி நடந்து போனார். வரப்புகள் தோறும் அங்காங்கே எலி வலைகள். சில வரப்புகளில் புது மண் தள்ளி வைத்திருந்தது. சிலர் வரப்புகளைக் கிளறி வலைகளைத் தோண்டி அடைத்திருந்தனர். சிலர் ஊதல் அடித்து எலிகளைப் பிடித்திருந்தனர்.

கதிர் தள்ளும்போது அப்படியே விட்டால் கதிர்களைச் சென்டு சென்டாகக் கடித்துப்போய் வலைகளில் நிரப்பிவிடும்.

'ம்... இன்னாதாங் எலி வலய நோண்டிப் போட்டாலும்... எலிய ஒயிச்சிட முடியுமா இன்னா?' என்று நினைத்தவாறு தனது வயல் வரப்புகளை ஒரு சுற்று சுற்றி, எலி வலையில் கசியும் மோழைகளை அடைத்துவிட்டு வீடு திரும்பினார்.

முருகவேலு, மாடுகளைத் தொழுவத்தில் கட்டிவிட்டு, களி தின்று கொண்டிருந்தான். அவரும் கை கால்களைக் கழுவிக்கொண்டு சாலம்மா போட்டுவைத்த களியை வதக்கிக் கடைந்த வெண்டைக் காயில் தொட்டுத் தொட்டு விழுங்கிவிட்டு, எழுந்து தெருப்பக்கம் போனார்.

ஊரில் மின்சாரம் வந்த பிறகு ஊரே புதிதாக மாறிவிட்டது போல இருக்கிறது. தெரு விளக்குகளுக்குக் கீழே பிள்ளைகள் ஓடிப் பிடித்து விளையாடிக் கொண்டிருந்தன.

வெளித் திண்ணையில் உட்கார்ந்தவர் அந்த விளையாட்டைக் கவனிக்க ஆரம்பித்தார். வீடுகளுக்குப் பின்னாலும், மாட்டுத் தொழுவங்களிலும், மரங்களுக்குப் பின்னாலும் பிள்ளைகள் ஒளிந்து

கொள்வதும், ஓவெனக் கத்திக்கொண்டு பிடிபட்டவனை இழுத்து வருவதுமாகத் தொடர்ந்த விளையாட்டை நிறுத்திவிட்டு, மின் கம்பத்துக்குக் கீழே வரிசையாக அமர்ந்து பூசணிக்காய் விளை யாட்டை ஆடத்தொடங்கின.

ஊரின் மையத்தில் இருந்த இரண்டாவது மின் கம்பத்துக்குக் கீழே வயது பெண்கள் 'உப்புப்பட்டை' விளையாட்டு விளையாடிக் கொண்டிருந்தார்கள். இளசுகளின் உற்சாகமான கத்தல்களும், அதை வேடிக்கை பார்க்கும் இளம் பெண்களின் வெட்கம் கலந்த சிரிப்பு களும், பெரிசுகளின் கேலிப் பேச்சுகளுமாக அந்த விளையாட்டு களை கட்ட, பூசணிக்காய் விளையாட்டைக் கை விட்ட சிறுசுகளும் அதை வேடிக்கை பார்க்க ஓடின. கொஞ்சநேரம் இங்கிருந்தே வேடிக்கை பார்த்த சின்னசாமி எழுந்து பின்பக்கம் போய் சிறுநீர் கழித்துவிட்டு, மாடுகளுக்குக் கேழ்வரகு தட்டைப் பிடுங்கிப் போட்டுவிட்டு, வெள்ளாடுகளுக்குக் காய்ந்த கடலைச் செடிகளைப் பிடுங்கிப் போட்டார். வீட்டுக்குள் போய் ஒரு சொம்பு தண்ணீரைக் குடித்துவிட்டு, உள் திண்ணையில் பாய் விரித்து 'முருகா' என்று கும்பிட்டுவிட்டுப் படுத்தார்.

காலையில் பெல் கம்பனியைச் சுற்றிப் பார்த்தது, குப்பனோடு நடந்த வாக்குவாதம் எல்லாம் மனசுக்குள் ஓட, யோசித்தபடியே தூங்கிப் போனார்.

'டமார் டமார்' என்ற சத்தத்தோடு விழும் இரும்புத் தூண்களும், கிரேன்களில் தொங்கியபடி அசையும் இரும்புப் பலகைகளும், நீண்ட மூக்குகளில் தொங்கி ஊஞ்சலாடும் இயந்திரங் களைச் சுமந்துகொண்டு நகரும் கிரேன்களும் கனவுகளுக்குள் விரிய... புரண்டு புரண்டு படுத்த சின்னசாமி அரைகுறை தூக்கத்தோடு தவித்தார்.

மறுநாள் கண்கள் தீங்கங்குகள் போல எரிய, சோர்ந்து போய், அதிகாலையிலேயே எழுந்து, குளிர்ந்த நீரை பானையிலிருந்து வாரி முகத்தில் இறைத்துக்கொண்டு ஏரியின் மேல் மதகுக்கு ஓடினார்.

வயலுக்குத் தண்ணீர் கட்டி இரண்டு நாட்களாகிவிட்டது. அதிகாலையிலேயே போய் மதகைப் பிடுங்கி சலசலத்த தண்ணீரோடு கால்வாய் பின்னாலேயே நடந்தார்.

பாதி தூரம் போனதும் கோடியூரிலிருந்து பெருமாள்சாமி வந்தார்.

“இன்னா ரெட்டியாரே... உந்தா பாயுது” என்று கேட்டார்.

“ஆமாமா... இப்பதாங் மதுவப் புடுங்கிகினு வர்றேங். நானு அப்டி போனதும் மடயத் திருப்பிட்டுப் போய்டாதே... என்து பாஞ்சதுக்கப்பறமா திருப்பிக்க” என்றார்.

“அய்யோ... அது எப்டி திருப்பிடுவேங்... உன்து பாயட்டும்” என்று சொல்லி விட்டு அவன் நகர்ந்ததும், ரெட்டியார் கால்வாய் பின்னாலேயே போய்த் தன் வயல் வரப்பில் நின்றார்.

ஒரு அரைமணி நேரம் வயலுக்குள் சல சலவெனப் பாய்ந்துகொண்டிருந்த தண்ணீரின் சத்தம் குறையத் தொடங்கியது.

வரப்புகளில் கசியும் மோழைகளை மிதித்துக் கொண்டிருந்த ரெட்டியார் மேல் வயலின் தலை மடைக்கு வந்தார். தண்ணீர் வரத்து குறைந்து போயிருந்தது.

“எந்த பேபர்சி காவாயத் திருப்பிட்டாந் தெரியலியே” என்று கோபத்துடன் கால்வாய் பின்னாலேயே மதகை நோக்கி வேகமாக நடக்கத் தொடங்கினார்.

அவரது சந்தேகம் சரிதான். பெருமாள்சாமியின் வயலுக்குப் போகும் கால்வாயில் முக்கால் பாகம் திரும்பியிருந்தது மடை. ஆத்திரத்தோடு அதைக் கட்டிவிட்டு, சுற்றும் முற்றும் பார்த்தார். அவன் ஆளில்லை. அவர் எதிர்பார்த்ததுதான்.

அவன் எப்போது வந்தாலும், யாருடைய நிலத்துக்குத் தண்ணீர் பாய்ந்து கொண்டிருந்தாலும், வருவதே தெரியாமல் நைசாக வந்து, மடையை அவன் வயல்பக்கம் திருப்பிவிட்டு, யாருக்கும் தெரியாமல் போய்விடுவான்.

அரை மைல் தூரத்தில் தங்கள் வயலில் நிற்பவர்கள் தண்ணீர் வரத்து குறைவதைக் கண்டு இங்கே வருவதற்குள் அவனது வயலில் பாதித் தூரம் பாய்ந்து விட்டிருக்கும். திட்டிக்கொண்டே அதைக் கட்டிவிட்டுப் போனால், சில நேரங்களில் ஏரிக்கரை மறைவில் குந்தியிருந்து, கட்டிவிட்டுப் போகும் மடையை மறுபடியும் எடுத்து விட்டுப் போய்விடுவான். அவர்கள் மறுபடியும் வருவதற்குள் அவன் வயல் முழுவதுமே பாய்ந்துவிடும். அவன் வேலையே அதுதான். ஆனால் ஆற்றில் தண்ணீர் திருப்பும்போது மட்டும் ஆற்றுக்கு வரவேமாட்டான்.

அதனாலேயே தண்ணீர் பாய்ச்ச வரும் சிலர் இரண்டு பேராக வருவார்கள். வயல் பக்கம் ஒருவர் இருந்தால், கால்வாய்ப் பின்னால் ஒருவர் சுற்றிக்கொண்டே இருப்பார்கள்.

“மொத மடையில கீறவங்க இப்டி கேப்மாறி வேல செஞ்சா கட மடைக்காரங்க எப்டிடா தண்ணீர் கட்றது?” என்று அவர்களிடம் சண்டைக்கே போவார் ரெட்டியார்.

இப்படி அடிக்கடி கால்வாய் நெடுக பலர் வாக்குவாதம் செய்வதும், கத்துவதும், கைகலப்பில் இறங்குவதும், மண்வெட்டி களால் வெட்டிக்கொள்வதும் நடக்கும்.

குப்பா ரெட்டியார் இந்தத் தொல்லைக்காகவே பகலில் மடை திருப்ப வரமாட்டார். இரவுதான் அவருக்குத் தோது. குளிருக்கும், பாம்பு கடிக்கும் பயந்து இரவில் நடமாட்டம் குறைவாக இருக்கும். ஒரு சிலர் சாராயத்தைக் குடித்துவிட்டு மதகைப் பிடுங்கி மடையைத் திருப்பிவிட்டு வரப்பில் படுத்தால், பனியாவது, குளிராவது, பாம்பாவது.

குப்பனும் மதகைப் பிடுங்கிவிட்டுத் தூங்கிவிடுவார். விடியற்காலம் சின்னசாமி ரெட்டியாரோ, வேறு யாராவது வந்து மடையைத் திருப்பும்வரை குப்பனின் வயல்கள் குளம்போலத் தேங்கிக் கிடக்கும்.

“டே... பங்காளி... சொம்மா வர்ற தண்ணீன்னாலும் இப்டி வரப்பு பெரள்ற மாதிரியாடா கட்டறது?” என்று திட்டுவார் ரெட்டியார்.

“இன்னா பண்றது ரெட்டியார... எய்ந்து போய் மதக அடைக்கலாம்னு நெனச்சகினுதாம் படுத்தங்... அப்டியே தூங்கிட்டுக் கீறங்” என்று இளிப்பார்.

அவர் இரவில் மதகு பிடுங்குவதைத் தெரிந்துகொண்ட பக்கத்து ஊர்க்காரர்கள் சிலர், அவர் தன் வயல் பக்கம் போனதும், மடையைத் தன் வயலுக்குத் திருப்பிவிட்டுப் போய்விடுவார்கள். அவர் தூங்கி, போதை தெளிந்து காலையில் எழுந்து பார்த்தால் மண் தான் தெரியும் வயலில். அதைக்கேட்டு குலுங்கிக் குலுங்கிச் சிரிக்கும் ஊர்.

சில இரவுகளில் நான்கைந்து பேர் சேர்ந்துகூடத் தண்ணீர் திருப்பப் போவார்கள். இரவெல்லாம் நரம்புகள் முறுக்கேற பலான

கதைகளைப் பேசியபடி முக்காடு போட்டுக் கொண்டு வரப்புகளில் சிரித்துக் கிடப்பார்கள்.

அறுத்துவிட்ட பெண்களோ, வீட்டில் ஆண்கள் இல்லாத பெண்களோ இரவில் தண்ணீர் திருப்ப வந்தால், அவர்களின் ஆள்களுக்குத் தூதனுப்பிவிட்டுதான் வருவார்கள். குளிருக்கு இதமாக ஒரே போர்வைக்குள் ஏதேனும் வரப்புகளில் புரள்வார்கள். யாரேனும் அதைப் பார்த்துவிட்டால் அடுத்த சில மாதங்களுக்கு அந்தக் கதையும் தண்ணீரோடு சேர்ந்து பயிர் பயிராய் பரவும்.

நான்கு ஊர்க்காரர்களும் தண்ணீர் திருப்புகையில் நான்கு ஊர் கதைகளும் நாறும்.

நீர் பாய்ச்சுவது முடிந்து அறுவடை நடக்கும்போதும், கட்டு தூக்கும்போதும், தாளடிக்கிறபோதும், புனை ஓட்டுகிறபோதும், நெல் தூற்றுகிறபோதும் இந்தக் கதைகளும், அதன் கிளைக் கதைகளும் நீளும்.

அந்தக் கதைகளின் நீளத்தில்தான் உடல்வலிகளின் நீளம் குறையும்.

கிழக்கில் முளைத்த சூரியன் மேலேறி, மேற்கில் விழுந்த ஆளின் நிழல் உயரத்தில் பாதியாகக் குறைந்தபோது சின்னசாமியின் ஒரு காணி வயலும் திருப்தியாய்ப் பாய்ந்தது. அதற்குள் நான்கைந்து பேர் வந்துவிட, முதலில் வந்த செல்வராசு மடையைத் திருப்பிக் கொண்டான்.

வயல் வரப்பிலிருந்த கரிசலாங்கண்ணிச் செடிகள் இரண்டைப் பிடுங்கி வாயில் போட்டு கசகசவென மென்று, அதாலேயே பல்லைத் தேய்த்து கால்வாய்த் தண்ணீரில் வாய் கொப்பளித்துத் துப்பிவிட்டு, வீட்டுக்கு வந்தவர், ஒரு உருண்டை பழங்களியை விழுங்கிவிட்டு, கிணற்றடியில் செழித்திருந்த கேழ்வரகுப் பயிர்களை ஒரு சுற்று சுற்றி வந்தார்.

கழனி அறுவடைக்குப் பிறகு கேழ்வரகும் அறுவடைக்கு வந்துவிடும் என நினைத்துக்கொண்டே வீட்டுக்கு வந்து மாடுகளை மேய்க்க காட்டுப்பக்கம் ஓட்டிக்கொண்டு போனார்.

அடுத்துவந்த நாட்களில் ஏரியின் கீழே அறுவடைகள் தொடங்கின.

ஊர் சனங்கள் ஓட்டமும் நடையுமாய் ஓடினார்கள். ஆங்காங்கே தாளடிப்பும், மாடுகளின் புனை சுற்றும் நடந்து கொண்டிருந்தன. தாளடித்து வீசப்படும் வைக்கோலின்மீது மாடுகளைச் சுற்றிச்சுற்றி மிதிக்கவிட்டு, மாடுகளின் பின்னால் வைக்கோலில் கால்கள் புதையப்புதைய நடந்த சிறுசுகள், மாடுகள் சாணம் போட வால் தூக்கிய உடனே சாணி வைக்கோலில் விழாமல் இரண்டு கைகளாலும் ஏந்தி தூர வீசினர்.

புனை ஓட்டி கால் சோர்ந்த பிள்ளைகளுக்கு மாலையில் வெந்நீர் காயவைத்து கால் முட்டிகளின்மீது ஊற்றி ஒத்தடம் கொடுத்த தாய்மார்கள் தம் பிள்ளைகளைக் கட்டிப்பிடித்துக் கொண்டு செல்லம் கொஞ்சினார்கள்.

நெல் மூட்டைகள் வீடு வந்து, ஆற்காடு மண்டிக்கு வண்டியிலேறிப் போன பிறகு, கேழ்வரகு கதிரைக் களத்தில் காயவைத்து குண்டு கட்டி மெருக்கடித்து, தூற்றி, யூரியா மூட்டை களில் தூக்கி வந்து, பானைகளிலும், உறைகளிலும் கொட்டி மெத்துப்போட்டுவிட்டு, கை கால்கள் ஓய்ந்து, 'அப்பாடா' என்று சின்னசாமி ரெட்டியார் அன்று இரவு படுத்து உறங்கினார். மறுநாள் காலையில் சூரியன் உதித்த பிறகும் கை கால்கள் செத்துப் போனதைப்போலப் படுக்கையிலேயே படுத்துக் கிடந்தார். அப்போது குப்பா ரெட்டியார் பரப்பரப்பாக ஓடிவந்தார்.

“ரெட்டியார... சிப்காட்டு கம்பனிக்கி நெலம் எடுக்கறதுக்குச் சர்வேயரு ஆளுங்க நம்ப ஊருல வந்து பாத்துகினு கீறாங்க” என்று பதறினார்.

25

படுக்கையிலிருந்து வாரிச் சுருட்டிக்கொண்டு எழுந்து உட்கார்ந்தார் ரெட்டியார்.

"இன்னாடா சொல்ற பங்காளி... நம்மூருக்காடா வந்து கீறாங்க" என்றார் திகிலோடு. நெஞ்சுக்கூடு தட தடத்தது. சால் கீழே நோக்கி இறங்குகையில் கவலை ராட்டினம் கிறுகிறுவென்று சுற்றுவதுபோலச் சுற்றியது தலை.

"ஆமா ரெட்டியார... கரிங்கலு காட்டுப்பக்கம் கம்பினிங்க வரப் போவுதாம்... நம்ம மானாவாரி நெலத்துப் பக்கமாதாங் அஞ்சாறு அதிகாரிங்க வந்து அளந்துகினு கீறாங்க" என்றார் குப்பன் அதே பதட்டத்துடன்.

எழுந்து வேட்டியை இறுக்கிக் கட்டிக்கொண்டு, டவலை தோள்மீது போட்டபடி காட்டுப்பக்கம் ஓடத் தொடங்கினார் ரெட்டியார். குப்பன் அவர் பின்னா லேயே ஓடினார்.

"ரெட்டியார... மொல்லமா போ ரெட்டியாரே... இன்னாத்துக்குக் கண்ணு மண்ணு தெரியாம இப்டி கல்லுலயும், முள்ளுலயும் ஓடற?" என்று கத்தினார் குப்பன். அவருக்கும் மூச்சு வாங்கியது.

மாரியம்மன் கோயிலையும், கொள்ளாபுரியம்மன் தோப்பையும் தாண்டி ஓடிய ரெட்டியார் சதுரகுட்டையை நெருங்கும்போதே தொலைவில் ஐந்தாறு பேர் நடமாடுவது தெரிந்தது. அதைப் பார்த்ததும் அவரது சக்தியெல்லாம் உடலிலிருந்து திடீரென உருவி விட்டதைப்போலக் கால்கள் சோர்ந்தன. திடீரென ஓட முடியாமல் தடுமாறினார். பின்னால் ஓடிவந்த குப்பன் அவரைத் தாங்கிப் பிடித்தார்.

"ரெட்டியார... கீய சக்கக் கல்லுங்க பிளேடு மாதிரி கீது... கால ரெண்டா கீச்சிடுமே... பாத்து போ ரெட்டியார" என்றான்.

அவரால் எதுவும் பேசமுடியவில்லை. நாக்கே புரளவில்லை. குப்பன் அவரைப் பிடித்துக்கொண்டே நடந்தார். அவர்கள் அங்கே போய்ச் சேர்வதற்குள் பின்னால் ஊரே திரண்டு வந்துவிட்டது.

அதைப் பார்த்ததும் அதிகாரிகள் மிரண்டு போனார்கள். நீள நீளமாய்க் கைகளில் பிடித்திருந்த அளவு நாடாக்களைக் கைகளில் மாலைகளைப்போலச் சுற்றிக்கொண்டு பீதியுடன் சனங்களைப் பார்த்தனர்.

"இன்னா சார்... யாரு நீங்க...? இங்க இன்னா பண்ணிகினு கீறிங்க...?" என்றார் குப்பன்.

"நாங்க தாலுகாபீசுல இருந்து வந்திருக்கோம். சொம்மா ஒரு கணக்குக்காக அளக்க வந்திருக்கோம்" என்று திணறினார் ஒரு சர்வேயர்.

"இங்க கம்பனி வர்து... அதுக்குதாங் நெலத்த எடுக்கப் போறிங்கன்னு சொல்றாங்களே" என்றார் குப்பன் பரிதாபமாக.

"அதெல்லாம் சொம்மா யாரோ பொய் சொல்லியிருக்காங்க பெரியவரே..." என்றார் அதே சர்வேயர்.

"யாரோ பொய்யி சொல்றாங்களா... இல்ல நீங்க பொய் சொல்றீங்களா சார்?" என்றார் சின்னசாமி. அவர் குரல் தண்ணீருக்குள்ளிருந்து வருவதுபோலச் சன்னமாக இருந்தது.

"இல்ல பெரியவரே... இங்க நெலம் எடுக்கறமாதிரி எதுவும் பிளான் இல்ல" என்றார் அவரே.

"அதானே... நெலத்த எடுக்க யாருனா இங்க வந்தா நாங்க எல்லாரும் இங்கேயே தூக்குபோட்டுகினு சாவ வேண்டியதுதாங்" என்றார் ரெட்டியார்.

“ஆமாமா... சோறு போட்ற நெலத்த குடுத்துட்டு நாங்கயின்னா மண்ண துன்றதா?” என்று கத்தினார் நாராயண ரெட்டியார்.

“நெலத்த எடுக்கறோம்... களத்த எடுக்கறோம்னு யார்னா இங்க வந்தா ஒரே வெட்டு... தலயத் தனியா எடுத்துட்டு முண்டமாதாங் அனுப்புவோங்” என்று கத்தினான் செல்வராசு.

அவனின் குரலிலிருந்த கோபமும், பீமனைப் போன்ற அவனது உருவமும் வந்தவர்களுக்குக் கிலியை ஏற்படுத்தியதோ, என்னவோ, அளப்பதை நிறுத்திவிட்டு, ஸ்கூட்டர்களில் ஏறிக் கிளம்பினார்கள். அதற்குப்பின் நெடுநேரம் கழித்து ஊர் திரும்பினார்கள் அவர்கள்.

மறுநாள் பத்துபேர் வந்து, மீண்டும் அங்கே அளக்கத் தொடங்கியதும் மீண்டும் ஓடியது கூட்டம்.

“நாங்கதாங் நேத்தே சொன்னமே ஒரு கணக்கெடுப்புக்காக அளக்கறம்னு... வேற ஒன்னுமில்ல” என்றார் அதே சர்வேயர்.

அதைக்கேட்டதும் திரும்பி வீட்டுக்கு வந்துவிட்டார் ரெட்டியார். சிலர் அங்கேயே வேடிக்கை பார்த்துக்கொண்டு இருந்தனர். சிலர் சதுரக்குட்டையில் மாடுகளை மேயவிட்டு, அளக்கிறவர்களை வைத்த கண் வாங்காமல் பார்த்துக் கொண் டிருந்தனர்.

மாலை வரை அளந்துவிட்டுக் கிளம்பிப் போனார்கள். மறுநாளும் வந்தனர். சாராயக்காடு, கரிமலை வரை புறம்போக்கு, பட்டா நிலம் எல்லாவற்றையும் அளந்தனர்.

ஒரு வாரம் வரை அந்த வட்டாரம் முழுவதும் அளந்துவிட்டுப் போனார்கள். அதன்பிறகு யாரும் வரவில்லை. அவர்கள் சொன்னது போலவே கணக்கெடுப்புக்குத்தான் அளந்திருப்பார்கள் போல இருக்கும் என நினைத்த ரெட்டியாரும், மற்றவர்களும் அதோடு அதை மறந்து விட்டனர்.

சரியாக மூன்று மாதம் கழித்து ஒரு வெள்ளிக்கிழமை. அன்று அமாவாசை என்பதால் ஒருபொழுது இருந்த ரெட்டியார் முருங்கைக் கீரையை ஒடித்துக்கொண்டு வீட்டுக்கு வந்தபோது குப்பன் அவர் வீட்டு வாசலில் நின்றிருந்தார்.

“ரெட்டியார... எவ்ளோ நேரமா உன்ன தேடிகினு கீறந்தெரிமா...? நம்ம காட்டுல கம்பனிதாங் கட்டப் போறாங்களாம்.

அதுக்கு நெலம் எடுக்கறதுக்குதாங் அப்போ அளந்து கீறானுங்க... யாரு யாரு நெலம் எடுக்கப் போறோம்னு பேப்பர்ல போட்டுக் கீறாங்களாம். நம்ப மானாவாரி கொல்ல, கணத்துக்குக் கீழ கீற உன் நெலம் எல்லாம் போவுதாங் ரெட்டியாரே" என்றான் பதைத்த படி.

அவ்வளவுதான், அதைக் கேட்டதும் தொப்பெனத் திண்ணையில் உட்கார்ந்தார் ரெட்டியார். இத்தனை நாளாய் வானத்தில் இடித்து மிரட்டிக்கொண்டிருந்த இடி இப்போது நேராய் தலைமீதே விழுந்து விட்டதைப்போல அவரது முகம் கருத்தது. கண்களுக்குள் மினுக்காம் பூச்சிகள் பறந்தன.

"கெட்டுச்சிடா நம்பக் குடி" என்றார்.

"சிப்காட்டு கம்பனி வரப் போவுதாங் ரெட்டியாரே... அதுக்குதாங் நெலம் எடுக்கறதா பேப்பர்ல போட்டுக் கீறாங்களாம்" என்றார்.

"பலபட்ரக்கிப் பொறந்தவனுங்க... அன்னிக்கி ஒன்னுமில்ல... ஒன்னுமில்லன்னு ஏமாத்தனானுங்களேடா... அப்பவே சொல்லி யிருந்தா சிலாக்கோல* எட்த்துகினு போயி அவனுங்க வாயிலேயே செருவி சாவடிச்சிகிலாமேடா" என்றார்.

"இப்டி எதுனா பண்ணுவம்னு தெரிஞ்சிதாங் அப்போ நேக்கா சொல்லி தப்ச்சிகினு போய்ட்டானுங்க" என்றார் குப்பன்.

"மானாவாரியில் அர காணி, கணத்துக்குக் கீய அர காணி... இது ரெண்டுமே போய்ட்டா அப்பறம் நானு இன்னாடா பண்றது? ஏரிகீய கீற ஒரு காணிய வெச்சிகினு துன்றதா... துணி மணி போட்றதா... பையனுக்குச் சேத்து வெக்கிறதா... ஒன்னுமே புரியலடா குப்பா... நீ மட்டும் இன்னாடா பண்ணுவ? மானா வாரியில கீற ஒரு காணி நெலம் போய்ட்டா ஏரிக்குக் கீய உனுக்குக் கீற அரகாணி நெலத்த வெச்சிகினு... இன்னா பண்ணுவ? ரெண்டு புள்ளைங்கள வெச்சிகினு கீறியேடா?" என்று விசனப்பட்டார்.

"ஒன்னுமே பிரியல ரெட்டியாரே... அவங்க குடுக்கற நஷ்ட ஈடு ரெண்டு வெருசத்துக்குக்கூட வராதே... இப்டி நம்பத் தலயில எல்லாம் மண்ண வாரிப் போட்டானுங்களே" என்று கரகரத்த குரலில் சொன்னார் குப்பன்.

அவர்கள் பேச்சைக் கேட்டுவிட்டு வெளியே வந்தாள் சாலம்மா. தலைக்குக் குளித்து, முடியை விரல்களால் கோதி... சிக்கெடுத்துக் கொண்டே வந்தவள், அவர்கள் பேசுவதைப் புரிந்துகொண்டதும் கைகளால் ஓங்கி ஓங்கி மாரிலடித்துக்கொண்டு கத்தத் தொடங் கினாள். தலையை விரித்துப்போட்டு, அவள் போட்ட கூச்சலைக் கேட்டு ஊரில் இருக்கிற எல்லோரும் ஓடிவந்து, செய்தி அறிந்ததும் 'அய்யோ குய்யோ' எனக் கத்த, சாலம்மாவோடு சில பெண்கள் சேர்ந்துகொண்டு மாரிலடித்துக்கொண்டு ஒப்பாரி வைக்கத் தொடங்கினர்.

அதைப் பார்த்ததும் தொண்டைக்குள் அடைத்துக்கொண்ட களி உருண்டையைப் போலத் துக்கம் அடைத்துக்கொள்ள ரெட்டியாருக்கு மூச்சுத் திணற கண்கள் கலங்கின. கை, கால்கள் நடுங்க, படபடப்போடு திண்ணையில் சாய்ந்த அவர், நெஞ்சைப் பிடித்துக்கொண்டார். அதைப் பார்த்ததும் குப்பன் பதறினார்.

"இன்னா ரெட்டியாரே... இன்னா ஒரு மாதிரியா கீற?" என்றார்.

"ஒன்னுமில்லடா பங்காளி... மார அடைக்கிற மாதிரி கீது... ஒடம்பே பாரமா... ஆலமாலயா வர்துடா" என்றார்.

"இன்னா ரெட்டியாரே... ஊருக்கே தெகிரியம் சொல்ற பெரிமன்சங் நீ... நீயே இப்டி ஆயிட்டா நாங்கல்லாம் இன்னா ஆவறது? மன்ச உட்றாத ரெட்டியார" என்று அவரைத் தேற்றினார்.

அவர்களைக் கவனிக்காத பெண்கள் இன்னும் ஓங்கிக் குரலெடுத்து ஒப்பாரி வைக்க, பூங்காவனமும் மார்பிலடித்துக் கொண்டு அந்த ஒப்பாரியில் கலந்தாள்.

ஊரில் மிச்சமிருந்த பெண்களும், கொல்லைமேடுகளில் இருந்த ஆண்களும், பெண்களும் ஓடிவர, முருகவேல் அதைப் பார்த்து என்ன செய்வதென்று தெரியாமல் நின்று கொண்டிருந்தான்.

அந்த ஊரிலும், பக்கத்து ஊர்களிலும் இருக்கிற சம்சாரிகள் எல்லோரது நிலங்களும் அரசாங்கம் வெளியிட்ட பட்டியலில் இருப்பதை அறிந்து எல்லா ஊரிலும் இப்படி ஒப்பாரிகளும், ஏச்சுகளும், சாபங்களும், மண்ணை வாரித் தூற்றுவதுமாய் ஒரே களேபரமாய் இருந்தது.

ஒரு காணி, அரைக் காணி, கால் காணி, அரைக்கால் காணி என நிலத்தை இழக்கப் போகிறவர்களின் கதறல்கள் அன்று

முழுவதும் விடாமல் தொடர்ந்தது. ரெட்டியார் வெளியே எங்கும் நகராமல் திண்ணையிலேயே சாய்ந்து கிடந்தார்.

சில ஆண்கள் சாராயத்தை உறிஞ்சிவிட்டு சர்க்காரையும், தாலுகா ஆபீசையும், பெல் நிறுவனத்தையும் அளக்க வந்த அதிகாரிகளையும் வண்டை வண்டையாய் திட்டித் தீர்த்தனர். தெற்கு திசையைப் பார்த்து காரி காரித் துப்பினர்.

ஜிட்டன் கோயிலுக்குப் பக்கத்திலிருக்கிற புங்க மரத்தில் ஏறி, அதன் உச்சியில் நின்று, தெற்குத் திசையைப் பார்த்துக் காரித் துப்பிவிட்டுக் காதுகள் கூசும் அளவுக்கு வண்டை வண்டையாய் திட்டித் தீர்த்தார்.

அவருக்குக் கரிங்கலுக்குக் கீழே அரைக் காணி நிலம் இருக்கிறது. செம்மண் நிலம். அதில் வேர்க்கடலை போட்டால் நத்தை நத்தையாகச் செடிக்கு கால் படி காய் பிடிக்கும். ஊடு பயிராக விதைக்கிற பெருங்காராமணி முழங்கை நீளத்திற்கு முருங்கைக் காய்களைப்போலக் குலை குலையாய் காய்த்துத் தொங்கும். அதேபோல மொச்சைக்காயும் சரம் சரமாய்க் காய்க்கும்.

ஏரிக்குக் கீழே நன்செய் நிலத்தில் விளைகிற நெல் சோற்றுக்கும், களி நொய்க்கும் ஆனால் மானாவாரியில் விளைகிற கம்பு, சோளம், கேழ்வரகு களிக்கும், கூழுக்கும் மாவாக, ஊடு பயிராக விளைகிற கொட்டை வகைகள் குழம்புக்கும், துவரை சாம்பாருக்குமாய்ச் சம்சாரியை வாழ வைப்பதே மானாவாரி நிலங்களான புன்செய் நிலங்கள்தான்.

'சர்க்கார் சட்டப்படி நன்செய் நிலங்களை ஆர்ஜிதம் செய்யக்கூடாது என்பதால், புன்செய் நிலங்களை மட்டும் ஆர்ஜிதம் செய்வதாக' லாலாப்பேட்டையில் பேசிய ஒரு அதிகாரி சொன்னது ரெட்டியாருக்கு இப்போது நினைவுக்கு வந்தது.

"நஞ்சயோ... புஞ்சயோ எத எட்த்தாலும் நோவு யாருக்கு...? ஒடம்புலயிருந்து ஈரல உருவனாலும், குண்டிக்காய உருவனாலும் சாவப்போறது சம்சாரிதான்... சட்டம் போட்ட தாயோளிப் பசங்கள நிக்கவெச்சி அவனுங்க ஒடம்புலயிருந்து இப்டி ஒவ்வொன்னா உருவி எடுத்தா அவுனுங்களுக்குத் தெரியும்... நோவும் நோப்பாளமும்...." என்று வாய்விட்டே திட்டிய ரெட்டியார், ஜிட்டனின் ஆர்ப்பாட்டத்தைப் பார்த்ததும் எழுந்து

அங்கே போனார். படபடப்பு கொஞ்சம் குறைந்த மாதிரி இருந்தது அவருக்கு.

"டே... ஜிட்டா கீய எறங்கி வாடா... கைய கால உட்டினா... அப்பறம் அது வேற காலத்துக்கும் அனுபவிக்கணும்... மொதல்ல கீய எறங்கு... திட்டணும்னு ஆத்திரமா இருந்தா கீய வந்து திட்ரா... எங்கயிர்ந்து திட்டனாலும் எவங் காதலயும் அது வியப்போறதில்ல... மலயப்பார்த்து நாயி கொலைக்கிற மாதிரி நாம கொலச்சி இப்போ இன்னாடா ஆவப்போவுது?" என்று மேலே பார்த்துக் கத்தினார். கத்தியதும் மீண்டும் அவருக்குப் படப்படப்பாக இருந்தது.

"இல்ல ரெட்டியார... அந்தப் பேமானிக்கு பொறந்தவனுங்க... அன்னிக்கி அளக்கும்போது இன்னா சொன்னானுங்க...? சொம்மா வந்து கீறோம்னு சொல்லிட்டு இப்போ பேப்பர்ல போட்டுக் கீறாங்களாம்... அவங்கள ஆத்திரம் தீர்றவரைக்கும் திட்லனா எனுக்கு ராத்திரிக்கு தூக்கமே வராது ரெட்டியார" என்றார்.

"இப்போ திட்டிட்டா மட்டும் தூக்கம் வந்துருமாடா...? இனுமே நமுக்குத் தூக்கம் ஏது... நிம்மதி ஏதுடா... இனுமே எல்லாமே ஒரேயடியா போய்டும்டா" என்றார் வேதனையாக.

அதைக் கேட்டதும் இன்னும் ஆவேசமாகக் கத்தத் தொடங்கினார் ஜிட்டன்.

"டே... அவுசாரிக்குப் பொறந்த பேமானிப் பசங்களே... கம்பினி கட்னமுன்னா... உங்கொம்மா... '...லே' போய்க் கட்டுங்கடா... எங்களுக்குக் கீற செரங்கா எடத்துலதாங் வந்து கட்டணுமா...? எங்கூர்ல கம்பினி கட்டுன்னு எவன்டா வந்து கேட்டது? நாங்க கேட்டமா? எவன்டா உங்குளுக்கு வெத்தல பாக்கு வெச்சிது...? தூ... பேபர்சிங்களே.." என்று காரித்துப்பிக் காலைத் தூக்கி தெற்குத் திசையைப் பார்த்துக் காற்றில் உதைத்தார்.

அவ்வளவுதான். அவர் வலது காலைக் காற்றில் வீசியபோது கிளையில் நின்றிருந்த இடது கால் நழுவ, தடுமாறி கைகள் காற்றில் துழாவ, கைக்கு எட்டிய புங்க மண்டையைப் பிடித்தார். அது அவர் பாரம் தாங்காமல் முறிந்து சரிய... கண் இமைக்கும் நேரத்தில் அது நடந்து விட்டது. உச்சிக் கிளையிலிருந்து அவர் சுதாரிப் பதற்குள் வேகமாகக் கீழே சரிந்த அவர் உடல் நெட்டுக்குத்தலாய் தரையில் விழுந்து மோதியதும் பெருங்குரலில் அலறினார்.

இப்படி ஏதாவது நடந்துவிடுமோ எனப் பயந்த ரெட்டியார் அந்த அலறலைக்கேட்டு "ஐயோ... சொல்லிகினு இர்க்கும் போதே... வீய்ந்துட்டானே... ஓடியாங்கடா... ஓடியாங்கடா" என்று கத்திக்கொண்டு ஓடினார்.

அலறலைக் கேட்டு சூறைக்காற்றைப்போல அங்கே ஓடிவந்த சில இளைஞர்கள் அவரைத் தூக்கி உட்கார வைத்தனர். வலது கையின் பூட்டு விலகியிருக்க, ரத்த காயம் ஏதும் இல்லை. அதோடு போனதே என்று நிம்மதியாக அவரைத் தூக்கி நிற்க வைக்க, அலறிக் கொண்டு சரிந்தார். இடுப்பைப் பிடித்துக்கொண்டு புரண்டார்.

"யேய்... இன்னா ஆச்சிடா ஜிட்டா... ஒன்னுமில்ல... ஒன்னுமில்ல... பயப்படாத... சொம்புல தண்ணி எட்த்தாங்க" என்று கத்திய ரெட்டியார் யாரோ கொண்டுவந்து நீட்டிய சொம்பை வாங்கி ஜிட்டனின் வாயில் புகட்டினார். அதை ஒரு மிடறு குடித்தவர் அதற்குமேல் குடிக்க முடியாமல் திணற, சுற்றி நின்ற கூட்டம் காச்சு மூச்சென்று கத்தியது.

"அப்பால ஒத்திப்போங்க... சுத்தி நின்னுகினு கத்தாதீங்க... நவுருங்க" என்று அதட்டிய ரெட்டியார், ஜிட்டனின் இடது தோள் பட்டைக்குக் கீழே கையை நுழைத்துத் தூக்கினார்.

"ஒன்னுமில்லடா ஜிட்டா... மொல்லமா எய்ந்து நில்லுடா... கையிதாங் பூட்டு வெலகிப் போயி கீது... புத்தூர்ல போயி மாவுக் கட்டுப் போட்டா செரியா பூடும்... மெதுவாக எய்ந்திரு" என்றார்.

பல்லைக் கடித்துக்கொண்டு எழுந்து நின்ற ஜிட்டன். அடிமரம் முறிந்த மரம்போல மீண்டும் அலறிக்கொண்டு கீழே சரிந்தார்.

"அய்யோ... இடுப்பு.... இடுப்பு ஒடிஞ்சி பூட்ச்சே... நோவு தாங்கமுடியலியே" என்று கத்தினார்.

அதை எதிர்ப்பார்க்காத சனங்களுக்கு வாயடைத்துப்போனது. ஒருவரிடமும் பேச்சு மூச்சில்லை. 'கப்சிப்' என நிசப்தம்.

"டேய்... ஜிட்டா... அதெல்லாம் ஒன்னுமிருக்காதுடா... இடுப்புல புட்ச்சிகினு இர்க்குங்.. எய்ந்து நின்னு கால ஒதறுடா... செரியாய் போவுங்" என்று அவனை மீண்டும் தூக்கினார் ரெட்டியார்.

அதற்குப் பிறகு தான் இளசுகள் சுதாரித்துக்கொண்டு... மெதுவாய் அவரைப் பிடித்துக்கொண்டு தூக்கி நிறுத்தின.

“அய்யய்யோ... உயிரு போவுதே... உட்ருங்க உட்ருங்கடா என்ன... ஏங் இடுப்பு ஒடிஞ்சிப் போச்சி... ரெட்டியார” என்று கத்தினார். ஏறியிருந்த போதை போன இடம் தெரியவில்லை.

“ஒன்னும் ஆவாதுடா ஜிட்டா... புத்தூரு ஈசலாவரத்துக்குப் போயி கட்டுப்போட்டா இடுப்பே ஒடிஞ்சியிருந்தாலும் செரியாப் பூடும்... போயி எங்கூட்ல கீற கட்ல தூக்கிகினு வாங்க” என்றார் சத்தமாக.

இரண்டு பேர் கட்டில் தூக்கிவர ஓட... அப்போதுதான் தகவல் தெரிந்து, கரிங்கல் பக்கமிருந்து மார்பிலடித்துக்கொண்டு ஓடி வந்தாள் ஜிட்டனின் மனைவி வள்ளியம்மாள்.

“அய்யோ... கெங்கம்மா... மாரியம்மா... உனுக்குக் கண்ணு யில்லியா... வெள்ளிமல முருகா... உனுக்கு இன்னா கொற வெச் சோங்... எங்கோராமய நானு யாருகிட்டப் போயி சொல்லுவங்... அய்யோ... அய்யோ” என்று ஜிட்டன் மீது விழுந்து புரண்டாள் வள்ளியம்மா.

“தே... வெள்ளிமா... எய்ந்திரு... நீயே பஜேரி மாதிரி கத்தி ஆம்பளைய காபரா பண்ணாத... ஒன்னும் ஆவாது சொம்மா இரு” என்று அவளை அதட்டினார் ரெட்டியார்.

ஏர் ஓட்டிக்கொண்டிருந்த ஜிட்டனின் பெரிய மகன் சண்முகமும், அங்கே புல் அறுத்துக்கொண்டிருந்த அவனது மனைவியும் அரக்கப் பரக்க ஓடி வந்தனர்.

கட்டிலைத் தூக்கி வந்த இளைஞர்கள் அதைத் திருப்பிக் கவிழ்த்து, அதில் ஜிட்டனைத் தூக்கிப் படுக்க வைத்தனர். ஒரு துணி தலையணையைத் தலைக்குக் கீழே வைத்து, முன்னே ஒருவரும், பின்னே ஒருவரும் என இரண்டு இளவட்டங்கள் தூக்கிக்கொண்டு கூசமலை செக்போஸ்ட்டுக்கு வேக வேகமாய் நடக்கத் தொடங்கினர். பின்னாலேயே ஓடினாள் வள்ளிம்மாள். பரபரப்பாக வீட்டுக்குள் ஓடிய ரெட்டியார் ஜிப்பாவை மாட்டிக்கொண்டு, டிரங்குப் பெட்டியைத் திறந்து ஐநூறு ரூபாயை எடுத்து, டவுசர் ஜோபியில் திணித்துக்கொண்டு வெளியே ஓடிவந்தார். அங்கேயே விழித்துக்கொண்டிருந்த சண்முகத்தை அதட்டினார்.

"இன்னாடா... இப்படி முய்ச்சிகினு நிக்கற... களம்புடா" என்றார்.

"மாமா... ஊட்ல ஒரு பைசாகூட இல்ல மாமா... அதாங்..." என்று இழுத்தான். அவன் குரல் பரிதாபமாக இருந்தது.

"நானு நெல்லு பயிருக்கு மருந்து வாங்க வெச்சிருந்த துட்ட எடுத்துகினு வந்து கீறங்... வா... மீதியெல்லாம் அப்பறமா பாத்துக்கலாங்" என்றார்.

அதைக் கேட்டதும்தான் தைரியம் வந்தது அவனுக்கு.

"நானு... இதோ சர்ட்டு போட்டுகினு ஓடி வந்துர்ரேங்... நீ போயிகினே இரு மாமா" என்று வீட்டை நோக்கி ஓடினான்.

ரெட்டியார் ஓட்டமும் நடையுமாக முன்னே போன கூட்டத்தை நெருங்கினார். சேரியைத் தாண்டி மானாவாரி நிலத்தில் கொடி வழியில் இறங்கிய கூட்டம், கோடியூர் கொள்ளாபுரியம்மன் குளத்தைத் தாண்டியதும் கட்டிலை வேறு இரண்டு இளைஞர்கள் மாற்றிக் கொண்டனர்.

திமுதிமுவென ஓடி, பாலாபுரத்தைத் தாண்டியதும், வேறு இரண்டு பேர் கட்டிலை மாற்றிக்கொண்டனர். ஓட்டமும் நடையு மாய் ஓடி இரண்டு மைல் தூரத்தைக் கடந்து செக்போஸ்டுக்கு அந்தக் கும்பல் வந்து சேர்ந்தபோது கூசமலையின் மீது நின்றிருந்த ஒற்றைப் பனை மரம் பார்வைக்கு மங்கத் தொடங்கியது. வருகிற வழியெல்லாம் இந்த ஊர்வலத்தைப் பார்த்தவர்கள் கும்பல் கும்பலாக நின்று அரற்றிக்கொண்டும், சர்க்காரை திட்டிக்கொண்டு மிருக்க, அதைப் பார்க்கப் பார்க்க மனசு கனத்தபடி ஓட்டமாய் ஓடிவந்த சண்முகம் கூசமலையை அடைந்தபோது நேராகத் திருத்தணிக்குப் போகிற பாரதி பஸ் மிளகாய்குப்பம் வளைவில் வருவது தெரிந்தது.

அங்கிருந்து சோளிங்கர் வழியாகத் திருத்தணி போக இரண்டு மணி நேரம். அங்கிருந்து நகரிப்புத்தூர் போய் ஈசலாவரம் போக இரண்டு மணி நேரம். எப்படியும் இரவு பத்துமணி தாண்டிவிடும்.

பேருந்து நின்றதும் இரண்டு இளைஞர்கள் ஜிட்டனைப் பிடித்துப் பேருந்தில் ஏற்ற, வலியில் வாய்விட்டுக் கதறினார் அவர். அவர்களோடு வள்ளியம்மாளும், சண்முகமும் ஏறிக்கொள்ளக் கடைசியாக ஏறிக்கொண்டார் ரெட்டியார்.

அவர்களைப் பார்த்ததும் இருக்கையில் உட்கார்ந்திருந்தவர்கள் எழுந்து கொள்ள, மூன்று பேர் அமரும் இருக்கையில் அவரைப் படுக்க வைத்ததும், பக்கத்தில் அமர்ந்துகொண்ட வள்ளியம்மாள், தனது புடவை முந்தானையால் அவரின் முகத்தைத் துடைத்து விட்டு, அந்த முகத்தையே பார்த்துக் கொண்டிருக்க, அவளது கண்களில் கண்ணீர் வழியத் தொடங்கியது.

பேருந்து குலுங்க குலுங்க வலியில் கத்திய ஜிட்டன், கண்களை மூடிக்கொண்டார்.

“கொஞ்சம் மெதுவா ஓட்டுப்பா...” என்ற ரெட்டியாரின் பரிதாபமான குரலைக் கேட்டதும் பேருந்தின் வேகத்தைச் சற்றுக் குறைத்தார் ஓட்டுனர்.

பேருந்தில் ஏறிய பயணிகள் ஒவ்வொருவரும் அவர்களை விநோதமாகப் பார்த்துவிட்டு, பின்னர் விஷயமறிந்ததும் வாயடைத்துப் போயினர்.

“நெலம் போனா போவுது... ஒடம்புல உசுரு இருந்தா நாலு ஏக்கராகூட வாங்கலாங்... உசுரு போய்ட்டா இன்னா பண்றது?” என்றனர் சிலர்.

“டே... ஜிட்டா... இன்னா ஆனாலும் மனச மட்டும் உட்றாதடா... மூணுவாட்டி மாவு கட்டுப்போட்டா... எலும்பே ஒடஞ்சி போனாக்கூட ஒன்னா கூடிடும்... புத்தூரு பச்சில கட்டுக்கு தூளா நொறுங்கிப்போன எலும்புங்களே ஒன்னா சேர்ந்திடும். ஒண்ணும் பயப்படாதடா” என்றார் ஆறுதலாக.

அதைக் கேட்டதும் சற்றுத் தைரியம் வந்தது ஜிட்டனுக்கு. பல்லைக் கடித்துக்கொண்டு சிரிக்க முயன்றார். முடியவில்லை.

“நீ இன்னமே... கண்ல தண்ணிய உட்டுக்குனு கீற... கண்ணத் தொடச்சிகினு கம்னு வா... அதாங் ரெட்டியாரு சொல்றாரே...” என்றார் நம்பிக்கையுடன் ஜிட்டன் தன் மனைவியிடம்.

பேருந்து ஒரே சீரான வேகத்தில் ஓடத் தொடங்கியது.

புத்தூர் கட்டோடு மூன்று மாதங்கள் படுக்கையில் படுத்துக் கிடந்த ஜிட்டன் மெதுவாய் எழுந்து உட்காரவும், மனைவியைப் பிடித்துக்கொண்டு நடக்கவும் தொடங்கினான்.

ஆறு மாதத்துக்குப் பிறகு கொம்பு ஊணியபடி தானே நடக்கத் தொடங்கினான். அது சற்று தெம்பாக இருந்தது அவனுக்கு. ஆனால் தடியில்லாமல் அவனால் நடக்க முடியவில்லை.

ஆறேழு மாதங்கள் ஆன பிறகும், நிலம் எடுக்க எந்த அதிகாரியும் ஊர்ப்பக்கம் வரவில்லை. ஜனங்களிடம் அதிகமான எதிர்ப்பு இருப்பதால் நிலம் எடுக்கும் அதிகாரிகள் தற்காலிகமாக அந்தத் திட்டத்தைத் தள்ளிப் போட்டிருப்பதாகவும் ஜனங்களின் கோபம் குறைந்தபிறகு வர இருப்பதாகவும் குப்பன் சொன்னார்.

என்றைக்காவது ஒரு நாள் திடுதிப்பென்று அதிகாரிகள் வந்து காணிக்கல் நடத்தான் போகிறார்கள் என்றார் குப்பன்.

அந்த நாளை நினைத்து ஊரே திகிலடித்துப்போய் நாட்களை நகர்த்தத் தொடங்கியது.

ஊரே திகிலில் இருக்க, முருகவேலுவின் உலகமோ வேறு திசையில் விரியத் தொடங்கியது.

26

ஏரிக்குக் கீழே நெல் அறுவடையும், கிணற்றுக்குக் கீழே கேழ்வரகு, கம்பு, மிளகாய், கத்தரி, தக்காளி அறுவடையும், மானாவாரியில் வேர்க்கடலையும், காராமணி, மொச்சை விளைச்சலுமாய் மாறி மாறி வானும், மண்ணும் அதுவரை மாயங்கள் செய்து கொண்டேதான் இருந்தன.

விளைந்தவை எல்லாம் களியாகவும், கூழாகவும், சோறாகவும், சுண்டலாகவும், குழம்பாகவும் இறுதியில் ஏரிக்கரைகளிலும், காடுகளின் வெள்ளேரி, காரை புதர்ச்செடிகளுக்குப் பின்னாலும் மலமாகவும் மாறிக் கொண்டேயிருந்தன. மலமானவை போகக் கொஞ்சமே கொஞ்சம் மனிதர்களின் கை, கால்களாகவும், நகமாகவும், முடியாகவும் வளர்ந்து கொண்டிருந்தன.

முருகவேலுவுக்கும் கை, கால்களும், விரலும், நகமும், முடியும், வயிறும், மார்பும் வேகவேகமாக வளர்ந்து கொண்டிருந்தன. நெடுநெடுவென்று உயரமாகவும், சின்னசாமி ரெட்டியாரைப் போன்று ஆகுறுதியோடும் அவன் வளர வளர பூங்காவனத்துக்குப் பூரிப்பாகவும், சின்னசாமிக்கு பெருமையாகவும் இருந்தது. கிழவி ஜிலேபியைப் பார்ப்பதுபோல ஆசை ஆசையாகப் பார்த்தபடி பேரனையே சுற்றிச் சுற்றி வருவாள்.

அவனோடு படித்த சுப்பு வள்ளிமலையில் பத்தாவது பரீட்சை எழுதி முடித்தபோது, இவன் ஏர் ஓட்டுவதிலும், பரம்படிப்பதிலும் சூரனாய் மாறி இருந்தான்.

மேல் உதட்டுக்கு மேலே பூனை முடிகள் முளைக்கத் தொடங்கியபோது, அவனுக்குள் என்னென்னவோ நடந்தது. கண்ணாடியை முறைத்துக்கொண்டிருப்பதும், டவுசர் ஜோபியில் சீப்பு வைத்துக் கொள்வதும் பழகிப் போனது. டவுசருக்குமேல் லுங்கி கட்டத் தொடங்கினான்.

உழவு வேலைகள் முடிந்தபின் காட்டில் மாடுகளை மேய விட்டு, அவனையொத்த கூட்டாளிகளோடு உட்கார்ந்து மணிக் கணக்காய்ப் பேசிக்கொண்டிருந்தான். மாடுகளைத் தொழுவத்தில் கட்டிவிட்டு, கை, கால், முகம் கழுவி, தலை சீவி, பவுடர் பூசி, இரவு உணவுக்குப்பின் கோயிலின் பின்புறமும், ஏரி மதகின் மீதும், ஆலமரத்தடியிலும், வாராவதியின்மீதும் உட்கார்ந்து பேசிக் கொண்டேயிருந்தனர். பேச்சு! பேச்சு! எப்போதும் பேச்சு! என்னென்னவோ பேசினர். அதிகமாக ஊரில் இருக்கிற குமரிகளைப் பற்றியும், அவர்களின் சிரிப்புகள், பார்வைகள், வெட்கங்களைப் பற்றியும் பேசினர். சதுரகுட்டையில் ஆடுகளை மேய்த்துக் கொண்டே, உடன் ஆடு மேய்க்கும் பெண்களை மேய்க்கும் நடேச ரெட்டியாரின் கதை, கடலை பறிக்கும்போது சோளக் கொல்லையிலே மல்லிகாவைக் கவிழ்த்த முனியப்பா ரெட்டியார், மாடு பிடிக்கப் போகும் ஊர்களில் எல்லாம் மேய்ந்துவிட்டு வரும் சுப்பா ரெட்டியார் கதை, நெற்பயிர் வரப்பில் புல்லறுத்துக் கொண்டிருந்த மகேஸ்வரியின் இடுப்பில் கைவைத்து, அவள் அரிவாளைத் தூக்கிக்கொண்டு துரத்த, வழியெல்லாம் வளர்ந்த பயிர்களை மாடு மிதிப்பதைப்போல மிதித்துக்கொண்டு ஓடி, மறுநாள் அத்தனை நிலத்துக்காரனும் ஒட்டுமொத்தமாய்ச் சேர்ந்து வந்து திட்ட, மூன்று நாட்கள் வீட்டைவிட்டு வெளியே வராமல், குளி குளித்தவளைப்போல உள்ளேயே படுத்துக்கிடந்த நல்லப்ப ரெட்டியார் கதை என எப்போதும் பேச்சு. கிழவிக்கோ பேரனைப் பார்த்துக்கொண்டே இருக்கவேண்டும். அவர்கள் எங்கே இருந்தாலும் அங்கே போய்த் தூரத்தில் நின்று பார்த்துவிட்டு வருவாள். இரண்டு மணி நேரம் பேரனைப் பார்க்கவில்லை என்றாள் தவித்துப் போவாள்.

“முனுமுனுமுனுன்னு பொட்டச்சிங்க மாதிரி எப்பப் பாத்தாலும் இன்னாதாங் பேசிகினு கீறானுங்க இவனுங்க’ என்று தானாகச் சலித்துக் கொள்வாள் கிழவி.

“டே நைனா... சொம்மா சொம்ம்மா அப்படி இன்னாதாங் பேசிகினு கீறீங்கோ... வேளையா வந்து பட்த்துகினு தூங்குடா” என்று பேரனை நச்சரிப்பாள்.

“அய்யே... வர்ரம் போம்மா... இங்க இன்னாத்துக்கு நீ சுத்தி சுத்தி வந்துகினு கீற?” என்று பாட்டியை அதட்டுவான்.

“அங்க புயு பூச்சி இர்க்குண்டா நைனா... இன்னாத்துக்குடா இர்ட்டுல குந்திகினு கீறிங்க.. பேசர்த அப்டி கரண்டு லைட்டு வெளிச்சத்துல குந்திகினு பேசுங்களாண்டா” என்பாள்.

“புயுவுமில்ல பூச்சியிமில்ல... போம்மா வர்ரேங்” என்று பாட்டியைத் துரத்துவான்.

பாட்டியைப் பாட்டி என்று அழைப்பதில்லை. ‘அம்மா’ என்றுதான் கூப்பிடுகிறான். அம்மாவைவிட அவனுக்குப் பாட்டியிடம்தான் ஒட்டுதல் அதிகம்.

அவன் படுக்க வரும்வரை தூங்கமாட்டாள் கிழவி. பேரனுக்குப் பாயும், தலையணையும் போட்டுவிட்டு, திண்ணையிலேயே குந்தியிருப்பாள். அவன் படுத்த பிறகுதான் போய்ப் படுப்பாள்.

வள்ளிமலையில் சினிமா கொட்டகை திறந்ததிலிருந்து அடிக்கடி இரண்டாவது ஆட்டம் சினிமா பார்க்கப் போய் விடுகிறான். படம் பார்த்துவிட்டு வரும்வரை தூங்கமாட்டாள் கிழவி. அதுவரை அம்மிக்கல்லில் பாக்கை வைத்து நொறுக்கி வாயில் போட்டு வெத்திலையும், சுண்ணாம்பும் அதக்கிக்கொண்டு உட்கார்ந்திருப்பாள். அவன் வந்து சத்தமில்லாமல் கதவைத் திறந்து படுக்கும்போது “ஏண்டா நைனா... இந்த இர்ட்டுல பாம்பு பூச்சி எதுனா தீண்டிச்சின்னா இன்னாடா பண்றது?” என்பாள் கவலையோடு.

அதற்குப் பிறகே விளக்கை அணைத்துவிட்டுப் படுப்பாள் தாய் பூங்காவனமும். சின்னசாமி செருமிவிட்டு, கட்டிலில் திரும்பிப் படுப்பார்.

முருகவேலுவுக்கும், அவன் கூட்டாளிகளுக்கும் பொழுதுகள் இறக்கை கட்டிப் பறந்து கொண்டிருந்தன. கண்ணாடியில் அவனது முகத்தை அவனே அலுக்காது பார்த்துக்கொண்டிருப்பான். தலை முடியை நாளுக்கொரு வகையாக வாருவான். விடிந்ததிலிருந்து சூரியன் இறங்கும்வரை சேற்றிலும், காட்டிலும் வெயிலோடு கிடந்தாலும் அவனது மாநிற முகத்தில் ஒரு ஈர்ப்பு இருந்தது. பிறந்த போதிருந்த சிவந்த நிறம் குன்றி மாநிறமானாலும், அந்த மாநிறத்துக்கே உரிய கம்பீரமும், அழகும் அவனுக்கே கிறக்கத்தை ஏற்படுத்தும். பவுடர் பூசி, நெற்றியில் ஒரு கீற்றுப்போலப் பவுடரை விரலால் தீட்டிக்கொண்டு, அரும்பிவிட்ட மீசையை விரல்களால் தடவிக்கொண்டே நடப்பான்.

"டே மாப்ள... போதுண்டா... வெரலு பட்டுப்பட்டு மீச பத்திக்கப்போவுது" என்று கிண்டலடிப்பார்கள் கூட்டாளிகள்.

"மீசய யார்ரா தடவனாங்க... அங்க இன்னாவோ நமுச்சுலு எடுக்குறமாரி இர்ந்திச்சினு தேச்சேன்" என்பான்.

"ஆமாமா... மீசயாண்ட மட்டும் உனுக்கு எப்பவுமே நமச்சிலு எடுக்கும்டா" என்று சிரித்துவிட்டு "ஊர்ல உனுக்கு ஒர்த்தனுக்கு தான் மீச மொள்ச்சி கீது பாரு" என்று கண்ணடிப்பார்கள்.

சிரிப்பும், கேலியுமாய் அவர்கள் உலகம் பூத்துக் குலுங்கியது. முருகவேலுவை ஒத்த வயதுடையவர்கள் ஒரு கூட்டமாகவும், அவர்களைவிடப் பெரியவர்கள் ஒரு கூட்டமாகவும் வயசுக்கேற்ப மூன்று நான்கு குழுக்கள் ஊரில் அங்காங்கே அமர்ந்து பேசிக் கொண்டிருப்பார்கள். வயதானவர்கள் பஜனைக் கோயிலுக்கு முன்னால் மின்விளக்கு வெளிச்சத்தில் தாயம் உருட்டுவார்கள்.

சின்னஞ்சிறுசுகள் ஆடு புலியாட்டம், திருடன் போலீஸ் ஆட்டம் என்று கத்திக்கொண்டிருக்கும். சில நேரங்களில் முருகவேல் குழு கபடி, உப்புப்பட்டை விளையாட்டு விளையாடும். அதைவிட அவர்களுக்குப் பேசுவதில்தான் ருசி அதிகமாக இருந்தது.

அவர்களின் பகல்களும், இரவுகளும் ஒன்றையொன்று துரத்திக் கொண்டு ஓடிக்கொண்டிருந்தன.

சின்னசாமி ரெட்டியாருக்குத்தான் நாளுக்கு நாள் மனதிற்குள் கவலை கூடிக்கொண்டே போனது. முருகவேலு யூரியா போட்ட கேழ்வரகு பயிரைப் போல நெடுநெடுவென வளர வளர அவரது

கவலையும் வளர்ந்துகொண்டே போனது. அவனது எதிர்காலத்தைப் பற்றி யோசிக்க யோசிக்க அவருக்குக் கண்களுக்குள் இருட்டிக் கொண்டே வந்தது.

அவனது மதமதர்ப்பான நடையும், ஊற்றுத் தண்ணீரைப் போலக் கொப்பளிக்கும் அவனது உற்சாகமான பேச்சுகளும், குறும்புப் பார்வையும் அவருக்குள் திகிலை வளர்த்தன.

தலைக்குமேல் வளர்ந்துவிட்ட பையனுக்கு எந்த வழியைக் காட்டுவது? எந்தத் திக்கில் அவனை நகர்த்துவது? என்று தெரியாமல் குழம்பினார்.

நான்கு எழுத்துப் படித்திருந்தால் ஏதேனும் ஒரு சர்க்கார் வேலைக்கு அனுப்பி இருக்கலாம். பத்தாவது தேறியிருந்தால்கூடப் போதும், மிலிட்டரிக்காவது அனுப்பிவிட்டிருக்கலாம். அப்படி மிலிட்டரியில் சேர்க்க அவனது பாட்டி சாலம்மாளோ, பூங்கா வனமோ கண்டிப்பாகச் சம்மதிக்க மாட்டார்கள். அவனைப் பிரிந்து அவராலேயே இருக்க முடியாது என்கிறபோது பெண்கள் எப்படித் தாங்குவார்கள்?

முருகவேலுவின் எதிர்காலம் பற்றி எண்ணி எண்ணி பகலும், இரவும் நிம்மதியின்றிக் கிடந்தார் சின்னசாமி. ஆனால் முருக வேலுவின் உலகமோ பூத்துப் பூத்துக்குலுங்கியது. எதைப் பற்றிய கவலையும் இன்றி வண்ண வண்ணமாய்ப் பூத்துச் சிரித்தது அவன் உலகம்.

சின்னசாமியின் கவலைகளோ, அவரது நிம்மதியிழந்த தவிப்போ எதையும் உணராமல் முருகவேலுவின் பொழுதுகள் வண்ணங்களைக் குழைத்து குழைத்து ஊரெங்கும் படரவிட்டது. மலர்களும், கனிகளும் குலுங்கும் சோலைவனமாக அவனது உலகம் அவனை வசீகரித்தது.

சின்னசாமியோடு மதியம் வரை நிலத்தில் இருப்பதும், அதன் பிறகு காளைகளைக் காட்டுப்பக்கம் ஓட்டிக்கொண்டுபோய் மேய விட்டு, சகாக்களோடு அரட்டையடிப்பதுமாக அவனது பொழுதுகள் பறக்க, சின்னசாமி யோசனையும், தவிப்புமாய் நாட்களை நகர்த்த முருகவேலு மிகச்சரியாய் அப்போதுதான் வாலிபத்தின் வாசலுக்குள் நுழைந்திருந்தான்.

அடுத்தடுத்து வந்த நாட்களெல்லாம் இறக்கை கட்டிப் பறக்க, திரண்ட கை, கால்களும், புஜமும், நாகத்தின் படத்தைப்போல விரிந்த முதுகும், அருகம்புற்களைப் போன்ற அரும்பு மீசையுமாய்ப் பதினெட்டு வயதில் முருகவேலு ஊருக்குள் வலம்வரத் தொடங்கிய போது, முறைப் பெண்களின் கனவுகளுக்குள்ளும் நுழையத் தொடங்கினான்.

அவன் வளர வளர அதற்கு மேலும் அவனை மாடு மேய்க்க அனுப்பக்கூடாது என நினைத்த சின்னசாமியின் கவலையும், கறையான் புற்றைப்போல் சடசடவென வளரத் தொடங்கியது.

இன்றைக்கோ, நாளைக்கோ நிலத்தைப் பிடுங்கிக் கொள்ள ஓலை அனுப்பப்போகும் சர்க்கார் ஒருபுறம், பொய்த்துப்போன மழை ஒரு புறம், கனவு தேசத்துக்குள் பறந்து கொண்டிருக்கும் மகன் ஒரு புறம்.

பரம்பரை பரம்பரையாய் கஞ்சி ஊற்றிய நிலத்தை நம்பி இனி காலந்தள்ள முடியாது. ஆனால் அதைச் சற்றும் உணராது, செழித்து வளர்ந்து காற்றோடு நடனமாடும் எள்ளுச்செடிகளைப்போன்று பூரித்துக் குலுங்கும் மகனை நினைத்துத் தூக்கத்தைத் தொலைத்தார் சின்னசாமி. மூன்று பெண் பிள்ளைகளை வளர்க்க, கட்டிக்கொடுக்க இதைப்போல ஒருநாளும் கவலைப் பட்டதில்லையே என்று நினைத்துக்கொண்டார்.

மனதைக் கல்லாக்கிக்கொண்டு ஒரு முடிவுக்கு வந்தார். இனி பயிரை நம்பி சுகமில்லை. மோட்டூரில் கட்டிக்கொடுத்த கடைக் குட்டி லட்சுமி, இப்போது பெங்களூரில் இருக்கிறாள். பயிர் வேலையே வேண்டாம் என்று அவள் வீட்டுக்காரன் பெங்களூர் போய், அங்கே மேஸ்திரி வேலை செய்து நன்றாகச் சம்பாதிக்கிறான். எனவே லட்சுமியிடம் முருகவேலுவை அனுப்பிவைத்து விடலாம் என்று பூங்காவனத்திடம் சொன்னார் ரெட்டியார். அதைக் கேட்டதும் அழத் தொடங்கிவிட்டாள் பூங்காவனம், உப்புக்கல் உதிர்வதைப்போல அவள் கண்களிலிருந்து கண்ணீர்த்துளிகள் உதிரத் தொடங்கின.

“ஒத்தைக்கு ஒரு புள்ளைய பெத்து, கண்காணாத எடத்துல அனுப்பிட்டு... இங்க என்னால ஒரு நாளு கூட இருக்க முடியாது” என்று கண்களைத் துடைத்தாள்.

"டே நைனா... வாணாடா... நம்பப் பாட்டங், முப்பாட்டனுங்க பொறந்து வளர்ந்து, வாய்ந்துட்டுப் போன இந்த மண்ணுல நம்பக் கொய்ந்திக்குதானா கஞ்சி குடிக்க முடியாம பூடும்? அர வயிறோ, கா வயிறோ நம்மளோடயே கஞ்சியோ கூவோ குட்ச்சிகினு கீட்டம்டா நைனா" என்று கெஞ்சினாள் கிழவி.

"உனுக்கு ஒன்னுந் தெரியாது... நீ சும்மாரும்மா... இருக்கற நெலத்த சர்க்காரு என்னிக்கி புடுங்கிகினு பூடுவான்னே தெரில... மய வேற இல்ல, ஆத்துல தண்ணியும் வர்ல... எத நம்பி இவன இங்க உட்றது? பெங்குளூருக்குப் போனா காரவேல* செஞ்சாகூட ராஜா மாதிரி இருக்கலாம்" என்றார்.

அதைக்கேட்டதும் முருகவேலு முதலில் முரண்டு பிடித்தான். அங்கே ஓயாமல் ஓடும் பேருந்துகள், விதவிதமான கட்டடங்கள், மக்கள் அணியும் வண்ண வண்ணமான உடைகள், ருசியான உணவு வகைகள் எல்லாவற்றையும் நினைத்துப் பார்த்தபின் பெங்களூர் போக ஒப்புக் கொண்டான்.

லட்சுமி வீட்டுக்கு ஒருமுறை பெங்களூர் போனபோதே அந்த ஊரின் மீது அவனுக்கு நம்ப முடியாத பிரமிப்பு இருந்தது. அவை எல்லாம் இப்போது வரிசையாக அவன் கண்களுக்குள் விரிந்தன.

அவனே ஒத்துக்கொண்ட பிறகு பூங்காவனமும், சாலம்மாவும் ஒன்றும் செய்ய முடியவில்லை.

அடுத்த சில நாட்கள் கழித்துச் சின்னசாமி ரெட்டியாருடன் முருகவேல் பேருந்து ஏறினான்.

பொன்னை வழியாகச் சித்தூர் சென்று, அங்கிருந்து பெங்களூர் பேருந்தில் ஏறி, ஐந்து மணி நேரம் பயணித்து மெஜஸ்டிக் பேருந்து நிலையத்தில் அவர்கள் இறங்கியபோது கிழக்கு மேற்கு புரியவில்லை சின்னசாமிக்கு.

கடல்போல் விரிந்த மெஜஸ்டிக் பேருந்து நிலையத்தில் வரிசை வரிசையாய் நிற்கும் ஏராளமான பேருந்துகளும், குறுக்கும் நெடுக்கு மாய் விரையும் ஆட்டோக்களும், தலைகளில் சட்டியைக் கவிழ்த்துக் கொண்டு பறக்கும் இருசக்கர வாகனங்களும் பார்க்கப் பார்க்க திகிலெடுத்தது ரெட்டியாருக்கு.

"தாயோளி... எவ்ளோ பஸ்சு... எவ்ளோ ஆட்டா" என்று வாய்விட்டே முனகினார். மாடிப் பேருந்துகளை வாயைத் திறந்துகொண்டு அதிசயமாகப் பார்த்தார்.

"டே நைனா எம் பின்னாலயே பாத்து உசாரா வாடா" என்று நீண்டு நிற்கும் பாலத்தின் மீது ஏறினார்.

பாலத்தின் மீது நடந்து அந்த முனையில் கீழே இறங்கியதும் ஆட்டோக்காரர்கள் சூழ்ந்து கொண்டனர்.

"பண்றி... எல்லி ஓகத்து....?" என்றனர்.

ஆட்டோவை அதிசயமாய்ப் பார்த்த முருகவேலை இழுத்தார் சின்னசாமி.

"வாடா... அவங்க அப்டிதாங் கூப்புடுவாங்க" என்றார்.

"பண்றி... கூத்கொள்றீ" என்று சில ஆட்டோக்காரர்கள் அவரின் கையைப் பிடித்து இழுத்தனர்.

"கைய உடுப்பா..." என்று உதறினார்.

"தமிளா... எங்க போவணும்?" என்றான் ஒரு ஆட்டோக்காரன்.

"இங்கதாங்... ஸ்ரீராம்புரம்" என்றார்.

"வா... வந்து ஆட்டோல உக்காரு பெரியவரே" என்றான் அவன்.

அதைக் கேட்டதும் ஆட்டோவில் ஏறப்போனான் முருகவேலு. அவன் கைப்பிடித்து இழுத்துக்கொண்ட சின்னசாமி, "இல்ல... எங்க மருமகங் வருவாங்" என்று சொல்லிவிட்டு, நடக்க ஆரம்பித்தார்.

எதிரில் பிரம்மாண்டமாய் தெரிந்த சிட்டி ஜங்ஷனை வாய்பிளந்து வேடிக்கை பார்த்த முருகவேலோடு, சின்னசாமியும் சேர்ந்து அதிசயமாய் அதைப் பார்த்தார்.

சாலையின் ஓரமாகவே நடந்து ரயில் பாலத்தில் நுழைந்து தெற்காக நடந்து, ஒக்ளிபுரம் சாலை முனையில் திரும்பி இறக்கமான சிரீராமாபுரம் சாலையில் நடந்து, மகள் வீட்டில் நுழைந்தபோது, குழந்தைக்குச் சோறு ஊட்டிக்கொண்டிருந்த லட்சுமி ஒரு கணம் திகைத்துவிட்டாள்.

அடுத்த கனம் "வா நைனா" என்றவள், குழந்தையைக் கீழே இறக்கிவிட்டு, ஓடிவந்து முருகவேலுவைக் கட்டிக் கொண்டாள்.

"குட்டி பையா எப்பிட்றா கீற?" என்று அவனை விழுங்கி விடுவதைப்போல் பார்த்தாள்.

"டே... குட்டி... இன்னாடா இவ்ளோ ஒசரமா வளர்ந்து இம்மாம் பெரிய ஆம்பளியா ஆயிட்ட?" என்றாள் கண்களில் பெருமிதம் பொங்க.

சின்னசாமி குழந்தையைத் தூக்கி, அதன் கன்னத்தில் முத்தமிட்டார்.

"லச்சுமி நல்லா கீறியாமா... உங்கூட்டுக்காரரு எப்டி கீறாரு... வேலைக்கி போயிக் கீறாரா?" என்றார் ரெட்டியார்.

"நல்லா கீறம்பா..." என்றவள், உள்ளே ஓடிப்போய் இரண்டு கிளாஸ்களில் தண்ணீர் கொண்டுவந்து இருவரிடமும் கொடுத்தாள்.

வந்த விஷயத்தைச் சொன்னதும் லட்சுமிக்குச் சந்தோசம் பிடிபடவில்லை. முருகவேலு மீது லட்சுமிக்கு எப்போதுமே கொள்ளைப் பிரியம். அவளைக் கட்டிக் கொடுத்தபோது அவனைவிட்டுப் பிரிய முடியாமல்தான் தவித்தாள். மாமியார் வீடு வந்து பல மாதங்கள் அவன்மீது ஏக்கமாகவே இருந்தாள்.

"ஆசப்பட்டா கூடப் போயிப் பாக்க முடியாத மாதிரி அவ்ளோ தூரத்துல பொயக்கப் போவணுமா?" என்று பூங்காவனமும், கிழவியும் தயங்கியபோது, சின்னசாமிதான் அவர்களைத் தேற்றினார்.

"பையங் தங்கமான பையங்... கொளத்து வேல செஞ்சா கை நெறய்யக் கூலி. பெங்களூரு இன்னா லண்டன்லியா கீது...? காத்தால பஸ்சு ஏறினா சாயங்தரத்துக்குள்ள போயிட்லாம். பாக்கணும்னு ஞாபகம் வந்தா போயி பாத்துட்டு வந்துட்லாம்" என்றார்.

விருப்பமே இல்லாமல்தான் அப்போது தலையாட்டினாள் பூங்காவனம். இதோ அவர்கள் பெங்களூர் வந்து நான்கு வருடங்கள் ஆகிறது. நினைத்தால் போய்ப் பார்த்துக்கலாம் என்று சொல்லிக் கொண்டார்களே தவிர, கிழவியும் பூங்காவனமும் லட்சுமிக்குச் சீமந்தம் செய்தபோது இங்கே வந்ததுதான். அதற்குப்பிறகு ஒரு முறைதான் வந்து போனாள் பூங்காவனம். அவர்கள் மட்டும் கங்கையம்மன் திருவிழாவுக்கு வருடத்துக்கு ஒருமுறை தவறாமல் ஊருக்கு வந்து போகிறார்கள்.

"பட்டாளத்துக்குப் போனவங்கள மாதிரி நாம வருசத்துக்கு ஒருவாட்டி பாத்துக்கற மாதிரி ஆயிட்ச்சியேடி" என்று மகளைக் கட்டிப்பிடித்துக்கொண்டு கண்ணீர் சிந்துவாள் பூங்காவனம்.

ஊருக்கு வரும் ஒவ்வொரு முறையும் முருகவேலுவை தன்னோடு வந்துவிடும்படி அழைப்பாள் லட்சுமி. அவள் சும்மா தமாசுக்காக அழைப்பதாக நினைத்துக்கொண்டு சிரிப்பார்கள் எல்லோரும்.

"பொண்ண சீக்கிரமா வளர்த்து ஆளாக்கிட்டு... அப்பறமா மாப்ளய கூப்புடு... அப்ப பறந்து வருவாம் பாரு" என்று சிரிப்பாள் கிழவி.

இரவில் வீடு திரும்பிய மருமகன் பாபு அவர்களைப் பார்த்ததும் ஆச்சரியத்தில் திகைத்தான்.

"நீ தாங் இவன பொறுப்பா பாத்துக்கினம்பா... இனுமே அந்த ஊர நம்பி புரோஜனமில்ல... இங்க ஒரு நல்ல வேலயக் கத்துக்குடு" என்றார் ரெட்டியார்.

"உடு மாமா... மச்சான நாம் பாத்துக்கறேங், இங்க கொளத்து வேலைக்கு ஆளுங்க பத்தல. ஆறு மாசம் எங்கூடமாட கை வேல செய்யட்டும். அப்பறம் மெதுவா கொளூறு புடிக்கக் கத்துக்கினா போதும். அப்பறம் பெரிய மேஸ்திரிதாங். இந்த வேல புடிக்கலன்னா நெறய்யா ஒர்க்சாப்பு கீது. எதுனா ஒரு லேத்து கம்பினில சேர்ந்தாக் கூட நல்லா வேல கத்துக்கலாம்" என்று சொன்னான் பாபு.

அதைக் கேட்டதும், ரெட்டியாரின் கவலையெல்லாம் எந்த மூலைக்குப் பறந்து போனதோ... போன இடம் தெரியாமல் போக, அவரது மனசு பஞ்சுபோல லேசாகி விட்டது.

"தோ... வந்துடறேங் இரு மாமா" என்று சொன்ன பாபு, ஒரு பையை எடுத்துக்கொண்டு, முருகவேலுவை உடன் அழைத்துக் கொண்டு பஜார் பக்கம் போனான்.

அவர்கள் திரும்பி வந்த பிறகு காரசாரமாய் லட்சுமி வைத்த வெள்ளைக்கோழிக்கறி குழம்பும், மெலிதான அரிசிச் சோறும் திகட்டத் திகட்ட சாப்பிட்டு, ஒரு வாழைப்பழம் தின்றுவிட்டுப் பாயில் படுத்த ரெட்டியாருக்கு வயிறும், மனசும் நிறைந்திருந்தது. இத்தனை நாட்களாய் பாறாங்கல்லாய் அவர் நெஞ்சுமீது கனத்துக்கொண்டிருந்த கவலைகள் எல்லாம் பறந்துபோக, இரவு நிம்மதியாய் தூங்கினார்.

மறுநாள் காலையிலேயே எழுந்து ஊருக்குக் கிளம்பத் தயாரானார் ரெட்டியார். இரண்டு நாட்களாவது இருந்துவிட்டுப்

போகச்சொன்ன லட்சுமியையும், பாபுவையும் மனசே இல்லாமல் மறுத்துவிட்டு, மருமகனோடு ஆட்டோவில் வந்து, மெஜஸ்டிக்கில் இறங்கி சித்தூர் பேருந்தில் ஏறி அமர்ந்தவருக்கு மனசு லேசாக இருந்தது.

"முருகவேல உசாரப் பாத்துக்கப்பா... வெளாட்டு வாக்குல ஊர்ல சுத்திகினு இர்ந்த பையங்... அப்படி இப்படி இர்ந்தாக்கூட அவனுக்கு இனிமே எல்லாமே நீதாங்" என்று சொன்னவருக்குக் கண்களில் நீர் கோர்த்துக்கொண்டது. பேருந்தின் உட்புறம் திரும்பி டவலால் முகத்தைத் துடைப்பதுபோலக் கண்களையும் துடைத்துக்கொண்டு சன்னலுக்கு வெளியே கையை நீட்டி அசைத்துவிட்டு இருக்கையில் சாய்ந்து உட்கார... பேருந்து நகரத் தொடங்கியது.

'இனி இந்தப் பெரிய நகரத்தில் எப்படியும் முருகவேலு பிழைத்துக் கொள்வான்' என்று நினைத்து நிம்மதியாய் ஒரு பெருமூச்சு விட்டார்.

ஆனால் அந்த நிம்மதிப்பெருமூச்சு நீண்ட நாட்களுக்கு நிலைக்கப் போவதில்லை என்பது அப்போது அவருக்குத் தெரியவில்லை.

27

பெங்களூரிலிருந்து ரெட்டியார் திரும்பி வந்து சரியாய் மூன்று மாதங்கள் கடந்தபோது தபால்காரர் ஒரு ஆகாய நீலநிற கடுதாசியை அவரிடம் நீட்டினார். வீட்டின் வெளித்திண்ணையில் காற்றாட உட்கார்ந் திருந்தவருக்கு அந்தக் கடுதாசியைப் பார்த்ததும் 'கபீர்' என்றது. நிலத்தைப் பிடுங்க நோட்டீஸ் வந்து விட்டதா?

"எனக்கு வாணாம்பா அந்தக் கடுதாசி... திருப்பி அவுங்களுக்கே அனுப்பிடு" என்றார் பரிதாபமாக.

"ஏங் ரெட்டியார... எதுக்குத் திருப்பி அனுப்பச் சொல்ற?" என்று விழித்தான் தபால்காரன்.

"வாணாம்பா... நானு உயிரே போனாலும் நெலத்தக் குடுக்க மாட்டேங்... நீ திருப்பி அனுப்பிடு" என்றார் மீண்டும்.

"ரெட்டியாரே உனுக்கு இன்னா ஆச்சி...? இது பெங்களூர்ல இருந்த வந்துகீற லட்டரு" என்றான் அவன்.

சட்டென்று மனசு முழுக்க முருகவேலுவின் நினைவுகள் பூத்துக் குலுங்கியது. முருகவேலுவை பெங்களூரில் விட்டுவந்த நாளிலிருந்து ஒப்புக்கு

தான் உலவி கொண்டிருக்கிறார் அவர். அவனைப் பார்க்காமல் அவருக்குத் தொண்டைக்குள் எதுவும் இறங்கவில்லை.

அவன் பிறந்து இந்தப் பதினெட்டு ஆண்டுகளில் அவனைப் பிரிந்து அவரும் இருந்ததில்லை. அவரது குடும்பமும் இருந்த தில்லை.

அவராவது பரவாயில்லை. எப்படியோ துக்கம் வெளியே தெரியாமல் உலவிக்கொண்டிருக்கிறார். அவரது மனைவி பூங்கா வனமும், கிழவி சாலம்மாவும் தான் பாவம். பித்துப் பிடிக்காத குறையாக உலவி கொண்டிருக்கிறார்கள்.

பூங்காவனத்துக்குத் தொண்டையில் தண்ணீர்கூட இறங்குவது இல்லை. அவளது அவஸ்தையை யாரிடம் சொல்வாள்? எதிலும் பட்டும் படாமல், தொட்டும் தொடாமல் கிடக்கிறாள்.

கிழவியோ சொல்லவே வேண்டாம். எந்நேரமும் பேரனையே விழுங்கி விடுவதைப்போலப் பார்த்துக்கொண்டிருந்தவள். மூன்று மாதங்களாக அவனைப் பார்க்காமல் உயிரே போய்விட்டதைப் போல நடை பிணமாய்க் கிடக்கிறாள். இரவும், பகலும் பேரனைப் பற்றிய பிணாத்தல்தான். தூக்கம்கூடச் சரியாக அவளை நெருங்குவது இல்லை. அவளை மீறிக் கண்ணயரும் சில நேரங்களில்கூடப் பேரனின் கனவுகள்தான் ஓயாமல். ரெட்டி யாரை திட்டிக்கொண்டே கிடக்கிறாள். இதற்கு முன் எதற்காகவும் ரெட்டியாரை அவள் திட்டியதில்லை.

தன்னையும் பெங்களூரில் கொண்டுபோய்ப் பேரனுடன் விடும்படி ரெட்டியாரிடம் கிழவி கேட்டாள். ஆனால் பெங்களூர் தண்ணீர் அவளுக்கு ஒத்துக்கொள்வதில்லை. குறுக்கும் நெடுக்கு மாய் ஓடும் வாகனங்களைப் பார்த்தாலே அவளுக்குக் குலை நடுங்கும். அதற்காகவே அங்கே போக வேண்டும் என்ற ஆசையைத் தள்ளிப் போட்டுக்கொண்டிருந்தாள்.

பெங்களூரிலிருந்து கடுதாசி என்று தபால்காரன் சொன்ன வுடன் உச்சி குளிர்ந்தது ரெட்டியாருக்கு.

“ஏம்பா... சட்டுனு கடுதாசியப் பிரிச்சி படிப்பா” என்றார் படபடப்போடு.

தபால்காரர் அந்தக் கவரை கவனமாகப் பிரித்துப் படிக்கத் தொடங்கினார்.

“அன்புள்ள மாமா, அத்தை, ஆயா.. எல்லோருக்கும் உங்கள் மருமகப்பிள்ளை பாபு எழுதிக்கொள்வது என்னவெனில், இங்கே நான், லட்சுமி, குழந்தை பிரியா, மைத்துனர் முருகவேலு எல்லோரும் சேமமாக இருக்கிறோம். அங்கே நீங்கள் சேமமாக இருக்கிறீர்களா? அங்கே மழை பெய்ததா?

நிற்க, முருகவேலுவுக்குச் சில நாட்களாக உடல்நிலை சரியில்லை. ஊரின் மீதே ஏக்கமாக இருக்கிறான். ஊருக்கு வரவேண்டும் என்று அடிக்கடி சொல்லிக்கொண்டு இருக்கிறான். இப்போது என்னுடனே சித்தாள் வேலைக்கு அழைத்துக்கொண்டு போகிறேன். சீக்கிரத்தில் அவனை மேஸ்திரி ஆக்கி விடுவேன்.

நீங்கள் அனைவரும் உடம்பைக் கவனித்துக் கொள்ளவும். உடன் பதில் கடிதம் எழுதவும்.”

இப்படிக்கு

உங்கள் மருமகப்பிள்ளை

பாபு

கடுதாசியைத் தபால்காரரர் படித்து முடித்து, மடித்து அவரிடம் நீட்டினார். அதை வாங்கிக் கையில் வைத்துக்கொண்ட ரெட்டி யாருக்கு மனசுக்குள் எதுவோ உருண்டது. உடனே போய் அவனை ஊருக்கு அழைத்துக்கொண்டு வந்துவிடலாமா என்று யோசித்தார்.

கூடாது. மருமகன் எழுதிய கடைசிச் சங்கதி அவரை நிதானப்படுத்தியது. சீக்கிரத்தில் முருகவேலு ஒரு மேஸ்திரி ஆகிவிட்டால், அது போதும். அவன் பிழைத்துக் கொள்வான். இங்கே இருக்கிற மொத்த நிலத்தையும் சர்க்காருக்கு தாரை வார்த்து விட்டாலும்கூட அவன் பிழைத்துக் கொள்வான்.

பத்திருவது ஆண்டுகளுக்கு முன்பு இங்கிருந்து பெங்களூர் போனவர்களில் பலர் இப்போது சொந்த வீடு கட்டிக்கொண்டு வசதியாய் வாழ்வதாகச் சொல்கிறார்கள். கங்கையம்மன் ஜாத்திரைக்கு வரும்போது பேண்ட்டும், சர்ட்டுமாய் சர்க்கார் அதிகாரிகளைப் போல வருகிறார்கள். முருகவேலுவும் அதைப்போலப் பேண்ட்டும், சர்ட்டும் போட்டுக்கொண்டு ஒரு அதிகாரியைப்போல வள்ளிமலை தேர்த்திருவிழாவுக்கும், கங்கையம்மன் ஜாத்திரைக்கும் வரவேண்டும். வருசத்தில் இரண்டு முறை ஊருக்கு வந்து போனால்கூடப் போதும்.

அந்த நினைப்பிலேயே குறை காலத்தைத் தள்ளிவிடலாம் என்று நினைத்து தலையாட்டிக் கொண்டார்.

சந்தடி கேட்டு தெருவுக்கு வந்த கிழவியும, பூங்காவனமும் பெங்களூரிலிருந்து கடுதாசி வந்த விசயம் கேட்டு பரபரப்பாகி விட்டனர். மிதிவண்டியைத் தள்ளிக்கொண்டு கிளம்பிய தபால் காரனை நிறுத்தி மீண்டும் கடுதாசியைப் படிக்கச் சொன்னார்கள். அவரும் மீண்டும் ஒருமுறை படித்துக் காட்டினார்.

அவர் படிக்கப் படிக்க, கிழவியின் முகமும், பூங்காவனத்தின் மனமும் பலவித உணர்ச்சிகளுக்கு ஆட்பட்டது. படித்து முடித்ததும் கிழவியின் கண்களில் இரண்டு துளி கண்ணீர் சிந்தியது.

“டே நைனா... புள்ள ஏக்கத்துலியே கீதாமேடா.. ஏக்கத்துல வியந்துட்டா புள்ள ஒன்னுமில்லாம ஓடா தேய்ஞ்சி பூடுமே... போயி கூப்டுகினு வந்துட்றா.. களியோ, கூவோ... ஒன்னாவே துண்ணுட்டு... ஒன்னாவே கீலாம்டா” என்றாள்.

“உங்கொம்மா சொல்றதுகூடச் செரிதாமே... போயி கூப்டுகினு வந்துருமே” என்று தன் கண்களைத் துடைத்தாள் பூங்காவனம்.

ரெட்டியார்கூட முதலில் அப்படித்தான் நினைத்தார். உடனே மனதை மாற்றிக்கொண்டார்.

“உங்க ரெண்டுபேருக்கும் புத்தி கித்தி எதுவுமே இல்ல. மொதல்ல அப்டிதாங் இருக்குங்... கொஞ்ச நாளு போனா எல்லாம் சரியா பூடும். இங்க கூப்டுகினு வந்து ஒர்த்தரு மூஞ்சிய ஒருத்தரு மாத்தி மாத்தி பார்த்துகினு இருந்தா எல்லாம் சரியா பூடுமா...? நீங்க இன்னிக்கி இன்னா நடக்குதுன்னுதாங் பாக்கறீங்க... நானு நாளிக்கி இன்னா நடக்குமோன்னு பாக்கறேங்... போயி வேலயப் பாருங்க” என்றார் கோபமாக. அவர் குரல்தான் கோபமாக இருந்தது. மனசோ மாடுகள் இறங்கின குளத்தின் அடியில் கிடக்கும் கலங்கிய சேற்றைப்போலத் தெளிவில்லாமல் கிடந்தது.

கடிதத்தைக் கொண்டு போய் நடுவீட்டில் இருந்த மாடத்தில் வைத்துவிட்டு, கழனிப்பக்கம் கிளம்பினார் ரெட்டியார்.

கிழவி வாசலில் குந்தி புலம்பத் தொடங்கினாள். “காடு மேடு... ஊடு, வாசல்லுன்னு நிமிசநேரம் நிக்காம சுத்துன புள்ள... அங்க கட்டிப்போட்ட மாதிரி எப்டி கீதோ... இன்னாத்த துண்ணுதோ...”

என்று இரண்டு கைகளையும் விரித்துத் தானாகப் பேசிக் கொண்டாள்.

வீட்டுக்குள் போன பூங்காவனம் மாடத்தில் இருந்த அந்த நீலநிறக் கடிதத்தை எடுத்து தடவினாள். முருகவேலுவின் முதுகைத் தடவுவது போலக் கை சிலிர்த்தது அவளுக்கு.

வளர்ந்துவிட்ட அவனை இப்போதெல்லாம் அவளால் தொட்டு, அணைத்துப் பேச முடிவதில்லை. தலை வாரிவிடச் சீப்போடு போனால் ஒதுங்கிப் போவான். தானே வாரிக்கொண்டு நகர்ந்துவிடுகிறான். குளிக்கச் சுடுதண்ணீர் காயவைத்துவிட்டு, புழக்கடையில் கொண்டுபோய் வைத்தால், "நானே ஊத்திக்கிறேம் போமா" என்று துரத்துவான்.

"பெரிய ஆம்பளயா ஆயிட்டாங்... ம்..." என்று பொய்யாகச் சலித்துக்கொண்டு, உள்ளுக்குள் சிரித்துக்கொண்டு நகர்ந்துவிடுவாள். அவள் நகர்ந்த பிறகுதான் தண்ணீர் ஊற்றிக்கொள்வான்.

அவன் குளிக்கும்போது, கிழவிதான் சுற்றிச் சுற்றி வருவாள்.

"முதுவுல சோப்பு போடட்டுமா நைனா... தலை கசக்கட்டுமா நைனா..." என்று எதிரில் நிற்பாள்.

"அல்லாம் எனுக்குத் தெரியும்... நீ போம்மா" என்று துரத்துவான்.

அந்தக் காட்சிகள் எல்லாம் மனசுக்குள் விரிந்ததும், ஒரு பெருமூச்சு விட்டாள் பூங்காவனம். கடிதத்தை மீண்டும் மாடத்தி லேயே வைத்துவிட்டு, கீழே உட்கார்ந்துகொண்டாள். முருக வேலுவைப் பற்றிய நினைவுகள் அவளுக்குள் ஓடத் தொடங்கி விட்டன.

அதன்பிறகு ரெட்டியாரும், பூங்காவனமும், கிழவியும் ஒரே வீட்டுக்குள் இருந்தாலும் ஒருவருக்கொருவர் அதிகம் பேசிக் கொள்ளாமல் எதையோ பறிகொடுத்துவிட்டதைப்போல உலவிக் கொண்டிருந்தனர்.

கிழவி மட்டும் அவ்வப்போது பேரனின் பெருமைகளை, அவன் செய்த குறும்புகளைச் சொல்லிச் சொல்லி முனகுவாள்.

இப்படியே மேலும் மூன்று மாதங்கள் கடந்தபிறகு மீண்டும் அதே மாதிரி நீல நிறத்தில் இன்னொரு கடிதம் வந்தது.

அதையும் தபால்காரரே பிரித்துப் படித்தார். அதுவும் மருமகன் பாபு எழுதியதுதான்.

அன்புள்ள மாமா, அத்தை, ஆயா... எல்லோருக்கும் வணக்கத்துடன் உங்கள் மருமகப்பிள்ளை பாபு எழுதிக் கொண்டது. நாங்கள் எல்லோரும் இங்கே நலம். நீங்கள் நலமாக இருக்கிறீர்களா?

நிற்க, இங்கே முருகவேலுவிற்கு உடல்நிலை சரியில்லை. இந்தத் தண்ணீர் அவனுக்கு ஒத்துக்கொள்ளவில்லை. காய்ச்சலாக இருக்கிறது. அடிக்கடி உங்களைப் பற்றியே பிதற்றிக் கொண்டிருக் கிறான். டாக்டரிடம் காட்டினோம். சரியாகிவிடும் என்று சொல்லியிருக்கிறார்.

மாமா அறிவது முடிந்தால் ஒருநடை பெங்களூர் வந்து முருகவேலுவைப் பார்த்துவிட்டுப் போகவும்.

இப்படிக்கு

உங்கள் மருமகப்பிள்ளை

பாபு.

அதைக் கேட்டதும் கிழவி அங்கலாய்க்கத் தொடங்கி விட்டாள். "கொயந்திக்கி காய்ச்சலா கீதாமே... இப்போ எப்டிகீதோ... இன்னா பண்ணுதோ... முருகா... உங்கொயந்திய காப்பாத்துரா முருகா... அட்த்த ஆடி மாசம் அவந்தோளுமேல உனுக்குக் காவடி தூக்கி அவனுக்கு மொட்ட அடிக்கறேண்டா... எங்கப்பா முருகா..." என்று வள்ளிமலையைப் பார்த்துக் கும்பிட்டாள்.

பூங்காவனத்துக்கு இருப்பு கொள்ளவில்லை. பிரசவத்திற்காகத் தவிக்கும் கர்ப்பிணியைப்போல் தவிக்கத் தொடங்கினாள்.

"ஏமே... களம்புமே... பெங்களூரு போயி புள்ளைய பார்த்துட்டு வரலாங்" என்றாள் ரெட்டியாரிடம்.

ரெட்டியாருக்கும் மனசு கலங்கிவிட்டது. உடனே கிளம்பிப் போய் மகனைப் பார்க்கவில்லை எனில் அவருக்கும் பித்துப் பிடித்துவிடும் என்று நினைத்தார்.

"டே... நைனா.. களம்புடா... மூணு பேருமே போயிவரலாம்" என்றாள் கிழவி.

“ஏம்மா... மூணு பேரும் போனா... இங்க மாடுங்கள யாரு பாத்துக்கறது?” என்றார்.

“மாடுங்க எப்டினா போவட்டும் போடா... எம்பேரனவுட அதுவாடா பெரிசு?” என்றாள் கிழவி.

“அத்த... அதுங்களும் உசுறுதான...? அல்லாரும் போய்ட்டா அதுங்குளுக்கு யாரு தண்ணி காட்டறது... வயித்துக்கு மேப்புப் போடறது? நாங்க ரெண்டு பேரும் போயி பார்த்துட்டு வர்றோம்... நீ இருந்து பாத்துக்க” என்றாள்.

“எம்பேரன பாக்காம என்னால இன்னும் ஒருநாளு கூட இருக்க முடியாது... நீ இருந்து மாடுங்களப் பாத்துக்க... நானும் இவனும் போயி பார்த்துட்டு வர்ரோம்” என்றாள் கிழவி.

அதைக்கேட்டதும் திக்கென்றது பூங்காவனத்துக்கு. தன்னை இங்கேயே இருக்கச் சொல்லிவிட்டு அவர்கள் போய்விடுவார்களோ என்று தவித்தாள்.

அவள் தவிப்பு சரியாகிவிட்டது.

“மொதல்ல நானு மட்டும் போயிப் பார்த்துட்டு வர்ரேங்... அப்பறம் உங்கள கூப்டுகினு போறேங்... நீங்க ரெண்டுபேரும் இருங்க” என்றார் ரெட்டியார்.

“டே நைனா... கொயந்தியப் பாக்காம இனுமே ஒரு நிமிசம்கூட என்னால இருக்க முடியாதுரா... நீங்க ரெண்டு பேரும் இங்க இருங்க... நானு எப்டினா பஸ்ஸோ, ரயிலோ ஏறி எப்டினா கேட்டுகினு கேட்டுகினு ஊட்ட கண்டுபுடிச்சி எம்பேரன பார்த்துட்டு வர்ரேங்” என்றாள் பிடிவாதமாக.

“உனுக்கு எதுனா கீதா...? பெங்களூரு இன்னா பொன்னைக்குப் பக்கத்துல கீதா... எனுக்கே அந்த ஊர்ல எறங்கினா கெயக்க மேக்க ஒன்னுந் தெரில... நீ போயி அந்தப் பாச தெரியாத ஊர்ல இன்னா பண்ணுவ?” என்றார் ரெட்டியார்.

“பாச தெரிதோ... இல்லியோ... நானு எப்டினாலும் எம் பேரனப் பாத்தாவணும்” என்றாள் பிடிவாதமாக.

ரெட்டியார் தலையைப் பிடித்துக்கொண்டு யோசித்தார். ஒன்றும் புரியவில்லை. பின்னர் ஒரு முடிவுக்கு வந்தார்.

"செரிம்மா... நீ கௌம்பு... நாம ரெண்டு பேரும் மொதல்ல போயி புள்ளய பார்த்துட்டு வருவோம்... அப்பறமா இவள கூப்டுகினு போயி காட்டிட்டு வெர்ரோ்ங்" என்றார்.

சொல்லி முடிப்பதற்குள் வீட்டுக்குள் ஓடிய கிழவி ஒரு புடவையும், ஒரு ஜாக்கெட்டையும் எடுத்து ஒரு துணிப்பையில் சொருகிக்கொண்டு வந்து, "போவலாம்டா நைனா" என்றாள்.

அப்போது காலை பதினோரு மணி இருக்கும். உடனே கிளம்பினால் பெங்களூர் போய்ச் சேர இரவு எட்டு மணிக்குமேல் ஆகிவிடும். இரவில் வழி கண்டுபிடித்து நடந்து வீட்டுக்குப்போக ரெட்டியாருக்கு தடுமாற்றமாகிவிடும். அதனால் தயங்கினார்.

"நாளிக்கி காளம்பற களம்பலாம்" என்றார் தாயிடம்.

"டே நைனா... நாளிக்கி வெரைக்கும் என்னால தாங்க முடியாது. இப்பவே களம்புடா" என்று கெஞ்சினாள்.

வேறு வழியில்லாமல், சட்டையை மாட்டிக்கொண்டு கிளம்பினார்.

இரவு எட்டுமணிக்கு பெங்களூர் மெஜஸ்டிக் பேருந்து நிலையத்தில் அவர்கள் இறங்கியபோது, எங்கும் விளக்குகள் மயம். ஜனக்கூட்டம். தலை சுற்றியது. அப்படி இப்படி அலைந்து, விதவிதமான விளக்கொளியில் கண்கள் கூச ஒக்ளிபுரம் சாலையில் போவதற்குப் பதிலாய் மார்க்கெட் போகும் சாலையில் நடந்து திக்கும் தெரியாமல், திசையும் தெரியாமல் தடுமாறினார். கடைசியில் ஒரு தமிழ் பேசும் ஆட்டோக்காரனைப் பிடித்து, ஸ்ரீராமாபுரம் அருணா டாக்கீஸ் என்று ஒருவழியாக வழி சொல்லி ஆட்டோவில் ஏறி... மகளின் வீட்டை அடைந்தபோது இரவு ஒன்பது மணி.

அப்போதுதான் சாப்பிட்டுக் கொண்டிருந்தான் மருமகன் பாபு. அவனுக்குப் பக்கத்தில் சுவற்றில் சாய்ந்து உட்கார்ந்து பிரட்டை வேண்டா வெறுப்பாய் கடித்துக் கொண்டிருந்த முருகவேலுவைப் பார்த்ததும் தூக்கி வாரிப்போட்டது கிழவிக்கு. கண்கள் கலங்கிவிட்டன ரெட்டியாருக்கு.

ஆளே பாதியாய் ஆகியிருந்தான் முருகவேலு. கழுத்துப்பட்டை எலும்புகளும், மார்பு எலும்புகளும் துருத்திக்கொண்டு பனியனை மீறித் தெரிந்தன.

பேரனைக் கட்டிப்பிடித்துக்கொண்டு கண்ணீர் விட்டாள் கிழவி. “அய்யோ... வயிறு பத்தி எரிதே... இப்டி எலும்பும் தோலுமா ஆயிட்டியேடா நைனா... சப்பிப் போட்ட மாங்கா கொட்ட மாதிரி கீறியே... இந்தக் கோராமய நானு எங்கப் போயி சொல்லுவேங்” என்று கதறினாள்.

சின்னசாமி ரெட்டியாருக்கும் அவனைப் பார்த்ததும் ‘அபுக்’ என்றாகிவிட்டது. அவனைப் பார்க்கவே அவருக்குத் தாங்கவில்லை.

இவர்களை அந்த நேரத்தில் எதிர்பார்க்காத லட்சுமியும், பாபுவும் பேச்சு வராமல் திக்கித்துப்போய்ப் பார்த்துக் கொண் டிருந்தனர்.

ஒரு வழியாகச் சுதாரித்துக்கொண்டு பாபுதான் முதலில் பேசினான்.

“லட்சுமி... மாமாவுக்கும், பாட்டிக்கும் சாப்பாடு போடு” என்றான்.

“அய்யோ.. இந்தக் கோராமய பார்த்துட்டு எங்குளுக்குச் சோறு தண்ணி எறங்குமாடா நைனா” என்று விசும்பினாள்.

“ஒன்னுமில்ல பாட்டி... நீ வேற அவன காபரா பண்ணாத... டாக்டருகிட்ட காட்னதுக்கு இவனுக்கு ஒன்னுமே இல்ல... தண்ணிதாங் ஒத்துக்கல... கொஞ்ச நாளு போனா செரியா பூடும்னு சொல்லி கீறாரு.. இவங் மனசுல எதையோ வெச்சிகினு செரியா சோறு துண்ணாம... யாரு கிட்டயும் பேசாம... இப்டி கீறாங்” என்றான்.

“டே நைனா... உனுக்கு இன்னா கொற இங்க...? உனுக்கு உசுரக்கூடக் குடுப்பாளேடா உங்கொக்கா... நீயின்னா அவளுக்கு ஊசுராச்சேடா” என்றாள் கிழவி.

அதைக்கேட்டதும் களுக்கென்று ஒரு துளி கண்ணீர் எட்டிப்பார்த்தது லட்சுமியின் கண்களில்.

“நானும் எவ்ளோ கேட்டுப் பார்த்துட்டேம் பாட்டி... ஏங்கிட்டக்கூட எதையும் சொல்ல மாட்டன்றாங்... எதக் கேட்டாலும் ‘ஒன்னுமில்லக்கா’ன்னு சொல்றானே தவர வேற எதயும் பேச மாட்டேன்றாங்... எப்பப் பார்த்தாலும் சொவத்தையே பார்த்து குந்திகினு கீறாங்... நானும் விதவிதமா ஆக்கிப் போட்டுப்

பாக்கறேங்... எதையும் துண்ண மாட்டேன்றாங்... இன்னாத்த நெனச்சிகினு கீறான்னே தெர்ல" என்று பெருமூச்சு விட்டாள் லட்சுமி.

"டே ராசா... இங்க உனுக்கு இன்னாடா கொற... இந்த ஊரு புடிக்கலீயா... ஆளுங்கள புடிக்கலீயா... சோறு புடிக்கலியா... இன்னாதான்டா புடிக்கல?" என்று அவன் முகத்தைத் தடவிக் கொண்டே கேட்டாள் கிழவி.

"அதெல்லாங் ஒன்னுமில்ல... நானு நல்லாதாங் கீறேங்" என்றான் முருகவேலு.

"இன்னாத்தடா நல்லா கீற நைனா? தோலுக்குருவிமாதிரி ஆயிட்டியேடா... உங்கொம்மாக்காரி உன்ன இப்டி பார்த்தா உயிர உட்ருவாளேடா நைனா" என்று அவனைக் கட்டிக்கொண்டாள்.

கிழவியின் மடியில் படுத்துக்கொண்ட முருகவேலு எதையும் பேசாமல் அமைதியாய் இருந்தான். அவன் தலையைக் கோதிவிட்ட கிழவி, "நைனா... இந்த ஊரு புடிக்கலைன்னா சொல்லுடா... நம்ப ஊருக்கே போயிடலாம்" என்றாள்.

"போயிடலாம்" என்றான் உடனடியாக.

அதைக்கேட்டதும் முணுக்கென்று கோபம் வந்துவிட்டது ரெட்டியாருக்கு.

"அங்க வந்து இன்னாடா பண்ணப்போற? சர்க்காருகாரங்க எப்ப வந்து நெலத்தப் புடுங்கிக்குவான்னே தெரில... இதுல நீ வந்து இன்னாத்த பண்ணுவ?" என்றார்.

"ஊர்ல கீற ஜனங்கல்லாம் இன்னாத்த பண்ணுவாங்களோ அதையே பண்ணட்டும்... தலமொற தலமொறயா நம்பள வாழ வெச்ச ஊரு இவன மட்டும்தானா உட்டுறப் போவுது? இனி ஆண்டவங் உட்ட வயி... காத்தாலிக்கே ஊருக்குப் போலாம்... நீ துணிமணிய எட்த்து வெய்யிடா நைனா" என்றாள் பேரனிடம்.

அதைக்கேட்டதும் சட்டென்று எழுந்து உள்ளறைக்குப் போய் அவனது துணிகளை எடுத்து மடித்து ஒரு மஞ்சள் பையில் வைத்தான் முருகவேலு.

அந்த அறையில் யானையில் தூங்கிக்கொண்டிருந்த குழந்தை தூக்கத்தில் காலை உதைத்துக்கொண்டு முனகியது.

அப்படியே கீழே உட்கார்ந்த முருகவேலு யானையோடு சேர்த்துக் குழந்தையைக் கட்டிக்கொண்டான். அதைப் பார்த்ததும் லட்சுமிக்குத் துக்கம் பொங்கிக்கொண்டு வந்தது. புடவை முந்தானையால் கண்களைத் துடைத்துக் கொண்டாள்.

முருகவேலு அங்கே குழந்தையிடம் ரொம்பப் பாசமாக இருந்தான். வேலைக்குப் போய் வந்ததும் அதனிடம்தான் விளையாடிக்கொண்டிருப்பான்.

சட்டென்று சுதாரித்துக்கொண்ட லட்சுமி ரவையை வறுத்து, உப்புமா கிளறி ரெட்டியாருக்கும், கிழவிக்கும் போட்டாள். சாப்பிட்டுக்கொண்டே யோசித்த ரெட்டியார் மனதை சமாதானப் படுத்திக்கொள்ள முடியாமல் தடுமாறினார்.

"யாரு யாரு தலையில என்னென்ன நடக்கணுமின்னு எய்தி கீதோ அததுதானே நடக்கும்... செரி... நாளிக்கிக் காலில ஊருக்குக் களம்பலாம்" என்றார் முருகவேலுவிடம்.

அந்த வார்த்தையைச் சொன்னதற்காக அவர் தலையில் அடித்துக்கொண்டு அழப்போகும் நாள் நெருங்கிக்கொண் டிருந்ததைப் பாவம் அவர் உணரவில்லை.

28

மறுநாள் மாலையில் அவர்கள் மூவரும் ஊருக்கு வந்து சேர்ந்தபோது, பொழுது சாயத் தொடங்கியிருந்தது. ஆறுமாத பெங்களூர் வாசத்தால் முருகவேலுவின் மாநிறம் செந்நிறமாக மாறியிருந்தது. கை, கால்கள் குச்சி, குச்சியாய் நாரைக் கொக்குபோல உயரமாக இருந்தான். அவன் போட்டிருந்த பேண்ட்டும், சட்டையும் தொள தொளவென இருந்தன.

கீழ்ரோட்டில் பேருந்திலிருந்து அவர்கள் இறங்கியதும் வண்ணார ஆனந்தன்தான் முதலில் அவர்களைப் பார்த்தான். வெளுத்த துணி மூட்டையை முதுகில் சுமந்து தலையைக் குனிந்தவாறு நடந்து வந்தவன், அவர்கள் பேருந்தில் இருந்து இறங்கியதும் யாரோ வெளியூர்க்காரர்கள் என்றுதான் நினைத்தான். உற்றுப்பார்த்தபின்தான் அடையாளம் தெரிந்தது.

"இன்னா ரெட்டியாரே... ஓடியாடி வௌாடிகினு இருந்த பையன ஊருக்கு அனுப்பி வெச்சி... இப்டி கீச்ச பனமட்டயாட்டம் கூப்டுகினு வந்து கீற?" என்றான் கவலையோடு.

"ஒன்னுமில்லடா... சாதா காய்ச்சலுதாங்... நாலு நாள் அக்கடான்னு ஊட்ல இருந்தான்னா சரியா பூடும்" என்றார்.

“செரி ரெட்டியார... உனுக்கு விசயம் தெரிமா?” என்றான் வெடுக்கென்று.

“இன்னாடா...?” என்றார்.

சட்டென்று நாக்கைக் கடித்துக்கொண்ட ஆனந்தன், “ஒன்னுமில்ல ரெட்டியார... பஸ்ல வந்தது அலுப்பா இருக்கும்... ஊட்டுக்குப்போ ரெட்டியார... அப்பறமா வர்ரேங்” என்றான்.

“இன்னாவோ தெரிமானு கேட்ட... அப்பறமா ஒன்னு மில்லன்னு சொல்ற” என்றார்.

அவன் எதையோ மறைப்பதாக அவருக்குத் தோன்றியது. ஆனால் நாளெல்லாம் பயணம் செய்தது உடம்பெல்லாம் வலி. அலுப்பாக இருந்தது.

“சரிடா ஆனந்தா... நானு ஊட்டுக்குப் போறேங்... அப்பறமா ஊட்டுப்பக்கமா வா” என்று சொல்லிவிட்டு நடந்தார்.

மூவரும் வீட்டுக்குள் நுழைவதற்குள் எதிர்ப்பட்டவர்களின் கேள்விகளுக்கு அவரால் பதில் சொல்ல முடியவில்லை. முருக வேலுவைப் பார்த்து “உச்” கொட்டினர். அப்படியே அவர்கள் ஏதோ சொல்ல நினைப்பதும், சொல்லாமல் தயங்குவதும் தெரிய அவருக்குச் சந்தேகத்தை உருவாக்கியது.

யோசனையோடு அவர் வீட்டுக்குள் நுழைந்ததும், அவர் பின்னால் வந்த முருகவேலுவைப் பார்த்த பூங்காவனத்தை ஆனந்தமும், அதிர்ச்சியும் ஒரு சேரத் தாக்கியது.

ஓடிப்போய் அவனை அணைத்துக்கொண்டு அவன் தலையைத் தடவினாள். எலும்பு துருத்திய அவனது முகமும், கை முட்டிகளில் புடைத்துக்கொண்டு தெரிந்த மூட்டு எலும்பும் அவளது கண்களில் முணுக்கென்னு கண்ணீரை வரவழைத்தது.

அம்மாவின் அணைப்பில் தடுமாறிய முருகவேலு, கூச்சத்துடன் அவளிடமிருந்து விலகி நடுவீட்டில் கீழே உட்கார்ந்தான்.

“கெழங்குமாதிரி போன எம்புள்ளைய இப்படி நாரும் தோலுமா, கூப்டுகினு வந்து கீறீயே... பெத்த வயிறு பத்தி எரியுதே” என்று அரற்றினாள்.

"ஏய்... ஒன்னுமில்லமே... நீ வேற ஒப்பாரி வைக்காத... புள்ள நல்லாதாங் கீறாங்... இன்னாவோ ஏக்கம்... அல்லாம் சரியா பூடும்" என்றார் ரெட்டியார்.

அந்த நேரம் பார்த்து அங்கே வந்த குப்பா ரெட்டியார், சின்னசாமி ரெட்டியாரைப் பார்த்ததும் அடக்க முடியாமல் கத்தத் தொடங்கினார். "ரெட்டியாரே... சர்க்காருக்காரனுங்க நம்ம வயித்துல மண்ண வாரிப் போட்டுட்டானுங்க... நம்ப நெலத்த யெல்லாம் எடுத்துக்க நோட்டீசு அனுப்பிட்டானுங்க ரெட்டி யாரே" என்றார்.

அதைக் கேட்டதும் ரெட்டியாருக்குக் கண்கள் இருட்டிக் கொண்டு வந்தது. தலையில் கை வைத்துக்கொண்டு உட்கார்ந்தார். வண்ணார ஆனந்தனும், வழியில் பார்த்தவர்களும் எதையோ சொல்ல முடியாமல் மறைத்தது இதுதான் என்று அவருக்கு விளங்கி விட்டது.

"இன்னிக்கி காத்தாலயே மணியக்காரனும், சிப்பந்தியும் ஊடு ஊடா வந்து நோட்டீசு குடுத்துட்டுப் போய்ட்டாங்க ரெட்டி யாரே... வர்ற செவ்வாக் கெயம நம்மூரு இஸ்கோல்ல விசாரண நடக்கப் போவுதாங்" என்றார்.

பூங்காவனம் நடு அறையின் மாடத்தில் வைத்திருந்த ஒரு முழநீள சாணி நிற காகிதத்தை எடுத்து ரெட்டியாரிடம் நீட்டினாள். அதை வாங்கவே கைகள் நடுங்கியது ரெட்டியாருக்கு.

"போச்சிடா பங்காளி" என்றார் சுரத்தில்லாமல்.

செவ்வாய் கிழமை நடக்கப்போகும் விசாரணை எப்படி இருக்கும் என்று சின்னசாமிக்கும், குப்பனுக்கும் தெரியும். லாலாப்பேட்டையில் நடந்த விசாரணையையும், அதிகாரிகளின் வெண்ணைய் வெட்டிப் பேச்சுகளையும், சம்சாரிகளின் ஒப்பாரிகளையும் அவர் ஏற்கெனவே பார்த்தவர்தானே.

"இப்ப நாம இன்னா பண்றதுடா குப்பா?" என்றார் ரெட்டியார்.

"இன்னா பண்ண முடியும் ரெட்டியாரே...? தலைக்கு மேல போனப்புறம் நாம இன்னா பண்ண முடியும்?" என்று திருப்பிக் கேட்டார் குப்பன்.

ரெட்டியார் வந்தது தெரிந்ததும் ஊரிலிருக்கிற ஆண்களும், பெண்களும் வந்து அவர் வீட்டு வாசலில் கூடிவிட்டனர்.

ஆளாளுக்கு என்னென்னவோ பேசினார்கள். இளசுகள் கத்தினார்கள்.

"ஊருக்குள்ள வர்ற ஒரு அதிகாரிங்ககூடத் தலயோடு திரும்பிப் போவக்கூடாது... வெட்டி பந்தாடிடலாம் ரெட்டியாரே" என்றான் ஜிட்டன்.

இப்போதெல்லாம் தடியில்லாமல் அவனால் நடக்க முடியவில்லை. வீட்டிலோ, நிலத்திலோ அவனால் எந்த வேலையும் செய்ய முடியவில்லை.

"ஜிட்டா... ஏற்கெனவே ஆத்திரப்பட்டு இடுப்ப ஒட்ச்சிகினது போதாதா? திருப்பியும் ஏன்டா இப்படிக் கோவப்படுற?" என்றார் ரெட்டியார்.

"இந்த வாட்டி உயிரே போனாக்கூடப் பரவால்ல ரெட்டியார... என்ன புட்ச்சி ஜெயில்லப் போட்டு, தூக்குல தொங்க உட்டாக்கூடப் பரவால்ல... வர்ற ஒருத்தங் தலயயாவது எடுக்காம உடமாட்டேங்" என்று கத்திக்கொண்டே திண்ணையில் சாய்ந்தான்.

"பார்த்துரா ஜிட்டா... உசாரா நில்டா... இல்லனா ஒக்கார்ந்து பேசு... கீய... விய்ந்துடப் போற?" என்று பதறினார் ரெட்டியார்.

"இப்ப நாம இங்க கத்தி ஒண்ணும் ஆவப் போறதில்ல... அதிகாரிங்க செவ்வாக்கெயம வரட்டுங்... இன்னா சொல்றாங்கனு பார்த்துட்டு அப்பறமா முடிவு பண்ணலாம்" என்றார் ரெட்டியார்.

அதன் பிறகுதான் ஒவ்வொருவராகக் கலைந்து போனார்கள். உண்மையில் என்ன செய்வதென்று அவருக்குத் தெரியவில்லை.

இரவு சாப்பிட்டு மாடுகளுக்கு வைக்கோல் பிடுங்கிப்போட்டு விட்டு படுத்தவருக்கு உறக்கம் பிடிபடவில்லை. மனதுக்குள் ஏதேதோ நினைவுகள் ஓடியது. பாட்டன், முப்பாட்டன் காலத்திலிருந்து அவர்கள் பரம்பரைக்கே கஞ்சி ஊற்றிய பூமி.

கிணற்றுக்குக் கீழே இருக்கிற புஞ்சையில் ஒவ்வொரு வருசமும் கம்பும், கேழ்வரகும், எள்ளும், மிளகாயும் சொல்லி வைத்ததைப்போல விளையும். சித்திரை, வைகாசி மாத வெய்யிலில்கூடக் காயாத கிணறு. எப்போதேனும் காய்ச்சல்

காலத்தில் சுற்றுப்பட்டுக் கிணறுகள் எல்லாம் காய்ந்து போனால்கூட அவர் கிணறு வற்றாது. இறைக்க இறைக்கச் சுரக்கிற கிணறு. கிணற்றின் வடக்கு மூலையில் தொளதொளவென ஊற்றுகிற ஒரு ஊற்று போதும். கவலை சால் தண்ணீரை மொள்ள, மொள்ள... சுரந்துகொண்டே இருக்கும்.

கிணற்றைச் சுற்றி ஆசை ஆசையாய் அவர் நட்ட நான்கு தென்னை மரங்களும் இப்போது பாளையும், குருத்துமாய்க் கிடக்கின்றன. அதில் காய்க்கும் இளநீர் சர்க்கரைத் தண்ணீரைப் போல இனிக்கும்.

எல்லாம் போச்சி. கட்டிலில் புரண்டு புரண்டு படுத்தார். என்ன செய்வது? யோசித்து யோசித்து ஒரு வழியும் தெரியவில்லை. ஒரு நல்ல வக்கீலைப் போய்ப் பார்க்கலாமா? அவர்கள் ஏமாற்றாமல் கேஸ் நடத்துவார்களா? அந்த வாத்தியாரைப் போய்ப் பார்க்கலாமா?

சட்டென்று இருள் விலகி வழி தெரிந்ததுபோல மனசு சாந்தமானது. காலையில் லாலாப்பேட்டைக்குப் போய் அந்த வாத்தியாரைப் பார்க்கலாம் என்று சொல்லிக் கொண்டவர் அப்படியே தூங்கிப்போனார். நாளெல்லாம் பயணம் செய்த அலுப்பு வேறு. அசந்து தூங்கிப்போனார்.

மறுநாள் காலையில் எழுந்து மாடுகளைப் பிடித்து வெளியே கட்டலாம் என மாட்டுத் தொழுவத்துக்குப் போனார். அங்கே மாடுகள் இல்லை. வெளியே வந்து பின்புறம் எட்டிப்பார்த்தார்.

புளியமரத்தினடியில் மாடுகளைக் கட்டிவிட்டு, வைக்கோலைப் பிடுங்கி அதன் முன்னால் போட்டுவிட்டு, அவற்றின் முதுகுகளைத் தடவிக் கொடுத்துக்கொண்டிருந்தான் முருகவேலு. இரண்டு மாடுகளும் வைக்கோலைத் தின்னாமல் முருகவேலுவை உரசிக் கொண்டிருந்தன. அவற்றின் தலையைத் திருப்பி மீண்டும் வைக்கோல் பக்கம் விட்ட முருகவேலு அவற்றின் முதுகுகளை ஆதரவாய்த் தடவிக் கொடுத்தான்.

அதைப் பார்த்துவிட்டு, துண்டை எடுத்துக்கொண்டு கிணற்றுப்பக்கம் நடந்தார் ரெட்டியார்.

கேழ்வரகு அறுப்பு முடிந்த வயலில் புழுதிக்கால் ஓட்டி எள் விதைத்திருந்தார். மாட்டுச் சாணத்தின் வளப்பத்தில் எள்ளுச் செடிகள் முட்டி உயரத்துக்குச் செழித்து வளர்ந்திருந்தன. ஆங்காங்கே

ஒன்றிரண்டு வெள்ளை நிற எள்ளுப்பூக்கள் வெண்ணிற லோலாக்குகள் போலக் காற்றில் ஆடிக்கொண்டிருந்தன. இன்னும் சில நாட்களில் மொத்த செடியிலும் ஒரே சீராய் எள்ளுப்பூக்கள் மலர்ந்து தொங்கும். அவை பார்க்கவே கொள்ளை அழகாய் இருக்கும். அதை நினைத்ததுமே ரெட்டியாருக்குள் சோகம் வந்து அப்பிக் கொண்டது.

பூ பூத்த எள்ளுச் செடிகள் காய் காய்த்து அறுக்கும்வரையாவது விடுவார்களா என்ற அய்யம் வந்துவிட்டது அவருக்கு. சடாரென்று வரப்பில் உட்கார்ந்து காற்றில் தலையாட்டிக் கொண்டிருந்த எள் செடிகளை மேலாக்கத் தடவினார். முருகவேலுவைத் தொடுவது போல உடல் சிலிர்த்தது அவருக்கு. சிறிது நேரம் கண்களை மூடிக்கொண்டு உட்கார்ந்திருந்தவர் எழுந்து தென்னை மரங்களைத் தடவிக் கொடுத்தார்.

‘துள்ள துடிக்க இதுங்களை வெட்டித்தள்ளப் போறானுங்களோ என்னவோ’ என்று நினைத்ததும் துக்கம் நெஞ்சில் அடைத்தது. கண்களைத் துடைத்துக்கொண்டு எழுந்து கிணற்றுக்குள் இறங்கினார்.

வேட்டியை அவிழ்த்துப் படியில் வைத்துவிட்டு, டவுசரோடு நீரில் இறங்கி, நான்கு கை நீரை அள்ளிக் குடித்தார். நிறையக் கிணறுகளில் உவர்ப்பும், துவர்ப்புமாய் நீர் இருப்பது அவருக்குத் தெரியும். ஆனால் இந்தக் கிணற்று நீர் தேங்காய் நீர் போல இனிக்கும். சில கிணற்று நீரைக் குடித்தால் சளி பிடித்துக்கொள்ளும். ஆனால் இந்தக் கிணற்றுத் தண்ணீரைக் குடித்துச் சளி பிடித்த தாகவோ, காய்ச்சல் வந்ததாகவோ இதுவரை யாரும் சொன்ன தில்லை.

போன கோடையில்தான் தண்ணீர் போதவில்லை என்று கையிலிருந்த பணத்தில் வெடி வைத்து ஒரு மெட்டு வெட்டினார். இந்தக் கோடையில் அரைக் காணி எள்ளுச் செடிக்கும் தாராள மாய்த் தண்ணீர் பாய்கிறது.

பெருமூச்சு விட்டபடி நீரில் தலை முழுகிக் குளித்தார். அங்கேயே படி ஓரம் இருந்த களிமண்ணைத் தலையில் தேய்த்து கசக்கினார். தலையை அலசியதும் பூப்பூவாய் முடிகள் மெத்தென இருந்தன. மேலேறித் துண்டால் தலையைத் துவட்டிக்கொண்டு வீடுவந்து, கூழ் குடித்துவிட்டுக் கிளம்பினார்.

"டே நைனா... நானு வெளில போயிட்டு வர்றேங்... மாடுங்கள நீ ஓட்டிகினு போடா" என்றார்.

"செரிப்பா" என்றான் முருகவேலு. அவன் குரலில் குதூகலம். என்றாலும் அவரது குரலில் இருந்த கலக்கம் அவனுக்கும் கவலையாகத்தான் இருந்தது.

பேருந்திலிருந்து லாலாப்பேட்டை சாவடியில் இறங்கிய ரெட்டியாருக்கு அந்த வாத்தியார் வீட்டை எப்படிக் கண்டுபிடிக்கப் போகிறோமோ என்று கவலையாக இருந்தது. அவரின் பேர் தெரியாது. வீட்டு விலாசம் தெரியாது. முன்னே பின்னே அவரிடம் பழகியது கிடையாது. ஒரே ஒருமுறை லாலாப்பேட்டை பள்ளிக்கூடத்தில் அதிகாரிகளை எதிர்த்து அவர் கேள்வி கேட்டபோது பார்த்ததுதான்.

அங்கிருந்த தேநீர் கடையில் விசாரிக்கலாம் என்று தயக்கத்துடன் உள்ளே நுழைந்தார். உள்ளே நுழைந்தவருக்கு இன்ப அதிர்ச்சியாக இருந்தது. கும்பிடப்போன தெய்வம் குறுக்கே வந்தது போல என்று சொல்வார்களே, அது எத்தனை நிஜம் என்று அன்றுதான் அவர் உணர்ந்தார்.

அந்த வாத்தியார் அந்தத் தேநீர் கடையின் உள்ளே பெஞ்சில் உட்கார்ந்து தேநீர் குடித்துக் கொண்டிருந்தார். ஒரு நிமிடம் ரெட்டியாரின் மேனி சிலிர்த்தது.

அவரிடம் எப்படிப் பேசுவது என்று தயக்கமாக இருந்தது. ஏதோ ஒரு வேகத்தில் வீட்டிலிருந்து கிளம்பி வந்துவிட்டு, இப்போது தயங்கித் தயங்கி நின்றார்.

சற்றுத் துணிந்து அவர் எதிரில் போய் நின்று "வணக்கம் சார்" என்று கும்பிட்டார்.

அவரும் "வணக்கம் பெரியவரே" என்று பதில் வணக்கம் சொல்லிவிட்டு அவரை மேலும் கீழுமாய்ப் பார்த்தார். அவரை அதற்குமுன் பார்த்ததாக அவருக்கு நினைவில்லை.

"சார் உங்ககிட்ட பேசணும்" என்றார் தயக்கத்தோடு.

"சொல்லுங்க பெரியவரே. உங்கள இதுக்கு முன்னால நானு எங்க பார்த்தேன்னு ஞாபகம் இல்ல... பரவால்ல சொல்லுங்க" என்றார் பரிவோடு.

“நானு வசூர்லயிருந்து வர்றேங் சார்.. எங்க ஊர்ல கீற நெலத்த எல்லாம் சிப்காட்டு கம்பினிக்கு சர்க்காரு எடுக்கப் போறதா நோட்டீசு குடுத்துக்கீறாங்க. இன்னா பண்றதுனு தெரில... ஜனங்கல்லாம் வாயிலயும் வயித்துலயும் அடிச்சிகினு அய்துங்கோ” என்றார்.

“ஆமா பெரியவரே... நானுகூடக் கேள்விப்பட்டேங்... நம்ம சர்க்காருக்கு செய்யறதுக்கு எவ்ளவோ வேல இருக்கு... அதெல்லாம் உட்டுட்டு கம்பனி கட்றம்னு சொல்லிகினு வெளையிற நெலத்த யெல்லாம் புடுங்கி தனியாரு மொதலாளிங்களுக்குக் குடுக்கற வேலைல எறங்கிடுச்சி.. இதுல நாம இன்னா பண்ண முடியும்,? மத்த எதுவாயிருந்தாலும் சர்க்கார எதிர்த்து கேசு கூடப் போடலாம். ஆனா நெலம் எடுக்கற விசயத்துல மட்டும் நாம் கேசு கூடப் போடமுடியாது. நில எடுப்பு சட்டத்த அவ்ளோ ஸ்ட்ராங்கா போட்டு வெச்சியிருக்காங்க. நெலம் எடுக்கறதுன்னு அரசாங்கம் முடிவு பண்ணினா பண்ணினதுதாங். மண்ண உட்டுட்டுப் போறதுதாம் நமக்கு இருக்கற வழி. குடுக்கற இழப்பீடு பத்தலன்னு வேணும்னா கேசு போடலாம். உங்கூரு சனங்க கிட்ட போய்ச் சொல்லுங்க. இழப்பீடு போதாதுனு ஆட்சேபனை பண்ணுங்க. கேசு போட்டா இன்னும் கொஞ்சம் அதிகமா கெடைக்கலாம். ஆனா அதுவும் ஒடனே கெடைக்கும்னு சொல்ல முடியாது. கேசு முடிய பத்து வருசம், இருபது வருசம்கூட ஆவும். அது வரைக்கும் பொறுத்திருக்க முடியுமானா, குடுக்கற பணத்துல பாதிய வாங்கிகினு, கேசு போட சொல்லுங்க பெரியவரே” என்று விலாவாரியாக, பொறுமையாகச் சொன்னார் அவர்.

பரிதாபமாகவும், பயபக்தியோடும் அதைக் கேட்டுக் கொண்டார் ரெட்டியார்.

“இங்க நெலத்த குடுத்தவங்களுக்கு ஊட்டுக்கொரு ஆளுக்கு வேலய குடுக்கறோம்னு பெல் கம்பனிக்கி நெலம் எடுக்கும்போது சொன்னாங்க. ஜனங்ககூடச் சர்க்காரு வேலையச்சேன்னு நப்பாசையில இருந்தாங்க.

லாலாப்பேட்ட, வடகாலு, நரசிங்கபுரம், அக்ராவரம் ஊர்கள்ல மொதல்ல கொஞ்சம் பேருக்கு வேல கொடுத்தாங்க. மீதிப்பேருக்கு பின்னால தருவோம்னு சொன்னாங்க... இன்னும் நெறைய்யப் பேருக்கு வேலயே தரல. அதுக்குள்ள சிப்காட்-1, சிப்காட்-2-ன்று

மறுபடியும் நெல்லிக்குப்பம், ஏகாம்பூர், மருதம்பாக்கம்னு விவசாய நெலத்த எடுத்துட்டாங்க. அங்கேயே இன்னும் எந்தக் கம்பனியும் கட்டல. தனியார் முதலாளிங்களுக்கு ஆன்சிலரி கம்பனிங்க கட்ட எடத்த கம்மி வெலையில குடுக்கப் போறதா சொல்றாங்க. கம்மி வெலயில எல்லாம் குடுக்க மாட்டாங்க. அதிகமான வெலைக்குத் தாங் தரப்போறதா பேசிக்கிறாங்க. வெவசாயிங்க கிட்டயிருந்து ஒரு சென்ட் இருபது ரூபா, முப்பது ரூபானு நெலத்தப் புடுங்கி, தனியார் முதலாளிங்களுக்கு ஆயிரக்கணக்குல வெலய வெச்சி விக்கப்போறதா சொல்றாங்க. இங்கயே இன்னா கம்பனி வரும்னு இன்னும் தெரியல. அதுக்குள்ள உங்க ஊர் பக்கம் சிப்காட்-3க்கு நெலம் எடுக்கப் போறாங்க.

அரசாங்க தொழிற்சாலை கட்டினா வேலை தரச்சொல்லி கேட்கலாம். எடத்த தனியாருக்கு குடுத்து, தனியாரு கம்பனி கட்டினா அதுல வேல குடுன்னு யாரும் கேட்க முடியாது பெரியவரே...

நெலத்த எடுத்து என்னா பண்ணப் போறாங்கன்னு தெரிஞ்சாதானே நாம என்ன பண்றதுனு யோசிக்க முடியும்? இப்போதைக்கு அதிகாரிங்க அங்க வந்து என்ன சொல்றாங்கன்னு பாருங்க. அப்புறமாதான் எந்த முடிவுக்கும் வர முடியும்" என்று நிறுத்திவிட்டு ரெட்டியாரைப் பரிவாகப் பார்த்தார்.

"பெரியவருக்கு ஒரு டீ குடுப்பா" என்றார் டீ கடைக்காரரிடம்.

"வேணாம் சார்... எனுக்கு அதிகமா டீ குடிச்சி பழக்கமில்ல சார்" என்றார் ரெட்டியார்.

"பரவால்ல பெரியவரே... எப்பவாவது குடிச்சா ஒன்னும் ஆவாது... குடிங்க" என்றார்.

கடைக்காரர் கொடுத்த தேநீரை ஊதி ஊதிக் குடித்துவிட்டு, வாத்யாருக்கு ஒரு கும்பிடு போட்டுவிட்டு பேருந்து ஏறி வீட்டுக்கு வந்தவருக்கு மேலும் மேலும் குழப்பம்தான் மிஞ்சியது.

வேறுவழியில்லாமல்... நிலம் போன பிறகு சர்க்கார் கம்பனியில் முருகவேலுக்கு ஒரு எடுபிடி வேலயாவது வாங்கிக் கொடுத்து விடலாம் என்று நினைத்திருந்தார். இப்போது அதற்கும் வழியில்லாமல் போய்விட்டது.

இந்த விவரத்தை எல்லாம் நிதானமாகக் குப்பா ரெட்டியாரிடம் சொன்னார்.

"ரெட்டியாரே எல்லாப் பக்கமும் கதவ மூடிட்டா நாம எந்தப் பக்கமாதாம் போறது ரெட்டியாரே?" என்றார் கவலையாகக் குப்பா ரெட்டியார்.

சின்னசாமி ரெட்டியாருக்கு நிஜமாகவே திக்குத் திசை தெரியாத காட்டுக்குள் மாட்டிக் கொண்டதைப்போல இருந்தது.

அவசரப்பட்டு முருகவேலுவை பெங்களூரில் இருந்து அழைத்து வந்துவிட்டோமோ எனக் கவலைப்பட ஆரம்பித்தார்.

முருகவேலு பெங்களூர் போனபிறகு ஊரிலிருந்து வயசுப் பையன்கள் ஏழெட்டு பேர் பெங்களூருக்குப் பிழைக்கப் போனார்கள். அவர்களெல்லாம் இப்போது சித்தாள் வேலையில் தேர்ச்சியடைந்து விட்டதாகவும், சிலர் மேஸ்திரிகளாகக் கொளுரு பிடித்து வேலை செய்வதாகவும் கூடச் சொன்னார்கள்.

"ம்... தலயில எய்தி கீறத யாரால மாத்த முடியுங்?" என்று பெருமூச்சு விட்டபடி ஏரிப்பக்கம் போனார். குப்பா ரெட்டியாரும் அவருடன் கூடவே போனார்.

செவ்வாய் கிழமை நில எடுப்பு விசாரணையின்போது என்ன நடக்குமோ என்ற திகில் இருவர் மனசுக்குள்ளும் வளரத் தொடங்கியது.

29

செவ்வாய் கிழமை. விடிந்ததிலிருந்து ஊரே பரபரப்பாக இருந்தது. சின்னசாமி ரெட்டியார் விடியற்காலையிலேயே கிணற்றில் இறங்கிக் குளித்து, நெற்றி நிறைய்ய விபூதியைப் பூசி, பைஜாமா சட்டையை மாட்டிக்கொண்டு பள்ளிக்கூடத்துக்குப் போனார்.

ஊர்க்காரர்கள் ஒவ்வொருவராக வந்து அங்கே சேரத் தொடங்கினர். உள்ளூர் மணியக்காரரும், சிப்பந்தியும் இங்கும் அங்குமாக ஓடுவதும், சலசலக்கும் சனங்களை அமைதியாக இருக்கச் சொல்வதுமாய் அலைந்து கொண்டிருந்தனர்.

பத்தரை மணிக்கு ஜீப்புகளும், சில ஸ்கூட்டர்களும் பள்ளிக்கு எதிரில் வந்து நின்றன. ஜீப்பிலிருந்து தனித் தாசில்தாரும், வருவாய் ஆய்வாளர்களும், வேறு சில அதிகாரிகளும் இறங்கி பள்ளியின் நீளமான கூரைக் கட்டிடத்துக்குள் வந்து, அங்கிருந்த இருக்கைகளில் உட்கார்ந்தனர். அவர்கள் கூடவே வந்த இரண்டு போலீஸ்காரர்கள் வாசலில் நின்றனர்.

அவர்களைப் பார்த்ததும் ஜனங்கள் காச் மூச்சென்று கத்த ஆரம்பித்தனர். மணியக்காரர் அவர்களின் வாய்களை மூட பெரும் பிரயத்தனப்பட்டார்.

பதினோரு மணிக்கு ஒரு அதிகாரி எழுந்து நின்று பேச ஆரம்பித்தார்.

"தோ... பாருங்க... இங்க நாங்கள்லாம் எதுக்கு வந்திருக்கி றோம்னு உங்களுக்கே நல்லாத் தெரியும். நம்ம ஊருக்குப் பக்கத்தில பெரிய பெரிய கம்பனிங்க வரப்போவுது. கம்பனிங்க வந்தா இந்த ஊரு பெரிய டவுனா ஆயிடும். அதனால உங்களுக்குப் பல நல்லது நடக்கும். அதுக்கு இந்த ஊருக்குப் பக்கத்துல இருக்கிற அரசாங்க பொறம்போக்கு நெலத்துக்குப் பக்கத்துல இருக்கிற பட்டா நெலங் களையும் ஆர்ஜிதம் பண்ண வேண்டியிருக்கு. யார் யாருடைய நிலம், எவ்வளவு விஸ்தீரணம் எடுக்கப் போறோம்னு ஏற்கெனவே பேப்பர்ல போட்டிருக்கோம். நிலத்துக்குச் சொந்தக் காரங்களுக்குத் தனித்தனியா நோட்டீசும் அனுப்பி இருக்கிறோம். எங்க பட்டியல்ல இருக்கறவங்க பேர நான் படிக்கிறேங். அவங்க மட்டும் நெலம் குடுக்கறது சம்பந்தமா உங்க வாக்குமூலத்த குடுங்க..." என்று நிதானமாகப் பேசினார்.

"நாங்க எங்க நெலத்த குடுக்கலன்னா இன்னா பண்ணுவீங்க?" என்று கோபமாகக் கேட்டார் ரெட்டியார்.

"பெரியவரே அப்டிலாம் யாரும் சொல்ல முடியாது. நிலம்னாலே அது அரசாங்க சொத்து. அத அரசாங்கத்துக்கு வேணும்னு முடிவு பண்ணா குடுத்துதான் ஆவணும்" என்றார் அந்த அதிகாரி.

இப்போது ஜனங்கள் நாலா மூலையிலிருந்தும் கத்த ஆரம்பித்தனர்.

"எங்க அப்பன் பாட்டன், ஒழைச்சி வாங்கன நெலம் இது. எப்டி அரசாங்க நெலம் ஆவும்?" என்றார் நாராயண ரெட்டியார்.

"பாருங்க பெரியவரே... ஊர்ஊரா நாங்க நெலம் எடுக்கப் போகும் போதெல்லாம் ஜனங்க இப்டிதாங் கேக்கறாங்க. எங்களுக்கும் பதில் சொல்லி சொல்லி சலிச்சி போயிடுச்சி. இந்த மண்ணு எந்தத் தனிப்பட்ட மனுசனுக்கும் சொந்தம் இல்லே. எல்லா மண்ணும் அரசாங்க சொத்து. அதைக் கிரையம் வாங்கற வங்க அனுபவிக்கத்தாங் முடியும். அத அனுபவிக்கிற உரிமைக்காக தான் வரி கட்டறோம். அதனால நெலத்த குடுக்கமாட்டோம்னு யாரும் சொல்ல முடியாது..."

லாலாப்பேட்டையில் நிலம் எடுத்தபோது பேசிய அந்த அதிகாரியைப்போலவே இவரும் பேசினார்.

சின்னசாமி ரெட்டியாருக்கு அதற்குமேல் என்ன நடக்கும் என்று நன்றாகத் தெரியும். அதனால் அமைதியாக இருந்தார்.

விலாவாரியாகப் பேசி முடித்த அந்த அதிகாரி, கடைசியாக ஒரு பெயர்ப்பட்டியலை வாசித்தார். மொத்தம் 37 பேரின் நிலங்கள் ஆர்ஜிதப் பட்டியலில் இருந்தன. சின்னசாமியின் பெயர் மூன்றாவது இடத்தில் இருந்தது.

ரெட்டியார் பெயர் சொல்லி அந்த அதிகாரி அழைத்தபோது, "எனக்கு நெலம் கொடுக்க விருப்பமில்ல. அந்த நெலம் இல்லன்னா எங்களால ஜீவனம் நடத்தவே முடியாது" என்றார்.

அதை அப்படியே வாக்குமூலமாக எழுதி, அதைப் படித்துக்காட்டினார் ஒரு குட்டி அதிகாரி. அதில் கைரேகையைப் பதித்தார் சின்னசாமி.

நடுப்பகல் நேரத்திற்குள் 37 பேரில் 36 பேரின் வாக்குமூலங்கள் பெறப்பட்டன. 37வது நபர் ஜிட்டா ரெட்டி. அவர் வரமுடியாது என்று சிப்பந்தியிடம் சொல்லி அனுப்பி விட்டார்.

36 பேரும் எந்தச் சூழ்நிலையிலும் நிலத்தைத் தரமுடியாது என்று வாக்கு மூலம் கொடுத்தனர். அவற்றை எழுதிய அதிகாரிகள் அவர்களிடம் படித்துக்காட்டி கைநாட்டுகளை ஒட்டிக் கொண்டனர்.

"விசாரணை இதோட முடிஞ்சி போச்சி. இனிமே யாராரு நெலத்துக்கு எவ்ளோ நஷ்ட ஈடுன்னு கணக்குப்போட்டு அவார்டு பாஸ் பண்ணுவோம். அந்த அவார்டு பாஸ் பண்ணதுக்கப்புறம் உங்களுக்குச் சேரவேண்டிய நஷ்ட ஈடு பணத்தை உங்ககிட்ட கொடுத்துடுவோம். நீங்க வாங்கிக்க முன் வரலன்னா உங்க பேர்ல கோர்ட்டுல கட்டிடுவோம்" என்றார் அதிகாரி.

"குடுத்தாலும் குடுக்கலன்னாலும் நெலத்த எடுத்துக்குவோம்னு சொல்றீங்க, பணத்த வாங்கலன்னாலும் கோர்ட்டுல கட்டிடு வோம்னு சொல்றீங்க. அப்பறம் எதுக்கு இங்க வந்து விசாரணை நடத்தறீங்க?" என்றார் ரெட்டியார்.

"எல்லாமே ரூல்ஸ்படிதாங் நடக்கணும் பெரியவரே. இதெல்லாம் முறைப்படி நடக்கலன்னா நாளைக்குக் கோர்ட்டுல போயி யாரு பதில் சொல்றது?" என்றார்.

"அப்போ உங்க பாதுகாப்புக்குதாங் இதெல்லாம் நடக்குது... எங்குளுக்காக இல்ல" என்றார் கோபமாக ரெட்டியார்.

"எல்லோருடைய பாதுகாப்புக்கும் தான் பெரியவரே" என்று சமாளித்தார் அதிகாரி.

"போங்க... போயி எங்க மண்ண பேத்து எடுத்துகினு போங்க... பரம்பர பரம்பரயா அந்த மண்ணுல பொறந்து வளர்ந்த எங்கள அந்த மண்ணுலயே பொதச்சிடுங்க" என்று கத்தினார்.

அதற்குள் இரண்டு போலீஸ்காரர்களும் ரெட்டியாரை நெருங்கி வந்து மெதுவாக அதட்டினர்.

"அதிகாரிங்க கிட்ட இப்டி கத்திப் பேசாத பெரியவரே" என்று வாயின் மீது விரலை வைத்து 'உஸ்' என்று ஊதினர்.

"உங்க ஊர்ல மட்டும் நாங்க நெலத்த எடுக்கல... நாளைக்குப் பள்ளேரில, நாளைக்கு மறுநாள் கொண்டகுப்பத்துல, அதுக்கப்புறம் மருதம்பாக்கத்துல எல்லாம் இதே மாதிரி விசாரண நடக்குது. அங்கயும் நெலம் எடுக்கறோம். இது உங்க ஊர்ல மட்டும் நடந்தா நீங்க கோவப்படலாம். இது பல ஊர்கள் தொடர்புள்ள திட்டம். அதனால நீங்க வீணா கத்தறதனாலயோ, கலாட்டா பண்றதனாலயோ ஒன்னும் ஆவாதுனு புரிஞ்சிக்கங்க" என்றார் அதிகாரி.

"பேசினாதாண்டா ஒன்னும் ஆவாது... உங் கைய வெட்டினா அப்பறமா தெரியும். எது ஆவும், ஆவாதுனு" என்று அதிகாரியை நோக்கி ஆவேசமாய் ஓடி வந்த ஜிட்டனின் பெரிய மகனை இரண்டு பேர் குறுக்கில் புகுந்து பிடித்துக்கொண்டனர். போலீஸ்காரர்கள் ஓடிவர, அதற்குள் அவனை வெளியே இழுத்துக்கொண்டு போனார்கள் ஊர்க்காரர்கள்.

ஏற்கெனவே அதிகாரிகளின் தலையை வெட்டுவோம், காலை உடைப்போம் என்று கத்திய சில இளசுகளை வீடுகளுக்குள்ளேயே தள்ளி கதவைப் பூட்டி வைத்துவிட்டனர் பெற்றவர்கள். போலீஸ் வந்தது அவர்களுக்குள் கிலியை உருவாக்கி இருந்தது.

விசாரணையை முடித்துக்கொண்டு ஜீப்புகளும், வண்டிகளும் அவசரமாய்க் கிளம்பிப் போன பிறகு அந்தத் திசையைப் பார்த்து மண்ணை வாரித் தூற்றினர் சில பெண்கள். வாயிலும், வயிற்றிலும் அடித்துக்கொண்டு அழுதனர் சில கிழவிகள்.

நடக்கவே திராணியற்றவராய் வீடு திரும்பினார் ரெட்டியார்.

இந்த விசாரனை நடந்து மூன்று மாதங்கள் கழித்து ரெட்டியார் உட்பட நிலத்தைப் பறிகொடுத்த 37 பேர் வீடுகளுக்கும் பதிவுத் தபாலில் தீர்ப்பாணை நகல் வந்தது.

ரெட்டியாரின் மானாவாரி நிலத்திற்கு ஒரு செண்ட்டுக்கு 32 ரூபாய் வீதம் இழப்பீட்டுத் தொகை நிர்ணயம் செய்யப்பட்டு இருந்தது. 130 செண்ட்டுக்கு 4160 ரூபாயும், அதற்கு 30 சதவிகிதம் சொலேசியம் தொகையாக 1248 ரூபாயும், மொத்தம் சேர்த்து 5408 ரூபாய் தீர்ப்பாகியிருந்தது.

அதைப்போலவே கிணற்றின் கீழே உள்ள 100 செண்ட் நிலத்துக்குச் செண்ட்டுக்கு 36 ரூபாய் வீதம் 3600 ரூபாயும், 30 சதவிகித சொலேசியம் 1080 ரூபாயும், கிணற்றுக்கு இழப்பீடாக 2000 ரூபாயும், நான்கு தென்னை மரங்களுக்குத் தலா 20 ரூபாய் வீதம் 80 ரூபாயும் சேர்த்து மொத்தம் 6760 ரூபாய் தீர்ப்பாகியிருந்தது. இரண்டு நிலங்களுக்கும் சேர்த்து 12,168 ரூபாய் ரெட்டியாருக்கு இழப்பீடு என்று தீர்ப்பாணையில் சொல்லியிருந்தது.

அதைப் படித்துவிட்டு தபால்காரரர் சொன்னதும், துக்கம் தொண்டையை அடைத்தது ரெட்டியாருக்கு. பனிரெண்டாயிரம் ரூபாயை வைத்துக்கொண்டு எத்தனை நாளைக்கு ஜீவனம் செய்ய முடியும்? ஒரு கிணற்றைத் தூர் வாரவே வருசத்துக்கு ஆயிரம் ரூபாய் வரை செலவு ஆகும்போது, மொத்தக் கிணற்றுக்கும் இரண்டாயிரம் ரூபாய் இழப்பீடாகக் கணக்கிட்டிருக்கும் சர்க்கார் அதிகாரிகளை நிற்கவைத்து அவர்கள் முகத்தில் காரித்துப்ப வேண்டும் என்று நினைத்தார் ரெட்டியார்.

அந்த ஊரிலேயே அவருக்குத்தான் அதிக அளவு இழப்பீடு உத்தரவாகியிருந்தது. மீதி பேருக்கு மூவாயிரம், ஆயிரத்து இருநூறு, எட்டு நூறு, எழுநூறு என்று தீர்ப்பாகியிருந்தது. அப்பாதுரையின் 17 செண்ட் மானாவாரிக்கு 544 ரூபாயும், அதற்குச் சொலேசியமாக 103 ரூபாயும் சேர்த்து மொத்தம் 647 ரூபாய் போட்டிருந்தது. இதையெல்லாம் படித்துவிட்டு ஊர் சனங்கள் கத்திக்கொண்டும், காரித்துப்பிக்கொண்டுமிருந்தனர்.

பெல் கம்பனிக்கு நிலம் எடுத்தபோது அங்கே 40 ரூபாய் இழப்பீடு தந்தனர். அதற்குப் பிறகு லாலாப்பேட்டை பக்கம்

சிப்காட்டுக்கு எடுத்தபோது 60 ரூபாய்க்கு எடுத்தனர். இங்கே வெறும் 32 ரூபாய்க்கு நிவாரணம் கணக்காயிருந்தது.

"நாலு வருசம் கலக்காயும், கேவுரும் போட்டாலே பதினஞ்சாயிரம் கெடைக்குமே... இவுனுங்க மொத்த நெலத்தையும் புடுங்கிக்கினு பன்னெண்டாயிரம் தரேன்றானுங்களே... எங் குடும்பமே அனாதையா ஆனாலும் செரி... எங்குடியே கெட்டாலும் செரி... அந்தப் பணத்த நானு வாங்க மாட்டேன்டா பங்காளி" என்றார் ஆவேசமாக.

இரண்டு வாரம் கெடு விதிக்கப்பட்டிருந்தது. அதற்குள் ராணிப் பேட்டை சப்கலெக்டர் அலுவலகத்துக்கு வந்து நஷ்ட ஈடு பெற்றுக்கொள்ளவில்லை என்றால், பணம் கோர்ட்டில் கட்டப்படும் என்றும் அறிவித்திருந்தார்கள்.

"கோர்ட்டுலனா கட்டட்டும்... கச்சேரியிலனா கட்டட்டும் எனக்கு ஒரு பைசா கூட வாணாம்" என்றார் ரெட்டியார்.

அடுத்த ஒரு வாரத்துக்கு இந்த ஊர்க்காரர்கள் யாரும் அங்கே போகவில்லை. அதற்குப் பிறகு ஒவ்வொருவராகப் போய்ச் சிவப்பு வில்லையில் கை நாட்டு ஒற்றிவிட்டுப் பணத்தை வாங்கிவரத் தொடங்கினர். கை நாட்டு வைத்த எல்லாருமே கூடுதலாக இழப்பீடு கோரி கோர்ட்டில் கேசு போடச் சொல்லிவிட்டு வந்தனர். அப்படி வழக்கு போடச் சொன்னவர்களுக்குப் பாதிப்பணம்தான் வழங்கப் பட்டது. கோர்ட்டுத் தீர்ப்பு வந்த பிறகு மீதிப் பணம் வழங்குவதாகச் சொன்னார்கள். கடைசி நாளில் அங்கே போன ரெட்டியார் இழப்பீட்டுத் தொகையை வாங்க மறுப்பதாகவும், கூடுதல் இழப்பீடு கோரி வழக்கு தொடுக்க வேண்டும் என்றும் எழுதச்சொல்லி கைநாட்டு வைத்துவிட்டு வந்தார்.

"கேசு முடிய பல வருசம் ஆவும் பெரியவரே... இப்போ பாதிப் பணமாவது வாங்கிக்க" என்றார் ஒரு அதிகாரி.

"பரவால்ல" என்றார் உறுதியாக.

ஊருக்கு வந்தவருக்கு என்ன செய்வதென்று தெரியவில்லை. படுக்கையிலிருந்து எழுந்ததுமே ஏரிப்பக்கம் போய்விட்டு, அப்படியே கிணற்றுப்பக்கம் ஒரு சுற்று சுற்றிவிட்டு, பயிர் பச்சையைப் பார்த்துவிட்டுத்தான் வீட்டுக்கு வருவார்.

இப்போது கிணறும் போச்சி, பயிரும் போச்சி. இனி அந்தக் கிணறும், அதன் தண்ணீரும் அவருடையதில்லை.

விடுவிடுவென நடந்து கிணற்றுக்குப் போனார். அதன் பாரியில் இறங்கி ஏறினார். புடுவுன்மீது உட்கார்ந்தார். தண்ணீர் வெளியேறும் கால்வாயில் உட்கார்ந்தார். எழுந்து பித்துப் பிடித்தவரைப் போலக் கிணற்றைச் சுற்றத் தொடங்கினார். ஆறேழு சுற்று சுற்றியதும் தலை கிறுகிறுத்தது. கிணற்றில் விழுந்து விடுவோமோ என்ற நினைப்பு வந்ததும் தென்னை மரத்தில் சாய்ந்துகொண்டு உட்கார்ந்தார். மண்டைக்குள் பொறி பறந்தது. வானமும், பூமியும் தட்டாங்கோல் சுற்றியது. இருட்டும்வரை அப்படியே குந்தியிருந்தார். பாதை தெரியாத அளவுக்கு இருட்டியபிறகு எழுந்து சோர்வாக வீடு நோக்கி நடந்தார்.

30

அடுத்தடுத்த நாட்களில் ரெட்டியாரின் வாழ்க்கையும், ஊராரின் வாழ்க்கையும் அடியோடு மாறிவிட்டது.

கிணற்றுக்குக் கீழே வேலையில்லை. மானாவாரியிலும் கால் வைக்க இடமில்லை. ஏரிக்குக் கீழே இருக்கிற நிலங்களில் மட்டும்தான் ஊரார் எல்லோருக்கும் வேலை. அங்கே இருக்கிற அரைக் காணி, ஒரு காணி நிலத்தை நம்பி பிழைப்பை ஓட்ட முடியாது என முடிவு செய்த பலர் மூட்டை கட்டிக்கொண்டு பெங்களூர் கிளம்பினர். ஒரு சிலர் சிப்காட் தோல் நிறுவனங்களில் ஹெல்பர் வேலைக்குப் போனார்கள்.

சின்னசாமி ரெட்டியாருக்கு ஒன்றும் புரியவில்லை. இந்த வயதில் பெங்களூருக்குப்போய் அவரால் வேலை செய்ய முடியாது. முருகவேலுவையும் மீண்டும் பெங்களூருக்கு அனுப்ப முடியாது. இந்த ஊரில் இரண்டு பேருக்கும் செய்ய வேலையுமில்லை. என்ன செய்வது?

முருகவேலு பெங்களூரில் இருந்து வந்த இந்தச் சில மாதங்களில் உடல் தேறி பழையபடி துரு துருவென மாறிவிட்டான். நல்ல விடலைப் பருவம். அவனை சிப்காட் தோல் கம்பனிகளுக்கோ, வெளியூர் வேலைக்கோ அனுப்ப மனசு வரவில்லை.

அவனுக்கும் வேறு எந்த வேலையிலும் நாட்டமில்லை. ஏர் உழவும், நடவு வேலைகளைப் பார்க்கவும், மாடுகளைக் கவனிக்கவுமே அவன் மனது பிரியப்பட்டது. கடைசியில் கிழவிதான் அந்த யோசனை சொன்னாள்.

"டே நைனா... எதுக்குடா இப்பிடி மன்ச கொயப்பிகினு கீற...? ஒரு பத்திருபது கொர்ராடு* புடிச்சி உட்டா மேய்ச்சிகினு வரமாட்டானா? அப்டியே பயிரயும் பார்த்துக்குவாங். ஆடுங்களும் வருசத்துக்குப் பத்திருவது குட்டி போடும். காட்ல மேட்ல புல்லு பூண்டு மேஞ்சாலே ஆடுங்க பெருகிடும்டா நைனா" என்றாள்.

ரெட்டியாருக்கும் அந்த யோசனை சரியென்றே தோன்றியது. பையனும் கண்ணெதிரிலேயே இருப்பான். ஆடு மேய்த்து விற்றால் நல்ல லாபமும் கிடைக்கும். பூங்காவனமும் அது சரிதான் என்றாள். முருகவேலுவுக்கும் ஆடு மேய்ப்பதில் விருப்பம்தான்.

அடுத்த சில நாட்களில் சேமிப்பில் இருந்த மொத்தக்காசையும் எடுத்துக்கொண்டு, குப்பா ரெட்டியாருடன் சித்தூர் பக்கம் போய் அலைந்து பதினைந்து செம்மறி ஆடுகளை வாங்கி ஊருக்கு ஓட்டிக் கொண்டு வந்தார். அதில் நான்கு ஆடுகள் சினையாக இருந்தன. வீட்டின் பின்புறம் புளியமரத்தினடியிலேயே மூங்கில் படல் கட்டி சுற்றி நிற்கவைத்து ஆட்டுக்குப் பட்டி கட்டினார்.

மறுநாளில் இருந்து முருகவேலு செம்மறி ஆடுகளை ஓட்டிக்கொண்டு காட்டுப்பக்கம் போனான். ஏற்கெனவே இருந்த இரண்டு வெள்ளாடுகளும் செம்மறி ஆடுகளுடனே மேய்ந்தன. ஆர்ஜிதம் செய்யப்பட்ட நிலங்களுக்குப் பக்கத்திலேயே வனத்துறை காடு இருந்தது. காரை முட்புதர்களும், சாராயச் செடிகளும், ஆவாரம் செடிகளும் வளர்ந்த மொட்டைக்காடு. அந்த ஆவாரங்காட்டில் ஆடுகளை மேயவிட்டு, எட்டி மரத்தடியில் உட்கார்ந்திருப்பான் முருகவேலு. அடுத்த சில நாட்களில் ஜெயவேலுவுக்கும் பத்து செம்மறி ஆடுகளை வாங்கி வந்து மேய்க்க விட்டான் அவன் அப்பன்.

அதற்குப் பிறகு கூட்டாளிகள் இருவரும் ஆடுகளை மேயவிட்டு, பொழுதுக்கும் ஊர்க்கதை பேசிக்கொண்டும், சிரித்துக் கொண்டும் இருந்தார்கள்.

காட்டுப்பக்கம் மேய்த்துச் சலித்துப் போனால் ஏரிப்பக்கம், கழனிக்காட்டுப்பக்கம் சில நாட்கள் என மேய்ச்சலுக்குப் போவார்கள்.

ஆர்ஜித நிலங்களை அளந்து, கற்களைப் போட்டார்கள். அதில் எப்போது கம்பனி தொடங்குவார்கள் என்று யாரும் சொல்ல வில்லை. இழப்பீடு உயர்த்தித் தர வேண்டும் என்று போடப்பட்ட வழங்குகள் கிணற்றில் போட்ட கற்களைப் போல இருந்தன. அங்கிருந்து ஒரு தகவலும் இல்லை.

அடுத்த அய்ப்பசியில் ஊரில் பெய்த மழையில் கால் ஏரி நிரம்பியது. அடுத்த மழையில் ஆற்றில் வெள்ளம் வந்தது. கால்வாய் திருப்பி ஏரி நிரம்பியதும் நெல் விதைப்பும், நடவுமாய்ப் பரபரப்பானது ஊர்.

சின்னசாமி ரெட்டியார் கழனிக்குத் தண்ணீர் பாய்ச்சுவதைப் பார்த்துக்கொள்ள, முருகவேலு ஆடுகளைப் பார்த்துக்கொண்டான். ஏரியில் தண்ணீர் இருந்ததால் காட்டுப்பக்கம் ஆடுகளை விரட்டிக்கொண்டு திரிந்தனர்.

பயிர் வளர்ந்து, கதிர் முற்றி, பாலேறும்போது மேட்டு மதகில் தண்ணீர் நின்று போனது. மதகில் மண் மேடேறி, தூர் வாராதது அப்போதுதான் உரைத்தது எல்லோருக்கும். இன்னும் இரண்டு மூன்று தண்ணீர் பாய்ந்தால்தான் நெல் பழுக்கும். இல்லையெனில் சாவியாகத்தான் போகும்.

சின்னசாமியும், முருகவேலுவும் ஏரி மதகில் சால் மூலம் தண்ணீர் இறைக்கத் தொடங்கினர். அவர்களைப் பார்த்து மேட்டு மதகுக்காரர்கள் எல்லோருமே ஏற்றம் இறைக்கத் தொடங்க மேட்டு மதகில் எப்போதும் கூட்டமாக இருந்தது. காலையில் சாலைப் பிடித்துத் தண்ணீர் இறைக்கத் தொடங்கினால் உச்சிக்கு சூரியன் ஏறும்வரை இறைத்தால்தான் வயலில் பரவலாகத் தண்ணீர் பாயும். உருட்டலும் மருட்டலுமாய்த் தண்ணீரைப் பாயவிட்டு நெல் அறுத்து வீட்டில் சேர்ப்பதற்குள் படாத பாடுபட்டனர் மேட்டு மதகில் பயிர் வைத்தவர்கள்.

ஏற்றம் இறைக்கிற நாட்களில் பூங்காவனம்தான் செம்மறி ஆடுகளைக் காட்டுப்பக்கம் மேய்ச்சலுக்கு ஓட்டிப்போனாள். காட்டிற்குள் இப்படியும் அப்படியுமாய் ஓடிக்கொண்டே இருக்கும் ஆடுகளின் பின்னால் ஓடி ஓடி அலுத்துப்போனாள் பூங்காவனம்.

முருகவேலு ஆடுகளை மேய்க்கத் தொடங்கி முழுதாய் ஒரு வருடம் முடிந்தபோது பதினைந்து ஆடுகள் இருபத்து ஐந்து

ஆடுகளாகப் பெருகியது. ரெட்டியாருக்கு மிகுந்த சந்தோசம். அடுத்த ஆண்டிலேயே இருபத்தைந்து ஆடுகள் நாற்பது ஆடுகள் ஆனது.

முருகவேலுவுக்கு இந்த வேலையே போதும் என நினைத்தார் ரெட்டியார். இனி இதை வைத்து அவன் பிழைத்துக்கொள்வான் என நிம்மதியடைந்தார்.

நாளெல்லாம் ஆடுகள் பின்னால் ஓடுவதும், இரவில் சாப்பிட்டு விட்டு சிநேகிதர்களோடு உட்கார்ந்து பேசுவதும், சிரிப்பதும், அரட்டை அடிப்பதுமாய் முருகவேலுவின் நாட்கள் நகர்ந்தன.

அவன் ஆடுகளைத் துரத்திக்கொண்டு காட்டுப்பக்கம் போனால், மதியம் ஒரு மணிக்கெல்லாம் கூழ் பல்லாவைத் தூக்கிக் கொண்டு அங்கே போவாள் கிழவி. மாலை நான்கு மணிக்கு முருங்கைக் கீரையை உருவி கேழ்வரகு மாவில் போட்டு பிசைந்து வெங்காயம் நறுக்கிப்போட்டு தளர எண்ணெய் ஊற்றி ரொட்டி சுட்டு எடுத்துக்கொண்டு போவாள். பாட்டி சுடும் கேழ்வரகு, சோள மாவு ரொட்டி என்றால் சப்புக் கொட்டுவான் முருகவேலு.

இருட்டி ஆடுகள் பட்டிக்குள் நுழையும் போது சுடச்சுட குழம்பும், களியும் தயாராக இருக்கும்.

இப்படிப் பாட்டும், கேலியுமாய் இறக்கை கட்டிப் பறந்த முருகவேலுவின் வாழ்க்கையில் அந்த மார்கழியில் புதியதாக ஒரு தென்றல் வீசத் தொடங்கியது. அது அவனது வாழ்க்கையே மாற்றிப் போட்டுவிடும் என்று அப்போது அவன் நினைக்கவே இல்லை.

புளியந்தோப்பில் குடியிருந்த வண்ணார கோவிந்தனின் தங்கையான கமலாவை சித்தூர் பக்கம் கட்டிக்கொடுத்திருந்தனர். அவளது வீட்டுக்காரன் ஓயாமல் குடித்து திடீரென்று ஒருநாள் அற்ப ஆயுசில் போய்ச் சேர்ந்துவிட்டான். இரண்டு பெண் குழந்தை களோடு ஆதரவில்லாமல் அங்கே அல்லாடிய கமலாவை வேறு வழியில்லாமல் அவளின் இரண்டு பெண்களுடன் தன்னுடன் இங்கே அழைத்துவந்தான் கோவிந்தன்.

இரண்டு பெண்களில் பெரியவள் அமுதாவுக்குப் பதினேழு வயது. சின்னவளுக்குப் பதினோரு வயது. பெரியவள் மாநிறத்தில், செப்புச்சிலைபோல இருந்தாள். சின்னவள் நல்ல சிவப்பு.

"தங்கச்செலயாட்டம் கீற பொண்ணுங்களைப் பெத்து... அதுங்களை அனாதையா உட்டுட்டு... குடிச்சி, கொடலு வெந்து பாதியில போவ அந்தப் பாவிக்கு எப்பிடிதாங் மனசு வந்ததோ" என்று ஊரே கன்னத்தில் கை வைத்து விசனப்பட்டது.

"பட்ட மரமாட்டம் உன்ன பாதியில உட்டுட்டுப் போயிட்டானே பாவி... இந்தப் பச்ச மண்ணுங்கள எப்பிடி ஆளாக்கி கர சேக்கப் போறியோ...? அந்த வடக்குமலயானுக்குக் கூடவா கண்ணு தெரியாமப் பூட்ச்சி?" என்று சாலம்மா கிழவி தன் வாய்மீது விரல்களைப் பொத்தி விசனப்பட்டாள்.

அவர்கள் இப்படி அனாதரவாக வந்திருப்பதை அறிந்து கிழவியே அவர்கள் வீட்டுக்குப்போய் ஆதரவாக நாலு வார்த்தை சொல்லலாம் என்றுதான் போனாள். அந்தப்பெண் குழந்தைகளைப் பார்த்ததும் அவளுக்கு மனசு ஆறவில்லை.

"பொடம் போட்ட தங்கச் செல மாதிரி கீறீயேடி கண்ணு... உன்னப்பாத்தப்பறமுமா உங்கப்பனுக்குக் குடிக்கணும்னு நெனப்பு வந்திச்சி" என்று அந்தப் பெண்ணின் தலையைத் தடவிக் கொடுத்தாள்.

"வெள்ளிமல முருகங் உங்கள இப்டியே உட்டுட மாட்டாங்... அவம்மேல பாரத்தப் போட்டுட்டு வேலையப் பாருங்க... உங்கொண்ணனும் கொணமான புள்ளதாங்... உங்கள எப்டினா கரை சேப்பாங்" என்றாள் கிழவி கமலாவிடம் கனிவாக.

கிழவி அவர்கள் வீடுவரை தேடிவந்து ஆறுதலாகப் பேசியது சித்திரை மாத வெய்யிலில் பெய்த சாரல் மழைபோல மனசுக்கு ஆறுதலாக இருந்தது அவர்களுக்கு.

சின்னசாமி ரெட்டியார்கூட ஒரு நடை அவர்களைப் பார்த்து நான்கு வார்த்தைகள் ஆறுதலாகக் கமலாவிடமும், கோவிந்தனிடமும் பேசினார்.

"நீ பொறந்து வளர்ந்த மண்ணுக்கே திரும்பி வந்து சேர்ந்துட்ட... இந்த மண்ணு உன்ன கைவுட்டுடாது... நாங்கள்லாம் கீறோம்.. மனச மட்டும் தளர உட்றாதம்மா" என்றார் ரெட்டியார்.

"இன்னா ஒன்னு... சர்க்காருக்காரங் எங்க நெலத்தயெல்லாம் புடுங்கிகின நேரத்துல இங்க வந்து கீற... ஊருக்கு ஆனது உனுக்கும்

ஆவுது உடும்மா... எப்டியும் கெய்னிக்காடு கீது... நாலு அறப்புக்குப் போனாக்கூட உஞ்சோறு... உனுக்குக் கீது" என்றார்.

"அந்தக் கடவுளு கைவுட்டாக்கூட நீங்கள்லாம் கடவுளு மாதிரி இருக்கும்போது எனுக்கு இருந்த வெசனமெல்லாம் பறந்து பூட்ச்சி சாமி" என்று ரெட்டியாரிடம் தெளிவாகப் பேசினாள் கமலா. அவளுக்குள்ளிருந்த இருட்டு விலகத் தொடங்கியிருந்தது.

ஊராரின் ஒத்தாசையான வார்த்தைகளும், ஆதரவான பார்வைகளும் யசோதாவுக்குப் புதிய தெம்பைத் தந்தது. இடிந்து போய் ஊர் வந்து சேர்ந்தவளுக்கு... அமாவாசை இருட்டுக் கிடையில் லேசான பிறையின் வெளிச்சம் போல நம்பிக்கை துளிர் விடத் தொடங்கியது. ஊரில் நடவு, களையெடுப்பு, அறுவடை எனக் கிடைக்கிற வேலைக்குப் போனாள் கமலா. தினமும் ஏதோ ஒரு வேலை.

முதலில் அண்ணனுடன் ஒன்றாக ஒரே வீட்டில் இருந்தவள், சில மாதங்களில் காலியாக இருந்த அண்ணனின் மாட்டுத் தொழுவத்திலேயே தங்கிக் கொண்டாள். சமைக்கவும், தங்கவும் அதுவே அவர்களுக்குப் போதுமானதாக இருந்தது.

கணவன் விட்டு வைத்த தாலி, இரண்டு கால்காசு, இரண்டு கொலுசு எல்லாவற்றையும் விற்று அதில் நான்கு செம்மறியாடுகளை வாங்கி அமுதாவை மேய்க்கச் சொன்னாள். வயல்வேலை செய்து பழக்கமில்லாத அமுதாவும் ஏரியின்கீழ் கரம்புகளிலும், ஏரியிலும் ஆடுகளை மேய்த்து வந்தாள். மாட்டுத் தொழுவத்திலேயே ஆடுகளுக்கும் கொஞ்சம் இடம் ஒதுக்கி கட்டி வைத்தனர்.

பகலில் ஆடுகளை மேய்ப்பதும், மாலையில் தங்கையுடனும், செம்மறியாடுகளுடனும் பேசுவதும், விளையாடுவதுமாக அமுதாவின் பொழுதுகள் ஓடின.

அடுத்த வருடம் நான்கு ஆடுகளும் குட்டிகள் போட்டன. மூன்று பெட்டை, ஒரு கடாக்குட்டி. நான்கு ஆடுகளும், நான்கு குட்டிகளுமாய் அவளது மந்தையும் பெருகியபோது பிற மந்தைகளுடன் சேர்ந்து மேய்க்கத் தொடங்கினாள்.

மந்தைகளுடன் மந்தைகள் கலந்து மேய்கிறபோது, அதை மேய்க்கிற மனிதர்கள் மட்டும் ஒட்டாமலிருக்க முடியுமா?

ஜெயவேலுவும், முருகவேலுவும், அமுதாவும் ஒன்றாய் ஆடுகள் மேய்க்கத் தொடங்கிய ஆரம்ப நாட்களில் அதிகம் பேசாமல் தரையைக் கீறிக்கொண்டு உட்கார்ந்திருந்தாள் அமுதா.

பாவம். அப்பனையும், சொத்து சுகங்களையும் இழந்து விட்டு அனாதரவாய் வந்திருக்கிற பெண் என்று முருகவேலுவுக்கு அமுதாவின் மீது பரிதாபமும், ஒரு பரிவும் உருவானது.

அந்த பரிவும், பரிதாபமும் பின்னாளில் எவ்வளவு பெரிய விளைவை ஏற்படுத்துப் போகிறது என்பது அப்போது அவர்களுக்குத் தெரிய வாய்ப்பே இல்லாமல் போனது.

31

வைகாசி மாதத்தின் கடைசி வாரம். ஊரில் கங்கையம்மன் திருவிழா முடிந்த மறுநாள். ஊரே சுகமான அலுப்புடன் தூங்கிக்கொண்டிருந்தது. பிற்பகலின் உக்கிரமான வெய்யிலின் தகிப்பையும் மீறி இரவு ஆட்டம் பார்த்த கிறக்கத்தில் ஆண்களும், பெண்களும், குழந்தைகளும் கண்ணயர்ந்து கிடந்தனர்.

"டுமீல்" என்ற வேட்டுச்சத்தம் கேட்டு, திடுக்கிட்டு எழுந்து உட்கார்ந்தான் முருகவேலு. நல்ல தூக்கம். திடீரெனப் புரண்டு எழுந்ததில் சில நிமிடங்களுக்கு எதுவும் புரியவில்லை. எங்கே இருக்கிறோம், என்ன செய்துகொண்டிருக்கிறோம் என்பதை விளங்கிக் கொள்ளவே முழுதாய் இரண்டு நிமிடங்கள் ஆனது.

கீழே விரித்திருந்த டவலுக்குக் கீழே துருத்திக் கொண்டிருந்த காய்ந்த களிமண் கட்டி தொடையில் குத்தியது. அசைந்து தள்ளி உட்கார்ந்தவனுக்கு எதிரே சற்றுத் தூரத்தில் புகை கிளம்பிய இடத்தை நோக்கி குருவிக்காரன் ஒருவன் விழுந்தடித்து ஓடிக் கொண்டிருந்தான்.

அப்போதுதான் புரிந்தது முருகவேலுவுக்கு. பரந்து, விரிந்து, காய்ந்து கிடக்கிற ஏரியில் வேட்டைக்கு வந்த குருவிக்காரன் எதையோ சுட்டிருக்கிறான்.

எழுந்து நின்று குருவிக்காரனை உற்றுப் பார்த்தான். இடது கையில் நாட்டுத் துப்பாக்கியைப் பிடித்துக் கொண்டு ஓடிய குருவிக்காரன் சற்றுத் தூரம் ஓடி குனிந்து, அடர்ந்து வளர்ந்திருந்த மிளகாய் பூண்டுகளுக்கிடையில் இருந்து ஒரு தவிட்டுப் புறாவை எடுத்தான்.

வலது தோளில் மாட்டியிருந்த தோல் பையில் புறாவைப் போட்ட குருவிக்காரன், திரும்பி சற்றுத் தூரத்தில் இருந்த அவனது மாட்டைப் பார்த்தான். கொம்புகள் வளைந்த அந்தக் காளை மாடு அவனை நோக்கி நடந்தது.

குருவிக்காரர்கள் ஏரியில் வேட்டையாடுவதே வினோதமாக இருக்கும் முருகவேலுவுக்கு. வேட்டைக்கு வரும்போதே ஒரு பசு மாட்டையோ, காளை மாட்டையோ கூடவே ஓட்டிக்கொண்டு தான் வருகிறார்கள்.

கருப்பு நிறத்தில் பறவையின் இறக்கையைப் போல விரிந்த ஒரு அட்டையைத் தலையில் மாட்டிக்கொண்டு, மாட்டின் அருகில் அதனோடு உரசிக்கொண்டு, மறைந்து, பதுங்கிப் பதுங்கி நடக்கிறார்கள் குருவிக்காரர்கள்.

தூரத்திலிருந்து பார்ப்பதற்கு மாடு மேய்வது போலவும், அதற்குப் பக்கத்தில் ஒரு காகமோ, பருந்தோ பறப்பது போலவும்தான் தெரிகிறது.

ஏரியில் முளைத்திருக்கிற மிளகாய்ப் பூண்டு, தும்பைச் செடிகளுக்கு இடையே புல் விதைகளைக் கொத்தித் கொண் டிருக்கிற தவிட்டுப்புறாக்களும், கௌதாரிகளும் கூட அப்படித்தான் நினைக்கும். மாடும் காகமும்தானே என்று ஏமாந்து, அவை தீனி பொறுக்க, மெது மெதுவாய் துப்பாக்கியோடு நெருங்கும் குருவிக்காரர்கள் தோதான தூரத்திற்கு நெருங்கியதும் ‘டுமீல்’ எனச் சுட்டு வீழ்த்திவிடுவார்கள். சத்தம் கேட்டு அவை சுதாரித்து நிமிர்வதற்குள் ரத்தம் சிந்தி விழுந்து துடிக்கின்றன.

ஏரி வற்றி, காய்ந்து போனால் இப்படிப் புறா, கௌதாரி வேட்டை. ஏரி நிரம்பி தளும்பிக்கொண்டிருக்கிற நேரங்களில் இந்த ஊருக்கு குருவிக்காரர்கள் வந்தால் காட்டில் முயல், கௌதாரி, குயில், மைனா வேட்டையோடு ஏரியில் ஏரிக் கோழி வேட்டைக்கும் இறங்கிவிடுவார்கள்.

ஏரியில் கழுத்தளவு நீர் இருக்கும்போது இதேபோல் மாட்டுடன், தலையில் கருப்பு அட்டையை மாட்டிக்கொண்டு இறங்கி துப்பாக்கியோடு மெதுவாகச் சத்தமில்லாமல், தண்ணீரில் நடப்பார்கள். பயிற்சி பெற்ற அந்த மாடுகளும் தலையும், முதுகும் மட்டும் தண்ணீருக்குமேல் தெரிய மெதுவாய் நடக்கும்.

மீன்களையும், தவளைகளையும் பிடித்து விழுங்கிக் கொண்டிருக்கும் கருமைநிற ஏரிக்கோழிகளையும், கொக்குகளையும் இப்படி ஏமாற்றி அவர்கள் லாவகமாய்ச் சுடும் சாமர்த்தியத்தைக் கரையில் நின்று ஊரே வேடிக்கை பார்க்கும். அந்நேரத்தில் சின்னப் பையன்கள் கத்தி, கூச்சல் போட்டால் ஏரிக்கோழிகள் கழுத்தை உயர்த்திப் பார்த்துவிட்டு திடீரென எழும்பி கும்பலாய் பறக்கத் தொடங்கிவிடும். கூட்டம் கூட்டமாய் ஏரியில் மேயும் அந்தக் கோழிகள் திடீரென எழும்பி சாரைசாரையாய்ப் பறப்பது பார்க்க அழகாய் இருக்கும். ஆனால் குருவிக்காரர்கள் அவ்வளவு தூரம் தண்ணீரில் நடந்தும் தவழ்ந்தும் போனது வீணாகிவிடும்.

அதனால் கூட்டம் சேர்ந்தாலே கெஞ்சுவார்கள் குருவிக் காரர்கள். தண்ணீரில் இறங்கும்போதே அவர்களைக் கெஞ்சி, தூர அனுப்பிவிட்டுத்தான் இறங்குவார்கள். அவர்கள் சொல்லும்போது கரையில் அந்தப்புறம் இருக்கும் சிறுசுகள், அவர்கள் தண்ணீரில் இறங்கியதும் பீவேலம் செடி மறைவில் இருந்து மெது மெதுவாய் எட்டிப் பார்க்கும்.

“சாமியோவ்... நாங்கோ குருவி சுடும்போது குண்டு கிண்டு ஆளு மேல பாஞ்சா, அப்றம் எங்கள தப்புச் சொல்லக்கூடாது சாமியோவ்” என்று பயமுறுத்துவார்கள் குருவிக்காரர்கள்.

அதைக் கேட்ட பிறகு தான் ஊர்ப் பெரியவர்கள் சிறுசுகளைத் தூர விரட்டுவார்கள். சின்னஞ்சிறுசுகளை விரட்டிவிட்டு, பெரியவர்கள் மட்டும் பம்மி பம்மி எட்டிப் பார்ப்பார்கள்.

குருவிக்காரர்கள் ஊருக்கு வந்து டேரா போட்டாலே ஊர்க்காரர்களுக்கு வேடிக்கைக்குப் பஞ்சமிருக்காது. அவர்கள் துப்பாக்கியால் சுடுவது, ஏரிக்கரையோர அரசமரத்தடியில் தங்கி குருவிகளைச் சுட்டு உப்பு மிளகாய் போட்டுப் புரட்டித் தின்பது, “காக்ரி பூக்ரி” எனப் பேசிக்கொள்வது, ஓரே சொம்பு வெந்நீரில் தங்கள் குழந்தைகளைக் குளிப்பாட்டுவது, பாசிமணிகளை

லாவகமாகக் கோர்ப்பது, கருப்பும் சிவப்புமாய் ரப்பர் உண்டி வில்களைக் கட்டுவது, கணவனும் மனைவியும் கொஞ்சுவது, தளதளக்கும் சிவப்புத் தோலும், குலுங்கும் முலைகளுமாய்த் தங்கள் குழந்தைகளுக்குப் பாலூட்டும் குருவிக்காரிகளை முறைத்துப் பார்ப்பது என எல்லாமே வேடிக்கைதான் ஊர்க்காரர்களுக்கு.

இப்போது ஊரே அசந்து தூங்கிக்கொண்டிருக்க எந்தத் தொந்தரவும் இல்லாமல் வேட்டையில் இறங்கியிருக்கிறான் இந்தக் குருவிக்காரன்.

"யோவ் குருவி பார்த்து சுடு... அந்தப் பக்கமா ஆடுங்க மேயுது... அதுங்கள சுட்டுடப் போற" என்றான் முருகவேலு.

"சாமியோவ்... எங்குளுக்கு ஆடுங்களுக்கும், குருவிங்களுக்கும் வித்தியாசம் நல்லாவே தெரியும் சாமியோவ்" என்றான் குருவிக்காரன்.

களுக்கென்று சிரிப்புச் சத்தம் கேட்டது. திரும்பிப் பார்த்தான் முருகவேலு. அவனுக்கு வலதுபுறம் சற்றுத் தூரத்தில் டவலை விரித்துப் படுத்திருந்த அமுதாதான் அவனைப் பார்த்து அப்படிச் சிரித்தாள். அவளைப் பார்த்ததும் சட்டென்று கிண்டலாய் சிரித்தான் முருகவேலு.

"இன்னா... உங்க சொந்தக்காரங்கள பாத்ததும் சிரிப்பு பொங்கிகினு வர்து..." என்றான் அவளிடம் கிண்டலாக.

"ம்க்கூம்... எங்க சொந்தக்காரங்களா...? உங்க சம்பந்திங்களா இருக்கும்" என்றாள் குறும்பாக.

"அடி பேக்கு... நானும் அத்தாங் சொல்றங்... எங்க சம்பந்திங்கன்னர்... உங்களுக்குப் பங்காளிங்க தான?" என்று கண்ணடித்தான்.

அதைக் கேட்டதும் வெட்கத்தில் குப்பென்று முகம் சிவந்தாள் அமுதா.

"அப்டினா நம்ம ரெண்ட பேருக்குமே சொந்தக்காரங்கதாங்" என்றாள்.

அப்போது சிலுசிலுவென்று வீசத் தொடங்கியது வேலமரக் காற்று. சுற்றிலும் கானல் அலையலையாய் வீசிக்கொண்டிருக்க...

பாதி ஏரியில் அடர்த்தியாய்ப் பரவியிருந்த வேல மரங்களுக்கிடையில், புதர் புதராய் இருந்த பங்களா செடிகளுக்கு நடுவில் மேய்ந்து கொண்டிருந்தன அவர்களின் செம்மறியாடுகள்.

எதிர்ப்புறம் சின்னச்சின்ன மிளகாய்ப்பூண்டுகளோடு பெரிய மரங்களின்றி வெறுமையாய் விரிந்திருந்த பாதி ஏரியில்தான் எப்போதும் புறாக்களும், கௌதாரிகளும் உலவும். தாக்குப் பள்ளத்துக்கு அந்தப்புறம் கரையின் மீது வளர்ந்திருந்த பீவேலி மரங்கள் கானல் அலையினூடே நடனமாடுவதுபோலத் தெரிந்தன.

இங்கே வேலம் மரங்களின் அடர்த்தியான நிழலுக்குக் கீழே சில்லென்று காற்று வீச, துப்பாக்கி சத்தத்தையோ, இவர்களின் கேலிப் பேச்சுக்களையோ உணராமல் முருகவேலுவுக்கும் அமுதாவுக்கும் நடுவில் துண்டை விரித்துப்படுத்து அசந்து தூங்கிக் கொண்டிருந்தான் ஜெயவேலு. மூவரின் ஆடுகளும் கலந்து பங்களா மண்டைகளுக்கிடையில் மேய்ந்து கொண்டிருந்தன.

“ஆமா நம்பச் சொந்தக்காரங்கதாங்... நம்ப ஜெயவேலுவுக்கு அவங்க பொண்ணு ஒண்ணு பார்த்துக் கட்டிவைச்சிடலாமா பாரு” என்று மீண்டும் கண்ணடித்தபடி டவலின் மேல் உட்கார்ந்தான் முருகவேலு.

“ஜெயவேலுவுக்கு இன்னாத்துக்கு... உனுக்கு ஓணும்னா செவப்பா ஒரு குருவிக்கார்சிய பாத்துக் கட்டிக்கோ” என்றாள் அமுதா.

“செரி நானு ஒரு குருவிக்காரிய கட்டிக்கிறேங்... நீ ஒரு குருவிக்காரன பார்த்துக் கட்டிக்கோ” என்று சிரித்தான் நக்கலாக.

அதைக்கேட்டதும் குபுக்கென்று கோபம் வந்துவிட்டது அமுதாவுக்கு.

“ம்... ரொம்பக் கொய்ப்புதாங் உனுக்கு” என்று ஒரு சிறு உலர்ந்த களிமண் கட்டியை எடுத்து அவன் மீது விசிறி அடித்தாள்.

அது அவன் மீது விழவில்லை. பதிலுக்கு அவன் ஒரு சிறிய களிமண் கட்டியை எடுத்து அவள் மீது வீசினான். அது அவளின் மடியின்மீது விழுந்தது.

வலிப்பதைப் போலப் பாவனை செய்த அவள், மீண்டும் ஒரு சிறிய களிமண் கட்டியை எடுத்து அவன்மீது வீசினாள். அது நடுவில்

தூங்கிக்கொண்டிருந்த ஜெயவேலுவின் முகத்தில் விழுந்தது. முகத்தைத் தேய்த்துக்கொண்டு திரும்பிப்படுத்த அவனைப் பார்த்ததும் சிரித்தான் முருகவேலு.

"பன்னி... பேய்த்தூக்கம் தூங்கறாம் பாரு..." என்று ஒரு பெரிய களிமண் கட்டியை எடுத்து ஜெயவேலுவின் புட்டத்தின்மீது அடித்தான் முருகவேலு.

படாரென அவன் மீது விழுந்த களிமண் கட்டி உடைந்து சிதறி நாலாபுறமும் பறந்தது. அதிர்ந்துபோய் எழுந்து உட்கார்ந்த ஜெயவேலு, இருபுறமும் உட்கார்ந்து குலுங்கிக் குலுங்கிச் சிரிக்கும் அவர்களைப் பார்த்ததும் எதுவும் புரியாமல் கண் இமைகளைச் சுருக்கிக்கொண்டு விழித்தான்.

"டுமீல்...!" மீண்டும் குருவிக்காரன் சுட்டதும் பதறிக்கொண்டு நிமிர்ந்து பார்த்தான் ஜெயவேலு. மீண்டும் ஒரு புறாவைச் சுட்ட குருவிக்காரன் ஓடிப்போய் அதை எடுத்துப் பையில் போட்டுக் கொண்டான்.

வேட்டுச்சத்தம் கேட்டதும் ஒட்டுமொத்தமாய்த் தலையைத் தூக்கி காதுகளை உயர்த்திப்பார்த்த செம்மறி ஆடுகள், ஒரு நிமிடம் அசைவற்று, நின்றுவிட்டு, பின் மீண்டும் வாயை அசைபோட்டபடி கீழே குனிந்தன.

கும்பலாய் மேலெழுந்து பறந்த, காய்ந்த புற்களின் நிறத்தில் இருந்த தவிட்டுப் புறாக்கள் சற்றுத் தூரம் பறந்துசென்று, பங்களா மண்டைகள் அடர்த்தியாய் விரிந்திருந்த கரையோரத்தில் போய் இறங்கின. சில கௌதாரிகள் அலறியடித்துக்கொண்டு பறந்து கரையின் மறுபுறத்தில் பீவேல மரங்களுக்கிடையில் இறங்கின.

"இன்னிக்கி நல்ல வேட்டதாங் உங்க ஆளுங்களுக்கு... ராத்திரிக்கி விருந்துதாங்" என்று சிரித்தான் அமுதாவிடம் முருகவேலு.

"நம்ப ஆளுங்களுக்கு" என்று சிரித்தாள் அமுதா.

அவர்கள் பேசுவது எதுவும் புரியாமல் பார்த்த ஜெய வேலுவைப் பார்த்து நமுட்டுச்சிரிப்பு சிரித்தாள் அமுதா.

"இன்னாணா... ராத்திரி ஆட்டம் ரொம்ம நல்லா இர்ந்திச்சில்ல... பொய்து வெடியற வெரைக்கும் பார்த்த மாதிரி கீது" என்றாள் ஜெயவேலுவிடம்.

"ம்... நல்லாதாங் இர்ந்திச்சி... நீ கூட ஆட்டம் உட்ற வெரைக்கும் பார்த்த மாதிரி கீது?" என்று திருப்பிக் கேட்டான்.

"ஆமாணா... கொஞ்ச நேரம் பார்த்துட்டுப் போலாம்னுதாங் வந்தங்... ஆட்டம் நல்லா இர்ந்திச்சா... அப்டியே ஒக்காந்துட்டேங்" என்றாள்.

"ஆட்டம் நல்லா இர்ந்திச்சா... உங் ஆளு நல்லா இர்ந்திச்சா?" என்று முருகவேலுவை ஓரக்கண்ணால் பார்த்துக்கொண்டே கேட்டான் ஜெயவேலு.

சட்டென்று முருகவேலுவை ஓரக்கண்ணால் பார்த்துக் கொண்டே...

"ரெண்டுந்தாங்" என்று வெட்கப்பட்டாள் அமுதா.

அதைக்கேட்டதும் புல்லரித்தது முருகவேலுவுக்கு. நேற்று திருவிழாவுக்காகத் தைத்த புதுச்சட்டையில் பார்க்க களையாக இருந்தான் முருகவேலு.

"உனுக்கு எப்டி மாப்ள...? ஆட்டம் நல்லா இருந்திச்சா?" என்றான் முருகவேலுவிடம் ஜெயவேலு. அவனது வார்த்தைகளில் கிண்டல் தாராளமாக இருந்தது.

"ஆட்டத்த யாரு பார்த்தாங்க மச்சாங்... நாம் பாத்ததெல்லாம் வேற ஆட்டத்த" என்றான் குறும்பாக.

ஆட்டம் பார்க்க நீல நிறப் பாவாடையும், சிவப்பு தாவணியும், தலை நிறைய்ய மல்லிகைச் சரமும் தவழ, தேவதையைப்போல வந்திருந்தாள் அமுதா. அத்தனை சனக்கூட்டத்தையும் மீறி அவளது கண்கள் முருகவேலுவை மட்டுமே விழுங்கிக் கொண்டிருந்தன. முருகவேலுவின் கண்களுக்கு அங்கே அவளைத் தவிர வேறு யாரும் தெரியவே இல்லை.

ஆட்டப் பந்தலுக்கு முன்னால் பாய் விரித்து அம்மாவோடும், தங்கையோடும் குந்தியிருந்த அவளுக்குச் சற்றுத் தள்ளி பெருமாள் ரெட்டியார் வீட்டுத் திண்ணையில் ஜெயவேலுவுடன் உட்கார்ந் திருந்த முருகவேலு ஒரு நொடிகூட ஆட்டத்தைப் பார்க்கவில்லை.

"பப்பள பள பள பள பள பப்புனு வந்தேனே... நாந் தொப்புனு வீந்தேனே" என்று கட்டியக்காரன் இடுப்பை சாய்த்து ஆடி

தொபீரெனக் கீழே விழுந்தபோது “ஓ”வெனக் கைத்தட்டி சிரித்தது கூட்டம். அப்போதுகூடச் சிரிக்காமல் இருந்தான் முருகவேலு. அவன் எந்த ஆட்டத்தையும் பார்க்கவில்லை. ஆனால் அமுதா மட்டும் ஆட்டத்தையும், அம்மாவுக்குத் தெரியாமல் அவனையும் பார்த்துக் கொண்டிருந்தாள்.

“இன்னா மாப்ள... ராத்திரி இன்னா ஆட்டம் ஆடினாங்க...?” என்றான் வேண்டுமென்றே ஜெயவேலு.

“யாருக்குத் தெரியுங்...?” என்றான் அவன்.

“ம்... ஆட்டம் பேரே தெரியாம இன்னாதாங் ஆட்டத்தப் பார்த்த நீ... ‘மந்திரியின் தந்திரம்’னு மூனு வாட்டி சொன்னானே பப்னு... காதுல விய்லியா?” என்றாள் அமுதா கேலியாக.

“காதுலியுங் விய்ல... கண்லயுங் விய்ல... மல்லிப்பூவும், மைப்பூசுன கண்ணுமா வந்து எதுர்ல உக்கார்ந்துகினு இர்ந்தா எப்படிக் கண்லயுங் காதுலயுங் வியுங்” என்றான் கிறக்கத்தோடு.

“ம்கும்... பட்டப்பகல்ல இப்டியே பேசிகினு இரு... யாரு காதுலனா விய்ந்தா அவ்ளோதாங்” என்றாள் பயத்தோடு.

“விய்ந்தா இன்னா... எவங் இன்னா பண்ணுவாங்? கீசிடுவேங்” என்றான் முருகவேலு.

“இன்னா இது வம்பா கீது... என்னிக்கி வெளிய தெர்ஞ்சி ஊரு ரெண்டாவப் போவுதோன்னு நானே பய்ந்துகினு கீறேங். ணா... நீனா இதுக்குச் சொல்ணா... கொஞ்சம் வாய மூடிகினு கீட்டம்” என்றாள் ஜெயவேலுவிடம் பயத்தோடு.

“இங்க யாரு கீறாங்க...? அந்தக் குருவிக்காரந்தாங் கீறாங்” என்றான் ஜெயவேலு.

“இல்லணா... எனுக்கு ரொம்பப் பயமா கீது... ஊருல இந்த விசயம் தெரிஞ்சா எங்கள சொம்மா உடுவாங்களா... அப்பன துன்னுட்டு அனாதயா வந்த எங்குளுக்கு ஆதரவு குட்த்த ஊரு இது... இப்ப நடக்கறது தெரிஞ்சா... இன்னா ஆவுங்...? எங்க ஊட்டயே கொள்த்தி பூடமாட்டாங்களா...? அதுதாங் நானு இதெல்லாங் நமுக்கு வாணா... உங்குளுக்கும் எங்குளுக்கும் ஏணி வெச்சாக்கூட எட்டாது... வாணா வாணான்னு சொன்னேங்... ‘உங்குளுக்கும் எங்குளுக்கும் ஒரே ரத்தம்... ஒரே கலருன்னு’

சினிமால பேசற மாதிரி வசனம் பேசுது இது... இதெல்லாங் எங்க போயி முடியப்போவுதோன்னு எனுக்குள்ள கிலி விய்ந்துச்சி... ராத்திரில என்னால தூங்க முடில" என்றாள் அமுதா. அவளது வார்த்தைகளில் கேட்பவர் மனதைக் குடையும் சோகம் இருந்தது.

"தோ பாரு அமுதா... சொம்மா சொம்மா எப்பப் பார்த்தாலுங் இதயே சொல்லிகினு கீற நீ... இன்னா தலய வெட்டிப் போட்றுவாங்களா...? யாரு இன்னா பண்ணிடுவாங்க...? எல்லாத்தயுங் நாங்க பாத்துக்கறோங்... நீ யில்லன்னா நானு இல்ல... நானு இல்லன்னா உன்னால இர்க்க முடியுமா?" என்றான் அவளைப் பார்த்து முருகவேலு.

"நீயில்லன்னு ஆயிட்ச்சின்னா அன்னிக்கே செத்துருவங் நானு" என்றாள். அவள் குரலில் இருந்த உறுதி முருகவேலுவுக்கும் புதிய ஆவேசத்தை உருவாக்கியது.

"அமுதா... இப்ப இந்த ஏரியில... இந்த வேலம் மரத்துக்குக் கீய இர்ந்துகினு சொல்றங்... வாய்ந்தா உங்கூடதாங்... இல்லன்னா ஒன்னாவே செத்துப் போய்டலாங்" என்றான். அவன் குரல் கரகரப்பாய் இருந்தது.

"யேய் மாப்ள... இன்னாடா நீங்க மாறி மாறி இப்படிச் சாவறதப் பத்தியே பேசிகினு கீறீங்க... நானு உங்க கூடக் கீறண்டா... ஆனாகூட ஊர்ல கீறவங்கள நெனச்சாதாண்டா பயமா கீது... இன்னா ஆனாலுங் நடக்கும்போது பாத்துக்கலாம்... இப்ப எதுக்குடா சொம்மா சொம்மா சாவு கீவுன்னு பேசிகினு... இது யாரு காதுலனா வீய்ந்தா அதுவே வம்பா பூடும்... அதயே பேசாம வேற கதயப் பேசுங்க..." என்றான் ஜெயவேலு.

"இங்க வேற யாருடா கீறாங்க... அந்தக் குருவிக்காரங்... அதாங்... இவங்க சொந்தக்காரங்... அவந்தாங் கீறாங்..." என்று சிரித்தான் முருகவேலு.

அப்படி அவன் உடனே சிரித்தது ஜெயவேலுவுக்குச் சற்று ஆறுதலாக இருந்தது. அவனும் சிரித்தான். அமுதா மட்டும் உம்மென முகத்தை வைத்துக்கொண்டு, ஒரு குச்சியால் தரையைக் கிளறிக் கொண்டிருந்தாள். நீரில்லாமல் காய்ந்து, வெடித்துப் போயிருந்தது ஏரியின் தரைப்பகுதி. அந்த வெடிப்பில் கையிலிருந்த வேலம்குச்சியை நுழைத்துக் கிளற, களிமண் சிறுசிறு கட்டிகளாகப்

பெயர்ந்து எழுந்தது. அதனுள்ளிருந்து சில கருமை நிறப்பூச்சிகள் ஓடி வெடிப்புக்குள்ளேயே மறைந்தன.

"இன்னா சாமியோவ்... பொறா வாங்கிக்கீறியா? இப்பதாங் அடிச்சது... உன்னுங் சூடுகூட ஆறல" என்றான் முருகவேலுவிடம் அந்தக் குருவிக்காரன்.

"குருவி... நேத்துக் கெங்கம்மா பண்டிகைக்குக் காய்ச்சின கோயி, ஆட்டுக்கறி கொயம்பே இன்னும் காலியாவல... அதுக்குள்ள பொறாவ எப்டி துண்றது? இத நேத்து அடிச்சியிர்ந்தினா பிச்சினு பூட்டிருக்குங்" என்றான் முருகவேலு.

"செரி உடு சாமியோவ்... நாங்களே துண்றோம்" என்று ஊரைப் பார்த்து மாட்டை ஓட்டிக்கொண்டு நகர்ந்தான்.

தோளில் மாட்டி வானத்தைப் பார்த்து நீட்டிக்கொண்டிருந்த அவனது துப்பாக்கியைப் பார்த்து வேலம் மரங்களில் அமர்ந்திருந்த நான்கைந்து காகங்கள் "கா... கா" என்று பயத்தில் கத்திக்கொண்டு எழுந்து பறந்து வட்டமிட்டன.

குருவிக்காரன் சற்றுத் தூரம் போனதும் பழையபடி மரத்திலேய அமர்ந்து மீண்டும் தலையைச் சாய்த்துச் சாய்த்துப் பார்க்கத் தொடங்கின காகங்கள்.

"பேசாம... உங்க ஆளுங்களயே யாரைனா கட்டிகினு நல்லா இருய்யா. எப்டியும் நம்ள ஒன்னா வாய உடமாட்டாங்க ஊர்ல... நீயினா நல்லா இரு" என்று கண்களைத் துடைத்தாள் அமுதா.

"த்தே... உனுக்குக் கிறுக்கு புட்ச்சிச்சா... நீயில்லனா செத்துப்புடுவேன்னு இப்பதாங் சொன்ன... அதுக்குள்ள இன்னா ஆயிட்சி?" என்றான் கோபமாக முருகவேலு.

"ம்கூம்... யோசன பண்ணிப் பார்த்தங்... ரெண்டு பேரும் சாவறத உட நீயானா சந்தோசமா இருய்யா" என்றாள்.

"நாமட்டுஞ் சந்தோசமா இருக்க முடிமா...? அப்டி உன்னால நெனைக்க முடிதா...? செத்தாக்கூட ரெண்டு பேருமே சாவலாங்..." என்றான் முருகவேலு கறாராக.

"டேய்... இன்னாடா நீங்க மறுபடியும் அதையே பேசிகினு கீறிங்க... அதெல்லாம் ஊர்ல தெரியும்போது பார்த்துக்கலாம்...

இப்ப இன்னாத்துக்கு அதயே பேசிகினு" என்றான் கோபமாக ஜெயவேலு.

"மச்சாங்... ஊர்ல எங்க கத நம்பள தவற வேற யாருக்கும் இதுவெரைக்கும் தெரியாது. நீதாண்டா எங்கள சேத்து வெய்க்கணுங்" என்றான்.

"மாப்ள... திருப்பித் திருப்பி ஏன்டா... எத்தினி வாட்டிடா இதையே சொல்லிகினு இருப்ப...? அதுதாங் சின்னப்பொண்ணு... பயப்படுது. நீயே ஊர்ல போயி வெர வெர்ச்சிடுவ போலக் கீதேடா" என்றான் ஜெயவேலு.

அவனது கவலை சரியாகிவிட்டது. அவர்கள் பேசுவதை எல்லாம் கண்களை மூடி அசையாமல் உற்றுக் கேட்டுக் கொண்டிருந்தது ஒரு உருவம்.

அவர்கள் குந்தியிருந்த வேலம் மரத்தைத் தாண்டி மறுபுறம் இருந்த கடல்பால் புதருக்குப்பின் வேறொரு வேலம் மரத்தினடியில் படுத்திருந்த குப்பா ரெட்டியாரின் தம்பி ஆறுமுகம் அவர்கள் பேசுவதையெல்லாம் கவனமாகக் கேட்டுக் கொண்டிருந்தான்.

32

சின்னசாமி ரெட்டியார் குப்பா ரெட்டியாருடன் காலையிலேயே எம்.பி.டி. பேருந்தில் ஏறி இராணிப் பேட்டை நீதிமன்றத்துக்குப் போனார்.

கோர்ட்டு வாசலிலேயே வக்கீல் குமாஸ்தா அவர் களுக்காகக் காத்திருந்தான்.

அன்று நில ஆர்ஜித வழக்கின் வாய்தா. அவர்களைப் பார்த்ததும் குமாஸ்தா பரபரவெனப் பேசினான்.

“இன்னிக்கி கேசு விசாரணக்கி வந்துடும்னு வக்கீல் சார் சொல்லி இருக்காரு. வக்கீலு இப்ப வந்துருவாரு, உங்க பேர கூப்டதும் உள்ள வந்து ஜட்ஜி முன்னால கும்புட்டு நில்லுங்க” என்றான் குமாஸ்தா.

“அததான ரொம்ப நாளா செஞ்சிகினு கீறோம். பேரு கூப்டறது, கும்பிட்றது... வாய்தா போட்றது... இன்னிக்கினா அதிகாரிங்க வந்து ஆஜராவாங்களா?” என்றார் ரெட்டியார் வெறுப்பாக.

“அப்டி பேசக்கூடாது பெரியவரே... அதிகாரிங்களுக்கு நம்பளது ஒன்னுதானா கேசு? இது மாதிரி எத்தினியோ ஊர்ல நெலத்த எடுத்து இருக்காங்க... ஒவ்வொரு கேசுக்கும் அவங்கதாங் ஆஜராவணும். அதாங் லேட்டாவுது... இன்னிக்கி உங்க ஊரு கேசுல எப்டியும் ஆஜராவாங்க... வக்கீலு நேத்தே அதிகாரிங்ககிட்ட

பேசிட்டாராம். வர்றோம்னு சொல்லி இருக்காங்களாம். அதிகாரிங்க ஆஜராகி ரெகார்ட் புரட்யூஸ் பண்ணிட்டாங்கன்னா கேசு சீக்கிரத்துல முடிஞ்சிடும் பெரியவரே" என்று மூச்சு விடாமல் பேசினான் குமாஸ்தா.

"ம்... ம்... ஊருல கீற நெலத்தயெல்லாம் புடுங்கிகினே இருந்தா அதிகாரிங்களுக்குக் கோர்ட்டுக்கு வர்றதுக்கு எங்கயிருந்து நேரம் இர்க்கும்?" என்றார் ரெட்டியார் கோபமாக.

"செரி... பெரியவரே... வக்கீலு பீசு எட்த்துக்கினு வந்தீங்களா" என்று ரகசியமாகக் கேட்டான் குமாஸ்தா.

"அது இல்லாம வருவமா...? அதாங்க ஒரு வாரங் முன்னியே கடுதாசி போட்டுர்றீங்களே" என்ற ரெட்டியார் பைஜாமா பையிலிருந்து நூறு ரூபாய் நோட்டு ஒன்றை எடுத்துக் குமாஸ்தா விடம் நீட்டினார். குப்பா ரெட்டியாரும் டவுசர் பையிலிருந்து மைக்கா கவரை எடுத்துப் பிரித்து அதனுள்ளிருந்த இரண்டு ஐம்பது ரூபாய் நோட்டுகளை எடுத்து வேண்டா வெறுப்பாக நீட்டினார்.

இரண்டு பேரிடமும் வாங்கி சர்ட் பாக்கெட்டில் வைத்துக் கொண்டான் குமாஸ்தா.

"இங்கியே இருங்க... கோர்ட் ஆரம்பிச்சதும் கூப்பிடுவாங்க" என்று கூறிவிட்டு நீதிமன்றத்தின் உட்புறம் ஓடினான்.

கிழக்கும் மேற்குமாய் நீண்டிருந்தது அந்த நாட்டு ஓடு வேய்ந்த பழைய நீதிமன்றக் கட்டிடம். அதன் எதிரில் பரந்து விரிந்திருந்த ஆலமரத்தினடியில் போட்டிருந்த சிமெண்ட் மேடையின்மீது ஏறி உட்கார்ந்தனர் இருவரும்.

காலையிலேயே வெய்யில் சுருசுருவென ஏறிக்கொண்டிருந்தது. நெற்றியில் வழிந்த வியர்வையைத் தோளில் சுற்றியிருந்த டவலால் துடைத்துக்கொண்ட ரெட்டியார், டவலாலேயே முகத்தில் விசிறிக்கொண்டார்.

சில வக்கீல்கள் மோட்டார் சைக்கிளில் வந்து இறங்கினர். சிலர் மிதிவண்டிகளில் வந்தனர். கிராமத்துப் பெரியவர்களும், இளைஞர்களுமாய்ப் பலர் வந்து குழுமத் தொடங்கினர்.

அப்போது இரண்டு காக்கி உடைக் காவலர்கள் கையில் விலங்கு பூட்டிய ஒரு இளம் வாலிபனை தள்ளிக்கொண்டு வந்து

ஆலமரத்தின் மேடைக்குக் கீழே குந்தியபடி உட்கார வைத்துவிட்டு, அவர்கள் மேடையின் மீது ஏறி உட்கார்ந்தனர். அவர்களைப் பார்த்ததும் மேடையில் உட்கார்ந்திருந்தவர்களில் சிலர் கீழே இறங்கி நின்றனர். சில வக்கீல்கள் மேடையின் மேலேயே உட்கார்ந் திருந்தனர். சின்னசாமி ரெட்டியாரும், குப்பா ரெட்டியாரும் கீழே இறங்கி நின்றனர்.

ஆலமரத்தில் அமர்ந்திருந்த சில காகங்கள் கத்திக்கொண் டிருந்தன. அந்தக் காகங்களின் நிறத்தில் கோட்டு அணிந்திருந்த வக்கீல்களைப் பார்த்ததும் சிரித்துக் கொண்டார் ரெட்டியார்.

"இன்னா ரெட்டியாரே... தானா சிரிக்கிற?" என்றார் குப்பன்.

"ஒன்னுமில்லடா... இந்தக் காக்காங்க பொறக்கும் போதுல யிருந்தே வக்கீலுங்க கோட்டு மாதிரி நெறத்துலயே கீதே... இதுங்கள்லாம் கோர்ட்டுல போயி வாதாடினா எப்டி இருக்கும்..." என்று சிரித்தார்.

"அடப்போ ரெட்டியாரே... இப்பவே இந்த வக்கீலுங்க கருப்பு கவுனு மாட்டிகினு 'கையா குய்யானு' இங்கிலீசுல காக்காங்க மாதிரிதாங் கத்தறானுங்க... ஒன்னும் நமுக்கு பிரியில... இதுல இதுங்க வேற சேர்ந்து கத்தினா அவ்ளோதாங்" என்றார்.

அப்போது ஒரு வக்கீல் நீல நிற காரில் வந்து இறங்கினார். சில பேர் எழுந்து அவருக்கு வணக்கம் வைத்தனர். எதற்கும் இருக்கட்டும் என்று எழுந்து நின்னு சின்னசாமியும், குப்பனும் அவருக்கு வணக்கம் வைத்தனர்.

பத்து மணிக்கெல்லாம் நீதிமன்ற வளாகத்தில் கசகசவெனக் கூட்டம் கூடிவிட்டது. அவர்கள் ஊர்க்காரரர்கள், பக்கத்து ஊர்க்காரரர்கள் என நிலம் இழந்தவர்களின் கூட்டம்தான் அதில் அதிகம் இருந்தது.

பத்தரை மணிக்கு "சைலன்ஸ் சைலன்ஸ்" என்று வெவ்வேறு பக்கமிருந்து கத்தினார்கள். தோளில் பட்டை மாட்டிய டவாலிகள் ஒவ்வொரு அறை வாசலிலும் நின்று "உஸ் உஸ்" என்று வாயின்மீது விரல் வைத்து அதட்டினார்கள்.

ஒவ்வொரு கூடத்துக்குள்ளும் ஒவ்வொரு கோர்ட்டு நடந்தது. இவர்களின் குமாஸ்தா ஓடிவந்து இவர்களை அழைத்துப்போய் ஒரு கூடத்தின் வாசலில் நிற்க வைத்தார். உள்ளேயிருந்து கருப்பு கோட்டு

மாட்டிய இவர்களின் வக்கீல் இவர்களைப் பார்த்து தலையாட்டி விட்டுத் திரும்பிக் கொண்டார்.

"எல்.ஏ.ஓ.பி. செவன்டீன் ஆப் நைன்டீன் எய்ட்டி பைவ்" என்றார் நீதிபதிக்கு முன்னால் நின்று கருப்புக் கோட் மாட்டியிருந்த அந்தக் கோர்ட் ஊழியர். அவரது குரலில் பவ்யம். கூடவே கம்பீரமும் இருந்தது.

அவருக்கு எதிரே உயரமான இடத்தில் கம்பீரமாக உட்கார்ந்து இருந்த ஜட்ஜ் மூக்குக்கண்ணாடியினூடே நிமிர்ந்து பார்த்தார். முழ நீளத்துக்கு இருந்த கேஸ் கட்டை பவ்யமாக நீதிபதியிடம் நீட்டினார் அவர். அதை வாங்கிப் பிரித்த நீதிபதி "சிப்காட் ஸ்பெஷல் தாசில்தார்" என்றார் கரகரப்பான தனது குரலில்.

வெளியே நின்றிருந்த டவாலி "சிப்காட் ஸ்பெஷல் தாசில்தார்... சிப்காட் ஸ்பெஷல் தாசில்தார்... சிப்காட் ஸ்பெஷல் தாசில்தார்" என்று மூன்று முறை வெளிப்புறம் பார்த்துக் கத்தினார்.

எந்த சலனமும் இல்லை.

சிவப்பான, செழுமையான நீதிபதியின் நெற்றியில் ஒரு சுருக்கம் விழுந்தது. எப்போதும் உதட்டைக் கடித்துக்கொண்டிருப்பது போன்ற தனது கீற்றுப்போன்ற உதட்டை ஒருமுறை நாக்கால் தடவியபடி, "கண்ணப்பா ரெட்டியார்" என்றார் நீதிபதி.

"கண்ணப்பா ரெட்டியார்... கண்ணப்பா ரெட்டியார்... கண்ணப்பா ரெட்டியார்" என்று வெளியே பார்த்துக் கத்தினார் டவாலி.

தலையில் முண்டாசு கட்டியிருந்த டவலை அவிழ்த்து அக்குளில் இடுக்கிக்கொண்டு உள்ளே ஓடிய ஒரு பெரியவர் நீதிபதியைப் பார்த்துக் கும்பிட்டுவிட்டு நின்றார்.

"உங்க பேரு என்ன?" என்றார் நீதிபதி.

"கண்ணப்பா ரெட்டியாரு அய்யா" என்றார் பணிவோடு.

"அடுத்த மாசம் இருவத்தி அஞ்சாம் தேதி" என்று கேஸ் கட்டில் எதையோ எழுதி கையெழுத்துப்போட்டு ஊழியரிடம் திருப்பி நீட்டினார்.

அடுத்த கட்டை எடுத்த ஊழியர் "எல்.ஏ.ஓ.பி. டொன்டி டூ பார் நைன்டீன் எய்டி பைவ்" என்று படித்துவிட்டுக் கட்டை நீதிபதியிடம் நீட்டினார்.

இப்படியே பத்துப்பன்னிரெண்டு கட்டுகள் பிரிக்கப்பட்டு, பெயர்கள் அழைக்கப்பட்டபோது, நிலம் இழந்தவர்கள் ஓடிப் போய்க் கும்பிட்டுவிட்டு நின்றனர். அதிகாரிகள் யாரும் வரவில்லை.

பதினாலாவது கட்டை எடுத்து விரித்து "எல்.ஏ.ஓ.பி. தெர்ட்டி திரீ பார் நைன்டீன் எய்டி பைவ்" என்று அவர் வாசித்தபின் கட்டு நீதிபதியிடம் கைமாறியது.

"சின்னசாமி ரெட்டியார்" என்றார் நீதிபதி.

உடம்பில் தீப்பற்றிக் கொண்டது போல உடல் பதற உள்ளே ஓடிய சின்னசாமி நீதிபதியைப் பார்த்துப் பணிவாகக் கும்பிட்டார்.

"பேர் என்ன" என்றார் நீதிபதி.

"சின்னசாமி ரெட்டியார் அய்யா" என்றார்.

"எந்த ஊர்" என்று கேட்டார் அவர்.

சொன்னார்.

"உங்க நெலத்தோட சர்வே நம்பர் தெரியுமா?" என்றார்.

"தெரியும் அய்யா... சர்வே நம்பரு பதிமூனு" என்றார்.

"சரி... அதிகாரிங்க வர்லியா?" என்றார் ஊழியரைப் பார்த்து. வரவில்லை என்றார் அவர்.

"சரி... அடுத்த மாசம் இருவத்தி அஞ்சாம் தேதி வாங்க" என்று எழுதிவிட்டுக் கட்டைத் திருப்பி நீட்டினார்.

சப்பென ஆகிவிட்டது ரெட்டியாருக்கு. ஒவ்வொரு முறையும் இதேதான் நடக்கிறது. அடுத்ததாகக் குப்பா ரெட்டியார். அவரும் ஓடிப்போய்க் கும்பிடு போட்டுவிட்டு வந்தார். வழக்கு ஆரம்பித்த போது முதலில் மூன்று, நான்கு மாதங்களுக்கு ஒருமுறை வாய்தா போட்டார்கள். இப்போது மாதாமாதம் வாய்தா போடுகிறார்கள்.

"இன்னா ரெட்டியாரே... இப்டியே மாசா மாசம் வந்து கோர்ட்டு வாசல்ல நின்னு... நாம இன்னாவோ தப்பு பண்ண மாதிரி

கும்புடு போட்டுட்டு போனா... எப்டி ரெட்டியாரே?" என்றார் குப்பன் கோபமாக.

"இன்னாடா பண்றது...? நெலத்த குட்த்துட்டு நாம கோர்ட்ல வந்து நிக்கறம்... எட்த்துகின கம்னாட்டிங்க வரமாட்டன்றானுங் களே" என்றார் பரிதாபமாக.

குமாஸ்தா ஓடிவந்தான்.

"நீங்க கௌம்பலாம். அடுத்த மாசம் எப்டியும் கேசு சூடு புடிக்கும்னு வக்கீல் சார் சொன்னார். அதிகாரிங்க வந்து ஆஜராய்ட்டா... கேசு முடிஞ்சிரும்... நாங்க லட்டரு போடறோம்... மறக்காம வந்துருங்க" என்றான்.

பக்கத்து ஊர்க்காரர்கள், இவர்கள் ஊர்க்காரர்கள் என வழக்கிற்காக வந்திருந்த பல பேர் இவர்களைப் போலவே அங்கலாய்த்துக்கொண்டு சந்தை மேட்டைக் கடந்து ராணிப்பே பட்டை பேருந்து நிறுத்தத்தை நோக்கி நடந்தனர்.

கொஞ்சநேரம் அங்கே பேசிக்கொண்டிருந்த பிறகு முக்கி, முனகியபடி வந்த பொன்னை அரசுப் பேருந்தில் ஏறி நின்றபடியே பயணித்து வீட்டுக்கு வந்தபோது மதிய சூரியன் உச்சியிலிருந்து கீழே இறங்கத் தொடங்கியிருந்தான். பூங்காவனம் சொம்பில் ஊற்றிக் கொடுத்த கம்பங்கூழை கிச்சிலி ஊறுகாய் கடித்துக்கொண்டு குடித்துவிட்டு, தெருத்திண்ணையில் போய் உட்கார்ந்தார். பைஜாமா சட்டையைக் கழற்றி திண்ணையில் வைத்துவிட்டு, டவலால் மேலே விசிறிக் கொண்டார்.

காற்று ஓட்டமே இல்லை. இலைகளெல்லாம் ஆடாமல் அசையாமல் அமைதியாய் இருந்தன. வழக்கமாகச் சலசலவென அசையும் இலைகள் இப்படி அசையாமல் இருப்பது ரெட்டி யாருக்குள் யோசனையை உண்டாக்கியது. இலைகளுக்கு என்ன யோசனையோ, எதற்கு இந்த அமைதியோ என்று நினைத்தார்.

"எலயோட எல அசையுதா பாரு... அப்டியே ஒன்னொன்னும் ஆடாம அசயாம தவங்கீது" என்று தானாகப் பேசிக்கொண்ட ரெட்டியார், அக்குளில் வழிந்த வியர்வையை டவலால் துடைத்துக் கொண்டு, எழுந்து வீட்டுக்குள் உள்ளே போய்ப் பனை ஓலை விசிறியை எடுத்துக்கொண்டு திரும்பும்போது பூங்காவனத்திடம் கேட்டார்.

"ஏமே... ஆடுங்கள எந்தப்பக்கமா ஓட்டிக்கினு போயி கீறாங் பையங்... அவுனுக்குக் கூவு எட்த்துகினு போயி குட்த்தீங்களா?" என்றார்.

"ம்... உங்கொம்மா எட்த்துகினு போயி கீறாங்க... ஏரிப்பக்கமாதாங் காத்தால ஓட்டிக்கினு போனாங்" என்றாள் முந்தானையால் முகத்தில் துளிர்த்த வியர்வையைத் துடைத்துக் கொண்டே பூங்காவனம்.

ரெட்டியார் மறுபடியும் திண்ணைக்குப் போய் உட்கார்ந்து விசிறியால் விசிறத் தொடங்கினார். பனை ஓலை விசிறிக் காற்று சில்லென்று முகத்திலும், மார்பிலும் வீச இதமாய் இருந்தது. சற்று நேரம் விசிறியதும் கை வலிக்க, விசிறியை இடது கைக்கு மாற்றி விசிறினார். அந்தக் கையும் சற்று நேரத்தில் வலிக்க மீண்டும் வலது கைக்கு மாற்றினார். இரண்டு கைகளும் வலிக்க விசிறியை மடிமீது வைத்துக்கொண்டு சும்மா உட்கார்ந்தார்.

விசிறுவதை நிறுத்தியதும் மீண்டும் மேலெல்லாம் சலசலவென வியர்த்தது. எரிச்சலாக இருந்தது. யாராவது விசிறி விட்டால் சுகமாக இருக்கும். அதற்கு மகாராசாவாகப் பிறந்திருக்க வேண்டும். பணிப்பெண்கள் விசிறிவிடுவதற்கெல்லாம் கொடுப்பினை வேண்டும் என்று நினைத்து பெருமூச்சு விட்டார்.

"அதுக்குதாங் இப்போ பேனு கண்டுபுடிச்சி கீறாங்களே... காத்தால கோர்ட்டுலகூட நீட்டமான றக்கைகங்ள சுத்தி சுத்தி காத்த வாரி ஊத்துச்சே" என்று முனகிக் கொண்டார்.

"மொதல்ல ஊட்டுக்குக் கரண்ட் போடணும்...' என்று நினைத்துக்கொண்டார்.

இந்த வக்கீலுக்குக் கொடுத்த பணத்துல இந்நேரத்துக்கு வீட்டுக்கு கரண்டே போட்டிருக்கலாமே என்று நினைத்ததும் அவருக்கு எரிச்சலாக இருந்தது.

கோழியும் போய்க் குரலும் போன கதையாக, நெலத்தயும் வாரிக்கொடுத்துவிட்டு, வக்கீலுக்கும் மாசாமாசம் தண்டம் அழ வேண்டியிருக்கிறதே என்று நொந்துகொண்டவர், சட்டையையும், விசிறியையும் எடுத்துப்போய் வீட்டினுள் வைத்துவிட்டு ஒருக்களித்து வைத்திருந்த கயிற்றுக் கட்டிலைத் தூக்கிக்கொண்டு

புறக்கடைப் பக்கம் போய்ப் புளியமரத்தினடியில் போட்டு, அதன்மீது படுத்தார்.

காற்று வீசாவிட்டாலும், புளியமர நிழல் சில்லென்று இருந்தது. மனசுக்கு சற்று இதமாக இருக்கக் கண்களை மூடிக் கொண்டார். சற்று நேரத்தில் அசந்து தூங்கிப்போனார். அவருக்கு இப்படிப் பகலில் தூங்குவதெல்லாம் அதிகப் பழக்கமில்லை. அன்று நீதிமன்றத்துக்குப் போய் வந்த அசதி. மனசிலிருந்த வெறுமை தூங்க வைத்துவிட்டது.

பொழுது சாயவும் தூங்கியெழுந்த ரெட்டியார் கிழவி சுட்டு வைத்திருந்த சோளமாவு ரொட்டியில் ஒன்றைத் தின்று தண்ணீர் குடித்துவிட்டு எழுந்து ஏரிப்பக்கம் போனார். ஏரிக்குக்கீழே கூட்டம் அடித்துப் பூங்காவனம் கட்டி வைத்திருந்த காளை மாடுகளை அவிழ்த்து ஓட்டிக்கொண்டு வந்து, தொட்டியில் தண்ணீர் காட்டி, தொழுவத்தில் கட்டிவிட்டு, தெருத் திண்ணையில் ஏறி உட்கார்ந்தார்.

மேற்கில் சூரியன் மறைந்தபோது செம்மறி ஆடுகள் மந்தை மந்தையாகத் தும்மிக்கொண்டும், கனைத்துக்கொண்டும், தெருவில் புழுதி கிளப்பியபடி ஓடிவந்தன. மூக்கில் வெண்ணிற சளி ஒழுக தளர்ந்து நடந்த வயதான பெட்டை ஆடுகளின் பின்புறத்தில் சில இளம் கடாக்குட்டிகள் காலைத் தூக்கிப்போட்டு ஏறுவதும், முன்னால் எகிறிக் குதித்து ஓடி அவைகளை மறிப்பதுமாகக் கலக்கிக்கொண்டு வந்தன.

ரெட்டியார் வீட்டுக்கு நேராக வந்ததும் அவரது ஆடுகள் தானாக மந்தையிலிருந்து தனியாகப் பிரிந்து வீட்டுப்பக்கம் திரும்பி பின்னால் ஓடி மூங்கில் படல் போட்ட பட்டிக்குள் அடைந்தன.

ஜெயவேலு, கோவிந்தனின் ஆடுகள் தெருவில் நேராகக் கனைத்துக்கொண்டு நடந்தன.

மந்தையின் பின்னால் நீண்ட கம்பை அசைத்தபடி அதட்டிக் கொண்டு வந்த முருகவேலுவைப் பார்த்ததும் ரெட்டியாரின் கண்களில் ஒரு பரிவு.

“நைனா... மதியானம் கூவு குட்ச்சியா... பாட்டி ரொட்டி சுட்டுச்சே எட்த்தாந்து குட்த்திச்சா” என்றார் பாசத்தோடு.

“கூவு குடிச்சேங் நைனா... ரொட்டி கூட எட்த்தாந்து குட்த்திச்சி பாட்டி” என்று கூறியபடியே புறக்கடை பக்கம் போனவன் கை கால்களைக் கழுவிக்கொண்டு வீட்டுக்குள் நுழைந்தான்.

ஆடுகள் நடந்த புழுதி அடங்குவதற்குள் பின்னாலேயே அடுத்த மந்தை தெருவில் நுழைந்தது. அது குப்பாரெட்டியாரின் தம்பி ஆறுமுகத்தினுடைய மந்தை.

பின்னாலேயே அதட்டிக் கொண்டு வந்த ஆறுமுகம், திண்ணையில் குந்தியிருந்த ரெட்டியாரைக் கண்டதும் தயங்கி நின்றான். மெதுவாக ரெட்டியாரை நெருங்கியவன் அவரிடம் ரகசியமாகச் சொன்னான்.

“ணோவ்... உங்கிட்ட ஒரு விசயம் பேசணும்... ஆட்ட பட்டியில அடச்சிட்டு, நாலு வாயி களியப் புட்டு போட்டுகினு வந்துட்றேங்... இங்கியே இரு... முக்கியமான விசயம்” என்றான்.

அதற்குள் ஆடுகள் நான்கைந்து வீடுகள் தள்ளி ஓடிக் கொண்டிருப்பதைப் பார்த்துவிட்டு அதட்டிக்கொண்டு ஓடினான்.

“டே.... ஆறுமொவம் இன்னாடா...” என்றார் புரியாமல். அவன் திரும்பிப் பார்க்காமல் ஆடுகளுக்குப் பின்னால் ஓடினான்.

அவருக்குத் தலைகால் புரியவில்லை. அவரிடம் அதிகம் பேசமாட்டான் ஆறுமுகம். அவரைப் பார்த்தாலே ஒதுங்கிப்போய் விடுவான். அவரிடம் மட்டுமல்ல, ஊரில் யாரிடமும் அதிகம் பேசுவதில்லை அவன்.

வண்ணாரப் பெண்ணைக் கட்டிப் பிடித்துவிட்டு மானம் கெட்டுப் போன பிறகு, அவன் உண்டு, அவன் குடும்பம் உண்டு, அவன் ஆடுகள் உண்டு என்று காலத்தை ஓட்டிக்கொண்டிருக் கிறான்.

“முக்கியமான விசயம்னு ரகசியமாய்ச் சொல்லிவிட்டு போயிட்டானே... அப்டி இன்னாத்த முக்கியமான விசயம்?' என்று குழம்பிய ரெட்டியார் தெருவையே பார்த்துக்கொண்டு திண்ணையில் உட்கார்ந்திருந்தார்.

எழுந்து நேராய் அவன் வீட்டுக்கே போகலாமா என்றுகூட நினைத்தார். அப்படி அவர் நினைக்கும்போது அதற்கு அவசியமே இல்லாமல் ஆறுமுகம் அவரை நோக்கி வந்து கொண்டிருப்பது தெரு விளக்கு வெளிச்சத்தில் தெரிந்தது.

33

ஆறுமுகம் நெருங்கி வருவதற்குள் படபடப்பாகி விட்டது ரெட்டியாருக்கு. நேராக அவரிடம் வந்தவன் சுற்றும் முற்றும் திரும்பிப் பார்த்தான்.

"அப்பிடிக்கா போலாம்... இங்க எதுவும் பேச வேணாம்" என்றான் ரகசியமான குரலில்.

"அப்டி இன்னாடா ரகசியத்த சொல்லப் போற...? இங்கியேதாங் அத சொல்றா" என்றார் ரெட்டியார்.

"இல்ல... இங்க வாணா... அப்டி கோயிலுக்குப் பின்னால வா" என்று சொல்லிவிட்டு அவன் விடுவிடுவென்று முன்னால் நடக்க ஆரம்பித்தான்.

ரெட்டியாருக்கு அவனது செயல் விநோதமாக இருந்தது. சும்மா விளையாட்டுக்கு ஏதாவது இப்படிச் செய்கிறானா அல்லது நிஜமாகவே முக்கியமானது ஏதாவது இருக்குமா என்று புரிந்துகொள்ள முடியாமல் அவனுக்குப் பின்னால் நடந்தார்.

கோயிலுக்கு முன்னாலிருந்த தெரு விளக்கு நாலா புறமும் வெளிச்சத்தை இறைத்துக் கொண்டிருக்கச் சிறுசுகள் சில இப்படியும் அப்படியும் ஓடிக் கொண்டிருந்தன. ஊரெங்கும் தெருவிளக்கு வெளிச்சம் வட்ட வட்டமாய்த் தெரிய அடர்த்தியான பெரிய இருட்டுக்

கோணிப்பையை மேலே போர்த்திக் கொள்ள ஆரம்பித்திருந்தது ஊர்.

கோயிலின் பின்புறம் போன ஆறுமுகம் அங்கிருந்த ஓராவதியின் மீது உட்கார்ந்தான்.

"இப்டி உக்காருணா... நாஞ்சொல்றத கேட்டுக் கோவப் படக்கூடாது... நீ ஊர்லயே பெரிய ஆளு. உனுக்கு இதக்கேட்டா மானக்கேடாதாங் இருக்குங்" என்று இழுத்தான்.

"டேய் ஆறுமொவம்... இன்னாடா...? மொதுல்ல இன்னான்னு சொல்றா" என்றார் பதட்டமாக.

நேற்று ஏரியில் ஆடு மேய்த்துக் கொண்டிருந்தபோது தான் பார்த்ததை, கேட்டதை விலாவாரியாகக் கூறினான்.

"ணா... கொஞ்ச நாளாவே எனுக்குச் சந்தேகமாதாங் இர்ந்திச்சி... ஏதோ சின்னப்பசங்க ஒன்னா சேந்து ஆடு மேய்ச்சிகினு கீதுங்கன்னு நானுகூடச் செரியா கண்டுக்காம இர்ந்துட்டங்... ஆனா... இன்னாத்துக்கு அந்த வண்ணாத்திக்கூடவே இவனுங்க ஆட்ட மேய்ச்சிகினு கீறானுங்கன்னு... நேத்துதாங் எனுக்குப் புரிஞ்சிச்சி... இவங் இல்லன்னா அவ செத்துபுடுவேன்றா... அவ இல்லன்னா இவங் சாவறேன்றான். இத இப்டியே உட்டம்னா மானம் மரியாத எல்லாம் காத்துல பறந்து பூடும்ணா... போயும் போயும் வண்ணாத்திய நம்ப ஊட்டுக்கு கட்டிகினு வந்தா நாளிக்கி நம்ம ஊர்ல மட்டும் இல்லனா... சுத்துப்பட்டு ஊர்ல கீற ஒருத்தங்கூட நம்பள மதிக்க மாட்டானுங்க" என்றான் ஆவேசமாக.

அவன் பேசுவதைக் கேட்கக் கேட்க ரெட்டியாருக்கு கை கால்கள் உதற ஆரம்பித்தன. நெஞ்சு படபடவென அடித்துக் கொண்டது.

அவன் சொல்வது உண்மையா, பொய்யா என்று அவரால் புரிந்துகொள்ள முடியவில்லை. அவன் சொல்வதை நம்புவதா, வேண்டாமா என்று திணறினார்.

ஆனால் அவருக்குக்கூட கொஞ்ச நாட்களாக முருகவேலுமீது சந்தேகமாக இருந்தது.

விதம் விதமாய்த் தலை வாருவதும், ஆடு மேய்க்க பவுடர் பூசிக்கொண்டு போவதும், புதுசு புதுசாக சட்டைத்துணி வாங்கித்

தர வேண்டும் என்று அவரிடம் கேட்பதும், அந்த ஜெயவேலு பையனிடம் எந்நேரமும் குசுகுசுவெனப் பேசிக் கொண்டிருப்பதும் அவருக்குப் புதுசாக இருந்தது.

வயசுப் பையன்கள் அப்படித்தானே இருப்பார்கள் என்று நினைத்ததோடு நிற்காமல் புதிதாக நான்கைந்து சட்டைகளும், லுங்கியும்கூட வாங்கித்தந்தார்.

"சரிடா... ஆறுமொவம் இத ஊர்ல வேற யாருகிட்டயும் சொல்லிகினு சுத்தாத... நானு பார்த்துகிறங்... நீ ஆடு மேய்ச்சிகினு அவங்க இன்னா பேசிக்கிறாங்கனு மட்டும் பார்த்துகினு வந்து சொல்லு" என்றார்.

ரெட்டியார் எழுந்து வீட்டுக்குப்போனார். ஆறுமுகம் எழுந்து அவன் வீட்டை நோக்கி நடந்தான். முருகவேலு நடு அறையில் உட்கார்ந்து களி தின்றுகொண்டிருந்தான். வதக்கிக் கடைந்த வெண்டைக்காயில் களியை முக்கி உருட்டி விட்டு ரசித்து ருசித்து விழுங்கிக் கொண்டிருந்தான். வடகம் போட்டுத் தாளித்திருந்த வாசனை அடி மூக்குவரை மணத்தது.

"டே நைனா நீயும் கைய கெய்விகினு வாடா... சூடா களி துண்ணுவ" என்றாள் கிழவி ரெட்டியாரிடம்.

"இல்ல... நானு அப்பறமாச் சாப்பிடறங்" என்று சொல்லிவிட்டு வெளியே வந்து திண்ணையில் உட்கார்ந்தார். மனசு புழுங்கியது. உடம்பை விட மனசு அதிகமாகப் புழுங்கியது.

என்ன செய்வது? பார்த்துப் பார்த்துப் பிள்ளையை வளர்த்து ஆடு மேய்க்க அனுப்பியது பெரிய தவறாகிவிட்டது.

ரெட்டியாருக்கு மனசு பரபரவென அரித்தது. இதை எப்படி எதிர்கொள்வது?

'ரெட்டியாரு பையங் வண்ணாத்திய கூட்டுகினு வந்துட்டாங்' என்று சுற்றுப்பட்டு ஊரெல்லாம் கேலியாகப் பேசுமே.

"இனி வண்ணார கோவிந்தசாமி எனக்குப் பங்காளியா? வண்ணார ஆனந்தன் இனிமேல் "ரெட்டியாரே" என்று கூப்பிடாமல் "மாமா" என்று கூப்பிடுவானே. அவன் வீடு வீடாக வாங்கிவரும் களியில் கொஞ்சம் நமது வீட்டிலும் கொடுத்துவிட்டுப் போவானா? நம்ம பையனும் ஒரு குண்டானைத் தூக்கிக்கொண்டு வீடு

வீடாகப்போய் வாசலில் நின்னு “மாவ்... மடவளி முருகவேலு வந்த கீறங்... களி போடுமாவ்” என்று குரல் கொடுப்பானா?”

இப்படியெல்லாம் நினைத்ததும் திக்கென்று பின் கழுத்தில் வியர்த்தது ரெட்டியாருக்கு. நெற்றியில் முத்து முத்தாய் உருண்ட வியர்வை கன்னங்களில் வழிந்து மார்பில் இறங்கியது. தலையைச் சிலுப்பிக்கொண்டு எழுந்து நின்றார். தலை கிர்ரெனச் சுற்ற திண்ணையைப் பிடித்துக்கொண்டு மீண்டும் திண்ணையின்மீதே உட்கார்ந்தார்.

‘அய்யோ’ என அலறியது மனம். பத்து வீட்டுப் பங்காளிகளும் கேவலமாகப் பார்ப்பார்களே. இனிமே அவர்கள் பங்காளி என்று தன்னை அழைப்பார்களா? நமது வம்சத்தில் சம்பந்திகள் இனி பெண் எடுத்துப் பெண் கொடுப்பார்களா? இனி வண்ணார்கள் தான் நமக்குச் சம்பந்திகளா? ஒத்தைக்கு ஒரே பிள்ளையாய்... கோயில் கோயிலாக வேண்டி, தவமாய்த் தவமிருந்து பெற்றுக்கொண்டது இதற்குத் தானா?

அவர் மனசு அல்லோலகல்லோலப்பட்டது. இது பூங்கா வனத்துக்கும், கிழவிக்கும் தெரிந்தால் என்ன ஆகும்? இரண்டுபேரும் அவன்மீது உயிரையே வைத்திருக்கிறார்களே.

வீட்டுக்குள் போய் மெதுவாக அவர்களிடம் சொல்லி விடலாமா? முளையிலேயே கிள்ளிவிட்டால் லேசாகப் போய்விடும். நகத்தில் கிள்ளவேண்டியதை வளரவிட்டால் அப்புறம் கோடரியால் தான் வெட்டவேண்டும்.

முருகவேலுவிடமே மெதுவாக... புரியும்படி... குலம், கோத்ரம்... மே சாதி... கீ சாதி பற்றிச் சொன்னால் புரிந்து கொள் வானா?

எழுந்து வீட்டுக்குள் போனார். முருகவேலு சாப்பிட்டு முடித்து, கண்ணாடியைப் பார்த்து தலை சீவிக் கொண்டிருந்தான். சுருள் சுருளான கருமையான முடி அவனுக்கு. காற்றடித்தால் ஏரி நீரில் அலையடிப்பதுபோல அழுத்தி வாரப்பட்ட தலைமுடி அலை யலையாய் இருந்தது.

முகத்தில் பவுடர் பூசி, நெற்றியில் பவுடராலேயே ஒரு கீற்று போலத் தீற்றிக்கொண்டு வெளியே கிளம்பினான்.

அவனைப் பார்த்துக்கொண்டு சும்மாவே நின்றார் ரெட்டியார். அவரால் எதுவும் பேச முடியவில்லை.

எப்படிப் பேச முடியும்? எத்தனை ஆண்டுகள் தவமிருந்து பெற்ற பிள்ளை. வம்சத்தின் கொடி விளங்க வந்து பிறந்தவன்.

"இன்னாமே... இன்னிக்கிதாம் புதுசா பாக்கற மாதிரி பாக்கற கொயந்திய?" என்றாள் பூங்காவனம்.

"கொயந்தியா... இன்னும் அவங் கொய்ந்தியா?" என்றார் சுருக்கென்று.

"புள்ள எவ்ளோ வளர்ந்தாலும் பெத்தவக் கண்ணுக்குக் கொயந்ததாங்... எப்டி நெடு நெடுன்னு வளர்ந்துட்டாங்... ஊரு கண்ணு ஒறவு கண்ணுங்க எல்லாம் கொயந்த மேலதாங்... சட்டுபுட்டுன்னு நல்ல பொண்ணா பாருமே... கல்யாணத்த பண்ணிட்லாம்" என்றாள் பூங்காவனம்.

"பொண்ணா...?" என்று இழுத்தவர் சட்டென்று நிறுத்திக் கொண்டார்.

'அதெல்லாம் அவனே பார்த்துட்டானே' என்று சொல்ல நினைத்தார். ஆனால் எதுவும் சொல்லவில்லை.

வெங்கலக் கிண்ணத்தில் பூங்காவனம் போட்டுவைத்த களியைப் பிட்டு வெண்டைக்காயில் தொட்டு விழுங்கினார். நாக்கில் உணர்ச்சியே இல்லை. மூக்கில் எந்த வாசனையும் உறைக்கவில்லை.

வெண்டைக்காய் கடைசல் என்றால் அவருக்கும் ரொம்பப் பிரியம். அன்றைக்கு அரை உருண்டை களியாவது கூடுதலாக உள்ளே இறங்கும்.

ஆனால் இன்றைக்கு எதுவும் உறைக்காமல் வெறுமனே களியைப் புரட்டிப் புரட்டி விழுங்கிக் கொண்டிருந்தார்.

"இன்னாமே... ஒரு மாதிரியா கீற...? ஒடம்புக்கு எதுனா பண்ணுதா...? வயசான காலத்துல அக்கடானு ஒக்காராம கோர்ட்டு, கச்சேரி... ஊரு... ஒறவுன்னு ஓடிகினே இர்ந்தா உடம்பு இன்னா ஆவும்? இன்னா பண்ணுது...? தல கில நோவுதா? காய்ச்சலு கீச்சலு அடிக்கிதா?" என்று அவரது நெற்றியிலும், கழுத்திலும் தொட்டுப் பார்த்தாள்.

நெற்றி கொஞ்சம் சூடாக இருந்தது.

"இன்னாமே லேசா காயுது... ஆசுபத்திரிகினா போயி ஒரு ஊசி போட்டுகினு வர்ரது" என்றாள் விசனத்துடன்.

அவர் பதில் ஏதும் பேசாமல் தட்டிலேயே கை கழுவி, துண்டால் துடைத்துக்கொண்டு எழுந்து வெளியே போய்த் தெருத் திண்ணையில் உட்கார்ந்தார்.

தலைக்குள் ஒரே குடைச்சலாக இருந்தது. காதுக்குள் 'உய்ங் உய்ங்' என ஒரே சத்தம். தலையை உலுக்கினார்.

"என்ன செய்வது?"

நூறு முறையாவது அவர் மனசு அதைக் கேட்டிருக்கும். ஆனால் என்ன செய்வது என்றுதான் தெரியவில்லை.

ஊரில் தெரிந்தால் ஊர்க்கூட்டம் போட்டு, ஆளாளுக்குக் கேள்வி கேட்பார்களே. ஊரிலிருந்து அவர் குடும்பத்தையே ஒதுக்கி வைத்து விடுவார்களே.

நாட்டாண்மைக்காரரர் குடும்பத்தையே ஊரிலிருந்து ஒதுக்கி வைத்தால் அதை எத்தனை ஊரில் கேலி பேசுவார்கள்.

சின்னப்பாவின் மகன் நாராயணன் வெளியூரில் இருந்து தனது அத்தைப்பொண்ணை இழுத்து வந்து வள்ளிமலை முருகன் கோயிலில் தாலிகட்டி, வீட்டுக்குக் கூட்டிக்கொண்டு வந்தபோது ஊர்க்கூட்டத்தில் என்னென்னவோ பேசினார்களே.

ஊரை மதிக்கவில்லை, ஊர் பாக்கு வைக்கவில்லை என்று பையனையும், பொண்ணையும் கூட்டத்தில் நிற்கவைத்து அத்தனை பேர் முன்னாலும் மன்னிப்பு கேட்க வைத்ததோடு ஆயிரம் ரூபாய் அபராதமும் போட்டார்களே. திருட்டுக் கல்யாணம் செய்தால் பெற்றவர்களைச் சமாளிப்பதைவிட ஊரைச் சமாளிப்பதுதானே பெரிய போராட்டம்.

ஊருக்குள்ளேயே திலகாவை இழுத்துக்கொண்டு போய்த் திருப்பதியில் தாலிகட்டி கூட்டி வந்த முருகேசனை எவ்வளவு கிண்டல் பேசியது ஊர். ஊர்க் கூட்டத்தில் ஆயிரம் ரூபாய் அபராதம் போட்டதை அவன் கட்ட மறுத்தான். இரண்டு குடும்பத்தையுமே ஊரிலிருந்து ஒதுக்கிவைத்து விட்டார்களே.

அவர்கள் இரண்டு குடும்பத்தில் உள்ள யாருடனும் ஊரில் உள்ள யாரும் பேசவில்லை. அவனது நடவுக்கு நடுவதற்கோ, ஏர் உழவோ, நாற்று எடுக்கவோ யாரும் போகவில்லை. எதிரில் வந்தால்கூட முகத்தைத் திருப்பிக்கொண்டு போனார்கள் எல்லோரும்.

ஊரிலேயே கட்டிக்கொடுத்த முருகேசனின் தங்கச்சியைக்கூட அம்மா வீட்டாரோடு பேசக்கூடாது என ஊர்க்கட்டுப்பாடு. எத்தனை இம்சைப்பட்டது முருகேசன், திலகா குடும்பம். கடைசியில் ஒரு வருசம் கழித்து, அபராதத்தைக் கட்டிவிட்டு, ஊர்க்கூட்டத்தில் மன்னிப்பு கேட்ட பிறகுதான் ஊரோடு சேர்த்துக்கொண்டனர் இரண்டு குடும்பங்களையும்.

இதற்கெல்லாம் முன் நின்றவர் சின்னசாமி ரெட்டியாரும்தான். ஊர்க்கட்டுப்பாடு இப்படிக் கறாராக இருந்ததால்தான் ஊர் கட்டுக்கோப்பாக இருந்தது. வண்ணான், அம்பட்டன், பறையன், சக்கிலி என எல்லாச் சாதிக்காரர்களும் தராதரத்தோடு நடந்து கொண்டனர்.

இப்போது நாட்டாமைக்காரரின் மகனே அதை மீறி வண்ணான் வீட்டுப் பெண்ணை இழுத்துக்கொண்டுபோய் எந்தக் கோயிலிலாவது தாலிகட்டி அழைத்து வந்து வீட்டுவாசலில் நின்றால்? என்ன ஆகும்? ஊருக்குள் எப்படித் தலை காட்ட முடியும் அவரால்?

கூடாது. அப்படி ஒரு நிலைமை வருவதற்குள் ஏதாவது செய்ய வேண்டும்.

அந்தப்பெண் என்னவோ நல்லவள்தான். எல்லாவற்றையும் இழந்துவிட்டு அனாதையாக வந்தபோது அவர்களுக்கு அவரும்தான் ஆதரவாக இருந்தார். ஆனால் அதற்காக அவளை மருமகளாக ஏற்றுக்கொள்ள முடியுமா? அவர் ஏற்றுக்கொண்டாலும் ஊர் ஏற்குமா? உறவுகள் ஏற்குமா? அப்படி ஏற்றால் ஊர் ஊராக இருக்குமா? இந்தக் கட்டுக்கோப்பு இருக்குமா?

யோசிக்க யோசிக்க ரெட்டியாரின் தலைக்குள் ஒரே இரைச்சல். அவர் மண்டையின் மீது நெல் தாளைப் பரப்பி அதன்மீது மாடுகளை விட்டு மிதிப்பதைப்போல மண்டைக்குள் குடைச்சல்.

என்ன செய்வது?

அந்தப் பெண்ணைத் தாலிகட்டி அவன் கூட்டி வந்தால் தானே இத்தனையும் நடக்கும். இப்போதே அவர்களின் பழக்கத்தைத் துண்டித்துவிட்டால்? பேச்சு, பழக்கம் அளவோடு முடிந்துவிடும். ஒருவேளை அவர்கள் பழக்கம் இதை மீறிப் போகாமல் இருக்க வேண்டுமே.

அதை நினைத்ததும் பகீரென்றது. ஒருவேளை பழக்கம் எல்லைமீறி ஏதேனும் நடந்துவிட்டிருந்தால்?

'சேச்சே... இவங் கொயந்த... அப்டியெல்லாம் எதுவும் நடந்திருக்காது' என மனதை சமாதானப்படுத்திக் கொண்டார்.

தானாக மண்டையை உடைத்துக் கொள்வதைவிட இதை வேறு யாருடனாவது சொல்லி யோசனை கேட்டால் நன்றாக இருக்கும் என்ற எண்ணம் வந்தது. எந்த இக்கட்டான நேரத்திலும் இன்னொருவரின் ஆலோசனை கேட்பது நல்லதாக இருக்கும் என்று நினைப்பவர் அவர்.

எது ஒன்று என்றாலும் குப்பா ரெட்டியார்தான் அவருக்கு எல்லாமே. அந்த நினைப்பு வந்ததும் எழுந்து விடுவிடுவென்று குப்பா ரெட்டியாரின் வீட்டுக்குப் போனார்.

புழுக்கம் தாங்காமல் வாசலில் உட்கார்ந்து வியர்க்க வியர்க்க களியை விழுங்கிக் கொண்டிருந்தார் குப்பன். காய்ந்த மிளகாயை வதக்கிக் கடைந்திருந்தாள் குப்பனின் மனைவி.

"வா... ரெட்டியார... களி துண்ணு வா... மொளகா கடஞ்சி கீறா... நல்லா கீது வா..." என்ற குப்பன், தனது மனைவியிடம் "ஏய்... இத்துமே... ரெட்டியாருக்கு களி போட்டுகினு வா" என்றார்.

"இல்ல வாணாண்டா குப்பா... நானு களி துண்ணுட்டுதாங் வந்தேங்..." என்றார்.

"பரவால்ல கொஞ்சம் துண்ணு ரெட்டியார... மொளகா கடஞ்சது உனுக்கு ரொம்பப் புடிக்குமே... நீ போட்டுக்கினு வாமே" என்றார் குப்பன்.

"இல்ல வாணா... நீ போடாதமா... என்னால இப்ப சாப்பட முடியாது" என்று மறுத்தார்.

வேறு நேரமாக இருந்திருந்தால் மிளகாய் கடைசல் என்றால் வயிற்றில் இடம் இல்லை என்றாலும், எப்படியாவது ஒரு உருண்டை களியை இறக்கி விட்டிருப்பார். ஆனால் இப்போதுதான் அவர் மனம் அவரிடம் இல்லையே.

"இன்னா ரெட்டியார... திடீர்னு வந்து கீற...? எதுனா முக்கியமான விசயமா?" என்றார் குப்பன்.

"ஒன்னுமில்ல... நீ சாப்டு" என்றார்.

"என்னை சாப்டுனு சொல்றதுக்கா இங்க வந்த?" என்றார் சிரித்துக்கொண்டு.

"இல்ல... நீ சாப்டு சொல்றங்" என்று தயங்கினார்.

அவர் தயங்குவதைப் பார்த்ததும் ஏதோ விசயம் இருக்கும் என்று யூகித்துக்கொண்ட குப்பன் களி உருண்டையை நான்காகப் புட்டுக் குழம்பில் தொட்டு விழுங்கி, கை கழுவிக்கொண்டு எழுந்து வந்தார்.

அமைதியாக ரெட்டியார் கோயிலை நோக்கி நடக்க, அவர் பின்னால் நடந்தார் குப்பன்.

கோயிலின் பின்புறம் போய் வாராவதியின்மீது உட்கார்ந்ததும், சின்னசாமி தயங்கித் தயங்கி விசயத்தைச் சொன்னார்.

"ரெட்டியாரே... எவ்ளோ பெரிய ஆளு நீ... எத்தினி பேருக்கு நீ வயி காட்டி கீற... நீயே இப்டி கலங்கிப்போயி கீறியே... இவம் பேச்சக் கேட்டுகுனு அவசரப்பட்டு எந்த முடிவுக்கும் வர வாணாம். இவங் இன்னா யோக்கீமா... பேபர்சி... இவனே வண்ணாத்திய கட்டிப்புடிச்சி மானத்த வாங்கனவந்தான...? இரு ரெட்டியார... முருகவேல கூப்ட்டு மெதுவா கேக்கலாங்... வேலு நல்ல புள்ளதான... நாம சொல்லி புரியவச்சம்னா கேப்பாங்... ஏதோ சின்னப் பையங்... வயசு... அப்டி இப்படி இர்ந்தாலுங் நாம சொல்ற மாதிரி சொன்னா கேப்பாங்" என்றார் குப்பன்.

"இத முருகவேலு கிட்ட நானு எப்டி கேக்கறதுனு தெர்லடா குப்பா... அப்பங் பையங்கிட்ட இதப்போயி எப்டிடா கேக்றது?" என்றார் பரிதாபமாக.

"இன்னா ரெட்டியார... உங் அனுபவத்துல... உங் வயசுல எவ்ளோ பஞ்சாயத்து பண்ணியிருப்ப... எவ்ளோ பிரச்சினையைத்

தீர்த்து வெச்சிருப்ப... இப்டி கலங்கி போயி பேசறியே இப்போ" என்று ஆச்சரியமாகக் கேட்டான் குப்பன்.

"அப்பல்லாம் நல்லாதாங் நீக்குப் போக்காப் பேசினங்... இப்போ சொந்தப் புள்ளைகிட்ட பேச வாய் வர்லியேடா" என்று தடுமாறினார்.

"செரீ... நீ உடு ரெட்டியார... அவங்கிட்ட நாம்பேசி பாக்கறங்" என்றார் தீர்மானமாக.

"வாணாம்டா குப்பா... நாம அவசரப்பட்டுக் கண்ணாடிய ஒடச்சிரக் கூடாதுரா... கண்ணாடினு தெரிஞ்சா மெதுவாத்தாண்டா கையில எடுக்கணும்" என்று தடுத்தார்.

"இப்போ இன்னா பண்ணலாம் ரெட்டியார... மொதல்ல இது நெஜமான்னு நம்முளுக்குத் தெரியணுங்... அதுக்கு இன்னா பண்றது?" என்று கேட்டார்.

"அதாண்டா ஒன்னும் பிரியல... ஒன்னு செய்லாமாடா? இவங்கூட ஆடு மேய்க்கற அந்த ஜெயவேல கூப்டு பேசிப் பாக்கலாமா? என்னா நெலவரம்னு தெரிஞ்சப்பறம் ஒரு முடிவுக்கு வரலாம்" என்றார்.

இருவருக்குமே அது சரியெனப்பட்டது. உடனே அவனிடம் பேசலாம் என முடிவு செய்தனர்.

"ரெட்டியார... நீ இங்கியே இரு... அவன நானு போயி கூட்டுகினு வர்ரேங்... நீ அங்க வரவேணாங்" என்று சொன்ன குப்பன் கிழக்குத் திசையை நோக்கி நடந்தார்.

ஜெயவேலு வீட்டில் இல்லை. அப்போதுதான் களி தின்று விட்டு வெளியே போனதாகவும், முருகவேலுவுடன் எங்கேயாவது உட்கார்ந்து பேசிக்கொண்டிருப்பான் என்றும் சொன்னாள் அவனது அம்மா.

என்ன, ஏது என்று துளைத்தெடுத்த அவளிடம் "ஆடு வாங்கு வதைப் பற்றிப் பேசவேண்டும்" என்று சொல்லிவிட்டு, ஏரிப்பக்கம் போனார்.

அவர் நினைத்தது சரியாக இருந்தது. ஏரி மதகின் மீது முருகவேலும், ஜெயவேலுவும் இருட்டில் உட்கார்ந்து பேசிக் கொண்டிருந்தனர்.

இரண்டு செம்மறியாட்டுக் கிடாய் வேண்டும் என்றும், அதைப்பற்றிப் பேசவேண்டும் என்றும் ஜெயவேலுவை மட்டும் தனியாக அழைத்துக்கொண்டு வந்தார் குப்பன். முருகவேலு எழுந்து ஏரிக்கரைப் பக்கம் போனான்.

ஊரில் ஆங்காங்கே சின்னப் பிள்ளைகளின் விளையாட்டுக் கூச்சல்கள் தவிர ஊர் அமைதியாக இருந்தது. கோயிலின் பின்புறம் இருட்டாக இருந்தது. அங்கே இருவரும் போனபோது... இருட்டில் சின்னசாமி வாராவதி மீது வெறும் உடம்போடு உட்கார்ந்திருப்பது மங்கலாகத் தெரிந்தது. அவரைப் பார்த்ததும் ஜெயவேலுவுக்கு அதிர்ச்சியாக இருந்தது. அவரிடமே ஆட்டுக்கிடாய்கள் இருக்கும்போது தன்னை எதற்கு அழைத்தார்கள் என்று சந்தேகமாக இருந்தது.

"ஜெயவேலு... வா... இப்டி வந்து குந்து" என்றார் ரெட்டியார்.

"பரவால்ல மாமா..." என்று தயங்கினான் அவன்.

"பரவால்ல... குந்துரா" என்றார் குப்பன்.

ரெட்டியாருக்குப் பக்கத்தில் வாராவதி மீது பட்டும் படாமலும் குந்தினான் ஜெயவேலு. அவனுக்குப் பக்கத்தில் குப்பன் குந்தினார்.

"டே கணே... நானு சுத்திமுத்திலாம் பேசல... நேராவே கேட்டுர்றேங்... ஆடு மேய்க்கிற எடத்துல இன்னா நடக்குது?" என்றார் ரெட்டியார்.

"இன்னா மாமா... எத கேக்குற?" என்றான் குழப்பமாக ஜெயவேலு.

"அந்த வண்ணாரமூட்டு பொண்ணு உங்ககூட ஆடு மேய்க்குதே... அதப் பத்திதாம்பா கேக்றோம்" என்றார் ரெட்டியார்.

"அந்தப் பொண்ணுக்கு இன்னா மாமா?" என்றான். அவனுக்குள் ஏதோ புரிய ஆரம்பித்தது. குப்பென்று முகத்தில் வியர்த்தது.

"தோ... பார்ரா குட்டிப்பையா... நீங்கள்லாம் சின்னப் பசங்க... ஊரு... ஒலக அனுபவங் கம்மி... உங்குளுக்குச் சாதி... சனங்... அந்தஸ்துனு ஒன்னும் தெரியாது... நானு நேராவே கேக்கறேங்... முருகவேலு அந்த வண்ணாரப் பொண்ணதாங் கட்டிக்குவேன்னு சொல்றானாமே" என்றார் பதட்டத்துடன்.

படாரென எழுந்து நின்றுவிட்டான் ஜெயவேலு. படபடப்பாக இருந்தது அவனுக்கு. இரண்டு பேருக்கும் நடுவில் மாட்டிக்கொண்டதைப்போல நினைத்தான். இது என்றைக்காவது நடக்கும் என அவன் நினைத்தான். ஆனால் இவ்வளவு சீக்கிரமாக நடக்கும் என்று அவன் நினைக்கவில்லை.

“டே கணா... இன்னா நடக்குதுனு சொல்லுடா... நாமல்லாம் கஞ்சி குட்ச்சாகூட... மானம் மரியாதயோட கீறவங்க... அந்தச் சர்க்காருதாங் நம்ம வயித்துல மண்ண வாரிப் போட்டுட்டு கோர்ட்டு கச்சேரினு இஸ்த்துகினு கீறாங்... இதுல நீங்கவேற அடி வயித்துல நெருப்ப வைக்காதீங்க... நடந்தத சொல்லுடா...?” என்று கெஞ்சினார் ரெட்டியார்.

“மாமா... நானு இன்னாத்த சொல்றது...? இதுக்கு மேல நானு எத மறைக்கறது...? நானுகூட மொதல்ல இதெல்லாம் வெளையாட்டுன்னுதாங் நெனைச்சங்... ஆனா அவங்க ரெண்டு பேரும் நெஜமாவே உயிர உட்ருவம்னு சொல்றாங்க. நானுகூட இதெல்லாம் வாணாம்னு அவங்ககிட்ட சொல்லிப் பார்த்தங்... அந்தப் பொண்ணுகூட மொதல்ல இதுக்கு ஒத்துக்கல... நம்ம முருகவேலுதாங் உடாப்புடியா கீறாங்... இப்ப ரெண்டுபேருமே உயிரா கீறாங்க மாமா” என்றான் திக்கித் திணறி.

அதைக் கேட்டதும் இரண்டு பேருக்குமே மூச்சு பேச்சு இல்லாமல் போய்விட்டது. மூவரும் சில நிமிடங்கள் அமைதியாக இருந்தனர்.

“ஏண்டா... உங்குளுக்குலாம் நாலு எய்த்து பட்ச்சிருந் தீங்கன்னா நாட்டு நடப்பு இன்னா... நல்லது கெட்டது இன்னா... யாரு இன்னா சாதி... யாரு எங்க இருக்கணும்னு தெரியும். துண்ற சோத்துக்கே இங்க ஒல வெச்சிட்டாங்களேன்னு நாங்க வயிறு எரிஞ்சிகினு கீறோம். இதுல உங்களுக்கு வண்ணாத்திக் கூடக் கல்யாணம். இல்லன்னா உயிர உட்ருவீங்கன்னு பேச்சு வேறயா...?” என்றார் குப்பன். அவர் குரலில் கோபமும், வேதனையும் சரிபாதியாய் கலந்திருந்தன.

“நானு இன்னா பண்ண முடியும் மாமா...? ஏதோ வெளை யாட்டா பேசிகினு கீறாங்கனுதாங் நானுகூட நெனைச்சேங்...” என்றான் ஜெயவேலு.

“நீ கூடச் சின்னப் பையந்தான... நீ மட்டும் இன்னா பண்ணுவ? ஆனது ஆயிட்ச்சி... இனிமேனா அவனுக்குப் புத்தி சொல்றா கணே... நாங்க சொன்னா எளவட்டப் பசங்களுக்குக் காது கேக்காது. உன்ன மாதிரி கூடக் கீற கூட்டாளிங்க சொன்னாதாங் புத்தில ஒறைக்குங்” என்று கெஞ்சினார் ரெட்டியார்.

“இப்பப் போயி வாணாம்னு சொன்னா செத்துப்பூடுவாங்க மாமா” என்றான் சடாரென்று.

அதைக் கேட்டதும் பதறினார் ரெட்டியார்.

“அப்ப நீ எதுவும் சொல்லாதரா... நாங்களே பக்குவமா பார்த்துச் சொல்றம்... நீ எதுவும் நடக்காத மாதிரியே இருடா” என்று சொல்லி அவனை அனுப்பி வைத்தார் ரெட்டியார்.

“குப்பா... இதுல அவசரப்பட்டு எதுவும் செய்ய வேணாம்டா... அவசரப்பட்டம்னா நஸ்டம் நமுக்குதாண்டா... இப்போ இத யாருகிட்டயும் சொல்லாத... வேற எதனா யோசன பண்ணலாம்” என்று அவரிடம் சொல்லிவிட்டு எழுந்து வீட்டுக்குப் போனார்.

புளியமரத்தினடியில் இருந்த கட்டிலைத் தூக்கி வந்து வெளி வாசலில் போட்டுப் படுத்தார். படுத்ததும் ஏதேதோ சிந்தனைகள் அவர் தலைக்குள் வலை பின்னி கூடு கட்டியது.

இரவெல்லாம் யோசித்து யோசித்து... விடியற்காலையில் ஒரு முடிவுக்கு வந்தார்.

அதுதான் வாழ்க்கையில் அவர் எடுத்த மோசமான முடிவு என்பதும், அதனால் அவர் அனுபவிக்கப் போகும் துயரம் பல தலைமுறைகளுக்குப் பேசப் போவதும் அவர் அப்போது உணரவில்லை.

34

அன்று வெள்ளிக்கிழமை. ராணிப்பேட்டையில் சந்தை நடைபெறும் நாள். மசமசவென இருட்டிக் கொண்டிருந்தபோது எழுந்து குப்பா ரெட்டியாரின் வீட்டுக்குப் போனார் சின்னசாமி ரெட்டியார். குப்பனை எழுப்பி ஏரிப்பக்கம் அழைத்துப் போனார்.

"குப்பா... ஆடுங்கள வித்துடலாம்னு முடிவு பண்ணிட்டன்டா" என்றார்.

அதைக் கேட்டதும் அதிர்ந்து போனார் குப்பன்.

"ரெட்டியார... காலங்காத்தால இன்னா வார்த்த சொல்ற? இப்பத்தாங் ஆடும் குட்டியுமா மந்த பெருகி கீது... இப்ப வித்துட்டு அப்பறம் பையன இன்னா பண்ணுவ...? பொயக்கறதுக்கு இன்னா பண்ணுவ?" என்றார் குப்பன்.

"இன்னானா ஆவட்டுங்... இப்ப எனுக்கு வேற தெச தெரில... மானம் மரியாத போவாம கீணம்னா இப்ப இததாங் பண்ணணும்" என்றார் உறுதியாக.

"செரி... அதுக்கு ஆடுங்கள எதுக்கு விக்கப் போற?" என்றார் குப்பன்.

"ஆடுங்க இர்ந்தாதான அந்தப் பொண்ணுகூடச் சேர்ந்து மேய்ப்பாங்... அது இல்லனா இன்னா பண்ணு வாங்?" என்றார்.

அதைக் கேட்டதும் சிரித்தார் குப்பன்.

“இன்னா ரெட்டியார... எவ்ளோ பெரிய மனுசங் நீ... நீயா இப்டி பேசற...? ஏரிக்கு பயந்துகினு சூத்த கெய்வாம இருக்க முடிமா? அந்தப் பொண்ணுக்காவ ஆட்ட வித்துட்டா... அப்பறமா அவளப் பாக்கவே முடியாதா இவனால? இவன இன்னா பண்ணுவ?” என்றார்.

“அவன வேற எதுனா வேலைக்கு அனுப்பிடலாமானு பாக்கறங்” என்றார்.

“இன்னா வேலைக்கி அனுப்புவ...? கலிக்டரு வேலைக்கா? அதாங் பெங்களூரும் தண்ணி ஒத்துக்கலன்னு திரும்பி வந்துட்டாங்... நாலு எய்த்து பட்ச்சிருந்தா எதுனா சிப்காட்டு கம்பினிங்களுக்குனா அனுப்பி வைக்கலாங்... அதுவும் இல்ல... இன்னாதாங் பண்ணுவ?” என்று திருப்பிக் கேட்டார் குப்பன்.

அதைக் கேட்டதும் கோபம் வந்துவிட்டது ரெட்டியாருக்கு.

“சொம்மா ஊட்ல ஒக்கார வெச்சி கஞ்சி ஊத்துனாலும் ஊத்துவங்... நம்பள மாதிரி சம்சாரிங்க நெலத்துங்கள புடுங்கி... அதுல கட்ன சிப்காட்டுக்கு மட்டுங் வேலைக்கு அனுப்பமாட்டன்டா குப்பா” என்றார் கோபமாக.

“செரி... ரெட்டியார... ஊட்ல ஒக்கார வெச்சி களியுங் சோறுங் ஆக்கிப் போடு. துண்ட்டு துண்ட்டு போயி அந்தப் பொண்ணு பின்னால சுத்தட்டுங்” என்றார் குப்பன் நக்கலாக.

“இப்ப நானு இன்னாதான்டா செய்யட்டுங்...? என்ன ஏண்டா அந்த வெள்ளிமலை முருகனும், கெங்கம்மா தாயுங், வடக்கு மலயானுங் இப்டி சோதிக்கிறாங்க?” என்று புலம்பினார்.

“இரு ரெட்டியார... அவசரப்பட்டு எதுவும் செஞ்சிடாத... ரெண்டு மூணு நாளு போவட்டுங்... பையங்கிட்டப் பேசிப் பாக்கலாங்... அப்பறமா முடிவு பண்ணிக்கலாங்” என்றார் குப்பன்.

“இல்லடா குப்பா... இந்தக் காலத்துப் பசங்ககிட்ட நாம எதுனா பேசினா ஏட்டிக்குப் போட்டியா தான்டா பண்ணுவாங்க... நாம எதுனா பேசப்போயி... அந்தப் பையங் சொன்ன மாதிரி எதுனா பண்ணிக்கினாங்கன்னா அப்பறம் நாங்க இன்னாத்துக்குடா உசுரோட இருக்கறது? குடும்பத்தோடு அல்லாரும் தூக்குப் போட்டுக்குனு சாவ வேண்டியதாங்” என்றார்.

"இன்னா ரெட்டியார நீ... அதுக்குள்ள இன்னான்னாவோ பேசற...?" என்று பதறினார் குப்பன்.

"இல்லடா குப்பா... நானு முடிவு பண்ணிட்டேங்... மொதல்ல ஆட்டு மந்தய வித்துட்டு... அப்பறமா இன்னா பண்றதுனு பாக்கலாங்... நானு இன்னிக்கே சந்தைக்கி ஆடுங்கள ஓட்டிகினு போலாம்னு பார்த்தங்... அவ்ளோ ஆட்ட அவ்ளோ தூரம் ஓட்டணும்னா ராத்திரியே கிளம்பியிருக்கணுங்... இப்ப ஓட்டனா போயி சேர முடியாது... நாளிக்கி அந்த ஏகாம்பூரு வேபாரிகிட்ட சொல்லிடலாம்னு கீறன்டா" என்றார்.

"செரி ரெட்டியார... அப்டியே செய்யி. பையன எப்டி சமாளிக்கப் போற?" என்று திருப்பிக் கேட்டார் குப்பன்.

"அதுக்குங் முருகங் எதனா வயி காட்டுவாங்" என்று வள்ளிமலையைப் பார்த்துக் கும்பிட்டார். பொழுது நன்றாக விடிந்து தூரத்தில் பளிச்சென்று தெரிந்தது வள்ளிமலை.

இருவரும் ஏரிக்கரை பீவேல மரங்களுக்கிடையில் ஒதுங்கி விட்டு கால் கழுவ வீட்டுக்கு வந்தனர்.

போன வருடமே ஆற்றில் தண்ணீர் வரவில்லை. இங்கும் சரியான மழையில்லை. பெய்த மழையில் கால் ஏரி தண்ணீர்கூட நிரம்பவில்லை. அதில் ஏரிக்குக்கீழே எந்தப் பயிரும் வைக்க முடிய வில்லை. மழைத்தண்ணீர் ஆடு மாடுகளுக்குக் குடிக்கவும், மனிதர் களுக்குக் கால் கழுவவும்தான் ஆனது. இப்போது ஏரியில் பொட்டுத் தண்ணீர் கூட இல்லை.

ஆண்கள்கூட ஏரியில் ஒதுங்கிவிட்டு, கால் கழுவ வீட்டுக்குத் தான் போகிறார்கள். ஊரில் இருக்கும் சேந்தக் கிணற்றில் வீட்டுப் பெண்கள் தாம்புக் கயிற்றால் தவலை தவலையாய் தண்ணீர் இறைத்துக் கொண்டு வந்து ஊற்றுகிறார்கள். மனித சனங்கள் குடிக்க, குளிக்க, சமையல் செய்ய, கால் கழுவ, ஆடு மாடுகள் குடிக்க... என நீர் இறைத்து இறைத்து சோர்ந்து போகிறார்கள் பெண்கள். ஊர்க் கிணற்றில் இருக்கும் மூன்று ராட்டினங்களும் அதிகாலையிலிருந்து இரவு பத்துமணி வரை 'கர்க்கும் கர்க்கும் கர்க்கும்' எனச் சுற்றிக் கொண்டே இருக்கின்றன.

புறக்கடைப்பக்கம் போய்க் கால் கழுவி, பல் தேய்த்து, வாய் கொப்பளித்து, முகம் கழுவி வீட்டுக்குள் வந்த ரெட்டியார் ஒரு

சொம்பு கம்பங்கூழை 'சர் புர்'ரென உறிஞ்சிக் குடித்துவிட்டு மகனை நிமிர்ந்துகூடப் பார்க்காமல் வெளியே கிளம்பினார்.

ஈஸ்வரி பேருந்தில் ஏறி ஏகாம்பூர் கூட்டு ரோட்டில் இறங்கி அங்கிருந்து ஒரு மைல் தூரம் நடந்து அந்த வியாபாரி வீட்டுக்குப் போனார். அவர் ராணிப்பேட்டை சந்தைக்குப் போயிருப்பதாக அவரது மனைவி சொன்னாள். மறுநாள் ஊருக்கு வரச்சொல்லிவிட்டு டவுன் பஸ் ஏறி வீட்டுக்குத் திரும்பி வந்தார்.

மறுநாள் விடிந்தும் விடியாத காலையிலேயே மோட்டார் சைக்கிளில் வந்துவிட்டான் வியாபாரி. வியாபாரம் தொடங்கியது. குப்பா ரெட்டியார், ஜிட்டன், நாராயணன் எல்லோரும் சேர்ந்து தருக்கு* பேசினர். ரெட்டியார் எதற்காக இப்போது ஆடுகளை விற்கிறார் என்று குப்பனைத் தவிர வேறு யாருக்கும் புரியவில்லை. பூங்காவனமும், கிழவியும் வாயடைத்துப் போனார்கள். முருகவேலு அதிர்ந்து போய்க் கிடந்தான்.

"எதுக்கு நைனா இப்ப ஆடுங்கள விக்கிற...? அதுவும் மொத்த ஆடுங்களையுங் விக்கிற...?" என்றான் அதிர்ச்சியிலிருந்து மீள முடியாமல்.

"என்ன யாருங் எதுவுங் கேக்காதீங்க" என்று பொதுவாகக் கத்தினார்.

அவர் அப்படிக் கத்தி யாரும் பார்த்ததில்லை.

"நைனா... இப்ப எதுக்கு நீ ஆடுங்கள விக்கிற...? இதுங்கள வித்துட்டா நானு இன்னா செய்யறது?" என்றான் முருகவேலு மீண்டும்.

"ம்... ஊரு ஊரா போயி எரந்து குடி..." என்றார் கோபமாக. சட்டென்று நாக்கைக் கடித்துக் கொண்டார்.

தவமாய்த் தவமிருந்து பெற்றுவிட்டு, ஊர் ஊராகப் பிச்சையெடுத்து கஞ்சி குடிக்கக் சொல்கிறோமே. வாக்கு பலித்துவிட்டால்? பதறிப்போனார். உடனே சமாதானமாகச் சொன்னார்.

"டே நைனா... ஊர்ல மய மாரி இல்ல... எல்லாம் கரம்பா காஞ்சிகினு கீது... இன்னும் போவப் போவ கருப்புதான்னு பஞ்சாங்கத்துலயே போட்டுக் கீறாங்... இந்தக் காய்ச்சல்ல

ஆடுங்கக்கூட உன்னால எப்டிடா ஓட முடியுங்... அதாங் ஆடுங்கள வித்துடலாம்னு வேபாரிய வரச்சொன்னேங்" என்றார்.

"நமுக்கு மட்டுந்தாங் கரம்பு காய்ச்சலா கீதா... ஊர்ல எத்தினி பேரு ஆடு மாடு மேய்க்கறாங்க... அவங்கள்லாம் மேய்க்கும்போது நம்மலால மட்டுங் மேய்க்க முடியாதா?" என்றான் கோபமாக.

"டே நைனா... உனுக்கு எதுவும் தெரியாது... நீ பேசாம போ... இப்ப எதுவும் எங்கிட்ட கேக்காத" என்றார் இறுதியாக.

முருகவேலுவால் ஒன்றும் செய்ய முடியவில்லை. இனி ஆடுகள் இல்லை எனில் அவன் என்ன செய்வான். அமுதாவோடு எப்படிப் பேசுவான்?

மனசு குழம்ப, தெருப்பக்கம் போனவன், ஜெயவேலுவைப் பார்க்கக் கிளம்பினான்.

ஆட்டுப் பட்டியில் இறங்கி ஆடுகளை எண்ணினான் வியாபாரி. எண்ணி முடிப்பதற்குள் அவனுக்கு மண்டை காய்ந்து விட்டது. செம்மறி ஆடுகளையும், குட்டிகளையும் தனித்தனியாகப் பிரித்து எண்ணவே முடியவில்லை. சேர்ந்து சேர்ந்து ஓடின. கலந்து கலந்து நின்றன. ஒரு வழியாய் ஊர்க்காரரர்கள் இரண்டு பேர் உள்ளே இறங்கி எண்ணி முடித்தனர்.

முப்பந்தைந்து பெரிய பெட்டை ஆடுகள், ஐந்து கிடாய்கள், எட்டுக் குட்டிகள் என மொத்தம் நாற்பத்தி எட்டு உருப்படி. கூட்டிக்கழித்து விலைபோட்டு இருபத்தி நான்காயிரம் ரூபாய்க்கு விலை முடிவானது.

முன் பணமாக ஐநூறு ரூபாய் கொடுத்த வியாபாரி, 'தருக்கு' பேசியவர்களுக்காக நூறு ரூபாய் கொடுத்தான். சின்னசாமியும் நூறு ரூபாய் தருக்கு கொடுத்தார். அதை நால்வரும் பிரித்துக் கொண்டனர்.

மறுநாள் ஒரு லாரியை கொண்டு வந்த வியாபாரி மொத்த ஆடுகளையும் அதில் ஏற்றிக் கொண்டான். பணத்தை எண்ணி ரெட்டியாரிடம் கொடுத்தான். லாரி உருமி, புகைவிட்டு, முனகிக் கொண்டு கிளம்பியது.

லாரியில் ஆடுகளை ஏற்றுவதையும், லாரி கிளம்பியதையும் ஊரே திரண்டு நின்று வேடிக்கை பார்த்தது. முருகவேலு மட்டும் 'உம்'மென இருந்தான். யாரிடமும் பேசவில்லை.

வியாபாரம் பேசி முடிந்த பின் கடைசியாக நேற்று ஆடுகளை ஓட்டிக்கொண்டு ஏரிக்குப் போனபோது நடந்த எல்லாச் சங்கதிகளும் ஏன் என்று அவனுக்குத் தெரிந்துவிட்டது.

ஜெயவேலு எல்லாவற்றையும் சொல்லிவிட்டான். ஆடுகளை விற்க ஆளைக் கூட்டிவந்தபோதே முருகவேலுவுக்கு லேசாய் சந்தேகம் எழுந்தது. அது சரியாகிவிட்டது.

விசயம் வீட்டுக்குத் தெரிந்துவிட்டது. இனி என்ன செய்வது என யோசித்தான் முருகவேலு. அமுதா கண்களில் மாலை மாலையாகக் கண்ணீர் வழிய அமைதியாக அழுதாள். எப்படியும் இது நடக்கும் என அவளுக்குத் தெரியும். ஆனால் அதை எப்படி எதிர்கொள்வது என்றுதான் அவளுக்குத் தெரியவில்லை. அவளுக்கு மட்டுமில்லை முருகவேலுவுக்கும் தெரியவில்லை.

"அமுதா... யாருக்கும் தெரியாம வெள்ளிமலை கோயில்ல கல்யாணம் பண்ணிக்கலாம்... நாளிக்கி ஞாயித்துக் கெயமயே பண்ணிக்கலாம். இல்லன்னா பெரிவங்கள்லாம் ஒன்னா சேர்ந்து எதுனா பண்ணிடுவாங்க" என்றான்.

"அய்யோ சாமி... என்னால முடியாது... அப்பறமா ஊரே சேர்ந்து என்ன வெட்டியே போட்ருவாங்க..." என்று அலறினாள்.

"எவங் உம்மேல கைய வெக்கறான்னு நாம் பாக்கறங்... நானு கீறங் உனுக்கு" என்றான் ஆவேசமாக.

"உனுக்கு இப்ப எதுவும் புரியாது... ஊரே ஒன்னா சேர்ந்து என்னதாம் தப்பா பேசும். ஒன்ட வந்த பிடாரி ஊர்ப்பிடாரிய வெரட்டிச்சினு பேசுவாங்க... சோத்துக்கு இல்லாத நாயிக்கி ஒடம்புல அவ்ளோ கொய்ப்பா... தெனவெடுத்துப் போச்சானு பேசுவாங்க... அதெல்லாம் உங்களுக்குப் புரியாது" என்று அழுதாள்.

"இல்லனா... ஒரு வாரம் போவட்டும்... யாருக்கும் தெரியாம மூனு பேரும் திருப்பதிக்கி போவலாம். அங்க கல்யாணம் பண்ணிக்கலாம். ஜெயவேலு ஒருத்தம் போதும் நமுக்கு சாச்சிக்கு" என்றான் முருகவேலு.

"டேய்... இப்ப இன்னா...? ஆடுங்களதான வித்துட்டாங்க... உங்கள ஒன்னும் ஊர உட்டுப் போங்கன்னு தொரத்தலியே... அவசரப்படாதீங்க. என்னா நடக்குதுன்னு பாக்கலாம்" என்றான்

ஜெயவேலு. அவனுக்கு அதைத் தவிர வேறு என்ன பேசுவதென்று தெரியவில்லை.

“சரிடா... மச்சாங். உம் பேச்சுப்படி ஒரு வாரம் பொறுத்துப் பாக்கலாம். அதுக்கப்பறம் எதுனா ஒரு கோயில்ல நாங்க கல்யாணம் பண்ணிக்குவோம். நீதாங் நடத்தி வைக்கணும்” என்றான்.

“கல்யாணத்துக்கல்லாம் என்னால இப்போ ஒடனே ஒத்துக்க முடியாது. கொஞ்ச நாளிக்கி இப்டியே இருப்பம்... பின்னால இன்னா பண்றதுன்னு ரோசன பண்ணலாம்” என்றாள் அமுதா.

அவளது களையான மாநிற முகம் இருண்டு போய் இருந்தது. அவளுக்குள் விழுந்த திகில் முகத்தில் அப்பட்டமாய்த் தெரிந்தது.

அன்றைக்குப் பொழுது சாய ஆடுகளை விரட்டிக்கொண்டு அவர்கள் மூவரும் கிளம்பியபிறகு, அவர்களுக்குப் பின்னாலிருந்த வேல மரத்தடியிலிருந்து சத்தமில்லாமல் எழுந்து போனான் ஆறுமுகம்.

ஆடுகளை லாரியில் ஏற்றி அனுப்பியபின், ரெட்டியாரிடம் இதையெல்லாம் அப்படியே ஒன்றுவிடாமல் சொன்னான் ஆறுமுகம்.

35

ரெட்டியாருக்குத் தூக்கம் மறந்துபோய் ஒரு வாரத்துக்கும் மேலாகிவிட்டது. கண்களை மூடினால் நெருப்புத் துண்டுகளை இமைகளுக்குள் வைத்திருப்பதைப்போலத் தகித்தது. இரவெல்லாம்கூடக் கண்களைத் திறந்து வானத்தை வெறித்துப் பார்த்துக் கொண்டு கட்டிலில் மல்லாந்து கிடந்தார்.

ஆடுகளை விற்று, முருகவேலுவுக்கு ஓய்வு கொடுத்தாயிற்று. ஆனால் அவனால் வீட்டில் உட்கார முடியவில்லை. ஜெயவேலுவோடு பேசிக்கொண்டிருக்கிறேன் என்று மீண்டும் ஆடு மேய்க்கிற இடத்துக்குத்தான் போகிறான். அந்தப் பெண்ணும் அங்குதான் இருக்கிறாள். அதை இவரும் தூரத்திலிருந்து பார்த்துக் கொண்டுதான் இருக்கிறார்.

அவர்களைச் சந்திக்க விடாமல் செய்ய வேண்டும். அதற்கு முதலில் முருகவேலுவை ஊரிலேயே இருக்காமல் செய்ய வேண்டும். அதற்கு ஏதேனும் வெளியூர் வேலைக்கு அவனை அனுப்ப வேண்டும். என்ன வேலைக்கு அனுப்புவது?

பெங்களூர் வசதிப்படாமல் போய்விட்டது. இப்போது பிழைக்கப் பெங்களூர் போவதுதான் அதிகமாகி வருகிறது. ஊரில் மழை பொய்த்து, ஆற்றிலும்

தண்ணீர் வரத்து குறைந்து போனபிறகு பல இளசுகள் மூட்டை முடிச்சுகளோடு பெங்களூர் கிளம்பி விட்டன. சிலர் குடும்பத்தோடு கூடக் கிளம்பிவிட்டனர்.

இவனுக்கு ஏற்கெனவே பெங்களூர் ஆகாது என ஆகிவிட்டது. அடுத்த போக்கிடம் சிப்காட்தான். இப்போது சிப்காட் பகுதியில் தோல் கம்பனிகளைப் போல இரும்பு கம்பெனிகளும் நிறைய்ய ஆரம்பித்து விட்டார்கள்.

பெல் கம்பனியிலிருந்து ஆர்டர் எடுத்து வேலை செய்கிற சின்னச் சின்னக் கம்பெனிகள் பெருகிவிட்ட பிறகு ஆட்களுக்கு வேலைக்குப் பஞ்சமில்லை என்று சுற்றுப்பட்டு ஊர்களிலிருந்து பல பேர் கொஞ்ச நஞ்ச விவசாயத்தையும் ஒதுக்கிவிட்டு வேலைக்குப் போகிறார்கள். ஆனால் அவர்களெல்லாம் மானங்கெட்டவர்கள், பிழைப்பைக் கெடுத்தவர்களிடமே பிழைப்புக்காகப் போய்க் கையேந்திக் கிடக்கிறார்கள் என்று திட்டிக்கொண்டிருந்தார் ரெட்டியார்.

சிப்காட் தோல் கம்பெனிகளிலோ, ஆன்சிலரி கம்பெனி களிலோ ஒரு சம்சாரி வேலை கேட்டுப்போவதை அவரால் ஒத்துக் கொள்ளவே முடியவில்லை. மானத்தைவிட வயிறும் வாயும்தான் பெரிசு எனப் பலபேர் அங்கே போய்ச் சரணடைந்து விட்டார்கள். படித்தவர்கள், படிக்காதவர்கள் என எல்லோருக்குமே ஏதேனும் ஒரு வேலை கிடைத்துவிடுகிறது அங்கே.

இந்த ஊரிலிருந்தும் ஜெயவேலுவின் தம்பி குமார், குப்பா ரெட்டியின் தம்பி ஆறுமுகத்தின் பையன் சண்முகம், ஜிட்டா ரெட்டியின் சின்னப் பையன் மனோகரன் எனச் சிலர் அங்கே ஹெல்பர் வேலைக்குப் போகிறார்கள். தினமும் பதினைந்து ரூபாய் கூலி, ஓட்டி எனக் கணக்குப்போட்டு மாதம் நானூற்றி அய்ம்பது, ஐநூறு எனச் சம்பளம் கிடைக்கிறதாம். டர்னர், பிட்டர், மெக்கானிக், வெல்டர், கிரைண்டர் என வேலை கற்றுக் கொண்டால் மாதம் இரண்டாயிரம் வரைகூடச் சம்பளமாகக் கிடைக்கும் எனச் சொல்கிறார்கள்.

இதெல்லாம் கேள்விப்பட்டபின் ரெட்டியாரின் மனதிலும் சிறிது சிறிதாக மாற்றம் நிகழ ஆரம்பித்தது. அதைத் தவிர அவருக்கு வேறு வழியும் இல்லை.

“நாம துண்ற சோத்துல மண்ணப் போட்டவந்தான நமுக்கு வேற சோத்தப் போடணுங்... அதான ஞாயம்...? அப்போ அவந்தான நமுக்கு வேல குடுக்கணும்... அவங் குடுக்கறது சம்பளமில்ல ரெட்டியார... நமுக்கு பண்ண பாவத்துக்கு அவம் பண்ற புண்ணியம்... அங்க வேல செய்யறதுல இன்னா தப்பு?” என்று ரெட்டியாரிடம் கேட்டார் ஜிட்டா ரெட்டியார்.

அதுதான் ரெட்டியாரின் மனதையும் மாற்றத் தொடங்கியது. முருகவேலுவையும் ஏதேனும் ஒரு ஆன்சிலரி கம்பனிக்கு ஹெல்பர் வேலைக்கு அனுப்பலாம் என்ற முடிவுக்கு வந்தார்.

அங்கேயே வேலை கற்றுக்கொண்டால் நல்ல சம்பளம் கிடைக்கும். அவனும் வாழ்க்கையில் முன்னுக்கு வந்துவிடுவான். ஒருவேளை பின்னாளில் இங்கே சர்க்கார் கம்பெனி வந்து நிலம் எடுத்தவர்களுக்கு அதில் வேலை கொடுத்தால் முருகவேலுவை அதில் சேர்த்து விடலாம். அதன்பிறகு எந்தக் கவலையும் இல்லை.

இந்த முடிவு ரெட்டியாருக்கு நிம்மதியாக இருந்தது. திக்குத் தெரியாத காட்டில் சிறு வெளிச்சமும் ஒரு கொடி வழியும் தெரிந்தது போல இருந்தது ரெட்டியாருக்கு.

அன்று முன்னிரவிலேயே பௌர்ணமி நிலவின் வெளிச்சம் பளீரென ஊரெல்லாம் வழிந்து கொண்டிருந்தது.

இருட்டில் அமர்ந்து பேசுவது ஒருவித சுகம் என்றால் நிலவொளியில் அமர்ந்து பேசுவது வேறொருவகைச் சுகம். பௌர்ணமி நிலவொளி என்பது தனி ரகம். பகலும் இல்லாமல் இரவும் இல்லாமல் இரண்டுங்கெட்டான் பொழுதுபோன்ற சூழலில் சிநேகிதர்களோடு அல்லது மனதுக்குப் பிடித்தவர்களோடு சும்மா பேசிக்கொண்டிருப்பதே தனிச் சுகம் தான்.

அந்த சுகத்தை அனுபவித்துக்கொண்டிருந்தான் முருகவேலு. கோயிலின் பின்புறம் உள்ள வாராவதியின் மேலமர்ந்து ஜெயவேலுவோடு பேசிக்கொண்டிருந்தான்.

சாலம்மாவை அனுப்பி அவனை வீட்டுக்கு அழைத்துவரச் சொன்னார் ரெட்டியார்.

கிழவி வந்து கூப்பிட்டதுமே முருகவேலுவுக்குத் திக்கென்றது. ‘என்ன பூதம் கிளம்பப்போகிறதோ’ என நினைத்தபடி எழுந்து வீட்டிற்கு வந்தான்.

சின்னசாமி ரெட்டியார் வாசலில் கட்டிலின் மீது குந்தி யிருந்தவர் எழுந்து வீட்டின் உள்ளே வந்தார்.

"டே... நைனா... ஆடும் இல்ல... பயிரும் இல்ல... இப்டியே ஊட்ல சொம்மா இர்ந்தா எப்பிட்ரா... வயசுப்புள்ள எதுனா வேல செஞ்சாதான மரியாத" என்றார் பரிவாக.

"நானா சொம்மா கீறன்னு சொன்னங்? நீதான ஆடுங்கள வித்த?" என்றான் சுருக்கென்று.

"அது போவட்டுன்டா... இனிமே காயப்போற காய்ச்சல்ல வெயில்ல உன்னால ஆடுங்க பின்னால ஓட முடியாதுடா... அதான்டா வித்தேங்... ஒன்னு செய்டா நைனா... நம்ம ஜெயவேலு தம்பி போறானே சிப்காட்டுல் எதுவோ ஒரு கம்பனி வேலைக்கி... அவங்கூட நீயும் போயி வேலய கத்துக்கடா" என்றார்.

அதைக் கேட்டதும் கோபம் வந்துவிட்டது முருகவேலுவுக்கு.

"நைனா... ஊர்ல நமக்குக்கீற மரியாத இன்னா... கௌரவம் இன்னா...? நானு கம்பனில எடுபிடி வேலக்கிப் போனா உனக்குதாங் கேவலம்" என்றான் கோபத்தோடு.

"வேலையில எதுவுமே கேவலம் இல்லடா நைனா... எந்த வேலய செஞ்சாலும் அதுல நாம எவ்ளோ யோக்கிமா கீறமோ அதான்டா நமக்குக் கௌரவம்" என்றார் பொறுமையாக.

"ஏமே ஒன்னே ஒண்ணு... கண்ணே கண்ணுன்னு பையன பெத்துட்டு நாம இன்னாத்துக்கு இவன கம்பினிக்கி எடுபிடி வேல செய்ய அனுப்பணுங்... இங்கேயே பயிறு பச்சய பார்த்துகினு கீட்டமே" என்றாள் பூங்காவனம்.

"பயிரு பச்சய பாத்துக்க எங்கடி நெலம் கீது. இர்ந்ததுல முக்காவாசிய புடுங்கிகினானுங்க... இர்க்கறதுக்கும் மய மாரி இல்ல... அப்பறமா எப்டி கஞ்சி குடிக்கறது? கம்பனி வேல ஒன்னும் கஸ்டமா இல்லியாம்... அண்ட வெட்டி, ஏர் ஓட்டன சம்சாரிக்கி அதெல்லாம் இன்னாடி கஸ்டம்?" என்றார் ரெட்டியார்.

"டே நைனா... கொயந்திய அவ்ளோ தூரம் கம்பனி வேலைக்கி அனுப்பணுமாடா" என்று கேட்டாள் கிழவி.

"எவ்ளோ தூரம்?... பஸ் ஏறினா அரமணி நேரம்... காலில போனா பொய்து சாயறதுக்குள்ள வந்துட்துங்களே இன்னா?" என்றார் ரெட்டியார்.

"இர்ந்தாலுங்..." என்று இழுத்தாள் கிழவி.

"ஏமா... இதுங்கதாங் ஒன்னுந்தெரியாம பேசுதுங்க... உனுக்குக்கூடவா தெர்ல...? வயசுப் பையங்... பொண்ணு பார்த்துக் கல்யாணம் பண்ணலாம்னு பாக்கறேங்... பொண்ணுக்கு போற எடத்துல... ஆடு மாடு மேய்க்கிறான்னு சொன்னா மதிப்பாங்களா? கம்பனில வேல செஞ்சா கௌரவமா சொல்லலாங்... வர்றப் பொண்ணும் அப்பதான மதிக்கும்... யோசன பண்ணுமா" என்றார் தாயிடம்.

முருகவேலுவும் யோசனை செய்தான். 'ஆடு மாடு' மேய்ப்பதைவிட இது கௌரவம்தான். அமுதாவும் இதை வேண்டாம் என்று சொல்ல மாட்டாள். வேலை கற்றுக்கொண்டால் நல்ல சம்பளம் கிடைக்கும். அதற்குப் பிறகு அங்கேயே வாடகை வீடு பார்த்துக்கொண்டு அமுதாவையும் கூட்டிப்போய் விடலாம். உள்ளூரில் இருந்தால்தானே சாதி... சடங்கு... மயிரு... மட்ட... எல்லாம் என யோசித்தான் முருகவேலு.

"சரி நைனா... நானு கம்பனி வேலைக்கி போறேங். எனுக்கு ரெண்டு பேண்ட் சொக்கா எடுத்துக்குடு... தச்சிக்கிறேங்" என்றான் முருகவேலு.

அதைக்கேட்டதும் ஏரி நிரம்பி கோடி புரள்வதைப்போல மகிழ்ச்சி ஏற்பட்டது ரெட்டியாருக்கு.

அடுத்த வாரம் இரண்டு பேண்ட், சர்ட் தைத்தான் முருகவேலு. பேண்ட், சர்ட் மாட்டிக்கொண்டு பேரன் வேலைக்குக் கிளம்புவதைக் கண்கொட்டாமல் பார்த்தாள் கிழவி. அவளுக்குக் கண்கள் கலங்கி விட்டன.

'ராசா மாதிரி... இப்டி ஆபிசருமாதிரி கீற எம்பேரன ஆட்ட மேய்க்க உட்டமே இவ்ளோ நாளா' என்று நினைத்தவள் வீட்டுக்குள் ஓடிப்போய் ஒரு கை உப்பும், நான்கு காய்ந்த மிளகாயும் எடுத்து வந்தாள்.

முருகவேலுவை வீட்டுவாசலில் கிழக்குப் பார்த்து நிற்க வைத்து இடது கையை வலதும், இடதுமாய்ச் சுழற்றி திருஷ்டி கழித்துக் கையில் துப்பி, புகைந்து கொண்டிருந்த அடுப்பில் போட்டாள். அது படபடவென வெடித்தது.

"எம்மாம் திருஸ்டி பாரு. ஊரு கண்ணு, ஒறவு கண்ணு எல்லாமே எம் பேரங் மேலதாங்" என்றாள்.

தன்னை அழுத்திக்கொண்டிருந்த மொத்த பாரமும் அந்த நொடியில் பறந்து போய்விட்டதாக நினைத்தார் ரெட்டியார். மனசு லேசாகி விட்டது.

"வெள்ளிமல முருகா... உனுக்கு ரெண்டு பேருமே காவடி எடுக்கறண்டா... வடக்கு மலையானே... உந் திருப்பதிக்கி வந்து மொட்ட அடிக்கறன்டா" என்று மனமுருகி நின்றார்.

அன்றோடு அவர் கவலை தீர்ந்தது. காலையில் எழுவதும், குளிப்பதும், சாப்பாட்டு டிபன் பாக்சை தூக்கிக் கொண்டு வேலைக்குப் போவதும், மாலையில் திரும்பி வந்து ஜெய வேலுவுடன் பேசுவதுமாக முருகவேலுவின் நாட்கள் ஓடத் தொடங்கின.

அவ்வப்போது கோர்ட்டுக்குப் போய் வருவதும், முருகவேலுவின் நடவடிக்கைகளைக் கவனிப்பதுமாக ரெட்டியாரின் பொழுதுகளும் ஓடிக் கொண்டிருந்தன.

லாலாப்பேட்டைக்குப் பக்கத்தில் ஆன்சிலரி கம்பனிகளில் ஒன்றில் ஹெல்பர் வேலைக்குப் போய்க் கேட்டதுமே சேர்த்துக் கொண்டது முருகவேலுவுக்கு ஆச்சரியமாக இருந்தது.

அங்கிருக்கிற பெரும்பான்மையான கம்பனிகளில் வேலை தெரிந்த பிட்டர்கள், டர்னர்கள், கிரைண்டர்கள் எல்லாம் வெளியூர்க்காரர்கள். உள்ளூர்க்காரர்கள், சுற்றுப்பட்டு ஊர்க்காரர்கள் எல்லாம் எடுபிடிகளாகவும், அரைகுறை வேலை தெரிந்தவர் களாகவுமே இருந்தனர்.

அதனால் கம்பனி அதிகாரிகள் முதல் தொழிலாளிகள் வரை உள்ளூர்க்காரர்களைக் கிண்டலும், கேலியுமாக விரட்டிக்கொண்டே இருந்தார்கள்.

டிப்ளமோ, ஐ.டி.ஐ. படித்தவர்களுக்கு நல்ல சம்பளமும், மரியாதையும் கிடைத்தது. அதைப் பார்த்ததும்தான் படிக்காமல் போனதற்காக முதன் முறையாக வருத்தப்பட்டான் முருகவேலு.

இன்ஜினியரிங் படித்த இன்ஜினியர்களுக்கு ஏகப்பட்ட மரியாதை கொடுத்தார்கள். ஒரு கம்பனிக்கு ஒரு இன்ஜினியர்தான்.

பெரிய கம்பனிகளில் இரண்டு, மூன்று பேர் இருந்தார்கள். பெல் நிறுவனத்தில் நிறைய்ய இன்ஜினியர்கள் வேலை செய்வதாகவும், அவர்களுக்குப் பத்தாயிரம் ரூபாய் வரைகூடச் சம்பளம் கொடுப்ப தாகவும் மனோகரன் சொன்னான். மனோகரன் முருகவேலுவைவிட ஐந்து வருடம் பெரியவன். கம்பனி வேலையில் ஒரு வருட அனுபவம். அதனால் முருகவேலுவிடம் வேலை செய்வதைப் பற்றியும், வேலையில் உள்ள நுணுக்கங்களைப் பற்றியும் ஓயாமல் பேசிக் கொண்டிருப்பான். முருகவேலுவும் கவனமாகக் கேட்டுக் கொண்டிருப்பான்.

ஆனால் அந்தக் கம்பனியில் இரண்டு பேரையும் ஒரே மாதிரியாகத்தான் விரட்டினார்கள்.

காலை ஆறே முக்காலுக்கு அரசுப் பேருந்தில் ஏறினால் ஏழே முக்காலுக்குக் கம்பனிக்குள் போய் விடுவார்கள். எட்டு மணிக்கு வேலை தொடங்கினால் நான்கு மணிக்கு முடிந்துவிடும். அப்படியே இரண்டு மணி நேர ஓட்டி. ஆறு மணிக்கு வெளியே வந்து ஆறரைக்கு ஈஸ்வரி பேருந்தில் ஏறினால் ஏழேகாலுக்கு வீட்டுக்கு வந்து விடுவார்கள். கம்பனியில் வேலை செய்கிற எல்லாருக்கும் அட்டை கொடுத்திருக்கிறார்கள். அதில் தினமும் ஓட்டியையும் சேர்த்து எழுதி வைப்பார்கள். கூடவே ஈ.எஸ்.ஐ. அட்டையும் கொடுத்தது பெருமையாக இருந்தது அவர்களுக்கு.

பெல் நிறுவனத்திலிருந்து பெரிய பெரிய இரும்பு பிளேட்டு களும், பாய்லரின் உதிரிபாகங்களும் இவர்கள் கம்பனிக்கு ஜாப் ஓர்க்குக்காக வரும். அதைக் கிரைண்ட் செய்வது, பற்ற வைப்பது, அதற்கு வண்ணமடிப்பது போன்ற வேலைகள்தான் ஆன்சிலரி கம்பனிகளுக்கு.

பிரம்மாண்டமான வட்டமான, குடை போன்ற, கூம்பு போன்ற விதவிதமாக இரும்பு பிளேட்டுகளைப் பிரமிப்பாகப் பார்ப்பான் முருகவேலு. தனி மனிதர்களால் அதை அசைக்கக்கூட முடியாது. கிரேன்களில் சங்கிலியால் மாட்டித்தான் தூக்க வேண்டும்.

அதன் வடிவத்தை மாற்றாமல், அதில் உள் பாகங்கள் பொருந்தும் அளவுக்கு அல்லது அது வேறொரு பெரிய பாகத்தில் பொருந்தும் அளவுக்கு அதனைக் கிரைண்ட் செய்வார்கள். டிப்ளமோ, ஐடிஐ படித்தவர்கள் டேப் வைத்தும், வெர்னியர் காலிபர் இன்னபிறவற்றை வைத்தும் அதனை அவ்வப்போது அளந்து

அளந்து பார்த்து அதற்கேற்ப வேலை செய்யச் சொல்வார்கள். அவர்கள் சொல்கிறபடி டர்னர்களும், கிரைண்டர்களும், வெல்டர்களும் வேலை செய்வார்கள்.

முருகவேலு, மனோகரன் போன்றவர்களுக்கு அவற்றைக் கிரேன்களில் தூக்கும்போது சங்கிலிகளை மாட்டுவது, எடுத்து விடுவது, வேலை செய்பவர்களுக்கு ஒத்தாசையாக அவர்கள் கேட்கும் பொருட்களை எடுத்துத் தருவது, முடிந்த பிளேட்களுக்குப் பிரஷ் மூலம் பெயிண்ட் அடிப்பதுதான் வேலை.

காலையில் வீட்டில் பூங்காவனம் சோறாக்கி, குழம்பு காய்ச்சியோ, புளி கலந்தோ டிபன் பாக்சில் போட்டு கொடுத்து விடுவாள். காலையிலும் அதே சோற்றைச் சாப்பிடப் போடுவாள். வேலைக்குப் போகத் தொடங்கியபிறகு காலையில் அவனுக்குக் கூழ் ஊற்றுவதில்லை.

கம்பனியில் பத்து மணிக்கு ஒருமுறையும், மாலையில் நான்கு மணிக்கு ஒரு முறையும் டிரம்மில் தேநீர் கொண்டுவந்து எல்லோருக்கும் கொடுப்பார்கள். வேண்டுமானால் தேநீரோடு பண்ணோ, சமோசாவோ வாங்கிக் கொள்ளலாம். அதற்குத் தனிக் காசு. முருகவேலு அதையெல்லாம் வாங்கமாட்டான்.

ஒரு மாதம் ஓடியதே தெரியாமல் ஓடிவிட்டது. அடுத்த மாதம் ஏழாம் தேதி சம்பளம் வாங்கியபோது அவனுக்குப் பெருமை யாகவும், சந்தோசமாகவும் இருந்தது.

ஞாயிறு விடுமுறைகள் போக இருபத்தாறு நாள்கள் வேலைக்கு ஓ.டி.யோடு சேர்த்து மொத்தம் நானூற்று அறுபத்து எட்டு ரூபாய். அதைக் காக்கி நிற உறையில் போட்டுக் கொடுத்தனர். கை யெழுத்துப் போட்டு அதை வாங்கியதும் அவனுக்கு வானத்தில் பறப்பதுபோல இருந்தது.

ஒரு நாளைக்குப் பதினைந்து ரூபாய் கூலி. மூன்று மணிநேர ஓ.டி.க்கு 3 ரூபாய் என ஏறக்குறைய இருபது ரூபாய் ஒரு நாளைக்கு.

ஊரில் அப்போது ஏர் ஓட்டினால் இருபத்து ஐந்து ரூபாய் கூலி. ஆண் ஆளுக்குத் தண்ணீர் கட்ட, அண்டை வெட்ட இருபது ரூபாய் கூலி. பெண்களுக்கு நடவு நட, களை வெட்ட பத்து ரூபாய் கூலி.

"டேய் வேலு... ஊர்ல மத்யான வரைக்கும் ஏரு ஓட்னாவே மாசத்துக்கு ஏழுநூத்தி அம்பது கெடைக்கும்டா" என்றான் மனோகரன். அவனுக்கு இருபது ரூபாய் கூலி. ஓட்டியோடு சேர்த்து ஐநூற்று எண்பத்தி ஐந்து ரூபாய்க் கிடைத்தது.

உண்மைதான். உழவு மாடுகளை வைத்திருப்பவர்கள் தினமும் ஏர் ஓட்டப்போனால் பகல் பனிரெண்டு மணி வரை ஓட்டினாலே இருபத்தி ஐந்து ரூபாய் கிடைத்துவிடும். மாதம் முழுவதும் ஏர் ஓட்டினால் எழுநூற்று ஐம்பது வரை கிடைக்கும். ஆனால் தினமும் ஏர் ஓட்ட முடியாது. தினமும் கலப்பையைப் பிடித்து மாடுகளின் பின்னால் நடந்தால் கால் செத்துப் போகும். அதற்குப்பிறகு நடக்கவே முடியாது. சீக்கிரத்தில் ஆவியற்றுவிடும்.

இருபத்தி ஐந்து ரூபாய் கூலியில் ஏர் உழுகிற காளை மாடு களையும் கவனிக்க வேண்டும். ஏர் அடிக்கிற மாடுகளுக்குப் பிண்ணாக்கும், தவிடும் தினமும் வாங்கி வைத்தால்தான் கலப்பையை இழுக்கப் பலமிருக்கும்.

இந்தக் கணக்குகளுக்கு எல்லாம் வேலையே இல்லாமல் இப்போது ஊரில் ஏர் மாடுகளுக்கும் வேலையில்லை. சம்சாரி களுக்கும் வேலையில்லை.

மழை பெய்து, ஆற்றில் வெள்ளம் வந்து உழவு தொடங்கி விட்டால் எந்தச் சம்சாரிகளுக்கும் நிற்க நேரமில்லாமல் ஓடிய காலம் எல்லாம் மலையேறி விட்டது.

"டேய்... வேலு... ஊர்லயே ஏரு ஓட்னா... ஊரோட நிம்மதியா இருக்கலாங்... அங்க நம்பள கேள்வி கேக்க எவனும் கெடையாது. இங்க பாத்தியா...? ஆளாளுக்கு அதிகாரம் பண்றானுங்க... இன்னா பண்றது? இதெல்லாங் வேல கத்துக்கற வரைக்கும்தாங். நல்லா வேல கத்துக்கணும்னு வெச்சிக்க... இங்க நாமதாங் ராஜா" என்றான் மனோகரன்.

"அல்லாம் சீக்கிரத்துல வேலய கத்துக்கலாம்... கண்ணு பார்த்தா கையி தானா வேலய செய்யாதா?" என்றான் முருகவேலு நம்பிக்கையுடன்.

அடுத்தடுத்து வந்த நாட்கள் வேகமாக ஓடின. முருகவேலு சொன்னதைப்போலவே எடுபிடி வேலைகளோடு, பெரிய வேலைக்காரர்களான டர்னர், கிரைண்டர் செய்பவர்களுடன் நின்று

அவர்களின் வேலையை உன்னிப்பாகக் கவனிக்கத் தொடங்கியதும், அந்த வேலைகள் லேசாகப் பிடிபடத் தொடங்கின.

வேலைக்குப் போகத் தொடங்கி ஆறாவது மாதத்தில் ரெட்டியாரின் பெரிய மகள் காமாட்சி வயிற்றில் பிறந்த வள்ளியை வெளியூர்க்காரர்கள், உள்ளூர்க்காரர்கள் எனப் பலபேர் பெண் கேட்டு வரத் தொடங்கினர்.

காமாட்சி எல்லாவற்றையும் தட்டிக் கழித்தாள். வள்ளியை தன் தம்பி முருகவேலுவுக்குக் கட்டிக்கொடுக்கத்தான் அவளுக்கு ஆசை. வள்ளிக்கும் முருகவேலுமீது ஆசையிருந்தது.

ஒருநாள் காலையிலேயே தாய் வீட்டுக்கு வந்து சின்னசாமி ரெட்டியாரிடம் நேரடியாகவே கேட்டுவிட்டாள்.

"இன்னா... நைனா... கம்னே கீறிங்க... வள்ளிய பொண்ணு கேட்டு யார் யாரோ வந்து வந்து போறாங்க... நீயின்னா வாயே தறக்கல?" என்றாள்.

"நானு இன்னாமா... சொல்றது?" என்றார்.

"இன்னா சொல்றதா... அவ பொறக்கும்போதே நம்ப முருகவேலுவுக்குதான்னு முடிவு பண்ணது மறந்து பூட்ச்சா? இப்ப இன்னா கம்னு கீறிங்க?" என்றாள் கோபமாக.

"நாம முடிவு பண்ணா போதுமா...? மேல ஒர்த்தங் கீறானே... அவன் இன்னா முடிச்சி போட்டு கீறானோ" என்றார்.

அதைக்கேட்டதும் குபீரெனக் கோபம் வந்துவிட்டது காமாட்சிக்கு.

"மேல கீறவங் ஒய்ங்காதாம் போட்டுக் கீறாங்... இன்னா கம்பனி வேலைக்கிப் போனதும் பெரிய எடம் பார்க்கலாமுன்னு கீறிங்களா?" என்றாள் கோபமாக.

"அப்டி இல்லமா... நாம நெனக்கறதேவா எப்பவும் நடக்குது...? இரு குட்டிப்பையங் வரட்டும்... அவன கேட்டுட்டுச் சொல்றேங்" என்றார்.

அதைக் கேட்டதும் ஆச்சரியமாக இருந்தது காமாட்சிக்கு. தன் அப்பாவிடம்தான் பேசுகிறோமா எனச் சந்தேகம் வந்துவிட்டது அவளுக்கு.

"நைனா... கொய்ந்தகிட்ட இன்னாடா கேக்கறது...? நீயி சொன்னா அவங் என்னா சொல்லப் போறாங்... நம்ம வள்ளி அவுனுக்குனே தானடா கீறா..." என்றாள் உள்ளே வந்த கிழவி.

"உனுக்கு ஒன்னும் தெரியாது... நீ சொம்மா இரும்மா... இந்தக் காலத்துப் பசங்க பெத்தவங்க பேச்ச எங்க கேக்குதுங்க..." என்றார்.

அதைக் கேட்டதும் கிழவிக்கும் ஆச்சரியமாக இருந்தது. கொஞ்ச நாட்களாகவே அவர் வித்தியாசமாக இருப்பதுபோல அவளுக்குத் தெரிந்தது.

ஆடுகளை விற்றது, பையனை கம்பனி வேலைக்கு அனுப்பியது எதுவுமே கிழவிக்கும், பூங்காவனத்துக்கும் பிடிக்கவில்லை. ஆனால் இப்போதெல்லாம் அவர் எல்லாவற்றிலும் பிடிவாதமாக இருப்பதாகத் தெரிந்தது அவளுக்கு.

"நீ இன்னா கேட்டு சொல்றது...? சாயந்திரமா அவங் வேலையிலிருந்து வரட்டுங்... நானே அவன கேக்கறேங்" என்று சொல்லிவிட்டு விடுவிடுவென்று நடந்து போய்விட்டாள் காமாட்சி.

ரெட்டியாருக்கு சற்று நிம்மதியாக இருந்தது. அவனிடம் இவளே கேட்கட்டும். கட்டிக்க மாட்டேன் என்று அவனே சொல்லப் போவதை இவளே கேட்டுக் கொள்ளட்டும் என்று நினைத்துக் கொண்டார்.

என்ன நடக்கிறதென்று தெரிந்தால் இவர்கள் எப்படித் தாங்குவார்கள் என்று நினைத்தவர் ஒரு பெருமூச்சு விட்டபடி எழுந்து வெளியே போனார்.

36

பின்பனிக்காலம் தொடங்கிய மார்கழியின் விடியல்களில், வைக்கத் தெரியாதவன் வைக்கோல் போரில் வைத்ததைப்போல, போர்த்தத்தெரியாமல் பனிப் போர்வையைப் போர்த்திக்கொண்ட வள்ளிமலை குளிரில் நடுங்கிக்கொண்டிருந்தது. மலையே நடுங்கும் போது மனிதர்கள் என்ன ஆவது?

விடிந்து வெகுநேரம் வரை நடுங்கும் உடலை பழைய புடவையால் போத்தியபடியும், துப்பட்டிகளுக்குள் சுருண்டும், கோணிப் பைகளுக்குள் புகுந்துகொண்டும் குளிரைத் திட்டிக்கொண்டே அந்த சுகத்தை அனுபவித்தனர் மக்கள்.

பஞ்சு மூட்டையின்மீது தலை வைத்ததைப் போன்று மெத்தென அமுதாவின் மடியில் தலை வைத்துப் படுத்திருந்தான் முருகவேலு. அவனது சுருள் சுருளான தலை முடிகளுக்குள் விரல்களால், விளையாடிக்கொண்டிருந்தாள் அமுதா. ஒரு பேன் கூட இல்லாத தலையில் அவன் பேன் பார்க்கச் சொல்ல, பொய்யாகச் சலித்துக் கொண்டு அவன் தலை முடிகளைக் கலைத்துக் கலைத்து விளையாடிக் கொண்டிருந்தாள் அவள்.

மெலிந்து நீண்ட அவளது மாநிறப் பிஞ்சு விரல்கள் நிறைமாத கர்ப்பவதியாய் தவிக்கும் மழை மேகத்தின்

நிறத்தைப்போன்று கருமை படர்ந்த அவனது தலைமுடிகளுக்குள் அடர் சிவப்பாகத் தெரிந்தன.

கருமையான முடிகளுக்குள் நுழைந்து நுழைந்து காளான் பாம்புக்குட்டிகளைப்போல எட்டிப் பார்க்கும் தன் பிஞ்சு விரல் களைப் பார்க்க அவளுக்கே ஆசையாக இருக்க, தன் விரல்களுக்குத் தானே 'பச்சக்' என ஒரு முத்தம் கொடுத்தாள்.

"இன்னாடி... உனுக்கு நீயே முத்தம் குடுத்துக்கற... ஆசயா இர்ந்தா எனுக்குக் குடு... இல்லினா நானு குடக்கட்டுமா?" என்றான் முருகவேலு.

"ம்... ஆசதாங்... முத்தம் கித்தம்னு கேக்கறதெல்லாம் எங்கிட்ட வெச்சிக்காத" என்று முகத்தை வெடுக்கென முறுக்கினாள்.

அவள் மூக்கை விடைத்து, உதட்டைச் சுழித்ததைப் பார்த்ததும் முருகவேலுக்குக் கிர்ரென்று போதையேறியது. இரு கையையும் உயர்த்தி, அவளின் பின் தலையில் வளையம் போலச் சுற்றி, சட்டென்று அவள் முகத்தைக் கீழே இழுத்து அவளின் உதட்டைக் கடித்தான். பதறிப்போனவள், அவன் மார்பில் கை வைத்துத் தள்ள... அவன் உடும்புப்பிடியாய் அவள் தலையைப் பிடித்துக்கொண்டு உதடுகளை உறிஞ்ச, அவன் மார்பில் குத்தியவள் இப்போது அவன் சட்டைக் காலரை வலது கையால் பிடித்துத் தன் முகத்தோடு இறுக்கிக் கொண்டு, இடது கை விரல்களை அவன் தலை முடி களுக்குள் அலைய விட்டாள்.

இருவரும் மெய்மறந்து முத்தத்தில் திக்கித் திணறும்போது, தூரத்தில் யாரோ இருமும் சத்தம் கேட்க, பதறிப்போன அமுதா, சடாரென எழுந்து நிற்க, அவளின் முந்தானையைப் பிடித்தான் முருகவேலு.

ஒரு நீண்ட பாம்பு புற்றுக்குள்ளிருந்து சரசரவென வெளி யேறுவதைப்போல அவன் உள்ளங்கையிலிருந்து அவளின் நைலான் தாவணியைச் சர்ரென உருவிக்கொண்டு அவள் ஓட...

அந்நேரம் அவன் போர்த்தியிருந்த பாட்டியின் நூல் புடவையைப் பிடித்துச் சரேலென்று உருவினாள் அம்மா பூங்காவனம். பாம்பிலிருந்து தோலை உரித்தெடுப்பதுபோல, புடவையைப் பிடித்து அவள் இழுக்க, இழுக்க... படுக்கையில் புரண்டு புரண்டு படுத்தான். அதைப் பார்த்ததும் பொய்க் கோபத்தோடு கத்தினாள் அவள்.

“பொய்து வெடிஞ்சி எவ்ளோ நேரமாவுது... ஒரு வயசுப் பையனுக்கு உன்னும் இன்னாடா தூக்கம்?” என்று அவனை அசைத்தாள் பூங்காவனம்.

“இப்ப இன்னாத்துக்கு அவன எய்ய்ப்பிகினு கீற நீ? காலீல வேலைக்குப் போனா ராத்திரிதாங் திரும்பி ஊட்டுக்கு வருது... அங்க இரும்பு கம்பினில எவ்ளோ வேலயோ... ஒடம்பு அட்ச்சி போட்ட மாதிரி இருக்குங்... இன்னிக்கி நாயித்தி கெயமதான... தூங்கட்டுமே...” என்றாள் கிழவி.

“ம்கூம்... உம் பேரனுக்கு நீ குடுக்கற செல்லந்தாங்... உன்னும் பாலு குடிக்கற கொயந்ததாங் அவங்?” என்றாள் பூங்காவனம்.

“அவங் கொயந்த இல்லாம வேற இன்னா...? அவ அப்டிதாங் கத்துவா... நீ தூங்குடா நைனா” என்று அந்தப் புடவையை அவளிடமிருந்து பிடுங்கி அவன் மீதே மீண்டும் போர்த்தினாள் கிழவி. புடவையை இழுத்துச் சுற்றிக்கொண்டு கால்களுக்கிடையில் இரண்டு கைகளையும் குளிருக்கு இதமாய் நுழைத்துக் கொண்டான் முருகவேலு. கனவைத் தொடர நினைத்தான். ஆனால் அதற்குமேல் அந்தக் கனவு அறுந்து போனது.

அடடா... எத்தனை சுகம்! அதிகாலைக் கனவு பலிக்கும் என்று பாட்டி அடிக்கடி சொல்வதை அவன் கேட்டிருக்கிறான். இந்த அதிகாலை கனவும் பலிக்குமா?

அது மட்டும் பலித்தால்? உடனே அமுதாவிடம் இந்தக் கனவைச் சொல்ல வேண்டும். சொல்லிவிட்டு அவள் முகத்தைப் பார்க்க வேண்டும். அந்த மாங்கருப்பு நிற முகம் சாராயம் குடித்தவனின் கண்களைப்போலச் சிவப்பதைப் பார்க்க வேண்டும். அதைப் பார்த்தாலே ஒரு பாட்டில் சாராயத்தை ஒரே மூச்சில் குடித்ததைப்போலத் தனக்கும் போதையேறிவிடுமே என்று நினைத்தவன், சட்டென்று எழுந்து, புடவையை உதறிவிட்டு, லுங்கியை இறுக்கிக் கட்டிக்கொண்டு வெளியே போனான்.

எழுந்துகொள்ளச் சொல்லி இவ்வளவு நேரம் தான் மல்லுக்கட்டும்போது அசையாதவன், தூங்கச் சொல்லி கிழவி போர்த்தியபின் சட்டென்று எழுந்து போகிறானே என்று அவனைப் புரியாமல் பார்த்தாள் பூங்காவனம்.

அடுப்புக்கரியை வாயில் போட்டு கரகரவென்று மென்று, விரலால் பல்லைத் தேய்த்துக் கருப்பு மை போலக் கொழகொழ வென வாயில் திரண்ட எச்சிலைத் துப்பிவிட்டு, வாயைக் கொப்பளித்து, ஒரு சொம்பு தண்ணீரைக் குடித்துவிட்டு, புளியந் தோப்புப் பக்கம் நடந்தான்.

அமுதாவைப் பார்த்து ஒரு வாரம் ஆகிவிட்டது. இன்று விடுமுறை முழுவதும் அவளுடன்தான் பேசப் போகிறான். அதுதான் திட்டம். ஆனால் அவள் ஆடுகளை ஓட்டிவர பத்து மணிக்குமேல் ஆகிவிடும். அதுவரை காத்திருக்கப் பொறுமையில்லாமல் அவள் வீட்டுக்கே போனான். தூரத்திலிருந்தாவது பார்த்து விடலாம் என்பது திட்டம்.

வீட்டை நெருங்கியவனுக்கு ஏமாற்றம்தான் மிஞ்சியது. சித்தூர் பக்கம் அவளது உறவினர் ஊரில் நடக்கும் திருவிழாவுக்குப் போயிருப்பதாகவும், திரும்பி வர நான்கு நாட்கள் ஆகும் என்றும் தெரியவர மனசு தவிக்கத் தொடங்கியது. அதிகாலை கனவு பலிக்கும் என்பதெல்லாம் சும்மாவா? என நினைத்துக் கொண்டு ஜெயவேலுவைப் பார்க்க திரும்பி நடந்தான். அவனோடு பேசிக் கொண்டே அன்றைய நாளை ஓட்டினான்.

மறுநாள் திங்கட்கிழமை. மாலையில் வேலையிலிருந்து வீடு திரும்பிய முருகவேலு கை, கால், முகம் கழுவிக்கொண்டு சாப்பிட உட்கார்ந்தான். தட்டில் சுடச்சுட களியும், முருங்கைக்கீரை சாம்பாரும் போட்டு வைத்தாள் பூங்காவனம். வேலைக்குப் போகத் தொடங்கிய பிறகு காலை மதியம் இரண்டு வேளையும் சோற்றைத் தின்று தின்று வெறுத்துப்போனது அவனுக்கு. இரவில்தான் களி.

களியை ஆசையாகப் பிட்டு, முருங்கைக்கீரையில் புரட்டி விழுங்கினான். வடகம் மணத்தது. நாட்டுத் துவரையின் ருசி நாக்கில் ஒட்டிக் கொண்டது. அந்த ருசியை, கண்களை மூடி ரசித்தான். அடுத்த வாய் களியை அனுபவித்து மென்றபோது வீட்டுக்குள் நுழைந்தாள் காமாட்சி.

“வாக்கா... களி துண்ணுவ” என்று அழைத்தான் முருகவேலு.

“வாடி... உக்காரு... ஒரு வா களி துண்ணு...” என்றபடி ஒரு உருண்டைக் களியைத் தட்டில் போட்டு கீரையை ஊற்றி அவள் முன் வைத்தாள் பூங்காவனம்.

இரண்டு வாய் களியைப் பிட்டு விழுங்கிய காமாட்சி தம்பியை நிமிர்ந்து பார்த்தாள்.

மாநிறத்தில், சுருள் சுருளான தலைமுடியும், கருகருவென்ற அளவான மீசையும், வலது கன்னத்தில் காதுக்குப் பக்கத்தில் சிறிய மச்சமும் பார்க்கவே அழகாக இருந்தான் முருகவேலு.

“இன்னாடி... தம்பிக்காரன அப்டி பாக்கற... இன்னிக்கிதாங் புச்சா பாக்கற மாதிரி?” என்றபடி உள்ளே வந்தாள் கிழவி.

“ம்... எந்தம்பியா... இவங்...? அப்டி இர்ந்தா... இப்டி பேசுவாரா நைனா...?” என்றாள் வெடுக்கென.

“இன்னாக்கா... இன்னா உனுக்கு இப்ப கொற...?” என்று கேட்டான் முருகவேலு.

“எனுக்கு இன்னா கொற...? வள்ளிய பொண்ணு கேட்டு நெறைய்யப் பேரு வர்றாங்க... நீயின்னா சொல்ற?” என்று நேரடியாகவே கேட்டுவிட்டு ஒரு வாய் களியை வாயில் போட்டு மென்றாள்.

“நானு இன்னா சொல்றது...? நல்ல எடமா வந்தா குடுத்துருங்க” என்றான் முருகவேலு.

அதைக் கேட்டதும் வாயிலிருந்து இறங்கிய களி தொண்டையில் மாட்டிக்கொண்டது. கண்கள் அசைவின்றி நின்றுவிட்டன ‘க்விக்... க்விக்’ என்று விக்கல் வந்தது.

“ஏய்... இத்ரி... தண்ணீய குடி” என்று தண்ணீர் சொம்பை நீட்டினாள் பூங்காவனம். அவள் சொல்வதையே உணராமல் மீண்டும் விக்கினாள்.

அவள் கையில் தண்ணீர் சொம்பைத் திணித்த பூங்காவனம் “குடி” என்றாள் சத்தமாக. அவள் அதை வாங்கி இரண்டு மிடறு விழுங்கிவிட்டு தலையைத் தட்டிக்கொண்டு தம்பியையே பார்த்தாள்.

“டேய் குட்டி... இன்னாடா இப்டி சொல்ற...? உனுக்குக்கூட எங்களப் பார்த்தா மதிப்பு தட்லயா?” என்றாள் கோபமும், பரிதாபமும் கலந்து.

“இன்னாக்கா... நானு இன்னா சொலிட்டங் இப்போ? நல்ல எடமா வந்தாதான குடுன்னு சொன்னேங்” என்றான் பதறியபடி.

"நல்ல எடமா...? வேற நல்ல எடத்த நாங்க எதுக்குடா பாக்கணும்...? அவ பொறக்கும்போதே உனுக்குனு எய்தி வெச்சமே... பேப்பர்ல எய்தினாதாங் எய்த்தா... நெஞ்சுல எய்தினா எய்த்து இல்லியா?" என்றாள்.

அதைக் கேட்டதும் அதிர்ந்துபோனான் முருகவேலு. இப்போது அவனுக்குத் தொண்டையில் சிக்கிக்கொண்டது களி. அவசரமாகத் தண்ணீர் குடித்தான்.

இத்தனை நாளாக அவனுக்கு அப்படி ஒரு நினைப்பே இல்லை. சின்ன வயதில் எப்படி இருந்தான் என்று அவனுக்கு நினைவில்லை. புத்தி தெரிந்த நாளில் இருந்து வள்ளியை அவன் அப்படி நினைக்கவே இல்லை. அதுவும் அமுதாவை அவன் சந்தித்த பிறகு வள்ளியைப் பற்றிய நினைவே அவனுக்கு வந்ததில்லை.

இதை எப்படிச் சொல்வான். திடீரென அவன் வாயிலிருந்த வார்த்தைகளை எல்லாம் யாரோ பிடுங்கி மூட்டை கட்டி கொண்டு போய் விட்டதைப்போலப் பேச ஒரு வார்த்தையும் வராமல் தடுமாறினான்.

"இன்னாடா பேச்சே காணம்? இன்னா... அப்பனும், புள்ளையும் ஒன்னா சேர்ந்து பேசிகினு இப்ப நாடகமாடறீங்களா?" என்றாள் கோபமாகக் காமாட்சி.

சாலம்மாவும், பூங்காவனமும் விதிர்விதிர்த்துப்போய்ப் பார்த்துக்கொண்டிருந்தனர். கிழவிக்கும், பூங்காவனத்துக்கும் வள்ளியின்மீது கொள்ளை ஆசை. அவள் இந்த வீட்டில் விளக்கேற்ற வரும் நாளுக்காகவே காத்துக் கொண்டிருந்தனர். இப்போது முருகவேலுவின் இந்த அமைதியும், ரெட்டியாரின் அன்றைய பேச்சும் அவர்களுக்கு விபரீதமாகத் தெரிந்தது.

"வாயைத் திறந்து பதில் சொல்றா...?" என்று கேட்டாள் கோபமாகக் காமாட்சி.

"யக்கா... நானே இப்பதாங் கம்பனில ஹெல்பரு வேலைக்குப் போறேங்... மொதல்ல நானு வேலயக் கத்துகணும்... அப்பறந்தாங் கல்யாணம். அதுக்கு இன்னும் ரொம்ப நாளு ஆவும்" என்றான் திக்கித்திக்கி.

"ஆவட்டுங்... எத்தினி வருசம் ஆனாலும் ஆவட்டுங்" என்றாள் காமாட்சி.

“அதெல்லாம் ஆவாதுக்கா... எத்தினி வருசம் பொண்ணை வெச்சிக்கினு இருப்ப...? நல்ல பையனா பாருங்க... கல்யாணம் பண்ணிட்லாம்” என்றான் முடிவாக.

“டே நைனா... இன்னாடா சொல்ற நீ... வெள்ளிதாங் இந்த வூட்டுக்கு மருமவள்னு கனவுல கீறம்டா நாங்க” என்றாள் பூங்காவனம்.

“மா... உனுக்கு ஒன்னும் தெரியாது... இப்போ என்னால கல்யாணம் பண்ணிக்க முடியாது...நைனா கிட்டக்கூடச் சொல்லிடு... அவருக்குப் புரியும் இது” என்றான் கறாராக.

களியை அப்படியே வைத்துவிட்டுக் கை கூடக் கழுவாமல் கண்களைத் துடைத்துக்கொண்டு எழுந்து போனாள் காமாட்சி.

“டே நைனா... ஊட்ல பொறந்த பொண்ணு வெளக்கு வெச்சப்பறம் கண்ணுல தண்ணி உடறது நமுக்கு நல்லது இல்லடா... வெள்ளிய கட்டிக்கடா நைனா...” என்று கெஞ்சினாள் கிழவி.

“மோவ்... நீ சும்மாயிரு... யார கட்டிக்கிறதுன்னு நேரம் வரும்போது பாக்கலாம்” என்று கோபமாகக் கத்திவிட்டு, கை கழுவிக்கொண்டு எழுந்து வெளியே போனான்.

இதையெல்லாம் பார்த்தபின் கலங்கிப்போய்க் குந்தியிருந்தனர் சாலம்மாவும், பூங்காவனமும்.

சாப்பிட வீட்டுக்கு வந்த ரெட்டியார் நடந்ததைக் கேட்டதும், எவ்வித உணர்ச்சியையும் காட்டாமல் சாப்பிட்டுவிட்டு எழுந்து வெளியே போனார். இது நடக்கும் என்று அவர் எதிர்பார்த்ததுதான்.

சாலம்மாவுக்கும், பூங்காவனத்துக்கும் சின்னசாமி மீதுதான் கோபமாக வந்தது. “சின்னப்பையன் தெரியாமல் பேசலாம். இவர் பெரிய மனிதன். இவருக்குமா புத்தி கெட்டுப் போயிருக்கும்?” என்று அங்கலாய்த்தனர்.

தெருத் திண்ணையில் உட்கார்ந்த ரெட்டியாருக்கு மனசு நிலையில்லாமல் தவித்தது. முள்மேல் விழுந்துவிட்ட சேலையை மீட்கும் பொறுப்பை எல்லோருமாகச் சேர்ந்து அவரிடம் தள்ளி விட்டதாக நினைத்தார். சேலைக்குப் பழுதில்லாமல் முள்ளிட மிருந்து எப்படிச் சேலையை எடுப்பது?

ஆடுகளை விற்று, அவனை வேலைக்கு அனுப்பி வைத்தும் அவர் நினைத்தது நடக்கவில்லை. இப்போதும் ஞாயிற்றுக் கிழமைகளில் அந்தப் பெண்ணோடு ஆடு மேய்க்கிற இடத்தில்தான் பேசிக் கொண்டிருக்கிறான். கூடவே ஜெயவேலு இருப்பது அவனுக்கு வசதியாகிவிட்டது.

வள்ளியையே அவனுக்குக் கட்டிவைத்துவிட்டால் எல்லாச் சிக்கலையும் தீர்த்துவிடலாம். முள்ளில் விழுந்த சேலையைச் சேதாரம் இல்லாமல் முழுசாய் மீட்டு எடுத்துவிடலாம். ஆனால் அவன் சம்மதிக்க வேண்டுமே. "உயிரே போனாலும் வேற எவளையும் கட்டிக்க மாட்டேன்" என்று சொன்னதாக ஆறுமுகம் சொன்னானே.

அப்படி ஏதாவது நடந்துவிட்டால்? அவன் வேலைக்குப் போன பிறகு சிறிது நாட்களாக ஒரு பிரச்சினை தீர்ந்துவிட்டதாகச் சற்று நிம்மதியாக இருந்தவருக்கு மீண்டும் இப்போது நிம்மதி பறி போனது. நிற்க முடியாமல், உட்கார முடியாமல், படுக்க முடியாமல் தவித்தார்.

அடுத்த ஞாயிற்றுக்கிழமை. கழனிக் காட்டில் கரம்புகளில் செம்மறியாடுகள் மந்தை மந்தையாய் மேய்ந்து கொண்டிருக்க, குள்ளனின் கிணற்று மேட்டில், புங்கமரத்தின் நிழலில் அமர்ந்து அமுதா, முருகவேலு, ஜெயவேலு மூவரும் நீண்ட நேரமாகப் பேசிக் கொண்டிருப்பதை ஏரிக்கரையின் மீது நின்று பார்த்துக் கொண் டிருந்தார் ரெட்டியார். மனசு பொறுக்கவில்லை. ஒரு முடிவோடு வீட்டில் காத்திருந்தார்.

மாலையில் முருகவேலு வீட்டுக்கு வந்ததும், அவனிடம் நேரடியாகவே கேட்டார்.

"டே நைனா... நம்பக் காமாட்சி ரொம்ப அய்து அடம் புடிக்கிதுடா... பாவம்... வள்ளி உனுக்குதான்னு ஊரெல்லாம் சொல்லிகினு கீது... அடுத்த தையில கல்யாணத்த வெச்சிக்கலாம்... வெள்ளிமலக்கிப் போயி கல்யாண மண்டபத்த பேசிட்டு வர்லாம்... அட்த்த வாரம் ஒரு நாளு லீவு சொல்லிட்டு வாடா நைனா" என்றார்.

"நைனா... எனக்கு இப்ப கல்யாணம் வாணாம்" என்றான்.

"எல்லா பையனுங்களும், பொண்ணுங்களும் கல்யாணப் பேச்ச ஆரம்பிக்கறப்போ வாணாம்னுதான்டா சொல்வாங்க" என்றார்.

அவன் வேண்டாம் என்பதன் காரணம் தெரிந்திருந்தும் தெரியாததைப் போலவே பேசினார்.

"இல்ல நைனா... எனுக்கு இப்ப கல்யாணம் வாணாம்" என்றான் மீண்டும்.

ரெட்டியாருக்குக் கோபம் வந்துவிட்டது.

"இப்ப வாணாமா...? இல்ல... இந்தப் பொண்ணு வாணாமா?" என்றார் ஆத்திரத்துடன்.

இந்த நேரடியான தாக்குதலை அவன் எதிர்பார்க்கவில்லை. ஆனது ஆகட்டும் என்று அவனும் நேரடியாக பதில் சொன்னான்.

"நைனா... நானு அமுதாவதாங் கட்டிக்கப் போறங்" என்றான்.

அவன் இப்படி முகத்துக்கு எதிராகச் சொன்னதும் தடுமாறிவிட்டார் ரெட்டியார். படபடப்பாகிவிட்டது அவருக்கு.

"எந்த அமுதா?" என்றார் தெரியாததைப்போல.

"புளிந்தோப்புல கீதே... வண்ணாரப் பொண்ணு அமுதா" என்றான் எந்த உணர்ச்சியும் இல்லாமல்.

சுரீர் என்றது ரெட்டியாருக்கு. இத்தனை வயதில் அவரை இப்படி நேரடியாக யாரும் அவமானப்படுத்தியதில்லை என நினைத்ததும் கோபம் கொப்பளித்துக்கொண்டு வந்தது.

நேற்று பிறந்த பயல். எவ்வளவு தைரியமாய் வண்ணாரப் பெண்ணைதான் கட்டிக்கொள்வேன் என நேரடியாக அவரிடமே சொல்கிறான். அவரது பரம்பரை மானம், மரியாதை, சாதி, வாழ்ந்த வாழ்க்கை எல்லாவற்றையும் ஒரே நொடியில் நான்கே வார்த்தைகளில் புதைத்துவிட்டதாக நினைத்தார்.

"டேய்... உனுக்குப் புத்தி கீதா... போயும் போயும் வண்ணாத்திய கட்டிக்கிறேன்னு சொல்ற...? நீயின்னா வண்ணானுக்குப் பொறந்தியா... இல்ல நெருப்புல பொறந்த இந்த வன்னிய கவுண்டனுக்குப் பொறந்தியா...? நம்ம கோத்திரம் இன்னானு தெரிமா...? வன்னியங் எப்டி பொறந்தான்னு தெரிமா உனுக்கு... நீயின்னா எனுக்குதாங் பொறந்தியா?" என்று கத்தினார்.

நடப்பதைப் பார்த்து வெலவெலத்துப் போயிருந்த பூங்காவனம், ரெட்டியாரின் இந்தக் கேள்வியைக் கேட்டதும் நடுங்கிப் போனாள்.

“ஏமே... இன்னா கேள்வி கேக்கற நீ...? அவனக் கேக்கறியா...? என்ன கேக்கறியா...? அவங் யாருக்குப் பொறந்தான்னு இப்போ உனுக்குச் சந்தேகமா கீதா?” என்று வயிற்றிலடித்துக்கொண்டு கத்தினாள் பூங்காவனம்.

“அடி நீ வேற... வாய மூடிகினு இருடி... அவம் ஒடம்புல கவுண்டன் ரத்தம் ஓடினா இப்டி பேசுவானா...? உம்மேல யாருடி சந்தேகப்பட்டாங்... நீ சொம்மா இரு... நானு இவனக் கேக்கறங்... இப்போ முடிவா இன்னா சொல்ற?” என்றார் முருகவேலுவிடம்.

“நானு கட்னா அமுதாவதாங் கட்டிக்குவங்...” என்றான் தீர்மானமாக.

“உங்கொப்பம்... பாட்டம்... பூட்டங் பரம்பர பேர பள்ளத்துல பொதைச்சிட்டு, எங்களயும் அப்டியே பள்ளந்தோண்டி பொதைச் சிட்டு அப்பறமா அவள கட்டிக்க... அப்பக்கூட அந்தப் பொண்ணக் கட்டிக்க உடமாட்டங்... நானே உட்டாலும் இந்த ஊரு உடாது... அந்த நெனப்பக்கூட மறந்துட்டு வேலயப்பாரு” என்று கத்திவிட்டு வெளியே போனார்.

சாலம்மாவும், பூங்காவனமும் பேச்சு மூச்சற்றுக் கிடந்தனர்.

இந்த செய்தி தீயைப்போல ஊரில் பரவியது.

“சின்னசாமி ரெட்டியாரு பையங் வண்ணாத்திய கட்டிக்கப் போறானாம்” என்று ஊரே திமிலோகப்பட்டது.

ஊரிலிருக்கிற ஆண்களும், பெண்களும், சிறுசுகளும் இதையே தான் பேசினர்.

மறுநாள் இளவட்டங்களும், சில பெரிசுகளும் ஒன்று சேர்ந்து திபுதிபுவெனப் புளியந்தோப்புக்கு ஓடினர்.

அமுதாவின் அம்மாவையும், வண்ணார கோவிந்தனையும் தெருவில் இழுத்துப்போட்டு புரட்டி எடுத்தனர். மாமனின் வீட்டினுள்ளே பதுங்கிக்கொண்ட அமுதா உள்ளே பருந்தைக் கண்ட கோழிக்குஞ்சைப்போல நடுங்கிக் கொண்டிருந்தாள்.

“உட்ருங்க சாமி... உட்ருங்க சாமி” என்று கோவிந்தனும், அமுதாவின் அம்மா கமலாவும் பல பேர் கால்களில் விழுந்து கெஞ்சினார்கள். கெஞ்ச கெஞ்ச அடி விழுந்தது.

“பஞ்சம் பொய்க்க வந்த நாயிங்க, அடக்கம் ஒடுக்கமா கீணம்டி... ஒடம்புல கொயுப்பெட்த்துப் போனா... ராத்திரி ஊரு மேயப் போறது... இல்லனா இப்பவே வர்சொல்லு... எத்தினி பேரு ஒணும்... கூப்டுடி உம் பொண்ண... இங்கயே பாக்கறம்... வண்ணாத்திக்கி ரெட்டியாரு பையங் கேக்குதா... வாடி வெளிய... நாங்கல்லாம்கூடக் கவுண்டனுங்கதாங்... வா... வாடி...” என்று கத்தினார் துரை ரெட்டியார். இளசுகள் சில இந்தச் சாக்கில் உள்ளே நுழையப் பார்த்தன.

அவர்களின் கால்களில் ஓடி ஓடி விழுந்தாள் கமலா.

“இவ இன்னா பேசி மயக்கினாளோ தெர்ல... அந்தப் பையங் இவளதாங் கட்டிக்குவேன்னு ரெட்டியாரு மூஞ்சிக்கி நேரா சொல்றாங்... நேத்து வரைக்கும் மண்ணப் பார்த்து நடந்த பையங்... இன்னிக்கி மூஞ்சியப்பாத்து தீர்த்துப் பேசறான்னா... இவ போட்ட சொக்குப் பொடிதாங்” என்று கத்தினார் நாராயண ரெட்டியார்.

அதற்குள் தகவல் தெரிந்து அங்கே ஓடிவந்தார் சின்னசாமி ரெட்டியார். கோபாவேசமாகக் கத்திக்கொண்டிருந்தவர்களை அடக்கினார்.

“இன்னாபா பண்றீங்க...? உங்கள யாரு இப்டி இங்கவந்து கத்தி கலாட்டா பண்ணச் சொன்னது? வாங்கபா... எதுவானாலும் மெதுவா பேசிக்கலாம்... வாங்க...” என்று எல்லோரையும் அடக்கி, சமாதானப்படுத்தி அழைத்துக்கொண்டு ஊர் திரும்பினார்.

வேலைக்குப்போய் மாலையில் வீடு திரும்பிய முருகவேலு, நடந்ததைக் கேள்விப்பட்டதும் அதிர்ந்து போனான். எப்படியாவது அப்பாவைச் சமாளித்து விடலாம் என நினைத்திருந்தான். ஆனால் இந்த அளவிற்கு ஊரே திரண்டு ஆவேசமாக எதிர்க்கும் என்று அவன் எதிர்பார்க்கவில்லை.

உடனே அமுதாவைப் பார்க்கவேண்டும் என்று நினைத்தான். எப்படிப் பார்ப்பது என்று தெரியவில்லை. அவள் வீட்டுப்பக்கம் போனால் மேலும் பிரச்சினை அதிகமாகிவிடும்.

என்ன செய்வதென்று தெரியாமல், சாப்பிடவும் பிடிக்காமல் பாயில் படுத்தவனுக்குத் தூக்கம் வரவில்லை. வீடே மயானமாக இருந்தது. யாரும் யாருடனும் பேசவில்லை.

மறுநாள் காலையில் அவன் வேலைக்குப் போனதும், ரெட்டியார் குப்பா ரெட்டியாரை அழைத்துக்கொண்டு ஏரிப்பக்கம் போனார். ஏரி மதகின்மேல் அமர்ந்து நெடுநேரம் ஆலோசனை செய்தனர். இறுதியில் அந்தப் பெண்ணையும் அவள் குடும்பத் தையும் பழையபடி அவர்கள் ஊருக்கே அனுப்பிவிடலாம் என்றும், அவர்கள் பிழைக்க, ரெட்டியார் ஆடு விற்ற பணத்திலிருந்து கொஞ்சம் அவர்களுக்குக் கொடுத்து விடலாம் என்றும் முடிவு செய்தனர். இதற்கு அவர்கள் ஒத்துக்கொள்ளாவிட்டாலும்கூட வலுக்கட்டாயமாகவாவது ஊரை விட்டுத் துரத்தி விடலாம் என்றார் குப்பன்.

பாவம்! திக்கற்று இங்கே வந்த பெண்ணையும், அவளது தாயையும் நினைத்தால் ரெட்டியாருக்கு நெஞ்சுக்குள் திக்கென்றது. அங்கே திக்கில்லாமல் தானே இங்கே வந்தார்கள். மீண்டும் எப்படி அவர்களை அங்கேயே துரத்துவது என்று நினைத்த ரெட்டியாருக்கு மனசு ஒப்பவே இல்லை. ஆனால் வேறு வழியும் தெரியவில்லை அவருக்கு.

இந்த ஊர் சண்டை சச்சரவு இன்றி இணக்கமாக இருக்க வேண்டு மானால் இதைச் செய்துதான் ஆகவேண்டும். ஊர் கட்டுக்கோப்பு கலைந்தால் தலைமுறை தலைமுறைக்கும் அவப்பெயர் சேர்ந்து விடுமே.

இந்த நினைப்போடு குப்பனுடன் பேசிக்கொண்டே வீட்டுக்கு வந்தவருக்கு, வீட்டின் எதிரே மோட்டார் சைக்கிளில் இரண்டு பேர் நிற்பதைப் பார்த்ததும் திக்கென்றது.

போலீசா...? நடந்த கலாட்டாவிற்காக விசாரிக்க வந்து விட்டார்களா...? கேசு போட்டால் ஊர் என்ன ஆவது?

கவலையோடு ஓட்டமும் நடையுமாக வீட்டை நெருங்கியவர்களுக்கு அங்கே அவர்கள் சொன்ன செய்தியைக் கேட்டதும் தலையில் இடி விழுந்தது.

37

வீட்டை நெருங்கினார் ரெட்டியார். மோட்டார் சைக்கிளில் வந்தவர்களிடம் பூங்காவனம் எதையோ சொல்ல, அவர்கள் ரெட்டியாரைத் திரும்பிப் பார்த்தனர். அவர்களின் முகங்களே சரியில்லை.

ரெட்டியார் அவர்களை நெருங்கினார். ஒருவன் நீல நிறச்சட்டையும், பேண்டும் அணிந்திருந்தான். சிவப்பாக உயரமாக இருந்த அவனது சிவந்த முகமும், நீளமான மூக்கும் வியர்த்திருந்தன.

இன்னொருவன் மாநிறமாக, சப்பை மூக்குடன், முன் தலை வழுக்கையுடன் இருந்தான். காக்கிநிற பேண்ட்டும் சட்டையும் அணிந்திருந்தான்.

"சின்னசாமி நீங்கதானா பெரியவரே" என்றான் சிவப்பாக இருந்தவன்.

"ஆமா" என்றார். அவருக்குள் பல எண்ணங்கள் ஓடின. நிலம் எடுத்த விசயமாக வந்திருப்பார்களோ?

"நாங்க உங்க பையங் முருகவேலு வேல செய்யற கம்பனியில இருந்து வர்றோம்" என்றான் அவனே.

அதைக் கேட்டதும் அவருக்கு எதுவும் விளங்க வில்லை. கம்பனியிலிருந்து எதற்கு வந்திருக்கிறார்கள்? கேள்விக்குறியுடன் அவர்களைப் பார்த்தார்.

“ஒன்னுமில்ல பெரியவரே... காலையில கம்பனில வேலை செய்யும்போது முருகவேலுவுக்குச் சின்னதா கொஞ்சங் அடிபட்டிருச்சி” என்றார் மாநிறமாக இருந்தவர்.

அதைக்கேட்டதும் திக்கென்று அதிர்ந்தார் ரெட்டியார்.

“அடிபட்டிடுச்சா...?” என்று அதிர்ச்சியாகக் கேட்டார் குப்பன்.

“பெரிய அடி எதுவுமில்லை பெரியவரே... பயப்படாதீங்க... சும்மா சின்ன அடிதான்... வாங்க போயி பாக்கலாம்” என்றான் சிவப்பு ஆள்.

“அய்யய்யோ எம் புள்ளிக்கி அடிபட்டுட்ச்சா?” என்று அலறிக்கொண்டே கேட்டாள் பூங்காவனம்.

“ஏம்மா... பயப்படற அளவுக்கு இல்லம்மா... கத்தாதமா” என்றான் மாநிற ஆள்.

“வாங்க வண்டியிலேயே போயிட்லாம். வாங்க” என்றான் சிவப்பு நிற ஆள்.

“நானும் வர்ரேங்” என்றாள் பூங்காவனம்.

“நீ வாணாம்மா... நாங்க போயி வீட்டுக்கு கூப்டுகினு வர்றோம்” என்றான் அவனே.

“டே... குப்பா... நானு இவங்கக்கூடப் போறன்டா... நீயி பஸ்ல வாடா” என்றவர் அவர்களின் வண்டியில் ஏறி குந்தினார்.

வண்டி கிளம்பியபின் ஓடிவந்த கிழவி ‘லபோ திபோ’வெனக் கத்தினாள். பூங்காவனம் தரையில் குந்தி அழ ஆரம்பித்து விட்டாள். குப்பா ரெட்டி வீட்டுக்குப்போய்ச் சட்டையை மாட்டிக்கொண்டு பஸ் பிடிக்க ஓடினார்.

“ஒன்னுமில்ல பெரியவரே... காலயில கம்பனிக்கி வந்ததுல இருந்தே முருகவேலு ஒரு மாதிரியா இருந்தாங்... வேலையிலே அவனுக்குக் கவனமில்ல... வீட்ல எதுனா பிரச்சினையா?” என்று கேட்டான் சிவப்பு ஆள் வண்டியை ஓட்டிக்கொண்டே.

ரெட்டியார் நடுவில் உட்கார்ந்திருந்தார். அவருக்குப் பின்னால் மாநிறத்தான் உட்கார்ந்திருந்தான்.

“ஒன்னும் பிரச்சினயில்லியே... இப்ப எப்டி கீறாங் பையங்?” என்று கேட்டார்.

"நல்லாதாங் கீறாங்... கம்பனியிலயிருந்து ஆஸ்பத்திரிக்கி கூப்டுகினு போறதுக்கு ரெடியாயிருந்தாங்க. நாம் மொதல்ல கம்பனிக்கி போவலாம். அங்க இல்லன்னா ஆசுபத்திரிக்கே போவலாம்" என்றான் சிவப்பு ஆள்.

வண்டி சத்திரம்புதூர், கொண்டகுப்பம், குமணந்தாங்கல், லாலாப்பேட்டையைக் கடந்து, ஆன்சிலரி சாலையில் நுழைந்தது.

வரிசை வரிசையாய் இருந்த பல பேப்ரிகேசன் கம்பனிகளைக் கடந்து, முகப்பில் பெரிய ஆதிபராசக்தி படம் போட்ட அந்தக் கம்பனியினுள் நுழைந்தது வண்டி.

உள்ளே தொழிலாளர்கள் கும்பல் கும்பலாய் நின்றிருந்தனர். யாரும் வேலை செய்யாமல் கவலையோடு பேசிக்கொண்டிருந்தனர். அந்தச் சூழலே ரெட்டியாருக்குச் சரியாகப் படவில்லை.. அவரது மனது தடக் தடக் என அடித்துக் கொண்டது.

வண்டியை நிறுத்திவிட்டு, அலுவலக அறைக்குள் போனார்கள் அவர்கள் இரண்டு பேரும். தொழிலாளர்கள் ரெட்டியாரையே வைத்த கண் வாங்காமல் பார்த்துக் கொண்டிருந்தனர்.

பரபரப்பாய் வெளியே வந்த அந்த இரண்டுபேரும், "பெரியவரே... பையன கார்ல ஏத்தி ஆசுபத்திரிக்கு கூப்டுகினு போய்ட்டாங்களாம். வாங்க நாம வண்டியிலேயே வாலாஜா ஆஸ்பத்திரிக்கி போவலாம்" என்று சொல்லிக்கொண்டே வண்டியை உசுப்பினான்.

ரெட்டியாருக்கு பேச்சே எழவில்லை. கலவரத்தோடு வண்டியில் உட்கார்ந்தார்.

ஆன்சிலரியிலிருந்து வெளியேறி தார் சாலைக்கு வந்த வண்டி முக்கிக்கொண்டு பறந்தது. அக்ராவரம், ஈ.எஸ்ஐ, பாரதி நகர், காரை கூட்ரோடு, முத்துக்கடை, வி.சி.மோட்டூர் என ஒவ்வொரு ஊராகக் கடந்து வாலாஜா அரசு ஆஸ்பத்திரிருக்குள் அவர்கள் வண்டி நுழைந்தபோது அங்கேயும் ஒரு சின்னக்கூட்டம் நின்றிருந்தது.

ரெட்டியாரைப் பார்த்ததும் பலர் "உச்" கொட்டினர். சிலர் அவரைத் திரும்பத் திரும்பப் பார்த்துக்கொண்டு என்னவோ பேசினர்.

மருத்துவமனையின் உள்ளே மூவரும் ஓடினர். மருத்துவர் மட்டும் அவரது அறையில் தனியாக இருந்தார். அங்கே முருகவேலு இல்லை.

“எங்க எம் புள்ள... எங்கக் கீறாங்?” என்றார் ரெட்டியார் பதட்டத்துடன். மருத்துவர் எதுவும் பேசவில்லை. அப்போது அந்த அறைக்குள் நுழைந்த கம்பனி முதலாளியின் முகம் வியர்த்து, சட்டை நனைந்து உடம்போடு ஒட்டிக்கொண்டிருந்தது.

“இப்டி வாங்க பெரியவரே” என்று ரெட்டியாரை வெளியே கூப்பிட்டார் அவர்.

நால்வரும் வெளியே வந்தனர்.

“பெரியவரே... மனச தளர உட்ராதீங்க... பையனுக்கு அடி கொஞ்சம் பலமா பட்டு இருக்கறதா டாக்டரு சொல்றாரு... பயப்படறதுக்கு ஒன்னுமில்லையாம்... நீங்க தைரியமா இருங்க” என்றார் அவர்.

“எங்க எம் பையங்... நாம் பாக்கணும்” என்றார் நாக்குழறியபடி.

“பாக்கலாம் இருங்க... அப்டி பென்ச்சுமேல கொஞ்ச நேரம் உட்காருங்க... ரொம்பப் பதட்டமா இருக்கிறீங்க... பாக்கலாம் உட்காருங்க” என்றார் முதலாளி. மருத்துவனை வராண்டாவில் போட்டிருந்த நீளமான கட்டை பென்ச்சின்மீது கையூன்றியபடி உட்கார்ந்தார்.

“ஒன்னுமில்ல பெரியவரே... கிரேன்ல ஒரு பெரிய இரும்பு பிளேட்ட தூக்கி இருக்காங்க. முருகவேலு கொக்கி மாட்டிட்டு ஒதுங்கி நிக்கும்போது கொக்கி செரியா மாட்டாம கழட்டிகினு கீழே விழுந்து இருக்கு... ஓடு ஓடுன்னு எல்லாரும் கத்தியிருக்காங்க. இவனுக்குக் காலையில இர்ந்தே வேலயில கவனம் இல்லாத மாதிரி இருந்தானாம். எல்லாரும் கத்தியதை அவன் கவனிக்கலையாம். பிளேட்டு கிழே விழும்போது இவங் கீழ மாட்டிகினு இருக்காங்... ஒடனே தூக்கிட்டாங்க... சரியாயிடும்” என்றார் முதலாளி.

“இரும்புப் பிளேட்டுக்கு கீயவா மாட்டிகினாங்...?” என்று படாரென எழுந்து நின்று கத்தினார்.

“டென்சன் ஆவாதீங்க பெரியவரே... காப்பாத்திடலாங்” என்றார் அவர்.

அரை மணி நேரம் தவித்தபடி இருந்தபிறகு மருத்துவர் கூப்பிட ரெட்டியாரையும் அழைத்துக்கொண்டு ஓடினார்கள்.

“பெரியவரே... இதுல ஒரு கையெழுத்துப் போடுங்க” என்றார் மருத்துவர்.

“எதுக்கு?” என்றார் ரெட்டியார்.

“உங்க பையன இங்க ஆசுபத்திரியில சேத்தாங்களே அதுக்குதாங்” என்றார் அவர்.

கைநாட்டு வைத்துவிட்டு வெளியே வந்தபோது முருக வேலுவுடன் வேலை செய்யும் மனோகரன் ஓடிவந்தான். அவன் ரெட்டியாரைப் பார்த்ததும் அம்புபோலப் பாய்ந்து வந்து அவரின் கைகளைப் பிடித்துக்கொண்டு ஓவென்று கதறி அழுதான்.

ரெட்டியாருக்கு தூக்கி வாரிப்போட்டது. எதற்காக இப்படி அழுகிறான் இவன்?

“மாமா... மாமா... மோசம் போயிட்டோம் மாமா... முருகவேலு நம்மல உட்டுட்டு போய்ட்டான் மாமா” என்று அடிக்குரலில் கதறினான் அவன்.

அதைக்கேட்டதும் தலைக்குள் இடி இறங்கியது ரெட்டி யாருக்கு. தலை முதல் கால்வரை நடுங்க தடாலெனக் கீழே சரிந்தார். இப்படி அடியற்ற மரம்போல அவர் கீழே சாய்ந்ததை எதிர்பார்க்காத மனோகரன் ஒரு கணம் அதிர்ந்து மறுகணம் சுதாரித்துக்கொண்டு கீழே சாய்ந்தவரைத் தூக்கினான்.

அவனால் முடியவில்லை. பாரியான உடம்பு அவருக்கு. அவனுக்கோ பூஞ்சான் உடம்பு. அவரை அசைக்கக்கூட முடிய வில்லை. இதைத் தொலைவில் இருந்து பார்த்த சிலர் ஓடி வந்தனர். ரெட்டியாரை அசைத்துப் பார்த்தனர். அசையவே இல்லை. நான்குபேர் சேர்ந்து தூக்கிக்கொண்டு மருத்துவமனையின் உள்ளே ஓடினர். மருத்துவரின் எதிரே இருந்த பென்ஞ்சில் அவரைப் படுக்க வைத்தனர்.

அவரின் நாடியைப் பிடித்துப்பார்த்த மருத்துவர் பதட்ட மானார். நாடித்துடிப்பு தாறுமாறாக இருந்தது. கழுத்திலிருந்த ஸ்டெதஸ்கோப்பை காதில் மாட்டி மறுமுனையை அவர் மார்பில் வைத்துக் கவனமாகக் கேட்டார். இதயத்துடிப்பும் அளவுக்கு அதிகமாக இருந்தது.

சுற்றியிருந்தவர்களை வெளியே போகச் சொன்னார். மனோகரனை மட்டும் இருக்கச் சொன்னார்.

"ஒன்னுமில்ல... அதிர்ச்சியில மயக்கமாயிட்டார். வயசானாலே பி.பி. ஏறும்... இவரு கிராமத்து ஆளு. அதனால் பரவால்ல... இல்லன்னா இந்த வயசுக்கு சுகரு, பிபி இருந்தா இந்த நேரத்துல மாரடைப்புக்கூட வந்துடும். கொஞ்ச நேரத்துல மயக்கம் தெளிஞ்சிடும்" என்றவர் ஏதோ ஒரு ஊசியை அவர் கையில் போட்டார்.

கால் மணி நேரம் கழித்துக் கண்களைத் திறந்த ரெட்டி யாருக்கு சிறிது நேரம் எதுவும் விளங்கவில்லை. எதிரில் நிற்கும் மனோகரனைப் பார்த்ததும் அவன் சொன்னது நினைவுக்கு வர சட்டென்று எழுந்து உட்கார்ந்தார்.

"மெதுவா பெரியவரே... வயசான காலத்துல இப்டி சட்டுனு எழுந்தீங்கன்னா உங்களுக்குப் பிபி அதிகமாயிடும்" என்றார்.

அவர் சொன்னது ரெட்டியாருக்குப் புரியவில்லை. அதைப்பற்றி அவர் கவலைப்படவுமில்லை.

"டே... மனோகரா... எங்கடா முருகவேலு... எங்கடா கீறாங்" என்றார் பதட்டத்துடன்.

"இங்கதாங் மாமா... அந்தப்பக்கம் தனியா கீற பொணம் வைக்கிற எடத்துல" என்றான் திக்கித்திக்கி.

"பொணம் வெக்கிற எட்த்துலயா?" என்று கேட்டவர் மீண்டும் அப்படியே கீழே சரிந்தார்.

அவரைத் தாங்கிப்பிடித்துக்கொண்ட மனோகரன் அவனால் முடியாமல் மெதுமாகப் பென்ச் மீது படுக்கவிட்டான்.

மீண்டும் மயக்கம் தெளிந்து எழுந்த ரெட்டியார் எழுந்து வெளியே ஓடினார்.

"எங்கடா... எம்புள்ள... எங்க கீறான்டா?" என்று கத்திக் கொண்டே இந்தப்பக்கமும் அந்தப்பக்கமும் ஓடினார்.

அவருக்கு உண்மை தெரிந்துவிட்டதை நினைத்து நிம்மதி யடைந்த கம்பனி முதலாளி அவரைப் பிணவறைக்கு அழைத்துப் போனார். மனோகரன் பின்னாலேயே ஓடினான். வண்டியில் வந்த இருவரும் உடன் வந்தனர்.

பிணவறை பூட்டியிருந்தது. அந்த அறையின் கிழக்குப்புறம் இருந்த சன்னல் திறந்திருக்க சன்னல் வழியாகக் காட்டினர்.

உள்ளே ஒரு சிமெண்ட் மேடையில் மார்பு வரை வெள்ளைத் துணியால் மூடியிருந்த முருகவேலுவின் உடல் மல்லாந்து கிடந்தது. உடலில் போர்த்தியிருந்த துணி இடுப்புப் பகுதியில் ரத்தத்தில் நனைந்து சிவப்பாய் மாறி இருந்தது.

அதைப் பார்த்ததும் தலையில் 'மடேர் மடேர்' என அடித்துக் கொண்ட ரெட்டியார் வாய்விட்டுக் கதறினார்.

"அய்யோ... அய்யோ... எம்புள்ளய பார்ரா... எம்புள்ளயப் பார்ரா... இந்தக் கோராமயப் பார்ரா... பொணமா படுக்க வெச்சிட்டாங்களே... எம் வம்சத்த கருவறுத்துட்டாங்களே..." என்று ஜன்னல் கம்பியில் தலையை இடித்துக்கொண்டு கதறினார்.

அவரை இரண்டு பேர் பிடித்துத் தொலைவாக இழுத்துக் கொண்டுபோய் அங்கிருந்த அரச மரத்தடியில் உட்கார வைத்தனர். அங்கே உட்காராமல் பிணவறையை நோக்கி ஓட திமிறினார் அவர். அவர்கள் இறுக்கிப்பிடித்து உட்கார வைத்தனர்.

அதற்குள் அங்கே ஓடிவந்த குப்பன் விஷயமறிந்து அவரைப் பிடித்துக்கொண்டு கதறினார்.

சுற்றியிருந்தவர்கள் இவர்களின் கதறலை பரிதாபத்துடன் பார்த்துக்கொண்டிருந்தனர்.

அடிபட்டிருப்பது தெரிந்து ஊரிலிருந்து மருத்துவமனைக்கு வந்த ஜிட்டா ரெட்டியாரின் தம்பி அம்மாட்டி ரெட்டியார், குப்பா ரெட்டியாரின் தம்பி ஆறுமுகம் ஆகியோர் விஷயம் தெரிந்து வாயடைத்துப்போய் நின்றனர்.

அரச மரத்தடியில் சாய்ந்தவாறு உட்கார வைக்கப்பட்ட ரெட்டியார் ஏதேதோ புலம்பிக்கொண்டிருந்தார். சுதாரித்துக் கொண்ட குப்பா ரெட்டியார் மற்ற ஏற்பாடுகளைச் செய்ய இங்குமங்கும் ஓடினார்.

பிணத்தைச் சுற்ற காடாத்துணி, ஈச்ச ஓலைப்பாய், சரடு, வயிற்றை அறுக்கும் தொழிலாளிக்குச் சீமை சாராயப் பாட்டில் எல்லாவற்றையும் மருத்துவனைப் பியூன் சொன்ன கடைகளில் வாங்கிக் கொடுத்தார் குப்பா ரெட்டியார்.

விஷயத்தை ஊரில் சொல்ல ஆறுமுகம் கிளம்பினான்.

“டே ஆறுமொவம்... ரெட்டியாரு ஊட்டுல இத பக்குவமா சொல்லணும்டா... பாத்துப் பதமாச் சொல்லு” என்று எச்சரித்து அனுப்பினார் குப்பன்.

“டேய்... அப்டியே யார் யாருக்குச் சமாச்சாரம் சொல்லணுமோ சொல்றதுக்கு ஆள அனுப்புங்கடா” என்றார்.

நடப்பது எதுவும் மண்டைக்குள் உறைக்காமல் சுயநினைவு அற்றவராக மரத்தில் சாய்ந்து கிடந்தார் ரெட்டியார்.

கம்பனி முதலாளியும், உடன் வந்தவர்களும் இப்படியும் அப்படியுமாய் ஓடிக்கொண்டிருந்தனர். உச்சியிலிருந்த சூரியன் மேற்கில் இறங்கத் தொடங்கியபோது ஒரு வெள்ளை நிற அம்பாசிடர் கார் வந்து பிணவறைக்கு அருகில் நின்றது.

அரைமணி நேரம் கழித்துக் கும்பலாக நின்றிருந்தவர்கள் பரபரப்படைந்தபோது பிணவறையிலிருந்து வெள்ளை காடாத் துணியால் தலை முதல் கால் வரை சுற்றிக் கட்டப்பட்ட முருகவேலுவின் உடலை இரண்டு பேர் தூக்கி வந்தனர்.

அதைப் பார்த்ததும் எழுந்து ஓடினார் ரெட்டியார். அதற்குள் காரின் பின்புற டிக்கியைத் திறந்து அதனுள் உடலை மடக்கிப் படுக்க வைத்தனர். அடிவயிற்றில் எரிகிற நெருப்பை வைத்ததுபோல அலறினார் ரெட்டியார்.

“அய்யோ... எம்புள்ளய அப்டி மடக்கி வைக்காதீங்க... அவனுக்கு நோவும்... அப்டி மடக்காதீங்க” என்று கத்தினார்.

அவரைப் பரிதாபமாகப் பார்த்தார் கம்பனி முதலாளி.

கால் முதல் தலைவரை வெள்ளைத் துணியால் சுற்றி அங்கங்கே துணியையே கிழித்துக் கட்டப்பட்ட முருகவேலுவின் உடலை டிக்கியிலிருந்து வெளியே தூக்க முயன்றார் ரெட்டியார். அவரால் தூக்க முடியவில்லை.

“அய்யோ... உன்ன சவரமாட்டம் வளத்தனே... ஓலவாலு கருவாட சுத்தி வெச்சமாதிரி சுத்தி வெச்சிகீறாங்களே... நைனா... என்ன பெத்த நைனா...” என்று தலையில் அடித்துக்கொண்டார்.

குப்பா ரெட்டியார் அவரை இழுத்துப் பிடித்தார். உடனே டிக்கியின் கதவை மூடினர்.

"அய்யோ... எம்புள்ளய கொன்னுட்டாங்களே... கொன்னுட்டாங் களே... கொன்னு மூட்டயா கட்டிட்டாங்களே... எம் புள்ள மொகத்தக்கூட நானு பாக்கலயே... அடப்பாவிங்கோ... அவங் மொகத்தக்கூட நாம் பாக்கலயே" என்று கதறினார்.

"பெரியவரே ஊர்ல போயி பாத்துக்கலாம்... ஓடனே இங்கிருந்து பாடிய எடுத்துக்கினு களம்பறதுதாங் நல்லது... போலீசு வந்தா கேசு கீசுன்னு அப்பறமா அலய வெச்சிடுவாங்க" என்றார் முதலாளி.

"எம் புள்ள உயிரே பூட்ச்சி... இதுக்குமேல இன்னா நடந்தா இன்னா...? எதுக்கு இப்டி திருட்டுத்தனமா ஓடலாம்னு துடிக்கிறீங்க?" என்று கத்தினார்.

"ரெட்டியாரே... இரு ரெட்டியாரே... மொதல்ல புள்ள ஒடம்ப ஊட்டுக்கு எட்த்துகினு போலாம்... அங்க போயி மொகத்த பாத்துக்கலாம்" என்றார் குப்பன்.

அவரைப் பிடித்துக் காரின் பின்சீட்டில் உட்கார வைத்தனர். குப்பனும் மனோகரனும் உடன் ஏறிக்கொள்ள முதலாளி முன்னால் ஏறிக்கொண்டார்.

அவர்கள் ஏறிக்கொண்டதும் அவசர அவசரமாய் மருத்துவ மனையிலிருந்து கிளம்பியது கார்.

பாதி நினைவில், பாதி மயக்கத்தில் கிடந்தார் ரெட்டியார்.

கார் ஊரை நெருங்கியது. ஓட்டுநர் அடித்த ஹாரன் சத்தம் கேட்டுக் கோயில் அருகே கூடியிருந்த கூட்டம் "ஓ"வென்று கத்திக் கொண்டு ஓடி வந்தது. கூட்டத்தில் ஒரே கூச்சலும் கத்தலுமாக இருந்தது. பெண்கள் வயிற்றில் அடித்துக்கொண்டு அழுதனர். அவர்களுக்கு முன்னால் தலைவிரி கோலமாக வயிற்றில் அடித்துக் கொண்டு ஓடிவந்தாள் பூங்காவனம்.

கூட்டத்துக்கிடையே மெதுவாக ஊர்ந்த கார் கோயிலை தாண்டி ரெட்டியார் வீட்டுவாசலில் போய் நின்றது. வீட்டு வாசலில் பச்சை தென்னை மட்டைகளால் பந்தல் போடப்பட்டிருந்தது. தூரத்தில் பெரிய மரக்கட்டைகள் நெருப்பு மூட்டப்பட்டுப் புகைந்துகொண்டிருந்தன.

சூரியன் வள்ளிமலைக்குமேலே நான்கு மார் உயரத்தில் இருந்தான். அவன் இன்னும் அரை மணி நேரத்தில் மலைக்கு மேல்புறம் இறங்கி முடங்கிவிடுவான்.

காரிலிருந்தவர்கள் கீழே இறங்குவதற்குள் பெருங்கூட்டம் காரை சூழ்ந்துகொண்டது. கீழே இறங்கிய ஓட்டுநர் டிக்கியின் கதவை சாவிபோட்டுத் திறந்து நிமிர்த்தினான்.

மூன்றாய் மடிக்கப்பட்டு, மடக்கி வைக்கப்பட்டிருந்த வெள்ளை நிறத் துணி மூட்டையைப் பார்த்ததும் பலருக்கு மூச்சு நின்று போனது. அதைப் பார்த்த பூங்காவனம் "தொபுக்கடீர்" எனக் கீழே விழுந்தாள். சில பெண்கள் அவளைத் தூக்கி நிறுத்தினர். தூக்கத் தூக்க அவளது கால்கள் துணியைப்போலத் துவள கீழே சரிந்தாள்.

அவளைத் தூக்கிப்போய் வீட்டின் ஒரு அறையில் கிடத்தி, அவளின் முகத்தில் தண்ணீர் தெளித்தனர். கண் விழித்தவள் வாரி சுருட்டிக்கொண்டு எழுந்து வெளியே ஓடினாள்.

இரண்டு இளவட்டங்கள் மடக்கிய உடலை வெளியே எடுத்து நீட்டி தூக்கி வந்தனர். பந்தலுக்குக் கீழே ரெட்டியார் படுக்கும் கட்டிலைப் போட்டு அதன்மீது ஒரு கோரைப் பாயை விரித்துத் தலையணை வைத்து அதன்மீது உடலைக் கிடத்தினர்.

உடலைக் கட்டிலில் படுக்க வைத்ததும் அதன்மீது புரண்டு புரண்டு கதறினாள் பூங்காவனம். "தபீர் தபீர்" என வயிற்றில் அடித்துக்கொண்டு அழுதாள்.

"ஏந் தங்கமே... என்ன பெத்த ராசாவே... காத்தால சோத்த துண்ணுட்டு "வரேம்மான்னு" சொல்லிட்டுப் போனியே... இப்டி பொணமா வந்து கீறியே... உன்ன மூட்டயா கட்டி எட்த்துகினு வந்துகீறாங்களே... என்ன பெத்த நைனா... இது அடுக்குமா... என்ன அம்போன்னு உட்டுட்டு போய்ட்டியே... ஏங் ராசா" என்று முருகவேலுவின் மார்பின்மீது புரண்டு அழுதாள்.

கதறிக்கொண்டிருந்த ரெட்டியாரின் கையில் ஐந்தாயிரம் ரூபாயைக் கொடுத்து, அவரைப் பரிதாபமாகப் பார்த்தபடி காரில் ஏறி உட்கார்ந்தார் கம்பனி முதலாளி. அவர் உட்கார்ந்த உடனே சீறிக்கொண்டு கிளம்பியது கார்.

பிணத்தின் முகத்தை மூடியிருந்த துணியை விலக்கினர். தூங்குவதுபோலக் கண்கள் மூடியிருந்தன. முகத்தில் லேசான வலி தெரிந்தது. அந்த மெல்லிய வலியையும் மீறிய ஒரு அமைதி அந்த முகத்தில் தவழ்ந்தது. முகத்தைப் பார்த்ததும் தலையில் "மடேர் மடேர்" என அடித்துக்கொண்டாள் பூங்காவனம். அவனது முகத்தில், நெற்றியில், கன்னத்தில் முத்தமிட்டு கதறினாள். கைகளை விரித்துக்கொண்டு பாடிப்பாடி அழுதாள். அவளைக் கட்டிப் பிடித்துக்கொண்டு குப்பனின் மனைவியும் வேறு சில பெண்களும் ஒப்பாரி வைத்தனர்.

ஊரே திரண்டு மதியத்திலிருந்து காத்துக்கொண்டிருந்தது. ஆடு மாடுகளை ஓட்டிப்போயிருந்த ஒரு சிலரும் வயலில் இருந்து வேறு சிலரும் ஓடி வந்தனர்.

பந்தலை நெருக்கியது கூட்டம். அக்கம்பக்கத்து ஊர்க்காரர்களும் ஓடிவந்து உடலைப் பார்த்துவிட்டுக் கண்ணீர் விட்டனர்.

இத்தனை களேபரத்தில் சாலம்மாவை யாரும் கவனிக்காமல் மறந்துவிட்டனர். திடீரெனக் குப்பா ரெட்டியாருக்குத்தான் அந்த நினைப்பு வந்தது. அத்தனை கூட்டத்திலும் கிழவியைக் காண வில்லை.

எங்கே போனாள்? பரபரப்பானார் குப்பன். சுற்றிச்சுற்றி தேடினார். பேரன் மீது உயிரையே வைத்திருந்தாளே கிழவி. இப்போது எங்கே போனாள்?

அவருக்குத் திடீரெனச் சந்தேகம் வந்துவிட்டது. எங்கேயாவது கிணற்றில் விழுந்து செத்திருக்குமா? கிழவிக்கு நீச்சல் தெரியுமே! அந்தக் காலத்தில் பல குமரிப்பெண்களுக்குக் குள்ளனின் கிணற்றில் அவள்தானே நீச்சல் கற்றுக்கொடுப்பாள்.

ஒருவேளை கல்லைக் கட்டிக்கொண்டு கிணற்றில் விழுந் திருப்பாளோ? இல்லையெனில் எங்காவது மரத்தில் தூக்குப்போட்டு தொங்கியிருப்பாளோ?

அவர் சந்தேகத்தை ஆறுமுகத்திடம் சொன்னார். அவன் வேறு சிலரிடம் சொல்ல... இப்போது இதுவும் சேர்ந்து அங்கே பற்றிக் கொண்டது.

சில இளவட்டங்கள் ஊரைச் சுற்றியுள்ள கிணறுகளில் தேடப்போனார்கள். சிலர் மரம் செடிகளில் தேடப்போனார்கள்.

பொழுது சாய்ந்து இருட்டத் தொடங்கியது. எங்குமே கிழவியைக் காணவில்லை.

இருட்டியதும் பெரிய மின்சாரப் பல்பையும் ஒயரையும் கொண்டுவந்த ரேடியோ செட்டு போடும் முனுசாமி கோயிலில் இருந்து கரண்டு ஒயரை இழுத்து வந்து பந்தலின் மையத்தில் பல்பை தொங்கவிட்டான். கரண்ட்டில் ஒயரை சொருகியதும் பளீரென வெளிச்சம் பந்தலிலிருந்து நாலாப்புறமும் பரவ, பந்தலின் நடு மத்தியில் கண்கள் கூசும் மின் விளக்கு வெளிச்சத்தில் கண்களை மூடி அமைதியாய்ப் படுத்திருந்தான் முருகவேலு.

வீட்டுக்குள்ளும் ஒரு ஒயரை இழுத்துப்போய் அங்கே நடுவீட்டில் ஒரு விளக்கைப் போட்டான் முனுசாமி. மூன்று அறைக்குள்ளும் மின்சார விளக்கின் வெளிச்சம் பரவ அதைக்கண்டு அலறினாள் சாலம்மா.

அவளது அலறல் குரல் கேட்டு உள்ளறைக்குள் சிலர் ஓடினர். உள்ளறையின் மேற்கு மூலையில் குத்துக்காலிட்டுச் சுவரில் சாய்ந்து கைகளால் முகத்தை மூடிக்கொண்டு குந்தியிருந்தாள் கிழவி.

ஊரெல்லாம் தேடியவர்கள் வீட்டுக்குள் தேட மறந்து விட்டனர். அங்கே அவளைப் பார்த்ததும் பலருக்குக் கண்கள் விரிந்தன.

“ஏய் கெய்வி... அங்க உம்பேரன பொணமா பாத்து ஊரே கதறிகினு கீது... நீ இவ்ளோ நேரமா உள்ளவா கீற?” என்றாள் குப்பனின் மனைவி.

“நானு வரமாட்டங்... நானு அவன பாக்கமாட்டங்... அது எங்க கொயந்த இல்ல... அவங் வேலக்கி போய்கீறாங்... இப்ப... இன்னும் கொஞ்ச நேரத்துல வந்துருவாங்... அவங் வந்தப்பறந்தாங் நானு வெளியே வருவேங்” என்றாள் கண்களை விரித்து மிரண்டபடி.

“கெய்வி... உம்பேரனதாங் வெளியே படுக்க வெச்சிக்கீது வந்து பாரு...” என்றாள் அவள்.

“இல்ல... இல்ல... நானு வரமாட்டங்” என்று முகத்தை மூடிக்கொண்டாள்.

“கெய்வி... வா... வந்து அவம் மொகத்த பாரு” என்று அவளைத் தரதரவென வெளியே இழுத்து வந்தனர் இரண்டு பேர்.

திமிரிக்கொண்டே வெளியே வந்தவள் பேரனின் முகத்தை உற்றுப்பார்த்தாள். வெறித்துப் பார்த்தாள்.

“இது எம் பேரங் இல்ல” என்றாள் சலனமில்லாமல்.

“கெய்வி... உனுக்கின்னா புத்திகித்தி மாறிப்பூட்ச்சா... இது முருகவேலுதாங்...” என்றாள் குப்பனின் மனைவி.

“நீ சொம்மா சொல்ற... இது எங்க முருகவேலு இல்ல...” என்று திபுதிபுவென வீட்டுக்குள் ஓடி மீண்டும் அதே மூலையில் குந்திக்கொண்டாள்.

முருகவேலுவுக்கு அடிபட்டுவிட்டது என்று சொன்ன பிறகு வயிற்றில் அடித்துக்கொண்டு அழுதவள், மதியம் அவனைப் பார்க்கப் போவதாக ரோட்டிற்கு ஓடினாள். ஊர்க்காரர்கள் அவளை இழுத்து வந்தனர்.

தெருத்திண்ணையில் குந்தி அரற்றிக்கொண்டே இருந்தாள். அவன் செத்துப்போய் விட்டதாக ஆறுமுகம் வந்து சொன்னபோது பூங்காவனம் வெடித்து அழ, திக்கென்று அழுகையை நிறுத்தி விட்டாள் கிழவி. அப்போதிலிருந்து சுத்தமாகவே அழுவதை நிறுத்திவிட்டவள் பிரம்மை பிடித்தவள்போலத் தெருவில் குந்தியிருந்தாள். அதற்குப்பின் அவளை யாரும் கவனிக்கவில்லை.

இப்போது வெளியூர்க்காரர்கள் மாலைகளோடு வரவர பெண்களின் ஒப்பாரி உயர்வதும் தாழ்வதுமாக இருந்தது. காமாட்சிக்கு கதறிக் கதறி தொண்டை கட்டிக்கொண்டது. வள்ளி மார்பில் அடித்துக்கொண்டு முருகவேலுவின் உடல்மீது புரண்டுகொண்டிருந்தாள்.

இரவு சாவு பஜனை தொடங்கியது. மிருதங்கமும் ஆர்மோனியப் பெட்டியும் தாளமும் உச்சத்தில் ஒலித்துக் கொண்டிருந்தபோது நடு இரவில் அலறிக்கொண்டு ஓடி வந்தாள் கிழவனத்தில் கட்டிக்கொடுத்த ராணி. அவள் கதறலில் பஜனை கொஞ்ச நேரம் நின்றது.

இரவெல்லாம் பஜனை பாடியவர்களும். மார்பில் அடித்துக் கொண்டு அழுத பெண்களும் விடிவதற்குள் சோர்ந்து போக, சோம்பலாகக் கிழக்கில் முகம் காட்டினான் சூரியன்.

எல்லா உறவினர்களும் வந்துவிடப் பெங்களூரிலிருந்து இளையவள் லட்சுமி வரவுக்காகக் காத்திருந்தது ஊர். மதியத்தில்

பாடை கட்டத் தொடங்கி முடிகிற தருவாயில் வயிற்றில் அடித்துக் கொண்டு ஓடிவந்தாள் லட்சுமி.

நேற்று மதியமே செய்தி சொல்ல பெங்களூர் கிளம்பிய வெங்கடேசன் நடு ராத்திரியில்தான் அங்கே போய்ச் சேர்ந்தான். இரவெல்லாம் அழுதுகொண்டிருந்த லட்சுமி, விடியற்காலை யிலேயே பஸ் ஏரி வழியெல்லாம் அழுது அழுது முகம் ஊதிப்போய் வந்தாள். முருகவேலு உடலின்மீது விழுந்து புரண்டாள். இரவெல்லாம்கூட வெளியே வரவில்லை கிழவி. யார் யாரோ போய் அவளை அழைத்துப் பார்த்தனர்.

"எம் பேரங் வந்தப்பறமா... நானே வறேங் போங்கடி" என்று கத்தினாள்.

கிழவிக்குப் புத்தி கலங்கி விட்டதாகப் பேசிக்கொண்டனர் ஜனங்கள்.

மாலையில் பொழுது சரியத் தொடங்கியபோது பெண்கள் மாறி மாறி வாயிலும் வயிற்றிலும் தலையிலும் அடித்துக்கொள்ள, சம்பிரதாயங்கள் முடிந்து பாடையில் ஏற்றினர் உடலை.

வண்ணார ஆனந்தனின் மனைவி யசோதா பாடைக்கு முன்னால் பழைய புடவைகளை நீளமாகத் தரையில் விரிக்க... பாடையைச் சுமந்தவர்கள் அந்தப் புடவையின்மீது நடந்தனர். பாடை முன்னால் நகர்ந்ததும் கீழே பின்னாலிருந்த புடவையைச் சுருட்டி முன்புறம் விசிறி அடித்தான் ஆனந்தன். அதைப்பிடித்த யசோதா முன்புறம் விரித்துக்கொண்டே முன்னே நடந்தாள்.

அவளுக்குப் பின்னால் கண்களில் வழியும் கண்ணீரோடு கொள்ளிச் சட்டியை ஏந்தி நடந்த ரெட்டியாரை தாங்கிப் பிடித்துக் கொண்டு நடந்தார் குப்பன்.

பொன்னையாற்றின் கரையை அடைந்தது சவ ஊர்வலம். சுடுகாட்டில் அரிச்சந்திரன் கல்லின் முன்பு பாடையை இறக்கி வைத்தபின் சேரி அண்ணாமலை அரிச்சந்திரன் பாட்டைப் பாடத் தொடங்கினார்.

"ஓஹோன்னானாம்... சாமி குருவே சாமி குருவே...
அடியேன் ஒரு விண்ணப்பம் கூறுகிறேன்...
பராபரமே பரமேஸ்வரியே
போகும்போது பொஸ்தகமும் மடிப்பொரியும்

மசானம் போய்ச் சேரும் பிள்ளாய் என்றானாம்
நான் ஜங்கும் பறயனாம்... ஜாதிக்கெல்லாம் பெரியவனாம்
ஆனைகட்டி மாலையிடும் அரிச்சந்திர மகாராஜனையே
அடிமை கொண்டவனாம்”

பறைமேளம் நிசப்தமாக, உடன் வந்தோர் பேச்சை நிறுத்தி விட்டு அரிச்சந்திரன் பாட்டைக் கேட்க, முழுதாய் பாடி முடித்த அண்ணாமலை, கடைசியாக

“காளியாத்தா கதவத்தற...
அரிச்சந்திரா வழிய உடு...
முன்ன எட்த்தவம் பின்ன எடு...
பின்ன எட்த்தவம் முன்ன எடு”

என்று முடித்து, கையிலிருந்த பூவை அரிச்சந்திரன் கல் மீது தூவினான்.

பாடையை முன்புறம் தூக்கி வந்தவர்கள் பின்புறமாய்ப் போய்த் தூக்க, பின்புறம் தூக்கி வந்தவர்கள் முன்புறம் போய்த் தூக்க பாடை மேலே எழுந்தது.

அங்கிருந்து இருபது அடி தூரத்தில் வெட்டப்பட்ட குழியருகே பாடையைக் கொண்டுபோய் இறக்கி, முன்பின் ஆட்டி சாங்கியங்கள் செய்து பிணத்தைக் குழியில் இறக்கும்போது வெடித்து அழுதார் ரெட்டியார். அவரைத் தாங்கிக்கொண்டார் குப்பன்.

எல்லோரும் மூன்று கை மண் அள்ளிக் குழியில் போட்ட பின்... நாராயண ரெட்டியார் மண்வெட்டியால் மண்ணை வாரி வாரி குழியை மூடியபோது ரெட்டியாரின் துக்கம் விம்மல்களாக மாறியது.

மண்மேட்டின்மீது ஒரு துளசி செடி நட்டு, பாலூற்றிய பின்னர், நாவிதன் சுப்பிரமணி பீடிக்கட்டை பிரித்து எல்லோருக்கும் இரண்டிரண்டு பீடிகளாகக் கொடுத்தான். சிலர் அதைப் பற்ற வைத்துப் புகை விட்டனர். பதினாறாம் கல்லு காரியம் எனக் குப்பா ரெட்டி சத்தமாய்ச் சொன்ன பிறகு சனம் பெரிய ஆற்றில் இறங்கியது. கருவாட்டுப் பாறையின் கீழிருந்த பெரிய பள்ளத்தில் இறங்கிக் குளித்தது சனக்கூட்டம்.

சின்னசாமி ரெட்டியார் அதில் இறங்கி தலை முழுகி எழுந்தார். அவரோடு குளித்து எழுந்த குப்பன் ரெட்டியாரைப் பிடித்து ஊர் நோக்கி மெதுவாக நடக்கச் சொன்னார். திரும்பிப் பார்க்காமல் அவர்கள் ஊரை நோக்கி நடந்தனர்.

திரும்பிப்பார்க்காமல் நடந்தாலும் சீக்கிரத்திலேயே மீண்டும் அங்கே அவர்கள் வரப்போவது அப்போது அவர்கள் யாருக்குமே தெரியவில்லை.

38

ஊரே நிசப்தமாக இருந்தது. ஊருக்கே சூன்யம் வைத்துவிட்டதைப்போலக் களையிழந்து கிடந்தது ஊர். எல்லோருக்குமே வாழ்க்கையின்மீது கசப்பு வந்து விட்டது.

வள்ளிமலை முருகனையும், கெங்கம்மாவையும், திருப்பதி வெங்கடேச பெருமாளையும் திட்டிக் கொண்டே இருந்தன எல்லா வாய்களும்.

அவர்கள் குடியிருந்த மாட்டுத் தொழுவத்தை விட்டு இரண்டு நாட்களாக வெளியே வரவேயில்லை அமுதா. முருகவேலுவின் பிணம் வந்து இறங்கி ஊரே வாய்விட்டுக் கதறிக்கொண்டிருந்த போது வாய்விட்டு அழக்கூட உரிமை இல்லாமல் உள்ளுக்குள் குமுறிக் கொண்டிருந்தாள்.

முருகவேலுவின் சாவுக்கு அவள்தான் காரணம் எனவும், அவளை உயிரோடு கொளுத்துவோம் என்றும் ஊரில் சில பெரிசுகள் கத்திக்கொண்டிருப்பதாகச் சொன்னதிலிருந்து அமுதாவுக்குப் பக்கத்திலேயே குந்தியிருந்தாள் கமலா.

யாராவது இங்கே வந்து அமுதாவை அடித்துக் கொன்று விடுவார்களோ என்கிற பயமும், முருகவேலு பிணத்தைப் பார்க்க அங்கேபோய் இவளாகவே

மாட்டிக் கொள்வாளோ என்கிற பயமும் அவளை அமுதாவைவிட்டு நகர விடவில்லை.

எப்படியாவது கடைசியாக முருகவேலுவின் முகத்தைப் பார்த்துவிடவேண்டும் எனத் துடித்தாள் அமுதா. கமலாவிடம் கெஞ்சினாள். அவள் கால்களைப் பிடித்துக்கொண்டு அழுதாள். அசையவில்லை யசோதா.

அவளுக்கு இன்னொரு பயமும் இருந்தது. அவன் செத்துப் போன துக்கத்தில் இவள் ஏதாவது செய்து கொள்வாளோ என்ற பயம் வேறு அவளை அசைய விடாமல் செய்தது.

இரவில் முக்காடு போட்டுக்கொண்டுபோய்த் தூரத்திலிருந்து பார்த்துவிட்டு வந்துவிடுவதாகக் கெஞ்சினாள்.

இரவில் சாவு பஜனையில் எல்லோரும் சாராய போதையில் இருப்பார்கள். அவளை யாராவது கவனித்துவிட்டால் அவ்வளவு தான்.

பிணம் ஆற்றுக்குப் போன பிறகுதான் நிம்மதியாக மூச்சு விட்டாள் கமலா. சாவு மேளம் காதில் விழ விழ நெருப்பின்மீது அமர்ந்திருப்பதைப்போலத் தவித்த அமுதா பிணம் ஆற்றுக்குப் போனபின் அம்மாவைக் கட்டிப்பிடித்துக்கொண்டு கதறினாள். அவளும் கூடவே கதறினாள். மகளுக்காக, அவளது பரிதாபமான நிலைக்காக, தங்களை அனாதரவாய் விட்டுப்போன கணவனுக்காக என நினைத்து நினைத்து அழுதாள் கமலா.

அடக்கம் முடிந்து ஊர்க்காரர்கள் திரும்பி வந்த அன்று இரவும் மறுநாளும் அதற்கு மறுநாளும் என மூன்று நாட்களாகத் தொழு வத்துக்குள்ளேயே கவிழ்ந்து படுத்துக்கொண்டும் குத்துக்காலிட்டு குந்தியபடியும், தலைகவிழ்ந்து விசும்பியபடியும் கிடந்தாள் அமுதா.

மூன்று நாட்களாகப் பல் தேய்க்கவில்லை. குளிக்கவில்லை. எந்த ஆகாரமும் வயிற்றுக்குள் இறங்கவில்லை. பச்சைத் தண்ணீர்கூடப் பல்லில் படவில்லை. சிறுநீர், மலம் கூட மூன்று நாட்களாகக் கழிக்கவில்லை. அவளுடனேயே இருக்கும் கமலாவும் அப்படியேதான் கிடக்கிறாள். சிறுநீர் கழிக்க எழுந்து வெளியே போகிற நேரத்தில்கூட அவள் ஏதாவது செய்துகொண்டால்....? அதற்காகவே அவளுடனேயே கிடக்கிறாள். கமலா மகளின் தலையைத் தடவிக் கொடுத்தாள். அவளை மடியில் படுக்க வைத்து ஆதரவாக அவளின் முதுகைத் தடவிக் கொடுத்தாள்.

தாயின் மடியில் முகம் புதைத்துக் குலுங்கிக் குலுங்கி அழுதாள் அமுதா.

"ஈனனுக்கு இருபக்க செலவுன்னு சொல்லுவாங்கடி... கெட்ட குடியேதாங் கெடும்னு சும்மாவாச் சொன்னாங்க... நம்ம தலயில எய்தும்போது மட்டுங் அந்த ஈசனுக்குக் கண்ணு தெரியாம பூட்ச்சோ இன்னாவோ...? அமுதா... நாம்பெத்த மவளே... மனச உட்றாதடி... உங்களுக்காவதாண்டி நானு இவ்ளோவையும் தாங்கிகினு உயிரோடு கீறங்... எதுவும் அவசரப்பட்டு முடிவு எடுத்துராதடி..." என்று கெஞ்சினாள்.

அதைக்கேட்டதும் அவள் முதுகு மேலும் மேலும் குலுங்கியது. அவளின் வேதனையைப் பார்த்து கமலாவின் கண்களில் கசிந்த கண்ணீர் அமுதாவின் முதுகில் சூடாய் விழுந்தது.

கிழவி வீட்டை விட்டு வெளியே வரவேயில்லை. உள்ளறையி லேயே முடங்கிக் கிடந்தாள்... யார் யாரோ என்னென்னவோ சொல்லிப் பார்த்தாயிற்று. "பேரன் வந்து கூப்பிட்டால்தான் வெளியே வருவேன்" என்று பிடிவாதமாகச் சொல்லிவிட்டாள்.

ஏழாம் நாள் காலையிலேயே சம்மந்தி வீடுகளில் இருந்து கோழியும், வடைக்குக் கடலைப் பருப்பும், கடலை எண்ணெயும், மிளகாய்த் தூளும் வந்தவண்ணம் இருந்தது. மொத்தம் ஏழு கோழி சேவல்கள் வந்தன. எல்லாவற்றையும் அறுத்துத் தீயில் வாட்டி, சுத்தம் செய்து, கறியாக்கினர். மொத்த பருப்பையும் ஊற வைத்து வடைக்காக உரலில் போட்டு ருப்பினர். ஆண்களும் பெண்களும் காலையிலிருந்து ஓடியாடி வேலை செய்தனர்.

மதியம் இரண்டு மணியளவில் கறிக்குழம்பு மணத்தது. கொண்டுவந்த அரிசியோடு வீட்டிலிருந்த அரிசியும் போட்டு சோறு ஆக்கி, வடித்து, வைக்கோல் பரப்பி அதன்மேல் வேட்டியை விரித்து அதில் கொட்டி வைத்தனர். வடைகள் சுட்டுக் கம்பியில் குத்தியெடுத்து அன்னக்கூடையில் ரொப்பினர். எல்லாம் முடிய மூன்று மணி ஆனது. முருகவேலுவின் காலடி ஒற்றிய சாணியை நடுவீட்டு சுவற்றில் அப்பி வைத்திருந்தனர். அதற்கு முன்பாக முருகவேலுவின் துணிகளை மடித்து அடுக்கி வைத்தனர். மாடத்தில் காமாட்சியம்மன் விளக்கு சுடர்விட்டு எரிந்து கொண்டிருந்தது.

அதற்கு முன்பாக ஐந்து வாழை இலைகளில் சோறும், கறிக் குழம்பும், வடையும் வைத்துக் கற்பூரம் ஏற்றிப் படைத்தனர்.

பெண்கள் கட்டிப்பிடித்துக்கொண்டு அழுதபின்னர் எல்லோரும் வரிசையாக அமர்ந்து சாப்பிடத் தொடங்கினர்.

முதலில் சம்பந்தி வீட்டினரையும், பின்னர்ப் பங்காளிகளையும் அழைத்துவந்து உணவு பரிமாறினர்.

கிழவி அப்போதும் உள்ளறையில் இருந்து வெளியே வரவில்லை. பேத்திகள் எவ்வளவோ சொல்லியும், கெஞ்சியும் கிழவி அசையவில்லை.

சின்னசாமி ஜடம்போல உலவிக்கொண்டிருந்தார். பூங்காவனம் மற்றவர்கள் சொன்னதால் தலைக்குக் குளித்துவிட்டு எந்த உணர்வும் இல்லாமல் உட்கார்ந்திருந்தாள்.

பதினாறாவது நாள் குள்ளனின் கிணற்று மேட்டில் காரியம் நடந்தது. சம்பந்திகள் ரெட்டியாருக்கு வேட்டியும், டவலும் வாங்கிவந்து சம்பந்தம் கட்டினர்.

காரியம் முடிந்து மேள வாத்தியத்தோடு அவர்கள் வீடு வந்து சேர்ந்து ஊர்க்காரர்களும், உறவுக்காரர்களும் வெளி வாசலில் வரிசையாக உட்கார்ந்து சாப்பிட, அப்போது எதையோ எடுக்க வீட்டின் உள்ளறைக்குள் போன ராணி அலறினாள். கிழவி பேச்சு மூச்சின்றிக் கவிழ்ந்து கிடந்தாள். அவளை அசைத்து அசைத்துப் பார்த்தவள், கிழவியின் மார்புக்கூடு சலனமில்லாமல் இருப்பதைப் பார்த்து மீண்டும் அலறினாள்.

முருகவேலு இறந்தபின் இந்தப் பதினாறு நாட்களாகத் தண்ணீர்கூடக் குடிக்காமல் படுத்துக்கிடந்த கிழவி பேரன் போன இடத்திற்கே போய்ச் சேர்ந்துவிட்டாள்.

பந்தி பாதியிலேயே நின்று விட்டது. மீண்டும் ஒப்பாரி கிளம்பியது. "பேரனின் மீது இருந்த பாசத்தில் கிழவி உயிரையே விட்டுவிட்டாளே" என்று ஊரே வாயடைத்துப் போனது.

கிழவிக்காக அழுத பூங்காவனத்துக்குத் தன்மீதே வெறுப்பாக இருந்தது. பேரனைப் பிரிந்து இருக்க முடியாமல் செத்துப்போனாள் கிழவி. ஆனால் தனக்கு அப்படி உயிர் போகவில்லையே என நினைத்து குமுறிக்குமுறி அழுதாள் பூங்காவனம். உயிரைவிட்ட கிழவியின்மீது பொறாமையாகக்கூட இருந்தது பூங்காவனத்துக்கு.

மறுநாள் கிழவியைப் பேரனுக்குப் பக்கத்திலேயே அடக்கம் செய்தனர். கிழவியின் சாவை சுற்று வட்டார ஊர்களெல்லாம் அதிசயமாகப் பேசியது.

அதே போலப் பதினாறாம் கல்லில் கிழவிக்கும் காரியம் நடந்தது. உறவுகள் எல்லாம் போனபின் ரெட்டியாரின் வீட்டில் வெறுமை குடியேறியது.

ரெட்டியாரும் பூங்காவனமும் ஒருவர் முகத்தை ஒருவர் பார்த்துக் கொண்டிருப்பதும், சில நேரங்களில் முகங்களைக்கூடப் பார்க்கப் பிடிக்காமல் திருப்பிக்கொண்டு உட்கார்ந்திருப்பதுமாக அடுத்தடுத்த நாட்கள் மந்தமாக நகர்ந்தன.

வாழ்க்கை பெரிய சூன்யம் ஆகிவிட்டது. அதற்குமேல் இரண்டு பேரும் எதற்காக உயிரோடு இருப்பது என்று யோசித்துக் கொண்டிருந்தனர்.

கிழவிக்கு முன்பாகச் செத்துப்போயிருக்கலாமே... அப்படிச் செத்திருந்தால் இந்த வேதனை மிஞ்சியிருக்காதே என மனசுக்குள் நினைத்துக்கொண்டனர்.

குப்பா ரெட்டியார்தான் அடிக்கடி அவர்கள் வீட்டிற்கு வந்து ஆதரவாக எதையாவது பேசிக் கொண்டிருந்தார்.

பல்லைக் கடித்துக்கொண்டு நாட்களை நகர்த்திக் கொண் டிருந்த ரெட்டியாருக்கு, பொழுதுகள் ஒவ்வொன்றும் பெரும் பாரமாக இருந்தன.

எந்நேரமும் தலையின்மீது பெரும் சுமையொன்றை சுமந்து கொண்டு திரிவதைப் போலத் தலை பாரமெடுத்தது. நெஞ்சு கனத்தது. நடக்க நடக்கக் கால்கள் துவண்டன.

இப்போது ரெட்டியாருக்கு அறுபத்தைந்து வயதுக்கு மேல் ஆகியிருந்தது. பூங்காவனம் அறுபதை நெருங்கிக் கொண்டிருந்தாள்.

"ரெட்டியாரே... வயசு ஆயிப்போயிட்ச்சி... பழைய மாதிரி ஓலாத்த முடியாது... நடமாட்டத்த கொறச்சிக்கணும் ரெட்டி யார..." என்றார் குப்பன்.

மனசு பாரத்தோடு சேர்ந்து உடல் பாரமும் அழுத்தியது. நீண்ட தூரம் நடந்தால் மூச்சு வாங்கியது. முட்டிகள் விண் விண்ணென்று வலித்தன.

"குப்பா... முன்ன மாதிரி ஏரு ஓட்டி, அண்டவெட்டினா ஒடம்பு நல்லா இருக்கும்... எங்கடா... இப்பதாங் பயிறு வேலயே பாதிக்குப்பாதியா ஆயிப்பூட்சேடா... ஏரிய நம்பிதாங் பொயப்ப ஓட்டணும். அதுகூட இன்னாத்துக்குடா... இனுமே பயிரவெச்சி... வெள்ளாமயப் பார்த்து... யாருக்காவடா இனுமே இதெல்லாம் செய்யணும்...? சீக்கிரமா கண்ண மூடிட்டா நல்லா இருக்கும்டா" என்றார் ரெட்டியார்.

"அதுதுக்குக் கால நேரம் வரணும் ரெட்டியார" என்றார் குப்பன்.

"எம்புள்ளைக்கு மட்டும் கால நேரம் சீக்கிரமாவே வந்துட்சேடா... அவுனுக்கு வந்தது எனுக்கு வரக்கூடாதா...? அந்த எமங் அவன உட்டுட்டு என்ன கூப்டுகினு போவக்கூடாதா...? நானேதான்டா எம்புள்ளைய கொன்னுட்டங்... ஊர்ல இர்ந்திருந்தா உயிரோடு இர்ந்திருப்பான்... அவன கம்பனி வேலைக்கு அனுப்பி வெச்சி நானேதாங் அவன கொன்னுட்டேங்" என்று தலையில் அடித்துக்கொண்டார் ரெட்டியார்.

"ரெட்டியார... இதெல்லாம் நடக்குனும்னு விதி... இதுல நீயி இன்னா பண்ணுவ? எல்லாம் நம்ம தலயில எய்தி வச்சி கீர்து... நம்பளால அத மாத்த முடியுமா ரெட்டியார?" என்று கேட்டார் குப்பன்.

"ஏன்டா அப்படித் தலையில எய்தி வச்சாங் அந்தக் கடவுளு? இன்னா கொற வெச்சோம் அவுங்களுக்கு? முருகனுக்குக் காவடி எடுக்கலியா? கெங்கம்மாவுக்கு வருசம் தப்பாம கூவு ஊத்தலியா? வடக்கு மலயானுக்கு மொட்டயடிக்கலியா? மாரியம்மாவுக்கும், பொன்னியம்மாவுக்கும், கொள்ளாபுரியம்மாவுக்கும் வருசம் தப்பாம பொங்குலு வைக்கிலியா? யாருக்கு இன்னாடா கொற வெச்சோம்? ஏன்டா அப்டி தலயில எய்தி வைக்கணும்? மொதுல்லியே அப்டி தலையில எய்தி வெச்சிட்டதுக்கு அப்பறமா... நாம பொங்குலு வெச்சா இன்னா... கூவு ஊத்தனா இன்னா...? சொம்மா இர்ந்தா இன்னா?" என்றார் ஆவேசமாக ரெட்டியார்.

"ரெட்டியார... நீ இன்னா பெங்களூருக்குப் பொயக்கப் போன 'டொன்ட்டி ஒன்னு' மாதிரி இப்டி கேள்வியா கேக்கற? இதுக்கல்லாம் என்னால பதிலு சொல்ல முடியாது ரெட்டியார...

கடவுளே இல்லன்னு சொல்றானே அந்த டொன்ட்டி ஒன்னு... அவங்கிட்ட கேளு... ஒரு வேள இதுக்கு அந்தாளு பதிலு சொல்லு வாங்" என்றான் குப்பன்.

"டேய் குப்பா... சவரமாட்டம் புள்ளைய துள்ள துடிக்க வாரிக் குடுத்துட்டு... பெத்து வளர்த்த எங்காத்தாளயும் வாரிக் குடுத்துட்டு... இப்போ அம்போன்னு நிக்கிறன்டா... இதுக்காடா இத்தினி வருசமா அந்தக் கெங்கம்மாவுக்கு ஜாத்திர நடத்தினங் நானு... இதெல்லாம் ஆனதுக்கப்பறம்... கடவுளே இல்லேன்னு அந்த டொன்ட்டி ஒன்னு சொல்றது நெஜமா இருக்குமோன்னு எனக்கு யோசனையாக் கீதுடா?" என்று கூறினார்.

"ரெட்டியார... கஸ்டம் வராத ஆளு யாரு ரெட்டியார...? எவனுக்குத்தாங் கொற இல்ல... இதுக்கெல்லாம் மனச தளர உட்ரக்கூடாது ரெட்டியார..." என்று ஆறுதலாகக் கூறினார் குப்பன்.

"இதுக்குமேல மனச தளரவுடாம இர்ந்து நானு இன்னாத்தடா சாதிக்கப்போறேங்" என்றார் கசப்புடன்.

"பேசிகினு இர்ந்தா... இப்டி பேசிகினேதாங் கீனம் ரெட்டியார... அல்லாத்துக்கும் கடவுளு ஒரு கணக்கு வச்சிருப்பாங்... மனச உட்ராத ரெட்டியார" என்று சொல்லிவிட்டு எழுந்து போனார் குப்பன்.

அதற்குப்பிறகும் ஏனோதானோ என்றுதான் நகர்ந்தன ரெட்டியாரின் நாட்கள். அவரைவிடப் பூங்காவனம் அதிகமான வேதனையை அனுபவித்தாள். இத்தனை நாளாக ஏன் சாகாமல் இருக்கிறோம் எனத் தன்னையே நொந்துகொண்டாள்.

ஏதோ சமையல் செய்வதும், அரைகுறையாய் தின்பதுமாய் அவளது நாட்கள் நகர்ந்தன. அதுவும் ரெட்டியாருக்காகத்தான் சமைத்தாள்.

அவருக்காக அவளும், அவளுக்காக அவரும் என ஒருவரை யொருவர் சமாதானப்படுத்திக் கொண்டு நாட்கள் நகர... சீக்கிரத்தில் எமனிடம் இருந்து ஓலை வராதா என இருவருமே வேண்டிக் கொண்டிருந்தனர்.

அடுத்த ஆனி மாதத்தில் கோர்ட்டு விடுமுறை முடிந்து மீண்டும் கோர்ட்டு திறந்த பிறகு நில எடுப்பு வழக்கில் அவருக்கும் ஊரில் இருக்கிற மற்றவர்களுக்கும் மீண்டும் வாய்தா வந்தது.

“குப்பா... கோர்ட்டு, கச்சேரின்னு இனுமே நானு வர்லடா... நீ வேணும்னா போடா” என்றார் குப்பனிடம்.

“அப்டிலாம் சொல்லாத ரெட்டியார... நம்ம நெலத்த புடுங்கிகினா அப்டியே உட்ரமுடியுமா?” என்றார் குப்பன்.

“இனிமே நானு கோர்ட்டுக்கு வந்து... கேச ஜெயிச்சி... பணத்த வாங்கி... எந்தப்புள்ளக்கி சேத்து வைக்கப் போறோம்... போடா” என்றார் வெறுப்பாக.

“ரெட்டியார... எனக்காக வா ரெட்டியார...” என்று வற்புறுத்தி அழைத்தார் குப்பன்.

அடுத்த வாரம் வந்த வாய்தா நாளிலும் மீண்டும் வாய்தாதான் போட்டனர். வெறுப்பாக இருந்தது ரெட்டியாருக்கு.

“பெரியவரே... கோர்ட்டுக்கு லீவு முடிஞ்சி தொறந்ததனால இப்போ வாய்தா போட்ருக்காரு ஜட்ஜி... அட்த்த வாய்தாவுக்கு விசாரண ஆரம்பிச்சிடும்” என்றான் குமாஸ்தா நம்பிக்கையுடன்.

“விசாரண ஆரம்பிச்சிட்டா கேசு சீக்கிரத்துலயே முடிஞ்சிடும்” என்றான் அவனே.

“எவ்ளோ நாள்ல முடியும்?” என்றார் ரெட்டியார் கோபத்துடன்.

“அப்டி கரிக்டா சொல்ல முடியாது பெரியவரே... ஆனா சீக்கிரத்துல முடிஞ்சிடும்” என்றான்.

39

அடுத்த வாய்தாவிற்கான கடிதம் வந்தபோது ஊரே பரபரப்பாகி விட்டது. அன்று நீதிபதி முன்னால் விசாரணை நடைபெறும் என்று அந்தக் கடிதத்திலேயே எழுதி இருந்தது.

அன்று செவ்வாய்க்கிழமை. ஊரில் நிலம் கொடுத்த பாதிப் பேருக்கு அன்று காலையிலும், மீதிப்பேருக்கு அடுத்த செவ்வாய்க்கிழமையும் வாய்தா வந்திருந்தது.

குப்பா ரெட்டியாருடன், ரெட்டியார் வேண்டா வெறுப்பாக இராணிப்பேட்டை நீதிமன்றத்துக்குப் போனார்.

எத்தனையோ முறை பார்த்துவிட்ட நீதிமன்ற கட்டடம்தான். ஆனாலும் அன்று சிறிது அச்சமாகவே இருந்தது ரெட்டியாருக்கு.

நிலம் எடுத்து ஆறு ஆண்டுகள் ஆகிவிட்டன. இப்போதுதான் வழக்கு விசாரணையே தொடங்கப் போகிறது. அதை நினைத்ததும் எரிச்சலாக இருந்தது அவருக்கு.

நேரம் ஆக ஆக நீதிமன்ற வளாகத்தில் கூட்டம் அதிகமாகச் சேர்ந்து விட்டது. பத்தரை மணிக்கு 'உஸ் உஸ்' என்று பாம்பு சீறுவதைப்போல ஜவான்கள் கத்திய பிறகு இருக்கையில் அமர்ந்தனர் நீதிபதிகள்.

நில எடுப்பு வழக்கு நீதிபதி இப்போது புதியவராக இருந்தார். இவர்களின் வழக்கு தொடங்கிய பிறகு பல நீதிபதிகள் மாறி விட்டனர்.

வழக்கு எண்களை உரக்க வாசித்தனர். பெயர்களை வாசித்தனர்.

"சின்னசாமி ரெட்டியார்... சின்னசாமி ரெட்டியார்... சின்னசாமி ரெட்டியார்..." என்று கத்தியதும் உள்ளே ஓடினார் ரெட்டியார். நெஞ்சு படபடத்தது.

"உங்க பேரு என்ன?" என்றார் நீதிபதி. சொன்னார் "விசாரணை ஆரம்பிக்கலாமா?" என்றார்.

தலையாட்டினார்.

இத்தனை ஆண்டுகள் கழித்து ஆரம்பிக்கலாமா என்று கேள்வி வேறு என மனசுக்குள் நினைத்துக்கொண்டார்.

"சத்தியமா சொல்றங்... அப்டினு சொல்லுங்க பெரியவரே" என்றான் ஜவான்.

"சத்தியமாதாங் சொல்றேங்" என்றார்.

ஒரு தட்டச்சு இயந்திரத்தைத் தூக்கிவந்து நீதிபதியின் முன்னால் வைத்த ஒரு பெண் அதில் வெள்ளைத்தாளைச் சொருகினாள்.

"உங்க பேரு என்ன?" இவர்கள் தரப்பு வக்கீல் கேட்டார்.

"இப்போதானே சொன்னேங்" என்றார் ரெட்டியார்.

"பேர் சொல்லுங்க" என்றார் மீண்டும்.

"சின்னசாமி ரெட்டியார்"

"என்ன வயசு?" என்று கேட்டார்.

"அறுபத்தி அஞ்சிக்கி மேல இருக்கும்" என்றார்.

அவர் கேட்க, இவர் சொல்ல "டப் டப் டப்" என்று அதிர்ந்தது தட்டச்சு இயந்திரம்.

"எந்த ஊரு?"

சொன்னார்.

“எதுக்காக நிலம் எடுத்தாங்க... தெரிமா?”

“ஏதோ சிப்காட்டு கம்பினிக்கினு சொன்னாங்க”

“உங்களது எவ்ளோ நெலம் எட்த்தாங்க?”

“புஞ்சையில ஒரு காணி நெலமும், கணறும், கணத்துக்கீய ஒரு ஏக்கராவும்”

“சென்ட்டுல எவ்ளோனு தெரிமா?”

“ம்... நூத்தி முப்பது சென்டு காட்ல, நூறு சென்ட்டு கணத்தான்ட”

“இந்த நெலத்துங்கள்ல என்ன பயிர் வெச்சீங்க?”

“கேவுரு, கடலக்கா... கம்பு, எள்ளு...”

“காய் எதுனா போடுவீங்களா?”

“ம்... கத்திரிக்கா... தக்காளி, மொளகா போடுவோம்”

“வருசத்துல எத்தனை போகம் வெளையும்?”

“மூணு போகம்”

“வருசத்துல எவ்ளோ வருமானம் வரும்”

“பத்தாயிரம் பதினஞ்சாயிரம் ரூபா வருமானம் வரும்” என்றார்.

ஏற்கெனவே அப்படித்தான் சொல்லவேண்டும் என வக்கீல் சொல்லியிருந்தார்.

“உங்க ஊரு கிராமமா... நகரமா?”

“கிராமந்தாங்”

“உங்க ஊர்ல அரசாங்கப் பள்ளிக்கூடம் இருக்கா?”

“இருக்குது”

“கல்யாண மண்டபம் இருக்கா?”

“பக்கத்துல வெள்ளிமலயில கீது”

“அது எவ்ளோ தூரம்”

“ஒரு மைலு தூரம்”

"உங்களுக்குப் பக்கத்து டவுனு எது?"

"ராணிப்பேட்ட தாங்"

"அது உங்க ஊர்ல இருந்து எவ்ளோ தூரம்?"

"பத்து மைலு"

"பெல் கம்பனி ஆரம்பிச்சிருக்காங்களே அது உங்க ஊர்ல இருந்து எவ்ளோ தூரம்?"

"அது... அஞ்சி மைலு தூரம்"

வக்கீலு கேட்கக் கேட்க, அவர் பதில் சொல்லச் சொல்ல, தட்டச்சு இயந்திரம் எல்லாவற்றையும் வெள்ளைத்தாளில் அடித்தது.

அதையெல்லாம் அரசாங்க தரப்பு வழக்கறிஞர் கேட்டுக் கொண்டிருந்தார். குறிப்பெடுத்துக் கொண்டார்.

இவர்கள் வக்கீல் கேள்வி கேட்டு முடித்ததும், அரசாங்க வக்கீல் குறுக்கு விசாரணையைத் தொடங்கினார்.

"உங்க நெலத்துல எத்தன போகம் வெளையும்?" என்று கேட்டார் ரெட்டியாரிடம்.

"மூனு போகம்" என்றார் ரெட்டியார்.

"இல்ல... ரெண்டு போகம்தான்" என்றார் அரசாங்க வக்கீல்.

"இல்ல... மூனு போகம்தான்" என்றார் ரெட்டியார்.

"வழக்குக்காக மூனு போகம்னு பொய் சொல்றீங்க. கிணத்துக்குக்கீழ ரெண்டு போகம், மானாவரியில ஒரு போகம்தான் விளையும்" என்றார் அரசு வக்கீல்.

"இல்ல... கேழ்வரகு ஒரு போகம், கடலக்கா ஒரு போகம், எள்ளு ஒரு போகம்" என்றார் ரெட்டியார்.

"வருசத்துக்குப் பத்தாயிரம் பதினஞ்சாயிரம் வருமானம் வரும்னு சொன்னது தப்பு, அஞ்சாயிரம்கூட வராது" என்றார் அரசு வக்கீல்.

"வரும்... ஒரு மூட்ட கடலக்கா நானூறு ரூபா... பத்து மூட்ட கடலக்கா வெளையும். அதுவே நாலாயிரம் ஆச்சி, அப்பறம் கேவுரு கம்பு, எள்ளு"

“ஒரு மூட்ட கடலக்காய் முன்னூரு ரூபாதான”

“இல்ல நானூரு ரூபா... காஞ்ச கடலக்கா அறுநூறு ரூபா” என்றார் கோபமாக.

“உங்க ஊர்ல சினிமா தியேட்டர் இருக்கா?”

“இல்ல”

“உங்க ஊர்ல பேங்க் இருக்கா?”

“இல்ல”

“ஆஸ்பத்திரி இருக்கா”

“இல்ல”

“காலேஜி இருக்கா?”

“இல்ல”

“ராணிப்பேட்ட உங்க ஊர்ல இருந்து பத்து மைலுன்னு சொன்னீங்க... அது பதிமூனு மைல் தூரம். பெல் கம்பனி அஞ்சி மைலுன்னு சொன்னீங்க, அது ஏழு மைல் தூரம்... நெலத்தோட வெலய ஏத்திக் கேக்கறதுக்காக நீங்க பொய் சொல்றீங்க” என்றார் அரசு வழக்கறிஞர்.

“என் கட்சிக்காரரர் சரியாத்தான் சொல்லியிருக்கார்... மைலார்ட்... அரசு வழக்கறிஞர் அவர மிரட்டற மாதிரி கேள்வி கேட்கிறார் மை லார்ட்” என்றார் ரெட்டியார் தரப்பு வக்கீல்.

“நான் மிரட்டல மைலார்ட்... உண்மையதாங் கேக்கறேங்” என்றார் அரசு வழக்கறிஞர்.

‘எத்தனை மைல் தூரமா இருந்தா இன்னா...? எதுக்குத் தேவயில்லாம கேட்டுக்கினு கீறானுங்க’ என்று நினைத்தார் ரெட்டியார்.

“பெரியவரே... டவுனுக்கு ரொம்பப் பக்கத்துல இருந்தா அந்த நெலத்துக்கு வெல அதிகமா கெடைக்கும்” என்றார் அவரது காதில் அவர் தரப்பு வழக்கறிஞர்.

“அதுக்காக அங்க இருக்கற நெலத்த டவுனுக்குப் பக்கத்துல பேத்து எட்த்துக்கினு வந்தா வைக்க முடியும்?” என்றார் எரிச்சலாக அவரிடம்.

விசாரணையும், எதிர் விசாரணையும் காகிதத்தில் அச்சடிக்கப்பட்டதும் அதில் ரெட்டியாரிடம் கைநாட்டு வாங்கிக் கொண்டனர்.

அதேபோலக் குப்பனிடமும் விசாரணை, எதிர் விசாரணை நடத்தி பதிவு செய்து அவரிடமும் கைநாட்டு வாங்கிக்கொண்டனர். அதைப்போலவே மற்றவர்களிடமும் விசாரணை நடந்தது.

அடுத்த மாதம் வாய்தா மட்டும் போட்டனர். அதற்கு அடுத்த மாதம் நில எடுப்பு தனி வட்டாட்சியர் கூண்டில் ஏறினார்.

நிலம் எடுத்தபோது இருந்த அதிகாரி இல்லை. அவர் மாறிவிட்டதால் புது வட்டாட்சியர் வந்தார்.

"அலுவலகத்தில் இருக்கிற கோப்புகளின் அடிப்படையில் ஆவணங்களை அளிக்கிறேன்" என்று சில ஆவணங்களை நீதிபதியிடம் பணிவாக நீட்டினார்.

தீர்ப்பாணை நகல், கிராம கூட்டு வரைபட நகல், விற்பனை புள்ளி விவர நகல் ஆகியவற்றில் அலுவலக முத்திரை குத்தி, அதில் உண்மை நகல் என எழுதி, பச்சை மையில் கையெழுத்திட்டு கொடுத்தார். அவற்றை வாங்கிப் பிரித்துப்பார்த்த நீதிபதி அவற்றை வழக்குக்கட்டில் இணைக்கச் சொன்னார்.

முதலில் சின்னசாமி வழக்கில் சான்றாவணம் அளித்த அதிகாரியிடம் வாக்குமூலம் அளிக்கும் வகையில் அரசு வழக்கறிஞர் சில கேள்விகளைக் கேட்டார்.

"உங்க பெயர் என்ன?"

சொன்னார்.

"என்ன பதவியில இருக்கீங்க?"

"நில எடுப்பு தனி வட்டாட்சியர்"

"இந்த கிராமத்தில் எதற்காக நெலம் எடுத்தீங்க?"

"சிப்காட் நாலு திட்டத்துக்காக"

"மொத்தம் எவ்ளோ நெலம் எடுத்தீங்க?"

"நாலு கிராமங்கள்ல மொத்தம் ஆயிரத்து நானூறு ஏக்கர்"

"சின்னசாமி ரெட்டியாருடையது என்ன சர்வே நம்பர், எவ்வளவு நிலம்"

"சர்வே நம்பர் முப்பத்திமூனு, நூத்தி முப்பது சென்ட் மானாவாரி, நூறு சென்ட் கிணற்றுக்குக்கீழ... மொத்தம் இருநூற்றி முப்பது சென்ட் நிலம், அதுங்கூட ஒரு கிணறு."

"நிலம் எடுத்த ஊர்ல இருந்து ராணிப்பேட்டை எவ்ளோ தூரம்"

"பதிமூனு மைல் தூரம்"

"அதுல எத்தன போகம் வெளையும்?"

"ஒரு போகம்... இல்லன்னா ரெண்டு போகம்"

அதை வெளியிலிருந்து கேட்ட ரெட்டியாருக்கு சுருக்கென்று கோபம் வந்தது.

"நீங்க குடுத்திருக்கிற இழப்பீடு போதுமானதா?"

"போதுமானதுதாங்"

விசாரணை முடிந்ததும் குறுக்கு விசாரணை செய்தார் சின்னசாமி தரப்பு வழக்கறிஞர்.

"ஆர்ஜித நெலத்துல என்ன கம்பனி கட்டப் போறீங்க?"

"சிப்காட்-4 திட்டத்துக்காக எடுத்து இருக்கோம்"

"எந்த வகையான கம்பனி கட்டப்போறீங்க?"

"அது அரசாங்கத்துக்குதான் தெரியும்"

"எப்ப கட்டப் போறீங்க?"

"அதுவும் அரசாங்கத்துக்குதான் தெரியும்"

"அந்த நெலத்துல ஒரு போகம், இல்லண்ணா ரெண்டு போகம்தான் வெளையும்னு சொன்னீங்க... அந்த நெலங்கள நீங்க பாத்தீங்களா?"

"இல்ல"

"பாக்காம எப்டி சொல்றீங்க?"

"ரெக்கார்ட்ல பார்த்துட்டுத்தாங் சொல்றங்"

“அப்போ நெலத்த நீங்க நேர்ல பார்க்கல?”

“இல்ல... எனக்கு முன்னால இருந்த அதிகாரிங்க நேர்ல பார்த்துப் புலத்தணிக்கை செஞ்சிருக்காங்க”

“மாதிரி நிலம் தேர்ந்தெடுத்து விளை நிலம் நிர்ணயம் செஞ்சீங்களே... அந்த நிலம் எந்த ஊர்ல, எங்க இருக்குது?”

“அத வில்லேஜ் மேப்ல போட்டு காட்டியிருக்கோம்”

“காட்டுப்பக்கம் கரம்பா இருக்கற நெலத்த வித்த விலைய வெச்சி... மூனு போகம் வெளையிற நெலத்துக்கும் அதே வெலய நிர்ணயம் செஞ்சிருக்கீங்களே... அது எப்படிச் சரின்னு சொல்லமுடியும்?”

“ஒரே மாதிரி மண் வயனம், ஒத்த மண்ணோட தரம் எல்லாம் பார்த்துச் சரியாதாங் விலைய நிர்ணயம் செய்திருக்காங்க”

“கீச்சாங்க... முக்கால்ன துட்ட குடுத்துட்டு... செரியாதாங் குட்த்து கீறம்னு சொல்றாம் பாரு, நாக்கே கூசாம...” என்று குப்பா ரெட்டியாரிடம் சொன்னார் ரெட்டியார்.

“யாரும் பேசாதீங்க” என்று ஆட்காட்டி விரலை வாய்க்கு நேராக நீட்டி அதட்டினார் ஜவான்.

அதிகாரி சொன்னதையும், வக்கீல் கேட்டதையும் தட்டச்சுச் செய்து அதில் அவரது கையெழுத்தை வாங்கினார்கள்.

மீண்டும் வாய்தா போட்டு வழக்கைத் தள்ளி வைத்தார் நீதிபதி.

அதற்குப்பிறகு மாதக் கணக்கில் வக்கீலிடமிருந்து எந்தக் கடிதமும் வரவில்லை. சின்னசாமி ரெட்டியார் அதைப்பற்றிக் கவலைப்படவும் இல்லை.

முருகவேலுவின் நினைவுகள் தினமும் அரித்துக்கொண்டிருக்க, உடல் இளைக்கத் தொடங்கியது ரெட்டியாருக்கு.

அவன் இறந்து ஒரு வருடம் முடிந்து அவன் இறந்த நாளில் அவனுக்கு ஆக்கிப் படைத்தபோது பாதியாளாக மாறியிருந்தார் ரெட்டியார்.

முருகவேலுவுக்குப் பிடித்த நீல நிற லுங்கியையும், கனகாம்பர நிறத்தில் சட்டைத் துணியும் வாங்கி நடுவீட்டில் வைத்துப்

படைத்தார்கள். அவனது பழைய துணிகளை எடுத்து அடுக்கிவைத்து அதனைத் தடவிப் பார்த்து அழுதாள் பூங்காவனம்.

அதற்குப்பிறகு காளை மாடுகளை மேய்ப்பதிலும், ஏரிக் கால்வாய் பின்னால் திரிந்து கழனிக்குத் தண்ணீர் பாய்ச்சுவதிலும் கொஞ்சமாக மனதைத் தேற்றிக் கொண்டார் ரெட்டியார்.

ஏரிக்குக் கீழிருந்த ஒரு காணியிலும் அவரால் பயிர் வைக்க முடியாமல் அரைக் காணியில் மட்டும் கழனி நட்டார். அரைக் காணியை ஜிட்டனின் பெரிய மகனுக்கு வாரத்துக்கு விட்டார்.

அறுவடைகள் முடிந்து ஊர் சற்று ஆசுவாசப்பட்டபோது ஊரில் வெயில் கொளுத்தத் தொடங்கியது. எந்த ஆண்டும் இல்லாத வெய்யில் காய்வதாகப் பலரது வாய்கள் அடிக்கடி சொல்லிக் கொண்டிருந்தன.

அந்தக் கோடைக்கால விடுமுறை முடிந்து நீதிமன்றம் மீண்டும் திறந்த பிறகு, ஒரு மாதம் கழித்து வக்கீலிடமிருந்து கடிதம் வந்தது. நில ஆர்ஜித வழக்கில் தீர்ப்பு சொல்லப் போவதாகக் கடிதத்தில் எழுதியிருந்ததைப் படித்ததும் ஊரே சோம்பல் முறித்துக் கொண்டு பரபரப்பாகி விட்டது.

ஆனால் ரெட்டியாருக்கு அதிலும் ஈடுபாடு இல்லை. குப்பன் தான் மீண்டும் வற்புறுத்தி நீதிமன்றத்துக்கு அழைத்துப் போனார்.

நிலம் இழந்த பலபேர் வெளியே பரபரப்பாய் காத்துக்கிடக்க, ஒரு வழியாய் நீதிபதி தீர்ப்பு சொல்லி முடித்தார்.

இவர்கள் ஊரில் ஒரு செண்ட்டுக்கு 50 ரூபாய் என இழப்பீட்டுத் தொகையை உயர்த்தித் தீர்ப்பு சொன்னதைக் கேட்டதும் பலருக்குச் சந்தோசமாக இருந்தது. குப்பா ரெட்டியார்கூடக் கொஞ்சம் சந்தோசப்பட்டார். ஆனால் ரெட்டியார் எந்தச் சலனமும் இல்லாமல் இருந்தார்.

50 ரூபாய் இழப்பீடும், இந்த ஏழு வருடத்துக்கு அதற்கு வட்டியும் சேர்த்து இழப்பீடாகக் கிடைக்கும் என்று இவர்களின் வக்கீல் பெருமையாகச் சொன்னார்.

"பெரியவரே... இனிமே அதிகாரிங்க வேலதாங். யார்யாருக்கு எவ்ளோ இழப்பீட்டுத்தொகை, அதுக்கு வட்டி எவ்ளோனு கணக்குப் போட்டு அத கலக்டர் ஆபீசுக்கு அனுப்புவாங்க. அவங்க

அத சரியாயிருக்கான்னு செக் பண்ணிப்பார்த்துட்டு அத மெட்ராசுல இருக்கற சிப்காட்டுக்கு நெலம் எடுக்கற பெரிய அதிகாரி ஆபீசுக்கு அனுப்புவாங்க... அவங்க செக் பண்ணிட்டு அத கோட்டையில இருக்கற பெரிய அதிகாரிக்கு அனுப்புவாங்க. கோட்டையில அத மறுபடியும் செக் பண்ணிட்டு... சரியா இருந்தா... அந்தத் தொகைய குடுக்கலாம்னு பணத்த ஒதுக்கி ஆர்டரு போடுவாங்க... அந்த ஆர்டரு மறுபடியும் கலக்டரு ஆபிசுக்கு வரும். கலக்டரு அத ஆர்.டி.ஓ. ஆபீசுக்கு அனுப்புவாரு. ஆர்.டி.ஓ. ஆபீஸ்காரங்க பணத்த உங்க பேர்ல செக்கா குடுப்பாங்க..." என்றார் வக்கீல்.

"எத்தினி பேருதாங் அத செக் பண்ணுவாங்க... ஏங்... ஒருத்தரு போடற கணக்கு மேல ஒருத்தருக்கு நம்பிக்க இல்லியா?" என்றார் ரெட்டியார்.

"அப்டியில்ல ரெட்டியார... எல்லாமே ரூல்ஸ்படி மொறையாதாங் நடக்கணும்" என்றார் வக்கீல்.

"செரி இது முடிஞ்சி எவ்ளோ நாள்ல செக்கு கெடைக்கும்?" என்று கேட்டார் குப்பன்.

"எத்தினி நாளா... பெரியவரே... இத்தினி ஆபிசுக்குப் போயி, திரும்பி வரணும்... அதுக்கல்லாம் வருசக் கணக்கா ஆவும்... கேசு நடத்தி ஆர்டரு வாங்கிக் குடுக்கறதுதாங் எங்க வேல... பணம் குடுக்கறது எல்லாம் அதிகாரிங்க வேல... உங்க அதிர்ஷ்டத்தப் பொறுத்துதாங் எவ்ளோ வருசத்துல பணம் வரும்னு சொல்ல முடியும்" என்றார் வக்கீல்.

"ஏங்க சார்... ஊர்ல நெலத்த வித்தா, வாங்கனா... வாங்கறவங்க பேசின தொகய கையிமேல குடுத்துட்டுக் கிரயம் பண்ணிகினு போயிகினே கீறாங்க. இது இன்னா சர்க்காரு...? செவனேன்னு நாங்க பாட்டுக்கு எங்க நெலத்துல ஏர ஓட்டிகினு இருந்தோம். அத புடுங்கி எட்த்துகினு, அதுக்குத் துட்டும் குடுக்காம... எவ்ளோ குடுப்பாங்கன்னு தெரியறதுக்கே இத்தினி வருசம் ஆவுது. அத எப்ப குடுப்பாங்கன்னு தெரியறதுக்கு இன்னும் எத்தினி வருசம் ஆவுமுன்னே தெரியாதுன்றீங்க... இது இன்னா பட்ச்சவங்க நடத்தற சர்க்காரு தானா?" என்று சந்தேகமாய்க் கேட்டார் குப்பன்.

"பெரியவரே... ரொம்பப் படிச்சவங்களால தாங் இவ்ளோவும்... ஆதிகாலத்துல போட்ட ரூல்ச புடிச்சி தொங்கிகினு இருக்காங்க

இன்னும்... நெறைய்ய ரூல்ச மாத்தினாதாங் உங்கள மாதிரி ஆளுங்களுக்கு நேரத்துக்கு ஒதவ முடியும். நெறைய்ய எடத்துல நெலத்த எடுத்துட்டு... கேசு முடிஞ்சி பணம் குடுக்கறதுக்குள்ள முப்பது முப்பத்தஞ்சி வருசம் வரைக்கும் ஆவுது. நெலத்துக்குச் சொந்தக்காரங்க உயிரோட இருக்கும்போது அவனுக்கு நஷ்ட ஈடு கெடைக்கறதே இல்ல. அவஞ்செத்து, அவம் புள்ளயும் செத்து, பேரங்காலத்துலதாங் பணம் கைக்கு வருது... அதுக்குள்ள புள்ள, பேரங்... வாரிசு பிரச்சினைன்னு நெறைய்ய பேரு பணம் வாங்க முடியாமலேயே அலையறாங்க... இதெல்லாம் தீரணும்னா இந்த அரசாங்கமா பாத்து ரூல்ச மாத்தணும்!" என்று மூச்சுவிடாமல் பேசி நிறுத்தினார் வக்கீல்.

"இன்னா சாரே... நீ சொல்றத பார்த்தா நாங்க உயிரோட இருக்கற வரைக்கும் பணம் கெடைக்காதுபோலக் கீதே" என்று அதிர்ச்சியோடு கேட்டார் குப்பன்.

"உங்கள பயமுறுத்தறதுக்காக இத சொல்லல பெரியவரே... நெறைய்ய ஊர்ல இப்படித் தாங் நடக்குது. உங்களுக்கு அதிர்ஷ்டம் இருந்தா சீக்கிரமா பணம் கெடைச்சிடும்" என்றார்.

இதையெல்லாம் கேட்ட பிறகும் கூட ரெட்டியார் எதுவும் பேசவில்லை. ஆனால் கோபம் மட்டும் உள்ளுக்குள் குமுறியது.

"நீங்க அப்பப்போ ஆர்.டி.ஓ. ஆபீசுல போயி அதிகாரிங்களப் பார்த்து சீக்கிரத்துல பணத்த வாங்கிக் குடுக்கச்சொல்லி கேளுங்க. அங்க போயி கேட்டீங்கன்னா... வேல செய்ய ஆளு இல்லன்னுதாங் சொல்வாங்க... அவங்கள சொல்லியும் தப்பு இல்ல. பத்து பேரு வேல செய்யற ஆபீசுங்கள்ல மூனு, நாலு பேருதான் வேல செய்யறாங்க. காலியான எடத்துக்குப் புதுசா யாரையும் போடறதில்லை சர்க்காருல... இன்னா பண்றது?" என்றார்.

"இது இப்டி அனுமாரு வாலு மாதிரி நீண்டுகினே போனா... யாருமேலதாங் தப்பு சொல்றது?" என்று அப்பாவியாய் கேட்டார் குப்பன்.

"யாரயும் தப்பு சொல்ல முடியாது பெரியவரே... எங்க போனாலும் எதுனா ஒரு பிரச்சின இருக்கும்... இன்னா பண்றது? நடக்கும்போது நடக்கட்டும்னு இருக்கறது தான் வழி" என்றார் அவர்.

அதைக்கேட்டதும் மனசு நொந்து போனார் குப்பன். ரெட்டியார் கேட்டுக்கொண்டுதான் இருந்தார். எதுவும் பேச வில்லை.

"இது பரவால்ல பெரியவரே... நஷ்ட ஈட்டுத்தொகைய மொதுல்ல குடுத்த தொகையவிட ரெண்டு மடங்குதாங் உயர்த்திக் குடுத்திருக்காரு ஜட்ஜி. மூணு மடங்குக்கு மேல ஏத்தி தீர்ப்புச் சொல்லியிருந்தா சர்க்காருடைய நில எடுப்பு சட்டப்படி சர்க்காரு தரப்புல மெட்ராஸ் உயர்நீதிமன்றத்துல மேல் முறையீடு செஞ்சிடு வாங்க. மேல் முறையீடு செஞ்சா ஹை கோர்ட்ல கேசு முடிய எத்தினி வருசம் ஆவும்னே சொல்ல முடியாது. அதுல பேரனாலக் கூடப் பணம் வாங்க முடியாது. கொள்ளுப்பேரனுக்குதாங் கிடைக்கும். உங்க ஊருல அம்பது ரூபாய்க்கி தீர்ப்பு சொல்லி இருக்காரு ஜட்ஜி. உங்க பக்கத்து ஊருல இதவிட அஞ்சி ரூபாய் ஜாஸ்தி. ஏகாம்பூரு பக்கம் இதவுட பத்து ரூபாதான் ஜாஸ்தி. ஆனா கூட்டிக்கழிச்சிப்பார்த்தா மூனு மடங்குக்கு மேல வருது. அதனால ஹை கோர்ட்டுக்கு அப்பீலு போவாங்க அதிகாரிங்க. அப்படி அப்பீலு போவலன்னா அதிகாரிங்க மாட்டிக்குவாங்க. அங்க சென்ட்டுக்கு பத்து ரூபா ஜாஸ்தியா தீர்ப்பு வந்ததால அத வாங்க அவங்களுக்குக் கூடுதலா பத்து வருசம்கூட ஆவலாம்" என்று சொல்லி முடித்தார் வக்கீல். இதயெல்லாம் கேட்கக் கேட்க தலை சுற்றியது குப்பனுக்கு. ஆயாசமாக இருந்தது ரெட்டியாருக்கு. இரண்டு பேரும் வக்கீலுக்குப் பெரிய கும்புடாகப் போட்டுவிட்டு ஊருக்கு வந்தனர்.

தீர்ப்பைக் கேட்டபோது குப்பனுக்குள் முளைத்த சந்தோசம் இப்போது போன இடம் தெரியவில்லை. பணம் கிடைத்ததும் அதில் பத்திருவது செம்மறி ஆடுகளைப் பிடித்து மேய்க்கலாம் என நினைத்தார். ஆனால் வக்கீல் சொன்னதைக் கேட்டபிறகு அந்தப் பணம் கைக்கு வரும் என்பதே அவருக்கு நம்பிக்கை இல்லாமல் ஆகிவிட்டது.

ரெட்டியார் கூட அந்தப் பணம் வந்தால் பாதியை வைத்துக்கொண்டு, மீதியை மூன்று பெண்களுக்கும் பிரித்துக் கொடுத்துவிடலாம் என நினைத்தார். ஆனால் அந்த நினைப்புக்கு சமாதி கட்டிவிட வேண்டியதுதான் என நினைத்துக்கொண்டார்.

ஏற்கெனவே ஆடுகளை விற்ற பணத்தை வீண் செலவு செய்யாமல் அப்படியே சேர்த்து வைத்திருந்தார். இரண்டு சாவுகள்,

காரியம் என அது மொத்தமும் கரைந்து விட்டது. இப்போது சேமிப்பு என்று அவரிடம் எதுவும் இல்லை.

இனி உழைத்தால்தான் சோறு என்று ஆகிவிட்டது. ஆனால் இரண்டு பேருக்கு இருக்கிற கழனியில் விளைகிற நெல்லே போதும். தின்பது போக மீதியை மண்டிக்கு ஏற்றினால், கைச்செலவுக்கும், மூன்று பெண்களுக்கும் வருசம் ஒரு முறை புடவை எடுத்துத்தரவும் போதும்.

இதையெல்லாம் கணக்கு போட்டபடி வீட்டுக்கு வந்த ரெட்டியார் இதே கணக்கோடு நாட்களை நகர்த்திக் கொண்டிருந்தார்.

ஆனால் இயற்கை வேறு கணக்கோடு வேறு திசையில் நாட்களை நகர்த்தத் தொடங்கியது.

40

அடுத்து வந்த ஆண்டில் ஊரில் சரியாக மழை இல்லை. ஆற்றிலும் தண்ணீர் சரியாக வரவில்லை. ஒருவாரம் மட்டும் ஆற்றோரங்களில் கொஞ்சமாய் ஓடிய தண்ணீரைத் திருப்பியதில் சித்தேரி நிரம்பி இவர்கள் ஏரிக்குத் தண்ணீர் வரத் தொடங்கியபோது ஆற்றில் நீர் வரத்து நின்று போனது. முக்கால் ஏரிதான் நிரம்பியது. ஏரிக்குக் கீழே கரையோரமிருக்கும் ஊற்றுக்கால் நிலங்களிலும், ஓடைக்கால் நிலங்களிலும் மட்டும்தான் நெல் நடவு நடந்தது. அதுவும் கதிர் வரும்போது மதகில் தண்ணீர் வரத்து நின்றுபோக, இரவும், பகலும் ஏற்றம் இறைத்து அப்படி இப்படி என்றுதான் நெல் வீடு வந்து சேர்ந்தது.

வடவாண்டை மேட்டு நிலங்களிலும், களர் நிலங்களிலும் நெல்லுக்குப் பதில் கேழ்வரகுதான் நட்டார்கள். ரெட்டியாரும் கேழ்வரகுதான் நட்டார்.

கேழ்வரகுக்கு இழுத்துப்பிடித்துத் தண்ணீர் பாய்ச்சி எப்படியோ அறுத்து விட்டனர்.

அடுத்த ஆண்டு பாதி ஏரிதான் நிரம்பியது. ஆற்றில் பொட்டு தண்ணீர்கூட வரவில்லை. பாதி ஏரி தண்ணீரை நம்பி யாரும் எந்தப் பயிரும் வைக்க வில்லை.

ஏரி நிரம்பினால் சுற்றியுள்ள கிணறுகளும் நிரம்பித் தளும்பும். ஏரி சுருங்கியதால் கிணறுகளும் வஞ்சனை செய்தன. மூன்று போகத்துக்குச் சுரக்கும் கிணறுகள் எல்லாம் ஒரு போகத்தோடு சுரப்பை நிறுத்திக் கொண்டன.

இறைக்கிற கிணறுதான் சுரக்கும் என்பதெல்லாம் ஒரு அளவுக்குதான் உண்மை. இல்லாத கிணற்றில் ஓயாமல் இறைத்தால் அதுமட்டும் எங்கிருந்து சுரக்கும்?

நில எடுப்பில் மானாவாரி நிலத்துக்குப் பக்கத்தில் இருந்த சின்னசாமி ரெட்டியார் கிணறும், வேறு மூன்றுபேரின் கிணறுகளும் மட்டும்தான் ஆர்ஜிதம் செய்யப்பட்டது. ஊரைச் சுற்றியிருக்கிற மற்ற கிணறுகளில் இருந்த தண்ணீரில் ஒரு போகம் கம்பு விளைந்தது. ஏரியின் கீழே கேழ்வரகு அறுத்தவர்கள் கிணற்றடியில் கம்பு நட்டனர். அங்கே நெல் பயிர் நட்ட ஒன்றிரண்டு பேர் கிணற்றின் கீழே கேழ்வரகு நட்டனர்.

ரெட்டியாருக்கு கிணறும், கிணற்றடி நிலமும், மானாவாரியும் போய்விட்டதால் ஏரிக்குக் கீழே வடவாண்டை மேட்டில் கேழ்வரகு நட்டதோடு சரி.

முருகவேலுவின் நினைப்பை மறக்கவேண்டும் என்றுதான் கேழ்வரகு நடவு வேலைகளில் முழுதாக இறங்கி வேலை செய்தார். ஆனால் ஏர் ஓட்டும் போதும், அண்டை வெட்டும்போதும், மஞ்சு கரை ஏறப்போடும்போதும், பாத்தி கட்டும் போதும், நடவின் போதும், தண்ணீர் பாய்ச்சும்போதும் அவன் நினைவுகள் விடாமல் துரத்தின.

அவன் கலப்பையைப் பிடிக்கிற லாவகம், அண்டை வெட்டுகிற ஒழுங்கு, ஓடி ஓடி தண்ணீர் திருப்புகிற வேகம், நடவின் போது அவனை வம்புக்கு இழுத்து கிண்டலடிக்கும் அத்தைக் காரிகளுக்கு நேரடியாய் பதில் அளிக்காமல் சிரித்தே மழுப்பும் அவனது சுபாவம் என ஒவ்வொன்றும் அவர் நினைவுகளைக் கிளறின. நடவுக்கு வந்தவர்களும், அவனது பெருமைகளைப் பேசிக்கொண்டே இருந்தது அவரது ரணத்தை அதிகமாக்கியது.

வலியும், வேதனையும், கேழ்வரகு பயிறுக்குத் தண்ணீர் திருப்புவதற்கான போராட்டமுமாய் நாட்கள் ஓடிய பின்னர்தான் கேழ்வரகு வீட்டுக்கு வந்தது.

அடுத்த வருடம் அரை ஏரித் தண்ணீரை நம்பி அவர் ஏரியின் கீழே எதுவும் பயிர் வைக்கவில்லை. ஏரியின் கீழே எல்லா நிலங்களுமே கரம்பாகத்தான் இருந்தன. ஊரில் முக்கால்வாசிப் பேருக்கு எந்த வேலையும் இல்லாமல் போய்விட்டது.

கிணற்றடியில் பயிர் வைத்தவர்களிடம் பயிர் வைக்காதவர்கள் ஏர் ஓட்ட, நடவு நட எனக் கூலிக்குப் போனார்கள். அதுவும் பத்திருவது நாள்தான். மீதி நாட்களில் தாயக்கட்டைகள் உருண்டன. ஏற்கெனவே சேமிப்பில் இருந்த நெல், கம்பு, கேழ்வரகு எல்லாம் பானைகளையும், உறைகளையும்விட்டு வெளியே வந்து, மலமாக மாறின. குந்தி தின்றால் குன்றே மாளும்போது, பானைகள் என்ன ஆகும்? அடுத்த ஆண்டிலேயே ஊரில் முக்கால்வாசிப் பேருக்கு சாப்பாட்டுக்குத் தட்டுப்பாடு வந்துவிட்டது.

அடுத்த ஆண்டும் மழை ஏமாற்றி விட்டது. இந்த ஊர் மட்டுமல்ல, சுற்றுப்புறம் உள்ள அத்தனை ஊர்களும் காய்ந்து கருவாடாகி விட்டன.

சித்திரை மாதத்தின் உக்கிரமான வெய்யிலில் வாணலியில் வறுத்த சோளத்தைப்போலப் பொரிந்து கிடந்தன மனித உடல்கள். உடம்பெங்கும் மணல் மணலாய்ப் பூத்த வியர்க்குருக்களின் நமைச்சலுக்குக் கீறி கீறி, வியர்க்குருக்கள் உடைந்து, உலர்ந்து, முதுகும், முகமும் சொறிப்பிடித்ததைப்போல வெள்ளை வெள்ளை யாய் பொரிந்து கிடந்தன.

சித்திரை, வைகாசியில் கங்கையம்மன் ஜாத்திரை முடிந்தால் மழை வந்துவிடும் என்று ஒவ்வொரு ஊர் மக்களும் நம்பியிருந்தனர். ஆனால் அவர்களின் நம்பிக்கை அந்த வருடம் பொய்யாகிவிட்டது.

பல ஊர்களில் ஜாத்திரை முடிந்து வானத்தைப் பார்த்துப் பார்த்து உதட்டைப் பிதுக்கிக் கொண்டிருந்தவர்களின் கடைசி நம்பிக்கை சின்னசாமி ரெட்டியாரின் ஊர் ஜாத்திரைதான்.

பெருமாள் ரெட்டியார் தலையில் காலையில் கரகம் ஏறினால், மறுநாள் காலையின் கரகம் ஏரிக்குப்போய்த் தண்ணீரில் கரைவதற்குள் மழை பெய்துவிடும். பலமுறை திருவிழா நடக்கும் போதே மதியத்திலோ மாலையிலோ பெய்யும் மழை சடசடவெனப் பொழிந்து, ஒரு பிடி பிடித்து, கப்சிப்பென நின்றுவிடும். இப்படி மழை பெய்தாலும் திருவிழாவுக்கு எந்தப் பாதிப்பும் இருக்காது.

இரவில் ஆட்டம்கூட ஜோராய் நடந்துவிடும். அரிதினும் அரிதாகத்தான் இரவில் மழை பெய்து ஆட்டம் பாதியில் நின்றிருக்கிறது. சிலமுறை ஆட்டம் தொடங்குவதற்கு முன்பே மழை பெய்து ஆட்டம் நின்றுவிட்டால் அம்மன் சிலையைக் கலைக்காமல் அப்படியே வைத்திருந்து மறுநாள் ஆட்டம் நடக்கும். ஆட்டம் நின்றுவிட்டால் வெளியூரிலிருந்த வந்த ஆட்டக்காரர்கள் மறுநாள் மதியம் வரை மல்லாந்துகொண்டு பேய்த்தூக்கம் தூங்குவார்கள். பல இரவுகளில் தொடர்ந்து ஆடுகிறவர்கள் நிம்மதியாய்த் தூங்கி, மறுநாள் இரவில் ஆடிவிட்டுப் பேசிய பணத்தை மட்டுமே வாங்கிக்கொண்டு போவார்கள். அதற்குப்பிறகுதான் அம்மன் கரகம் ஏரியில் கரையும்.

ஒருவேளை மறுநாள் வேறு ஊரில் ஆட்டம் ஒப்புக்கொண்டிருந்தால் அடுத்த வாரம் ஒருநாள் வந்து ஆடிவிட்டுப் போவார்கள்.

வெளியூரிலிருந்து ஆட்டக்காரர்கள் வந்து ஆடத்தொடங்கிய பின் உள்ளூர் ஆட்டக்காரர்களுக்கு மவுசு குறைந்துவிட்டது. அதே போலத் தெருக்கூத்துக்கும் இளசுகளிடம் மவுசு இல்லாமல் போய்விட, மேடை நாடகமும், ராஜா, மந்திரி, சேனாதிபதி வேடங்களும், சினிமா மெட்டில் பாடப்படும் பாடல்களைக் கொண்ட நாவல்களும்தான் மக்களிடம் பெருத்த ஆதரவைப் பெறுகின்றன.

பல வருடங்கள் திருவிழாவின்போதே சடசடவென்று ஒரு பிடி பிடிக்கும் மழை, அதற்குப் பிறகு சொல்லாமல் வந்து நிற்கும் மனசுக்குப் பிடித்த விருந்தாளியைப்போல அடிக்கடி வந்து ஆர்ப்பாட்டமாய்ப் பெய்துவிட்டுப் போகும். இந்த விருந்தாட்டம் சித்திரையில் தொடங்கினால் ஆடி, ஆவணிக்குள் பலமுறை நிகழ்ந்து ஏரியில் பாதிக்குமேல் நிரம்பிவிடும்.

அதன் பிறகு அய்ப்பசி, கார்த்திகையில் விடாமல் கொட்டும் மழையில் ஏரி, குளம் நிரம்பி நிறைமாத கர்ப்பிணியாய் அவை புரண்டு புரண்டு தளும்பும். ஒருவேளை அப்போதும் ஏரி நிரம்பாமல் குறையிருந்தால் ஆற்று நீரைத் திருப்பினால் போதும். இந்தக் கணக்குக் காலந்தவறாமல்... தலைமுறை தலைமுறையாய் நடந்து வருவதுதான். ஆனால் அரிதினும் அரிதாய் எப்போதேனும் இப்படிக் கணக்குத் தவறிவிடுகிறது.

சின்னசாமிக்கு தெரிந்து ஒரே ஒருமுறை இப்படி இரண்டு மூன்று வருசங்கள் வானம் காய்ந்து வயிறுகள் காய்ந்திருக்கிறது.

வெள்ளைக்காரன் இருந்தபோது ஒருமுறை ஏழு வருசங்கள் இந்தப்பக்கம் மழையே வராமல் மறந்துபோனதால் ஊரெங்கும் பஞ்சமும் பட்டினியுமாய்ச் சனங்கள் சாகக் கிடந்ததாகவும், வெள்ளைக்காரனே அங்கங்கே கஞ்சித்தொட்டி திறந்து, கஞ்சி காய்ச்சி ஊற்றி ஊரைக் காப்பாற்றியதாகவும் ரெட்டியாரின் நைனா சொல்லியிருக்கிறார்.

அதெல்லாம் இப்போது நினைவுக்கு வர... ரெட்டியாருக்குள் திகில் விழத் தொடங்கிவிட்டது. ஒருவேளை அதைப்போல இப் போதும் நடந்துவிட்டால்? திக்கென்றது அவருக்கு.

ஜாத்திரை முடிந்து இரண்டு மாதங்களுக்குமேல் ஆகப் போகிறது. ஆனி, ஆடியில் மானாவாரிக் கடலை விதைப்புக்குக்கூட அதுவரை வழியில்லை. ஆடி போனால் எல்லாமே போச்சு.

'ஆடிக்குப் பிறகு காத்துமில்லை... அய்ப்பசிக்குப்பிறகு மழையுமில்லை' என்று சொல்கிற பழமொழியில் ஒருபாதி உண்மையாகி இருந்தது.

நிலம் பறிபோனவர்கள் தவிர, ஒன்றிரண்டு பேர் கிணற்றுக்குக் கீழே வேர்க்கடலை போடுவார்கள். நிலத்தை இழந்ததால் வேர்க் கடலை போட முடியாமல் போனவர்கள், கடலை எடுக்கும் சமயத்தில் பெரிய மிட்டூர், சின்ன மிட்டூர், சேர்க்காடு பக்கம் தெலுங்கு ரெட்டிகளின் பரந்து விரிந்த கடலைத் தோட்டங்களில் கடலை எடுக்கப் போவார்கள். கடலைச் செடியைப் பிடுங்கி, பறித்துக் கொட்டினால் நிலத்துக்காரனுக்கு ஆறு பங்கு, கூலியாளுக்கு ஒரு பங்கு. அங்கேயே போய்த் தங்கியிருந்து சமைத்து, சாப்பிட்டு காலையிலிருந்தே கடலைச் செடிகளைப் பிடுங்கி பறித்தால் ஒருநாளைக்கு ஒரு அன்னக்கூடை கடலை வரை கூலியாகக் கிடைக்கும். ஒரு வாரம், பத்து நாள் தங்கியிருந்து இப்படி வேர்க்கடலை பிடுங்கினால் இரண்டு மூட்டை, மூன்று மூட்டை கடலைவரை கிடைத்துவிடும். அதைச் செக்கு ஆடினால் அந்த வருசம் முழுவதும் குழம்பு தாளிப்புக்கு எண்ணெய்க்கு குறை விருக்காது.

சித்திரைக்கு முன்பே வறண்டுபோன ஏரி வைகாசி ஜாத்திரைக்குப் பிறகும் பொட்டுத்தூறல் விழாததால் மாடுகள் நாக்கால் நக்கும் மொட்டை கரம்பானது. தாக்குப் பள்ளங்களிலும் சொட்டுத் தண்ணீர்கூட இல்லாததால் ஏரியில் ஒதுங்கிய ஒட்டுமொத்த ஆண்களும் கால் கழுவ வீட்டுக்கு வந்தனர்.

எப்போதாவது இப்படி நடப்பது இப்போது தொடர்கதை ஆகிவிட்டது.

இப்போது ஆற்றிலிருந்து வந்த குழாய் நீரில்தான் எல்லாமே நடக்கிறது. ஆற்றில் மூன்று ஆண்டுகளாகத் தண்ணீர் வரவில்லை என்றாலும் ஆற்றில் தரைமட்ட கிணறு தோண்டி அதிலிருந்து ஊர் வரை குழாய் புதைத்துவந்து இங்கே மேநீர் தொட்டிகட்டி அதிலிருந்து தெருவுக்கு இரண்டு குழாய் போட்டார் ராமசாமி தலைவர். ஊராட்சித் தலைவராக இருந்து அவர் செய்த பெரிய சாதனை அதுதான். இப்போது அதுவும் இல்லாமல் போயிருந்தால் என்ன ஆகி இருக்கும்? குண்டி கழுவ முடியாமல் கோவணத்தில் துடைத்துக்கொள்ள வேண்டியிருக்குமோ என்னவோ!

பிளாஸ்டிக் பாட்டில்கள், உடைந்த பானை ஓடுகள், கிழிந்த துணிகள், பேப்பர்கள், குழந்தைகள் வீசியெறியும் உடைந்த பொம் மைகள், பெண்களில் மாதவிடாய் துணிகள் என என்னன்னவோ நிரம்பிய பொதுக் குப்பைத் தொட்டியாகிவிட்டன ஊரிலிருக்கும் சேந்தக் கிணறுகள்.

குழாய் நீர் வந்த பிறகு யாரும் கிணற்றில் தண்ணீர் இறைப்பது இல்லை. நீரிறைக்கும் தாம்பு கயிறுகள் மாடு கட்டத்தான் உதவு கின்றன. சில நேரங்களில் மனமுடைந்துபோன ஆண்களோ, பெண்களோ தூக்கில் தொங்கவும் அந்தத் தாம்புக்கயிறுகள்தான் உதவுகின்றன. பல வீடுகளில் தாம்புக்கயிறுகளே இல்லாமல் போய்விட்டன.

இதையெல்லாம் நினைத்த சின்னசாமிக்கு மனசுக்குள் இன்னும் வேக்காடு அதிகமாகிவிட்டது. முருகவேலுவின் ஏக்கத்தோடு, மழையில்லாத ஏக்கமும் சேர்ந்துகொண்டது.

ஆடி பிறப்பதற்கு முன்பிருந்தே காற்று சுற்றிச்சுற்றி அடித்துக் கொண்டிருந்தது. 'உய்ங் உய்ங்' என்று ராகம் போட்டு சுழன்று சுழன்று வீசும் காற்றில் தலைமுடிகள் கூடப் பிய்த்துக்கொண்டு போய் விடுமோ என்ற அளவிற்கு இரவும் பகலும் ஓய்வில்லாமல் வீசிக்கொண்டிருந்தது காற்று.

“இன்னாடா குப்பா... இப்டி புரோனு உடாம அட்ச்சிகினு கீது இந்தக்காத்து... வர மயக்கூடக் காத்துமேலேயே பூடுமேடா” என்றார் கவலையுடன் சின்னசாமி.

“அதுகூடதாங் எங்க ஒய்ங்கா அடிக்குது ரெட்டியாரே... அட்ச்சா கூர கீரல்லாம் பிச்சிகினு போறமாதிரி அடிக்குது... ஒரே வெக்கப்போரக்கூட உட்டுவெக்காம கவுத்து வாரிப்போட்டுகினு போவுது... திடீன்னு நின்னா... ஒரே மரமட்டு, எலகிலக் கூட அசயாம... தவத்துல கீற சாமியாருமாதிரி அப்டியே ஆடாம அசையாம நிக்கிது மரங்க. இப்டி வெயிலு காய்ற நேரத்துல “கப்பு சிப்பு”ன்னு காத்து நின்னுபோனா... இன்னா பண்றது? ஒடம் பெல்லாம் திகுதிகுன்னு வேகுது... ராத்திரில நிம்மதியா படுக்க முடிதா...? தூங்க முடிதா... பெரண்டு பெரண்டு பட்த்துகினு, டவலு, சொக்கானு எதுலனா விசிறிகினு கை நோவ... கயித்து நோவ... லோலு படறமே ரெட்டியார...” என்றார் குப்பா ரெட்டியார் எரிச்சலாக.

“இன்னடா குப்பா... இந்தவாட்டியும் மய ஏமாத்திப்பூடுமா...? இந்நேரம் மானாவாரியில கடலக்காப்போட்டு களகொத்திக் கீனமேடா... இதுவெரிக்கும் ஒரு தூறயக் காணம்... எல்லப் பொங்கலுனா வெச்சிப்பாக்கலாமாடா?” என்றார் சின்னசாமி.

“ரெட்டியார... எனுக்குக்கூட ரெண்டு மூனு நாளா அந்த யோசனதாங்... ஏற்பாடு பண்ணிடலாங் ரெட்டியார... அப்டியாவது மய பெய்தான்னு பாக்கலாங்” என்றார் குப்பா ரெட்டியார். அதைச் சொல்லும்போதே அவர் வாயில் எச்சில் சுரந்தது. எச்சிலைக் கூட்டி விழுங்கியவருக்கு அந்தக் கறிச்சோற்றின் ருசியை நினைக்க... தொண்டைக்குள் ஊற்றைப்போல எச்சில் இறங்கியது.

இதற்கு முன்பெல்லாம் ஒவ்வொரு வருசமும் எல்லைப் பொங்கல் வைப்பது வழக்கமாக இருந்தது. ஊர் எல்லையில் காவல் காக்கும் கிராமத்து தேவதைக்குப் பொங்கலிட்டு கடா வெட்டி படையலிட்டு ஊரே கூடி எல்லையில் ஊட்கார்ந்து கறி சோறு தின்னும்.

காலப்போக்கில் இந்த வழக்கம் மாறி மழை பெய்யாமல் போனால் மட்டுமே பொங்கல் வைக்கிற வைபவமாக மாறிவிட்டது எல்லைப் பொங்கல். வருடந்தோறும் மழைபெய்து வெள்ளா மைக்குக் குறையில்லாமல் ஊரே பரபரப்பாய் இருந்ததால் எல்லை யம்மாவை மறந்தே போனார்கள் சனங்கள்.

அவர்களின் மறதியை ஞாபகப்படுத்தவே இப்படி அவ்வப்போது ஊரைக் காயவைத்து பொங்கல் வைக்க ஏற்பாடு

செய்துகொள்கிறாளோ என்னவோ என நினைத்தார் சின்னசாமி. எப்படியோ இந்த முறை ஊரில் எல்லைப்பொங்கலுக்கு ஏற்பாடு செய்வது என முடிவெடுத்தார் ரெட்டியார். இது தெரிந்ததும் பலபேரின் வாயில் எச்சில் சுரக்கத் தொடங்கியது.

அவர்கள் நாள் குறித்த அந்த ஆடி மாதம் முதல் ஞாயிறு விடிந்தபோது ஊரில் உள்ள ஆண்களுக்கு உடம்பில் புதுரத்தம் ஏற்றியதைப்போலச் சுறுசுறுப்புப் பாய்ந்தது.

மாலையில் கடிக்கப்போகும் எலும்புத்துண்டுகளை நினைத்து இப்போதே பற்களைக் கடித்தும், எச்சிலைக்கூட்டி விழுங்கியும், வாயை சப்புக்கொட்டியும் பரபரப்பானது ஊர். சிறுசுகளுக்குத் தரையில் கால்கள் தங்கவில்லை. வயதுக்கு ஏற்ற கூட்டாளிகளோடு கும்பல் கும்பலாக இப்படியும் அப்படியும் ஊரைச் சுற்றிக்கொண்டு இருந்தன.

முருகவேலுவின் கூட்டாளிகளான ஜெயவேலு, மனோகரன் போன்றோர் முருகவேலுவின் நினைவுகளோடு முந்தைய எல்லைப் பொங்கலைப்பற்றிப் பேசிக்கொண்டிருந்தனர். இதற்கு முன்பு ஒன்றிரண்டு முறை எல்லைப் பொங்கலைப் பார்த்ததாக அவர்களுக்கு நினைவிருந்தது. அதுவும் அரைகுறை நினைவுகள்தான். கரி படர்ந்த சிம்னி விளக்குக் கண்ணாடியை அரைகுறையாய் துடைத்துப்போட்டால் தெரியும் மங்கலான வெளிச்சத்தைப்போலச் சின்ன வயது ஞாபகங்கள் மங்கலாக அவர்களின் மனசுக்குள் ஓடின. கூடவே முருகவேலு இல்லையே என்ற ஏக்கமும் எழுந்தது.

காலையிலேயே சின்னப்பையன்கள் துணிப் பைகளுடன் வீடுவீடாகப்போய் அரிசி வாங்கினர். பித்தளை தவலையில் கடலை எண்ணெய் வாங்கினர். மிளகாய்த்தூள், உப்பு வாங்கினர். இதெல்லாம் முடிந்ததும் ஊருக்குள் ஆங்காங்கே கும்பல் கும்பலாகப் பழங்கதைகள் பேசிக்கொண்டிருந்த பெரியவர்களும் அவர்களைச் சுற்றிச் சுற்றி வந்த சிறுசுகளும் பூஜை சாமான்களுடன் பொன்னை ஆற்றின் அணைக்கட்டை நோக்கிக் கிளம்பியபோது சரியாக உச்சியில் நின்றான் சூரியன். கூட்டத்தைப் பார்த்து மிரண்ட ஆட்டுக் கிடாயை வலுவைத் திரட்டி இழுத்துக்கொண்டு போனார் குப்பா ரெட்டியார்.

இழுக்க இழுக்க முன்கால்களை ஆணி அடித்ததைப் போலத் தரையில் ஊன்றி அசையாமல் நின்றது ஆடு. அதன் வயிற்றில் கை கொடுத்து சிலர் தூக்கிவிட முரண்டு பிடித்தபடி நடந்தது அது.

“டீ... ரொம்பதாங் முறுக்காத... நட நட... இன்னிக்கி உங்காலு எலும்பக் கட்ச்சி மெல்லப் போறோம் வாடி” என்றார் தனகோட்டி.

“பாவங் ரெட்டியார... உன்னும் ரெண்டு மூனு மணி நேரத்துல இதோட ஆயுசு முடியப்போவுது. இது இன்னிக்கி சாவப் போவுதுன்னு நமுக்கு தெரிது... ஆனா இதுக்குத் தெரிமா?... அதும் உயிருபத்தி அதுக்குத் தெரியாதது நமக்குத் தெரிது பாத்தியா...? அப்படிதாங்... நாம எப்டி, எப்ப சாவம்னு நமக்குத் தெரியாது... ஆனா அது கடவுளுக்குத் தெரியும்... அப்டிப் பார்த்தா... இந்த ஆடு எப்ப சாவும்னு தெரிஞ்ச நாமுளும் கடவுளு மாதிரிதாங் இல்லையா ரெட்டியார?” என்று பெரிய உண்மையைக் கண்டு பிடித்ததைப்போல விடாமல் பேசினார் தனகோட்டி.

“டேய் மச்சாங்... போதுன்டா... ரொம்ப ரோசன பண்ணாத... பாவம் கீவம்னா அப்பறம் நம்மளால ஆட்டுக்கறிய துண்ண முடியாது” என்று சிரித்தார் நாராயணன்.

“நீ சொன்ன மாதிரி பாத்தா... அதுகூடச் செரிதாண்டா... ஆடு, மாடு, கோயி, மீனு, பூச்சி பொட்டுன்னு நம்பளவுட சின்ன உயிருங்கள நாம நெனச்சா சாவடிக்கிறோங்.... நாம நெனச்சா உட்டுட்ரோங்... அதுங்க உயிரு நம்ம கையிலதாங் கீது...? இப்பகூட நாம நெனச்சா இந்த ஆட்ட உயிரோட காப்பாத்த முடியுங்... ஆனா உட்ருவமா...? மத்தவங்க உட்ருவாங்களா? இப்டிதாங் அந்தக் கடவுளுகூடக் கணக்கு வெச்சி... மன்சங்கள சாவ வைக்கறாங் போலக் கீதுடா” என்றார் குப்பா ரெட்டியார்.

“யோவ் மாமா... நீங்க இன்னா இப்டி பேசிகினு வர்ரீங்க... அவங் அவங் எப்படா மொளகாயத் தடவுவாங்கன்னு வயித்துல அடுப்பு பத்த வெச்சிகினு நடந்துகினு கீறாங்க... நீங்க இப்டி பேசிகினு கீறது தெரிஞ்சதுனா ஆட்ட உட்டுட்டு உங்க தோலுக்கு மொளகா தடவி பூடுவானுங்கடியோய்” என்றான் நடராஜன்.

“மன்சனுக்கு மொளாகா தடவறது புதுசில்லடா மச்சாங்... ஏற்கெனவே காட்ல ஒரு கெயவனும் கெய்வியும் இர்ந்தாங்களாம்... ஒரு நாளு அந்தக் கெயவனுக்கு மிருகம் எதுவும் வேட்டையில கெடைக்கலயாங். அதனால ஒரு ஆளப்புட்சி வெட்டி எட்த்துகினு ஊட்டுக்கு வந்து கெய்விகிட்ட குடுத்தானாங். அந்தக் கெறிய கொயம்பு காசச் சொல்லிட்டு தண்ணி ஊத்திக்கப் போனானாங். கெய்வியுங் அந்தக்கறிய உப்பு மொளாகாப் போட்டுக் கொயம்பு

காய்ச்சிட்டு ருசி பாக்கலாம்னு ஒரு துண்டை எட்த்து துண்ணாளாம். ருசியோ ருசி... அப்படி ஒரு ருசியாம். அவ அப்டி ருசியாக்கீற எந்தக் கெறியுங் அதுவரைக்கும் துண்ணதே இல்லியாம். நாலு கரண்டி கறியப் போட்டு ஆசதீர துண்ணுட்டு... அப்பறமா மெதுவா யோசன பண்ணாளாம். இவ்ளோ ருசியாக்கீற மனுசக்கறிய இந்தக் கெயவன் துண்ணா... இந்த ருசிக்காக ஊர்லக்கீற ஒரே ஒரு மனுசனகூட வுடாம வெட்டி துண்ணுடுவானே... அப்பறம் உலகத்துல மனுச வம்சமே இல்லாமப் பூடுமே... அதுக்கப்பறம் நம்மளையும் உடாம வெட்டி துண்ணுடுவானேன்னு நெனச்சாளாம்.

இன்னா பண்ணலாம்னு யோசன பண்ணி... கடைசியில அந்தக் கெறியில நெறய்ய உப்ப வாரிப்போட்டு கலக்கி வெச்சிட்டாளாம். கெயவங் வந்து பசியோடு கெறிய வாரி கிண்ணத்துல போட்டு ஒரு துண்ட எட்த்து வாயில வச்சானாம். ஒரே உப்பு. ஒரே ஒரு துண்டு கறியக்கூட அவனால துண்ண முடில. 'அய்யய்ய... இந்த மனுசங்கக்கறி இப்டி உப்பாக்கீதே... இத மனுசங் துண்ணுவானா...?' அப்டினு காரித்துப்பிட்டு... நாலு சொம்பு தண்ணிய குட்ச்சானாம்... அன்னிக்கி அந்தக் கெய்வியால தப்பிச்சம்டா நாமல்லாம். இல்லன்னா இன்னிக்கி ஆட்ட இஸ்துகினு நாம போற மாதிரி நம்மல கயிறு கட்டி இஸ்துகினு போவானுங்க" என்றார் குப்பா ரெட்டியார்.

இதைக் கேட்ட சில பிள்ளைகள் திகிலோடு ஒருவரை ஒருவர் பார்த்துக்கொண்டனர். அதைக்கேட்ட பெரிசுகள் குப்பனைப் பார்த்து கிண்டலாகச் சிரித்தனர். அந்த நேரம் பார்த்து ஆடு "மே... மே..." என்று கத்தியது.

"யோவ்... ரெட்டியாரே... ஆட்ட வெட்னமா... கொயம்பக் காய்ச்சனமா... பட்ச்சமா... கறியத் துண்ணமான்னு போறத உட்டுட்டு இன்னா கத வுட்டுனு கீற...? இந்தக் கதய உன்னும் எத்தினி காலத்துக்கு உடுவீங்க. ஆட்ட இஸ்துகினு போயி அந்தத் தேக்குமரத்துல கட்டிட்டு மத்த வேலைங்கள பாரு" என்றார் முருகேச ரெட்டியார்.

ஆற்றங்கரை சரிவிலிருந்த அந்தத் தேக்கு மரத்தில் ஆட்டைக் கட்டிய குப்பா ரெட்டியார் சுற்றும் முற்றும் பார்த்தார்.

கீரைச்சாத்து எல்லைக்கும் இந்த ஊர் எல்லைக்கும் பொது வாக நின்றிருந்த அந்த இலுப்பை மரத்துக்குக் கீழே இருந்த

எல்லையம்மன் கல் தெரியாத அளவுக்குப் பீவேலி முள் இரண்டு ஆள் உயரத்துக்கு வளர்ந்து மண்டிக்கிடந்தது.

ஆற்றங்கரை மணல் வெள்ளை வெளேர் எனப் பளிச்சிட்டு வெயிலுக்குத் தகதகத்தது. இரண்டு பேர் முள்செடிகளை வெட்டித் தள்ள, சிலர் மண்வெட்டியால் சுற்றிலும் காய்ந்தும் காயாமல் இருந்த புற்களைச் செதுக்கத் தொடங்கினர். சிறுசுகள் ஆற்றங்கரை மணலில் ஓடிப்பிடித்து விளையாட, வயதானவர்கள் இலுப்பை மர நிழலிலும், புளியமர நிழலிலும் வெயிலில் நடந்துவந்த அலுப்பில் "அப்பாடா" என்று மணலில் மெத்தெனத் துண்டை விரித்துப் படுத்தனர்.

சிலர் பித்தளைத் தவலைகளைத் தூக்கிக்கொண்டுபோய் அணையின் கீழிருந்த ஊற்றுப் பள்ளத்திலிருந்து தண்ணீர் எடுத்து வந்தனர். இளைஞர்கள் சிலர் புளியமரங்களில் ஏறிக் காய்ந்த விறகுகளை ஒடித்துப்போட்டனர்.

ஒரு மணி நேரத்தில் முள்புதர் போன இடம் தெரியவில்லை. பெரும் மேகக்கூட்டம் கடந்து போனபிறகு பளிச்செனத் தெரியும் நிலாவைப்போலப் புதருக்குள் இருந்த எல்லையம்மாவின் கல் பளிச்செனத் தெரிந்தது. முதலில் அந்தக் கல்லைக் கழுவி, கல் முழுவதும் மஞ்சள் பூசி, இரண்டு பக்கமும் பட்டை பட்டையாய் குங்குமமும் இழுத்தார் சின்னசாமி ரெட்டியார். பிள்ளைகள் கட்டிக்கொண்டுவந்த துளுக்கச் சாமந்தி, மல்லிப்பூ மாலைகளைக் கல்லுக்குப் போட்டதும், எல்லோரின் மனசுக்குள்ளும் ஒரு சாந்தமும், பய பக்தியும் வந்துவிட்டது.

எல்லோரும் கல்லைப்பார்த்து கையெடுத்துக் கும்பிட்டுக் கன்னத்தில் போட்டுக்கொண்டனர். எல்லோரின் மனசும் எல்லையம்மாவின் காலடியில் சரணடைந்தது.

சின்னசாமி தலைமையில் பூசைக்கான வேலைகள் நடந்துகொண்டிருக்க... சற்றுத் தள்ளி கரையிறக்கத்தில் இருந்த ஒற்றைப் புளிய மரத்தின் அடியில் குப்பா ரெட்டியார் தலைமையில் சமையலுக்கான ஏற்பாடுகள் தொடங்கின.

மூன்று பெரிய கட்டுக்கற்களைத் தூக்கி வந்து அடுப்புக்காக வைத்தனர். மணல் மீது யூரியா மூட்டையின் காலிப் பைகளை விரித்து அமர்ந்து சிலர் வெங்காயம் வெட்ட, சிலர் பூண்டுகளை உரித்தனர்.

திடீரென மணிச்சத்தம் 'கிளிங் கிளிங் கிளிங்' என ஒலிக்க எல்லோரும் எல்லைக்கல் அருகே திரண்டனர். கற்பூரம் ஏற்றி, தேங்காயை உடைத்து, அதன் தண்ணீரைச் சாமிக்கல்லுக்குமுன் விளாவி, விழுந்து கும்பிட்டார் சின்னசாமி. எல்லோரும் தலைக்குமேல் கை உயர்த்தி 'கோவிந்தா கோவிந்தா' என முழங்கியபடி கும்பிட்டனர்.

"ஏ... காவு குடுக்கணும்... தெர புடிங்கடா" என்றார் சின்னசாமி. இரண்டு பேர் ஒரு வேட்டியை விரித்துச் சாமிக்கல்லுக்கு முன்பாகப் பிடித்துக்கொள்ள... முதலில் எலுமிச்சம் பழத்தை இரண்டு துண்டுகளாக வெட்டி அதைப் பிழிந்து வலதும் இடதுமாய்த் தூக்கி எரிந்தார் மடவளி கண்ணப்பன். அடுத்ததாக முதல் பலி கொடுக்க மஞ்சள் குங்குமம் பூசப்பட்ட கல்யாண பூசணியைச் சாமிக்கு முன்னால் திரைக்குப் பின்னே வைத்து கத்தியை ஓங்கினார்.

"ஏட்... ஏட்... ஏட்" என்று உரக்கக் கத்தியபடி உயர்த்திய கையைக் காயை நோக்கி இறக்கினார். காயின் அருகே கத்தி போனதும் வெட்டாமல் சட்டெனக் கையை மேலே தூக்கி விட்டார். இதேபோல இரண்டாவது முறையும் ஓங்கி இறக்கி மேலே தூக்கினார். 'ஆசாப்புக் காட்டிதாங் வெட்டணும்... அப்பதாங் சாமிக்குக் கோவங் வருங்" என்றார்கள்.

மூன்றாவது முறை "ஏட் ஏட் ஏட்" என்று கத்தியபடி கத்தியை சல்லென்று இறக்க... பூசணி இரண்டு துண்டாய் எகிறியது. மீண்டும் இரண்டு வெட்டு நான்கு துண்டானது. உடனடியாக அதன் உட்புறம் குங்குமத்தைக் கொட்டிப் பூசினான் கன்னையன். ரத்த நிறத்தில் மாறிய காயை நான்கு மூலைகளிலும் மூலைக்கொன்றாய் விசிறியடித்தான்.

இரண்டாது பலி சேவல். கழுத்தறுபட்ட கோழி திரைக்கு முன்பு துள்ளித்துள்ளித் தரையில் புரண்டது.

அடுத்து மூன்றாவது பலி வெள்ளாட்டுக் கிடாய். தண்ணீர் ஊற்றி குளிக்க வைத்து, தலையில் மஞ்சள் குங்குமம் பூசி கழுத்தில் மாலைபோடப்பட்ட கிடாய் முன்கால்களைத் தரையோடு ஆணியடித்து வைத்துவிட்டதைப்போல இழுக்க இழுக்க அசையாமல் நின்றது. மீண்டும் பழையபடி அதன் வாலின் கீழே சிலர் கை வைத்துத் தள்ளியும் அசைய மறுத்தது. அலேக்காக இரண்டு பேர் தூக்கி வந்து திரைக்கு முன்னால் நிறுத்தி, கழுத்துக் கயிற்றை

அவிழ்த்துவிட்டு, குப்பா ரெட்டி கொம்போடு சேர்த்து தலையை இழுத்துப்பிடிக்க, முனுசாமி பின்கால்களைப் பிடித்துக்கொள்ள "ஏட் ஏட் ஏட்" என்று கன்னையன் ஆசாப்புக்காட்ட... சில பையன்களும், ஒருசில பெருசுகளும் கண்களை மூடிக்கொள்ள... சிலர் தலையை வேறுபுறம் திருப்பிக்கொண்டனர்.

மூன்றாவது முறை கத்தி கீழே இறங்கியபோது தண்ணீர் குழாய் உடைத்துக்கொண்டு தண்ணீர் பீய்ச்சி அடிப்பதைப்போல ஆட்டின் கழுத்திலிருந்து ரத்தம் பீய்ச்சி அடித்தது.

வெட்டு விழுந்ததும் ஆட்டை அப்படியே போட்டுவிட்டு எழுந்து தூர ஓடினார் முனுசாமி. அது தரையில் கால்களை உதைத்துக்கொண்டு புரண்டது. நாக்கு வெளியே நீண்டு, கண்கள் பாதித் திறந்த நிலையில், வாய் திறந்து கிடந்த தலையைக் கீழே போட்டு அதன் வாயில் தண்ணீர் விட்டார் குப்பா ரெட்டியார்.

ஒரு ஐந்து நிமிடத்தில் ஆட்டின் உடல் துடிப்பு அடங்க, உற்சாகமானது கூட்டம்.

"ஏ... தூக்குங்கப்பா..." என்றார் குப்பா ரெட்டியார்.

இரண்டுபேர் ஆட்டின் கால்களைப் பிடித்துத் தூக்கிப்போய் ஆற்றங்கரையில் ஒன்டி புளியமரத்தில் ஆட்டின் பின் கால்களில் கயிறுகட்டி கழுத்து கீழாய் தொங்கவிட்டனர். முனுசாமி அதன் பின்காலில் சூரிக்கத்தியை சொறுகி தோல் உரிக்கத் தொடங்கினான்.

கால் மணி நேரத்தில் சட்டையைக் கழற்றுவதுபோலத் தோலைக் கழற்றியதும் வெள்ளையும் கருஞ்சிவப்புமாய்க் கொழு கொழுவென இருந்த ஆட்டின் உடலைப் பார்த்ததும் நாக்கில் எச்சில் ஊறியது எல்லோருக்கும். கொழுத்த கிடாய்தான்.

"ம் ம்... அடுப்பப் பத்த வைங்கடா" என்றார் தனகோட்டி.

"யோவ் ரெட்டியார... அதுக்குள்ள இன்னா அவசரங்... ஆடு ஆட்லயே கீது... அதுக்குள்ள "அப்பா புடுக்குடான்னு" கேட்டானாம் புள்ள... அப்பிடி கீதுயா உனுக்கு... இரு... கறிய வெட்டி துண்டு போடட்டும். அதுக்கப்பறமா அடுப்பப் பத்தவைக்கலாங்" என்றார் நாராயணன்.

"இன்னா ரெட்டியார... அடுப்பப் பத்தவைக்கற வெரிக்கும் தாங்க மாட்டப் போலக்கீது... கறியப் பாத்ததும் வயிறு கவாங் கவாங்னுதா" என்று சிரித்தார் வெள்ளைக்கண்ணு.

உரித்த ஆட்டிலிருந்து சதைகளை அறுத்து, விரித்து வைத்த சாக்குப் பையின்மீது முனிசாமி போட, இரண்டு பேர் அதை எடுத்து துண்டு துண்டாக அரியத் தொடங்கினர்.

"துண்ட திட்டமாப் போடுங்கடா... ரொம்பப் பெர்சு பெர்சா போட்டா சீக்கிரத்துல வேகாது... அப்பறம் கடிக்க முடியாது" என்றார் குப்பா ரெட்டியார்.

"ரெட்டியார... எப்டி சண்டு சண்டாக் கீது பாரு கறி... இதுவா வேகாது?" என்று சிவந்த நெருப்புத்துண்டு மாதிரி இருந்த ஒரு கறித்துண்டைக் காட்டினான் வெள்ளை.

"ரெட்டியார... ஒரு புடி பெர்சுனா துண்டு இருந்தாதாங் ஜனங்க கட்ச்சி மெல்றத்துக்கு நல்லாருக்கும். அப்பதாங் ஆத்தரம் அடங்குங்" என்றார் தனகோட்டி.

"அதுக்காவ கைப்புடி கரியாடா துண்டா போடுவ...? உப்பு மொளகா ஒன்னுமே ஒரைக்காது. அது மட்டுமில்லடா... அப்பறம் எல்லாருக்கும் கறி கெடைக்கணும்... பாத்துத் திட்டமாப் போடுங்க" என்றார் குப்பன்.

பின்கால் தொடைகள், முன்கால், மார்பு, முதுகு எனக் கறிகள் மட்டும் அறுத்து முடிந்ததும், எலும்புக்கூடை இறக்கிக் கீழே போட்டு, ஒரு கட்டையின் மீது வைத்து துண்டு துண்டாய் தரித்தார் முனிசாமி.

"எலும்புத் துண்டையும் திட்டமாப் போடுங்கடா" என்றார் குப்பன்.

"சொம்மா இரு ரெட்டியார... கையில புடிச்சி கட்ச்சி இஸ்த்து மெல்ற அளவுக்குப் பெரிசு பெரிசா இருந்தாதாங் கறி துண்ண மாதிரியே இருக்கும்" என்றார் தனகோட்டி.

கறி வெட்டும் படலம் கோலாகலமாய் ஒரு புறம் நடக்க, பக்கத்திலேயே அடுப்பு மூட்டப்பட்டு, பெரிய குண்டானில் அரிசி உலை வைக்கப்பட்டது.

கறியை அலசினர். பக்கத்து அடுப்பில் வைத்த இன்னொரு குண்டானில் எண்ணெய் காய்ந்து, கடுகு பொரிய, வெங்காயம் வதங்கியதும், மசாலா கொட்டி கிளறியபின் கறியைக் கொட்டிக் கிளற, கறி வதங்கியதும் வாசனை நாலாபுறமும் பரவியது.

“யோவ் குப்பா ரெட்டி... வாசன பக்கத்து ஊரு வரைக்கும் போவும் போலக் கீதேயா... அந்த ஊரு ஜனமும் வந்திட்ச்சின்னா குண்டான்ல கீற ஒரு கெறிகூட மிஞ்சாதே” என்றார் தனகோட்டி கவலையுடன்.

அதற்குள் சின்னப்பையன்கள் அணைக்கட்டுக்குப் பக்கத்தில் உயர்ந்து, விரிந்திருந்த தேக்கு மரத்தில் ஏறி, நான்கு கைகளை ஒருசேர விரித்ததுபோல அகன்றிருந்த தேக்கு இலைகளைத் தங்களுக்காகக் கிள்ளிக்கொண்டு வந்தனர். அவர்களிடமிருந்து நைசாகப் பேசி அந்த இலைகளை வாங்கிக்கொண்டன பெரிசுகள். அவர்கள் மீண்டும் மரமேறினர். சில பையன்கள் இப்படி மீண்டும் மீண்டும் மரமேறினர்.

ஒரு கிண்ணம் நிறையச் சோற்றைப்போட்டு பிசைந்து தின்னும் அளவுக்கு இருந்த இலைகளை நீவி நீவி துடைத்துக்கொண்டு குண்டான்களை இறக்கும் நேரத்துக்காகத் தவித்தனர் மக்கள்.

சோறு வடித்தபோது மரத்தின் நிழல் கரையிலிருந்து காய்ந்த வயல் வெளிக்கு இறங்கியிருந்தது. இரண்டு வருடங்களாகப் பயிர் வைக்காததால் மாடுகள் மேய்ந்து, மிதித்துச் சமதளமாய் இருந்த தரையில் புதிதாகப் பின்னப்பட்ட தென்னை ஓலையின்மீது புது வேட்டியை விரித்துச் சோற்றைக் கொட்டினர். மீண்டும் உலை வைத்து அரிசி போடவும், குழம்பு தயாராகிவிட்டது.

உப்பு, காரம் பார்க்கக்கூடக் கறியை வாயில் போட முடியாது. சாமிக்குப் படைப்பதற்கு முன் ருசி பார்க்க முடியுமா? ஆனால் வாசனையை வைத்தே எல்லாம் சரியாய் இருக்கும் என்றன சில பெருசுகள்.

இரண்டாவது முறை சோறு வடித்து வேட்டியில் கொட்டியதும் சூழ்ந்துகொண்டு சுற்றி நின்றது கூட்டம்.

“எப்பா எல்லாரும் இப்டி சுத்திகினு நின்னா ஒன்னும் பண்ண முடியாது. எல்லாரும் வரிசயா கீய ஒக்காருங்கப்பா... எல்லாருக்கும் சாமி கறி சோறு கெடைக்குங்” என்றார் சின்னசாமி.

அதற்குள் ஊர்ப்பக்கமிருந்து சில வயதான பெண்களும், சில சிறுமிகளும் வரத் தொடங்கினர்.

ஓடிப்போய் வரிசையாய் உட்கார்ந்தது சிறுசுகள் கூட்டம். அவர்களுக்கு எதிரே இன்னொரு வரிசையில் அமர்ந்தனர் பெருசுகள்.

வந்த பெண்களும் பையன்களிடமிருந்து இலைகளை வாங்கிக் கொண்டு வரிசையில் குந்தினர்.

குழம்பு குண்டானை இறக்கி, சோற்றில் கவிழ்த்துக் கொட்டினர். சோற்றின்மீது ஆவி பறந்தது. குழம்பு வாசனை மூக்கில் ஏற வாசனையிலேயே திக்கு முக்காடியது சனக்கூட்டம். பலர் மீண்டும் மீண்டும் எச்சிலைக் கூட்டி விழுங்கினர்.

கிளறுவதற்காகச் சோற்றில் கை வைத்த குப்பா ரெட்டி, "அய்யோ எப்பா" என்று கத்தியபடி கையை விசுக்கென்று எடுத்து விட்டார்.

"டே... குப்பா... கொயம்பும் கொதிக்கும், சோறும் நெருப் பாட்டம் கீது... கைல போயி கலக்க முடிமா...? அந்தக் கரண்டில களறு" என்றார் சின்னசாமி.

சோற்றையும் குழம்பையும் பெரிய கரண்டியால் கிளறினார். மல்லிப்பூ மாதிரி இருந்த சோறும், குங்குமத்தையும், மஞ்சளையும் ஒன்றாகக் கரைத்தது போல இருந்த குழம்பையும் கிளறக் கிளற, அதைப்பார்த்து மீண்டும் மீண்டும் எச்சிலை விழுங்கியது சனக்கூட்டம்.

கறியும், சோறும், குழம்பும் அரைகுறையாய் கிளறப்பட்டதும், கைகள் சுடச்சுட ஒரு பெரிய களி உருண்டை அளவுக்குக் கறிச் சோற்றை உருட்டி, இலையில் வைத்துக்கொண்டுபோய் எல்லை யம்மன் கல்லுக்கு முன்வைத்து கும்பிட்டார் சின்னசாமி.

"டே குப்பா...ம்... எல்லாருக்கும் சோத்தப் போடுங்கடா" என்றார்.

கிளறிய கறி சோற்றை வாரி குண்டான்களில் போட்டனர். அதற்குள் சூடு குறைந்து, கை பொறுக்கும் சூட்டில் இருந்தது. குப்பனும் தனகோட்டியும் ஆளுக்கொரு குண்டானிலிருந்து சோற்றை உருட்டித்தர அதை வாங்கி வரிசையாக இலைகளில் வைத்தனர் நாராயணனும், ஜெயவேலுவும்.

இலையில் சோற்று உருண்டை விழுந்ததும் அவசர அவசரமாய் அதை உடைத்து, கறிகளைப் பொறுக்கி ஓரம் வைத்தவர்கள், முதலில் கறியைக் கடித்து மெல்லத் தொடங்கினர். பறிமாறும் போதே ஊர் சனங்களோடு, பக்கத்து ஊர் சனங்களும் வரத் தொடங்கினர்.

அதற்குள் பெரிசுகள் கூட்டத்தில் சிலர் சாராய உறையை உறிஞ்சிவிட்டு, கறித்துண்டுகளைக் கடித்து இழுத்தபடி, தெருக்கூத்துப் பாட்டுகளைப் பாடத் தொடங்கினர்.

சிறுசுகள் அதை ரசித்தபடி, கறிச்சோற்றை ருசித்தனர். அவர்களுக்கு இது கொண்டாட்டமாக இருந்தது. மடவளி கண்ணையனும், அவனோடு வந்த வண்ணான்களும் ஒரு பக்கம் ஒன்றாக உட்கார்ந்து கண்களில் நீர் வழிய, கறியை மென்றனர்.

வரிசையில் பல பேருக்குக் கண்களில் கண்ணீர் வழிந்தபடி இருந்தது. அதைத் துடைக்கக்கூடப் பலருக்குத் தோன்றவில்லை.

பொதுவாக ஆடு, கோழி காவு கொடுத்தால் தலை வண்ணாருக்குப் போகும். ஆனால் எல்லைப் பொங்கலில் காவு கொடுத்தால் வண்ணாருக்குத் தலை கிடையாது. அதுவும் குழம்பில் வெந்துவிடும்.

இங்கிருந்து எதுவும் ஊருக்கு எடுத்துப் போகக்கூடாது என்பார்கள். எவ்வளவு கறி சோறு செய்தாலும் எல்லையிலேயே தின்று, குண்டான்களைக் கழுவி எடுத்துக்கொண்டுதான் போக வேண்டும்.

எல்லோருக்குமே திருப்தியாகக் கறிசோறு தின்னக் கிடைத்தது. ஊரில் இருக்கிற எல்லாப் பெண்களும் வந்திருந்தால் தட்டுப்பாடு ஆகியிருக்கும். பொதுவாகவே எல்லைப் பொங்கலுக்கும் ஆண்கள் தான் வருவார்கள்.

அவர்கள் கறிசோற்றைத் தின்றுவிட்டுப் போய் ஊருக்குள் சொல்லும் கதைகளைப் பல நாட்களுக்கு ஏக்கத்தோடு கேட்டுக் கொள்வார்கள் பெண்கள்.

சூரியன் பொன்னை ஆற்றுக்கு மேற்கே இறங்கத் தொடங்கிய போது எல்லாம் முடிந்து, குண்டான்களைக் கழுவி எடுத்துக் கொண்டு சனக்கூட்டம் ஊர்நோக்கி நடக்கத் தொடங்கியபோது எல்லோரது வயிறுகளும் நிரம்பியிருந்தது. கூடவே மனசும் நிறைந்திருந்தது. மழைக்கான நம்பிக்கையோடு அவர்கள் ஊரை அடைந்தபோது பெண்களும் அவர்களோடு சேர்ந்து வானத்தை நிமிர்ந்து பார்க்கத் தொடங்கினர்.

41

எல்லைப் பொங்கல் வைத்த பிறகும் ஊரில் மழை பெய்யவில்லை. எல்லாச் சாமிகளையும் திட்டத் தொடங்கியது ஊர்.

சனங்களின் திட்டுகளுக்கு அஞ்சியோ என்னவோ அடுத்த அய்ப்பசியில் இரண்டு நாட்கள் சுமாரான மழை பெய்தது. ஒரு வாரம் விட்டு மீண்டும் ஒரு மழை பெய்தது. அப்படியும் அய்ப்பசி, கார்த்திகையில் பெய்யும் சாரல் மழை பெய்யவில்லை.

இந்த மூன்று மழையால் ஏரியில் தாக்குப்பள்ளம் மட்டும் நிரம்பியது. ஆடு, மாடுகளுக்குப் புல் முளைத்தது.

இந்த முறையும் ஆற்றில் வெள்ளம் வராமல் ஏமாற்றி விட்டது. தொடர்ந்து மூன்று ஆண்டுகள் ஆற்றில் தண்ணீர் வராததால் பெரிய ஆற்றில் பீவேலி செடிகள் முளைத்து புதர் புதராய் வளரத்தொடங்கின. அதைப் பார்த்ததும் ஊர்க்காரர்களுக்கு மனசு பதறியது.

“தண்ணீ ஓடற ஆத்துல முள்ளு செடி மொளச்சிகினு கீதேடா குப்பா... இது நல்லதுக்கு இல்லியேடா” என்றார் ரெட்டியார்.

“நடக்கறது எதுவுமே நல்ல சகுனமா இல்லியே ரெட்டியாரே... மூனு வர்சத்துக்கப்பறமா சூத்து

கெய்வுற மயதான் பேஞ்சிகீது ஊர்ல... தெய்வத்துங்களுக்கு இன்னா கோவம்னே தெர்லியே" என்று சொன்ன குப்பனின் குரலில் வேதனை.

"இங்கதாங் மய இல்ல... ஆந்திராவுல கூடவா மய பெய்யல... மூனு வருசமா ஆத்துல துளி தண்ணீ வர்லியேடா?" என்று ஆச்சரியமாய்ச் சொன்ன ரெட்டியாருக்கு எதிர்காலம் இருட்டாகத் தெரிந்தது.

இவ்வளவு வயதுக்குப் பிறகு அடிக்கடி எதிர்காலத்தை நினைத்துக் கவலைப்படும் நிலமை வந்துவிட்டது அவருக்கு வேதனையாக இருந்தது.

"நூறு வயசுல சாவ வேண்டியவங் இருபத்தியஞ்சி வயசுல சாவறாங்... இருவத்தியஞ்சி வயசுல கவலப்பட வேண்டியத அறுவத்தியஞ்சி வயசுல கவலப்படறங்... இன்னாடா குப்பா... இப்டி எல்லாமே தலகீயா நடக்குது எனுக்கு மட்டுங்" என்று கேட்டார்.

பழுத்து உதிரப்போகிற பனை ஓலைக்கு எதிர்காலத்தைப் பற்றிய கவலையை உருவாக்கிய கடவுள் அவரது வாழ்க்கையில் நிறையவே திருவிளையாடல்களை நடத்துவதாக நினைத்துக் கொண்டார்.

"இன்னும் இன்னானா செய்யணுமோ செய்டா முருகா" என்று வள்ளிமலையைப் பார்த்துச் சொன்னார்.

ஊரில் கிழக்கு மூலையில் இருக்கிற சத்தியம்மா கோயில் வேப்பமரத்தடியிலும், வடக்கில் ஏரிக்கோடிக்குப் பக்கத்தில் நாலாபுறமும் கிளை பரப்பி விரிந்திருக்கும் ஆலமரத்தினடியிலும் பகல் முழுவதும் தாயக்கட்டைகள் "பளீங்... பளீங்..." என உருண்டுகொண்டே இருந்தன. இரவுகளில் தெரு விளக்குகளுக்குக் கீழேயும் அவை உருண்டன.

"போட்ரா... எங்க தாயம் போடு... ஒரு புள்ளி போடு... ஒரே ஒரு புள்ளி... ஒரு தாயம்" என்று பல குரல்கள் மாறி மாறி கத்திக் கொண்டிருந்தன.

எவ்வளவு நேரம்தான் மழை பெய்யாத வானத்தையும், கருணை காட்டாத கடவுளையும் அவர்கள் திட்டிக்கொண்டு சும்மா இருப்பது? அவர்களையும், கடவுள்களையும் தற்காலிகமாகத் தாயக்கட்டைகள்தான் காப்பாற்றின.

ரெட்டியாரால் தாயத்தில்கூட மனசு ஒன்றி ஆட முடிய வில்லை. தனியாகத் திண்ணையில் குந்தியிருப்பதும், குப்பனோடு ஏதாவது பேசிக்கொண்டிருப்பதும், பிடுங்கிக்கொண்ட நிலங் களையும், கிணற்றையும் போய்ப் பார்த்துவிட்டு வருவதுமாகப் பொழுதைத் துரத்திக்கொண்டிருந்தார். எத்தனை விரட்டியும் பல பொழுதுகள் நகராமல் அடம் பிடித்தன.

ஊர் ஆண்கள் தாயத்தில் நேரத்தைக் கழிக்க, பெண்களின் பாடு திண்டாட்டமானது. இருப்பில் இருக்கிற கேழ்வரகும், கம்பும், நெல்லும் வேகமாகத் தீரத் தொடங்கியது.

ரேசன் கடையில் போடுகிற கூப்பன் அரிசிக்கு ஏக மவுசு வந்துவிட்டது. விரல் கனத்தில், பிண நாற்றமடித்தாலும், அந்த அரிசி அமிர்தமாகத் தெரிந்தது. நடவு இல்லை. களையெடுப்பு இல்லை. அறுவடை இல்லை. வெட்டியாய் கிடந்த பெண்களுக்கு வேலை கொடுக்கவோ என்னவோ வள்ளிமலையில் ஊதுவத்தி கடை போட்டார் கோபாலசாமி.

பெங்களூரிலிருந்து குச்சி, மாவு வரவழைத்து, பெண்களிடம் கொடுத்து வத்தி உருட்டி வாங்கி அதைக் கட்டுக்கட்டி அட்டைப் பெட்டிகளில் வைத்து பெங்களூருக்கே திருப்பி அனுப்பி வைத்தார். ஊதுவத்தி உருட்டும் வேலையை மிக எளிதாய் பிடித்துக் கொண்டனர் சுற்றுப்பட்டு ஊர்ப்பெண்கள்.

கருப்பு நிறத்தில் கேழ்வரகு மாவைப் போல இருக்கிற வத்தி மாவோடு, பழுப்பு நிறத்தில் இருக்கிற ஜிகிட்டு மாவைக் கலந்து, தண்ணீர் விட்டுப் பிசைந்தால், களி உருண்டையைப்போலத் திரண்டது. அந்த உருண்டையைக் கையில் பிசைந்து இழுத்தால் ரப்பரைப்போல நீண்டது.

நான்கு கால்கள் கொண்ட மணையின்மீது இடதுபுறம் ஊதுவத்திக் குச்சி கட்டை வைத்து, வலதுபுறம் கொஞ்சம் நொறுவா மாவை கொட்டிவைத்து, மணையின்கீழே கால்களை நீட்டி அமர்ந்துகொள்ளும் பெண்கள், இடது கையில் ஒவ்வொரு குச்சியாய் எடுத்து மணைமேல் வைத்து, பிசைந்த மாவை வலது கையில் பிடித்துக் குச்சியின்மேல் வைத்து உருட்டி இழுத்தால் ஊதுவத்தி உருவாகிவிடுகிறது.

பெண்கள் முன்னும் பின்னும் அசைந்தபடி இப்படி ஊதுவத்தி உருட்டத் தொடங்கியபோது ஆண்கள் முதலில் அதை விசித்திரமாய் வேடிக்கை பார்த்தனர்.

ஆயிரம் வத்திகள் அடங்கிய ஒரு கட்டுக்கு அய்ந்து ரூபாய் கூலி. ஒரு வேனில் மாவு மூட்டைகளையும், குச்சி மூட்டைகளையும் ஏற்றி வந்து ஊர் ஊராகப் பிரித்துக் கொடுத்துவிட்டுப் போகும் கோபால்சாமியின் வேலைக்காரர்கள் வாரத்தின் இறுதியில் வந்து உருட்டிக்கட்டிய வத்திகளை வாங்கிப்போனார்கள்.

வாரம் தவறாமல் பட்டுவாடா. கைமேல் காசு. ஒன்று மில்லாமல் கிடந்த பெண்களுக்கு இது வரப்பிரசாதமாக இருந்தது. ஒரு நாளைக்கு மூன்று, நான்கு கட்டுகள் வரை இழுத்தனர். வாரத்துக்கு இருபது கட்டுகள் வரை சேர்ந்தது. எப்படியும் வாரத்துக்கு நூறு ரூபாய் வரை கிடைத்தது ஒவ்வொரு பெண்ணுக்கும். குமரிப்பெண்கள் நூற்றியம்பது ரூபாய் வரை பட்டு வாடா வாங்கினர்.

இதைப் பார்த்ததும் ஆண்களுக்கு மானக்கேடாக இருந்தது. ஆனாலும் என்ன செய்வது? முதலில் சில நாட்கள் இந்த உறுத்தல் இருந்தது. நாளாக நாளாக அதுவும் சரியாகிவிட... சிலர் அந்தப் பணத்தைப் பெண்களிடமிருந்து பிடுங்கிக்கொண்டுபோய்ச் சாராயமும், கள்ளும் குடித்துவிட்டு, பாடுவதும், ஆடுவதுமாகப் பொழுதைக் கழித்தனர். மானத்துக்குப் பயந்த சில ஆண்கள் பெங்களூர் கிளம்பினர். சிலர் வீட்டையே காலி செய்துவிட்டு, குடும்பத்தோடு பெங்களூர் போய்ச் சேர்ந்தனர். அடுத்துவந்த மூன்று, நான்கு மாதத்தில் ஊரில் பாதிக் குடும்பங்கள் பூட்டிக்கிடந்தன அல்லது கிழவன்களும், கிழவிகளும் மட்டும் இருந்தனர்.

பெங்களூரில் ஆண்களுக்கு சித்தாள் வேலையும், பெண்களுக்கு இதைவிட அதிகக்கூலியில் அங்கே ஊதுவத்தி உருட்டும் வேலையும் கிடைத்தது.

சின்னசாமி ரெட்டியாருக்கு எதுவும் பிடிபடவில்லை. பானைகளிலிருந்த சேமிப்பு நெல்லும், கேழ்வரகும் வேகமாகக் காலியாகி வந்தது. செலவுக்குக் கையில் பைசா எதுவும் இல்லை.

ஏதாவது வேலைக்குப் போகலாம் என்றால் இந்த வயதுக்கு மேல் என்ன வேலைக்குப் போவது? அவருக்குத் தெரிந்ததெல்லாம்

பயிர் வேலைதான். சுற்றுப்பட்டு எந்த ஊரிலும் சரியாக விவசாயம் இல்லை. கொஞ்சூண்டு தண்ணீர் இருக்கிற ஒன்றிரண்டு கிணறுகளின் கீழே கால் காணி, காலரைக்கால் காணி எனச் சிலபேர் மட்டும் கேழ்வரகு நடவு செய்திருந்தனர். அதில் கூலியாட்களுக்கு ஏதும் வேலையில்லை. அப்படியே இருந்தாலும் ரெட்டியார் சொந்த ஊரில் கூலி வேலைக்குப் போக முடியுமா? அவர் மனசு ஒத்துக் கொண்டாலும் ஊர் ஒத்துக்கொள்ளுமா?

அவரது கிணற்றிலும் கால் காணி நிலத்தில் பயிர் வைக்கிற அளவுக்குத் தண்ணீர் இருந்தது. ஆனால் கிணற்றில் கால் வைக்க முடியுமா? ஆர்ஜிதம் செய்துவிட்ட நிலத்தில் பயிர் வைத்தால் ஜெயிலில் போட்டுவிடுவார்கள் என்று சொல்கிறார்கள்.

சும்மா கரம்பாகவேதான் இருக்கின்றன எல்லா ஆர்ஜித நிலங்களும். இதுவரை எந்தக் கம்பனியும் வரவில்லை. கம்பனிகள் வருகிறவரை விட்டால்கூடப் போதும். கிணற்றில் இருக்கிற தண்ணீரைச் சுரக்கவிட்டு... சுரக்கவிட்டு கவலை ஓட்டி ஒருபோகம் கேழ்வரகு அறுத்துவிடலாம் என்று நினைத்தார் ரெட்டியார். ஆனால் அது நடக்க வழியே இல்லை என்றான் சிப்பந்தி.

அந்த நிலங்களைக் கண்காணிக்கவேண்டிய பொறுப்பு மணியக்காரருக்கும், சிப்பந்திக்கும்தான் இருந்தது. அவர்கள் கண்கொத்திப் பாம்பாகப் பார்த்துக்கொண்டிருந்தனர். ஆனது ஆகட்டும் என்று மழை வந்தால் மானாவாரியில் ஏர் கட்டிவிடலாமா என்று கேட்டார் ரெட்டியார். வேண்டவே வேண்டாம் என்றார் குப்பா ரெட்டியார்.

“அப்டிதாங் லாலாப்பேட்ட பக்கம் எவனோ ஒருத்தங் ஆர்ஜிதம் பண்ண நெலத்துல உய்து கலக்கா போட்டானாம்... பூவெடுக்கிற வரைக்கும் பாக்காத மணியக்காரங் அப்பறமா பாத்துட்டு... அதிகாரிகளுங்கு சொல்ல டிராக்டரு எட்த்தாந்து பயிர உய்து புடுங்கிப்போட்டுட்டுப் போயிட்டாங்களாம். உன்னொரு வாட்டி அதுல ஏரு ஓட்னா ஜெயில்ல புட்ச்சி போட்ருவோம்னு சொல்ட்டாங்களாம்” என்றார் குப்பன்.

வேறு என்னதான் செய்வது? வயிற்றுக்கு ஒரு வழி செய்யவேண்டுமே. பூங்காவனம் ஊதுவத்தி இழுக்கிறேன் என்று உட்கார்ந்தாள்.

'தத்தக்கா பித்தக்கா' என்று ஒருநாளெல்லாம் இழுத்தாலும்கூட ஒரு கட்டுக்குமேல் இழுக்க முடியவில்லை அவளால். அவளுக்குக் கை வேகமாக ஓடவில்லை. அப்படியும் தொடர்ந்து தினமும் வத்தி இழுத்தாள். கொஞ்சம் பரவாயில்லை. ஒரு நாளைக்கு இரண்டு கட்டு இழுக்கிற அளவுக்கு வேகம் கை வந்தது. எப்படியோ தினமும் பத்து ரூபாய்க்கு வழி பிறந்தது.

அந்த வருமானம் காய், கசிறு வாங்க உதவியாய் இருந்தது. ஆனால் ரெட்டியாருக்கு கூசியது 'பொம்பளை வருமானத்துல தின்கிறோமே' என்று இருப்புக் கொள்ளாமல் தவித்தார்.

"நானு இன்னாதாண்டா பண்ணட்டும்?" என்றார் குப்பனிடம்.

"ரெட்டியாரே ஒன்னு செய்யி... இப்போ உழவு மாட்டுக்கு ஒன்னும் வேலயில்ல... அத வித்துட்டு அந்தத் துட்டுல ரெண்டு கறவ மாடு புட்ச்சிக்க ரெட்டியாரே... பாலு கறந்துனா பொயச்சிக்கலாங்" என்றார் குப்பன்.

அதைக்கேட்டதும் கோபம் வந்துவிட்டது ரெட்டியாருக்கு.

"இன்னாடா சொல்ற நீ...? சம்சாரிக்கு சோத்து கையி மாதிரிடா ஒயவு மாடு... அத வித்துட்டா... அப்பறம் இன்னாத்துக்குடா இந்த ஒடம்பு?" என்றார் கோபமாக.

"இப்ப அந்த மாடுங்கள வெச்சிகினு இன்னா பன்ற? காணி கணக்குல பயிரு ஏத்தறயா? சும்மாதான மேய்ச்சி கட்டிவச்சிகினு கீற...? ஏரியே காஞ்சிகினு கீது... அப்டியே ஏரி ரொம்பனாக்கூட ஏரு ஓட்ட டிராக்டருதாங் வந்துட்ச்சே... அதுல பாத்துக்கலாங்.. நானுகூட ஒயவு மாட்ட வித்துட்டு கறவ மாடுதாங் புடிக்கப் போறங்" என்றார் குப்பன்.

தீர்மானமாக அவர் சொன்னபிறகு ரெட்டியாரும் யோசிக்கத் தொடங்கினார். இரவெல்லாம் யோசித்தார்.

மனசே இல்லாமல் அந்த முடிவுக்கு வந்தார். மறுநாள் ஏகாம்பூர் வியாபாரிக்கு கைமாறின காளை மாடுகள். கேரளாவுக்கு அடிமாடாகத்தான் போகும் என்றார் வியாபாரி. உழவு மாடுகளுக்கு இங்கே எந்த வேலையும் இல்லை என்றும் சொன்னான்.

அதைக்கேட்டதும் துக்கம் நெஞ்சை அழுத்தியது ரெட்டியாருக்கு. காளை மாடுகளின் கழுத்தை கட்டிப்பிடித்துக்கொண்டு

அழுதார். மனசே இல்லாமல் கயிறுகளை மாற்றி மாடுகளை வியாபாரியிடம் ஒப்படைத்தபோது மனசுக்குள் துக்கம் அலைமோதியது.

வியாபாரி மாடுகளை ஓட்டிக்கொண்டு போனபிறகு நெடுநேரம் தொழுவத்துக்குள்ளேயே உட்கார்ந்திருந்தார். அன்று நாள் முழுவதும் எதுவும் சாப்பிடவில்லை.

மறுநாள் அவரும், குப்பனும் சித்தூர் பக்கம் போய் ஆளுக்கு இரண்டு சினை பசுமாடுகளை வாங்கிக் கால்நடையாகவே ஓட்டி வந்தனர். வீடு வந்து சேர மூன்று நாட்கள் ஆகிவிட்டன.

பசு மாடுகள் வந்த பிறகு ரெட்டியாரின் நாட்கள் அர்த்தமுள்ள நாட்களாக மாறியது. காலையும், மாலையும் கழனிக்காட்டில் மாடுகளை மேய்த்தார். தூங்கி எழுந்ததும் மாடுகளுக்குப் புல் செதுக்கச் செதுக்காம்பாறை* எடுத்துக்கொண்டு கழனிக்காட்டுக்குப் போய் ஒரு மூட்டை நிறையப் புல் செதுக்கி தூக்கி வருவார். இரவில் தொழுவத்தில் கட்டியபிறகு அந்தப் புற்களை மாடுகளுக்குத் தாராளமாகப் போடுவார்.

இரண்டு பசுக்களில் ஒன்று நிறைமாதத்தில் இருந்தது. இன்னொன்று ஆறுமாத சினை.

அடுத்த பதினைந்தாவது நாள் நிறைமாதமாயிருந்த பசு சாங்கன்* கன்று போட்டது. சாங்கன் என்பதால் அதைத் திருப்பதி பெருமாளுக்கு வேண்டிக்கொண்டு விட்டுவிட்டார். அடுத்த ஆறு மாதங்கள் பிரச்சினை இல்லாமல் ஓடியது. அதற்குப்பிறகு இன்னொரு பசுவும் கடேரிக்கன்று ஈன்றது. இரண்டு கன்றுக் குட்டிகளும் துள்ளிக்குதித்து ஓடுவதும், தம் தாயின் மடியில் முட்டி முட்டிப் பால் குடிப்பதும் ரெட்டியாருக்கு பழைய வாழ்க்கையின் ஒரு பாதியை மீட்டுத் தருவது போல இருந்தது. மனசுக்குள் இறுகிப்போய்க் கிடந்த கவலைகளில் கொஞ்சத்தை மறக்க வைத்தன கன்றுக்குட்டிகள்.

அவை ஓடுவதும், ஆடுவதும் பல நேரங்களில் முருகவேலுவின் நினைவுகளைக் கிளறிவிட்டன. கன்றுக்குட்டிகளைக் கட்டிப் பிடித்துக் கொண்டு சத்தமில்லாமல் அழுவார். அழவைத்த கன்றுகளே பல நேரங்களில் ஆறுதலாகவும் இருந்தன.

அந்த ஆறுதலும் நீண்ட நாட்கள் நிலைக்கவில்லை. அடுத்து வந்த பங்குனியிலும், சித்திரையிலும் நெடுக்கக் காய்ந்தது வெயில்.

பொட்டுத் தூறலும் விழாமல் தீய்ந்தது ஊர். கழனிக்காட்டிலும், ஏரியிலும் மர மட்டைகள் காய்ந்தன. தரைகூடத் தீய்ந்து போனது. எங்கும் வெயிலின் கோரத்தாண்டவம் காலையிலேயே தீயாய் சுடத்தொடங்கிய சூரியன் மேற்கில் இறங்கும்வரை கருணையைப் பூரணமாய் மறந்துவிட்டு இரக்கமே இல்லாமல் சுட்டான்.

ஊரிலும் காட்டிலும் ஒரு புல் பூண்டுகூடப் பச்சையாய் இல்லை. செம்மறியாடுகளையும், வெள்ளாடுகளையும் வைத்திருந்த வர்கள் வந்த விலைக்கு விற்றனர்.

பயிரும் இல்லாமல், ஆடு மாடுகளையும் மேய்க்க முடியாமல் அல்லாடிய பலர் சிப்காட் பக்கம் வேலைக்குப் போனார்கள்.

இளவட்ட ஆண்களுக்கும், பெண்களுக்கும் தோல் கம்பனி களில் ஹெல்பர் வேலை கிடைத்தது.

நடுத்தர ஆட்கள் செக்யூரிட்டி வேலைக்குப் போனார்கள். அப்படியும் வேலை வெட்டிக்குப் போகாதவர்களின் வீடுகளில் ஊதுவத்தி உருட்டிய பெண்களால்தான் அடுப்பு எரிந்தது.

இரண்டு பசுக்களையும், இரண்டு கன்றுகளையும் வைத்துக் கொண்டு அல்லாடினார் ரெட்டியார்.

ஏரியிலும், கழனிக்காட்டிலும் புல் செதுக்கி வந்து மாடுகளுக்குப் போட முடியவில்லை. பசும்புல் போடாததால் பால் சுரப்புக் குறைந்தது. பெரிய ஆற்றில் பீவேலி முட்செடிகளுக்குக் கீழே பழுப்பும், வெளுப்புமாய்க் கிடந்த தொண்டாம் புற்களைச் செதுக்கிக் கொண்டுவந்து போட்டார்.

தொண்டாம் புற்களில் இலைகளைவிட வேர்கள்தான் அதிகம். ஒன்றுமில்லாத மாடுகள் அந்த வேர்களை 'கடக் முடக்' என்று மென்று உள்ளே தள்ளின. ஆனால் அதனால் பால் சுரப்பு கூடவில்லை.

ஊரிலிருக்கிற புங்கமரம், வேப்ப மரம் என மிச்சமிருந்த கசப்பு மர இலை, தழைகளையும் வெட்டிவந்து மாடுகளுக்குப் போட்டார். கசப்பை மறந்து பசுமையாய் இருக்கிறதே என மென்றன பசுக்கள். இருந்த மரங்களையும் மொட்டையடித்துவிட்ட பின்னர் எதைப்போடுவது என விழித்தார் ரெட்டியார்.

சால் போலப் புடைத்திருந்த பசுக்களின் வயிறுகள் ஒட்டிப் போயின. எந்நேரமும் வயிற்றுப்பசி கண்களில் தெரிய ரெட்டி யாரையே பார்த்துக்கொண்டு நின்றன பசுக்கள்.

அந்த கோராமையைப் பார்க்க முடியாமல் ஒருநாள் ஏகாம்பூர் வியாபாரியை வரச்சொல்லி வடக்குமலையானுக்கு நேர்ந்து கொண்ட சாங்கனைத் தவிர்த்துப் பசுக்களையும் இன்னொரு கன்றையும் விற்றுவிட்டார். புடுபுடுகாரனிடம் நேர்ந்துவிட்ட கன்றை ஒப்படைத்துவிட்டார்.

மாடுகள் போனபின்னர் மீண்டும் திக்குத்தெரியாத காட்டில் மாட்டிக்கொண்டது போலத் தவித்தார் ரெட்டியார்.

குப்பா ரெட்டியாரும் ஆடு, மாடுகள் எதையும் வைத்துக் கொள்ளவில்லை. எல்லாவற்றையும் விற்ற பின்னர் அவரது பையன்கள் சிப்காட் இரும்பு கம்பனிகளுக்கு வேலைக்குப் போக அவர் 'அக்கடா' என ஓய்வெடுத்தார்.

"ரெட்டியார... பேசாம... சிப்காட்டுல எதுனா கம்பனியில வேல கேட்டுப்பாரு" என்றார் குப்பன். அதைக் கேட்டதும் கோபம் வந்துவிட்டது ரெட்டியாருக்கு.

"டே குப்பா... நாம இந்த நெலமிக்கு வந்ததுக்குக் காரணமே சிப்காட்டு கம்பனிங்கதான்டா... நெலத்தயும் புடுங்கிகினு, வெள்ளித்தூணு மாதிரி இர்ந்த எம்புள்ளயையும் வாரி எட்த்துகினு, என்ன நடுத்தெருவுல நிக்க வெச்சதே சிப்காட்தான்டா... அதுல போயி என்ன வேல கேக்கச் சொல்றியேடா... குப்பா..." என்றார் ஆக்ரோசமாக.

"இன்னா பண்றது ரெட்டியார...? பசினு வந்தப்பறம் பரம்பர மானத்த எல்லாம் மூட்டக்கட்டி பானையில வெச்சிட்ணும் ரெட்டியாரே" என்றார் குப்பன்.

"நம்பள மாதிரி நெலத்த குட்த்த எத்தினியோ பேரு இன்னிக்கி சிப்காட்ல கீற கம்பனிங்கள்லதாங் கூலி வேல செய்றாங்க... ரெட்டியாரே" என்றார் குப்பன் மீண்டும்.

நாற்றமடிக்கும் நரகலைப்* பார்த்ததும் குமட்டிக்கொண்டு வருவதைப்போலக் குமட்டியது ரெட்டியாருக்கு.

"நீ நல்லா யோசன பண்ணு ரெட்டியார... நானுகூட எதுனா கம்பனில எடுபுடி வேலைக்காவது போலாமானுதாங் நெனச்சிகினு கீறங்" என்றார் குப்பன்.

அப்போதைக்கு அந்தப் பேச்சைக் கேட்பதே பாவம் என்று நினைத்த ரெட்டியார் கோபமாக எழுந்து வீட்டுக்குப் போய் விட்டார்.

பால் ஊற்றிச் சேர்த்து வைத்திருந்த கொஞ்சம் பணமும், மாடுகளை விற்ற பணமும் சீக்கிரமே கரைந்து போனது. மீண்டும் பூங்காவனத்தின் வத்தி காசுதான் ஒரே கதி.

மீண்டும் ரெட்டியாருக்குப் போக்கிடம் தெரியாமல் போனது. இப்படி அவரிடமிருந்த எல்லாவிதமான ஆயுதங்களையும் பிடுங்கிக்கொண்டு நிராயுதபாணியாய் நிற்கிற அவரை எந்நேரமும் போருக்கு அழைப்பதைப்போல அவர் எதிரில் நிற்கிறது வாழ்க்கை.

எப்படிச் சமாளிப்பார்? குப்பன் சொன்னதை வேண்டா வெறுப்பாக யோசனை செய்யத் தொடங்கினார். ஏராளமான கம்பனிகள் வந்துவிட்டன சிப்காட்டில். எதிலாவது ஒரு வேலை கேட்டுப் பார்க்கலாமா?

அவருக்குள் அந்த நினைப்பு வந்ததற்காக அவரையே வெறுத்தார் அவர். ஆனாலும் அந்த நினைப்பு அவரை ஒருவழியாய் வீழ்த்திவிட்டது. மறுநாள் சிப்காட் கம்பனிகளில் வேலை தேடப் போகலாம் என்ற முடிவுக்கு வந்தார்.

42

அப்போதுதான் சிப்காட்டில் உள்ள பிரம்மாண்டமான தொழிற்சாலைகளை முழுதாய் பார்த்தார் ரெட்டியார்.

பழைய அக்ராவரம் தாண்டி எஸ்.ஆர்.பி. பேருந்து நிறுத்தத்தில் இறங்கி, தெற்கு நோக்கி நடந்தவர் அப்பல்லோ டூல்ஸ், எஸ்.ஆர்.பி.டூல்ஸ், யுனைடெட் பவுண்டரீஸ் என்று பெரிய பெரிய தொழிற்சாலை களைப் பார்த்ததும் மலைத்துப் போய் நின்றார்.

ஒவ்வொரு தொழிற்சாலையும் ஒரு ஏரி அளவுக்கான விஸ்தீரணத்தில் பரந்து விரிந்து கிடந்தன. சாலையில் தயங்கித் தயங்கி நடந்தபடியே அந்தத் தொழிற்சாலை களைக் கண்கள் விரியப் பார்த்தார்.

எல்லா தொழிற்சாலை வாசல்களிலும் பிரம்மாண்ட மான இரும்பு கேட்டுகள் இருந்தன. கேட்டுகளுக்கு வெளியேயும், உள்ளேயும் சிமெண்ட் நிறத்திலும், காக்கியிலும், ஆகாயத்தின் நிறத்திலும் சீருடை அணிந்த செக்யூரிடிகள் நின்றிருந்தனர்.

எஸ்.ஆர்.பி. டூல்ஸ் நிறுத்தத்திலிருந்து ஆஞ்சநேயர் கோயில் வரை நடந்தவர் அந்தக் கோயிலின் பின்னா லிருந்த ஆலமரத்தின் நிழலில் நின்றார். நடந்தது கால் களை வலித்தது. ஆடி மாதம் முடிந்து ஆவணி

தொடங்கியிருந்தது. மிதமான காற்று வீசிக்கொண்டிருந்தது. பின் கழுத்தில் வழிந்த வியர்வை காற்றின் ஓட்டத்தில் காய்ந்து உப்பு பூத்து கழுத்தும், முகமும் நற நறத்தது.

சட்டைக்காலரை இழுத்துவிட்டு, தோளில் இருந்த துண்டால் கழுத்தையும், முகத்தையும் துடைத்தார். திடீரென மேற்கிலிருந்து சிலு சிலுவெனக் காற்று வீசியது. காற்றோடு குபீரென ஒரு நாற்றம். பேருந்திலிருந்து இறங்கியதிலிருந்தே லேசான அந்த நாற்றம் மூக்கை அரித்துக் கொண்டிருந்தது. இப்போது குபீரென்று வீசியதும் மூச்சு முட்டியது. திரும்பி மேற்குப்பக்கம் பார்த்தார். பிரமாண்டமாக அங்கே இருந்த ரசாயன ஆலையின் மேலே வானத்தைப் பார்த்தபடி நின்றிருந்த ராட்சச பைப்பின் முனையிலிருந்து வெளியேறிய வெண்ணிறப் புகை நாலாபுறமும் பரவியது. அதே தொழிற் சாலையின் வேறொரு மூலையிலிருந்த பைப்பிலிருந்து கருமை நிறப் புகை குபுகுபுவெனப் பெருகிக் கொண்டிருந்தது. மூக்கைப் பொத்திக் கொண்டு அந்தப் புகையையும், தொழிற்சாலையின் உள்ளே பெரிய பெரிய கட்டடங்களைப்போலச் சதுரமாய் உயர்ந்து நிற்கிற பைப்புகளும், டேங்குகளும் அதில் பகலிலும் எரியும் விளக்குகளும், தலையில் கவிழ்த்த சட்டி போன்ற ஹெல்மெட்டுகளோடு அதில் ஏறி இறங்கும் தொழிலாளிகளையும் அதிசயமாகப் பார்த்தார்.

திடீரெனத் தென்புறம் இருந்து காற்று வீசியது. இப்போது காரலான புளிப்பு வாசனை அந்தக் காற்றோடு கலந்து வீசியது. அந்தக்காற்று மூக்கின் உள்ளே போனதும் மூக்கும் தொண்டையும் எரிவதுபோல இருந்தது. இருமல் வந்தது.

இருமிக்கொண்டே தெற்கே பார்த்தார். அங்கே இருந்த அந்தப் பிரமாண்டமான ரசாயனத் தொழிற்சாலையிலிருந்து மூன்று புகைபோக்கிகளில் வெள்ளை, கருப்பு, பழுப்பு நிறங்களில் புகை வந்து பரவிக்கொண்டிருந்தது.

பேருந்தில் இந்த வழியாகப் போகும்போது திடீரென இந்த நாற்றம் மூக்கினுள் நுழையும். பேருந்திலிருக்கிற அத்தனைப்பேரும் மூக்கைப் பொத்திக் கொள்வார்கள். ஒரு இரண்டு நிமிட நேரந்தான். அதற்குள் பேருந்து கடந்து போய்விடும். அதற்குள்ளாகவே பலருக்கு மூச்சு திணறும்.

ஆனால் இங்கேயே வசிப்பவர்கள், இவைகளிலேயே வேலை செய்பவர்கள் இங்கே எப்படி இருக்கிறார்கள் என்று ஆச்சரியப் படுவார் ரெட்டியார்.

இப்போது அந்த ரசாயன நிறுவனத்தின் வாசல்வரை நடந்து போய்ப் பார்த்தார். கொஞ்ச தூரம் நடந்ததும் அந்த வாசனை மூக்கிற்குப் பழகிவிட்டது.

அய்ம்பது ஏக்கராவுக்கு மேற்பட்ட பரப்பளவில் விரிந்திருந்தது அந்த ரசாயனத் தொழிற்சாலை. தலையில் ஹெல்மெட்டும், சீருடையும் அணிந்த தொழிலாளர்கள் தொழிற்சாலையின் உள்ளே ஓடிக்கொண்டும் நடந்துகொண்டும் இருப்பது தெரிந்தது.

இதுபோன்ற தொழிற்சாலைகளில் தன்னால் என்ன வேலை செய்யமுடியும் என்று சந்தேகம் வந்துவிட்டது ரெட்டியாருக்கு. கூடவே அந்த நாற்றத்தில் வேலை செய்ய முடியுமா? செய்தாலும் உட்கார்ந்து சாப்பிட முடியுமா எனச் சந்தேகம் வர அங்கே வேலை கேட்காமலேயே திரும்பி நடந்தார்.

ரசாயனத் தொழிற்சாலைகளைவிடத் தோல் தொழிற் சாலைகள் மேல் என நினைத்தவர் மீண்டும் ஆஞ்சநேயர் கோயிலை அடைந்தார். அந்தக் கோயிலின் எதிரே பெரிதாய் விரிந்திருந்த குளமும், அதில் தண்ணீர் நிரம்பித் தளும்பிக் கொண்டிருந்ததையும் அப்போதுதான் கவனித்தார்.

ஆச்சரியமாக இருந்தது அவருக்கு. இங்கு மட்டும் எப்படி மழை பெய்தது? ஊரில் மழை இல்லை. தண்ணீர் இல்லை. பயிர் வைக்க முடியாமல் சம்சாரி இப்படி அலைய வேண்டி வந்து விட்டது.

ஆனால் இங்கே தண்ணீர் தளும்பிக் கொண்டிருக்கிறது. பயிர் வைக்க நிலமும் இல்லை. ஆளும் இல்லை. பரந்து விரிந்து உயர்ந்து கிடக்கிற தொழிற்சாலைகள் எல்லாம் ஒரு காலத்தில் கேழ்வரகும், வேர்க்கடலையும் விளைந்த நிலங்களாக இருந்தவை தான். ரெட்டியாரே இந்த வழியாகப் பேருந்தில் போகும்போது பார்த்திருக்கிறார்.

ஒரு பெருமூச்சோடு எஸ்.ஆர்.பி. தொழிற்சாலைக்கு எதிரே மேற்கு நோக்கிப் போன சாலையில் நடந்தார். அந்தச் சாலையின் இருபுறமும் பெரிய பெரிய தோல் தொழிற்சாலைகள் இருந்தன. அங்கே நாற்றம் கொஞ்சம் குறைவாக இருந்தது. அங்கே தோலில் இருந்து ஷு செய்வதாகச் சொன்னார்கள். மாந்தாங்கல், சிப்காட் பக்கம் மாட்டுத்தோலை சுத்தம் செய்யும் கம்பனிகள் இருக்கின்றன.

அங்கே நாற்றம் குடலைப் புரட்டும். அவரே சிலமுறை வேறு வேலையாக அந்தப்பக்கம் போனபோது மூக்கை மூடிக்கொண்டு தான் போயிருக்கிறார்

ஒரு ஷு தொழிற்சாலை வாசலில் தயங்கித் தயங்கி நின்றார். அங்கிருந்த செக்யூரிட்டி அவரை அற்பமாகப் பார்த்தார்.

"இன்னாயா... பெர்சே... இன்னா ஒணும்...? எதுக்கு இங்கேயே பாத்துகினு கீற?" என்றான் ஆகாய நீலநிறத்தில் சீருடையும், கருநீலநிறத்தில் தொப்பியும் அணிந்த அந்தச் செக்யூரிட்டி.

"வேல எதுனா ஒணும் சார்" என்றார் தயங்கித் தயங்கி. அந்த வார்த்தைகளைச் சொல்லி முடிப்பதற்குள் அவருக்கு வேர்த்து விட்டது. நாக்கு உலர்ந்தது. இப்படி வேலை கேட்கிற நிலைக்காக அந்த நொடியிலேயே செத்துப்போய்விடலாமா என நினைத்தார். அவருடைய சங்கடத்தையோ, அவஸ்தையையோ உணராத அந்தச் செக்யூரிட்டி ஒரு ஏளனச் சிரிப்புச் சிரித்தான்.

"வேலயா... இன்னா வேல?" என்றான் நக்கலாக.

"எதுனா வேல" என்றார். மீண்டும் அவருக்கு மனசு கூசியது.

"எதுனா வேலயா... இதுக்கு முன்னால இன்னா வேல செஞ்சிகினு இர்ந்த?" என்றான் பரிகாசமாக.

"இதுக்கு முன்னால பயிரு வேல செஞ்சிகினு இர்ந்தங் சார்" என்றார்.

"கம்பனில வேல எதுவும் செய்லியா...? எக்ஸ்பீரியன்ஸ் இல்லாதவங்களுக்கு இந்த லெதர் கம்பனில வேல எதுவும் இல்ல... போயா" என்று விரட்டினான்.

மனசு நொந்தபடி அடுத்திருந்த தோல் தொழிற்சாலை வாசலில் போய் நின்றார். அங்கே வாசல் கேட்டுக்கு உள்ளே நீள நீளமான பசும் செடிகள் அழகாக வெட்டப்பட்டுக் கச்சிதமாய் நின்றிருந்தன. வெள்ளை நிறப்பூக்களை உதிர்த்துக் கொண்டிருந்த பவழமல்லிச் செடிகளும் நிறைய நின்றிருந்தன.

"இன்னா பெரியவரே..." என்றான் அங்கிருந்த செக்யூரிட்டி.

பாக்குக் கலரில் சீருடையும், தலையில் காக்கி நிறத் தொப்பியும், அதன்மீது சிவப்பு நிறப் பஞ்சு உருண்டையும் சொருகியிருந்தான்

அவன். சிவந்த தாட்டியான உடம்பும், படர்ந்த முகத்தில் பெரிய மீசையும் வைத்திருந்தான்.

கிறுதாவும், மீசையும் ஒன்றாக இருந்தது. அதைச் சீராக வெட்டி இணைத்திருந்தான்.

"எதுனா வேல ஒணும் சார்" என்றார். இப்போது கூச்சம் சற்றுக் குறைந்திருந்தது.

"வேலயா... யாருக்கு உனுக்கா?" என்றான் ஆச்சரியமாக.

"ஆமா சார்" என்றார்.

"இந்த வயசுல உனுக்கு இன்னா வேல குடுக்கறது இங்க...? ஒரு வேல செய்யறியா" என்று கேட்டான்.

"சொல்லு சார்" என்றார் ஆர்வமாக. வேலை கிடைத்துவிடும் என்ற நம்பிக்கை வந்துவிட்டது அவருக்கு.

"இங்க கம்பனில எல்லாம் வேல கேக்காத... உனுக்குத் தோதான வேல இங்க யாரும் குடுக்கமாட்டாங்க... இப்டியே பஸ்சு ஏறி வேலூருக்குப் போ. அங்க கலெக்டரு ஆபீசு தெரிமா?" என்று நிறுத்தினான்.

"தெரியும் சார்... ஒருவாட்டி அந்தப்பக்கமா போய்கீறங்" என்றார்.

"அவ்ளோதாங்... அங்கப்போ... அங்க கலெக்டரு வேல காலியா கீதாங்... நீ போய்க் கேட்டா உனுக்கு அத குடுத்துடுவாங்க" என்று சொல்லிவிட்டு 'கெக்கெக்கே... கெக்கெக்கே' என்று நீளமாகச் சிரித்தான் அவன்.

அதைக்கேட்டதும் திறந்த வாயை மூடாமல் அதிர்ந்துபோய் அவனைப் பார்த்தபடி நின்றார். இத்தனை அவமானத்தை அவர் இதுவரை எந்த நேரத்திலும் சந்தித்தது இல்லை.

"போயா பெர்சே... வயசான காலத்துல எங்கனா ஊட்ல பட்த்துகினு இல்லாம... வன்ட்டாரு வேல ஒணுன்னு... இன்னா இப்பதாங் பதினெட்டு வயசாவுதுன்னு நெனப்பா... போ... போ...." என்று விரட்டினான் அவன்.

அவன் மீசையைப் பிடுங்கிக் கீழே போட்டு கொளுத்தி விடலாமா என ஆத்திரம் வந்தது ரெட்டியாருக்கு.

வீட்டுக்குப் போய்விடலாம் எனத் திரும்பி சிறிது தூரம் நடந்தார். வீட்டிற்குப்போய் என்ன செய்வது? "பொட்டச்சி வத்தி இழுக்கற காசுல துன்றதா... அப்டியே துன்னாலும் அது போதுமா?" என்று நினைத்தவர் மனசை இறுக்கிக்கொண்டு மீண்டும் திரும்பி நடந்தார்.

அடுத்திருந்த ஐந்து தோல் தொழிற்சாகைகளில் வேலை கேட்டவருக்கு அவமானமும், வேதனையும்தான் கிடைத்தது.

"உம்புள்ளயோ, பேரனோ, பேத்தியோ இர்ந்தா அனுப்புயா பெர்சே... அவங்களுக்கு வேலயே தெர்லனாக்கூடச் சேத்து வேலய கத்துக் குட்த்துடுவோம்... உனுக்கு இன்னா வேல குடுக்கறது...? சொம்மா நிக்கிற செக்யூரிட்டி வேலயக்கூடக் குடுக்கமுடியாது உனுக்கு. நாலு வாட்டி கேட்ட திறந்து விட்டினா பொட்டுனு கீய வீய்ந்து மண்டயப் போட்டுட்டா அப்பறமா யாரு ஸ்டேசனுக்கு அலயறது?" என்றார் ஒரு கம்பனியின் செக்யூரிட்டி அதிகாரி.

மனசு வெறுத்துப்போனது. எல்லாத் தொழிற்சாலைகளிலும் செக்யூரிட்டிகளே பதில் சொல்லி அனுப்பிவிட்டனர். யாருமே உள்ளே விடவில்லை.

பதினோராவது தொழிற்சாலையில் செக்யூரிட்டியிடம் அவர் பரிதாபமாக வேலை கேட்கும்போது வெளியே போகக் காரில் வந்த அதன் முதலாளி அவரைக் கவனித்தார்.

சிட்டிகைப்போட்டு அவரை அழைத்தார். கார் கதவுக்கு அருகே ஓடிப்போய் நின்றார்.

"இன்னா வேல செய்வ பெரியவரே" என்று கேட்டார்.

"ஏரு ஓட்டுவங்... அண்ட வெட்டுவங்... பரம்பு அடிப்பங்... தண்ணிக்கட்டுவங்... கள கொத்துவங்" என்று சொல்லிக்கொண்டே போனார்.

"இங்க மாட்டுத் தோலிலிருந்து ஷு செஞ்சி வெளிநாட்டுக்கு அனுப்பறம் பெரியவரே... பயிரு வைக்கறதில்ல" என்றார். அவரைப் பரிதாபமாகப் பார்த்தார் ரெட்டியார்.

"இந்த வயசுல வேல கேட்டு வந்து இருக்கீங்களே... உங்க பசங்க இன்னா பன்றாங்க...? சோறு போடாம தொறத்திட்டாங்களா?" என்று கேட்டார்.

"இல்ல சார்... எம் பையங் செத்துட்டாங்" என்றார். சொல்லும் போதே அவருக்குக் கண்கள் கலங்கியது.

"ச்... ச்... அப்டியா... செரி... ஒன்னு பண்றீங்களா... இங்க உள்ள ஒரு தோட்டம் இருக்குது... அதுல இருக்கற பூச்செடிங் களுக்குத் தண்ணி பாய்ச்சறது... கள வெட்றதுன்னு பாத்துக்கறீங் களா... அப்படியே ஆபீசலயும் எதுனா சின்னச் சின்ன வேல இர்ந்தா செய்றீங்களா?" என்றார் முதலாளி.

அதைக்கேட்டதும் குபீரென அவரது மனசுக்குள் சந்தோசம் பூத்தது.

"பாத்துக்கறங் சார்..." என்றார் உற்சாகமாக.

"சரி... அப்டினா... நாளையில இர்ந்து வந்துருங்க... உள்ள ஆபீசுல நானு சொன்னேனு சொல்லிட்டு நாளைக்குக் காலையில வந்து சேர்ந்துக்குங்க" என்றார்.

"முருகரு புண்ணியத்துல நீங்க நல்லா இருக்கணுங் சார்" என்று கையெடுத்துக் கும்பிட்டார் ரெட்டியார்.

முதலாளி சிரித்தார். கார் வெளியே கிளம்பிவிட்டது.

"யோவ் பெர்சே... மொதலாளி முஸ்லீமு... அவருகிட்ட முருகரு புண்ணியத்துல நல்லா இருன்னு சொல்றியே" என்றான் கோபமாக.

"அய்யய்யோ... எனுக்கு அது தெரியாதே..." என்று பதறினார்.

"சரி... பரவால்ல உடு... அவுரே சிரிச்சிகினு போய்டாரு... இன்னொருவாட்டி அப்டி சொல்லிடாத" என்று எச்சரித்தான்.

தலையாட்டிவிட்டு கிளம்பியவருக்கு மனசு நிறைந்திருந்தது. எஸ்.ஆர்.பி. நிறுத்தத்தை அடைந்தபோது வயிற்றுக்குள் 'கடா முடா' எனச் சத்தம். வயிற்றுக்குள் எதுவோ அலை அலையாய் எழுந்தெழுந்து அடங்கியது.

அப்படி அவருக்கு வயிறு கலக்குவது அபூர்வம். காலையில் ஏரிக்கரையில் ஒதுங்கிவிட்டு வந்தால் அதோடு மறுநாள் காலையில் தான் ஒதுங்குவார்.

ஆனால் இப்போது தோல் வாசனையும், ரசாயன வாசனையும் உள்ளேபோய் வயிற்றைப் புரட்டிவிட்டது.

உடனே அவர் ஒதுங்கியாக வேண்டும். எங்கே ஒதுங்குவது? எங்கே கழுவுவது?

ஆஞ்சநேயர் கோயிலின் எதிரே பெரிய குளம் நிறையத் தண்ணீரைப் பார்த்தது நினைவுக்கு வர வேகமாக நடந்தார்.

அந்தக் குளத்தின் மறுபுறம் சற்றுத்தள்ளிதான் ஒரு தோல் தொழிற்சாலை இருந்தது. கரைக்குக் கீழே புதர் செடிகளும், கோரைப்புற்களும் பழுப்பு நிறத்தில் இருந்தன.

வேகமாக நடந்து அந்தக் கரையிறக்கத்தில் வேட்டியை தூக்கிவிட்டு உட்கார்ந்தார். 'சடீர் படீர்' எனத் தண்ணீர் கணக்காய் விளாசியது. கண்களை மூடிக்கொண்டு உட்கார்ந்தார். வயிறு காலியானதும் நிம்மதியாய் இருந்தது.

வேட்டியை மடித்துக் கட்டிக்கொண்டு கரையேறி தண்ணீரை நோக்கி இறங்கினார். தண்ணீரின் நிறமே புதிதாக இருந்தது. அந்த நிறத்தில் அவர் தண்ணீரை எந்த ஊரிலும் பார்த்ததில்லை. பழுப்பும், சிவப்புமாய் இருந்தது.

சரி... பயிருக்குப் போகாமல் தேங்கிக் கிடப்பதால் நிறம் மாறியிருக்கும் என நினைத்தார்.

அவர் வேட்டியை மேலே ஏற்றியபோது சாலை இறக்கத்தில் சிறுநீர் கழித்துக்கொண்டிருந்த ஒரு ஆள் அவரைப் பார்த்து வேகமாகக் குறுக்கும் நெடுக்குமாகக் கை அசைத்தான்.

அதைப் பார்த்ததும் அப்படியே நின்றார். கழுவக்கூடாது எனத் தடுக்கிறான். இங்கெல்லாம் இப்படிக் கால் கழுவினால் திட்டுவார்களோ. ஒருவேளை இது குடிக்கிற தண்ணீரோ? புரியாமல் நின்றார். என்ன செய்வது? கழுவாமல் போக முடியாது. அவன் போகட்டும் என்று அங்கேயே நின்று கொண்டிருந்தார். அவனும் இவரைப் பார்த்துக்கொண்டு நின்றான். ரெட்டியாருக்குச் சங்கடமாகிவிட்டது. தொடை இடுக்கில் பிசு பிசுவென இருந்தது. நிற்கவே அசூசையாக இருந்தது.

இந்த சனியன் வேறு அசையாமல் நிற்கிறான். என்ன செய்வது? அப்படியே நின்றார். அவனும் நின்றான். மீண்டும் கரையேறி மேட்டில் நின்றார். அவன் அங்கேயே நின்றான். அவன் போவதாகத் தெரியவில்லை.

சரி... போவதைப்போலப் போய்விட்டு அவன் போனதும் மீண்டும் வந்து கழுவிக்கொள்ளலாம் எனச் சாலையை நோக்கி தொடைகளை அகட்டி வைத்து இளுப்பிக்கொண்டு நடந்தார்.

அவரை நெருங்கியதும் அந்த ஆள் வினோதமாகப் பார்த்தான்.

"யோவ் பெரியவரே... எந்த ஊரு...? வெளியூரா...? அந்தத் தண்ணியில சூத்தக் கெய்வாத... கெய்விட்ட.... அவ்ளோதாங்... மூணு நாளைக்கி தூங்கமாட்ட... சூத்துப் புண்ணாகும்... அது இன்னா மய தண்ணின்னு நெனச்சியா...? கெமிக்கலு தண்ணி" என்றான்.

அதைக்கேட்டதும் பகீரென்றது ரெட்டியாருக்கு. அதானே... சுற்றுவட்டார ஊர்களெல்லாம் மழை இல்லாமல் காய்கிறபோது... இங்குமட்டும் எப்படித் தண்ணீர் என்ற அவரது சந்தேகம் தீர்ந்துவிட்டது.

"தோலு கம்பனி... கெமிக்கலு கம்பனியில இர்ந்து வர தண்ணி பெரியவரே அது... அதுல பயிரும் வெக்க முடியாது... மாட்டுக்குங் காட்ட முடியாது... சூத்துகூடக் கழுவ முடியாது... அப்டி எட்டிப்பாரு... வானாபாடி ஏரி... செட்டித்தாங்கலு ஏரி எல்லாத்தலயும் எப்டி தண்ணீ ரொம்பி தளும்பிகினு கீதுன்னு தெரியும். ஆனா அந்தப் பக்கம் பயிரு பச்ச எதான கீதா பாரு" என்றான் அந்த ஆள்.

கரைமேல் ஏறித் தலையை உயர்த்திக் கிழக்குப் பக்கமாகப் பார்த்தார். தூரத்தில் செட்டித்தாங்கல் ஏரி ரயில்வே பாதை ஓரமாகத் தளும்பிக்கொண்டிருப்பது தெரிந்தது. ஆனால் அதன் சுற்றுப்புறத்திலிருந்த நிலங்கள் எல்லாம் கரம்பாகவே இருந்தன.

"அதுவும் கெமிக்கலு தண்ணிதான் பெரியவரே... எல்லாம் பாலாத்துல இர்ந்து லாரி லாரியா எட்த்துகினு வரத்தண்ணி. இந்தக் கம்பனிகள்ல இர்ந்து வெளியே வரும்போதே இப்டி செவப்பாதாங் வர்து. இதுல பயிரு வெச்சா... வைக்கும்போதே கருகிப்பூடுது... மாடு மேயற புல்லுகூட மொலைக்கல நெலத்துல.

இந்த கம்பனிங்க கீற நெலமெல்லாம் ஒரு காலத்துல நல்லா பயிரு வெளஞ்ச எடம். சம்சாரிங்க கிட்ட இர்ந்து நெலத்தப் புடுங்கிதாங் இந்தக் கம்பனிங்கள கட்டினாங்க. எட்த்துகின நெலம் போவ மிச்சமிருந்த கொஞ்ச நஞ்ச நெலமும் இந்தத் தண்ணியால

கெட்டுப்பூட்ச்சி. இங்க இர்ந்த சம்சாரிங்கல்லாம் இங்க கூலிங்களா தான் வேல செய்றாங்க. காரையில கீற கோடதாப்பு ஏரி, புளியங் கண்ணு ஏரி எல்லாத்துலயும் கெமிக்கலு தண்ணீதாங் ரொம்பிகினு கீது. சுத்துப்பட்டு ஊர்ல கீற எந்த ஜனங்களும் நிம்மதியாயில்ல... புதுசு புதுசா நோவுங்க வர்து... இந்தச் சர்க்காரும் ஒன்னும் கண்டுக்கல... நானும் நெலத்த பறி குடுத்துட்டு... இப்போ இங்க டீக்கட வெச்சிகினு கீறங்... உன்னப்பாத்தா என்ன மாதிரி சம்சாரி மாதிரி தெரிது. அதாங் இதெல்லாங் உங்கிட்ட சொல்றங்... உன்ன மாதிரி இதுல காலு செய்வ வர்ரவங்கள திருப்பி அனுப்பறதே எனுக்குப் பெரிய வேல... உள்ளூர்க்காரங் எவனும் இதுல கைய வெக்க மாட்டாங்... வெளியூர்ல இர்ந்து வர உன்ன மாதிரி ஆளுங் களுக்கு இன்னா தெரியும்...? பாவம்" என்றார் அவர்.

அதைக்கேட்டதும் லேசாக மறைந்திருந்த அவரது சோகம் மீண்டும் விஸ்வரூபம் எடுத்து விட்டது. கடைசியில் சம்சாரி களை உயிரோடு சாகடித்துவிட்ட கம்பனியில் வேலைக்குப் போகப் போகிறோமே என்ற கவலை மீண்டும் எழுந்துவிட்டது.

இப்போது தொடையிடுக்கு காய்ந்து ஜவ்வுபோல மாறி யிருந்தது. தொடைகளை அசைத்தால் அங்கே பசையைத் தடவி காயவைத்ததுபோல அவசமாக இருந்தது. இப்படியே எப்படி ஊருக்குப் போவது?

திடீரெனத் தீயார்குப்பம் வாத்தியாரின் நினைவு வந்துவிட்டது. ஏரியில் பையன்கள் வெட்டிய பள்ளத்தில் மலம் கழித்துவிட்டுக் கழுவாமல் பேண்ட் போட்டுக்கொண்டு போன கதை நினைவில் வந்ததும், ஒரு முடிவோடு பேருந்து நிறுத்தத்துக்குப் போனார்.

'பேணிட்டு பேண்ட போட்டுகினு ஒரு வாத்யாரே போனாருன்னா... எனுக்கு இன்னா... வேட்டிய எறக்கி வுட்டுட்டுப் பஸ் ஏறிட வேண்டியதுதாங்... நாத்தம் வந்தா கம்பனி நாத்தம்னு பஸ்ல கீரவங்க நெனச்சிக்கட்டும்' என்று நினைத்தவர் ஈஸ்வரி பஸ் வந்ததும் சாதாரணமாக ஓடிப்போய் ஏறிக்கொண்டார்.

43

வேலையில் இப்போது ரெட்டியாருக்கு ஏழு வருட சர்வீஸ். முதல் நாள் வேலையில் சேர்ந்தபோது ஒரு மண்வெட்டியைக் கொடுத்து கம்பனி தோட்டத்தில் உள்ள புற்களையெல்லாம் கொத்தச் சொன்னார்கள். எல்லாவற்றையும் கச்சிதமாகச் செதுக்கினார். ஒரு அம்பாரம் புல் சேர்ந்து விட்டது.

அந்த புற்களைப் பார்த்ததும் மனசெல்லாம் அடித்துக் கொண்டது ரெட்டியாருக்கு. ஊரில் அந்தப் புற்கள் இல்லாமல்தானே பசு மாடுகளை விற்றுவிட்டு வந்தார்.

புற்களை வாரி வெளியில் போடச் சொன்னார்கள். அப்படிச் செய்தபோது பாவம் செய்வதைப்போல மனசு கூசியது.

அடுத்ததாகப் பூச்செடிகளைச் சுற்றி களை வெட்டி மண்ணை அணைத்துவிட்டார். அலங்காரச் செடி வகைகளுக்குக் கால்வாய் பிடித்தார்.

மறுநாள் சில செடிகளுக்குக் கால்வாய் மூலமும், சில வகைச் செடிகளுக்குப் பைப் மூலம் தண்ணீர் பாய்ச்சினார். இடையில் மேனேஜர் கூப்பிட்டுப் பிளாஸ்கைக் கொடுத்து தேநீர் வாங்கிவரச் சொன்னார். ஒரு முறை செராக்ஸ் எடுத்துவர அனுப்பி வைத்தனர். அதற்கடுத்த நாள் மூன்றுமுறை காப்பி, தேநீர்

வாங்கிவர கடைக்கு அனுப்பினர். அடிக்கடி செராக்ஸ் எடுத்தவர வெளியே அனுப்பி வைத்தனர். ஒரு கிளார்க் தனக்குப் பில்டர் வில்ஸ் சிகரெட் பாக்கட் வாங்கிவர ரெட்டியாரை கடைக்கு அனுப்பினார்.

அதற்குப்பிறகு தினமும் காலையில் அலுவலகத்திலுள்ள மேசை, நாற்காலிகளைத் துடைக்கச் சொன்னார்கள். தோட்ட வேலையைவிட எடுபிடி வேலைதான் அதிகம் வைத்தனர்.

யார் என்ன வேலை சொன்னாலும் முகம் சுளிக்காமல் செய்தார். தான் ஒரு ஊரின் நாட்டாண்மை என்பதையெல்லாம் மறந்து ரொம்ப நாளானதைப் போல அவர்கள் சொல்கிற வேலையை யெல்லாம் செய்தார்.

முதல் மாதம் எட்டு நூறு ரூபாய் சம்பளம் கிடைத்தது. அடுத்த வருடம் இருநூறு ரூபாய் சேர்த்து ஆயிரம் ரூபாயாகச் சம்பளம் கொடுத்தனர்.

ஒவ்வொரு ஆண்டும் நூறு, நூற்றைம்பது எனச் சம்பளம் உயர்ந்து இப்போது மாதம் ஆயிரத்து ஏழுநூறு ரூபாய் கிடைக்கிறது.

அவருக்குக் கம்பனியில் ஏழு வருடங்கள் சர்வீஸ் முடிந்தபோது பொன்னை ஆற்றில் வெள்ளம் வந்து சரியாகப் பத்து வருடங்கள் ஆகியிருந்தது. ஏரி நிரம்பியும் பத்து வருடங்கள் ஆகிவிட்டது. ரெட்டியார் வேலைக்குப்போன இந்த ஏழு வருடங்களில் அவ்வப்போது பெய்த ஒன்றிரண்டு மழையில் கிணற்றடிகளில் மட்டும் கொஞ்சம்பேர் கேழ்வரகு, கம்பு நட்டனர். ஊரைச் சுற்றியுள்ள நன்செய்யும், புன்செய்யும் கரம்பாகவே இருந்தன.

ஏரிக்குக் கீழ் இருந்த ரெட்டியாரின் நிலத்தில் நெல் பயிர் வைத்துச் சரியாகப் பத்து வருடங்கள் ஆகிவிட்டன.

இந்த பத்து ஆண்டுகளில் முதல் மூன்று ஆண்டுகளில்தான் சுத்தமாக மழையே பெய்யவில்லை. எல்லைப்பொங்கல் வைத்ததற்குப் பிறகு ஒவ்வொரு ஆண்டும் சுமாராக மழை பெய்து ஏரியில் தாக்குப்பள்ளம் மட்டும் நிறைந்தது. சில ஆண்டுகளில் கால் ஏரி, அரை ஏரிகூட நிரம்பியிருக்கிறது. ஆனாலும் அதை வைத்து ஏரியின் கீழ் நெல்லோ, கேழ்வரகோ நட முடியவில்லை.

ஆனால் ஆற்றில் வரவேண்டிய வெள்ளம் சுத்தமாய் வராமலே போனதால்தான் ஏரிக்குத் தண்ணீரே வரவில்லை.

ஏன் ஆற்றில் தண்ணீர் வராமல் போனது?

பல பேருக்கு இது புதிராக இருந்தது. பலமனேரி காட்டிலும், திருப்பதி காட்டிலும் எப்போதும்போல மழை பெய்வதாகவே பார்த்தவர்களும், கேட்பவர்களும் சொன்னார்கள். பிறகு ஏன் பொன்னை ஆற்றில் வெள்ளமே வருவதில்லை? ரெட்டியாருக் குள்ளும் இந்தச் சந்தேகம் அரித்துக்கொண்டே இருந்தது.

“ரெட்டியார... ஆந்திரா காட்டுல பெய்யற மய தண்ணி சின்னச்சின்ன காட்டாறா மாறி அதுங்க எல்லாம் ஒண்ணு சேந்து பெரிய ஆறா மாரிதாங் பொன்ன ஆறா ஓடி வர்தாங். அந்தச் சின்னச் சின்ன காட்டாத்துல எல்லாத்திலியுமே ஆந்திரா சர்க்காரு குறுக்கக் குறுக்கத் தடுப்பண கட்டிட்டாங்களாம். அதனாலதாங் காட்டுல பெய்ற மய ஆத்துக்கு வந்து சேரலயாங்...” என்றார் குப்பன்.

அதைக் கேட்டதும்தான் அந்தப் புதிருக்கான விடை கிடைத்தது ரெட்டியாருக்கு.

“அப்டி காட்டாத்துங்கள்ல தடுப்பண கட்னதனால அந்தப் பக்கம் கணத்துங்கள்ல தண்ணி மட்டம் ஏறிட்ச்சாங். அங்க நல்லா சாகுபடி பண்றாங்களாங். அப்டியும் அந்தத் தடுப்பணைங்க ரொம்பி பெரண்டுவர தண்ணி ஆத்துலவந்து வீய்ந்தா அதயும் நம்மூருபக்கம் வராதமாதிரி பண்றதுக்கு அங்க ஆத்துல ஒரு அண கட்டிட்டாங் களாம். அது இப்பதாந் தெரிஞ்சி நம்ம சர்க்காரு அதிகாரிங்க போய்ப் பாத்துகினு வந்துகினு கீறாங்களாம்” என்றார் குப்பன்.

அவர் சொன்னது உண்மைதான் என அடுத்தடுத்த நாட்களில் தெரிந்து விட்டது.

சித்தூருக்கும், திருப்பதிக்கும் நடுவில் கலவகுண்டா என்கிற ஊரில் ஒரு பெரிய அணையைப் பொன்னை ஆற்றின் குறுக்கே கட்டிவிட்டது ஆந்திர அரசு. சித்தூர் நகரத்தின் குடிநீருக்கும் அதைச் சுற்றியிருக்கிற கிராமங்களின் குடிநீருக்காகவும், அந்த அணையைக் கட்டியதாகப் பேசிக்கொண்டார்கள்.

அந்த அணை கட்டுகிற வேலையை ஏழு ஆண்டுகளாகவே செய்திருக்கிறது ஆந்திர சர்க்கார். தமிழ்நாட்டு சர்க்காரின் அனுமதி வாங்காமலே அணையைக் கட்டிவிட்டது அணை கட்டி முடிந்த பிறகுதான் தமிழ்நாட்டு அதிகாரிகளுக்கும், அரசுக்கும் தெரிந்தது. பொதுப்பணித்துறை அதிகாரிகள் பரபரப்பாய் ஜீப்புகளில் போய்

அந்தப் பிரமாண்ட அணையையும், அதில் தேக்கி வைக்கப் பட்டுள்ள தண்ணீரின் அளவையும் கணக்கிட்டு தமிழக அரசாங்கத்துக்கு அறிக்கை அனுப்பினார்கள். அப்போதும் இது வெளியே தெரியாமல்தான் இருந்தது.

இங்கே இருக்கிற விவசாயச் சங்கத்துக்காரர்கள்தான் அந்த அணையை நேரில் போய்ப் பார்த்துவிட்டுப் புகைப்படங்கள் எடுத்துவந்து எல்லாச் செய்தித்தாள்களிலும் போட்டுவிட்டனர். அதற்குப்பிறகுதான் ஆந்திர சர்க்கார் ரகசியமாக அணை கட்டியதும், அதனால்தான் பொன்னை ஆற்றில் வெள்ளமே வராமல் நின்றுபோனதும் வெளி உலகத்துக்குத் தெரிந்தது.

"போச்சிடா குப்பா... இனுமே நம்ம சுத்துபட்டு ஏரிங்களும், ஏரிங்களுக்குக் கீய இர்க்கற நெலங்களும் வீணாப்போவ வேண்டியதுதானா?" என்றார் ரெட்டியார்.

"ரெட்டியார... இங்க நம்ப அணைக்கட்டுல ஒரு ஆபீசு கீதே... எத்தினி அதிகாரிங்க அங்க குந்திகினு சீட்டாடிகினு கீறாங்க... இவ்ளோ பெரிய அணய கட்ற வரைக்குமா அவங்களுக்கு அது தெரியாம இருக்கும்?" என்று கேட்டார் குப்பன்.

"டே... குப்பா... நம்ம சர்க்காருக்கே தெரியாம அவங்க அணய கட்டிட்டாங்க அப்டினு சொல்றாங்களேடா... அணயின்னா ஊட்டுக்குள்ள கட்றதாடா...? யாருக்கும் தெரியாம கட்றதுக்கு?" என்று திருப்பிக் கேட்டார்.

"எனுக்குங் அதாங் சந்தேகமா கீது ரெட்டியார... பெரிய அணயாமே... அதக்கட்டவே ஏழேட்டு வருசம் ஆச்சின்னு சொல்றாங்களே... அந்த ஊரு இன்னா இங்கிருந்து ஒரு முப்பது மைலு தூரம் இர்க்குமா? முப்பது மைலு தூரத்துல இன்னா நடக்குதுன்னு நம்ம சர்க்காரால தெரிஞ்சிக்க முடியாதா ரெட்டியார? இதயே தெர்ஞ்சிக்க முடியாதவங்க ராக்கெட்ட உடறோங்... நெலாவுல தண்ணீ கீதான்னு பாக்கப் போறம்னு பேப்பர்ல, டிவில சொல்லிகினு கீறாங்க?" என்றார் நக்கலாகக் குப்பன்.

"நம்பூரு அதிகாரிங்களுக்கும் இது தெரிஞ்சி இருக்கும்டா குப்பா... நமுக்கு இன்னான்னு சும்மா இர்ந்திருப்பாங்க... இப்போ அணய கட்டி முடிச்சதுக்கப்பறம் லபோ திபோன்னு வாய்ல

அடிச்சிகினு அயற மாதிரி அய்றானுங்க... அவனப்போய்க் கேட்டா குடிக்கிற தண்ணீகாவதாங் அணய கட்டிக்கீறோங்... அதுக்குப் பக்கத்து சர்க்காருக்கிட்ட சொல்ல வேண்டியது இல்லன்னு சொல்றாங்களாம்... எங்க கம்பனிலகூடப் பேப்பர்ல பாத்துட்டு இதப்பத்திபேசிகினு இர்ந்தானுங்க... மொதல்ல குடிக்கறதுக்குத் தண்ணீ... அப்பறம்தான் பயிறு வெக்கறதுக்குத் தண்ணீ... அப்டினு சொல்றானாம் ஆந்திரா சர்க்காரு" என்றார் ரெட்டியார்.

கலவகுண்டாவில் ஆந்திர அரசு அணைகட்டிய செய்தி தெரிந்த பிறகு பொதுப்பணித்துறை அதிகாரிகள் அதைப்பற்றி முன்னதாகவே தகவல் தெரிவிக்கவில்லை என்று சில தமிழக அதிகாரிகள் மீது நடவடிக்கை எடுத்தது தமிழக அரசு. நதி நீர் தாவாவை மீறி இரண்டு மாநில அரசுகளுக்குச் சொந்தமான ஆற்றில் அணைகட்டியதற்காக ஆந்திராவுக்குக் கண்டனம் தெரிவித்தார் தமிழ்நாட்டு முதலமைச்சர். அவரது கண்டனத்தையும் அந்த அணையின் தண்ணீரிலேயே மூழ்கடித்தது ஆந்திர அரசு.

"ஆத்துல தண்ணீ வந்த காலத்துல நம்மூரு ஏரிக்காவாய் மோடா இர்ந்திச்சி... அத தூரு வாரி ஆத்துல குறுக்கத் தடுப்பு கட்டி குடுங்கன்னு அந்த அணைக்கட்டு ஆபீசுல எத்தினிவாட்டி நாம போயி சொன்னோம்டா குப்பா... நம்பூரு பஞ்சாயத்து தலிவரு மூலமா, எம்எல்ஏ கிட்டக்கூட மனுவ குடுத்தோமே ஞாபகம் கீதாடா உனுக்கு...? அதிகாரிங்களும் அத கண்டுகல... நாம ஓட்டுப்போட்டு ஜெயிச்சவங்களும் அத கண்டுக்கல... இதுனால நம்ம மூணு நாலு ஊருக்குதாங் ரோதன... ஆனா இப்ப ஒரு ஆத்தயே இல்லாம ஆக்கிட்டாங்களேடா குப்பா... அய்யய்யோ... எவ்ளோ தூரம், எவ்ளோ ஊரு... எத்தினி ஏரி... எவ்ளோ சம்சாரிங்க... நம்பப் பொயப்பெல்லாம் இனிமே அவ்ளோதானா? எல்லாமே என்ன மாதிரி எடுபுடி வேலதாங் செய்யணுமாடா இனிமே?" என்றார் ரெட்டியார்.

அவர் குரலில் இருந்த வேதனை குப்பனைக் கலங்கவைத்தது.. கூடவே சுரீர் எனக் கோபம் வந்தது.

"அப்றம் இன்னாத்துக்கு ரெட்டியாரே இந்த அதிகாரிங்க... இந்த சர்க்காரு? ஒரு ஆத்துல குறுக்க அணையக் கட்டி... இவ்ளோ ஊர ஒயிச்சிட்டாங்க... இதுகூடத் தெரியாம இத்தினி வருசமா சும்மா இர்ந்துட்டு, இப்ப ஒப்புக்கு ஏதோ சொல்லிட்டு அதோட

உட்டுட்டாங்க... அந்தச் சர்க்கார ஒன்னும் அசைக்க முடியல... இனிமே எல்லாரும் தட்டை ஏந்திகினு பிச்சை எட்த்துதாங் துண்ணணும் நாம" என்றார் குப்பன் எரிச்சலாக.

"டே குப்பா... அட்த்த ஞாயித்துகெயம லீவுல... அந்த அணயப்போயி பாத்துட்டு வரலாம்டா" என்றார் ரெட்டியார்.

அடுத்த ஞாயிற்றுக்கிழமை காலையிலேயே கிளம்பினர் ரெட்டியாரும், குப்பனும். பொன்னைக்குப்போய் அங்கே சித்தூர் பேருந்தில் ஏரி சித்தூரில் இறங்கி, திருப்பதி பேருந்தைப் பிடித்துக் கலவகுண்டா அருகில் இறங்கி ஒரு ஆட்டோவில் ஏறி அந்த அணையை அடைந்தபோது பகல் பனிரண்டு மணி. நடுஉச்சியில் நின்று காய்ந்தான் சூரியன்.

அந்த அணையைப் பார்த்ததும் வாயடைத்துப்போனது இரண்டு பேருக்கும். அப்படி ஒரு பிரமாண்டமான அணையை அவர்கள் வாழ்நாளில் பார்த்ததில்லை.

மேட்டூர் அணை, வைகை அணை என்றெல்லாம் கேள்விப்பட்டிருக்கிறார்களே தவிர எந்த அணையையும் நேரில் பார்த்ததில்லை.

கிலோ மீட்டர் கணக்கில் நீண்டிருந்தது அணை. அணையின் மதகுகளுக்கு மேலே கார்களும், வேன்களும் போய்வருகிற அளவுக்கு அகலமான சாலையே போடப்பட்டிருந்தது. கிழக்கும் மேற்குமான அந்தச் சாலையில் நடந்துபோய் நடு அணையில் நின்று வடக்கு திசைநோக்கி கடல்போல் விரிந்திருந்த அணையின் தண்ணீரைப் பார்த்ததும் பேச்சு மூச்சு வரவில்லை இரண்டு பேருக்கும்.

அணை நீரில் ஒரு தென்னந்தோப்பே மூழ்கியிருந்தது. தென்னை மரங்களின் முக்கால் பாகம் தண்ணீரில் மூழ்கியிருக்க கால் பாகம் மரம்தான் வெளியே தெரிந்தது. இரண்டு பேருமே வாழ்க்கையில் கடலைப் பார்த்தது இல்லை. கேள்விப்பட்டதோடு சரி. கடல் போன்ற அத்தனை விசாலமான அந்தத் தண்ணீரை அவர்கள் கண்கள் விரிய விரியப் பார்த்தனர்.

"எவ்ளோ தண்ணீ கீதுடா குப்பா... இதெல்லாம் நம்மூரு ஆத்துல வரவேண்டிய தண்ணிடா... இப்ப தெர்தாடா நம்ம ஆத்துல ஏங் தண்ணி வர்லன்னு? மய பெய்யல... மய பெய்யலன்னு சாமிய திட்டிக்கினு கீறம்டா நாம... ஆனா இங்க

பார்ரா... இவ்ளோ தண்ணியும் ஆத்துல வந்திருந்தா எத்தினி ஏரி ரொம்பியிருக்கும்... ஏரி ரொம்பியிருந்தா நானு இப்டி கம்பனில டேபுள தொடச்சி, டீ வாங்கிக் குட்த்துகினு, எடுபுடி வேலை செஞ்சிகினு இருப்பனாடா?" என்றார் குரல் கம்ம ரெட்டியார்.

"இனுமே நாம இன்னா பண்ண முடியுங் ரெட்டியார...? கேக்க வேண்டிய சர்க்காரே இத கண்டிச்சி கேக்கல... ஒருவாட்டியோ, ரெண்டு வாட்டியோதாங் நம்ம கட்சித் தலைவருங்க இதப்பத்தி பேசனாங்களாம். அப்றம் இத கண்டுக்கவே இல்லயாம். கேரளா சர்க்காரு, கர்நாடகா சர்க்காரு அணையக் கட்றாங்கன்னும் காவிரியில தண்ணி உடனுன்னும் பேசற மாதிரி இந்த ஆத்தப்பத்தி யாருமே பேசல... இப்டி ஒரு ஆறு கீது... இதுல அணய கட்டி இத்தினி ஊருல விவசாயமே ஒய்ஞ்சி பூட்ச்சி... இத்தினி குடும்பங்க அய்ஞ்சிப்பூட்ச்சின்னு வெளியே தெரிவே இல்ல... பேப்பர்ல, டிவியில இதப்பத்தி பெருசா வர்ரதே இல்லன்னு நம்மூரு முனுசாமி வாத்யாரு நேத்துக்கூடச் சொன்னாரு ரெட்டியார... இதெல்லாம் அரசியல்னு சொல்றாரு அவரு. இன்னா அரசியலோ... அடுப்புல கீர அரசியலு..." என்றார் எரிச்சலோடு குப்பன்.

"இந்த வயசான காலத்துல நீயும் நானும் இதப்பத்திப் பேசி இன்னாடா பண்றது...? நம்பச் சுத்துப்பட்டு ஊர்ல கீற ஜனங்களுக்கே இதப்பத்தி அக்கற இல்லியேடா... ஆத்துல தண்ணீ வர்லன்னதும் இன்னா ஏதுன்னு யாரும் பாக்கல... ஓட்டு வாங்கிகினு போற தலைவருங்களும் இதப்பத்தி பேசல... இனுமே இந்த ஆத்துல தண்ணி வர்றது எருதுமாட்டுல பாலு கறக்கற கததாங்... வாடா போலாம்" என்றார் ரெட்டியார் கசப்போடு.

அந்த பெரிய அணையிலிருந்து கசியும் தண்ணீர் ஆற்றின் ஓரமாய்ச் சிறிய ஓடையைப்போல ஓடிக்கொண்டிருந்தது. அந்தப் பெரிய அணையிலிருந்து அரைக் கிலோமீட்டர் தூரத்தில் ஒரு சிறிய அணை கட்டப்பட்டு அந்தத் தண்ணீரும் அங்கே தேங்கி யிருந்தது. அது பெரிய அணையின் மேல் நின்று பார்த்தாலே தெரிந்தது.

"பாத்தியாடா குப்பா... அணையிலிருந்து ஒய்குற தண்ணியக்கூட நம்மூரு பக்கம் வரவுடாம அதுக்கும் ஒரு சின்ன அண கட்டிக்கிறாங்க பார்றா..." என்றார் ரெட்டியார்.

"ஏமாந்தவங் கெடச்சா அவந் தொடயில கவுரு திரிக்கறதுக்குச் சொல்லிக் குடுக்கணுமா ரெட்டியாரே?" என்றார் குப்பன்.

அந்தப் பெரிய அணையிலிருந்து இரண்டு பக்கமும் கால்வாய் வெட்டி சுற்றுப்பட்டு ஊர்களுக்குப் பாசனத்துக்குத் தண்ணீர் விடப்போவதாக அந்த ஊர்க்காரர்கள் சொன்னார்கள்.

"குடிக்கற தண்ணிக்கு அண கட்னதா வெளியே சொல்றாங்க... இங்க பார்ரா...இதுலேயே காவா வெட்டி இந்தூரு ஏரிங்களுக்குத் தண்ணி உடப்போறாங்களாம்" என்றார் ரெட்டியார்.

"அவ்ளோதாங் ரெட்டியாரே... இனுமே பொன்ன ஆறு, அத நம்பிக்கீற ஏரிங்க எல்லாத்துலயும் முள்ளு பொதருதாங் எப்பவும்" என்றார் குப்பன்.

அவர்கள் ஊருக்குத் திரும்பிவந்து அந்தப் பிரமாண்டமான அணையைப்பற்றி அதில் அலையடித்துக்கொண்டிருக்கும் தண்ணீர் பற்றி ஊரில் சொன்னபோது பலர் நம்ப முடியாமல் திறந்த வாயை மூடாமல், வாயைப் பிளந்துகொண்டு கேட்டார்கள்.

ரெட்டியார் அன்று இரவு கட்டிலின்மீது படுத்துக்கொண்டு யோசித்தார். ஒரு தோல் தொழிற்சாலையில் எடுபிடு வேலை செய்யும் தனது இந்த நிலைமைக்கு எது காரணம் என யோசித்தார். யோசிக்க யோசிக்க விடையே கிடைக்காமல் அனுமார் வால் போல நீண்டுகொண்டே போனது அதற்கான காரணங்கள். எதுதான் காரணம்? காற்றின் தாலாட்டில் மேலே அலையடிக்க, உள்ளே துள்ளும் மீன்களும், தலையை மட்டும் மேலே நீட்டி தண்ணீருக்குள்ளே நீளமாய் நீந்தும் தண்ணீர் பாம்புகளும், அதன்மீது கல்லெரிந்து கைதட்டும் சிறுசுகளும் இப்போது எங்கே?

மூன்று போக விளைச்சலும், இடுப்பில் துணி நிற்காமல் ஓடிய ஓட்டமும் எங்கே?

மாலையில் ஊளையிட்ட நரிகளும், ஆடுகளைத் தூக்கிப் போகப் பட்டிக்குள் நுழைகிற குரத்திகளும் எங்கே போயின?

ஆர்ஜிதம் செய்யப்பட்ட நிலங்களில் ஆதிகாலத்தில் இருந்து காற்றுக்குத் தோதாய், தலையாட்டி வெளிர் பச்சையாய்ச் செழித்திருக்கும் வேர்க்கடலைச் செடியின் துளிர்களைத் தின்ன வந்த காதுகள் நீண்ட முயல்கள் எங்கே போயின?

முருகவேலு இருந்திருந்தால் அவனுக்குக் கல்யாணம் முடிந்து இந்நேரம் வீட்டில் பேரனும், பேத்தியும் துள்ளி விளையாடு வார்களே.

பாவம் அந்த வண்ணாரப்பெண். முருகவேலுவைப் புதைத்த பிறகு சில நாட்கள் அழுதுகொண்டே இருப்பதாகச் சொன்னார்கள். மழையில்லாமல் ஊரே தீய்ந்துபோனபோது இருந்த ஆடுகளை விற்றுவிட்டு, பிழைக்க மீண்டும் சித்தூர் பக்கம் போனார்கள். இப்போது எப்படி இருக்கிறார்கள் என்கிற தகவல் ஏதும் தெரிய வில்லை.

நில எடுப்பு வழக்கு முடிந்து ஏழெட்டு ஆண்டுகள் ஆகியும் அதற்கான பணம் இன்னும் யாருக்கும் வரவில்லை. பலபேர் அந்தப் பணத்துக்காகக் காத்திருந்து காத்திருந்து இப்போது நம்பிக்கையற்றுப் போய்விட்டார்கள்.

ரெட்டியாரின் வாழ்க்கையில் நடந்த ஒவ்வொரு நிகழ்வுகளும் முன்னுக்குப் பின்னாக அவருக்குள் அணிவகுத்தன. என்னென்னவோ நடந்துவிட்டது.

மல்லாந்து படுத்திருந்தவர் திரும்பி ஒருக்களித்துப் படுத்தார். காற்று லேசாக விட்டு விட்டு வீசிக் கொண்டிருந்தது. தளர்ந்துபோன வெற்றுடம்பு கட்டில் கயிற்றில் அழுந்தியது.

எப்படி இருந்த வாழ்க்கை. இப்போது எல்லாமே கனவுபோல மாறிவிட்டது. இப்படி அவரது வாழக்கையும் ஊராரின் வாழ்க் கையும் வெய்யிலில் பிடுங்கிப்போட்ட கேழ்வரகு நாற்றைப்போலக் காய்ந்து சருகாகிப்போக யார் காரணம்?

கேள்விகள் குடையக் குடைய... புரண்டும், நிமிர்ந்தும் படுத்தார். எத்தனையோ காரணங்களை அவர் மனம் அடுக்கியது. எல்லாக் காரணங்களும் ஒன்றுக்கொன்று தொடர்புள்ளவை போலவும், ஒவ்வொன்றும் தனித்தனியானவை போலவும் அவருக்குத் தோன்றின.

எழுபத்தேழு வயதில் உடம்பிலிருந்த வலுவெல்லாம் போன இடம் தெரியாமல் போய்விட, மனசில் இருந்த நம்பிக்கையும் வற்றிப் போக... வெற்றுக் கூடாய் ஓடும் இந்த ஓட்டம் இன்னும் எத்தனை நாட்களுக்குத் தொடரும்?

பூங்காவனமும் தளர்ந்து போய்விட்டாள். அவளும் எழுபது வயதைத் தாண்டி விட்டாள்.

பாவம். அவரோடு வாழ்ந்த வாழ்க்கையில் அவளும் அவரின் சுக துக்கங்களில் இணையாக இருந்திருக்கிறாள்.

பூங்காவனத்தை நினைத்ததும் ரெட்டியாருக்கு மனசு பொங்கியது. அவரையே கதி என்று நினைத்து அவள் உலகமே அவராக நினைத்து... அவருக்காகவே வாழ்ந்தவள். பாவம் முருகவேலு போனபின் வெறும் ஜடமாகத்தான் உலவிக் கொண்டிருக்கிறாள்.

இரவு நடுநிசி வரை கட்டிலில் புரண்டு கொண்டிருந்தவரின் நெஞ்சில் கலவகுண்டா அணையின்மீது 'தளார் தளார்' என மோதி மோதி சிதறிய தண்ணீரைப்போல மோதி மோதிச் சிதறின பழைய நினைவுகள்.

நினைவுகளோடு போராடிக்கொண்டிருந்தவர் பின்னிரவில் அரைகுறையாய்த் தூங்கிப்போனார்.

44

அடுத்த ஞாயிற்றுக்கிழமை. புளியந்தோப்பு நாவிதன் சுப்பிரமணியைக் காலையிலேயே வீட்டுக்கு வரச் சொல்லி முகச்சவரம் செய்துகொண்ட ரெட்டியார் குழாயிலிருந்து பூங்காவனம் பிடித்துவைத்த தண்ணீரில் தலைக்குக் குளித்துவிட்டு மெதுவாக நடந்து ஏரிக்குக்குக் கீழே இருந்த வயல்பக்கம் போனார்.

முன்பு போல வேகமாக நடக்க முடியவில்லை. பார்வையும் சரியாகத் தெரியவில்லை. தூரத்தில் மேய்வது பசு மாடா எருமை மாடா என்கிற குழப்பம் வரும் அளவிற்குப் பார்வையின் துல்லியம் குறைந்து விட்டது.

வரப்புகளில் நின்று, ஏறி, இறங்கி மெதுவாக நடந்தார். மேனியில் இப்போது பயிர்களைச் சுமக்க முடியாத வயல்கள் அதற்கான தண்டனையைப்போல மாடுகளின் குளம்புகளால் மிதிபட்டு மிதிபட்டுக் கரடுதட்டிப் போயிருந்தன.

ஒரு காலத்தில் பசுமையும், பழுப்புமாய்த் தலையைச் சிலுப்பிக்கொண்டு கண்ணுக்கெட்டிய தூரம் வரை நெற்பயிராகவே காட்சி தந்த வயல்வெளி இப்போது பொட்டல் வெளியாக இருப்பதைப் பார்த்ததும் மனசு வலித்தது ரெட்டியாருக்கு.

அவரது நிலத்தை அடைந்ததும் கண்களில் நீர் முட்டிக் கொள்ளப் பார்த்துக்கொண்டு நின்றார். நெடுநாளாய் படுக்கையி லிருக்கிற மகளை தவிக்கிற மனசோடு பார்க்கிற தந்தையைப் போலப் பார்த்தார். வரப்புகளின்மீது மெதுவாகச் சுற்றி வந்தார்.

கீழ் வரப்பிற்குக் கீழ் எட்டிக்கால்வாயோடு ஒட்டி ஒரு பனஞ்செடி வளர்ந்திருந்தது. அந்த ஒற்றைப் பனஞ்செடியின் நிழலில் வரப்பின்மீது குந்தினார். பயிர் வைப்பதை நிறுத்திவிட்ட பிறகு வளர்ந்த பனஞ்செடி அது. பயிர் வைக்கிற காலத்தில் வரப்பில் எந்தச் செடி, கொடிகளையும் வளர விடமாட்டார். நிழல் விழுந்தால் பயிர் செழிக்காது.

மீண்டும் மெதுவாக வீட்டை நோக்கி நடந்தார். வருகிற வழியில் ஏரிக்கரையின் மீதேறி நின்றார். கரையில் பீவேலி மரங்கள் செழித்துப் புதர் புதராய் வளர்ந்திருந்தன. ஏரி வெட்டவெளியாய் வெறுமையாய் இருந்தது. கடல்பால் மண்டைகளும் ஆங்காங்கே சில வேல மரங்களும் மட்டும்தான் இருந்தன. சில மாடுகளும், ஒரு மந்தை செம்மறியாடுகளும் ஏரியில் மேய்ந்து கொண்டிருந்தன. ஊரிலிருந்த செம்மறியாட்டு மந்தைகள் பெரும்பாலும் கறிக் கடைகளுக்குப் போய்விட்டன. ஊரில் காளை மாடுகளும் அற்றுப்போய்விட்டன. அப்பாசாமியின் எருமை மாடுகளும், ஒரு சிலரின் பசு மாடுகளும்தான் ஊரில் இருந்தன. அவைதான் ஏரியில் மேய்ந்து கொண்டிருக்கும் என நினைத்துக்கொண்டே வீட்டுக்கு வந்தார்.

மதியம் கொஞ்சம் சோறு சாப்பிட்டுவிட்டு வெளித் திண்ணையில் உட்கார்ந்தார். பூங்காவனம் அழுக்குத் துணிகளை அன்னக்கூடையில் எடுத்துக்கொண்டு குழாயடிக்குத் துவைக்கப் போனாள்.

வெளியே எங்கேயோ போய்விட்டு ஊருக்குள் நுழைந்த குப்பா ரெட்டியார், ரெட்டியாரைப் பார்த்ததும் அவரருகில் திண்ணையில் குந்தினார்.

“இன்னாடா குப்பா... இன்னா வெளியூரு விருந்தாட்டமா?” என்றார்.

“இல்ல ரெட்டியார... பொன்ன வரைக்கும் போயிருந்தேங். உனுக்கு விசயம் தெரிமா...? நம்மூரு ஏரிக்காவாய்க்கு தண்ணி வரதுக்கு ஆத்துல குறுக்கத் தடுப்பு கட்டிகினு கீறாங்க” என்றார்.

"இன்னாடா சொல்ற...?" என்றார் புரியாமல்.

"ரெட்டியார... நம்மூரு காவா மோடா கீறதால, அதுல தண்ணி திரும்பாமதான நாம குறுக்கக்கட்டி தண்ணிய திருப்பு வோங். இனுமே நாம கஸ்டப்பட்டுக் கட்டித்திருப்ப வேணாம்னு சர்க்காரே குறுக்கத் தடுப்பு கட்றாங்க" என்றார்.

அதைக் கேட்டதும் ஆத்திரம் பீறிட்டுக்கொண்டு வந்தது ரெட்டியாருக்கு.

"ஏண்டா குப்பா... இந்த அதிகாரிங்கள எதுலடா அடிக்கிறது? காலங்காலமா ஆத்துல வெள்ளம் வரும்போதெல்லாம் தடுப்பு கட்டாத அதிகாரிங்க... இப்ப ஆந்திராக்காரங் அணையகட்டி இனுமே இந்த ஆத்துல வெள்ளமே வராதுன்னு தெர்ஞ்சதுக்கப்பறம் தடுப்புக் கட்றாங்களே... இவங்கல்லாம் படிச்சவங்கதானா?" என்றார் கோபமாக.

"ரெட்டியார... நானு அவங்ககிட்டயே இதக் கேட்டனே... இப்பதாங் சர்க்காருல ஆர்டரு ஆயி வந்துகீதுன்றாங்க" என்றார் குப்பன்.

"இப்ப ஆர்டரு ஆயி இர்ந்தா... தடுப்ப கட்டிட்டு காவாய்ல எந்தத் தண்ணிய திருப்பி உடுவாங்களாங்... ஒன்னு பண்ண சொல்லுடா குப்பா... அந்த அதிகாரிங்கள வர்சியா நிக்க வெச்சி காவாய்ல மூத்திரம் பேயச் சொல்டா... அதுனா காவாய்ல ஓடட்டும்" என்றார் நக்கலாக.

அதைக்கேட்டதும் வெறுப்பாகச் சிரித்தார் குப்பன்.

"கம்னாட்டிங்க... கஸ்மாலங்க... எத்தினி வருசம்... எத்தினி ராவு.,... எத்தினி பகலு... எத்தினி ஆளுங்க ஆத்துல காவாத்திருப்பி ஏரிய ரொப்பி... இன்னா லோலு பட்டோம் நாம. இந்த வேலய சர்க்காரு அப்பவே செஞ்சிருந்தா சம்சாரிக்கு எவ்ளோ வேல மிச்சமாயிருக்கும். அந்த வேலய நெலத்துல செஞ்சிருந்தா உன்னும் நாலு மூட்ட மிச்சமா அறுத்திருப்பமேடா" என்றார் ரெட்டியார்.

"இந்த பட்ச்சவங்களே இப்டிதான ரெட்டியாரே... பெத்தவங்க உயிரோடு இர்க்கும்போது கஞ்சிய ஊத்த மாட்டாங்க... செத்தப்பறம் ஊட்ல பெர்சா போட்டோவ மாட்டி, அதுக்குத் தெனமும் பூஜ பண்ணுவானுங்க... அப்படிதாங் இதுவும்... உடு

ரெட்டியார... இனுமே நாம பேசி இன்னா ஆவபோவுது?" என்றார் குப்பன்.

ஆனாலும் ரெட்டியாருக்கு மனசு ஆறவில்லை. குப்பன் எழுந்துபோன பிறகு திண்ணையில் உட்கார முடியாமல் உட்கார்ந்து கொண்டிருந்தார்.

திடீரென எழுந்து வீட்டுக்குள் போனார். எரவானத்தில் சொருகி வைத்திருந்த மணல் செராவை எடுத்தார். மேலெல்லாம் நூலாம்படை சுற்றியிருந்தது. கருத்த அதன் மேனியெங்கும் இருந்த சல்லடைத் துளைகள் தெரியாத அளவுக்குத் தூசி படிந்திருந்தது.

அதை வெளியே எடுத்துவந்து ஊதி ஊதி தூசுகளைத் தட்டினார். காற்றில் பறந்த தூசால் அவருக்குத் தும்மலும் கூடவே இருமலும் வந்தது. தூசு போனதும் மேலே போட்டிருந்த டவலால் அதனைத் துடைத்தார். துடைத்ததும் பளபளவென மின்னியது.

ஆசையாகக் குழந்தையின் கன்னத்தைத் தடவுவதுபோல அதைத் தடவினார்.

பத்து வருடங்களாக வேலையே இல்லாமல் தூக்கத்தில் இருக்கிறது. இப்படி ஒரு நீண்ட உறக்கத்தில் அது எப்போதுமே இருந்தது இல்லை.

எத்தனை காலம் ஆற்றில் மணலை வாரி வாரிக் குவித் திருக்கிறது. எத்தனை ஆக்ரோஷமான வெள்ளத்தையெல்லாம் பார்த்திருக்கிறது.

மீண்டும் அதே இடத்தில் அந்த மணல் செராவை சொருகி வைத்துவிட்டு, வெளியே வந்து திண்ணையில் உட்கார்ந்தவருக்குள் ஆற்றில் தண்ணீர் திருப்பிய நினைவுகள் எல்லாம் படம்போல ஓடின.

மெல்ல மெல்ல அந்த நினைவுகளுக்குள் மூழ்கியவர் அப்படியே சரிந்து திண்ணையிலேயே தூங்கிப்போனார்.

அடுத்த ஞாயிறு. வெய்யில் காலையிலேயே உக்கிரமாய்க் காய்ந்து கொண்டிருந்தது. திண்ணையில் உட்கார்ந்து சும்மாவே தெருவைப் பார்த்துக்கொண்டிருந்தார் ரெட்டியார். ஆள் நடமாட்டமே இல்லை.

ஊரில் இருந்த பாதிக் குடும்பங்கள் பிழைக்க பெங்களூர் போய்விட்டன. மீதிபேரும் வெயிலுக்கு அஞ்சி வீடுகளுக்குள் முடங்கிக் கிடந்தனர்.

"இரும்பு... பித்தள... பழைய சாமானுக்குப் பட்டாணி... வெங்காயம்" என்று கூவியபடி மிதிவண்டியில் தாறுமாறாக அடுக்கிய பழைய சாமான்களோடு கத்திக்கொண்டு வந்தான் ஒரு வியாபாரி.

ரெட்டியார் வீட்டின் எதிரில் நின்ற அந்த வியாபாரி... "பெரியவரே... ஊட்ல ஒதவாத பழைய சாமானு எதானா கீதா?" என்று கேட்டான்.

"எதுவும் இல்லப்பா" என்றார் ரெட்டியார்.

வியாபாரி மிதிவண்டியைத் தள்ளிக்கொண்டு நகர்ந்தான்.

திடீரெனக் கத்தினார் ரெட்டியார்.

"இருப்பா..." என்றவர் வீட்டுப்பக்கம் பார்த்து குரல் கொடுத்தார்.

"ஏமே... அந்த மணலு செராவ எட்த்துகினு வா" என்றார்.

பூங்காவனம் அவரை ஆச்சரியமாகப் பார்த்துவிட்டு உள்ளே போய் மணல் செராவை எடுத்துவந்து ரெட்டியாரிடம் நீட்டினாள்.

அதை வாங்கி ஒருமுறை ஆசையாகத் தடவினார். அவரது மனசு தளும்பியது.

"இந்தாப்பா... இதுக்கு வங்காயம் குடு" என்றார்.

அதை வாங்கிய வியாபாரி தராசுத்தட்டில் வைத்து எடைக்கு எடை வெங்காயம் நிறுத்து நீட்டினார்.

பூங்காவனம் முறம் கொண்டுவந்து அதில் வெங்காயத்தை வாங்கிக்கொண்டு உள்ளே போனாள்.

பின்னாலேயே வீட்டுக்குள் போன ரெட்டியார் "கூவு ஊத்துமே... பசிக்கிது" என்றார்.

ஒரு சொம்பில் கூழை ஊற்றிக்கொடுத்த பூங்காவனம், கடித்துக்கொள்ள அந்த வெங்காயத்திலிருந்து ஒன்றை எடுத்து உரித்து ரெட்டியாரிடம் நீட்டினாள்.

அந்த வெங்காயத்தை வாங்கிக் கடித்த ரெட்டியாரின் கண்கள் கலங்கின. கண்களில் நீர் தளும்பியது.

"இன்னாமே... வெங்காயம் ரொம்பக் காரமா கீதா?" என்று கேட்டாள் பூங்காவனம்.

"இருக்காதா பின்ன... ஒரு ஆத்தயே வித்துட்டு வாங்கின வெங்காயமாச்சே..." என்று கண்களைத் துடைத்துக்கொண்டார்.

*

பொருள்

செவரட்ன	-	சேவை
சால்	-	தண்ணீர் மொள்ளும் சாதனம்
வடம்	-	கனமான கயிறு
பாரி	-	கவலை இழுக்கும் மாடுகள் ஏறி இறங்கும் பள்ளமான பகுதி
கதண்டு	-	ஒரு வகை விஷப்பூச்சி
புடு	-	கவலை ஓட்டும் கிணற்றின் முன்புறப் பகுதி
மொகுமாவு	-	கோல மாவு
கவலைவண்டி	-	வட்ட வடிவமான கவலை வடம் சுற்றும் மரத்தாலான ராட்டினம் போன்றது
குரத்தி	-	ஒரு மிருகம்
ஜப்பான் கண்டை	-	ஜிலேபி மீன்
நரகல்	-	மலம்
கவுண்கோல்	-	இலக்கு நோக்கிக் கல்லை எறியும் கயிற்றுச் சாதனம்
மாவளி	-	ஆண் பனையின் பூவை அரைத்துச் செய்யப்படும் மத்தாப்பு.

சுண்டு	- கம்பந்தட்டால் கட்டப்படும் சொக்கப்பனை போன்றது
தளுக்கு	- பொங்கல் பிரசாதம்
கூட்டம்	- மாடு கட்டும் கம்பு
வடக்கு மலையான்	- திருப்பதி ஏழுமலையான்
சிலாக்கோல்	- குத்தீட்டி
காரவேலை	- கட்டிட வேலை
கொர்ராடு	- செம்மறி ஆடு
செதுக்காம்பாறை	- நீண்ட காம்புடைய புல் செதுக்கும் சாதனம்
சாங்கன்	- எருதுக் கன்று
கடேரி	- பசுங் கன்று
தருக்கு	- தரகு
கரம்பு	- தரிசு நிலம்
மடவல்ச்சி	- வண்ணாரப்பெண்
நாதேளிமுள்	- சப்பாத்திக்கள்ளி
பனம் புடுக்கு	- ஆண் பனையின் பூ

* * *